Bhardwaj Desai
405 Walden Ln.
Prospect Hts., IL 60070-1076

D1461956

અરધી સદીની વાચનયાત્રા

ભાગ

4

સંપાદક
મહેન્દ્ર મેઘાણી

સંસ્કાર સાહિત્ય મંદિર

5, એન.બી.સી.સી. હાઉસ, પોલિટેકનિક પાસે, અમદાવાદ-380 015

કિંમત રૂ. 250

પુનર્મુદ્રણ : મે 2014

આવૃત્તિઓ : પહેલી 2006

પુનર્મુદ્રણ : 2006 (બે વાર), 2007, 2008, 2010, 2012

ARDHI SADI-NI VACHANYATRA(Part-4)
Compiled by Mahendra Meghani
Published by Sanskar Sahitya Mandir, Ahmedabad 380 015

પૂંઠું : મનીષ ગજ્જર

ISBN : 978-93-83815-17-3

પૃષ્ઠ : 16+480

નકલ : 1250

કુલ નકલ : 19,750

પ્રકાશક : સંસ્કાર સાહિત્ય મંદિર

નંદનભાઈ કાંતિભાઈ શાહ : 5, એન.બી.સી.સી. બિલ્ડીંગ,

સહજાનંદ કૉલેજ પાસે, અમદાવાદ-380 015 ફોન : 079-26620472

ટાઇપસેટિંગ : શારદા મુદ્રણાલય

201, તિલકરાજ, પંચવટી પહેલી લેન, આંબાવાડી, અમદાવાદ-380 006 : ફોન : 26564279

મુદ્રક : ભગવતી ઑફસેટ

16/સી, બંસીધર એસ્ટેટ, બારડોલપુરા, અમદાવાદ-380 004

Bhardwaj
Desai

અર્પણ

કુમાર,
ગુજરાત, જ્ઞાનસુધા,
નવજીવન (+હરિજનબંધુ)
પ્રસ્થાન, બુદ્ધિપ્રકાશ,
વસંત, વીસમી સદી,
સંસ્કૃતિ, સુદર્શન

આદિ જે સામયિકોએ
19મી ને 20મી સદી દરમિયાન
ગુજરાતનું સંસ્કારઘડતર કર્યું તેમને
આદરપૂર્વક

[3]

ગાંધીજીની જીવનયાત્રા

એમના જ શબ્દોમાં

(સંપાદક : મહેન્દ્ર મેઘાણી)

મહાત્મા ગાંધીએ પોતાના જીવન વિશે બે પુસ્તકો લખેલા: ‘સત્યના પ્રયોગો અથવા આત્મકથા’ તથા ‘દક્ષિણ આફ્રિકાના સત્યાગ્રહનો ઇતિહાસ’.

આ બંને પુસ્તકોનો સંયુક્ત સંક્ષેપ એટલે ‘ગાંધીજીની જીવનયાત્રા’. મૂળ બંને પુસ્તકોના મળીને કુલ સવા બે લાખ જેટલા શબ્દો થાય છે. તેનો આ સંયુક્ત સંક્ષેપ 58,000 શબ્દોમાં રજૂ થયેલ છે.

મૂળ લોકમિલાપ ટ્રસ્ટે પ્રગટ કરેલ આ પુસ્તકની છ માસમાં 50,000 નકલો વેચાઈ છે. હવે ગૂર્જર ગ્રંથરત્ન કાર્યાલય આ પ્રકાશન કરતાં ગૌરવ અનુભવે છે.

[પાનાં 200 + 24 પાનાં છબીઓનાં]

સોનામૂલી વાચનયાત્રા

'અરધી સદીની વાચનયાત્રા'(1-2)ના બંને ભાગના લેખકો અને એમાં પ્રસિદ્ધ થયેલાં લખાણોનું વૈવિધ્ય ઊડીને આંખે વળગે તેવું છે. આવા સંખ્યાતીત લેખકોનાં ઢગલાબંધ લખાણોમાંથી ચયન કરી મૂકવાં, એ એક મહાભારત કાર્ય છે. પછી એવાં લખાણોમાં કાપકૂપ કરવી, અમુક અંશો જતા કરવા વગેરે પણ ભારે સૂઝ અને ધીરજ માગી લે તેવું કાર્ય છે. આ બંને ભાગ જોતાં શ્રી મહેન્દ્રભાઈ એમાંથી સાંગોપાંગ પાર ઊતર્યાં છે. તેમણે આ દળદાર બે ભાગમાં અનેકવિધ વિષયોનો મધુપર્ક આપણી સામે ધરી દીધો છે. દેશ-વિદેશના જાણીતા-ઓછા જાણીતા એવા અનેક લેખકો તેમની અડફેટમાં આવ્યા છે. અમુક જ વિષયને કે એવાં લખાણોને જ મૂકવાં તેવું અહીં ધાર્યું નથી. માત્ર એક બાબત સર્વત્ર રહી છે : અને તે પસંદ કરેલી સામગ્રી માણસને વિચાર કરતો કરી મૂકે, તેના જીવનરસને ઉત્તેજે, જીવન જીવવાનું તેને બળ મળે, તેની સભ્યતા અને સંસ્કૃતિનું તે વડે સંવર્ધન થાય - એવો એમનો સતત અને સર્વત્ર આગ્રહ રહ્યો છે. કહો કે જીવન અને જીવનોન્નયનને સાથે લઈને તેઓ ચાલ્યા છે. આવાં લખાણો વિસ્તારી નથી; ગાગરમાં સાગર સમાવતાં હોય તેવાં, સંક્ષિપ્ત, ભાવસભર સાથે મૂલ્યસભર છે. કહો કે આ બંને ભાગ સર્વત્ર જે કંઈ ઉત્તમ છે તેનું વિવેકી સંદોહન છે.

અહીં અનેક લેખકો અને લખાણોના મેળામાં હરફર કરનાર જોઈ શકે છે કે વિવેક શું છે, જીવન અને જીવનધર્મ શું છે, સભ્ય હોવું તે શું છે, સંસ્કૃતિ શું છે અને સૌથી વધુ તો માણસ હોવું તે શું છે. ગુજરાતી ભાષા અને ગુજરાતી ભાષા વડે પ્રકટ થયેલ જીવનસત્ત્વ, એમ બંનેનો વૈભવ અહીં પ્રકટ થયો છે. પુસ્તકનું ગમે તે પાનું ઉઘાડીને વાંચી શકાય છે.

ઘણી વાર શું વાંચવું અને શું ન વાંચવું એનો વિવેક વાચકમાં પૂરેપૂરો ઊગ્યો નથી હોતો; આ પુસ્તકોનું વાચન સુરુચિના ઘડતરમાં નવી પેઢીનું માર્ગદર્શક નીવડે તેમ છે.

['વિશ્વવિહાર' માસિક :ઑક્ટોબર 2004]

❀

આ ઘણું ઉપયોગી કાર્ય થઈ રહ્યું છે. આ કાર્યથી માત્ર વાચનરુચિ જ વધતી નથી, પણ મૂલ્યો તરફ પણ પ્રજાનું ધ્યાન જાય છે. આ એક રુચિવર્ધક ને મૂલ્યવર્ધક એવું સાંસ્કૃતિક કામ તઈ રહ્યું છે.

'ઉશનસ્'

[તા. ૧૬-૦૮-૦૪ના પત્રમાં]

સંપાદકનું નિવેદન

'અરધી સદીની વાચનયાત્રા'માં આ ચોથા ભાગ સહિત લગભગ 2,500 પાનાંનું વાચન રજૂ થયું છે. 750 જેટલા લેખકોની કલમનો એ ફાલ છે.

પુસ્તકનો પહેલો ભાગ 2003માં પ્રગટ થયો, પછી નવી આવૃત્તિઓ અને પુનર્મુદ્રણોની મળીને તેની 58,500 નકલ (એપ્રિલ 2006 સુધીમાં) છપાઈ.

બીજો ભાગ 2004માં બહાર પડ્યો, તેની કુલ 27,000 નકલ (જુલાઈ 2006 સુધીમાં) છપાઈ.

ત્રીજા ભાગની કુલ 20,000 નકલ (ઑક્ટોબર 2006 સુધીમાં) છપાઈ.

એ રીતે ચાર વરસમાં ત્રણ ભાગની મળીને 1,05,500 નકલ વાચકોની વચ્ચે વહેતી થઈ. જેમનાં મૂલ્યવાન લખાણોએ ગુજરાતી પ્રજાની આટલી પ્રીતિ પ્રાપ્ત કરી તે સહુ ધન્ય છે.

750 લેખકો પૈકી ઓગણત્રીશ એવા છે કે જેમનાં એક યા વધુ લખાણ ચારેય ભાગમાં રજૂ થયાં છે. તેમનાં નામ આ રહ્યાં :

'ઉશનસ્', 'કલાપી', 'ન્હાનાલાલ કવિ', કાકા કાલેલકર, મો૰ ક૰ ગાંધી, ઉમાશંકર જોશી, રવીન્દ્રનાથ ઠાકુર, જુગતરામ દવે, મકરન્દ દવે, મહાદેવ દેસાઈ, જવાહરલાલ નેહરુ, મનુભાઈ પંચોળી, જયન્ત પાઠક, નગીનદાસ પારેખ, ગિજુભાઈ બધેકા, હસિત બૂચ, નિરંજન ભગત, વિનોબા ભાવે, 'આદિલ' મન્સૂરી, કરસનદાસ માણેક, ઝવેરચંદ મેઘાણી, મહેન્દ્ર મેઘાણી, અનંતરાય મ૰ રાવળ, રવિશંકર (મહારાજ) વ્યાસ, ભગવતીકુમાર શર્મા, કાંતિ શાહ, ગુણવંત શાહ, સુન્દરમ્, રમણલાલ સોની.

*

આ પુસ્તકનો પહેલો ભાગ છપાયો ત્યારે મારી પાસે જે સામગ્રી અરધી સદીમાં ભેગી થયેલી તેમાંથી પાંચેક ભાગ તૈયાર થશે, એવી કલ્પના હતી. પણ પછી તો એકવીસમી સદીનાં લખાણોનો સમાવેશ દરેક ભાગમાં થતો ગયો. હવે એમ લાગે છે કે બીજા ત્રણ ભાગ થઈ શકે તેટલી સામગ્રી બાકી રહી હશે.

પણ ચોથા ભાગ સાથે આ વાચનયાત્રા પૂરી કરવાનું મન થાય છે. કારણ કે 84મા વરસે શરીર થાક અનુભવે છે, આંખો – અને સ્મૃતિ પણ – સ્વાભાવિક રીતે ઝાંખી પડતી જાય છે. કામ કરવાની શક્તિ ઓસરી રહી છે. ખલિલ જિબ્રાનની વાણીના પડઘા જાણે સંભળાય છે:

પવન ફૂંકાય છે, સઢ ચંચળ થયા છે;
હવે વધારે ખોટી થવું નહીં પડે.
સલામ !

*

'અરધી સદીની વાચનયાત્રા' મને એક નાનીશી ખાણ જેવી લાગે છે. તેમાં કેટલાક હીરા અને બીજા કીમતી પથરા પડેલા હશે. તેમને આકાર, રંગ વગેરે ધોરણે નોખા પાડીને લોકો સમક્ષ રજૂ કરી શકાય. જેમકે એક લેખકનો પ્રાથમિક પરિચય કરાવતાં પચાસેક પાનાં જેટલાં લખાણો તેમાંથી ભેગાં કરીને દરેકની પુસ્તિકા બનાવી શકાય. તેવી સાત પુસ્તિકા પ્રગટ પણ થઈ છે. એ સંખ્યા ખુશીથી પચાસ સુધી લઈ જઈ શકાય.

ઉપરાંત આ ચાર ભાગમાંથી વિષયવાર લખાણો વીણીને તેની પુસ્તિકાઓ બનાવીએ તો તે પણ વાચકોને આકર્ષે. જેમકે બાળકો, બહેનો, કેળવણી, ધર્મ, દેશપ્રેમ, કોમી એકતા, ગામડાં વગેરે અંગેની નાની નાની પુસ્તિકાઓની સામગ્રી આ ચાર ભાગમાં તૈયાર પડેલી છે. નાની પુસ્તિકામાં સમાય તે રીતે તેને ગોઠવવાની જ જરૂર છે. એ બધી વ્યાપક સમાજશિક્ષણની બાળપોથીઓ બની શકે.

આ 'વાચન-ખાણ'ના ચાર ભાગમાં ગાંધીજી વિશેનાં વિવિધ લેખકોનાં સવાસો જેટલાં લખાણો તૈયાર પડેલાં છે. તેમાંનાં કેટલાંક 'મિલાપ' માસિક (1950-1978)ના અંકોમાંથી વીણેલાં છે. પણ 'મિલાપ'ની ફાઈલોમાંથી હજી એવાં વધુ લખાણો શોધી, એ બધાંનું 'ગાંધી-ગંગા' નામનું 200 પાનાંનું પુસ્તક આપવાની હોંશ થાય છે – અને પેલો થાક બધો ઘડીભર ભુલાઈ જાય છે.

*

'બહેનીને કંઠે નીતરતાં હાલરડાંમાં' ઘોળેલા... 'દુનિયાના વીરોનાં લીલાં બલિદાનોમાં' ભભકેલા... 'ભક્તોના તંબૂરથી ટપકેલા'... 'વહાલી દિલદારાના પગની મેંદી પરથી ચૂમેલા'... અને 'નવલી દુનિયા કેરાં સ્વપ્નોમાં કવિઓએ ગાયેલા' 'કસુંબીના રંગ'ની એક નાનકડી પ્યાલી આ 'વાચનયાત્રા' નિમિત્તે રંગીલાં વાચકો સમક્ષ ધરવાની કોશિશ કરતાં હું ધન્ય બન્યો છું.

બબલભાઈ મહેતા જયંતી : 10 ઑક્ટોબર, 2006   મહેન્દ્ર મેઘાણી

❀

ક્રમ

[11]

[12]

[13]

[14]

[15]

અરધી સદીની વાચનયાત્રા
ભાગ
4

ગાંધી-ગંગાનાં જલબિંદુ

એ મારમાંથી પ્રજા બચે

ગોખલે દક્ષિણ આફ્રિકા આવ્યા હતા. [ટોલ્સટોય] ફાર્મમાં ખાટલા જેવી વસ્તુ ન હતી, પણ ગોખલેજીને સારુ એક માગી આણ્યો. જ્યારે તેમણે જાણ્યું કે અમે બધા ભોંય ઉપર સૂતા હતા, ત્યારે ખાટલો દૂર કરાવી પોતાની પથારી પણ ભોંય ઉપર કરાવી. કેલનબેકે, મેં તેમના પગ ચાંપવા દેવા બહુ વિનવ્યા. તે એકના બે ન થયા. અમને સ્પર્શ સરખો ન કરવા દીધો. ઊલટા અર્ધા ખીજમાં અને અર્ધા હાંસીમાં કહે: "તમે બધા એમ જ સમજતા લાગો છો કે દુઃખ અને અગવડ ભોગવવા એક તમે જ જન્મ્યા છો, ને અમારા જેવા તમારે પંપાળવા સારુ જ જન્મ્યા છીએ. હું ગમે તેટલી અગવડ ભોગવીશ, પણ તમારો ગર્વ ઉતારીશ."

કંઈક પણ લખવાનું હોય ત્યારે તેમને આંટા મારી તે વિચારી લેવાની ટેવ હતી. એક નાનો સરખો કાગળ લખવાનો હતો. મેં માન્યું કે તે તો તરત લખી નાખશે; પણ નહીં. મેં ટીકા કરી એટલે મને વ્યાખ્યાન મળ્યું: "હું નાનામાં નાની વસ્તુ પણ ઉતાવળે નથી કરતો; તેનો વિચાર કરું, વિષયને લગતી ભાષા વિચારું ને પછી લખું."

એમ બધા કરે, તો કેટલો વખત બચી જાય? ને પ્રજા પણ આજે તેને જે અધકચરા વિચારો મળી રહ્યા છે તેના મારમાંથી બચે.

મો૰ ક૰ ગાંધી

*

"આ જ મારો મુર્શિદ!"

છેક 1888ની સાલમાં હું દાદાભાઈ [નવરોજી]ને ચરણે બેઠો, પણ મને એ મારાથી કેટલાયે દૂર જણાયા. હું એમનો પુત્ર થઈ શકત. [પણ] શિષ્ય એ પુત્રથી અધિક નિકટતાનો નાતો છે. શિષ્ય થવું એ નવો જન્મ લેવા જેવું છે. એ સ્વેચ્છાથી કરેલું આત્મસમર્પણ છે.

ગોખલેની વાત નિરાળી જ હતી. એમને હું મળેલો – જાણે કોઈ પુરાતન મિત્રને મળવાનું થયું હોય, અથવા તો એથીયે વધુ સાર્થ શબ્દોમાં કહું તો જાણે ઘણા વખતથી વિખૂટાં પડેલ મા-દીકરો મળ્યાં હોય! તત્કાળ એમણે મારું હૃદયમંદિર સર કર્યું. રાજદ્વારી કાર્યકર્તા વિશેના મારા આદર્શનો એ સંપૂર્ણ નમૂનો હતા: સ્ફટિક જેવા નિર્મળ, ગાય જેવા ગરીબ, સિંહ જેવા શૂર અને ખોડ ગણાય એટલી હદ સુધી ઉદાર. જ્યારે મેં તેમની વિદાય લીધી ત્યારે મારા મનમાં એક જ ધ્વનિ ઊઠ્યો: "આ જ મારો મુર્શિદ!"

મો૰ ક૰ ગાંધી

['સત્યના પ્રયોગો' પુસ્તક : 1927]

હું તો અલ્પપ્રાણી છું

મને 'મહાત્મા' શબ્દની બદબો આવે છે. 'મહાત્મા'ને નામે અનેક કૂડાં કામ થયાં છે. આશ્રમમાં સૌને આજ્ઞા છે કે તેઓ 'મહાત્મા' શબ્દ ન વાપરે; કોઈને લખતાં પણ 'મહાત્મા' શબ્દથી મારો ઉલ્લેખ ન કરે. હું તો અલ્પપ્રાણી છું. હજી મારામાં શુદ્ધતાની, પ્રેમની, વિનયની ખામી ભરી છે. નહીં તો મારી આંખમાં તમે એવું જુઓ કે સાનમાં સમજી જાવ.

તમે મને 'મહાત્મા' માનો છો એનું કારણ ગરીબમાં ગરીબ માટે રહેલો મારો અગાધ પ્રેમ છે. ગમે તે થાય તોપણ ચીંથરેહાલનો તો મારાથી કદી ત્યાગ ન જ થઈ શકે. તેથી જ તમને લાગે છે કે ગાંધી કાંઈક કામનો માણસ છે. ત્યારે મને ચાહનારા સૌની પાસે હું એ માગું છું કે તમે મારે માટે પ્રેમ ધરાવો છો, તો જેમને માટે હું પ્રેમ ધરાવું છું તે ગામડાંના લોકોને અન્નવસ્ત્ર મળ્યા વિના ન રહે એવી કોશિશ કરો.

મારે માટેના પ્રેમનું કારણ બીજું કશું નથી – સિવાય કે હું ગરીબોની સાથે ઓતપ્રોત થયેલો છું. હું ભંગીની સાથે ભંગી થઈ શકું છું, ઢેડ સાથે ઢેડ થઈ તેનું કામ કરી શકું છું. જો આ જન્મે અસ્પૃશ્યતા ન જાય ને મારે બીજો જન્મ લેવાનો હોય, તો ભંગી જ જન્મવા ઇચ્છું. અસ્પૃશ્યતા રહે ને મારાથી હિંદુધર્મ તજી શકાતો હોય તો હું તજું. પણ મને તો મારા ધર્મ વિશે એટલી શ્રદ્ધા છે કે મારે તેમાં જ જીવવું રહ્યું અને તેમાં જ મરવું રહ્યું. એટલે તે ખાતર પણ પાછો જન્મું તો ભંગી જ જન્મું.

મો૰ ક૰ ગાંધી

[મુંબઈની પારસી રાજકીય સભા તરફથી યોજાયેલી સભામાં ભાષણ: 1924]

❀

અપવિત્ર વિચાર કરતાં પણ ડરીએ

શ્રી ગાંધી જે પ્રકારનું ધાર્મિક વાતાવરણ મારા હૃદયમાં ફેલાવે છે, તેને મળતો અનુભવ મારી આખી જિંદગીમાં મને કોઈએ કરાવ્યો હોય તેવા બે જ પુરુષો હું જાણું છું: એક આપણા હિન્દના દાદા દાદાભાઈ નવરોજી તથા બીજા મારા ગુરુ શ્રી રાનડે. આ પુરુષોની સમક્ષ કંઈ પણ અપવિત્ર કામ કરતાં આપણે શરમ અનુભવીએ છીએ. એટલું જ નહીં, તેમની હાજરીમાં અપવિત્ર વિચાર કરતાં પણ આપણું મન ડરે છે.

ગોપાલ કૃષ્ણ ગોખલે

❀

કો'કે કરવું પડશે

કો'ક જણે તો કરવું પડશે, ભાઈ!
એક જણે તો કરવું પડશે, ભાઈ!
કશુંયે ના કરવાની કેવી તામસ આ હરીફાઈ! – કો'ક૦
ના ચાલે મન સર્વ ધર્યે એ,
આ અવગુણ-અપકાર પરે યે:
દિલથી કો'ક જણે તો અંતે કરવી રહી ભલાઈ;
તું કરશે તો યે નથી કરતો કંઈ ઉપકાર, નવાઈ – કો'ક૦
ચહુદિશ આ અંધાર છવાયા,
ઘૂમે મરુદ્ગણ દ્વેર હરાયાં:
કો'કે, નહિ તો તારે, પડશે દાખવવી જ સરાઈ;
ઊભા રહેવું પડશે કો'કે મારગ દીપક સ્હાઈ – કો'ક૦
આ આવું ને આવું દુર્ભગ
રહેવા ના સર્જાયું છે જગ:
કો'ક જણે તો અમૃતદેશે દોરવું પડશે સ્હાઈ;
કો'ક જણે તો નિમિત્ત કેરી રળવી ભાગ્યકમાઈ – કો'ક૦ ૦૦૦
શા લખવાર વિચારો એમાં,
કેવળ છે જીતવાનું જેમાં?
તું હોતાં દીનહીન રહે જગ, તું જાશે નિંદાઈ!
તું હોતાં શું બીજો રળશે નિમિત્તભાગ્યવડાઈ? – કો'ક૦
કો'કે કલશરૂપે પ્રાસાદે,
કો'કે મિટ્ટીરૂપે બુનિયાદે:
વિશ્વસૌખ્યનું ભવન, ભલા, રચી જાવું પડશે આંહીં – કો'ક૦
તારે પાયે ગૃહફૂલ ફૂટશે,
સૌ સૌનું પછીથી કરી છૂટશે:
આજ કસોટી પરે ચઢી છે તારી પ્રેમસગાઈ – કો'ક૦

'ઉશનસ્'

❀

હે ભગવાન, તારી એવી સેવા કરવાનું અમને શીખવજે કે, અમે આપીએ, પણ તેનું મૂલ્ય ગણીએ નહિ; ઝૂઝીએ, પણ જખમો ગણીએ નહિ; મથી મરીએ, પણ આરામ વાંછીએ નહિ; પરિશ્રમ કરીએ, પણ કશો બદલો માગીએ નહિ – સિવાય એટલું જાણવાનો કે તારી આજ્ઞાનું જ અમે પાલન કરીએ છીએ.

❀

હા, લગ્ન એ આખી જિંદગી સુધી ચાલતો ચમત્કાર છે, દરેક દિવસે તાજોતમ.

❀

'આમાદેર માં'

સ્ફટિક-સા ગૌરવર્ણ, જ્વલંત જ્યોતિ સે જગમગાતે વિશાલ નયન, ગોરે લલાટ પર ચંદન કા શુભ તિલક, કાલા ઝબ્બા ઔર કાલી ટોપી: યહી થે આશ્રમવાસિયોં કે હૃદય-હાર ગુરુદેવ.

કિતના મહાન વ્યક્તિત્વ ઔર કૈસા સરલ વ્યવહાર! ઊંચ-નીચ, છોટે-બડે, સબ ઉનકે સ્નિગ્ધ વ્યક્તિત્વ કી છાયા કે નીચે સમાન થે. ચીન, જાપાન, મદ્રાસ, લંકા કે છાત્ર પ્રાર્થના કી ઘંટી બજતે હી એક કતાર મેં લાઇબ્રેરી કે સામને મૌન સિર ઝુકાકાર ખડે હો જાતે. ઉનમેં ચીની બૌદ્ધ છાત્ર ફાં-ચૂ રહતા ઔર સુમાત્રા કા મુસ્લિમ છાત્ર ખૈરુદ્દીન ભી, ગુજરાત્ કી સુશીલા રહતી ઔર સુદૂર કેરલ-વાસિની કુમુદિની ભી. એક મન, એક પ્રાણ હોકર સબ ઉપાસના મેં લીન રહતે.

વિશ્વ-વિભૂતિ કવીન્દ્ર રવીન્દ્ર થે સંગીત, સાહિત્ય ઔર દર્શન કે વિચિત્ર-રૂપી શિલ્પી; કિન્તુ આશ્રમવાસિયોં કે થે વહ ગુરુદેવ, સ્નેહી પિતામહ. કવિતા, નાટક, ઉપન્યાસ, ચિત્રકલા, સંગીત, નાટક-પરિચાલન – ઇન સબસે ભી અધિક ચિંતા થી ઉન્હેં અપને પ્રિય આશ્રમ કી.

*

ઐસા થા ગુરુદેવ કા શાન્તિનિકેતન – ઉનકી પવિત્ર તપોભૂમિ કા સાકાર સ્વપ્ન. યહાં ચહારદીવારિયોં સે ઘિરી કક્ષાએં નહીં થી. જહાંતક દૃષ્ટિ જાય, ઉન્મુક્ત નીલ ગગન થા. પઢતે-પઢતે જી ઉબતા તો આસમાન પર ચહકતે પરિન્દોં કો દેખને પર બંદિશ નહીં થી; લિખતે-લિખતે હાથ થક જાતે તો ક્ષણ-ભર કલમ રખકર પાસ સે ગુજરતે સંથાલ-દલ કે અગુવા કી માદક વંશી કે સ્વર કો સુનને પર કોઈ પ્રતિબંધ નહીં થા; રેખાગણિત ઔર બીજગણિત કે કઠિન સાધ્યોં કે બીચ ઇધર-ઉધર દેખકર તાજગી પાને પર કોઈ રુકાવટ નહીં થી; સામને કી ડાલ પર કબૂતર બૈઠે હૈં, યા ગિલહરી કુટુર-કુટુરકર કુછ ખા રહી હૈ, યહ સબ દેખતે-દેખતે ભી વિદ્યાર્થી પાનીપત કે તીનોં યુદ્ધોં કી દુરૂહ તારીખેં કંઠસ્થ કર લેતે થે.

*

ગુરુદેવ કો 'બૈતાલિક' કરવાને કા બડા શૌક થા. ચાંદની રાત હૈ. ફાલ્ગુની પૂર્ણિમા સે ધુલકર આશ્રમ ઝકઝક ચમક રહા હૈ. પ્રકૃતિને ઐસી સુંદર સૌગાત ભેજી હૈ, ઔર આશ્રમવાસી સ્વીકૃતિ ભી ન દેં! સૂચના આતી હૈ કિ 'ઘંટાતલે'

એકત્ર હોં. રાત્રિ કા ખાના ખા-પીકર સબ ચલે આ રહે હૈં. કોઈ ભી ઇસ દલ મેં આ સકતા હૈ. હમારે છાત્રવાસ કી નૌકરાની નનીબાલા, રસોઈઘર કે નૌકર નગેન, પ્રભાકર, હરિહર; શિક્ષા-ભવન, કલા-ભવન, સંગીત-ભવન કે છાત્ર-છાત્રા-ગણ વિરાટ દલ આ જુટતા હૈ, ગાતા હૈ:

ફાગુનેર પૂર્ણિમા
એલકાર લિપિ હાથે...

...ફાગુન કી યહ પૂર્ણિમા આજ કિસકી લિપિ લેકર આઈ હૈ? પૂરે આશ્રમ કી પરિક્રમા કર દલ એક બાર ઉત્તરાયણ તક અવશ્ય જાતા હૈ. આશ્રમ-ગુરુ કી વાણી સંગીતમુખર હોકર ઉન્હીં તક પહુંચતી હૈ.

1902 મેં ઉનકી પત્ની કી મૃત્યુ હુઈ, તો ગુરુદેવ કી અવસ્થા કેવલ ઇકતાલીસ વર્ષ કી થી. અપને પાંચ બાલકોં કા ભાર હી નહીં, આશ્રમ કે અનેક બાલકોં કા ભાર ઉનપર થા. ગુરુદેવ કે સબસે છોટે પુત્ર કેવલ આઠ વર્ષ કે થે. આશ્રમ કી આર્થિક અવસ્થા બહુત અચ્છી નહીં થી. સાથ હી ઈશ્વર ભી ઉનકી કઠોર પરીક્ષા લે રહા થા. પહલે પિતા મહર્ષિ દેવેન્દ્રનાથ ઠાકુર કી મૃત્યુ હુઈ. દો વિવાહિત પુત્રિયાં જાતી રહી, ઔર ઉનકે સબસે છોટે પુત્ર કી મુંગેર મેં હૈજે સે મૃત્યુ હો ગઈ. અપને પ્રિય પુત્ર ઔર પુત્રિયોં કી મૃત્યુ કે દુ:ખ કો ભી ઉન્હોને આશ્રમ કો ગઢને-સંવારનેમેં ભુલા દિયા. અપની પુત્રિયોં પર ઉનકા અત્યંત સ્નેહ થા, વિશેષકર બેલા પર. કહા જાતા હૈ, જબ વહ ક્ષય રોગ કી ચપેટ મેં આ ગઈ, તો ગુરુદેવ ને ઉનકી દિન-રાત સેવા કી. ઉનકે લિએ વહ કહાનિયોં કા કથાનક રચતે ઔર લિખને કે લિએ પ્રોત્સાહિત કરતે; કિન્તુ ઉનકી સેવા ઔર સ્નેહ ભી મૃત્યુ કો નહીં જીત સકે. બડી પુત્રી રાની કી ભી પહલે હી ક્ષય સે મૃત્યુ હો ગઈ થી. શોક, મૃત્યુ ઔર વિછોહ ને ઉનકો કર્મપથ સે વિચલિત નહીં કિયા. ઉનકી કલમ અબાધ ગતિ સે ચલતી રહતી. ઉનકે પુત્ર શ્રી રથીન્દ્રનાથ ઠાકુર ને અપને પિતા કે સંસ્મરણ લિખતે હુએ એક સ્થાન પર લિખા હૈ:

"મેરે પિતા કે સંકટ ઔર મહાન દુઃખ કે દિનોં મેં ઉનકી કલમ ને હાર નહીં માની. જબ વહ રાની કે વિષમ રોગ સે લડતે, ઉસે એક પહાડ સે દૂસરે વાયુ-પરિવર્તન કે સ્થળ પર લે જાતે થે, વહ બરાબર લિખતે રહે – કભી 'ચોખેર બાલી' ઔર કભી 'નૌકા ડૂબી'. પિતાજી કભી ભી એક ઉપન્યાસ કો એક બાર હી લિખકર ખતમ નહીં કરતે થે. એક-એક પરિચ્છેદ લિખતે જાતે ઔર કિસી પત્રિકા મેં છપને ભેજતે રહતે. ઇસ પ્રકાર ધારાવાહિક રૂપ મેં ઉનકે ઉપન્યાસ પૂરે હોતે. કિતની હી વિરોધી પરિસ્થિતિયાં હોં, કિતના હી બડા માનસિક આઘાત હો, સમ્પાદકોં કો ઉનકે ઉપન્યાસ કી દૂસરી કિસ્ત કે લિએ કભી રુકના નહીં પડતા."

*

ગાંધીજી કે અનશન કે સમય સમસ્ત આશ્રમ મેં ઉદાસી ઔર ચિંતા કી લહર દૌડ ગઈ થી. આશ્રમવાસિયોં કો એકત્ર કર ગુરુદેવને પ્રાર્થના-સભા કી થી:

"જય હો ઉસ તપસ્વી કી, જો ઇસ સમય મૌત કો સામને લેકર બૈઠે હૈં! – ભગવાન્ કો હૃદય મેં બૈઠાકર સમસ્ત હૃદય કે પ્રેમ કો તપા કર, જલાકર. તુમ લોગ જયધ્વનિ કરો ઉનકી, જિસમેં તુમ્હારા કંઠ-સ્વર ઉનકે આસન કે પાસ પહુંચ સકે. કહો – 'તુમ કો ગ્રહણ કર લિયા હૈ, તુમ્હારે સત્ય કો સ્વીકાર કર લિયા હૈ!' વહ જિસ ભાષા મેં કહ રહે હૈં, વહ કાનોં કે સુનને કી નહીં હૈ – વહ હૈ પ્રાણોં કે સુનને કી. મેરી ભાષા મેં જોર કહાં હૈ! વહી મનુષ્ય કી ચરમ ભાષા હૈ, જો અવશ્ય હી તુમ્હારે પ્રાણોં મેં ભી પહુંચ રહી હૈ."

*

ગુરુદેવને અપને પ્રિય આશ્રમવાસિયોં કે લિએ કઈ સુંદર કવિતાએં વિશેષ રૂપસે લિખી થીં. ઇનમેં સે કુછ છાત્ર-સમાજમેં વિશેષ લોકપ્રિય થીં ઔર 'પિકનિક'

કે અવસરોં પર બડે આનંદ સે ગાઈ જાતી થીં:

ભાલોમાનુષ નાંઈ રે મોરા ભાલોમાનુષ નાંઈ,
ગુનેર મધ્યે એઈ, આમાદેર ગુનેર મધ્યે એઈ...

"હમ ભલેમાનુષ નહીં હૈં. એક હી ગુણ હૈ હમારા: વહ હૈ દેશ-દેશ મેં હમારી નિંદા હોતી હૈ, ભાઈ, ઔર પદ-પદ પર હમ વિપત્તિ કા સામના કરતે હૈં. કિતાબી જ્ઞાન હમ નહીં બધારતે, કિતાબ મેં લિખે કા ઠીક ઉલ્ટા કરતે હૈં. હમારે જન્મ કે સમય બૃહસ્પતિ છુટ્ટી પર થે, ઇસીસે શનિ કી દૃષ્ટિ હી હમ પર રહી. હમારી નૌકા અયાત્રા પર ચલી હૈ, ભાઈ. ફલ કી તો હમ આશા હી નહીં રખતે. હમારી ગતિ હૈ હી નહીં. સદા તૈરતે રહના, યહી હમારી ગતિ હૈ!"

ઇસી પ્રકાર એક દૂસરા ગીત થા:

ના ગાન ગાઉવાર દલ રે આમરા, ના ગલા સાધાર,
મોદેર ભૈરવ રાગે, રવિર રાગે મુખ આધાર...

"હમારા ગવૈયોં કા દલ નહીં હૈ, ભાઈ. હમને કંઠ કી ગાયકી કો નહીં સાધા. હમ ભૈરવ ગાતે હૈં તો સૂર્ય કા મુંહ ક્રોધ સે લાલ હો જાતા હૈ. હમારે મિલેજુલે બેસુરે કંઠોં કી ગાયકી સે મુહલ્લે કે કુત્તે ચૌંકકર ઝૌંક ઉઠતે હૈં. હમ મેઘમલ્હાર ગાતે હૈં, તો વર્ષા બંદ હો જાતી હૈ; છાતેવાલોં કી દુકાન પર શનિ કી દૃષ્ટિ લગ જાતી હૈ. બસંત બહાર કા આધા હી સ્વર લગા પાતે હૈં કિ શ્રી રાધા કા વિરહ દૂર હો જાતા હૈ. અમાવસ્યા કી રાત્રિ કો વિહાગ ગાને લગતે હૈં, તો કોયલોં કો દશમ-દશા ઘેર લેતી હૈ. ઔર કોજાગરી પૂર્ણિમા કે દિન અગર હમને કહીં જૈજૈવંતી ગા લી, તબ તો પૂર્ણિમા કે ચંદ્ર કો રાહુ હી ગ્રસ લેતા હૈ."

આજ સમસ્ત ભારત કા ગૌરવગાન હમારા રાષ્ટ્રીય ગીત 'જનગણ મન અધિનાયક' આશ્રમ કે વિશેષ ઉત્સવોં પર ગાયા જાતા થા, તબ પૂરા ગીત દો બાર દોહરાકર ગાયા જાતા થા. 'આમાદેર શાંતિનિકેતન' ગીત તો આશ્રમ કે પ્રત્યેક પર્વ-ઉત્સવ, મેલે, પિકનિક કા આશ્રમ-ગીત થા; વિશ્વભારતી કી નારંગી કોપિયોં કે પીછે પત્રિકાઓં કે અંતિમ પૃષ્ઠ પર યહી ગીત લિખા રહતા થા. આશ્રમ-છાત્રોં કી હૃદય કી ભાવનાઓં કો, ઉનકે આશ્રમકાલીન જીવન કે સુખ ઔર ઉલ્લાસ કો હી ગુરુદેવને કવિતા મેં, સ્વરોં કે મીઠે જાલ મેં, બુનકર રખ દિયા થા –

આમાદેર શાંતિનિકેતન
સબ હોતે આપન આમાદેર શાંતિનિકેતન...

"...હમારા શાંતિનિકેતન,
હમારા સબસે પ્યારા અપના શાંતિનિકેતન.
ઈસકી આકાશભરી ગોદમેં
હમારે હૃદય નાચ ઉઠતે હૈં.
હમ ઇસે બાર-બાર નિહારતે હૈં
ઔર નિત્યં નવીન પાતે હૈં –

હમારે તરુવર, હમારે ખુલે મૈદાન
ઔર ઉનમેં હમારા ખેલના –
હમારે સાંઝ-સવેરેકા, સોહાગભરા નીલગગન.
હમારે શાલબીથી બન કે કલગીત સુનાતી હૈ,
હમારા આવલે કા કુંજ જો સદા નાચતે
પત્તોં કી ખુશી સે મતવાલા રહતા હૈ.
હમ કહીં ભી હોં –
હમારા આશ્રમ હમ સે કભી દૂર નહીં રહતા.
ઉસકે પ્રેમ કા સિતાર
હમારે મન કે સ્વરોં સે બંધા હૈ.
હમારે પ્રાણોં સે
ઉસ સિતાર કી ધુન એક હોકર મિલ ગઈ હૈ.
ભાઈ ભાઈ કો
આશ્રમને એક મન એક પ્રાણ
કર દિયા હૈ.''

આશ્રમવાસી કહીં ભી રહેં, આશ્રમ ઉનકે હૃદય મેં હી રહતા.

*

બાદ મેં ગુરુદેવ પ્રાયઃ અસ્વસ્થ રહને લગે ઔર ઉનકે પાસ આને જાને કી સુવિધાએં બહુત કમ હો ગઈ. અસ્વસ્થ હોકર બિસ્તરે સે લગને સે પહલે ગુરુદેવને 'શિશુ-ભવન' કી એક સભા કા સભાપતિત્વ ગ્રહણ કિયા થા. જહાં તક મુઝે સ્મરણ હૈ, ઉસ સભા કે બાદ ગુરુદેવ અન્ય સભા યા ઉત્સવ મેં ફિર નહીં આ સકે થે. વૈસે તો આશ્રમ કી પ્રત્યેક સાહિત્ય-સભા કા અપના પૃથક્ વ્યક્તિત્વ થા, કિન્તુ શિશુ-ભવન કી સભા કી નિરાલી હી શોભા રહતી. સફેદ ગરદ કી સાડી પહને 'માસીમા' અપની પૂરી બાલસેના કો પંક્તિબદ્ધ કર લે આતી. છોટેછોટે બાલક, ચુની ધોતી ઔર કુરતાઃ પહને સભા સજાને મેં જુટ જાતે.

એક તો શિશુ-ભવન કી સભા, ઉસ પર સભાપતિ સ્વયં ગુરુદેવ ! લાઇબ્રેરી કે સામને હી ઉનકી સભા સજી થી. એક-એક કરકે છોટે બાલક એવં બાલિકાએં આતી ઔર છોટે છોટે લેખ, કહાની, આવૃત્તિ સુનાસુનાકર સુનનેવાલોં કા મન મોહ લેતી.

મંચ પર ચીના-ભવનકે પ્રોફેસર તાન કા નન્હા પુત્ર તાન-લી આયા ઔર અપના લેખ ખૂબ ઉંચે સધે સ્વર મેં પઢના આરંભ કિયા. લેખ કા શીર્ષક થા : 'ગુરુદેવ બડ ભાલો' – ગુરુદેવ બડે ભલે હૈં.

ઉસ રચના કી પહલી પંક્તિ થી : 'આમરા ગુરુદેવ કે ભાલો બાશી' – હમ ગુરુદેવ કો પ્યાર કરતે હૈં.

રચના કી અંતિમ પંક્તિ થી : 'ગુરુદેવ આમાદેર માં' – ગુરુદેવ હમારી મા હૈં.

રવીન્દ્ર-શતાબ્દી કી પુણ્યતિથિ પર આજ દેશ-વિદેશ કે પંડિત-સાહિત્યિક સોચ

મેં ડૂબે હૈં કિ કિન શબ્દોં મેં સરસ્વતી કે વરદ્ પુત્ર કી આરતી ઉતારેં ?

પર ઉનકે આશ્રમ કે એક નન્હે–સે છાત્ર ને વર્ષો પૂર્વ અપની આડંબરહીન સરલ સ્નેહ કી ડોર સે ઉન્હેં નાપકર રખ દિયા થા : 'ગુરુદેવ આમાદેર માં'. નન્હા તાન-લી ભી શાયદ જાનતા થા ઉનકે સ્નેહ કી ગહરાઈ કો.

*

આશ્રમ કે અનોખે આકર્ષણ સે ખિંચ-ખિંચ કર દેશ-વિદેશ કે છાત્ર-છાત્રાએં આકર જુટને લગે. કિન્તુ આનંદ-ઉત્સવ કે બીચ સહસા આશ્રમ કા તેજપુંજ મંદ પડને લગા. ગુરુદેવ કી અસ્વસ્થતા બઢ ગઈ. આશ્રમવાસી પ્રાયઃ બૈતાલિક કરતે ગાતે-ગાતે 'ઉત્તરાયણ' તક જાતે, કિન્તુ ગીત કે સ્વરોમેં અબ વહ તાજગી નહીં રહ ગઈ થી. બડે-બડે ડાક્ટર આતે ઔર ચિંતા મેં ડૂબકર રહ જાતે. એક ઓર આશ્રમ કા નયા બિજલીઘર બન રહા થા; કિન્તુ આશ્રમ કી રોશની તો બુઝી જા રહી થી. આશ્રમ કે ઉત્સવોં મેં વહ આનંદ નહીં રહા થા. જિસે દેખો વહ યહી કહતા : "ન જાને ક્યોં, એક અમંગલ કી-સી આશંકા હો રહી હૈ." સુનને મેં આ રહા થા કિ ગુરુદેવ કો કલકત્તા લે જાયા જાયગા. ઝુંડ-કે-ઝુંડ દર્શનાર્થી 'ઉત્તરાયણ' જાતે, ઔર ઉદાસ હોકર લૌટતે. ઉનકે અત્યંત પુરાને સહયોગી અધ્યાપક, જિનમેં સે કઈ ઉનકે છાત્ર ભી રહ ચુકે થે, પઢાતે-પઢાતે ચુપચાપ કિતાબ બંદ કર છુટ્ટી કર દેતે. 'ઉપાસના-મંદિર' મેં શાંત ભવ્ય મૂર્તિ ખિતીમોહનબાબૂ કી આંખેં ભર આતી – ન જાને કિતની પૂર્વ-સ્મૃતિયાં ઉન્હેં બેચૈન કર દેતી. શ્રી પ્રભાત મુકર્જી ઇતિહાસ પઢાતે-પઢાતે ચશ્મા હટાકર આંખેં પોંછને લગતે : "ગુરુદેવ કલ કલકત્તા જા રહે હૈં." કિતને પુરાને અધ્યાપક થે વહ ! સદા હંસને-હંસાને વાલે હમારે ઇતિહાસ કે બુજુર્ગ પ્રભાતદા જૈસે કુછ હી દિનોં મેં બૂઢે હો ગયે. ગુરુદેવ કી બીમારી કે કાલે બાદલોં ને પૂરે આશ્રમ કો ઘેર લિયા. ઔર એક દિન ગુરુદેવ કે કલ કત્તા જાને કી સચમુચ તૈયારિયાં હો ગઈ. પૂરા આશ્રમ 'ઉત્તરાયણ' કે બાહર એકત્ર થા. એક-એક કર સબને જાકર ગુરુદેવ કે પાવન ચરણોં કી ધૂલિ લી, ઔર ધીરે-ધીરે વિશ્વ- ભારતી કી લમ્બી બસ ગુરુદેવ કો લેકર આંખો સે દૂર હો ગઈ.

*

એક દિન વહ આયા જબ આશ્રમ મણિ-હીન મુકુટમાત્ર રહ ગયા. આશ્રમ કે પેડ-પત્તે તક શોકમગ્ન હો ઉઠે.

જિસ દિન ગુરુદેવ કે અસ્થિ-અવશેષ કો લેકર ઉનકે આત્મીય સ્વજન લૌટે, આશ્રમવાસી સડક કે દોનોં ઔર લમ્બી કતાર મેં શોકમગ્ન સિર ઝુકાયે ખડે થે. આશ્રમગુરુ નહીં રહે, પર આશ્રમ નિષ્પ્રાણ હોકર ભી સ્વયં ઉન્હીં કી વાણી સે પ્રાણમય થા :

આમાર જાબાર સમય હોલો,
આમાર કેનો રાખીશ ધરે –
ચોખરે જલેર બાંધન દિયે
બાંધીસ ને આર માયાર ડોરે.

ફૂરિયે છે જીવનેર છૂટી
ફિરિયે ને તોર નયન ટૂટી.
નામધરે આર ડાકીસને ભાઈ
જેતે હૌબે ત્વરા કરે.

'મેરે જાને કા સમય હો ગયા, અબ મુઝે પકડકર ક્યોં રખતે હો? અપને
આંસુઓં કી માયાડોર કે બંધન સે મુઝે મત બાંધો. જીવન કી છુટ્ટી સમાપ્ત હો ગઈ
હૈ, અપની આંખેં ફેર લો, મુઝે મત દેખો. મુઝે નામ લેકર મત પુકારો, ભાઈ; મુઝે
અબ જલદી જાના હૈ.'

શિવાની
['ગુરુદેવ ઔર ઉનકા આશ્રમ' પુસ્તક]

❀

કાંટાળો તાજ

વિશ્વભારતી માટે ફંડ એકઠું કરવા પ્રત્યેક શિયાળામાં મારે જાતે બહાર
નીકળવું પડે છે. કાં તો લોકોનું મનોરંજન કરવાના રૂપમાં, અથવા જેઓ જરાયે
ઉદાર નથી તેમની ઉદારતાને અપીલ કરવાના રૂપમાં ભીખ માગવાનું કામ મારે
માટે અતિશય ઘૃણાજનક કસોટી સમું છે. હું શહીદીનો આનંદ માણવાનો પ્રયત્ન કરું
છું અને કશી પણ ફરિયાદ કર્યા વિના માનભંગ, નામોશી અને વ્યર્થતાનો કાંટાળો
તાજ પહેરી લઉં છું. પણ મારા મનને હંમેશાં આ સવાલ કઠ્યા કરે છે: કંજૂસ
દાતાઓ પાસેથી નજીવાં દાન મહામહેનતે મેળવવામાં મારી શક્તિ ખર્ચી નાખવી,
એ મારે કરવા જેવું છે ખરું?

રવીન્દ્રનાથ ઠાકુર

બાનો ડાહ્યો દીકરો

બા, જો આ તારી બબલી
છે બાળી ભોળી બકુલી!
બા, જો આ તારી બબલી,
છે કાલી કાલી કીકલી!

અમે રમતાં બાળક બાળા,
લઈ ફુગ્ગા લાલં લાલા;
એ સમજે ઊગ્યા તારા,
ને બોલે 'તાલા તાલા!'

બા, જો આ તારી બબલી,
બસ, બાળી ભોળી બકુલી!...

બાપા તો ગામ ગયા છે,
ઘરમાં સૌ જાણી ગયાં છે;
પણ કહું જો 'બાપા આવ્યા,'
દોડે કહી 'ક્યાં ક્યાં? ક્યાં ક્યાં?

બા, જો આ તારી બબલી,
બસ, બાળી ભોળી બકુલી!

ઘર આવે જ્યારે ધોબી,
લઈ એનું ગર્દભ-બચ્ચું;
ને ધરી હાથમાં સોટી,
એનો માસ્તર હું બની જઉં છું;
પણ જોને તારી બબલી,
મને 'ભાઈ ભાઈ', કહી વળગી;
આવો મોટો હું મહેતાજી,
નથી કહેતી 'હાજી નાજી!'

બા, જો આ તારી બબલી,
એ તો કેવળ કાલી કીકલી!...

રવીન્દ્રનાથ ઠાકુર (અનુ૰ જુગતરામ દવે)

['ગુરુદેવનાં ગીતો' પુસ્તક]

❀

એક સુંદર લગ્નના કરતાં વધુ આનંદદાયક, માયાળુ અને મોહક સંબંધ બીજો કોઈ નથી.

❀

આપો તો આટલું આપો રે !

૧

ભીડું મારી ભાંગો એવી કંઈ
કે હું તો જાચના જાચું નહીં !
આપો તો આટલું આપો રે, (૨)
કદી હું ભીડથી બીઉં નહીં !

દુઃખોની લાયમાં ટાઢક દઈ
દિલાસો ના દો તો કંઈ નહીં;
આપો તો આટલું આપો રે, (૨)
દુઃખોને જીતું સહી લઈ. ૦૦૦

૨

તમે મને તારજો તારણહાર !
કે એવી જાચના જાચું નહીં;
આપો તો આટલું આપો રે, (૨)
તરું પણ થાકે ના મારી દેહી !

ભારો મારો હળવો કરી દઈ,
દિલાસો ના દો તો કંઈ નહીં;
આપો તો આટલું આપો રે, (૨)
બધોયે ભાર શકું હું વહી.

હશે જ્યારે સુખનો ઉજ્જ્વળ દિન,
લળી લળી નીરખીશ તારું વદન;
દુઃખની જ્યારે રાત થશે ને
ભૂલશે સકળ મહી;
તે વારે આટલું આપો રે,
આપો તો આટલું આપો રે,
તમો પર આસ્થા તૂટે નહીં !

રવીન્દ્રનાથ ઠાકુર (અનુ૰ જુગતરામ દવે)

['ગુરુદેવનાં ગીતો' પુસ્તક]

❀

હે પ્રભુ ! આજના દિવસનાં કર્તવ્યોને તારા વદનની પ્રસન્નતાના પ્રકાશથી અજવાળજે. અમને એવી આસ્થા આપજે કે રોજેરોજના અતિ સામાન્ય કામમાં પણ દિવ્યતા રહેલી છે.

❀

નથી રે ખોવાણી

જીવને જે જે પૂજા નથી રે પૂજાણી,
જાણું હે જાણું ક્યાંયે નથી રે ખોવાણી.
જીવને જે જે સેવા નથી રે સધાણી,
જાણું હે જાણું ક્યાંયે નથી રે ખોવાણી!
જે ફૂલ ફૂટ્યાં નહીં,
ખર્યાં છે માટી મહીં,
જે નદી વેળુ મહીં,
ઊંડી સમાણી;
જાણું હે જાણું ક્યાંયે નથી રે ખોવાણી!

જીવને જે જે રહ્યું
છેલ્લું છેવાડું,
જાણું હે જાણું તેયે
નથી રે નકામું.
મારી સૌ અણજાગી–
મારી સૌ વણવાગી–
તમારા વીણાતારે ઝણણે છે વાણી;
જાણું હે જાણું ક્યાંયે નથી રે ખોવાણી!

રવીન્દ્રનાથ ઠાકુર (અનુ૰ જુગતરામ દવે)

['ગુરુદેવનાં ગીતો' પુસ્તક]

❀

પાકેલા પાનની પીળાશ

આપણી કવિતા ક્યાંક આવીને ઊભી રહી ગઈ છે ને પોતાને ઘૂંટી રહી લાગે છે. સ્વાતંત્ર્ય પછીના તરતના ગાળાના આપણા કવિઓ જાણે પોતાનું જે કંઈ સત્ત્વશીલ તે આપી ચૂક્યા હોય એમ જણાય છે, ને હવે એ જ પ્રકારમાં અગાઉનાં કાવ્યોથી ગુણમાં ઊણાં એવાં કાવ્યો રચી રહ્યા છે. કંકુના થાપા, બારસાખનાં તોરણ, સિન્દૂરિયા પાળિયા, કમખાના મોર, એવાં એવાં એક કાળે નવાં નવાં લાગતાં કલ્પનો-પ્રતીકોની પડેલી ઘરેડમાં ગીતો ચાલી રહ્યાં છે. આજે અનેક કલમોએ જે કંઈ નવું હતું તેને રૂઢ કરી નાખ્યું છે, એની કૂંપળની તાજગી હવે પાકેલા પાનની પીળાશમાં પલટાતી જતી જણાય છે.

જયન્ત પાઠક

[ગુજરાતી સાહિત્ય પરિષદના અધિવેશનનું પ્રમુખપ્રવચન: 1989]

❀

ગામડે ગામડે જ્ઞાનની પરબ પહોંચાડનાર

ભિક્ષુ અખંડાનંદે જોયું કે ગુજરાતમાં જે સાહિત્ય ઉત્પન્ન થાય છે તે લોકભોગ્ય નથી, લોકહિતકારી પણ નથી. એ જોઈ ગયા કે લોકોમાં જીવન આણવું હોય, જાગૃતિ આણવી હોય, તો તેમને રુચે એવું, તેમનાથી પચાવી શકાય એવું, તેઓ સહેજે સમજે એવું સાહિત્ય તેમને માટે તૈયાર કરવું જોઈએ. આને માટે તે સ્થળેસ્થળે ભટક્યા અને જુવાનોને ખોળી કાઢી તેમની પાસે કામ લેવા લાગ્યા, અનેક ભાષાઓમાં લોકભોગ્ય થયેલા ગ્રંથોની શોધ કરી તેને ગુજરાતીમાં ઉતરાવવા લાગ્યા. પરિણામે એમણે ગુજરાતના હજારો સામાન્ય જનોને વાંચતા કરી મૂક્યા.

ભિક્ષુ અખંડાનંદજીના પરિશ્રમે ‘સસ્તુ સાહિત્ય’ ગુજરાતના ઘરેઘરમાં પરિચિત શબ્દ થઈ પડ્યો છે. ઘણુંખરું અભણ મનાતા અને મજૂરી કરીને પોતાનું ગુજરાન ચલાવતા એવા ઘણા જણોનાં ઘરમાં એમણે પ્રસિદ્ધ કરેલા સ્વામી રામતીર્થના, સ્વામી વિવેકાનંદના ગ્રંથો, તુકારામની વાણી, ‘રામાયણ’, ‘ભાગવત’ આદિ ગ્રંથો મળી આવે છે, અને સૌ તેને રસપૂર્વક વાંચે છે. એમનાં બધાં પ્રકાશનો સાહિત્યની દૃષ્ટિએ નિર્દોષ નથી, એમાં સુધારાને ઘણો અવકાશ છે. છતાં સ્વામીજી જે કામ કરી ગયા છે તે મહાભારત કામ છે, એ વિશે શંકા નથી.

“તેલ જુઓ, તેલની ધાર જુઓ” – એવી વૃત્તિથી કામ કરવાની સ્વામીજીને ટેવ નહોતી. અમુક પુસ્તક તો સરસ નથી થયું, હજી એને માટે બે-પાંચ વરસ સુધી રાહ જોઈએ, એવી વૃત્તિથી કામ કરવાની સ્વામીજીની ટેવ ન હતી. એમને તો એમ હતું કે મનુષ્યજીવન પરિમિત છે; કાચું-પાકું, અધૂરું-પૂરું ઈશ્વર આપણે હાથે જે પિરસાવે તે સમાજને માટે પીરસી જવું.

કેટલોક સમય થયાં તેઓ લકવાથી પીડાતા હતા. બોલવું-ચાલવું-લખવું એ બધું કષ્ટમય થઈ પડ્યું હતું, છતાંયે અપંગ દશામાં પોતે નડિયાદથી અમદાવાદ આવતા. છેવટના દિવસોમાં તો એ જીવન એટલું કષ્ટમય બન્યું હતું કે, તેમણે જ ઈશ્વર પાસે મુક્તિ ઇચ્છી હશે. સ્વામીજી નિષ્કામ કર્મયોગનું સરસ ઉદાહરણ હિંદુસ્તાનના ભગવાધારીઓ માટે મૂકી ગયા છે.

મહાદેવ હ૰ દેસાઈ

*

સ્વામીજીની સસ્તા સાહિત્યની સેવા ગુજરાતને સદાય યાદ રહેવાની છે.

ગાંધીજી

*

ગુજરાતી ભાષા રહેશે ત્યાં સુધી અખંડાનંદ અમર છે.

મોતીભાઈ ન૰ અમીન

*

સામાન્ય વર્ગમાં જ્ઞાનનો પ્રચાર પૂરતો નહીં થાય ત્યાં સુધી પ્રજાની ઉન્નતિ થઈ શકે નહીં. આમવર્ગમાં સાહિત્યનો પ્રચાર વિસ્તારથી કરવાની પહેલ કરનાર સંસ્થા સસ્તું સાહિત્ય વર્ધક કાર્યાલયે ગુજરાતની ઘણી મોટી સેવા બજાવી છે.

અરદેશર ફ૦ ખબરદાર

*

સ્વામી અખંડાનંદે સમાજહિત માટે પ્રવૃત્તિ આદરી નહોતી. તેઓએ ઉપાડેલું કાર્ય પ્રભુભક્તિ કરવાનો તેમનો પ્રકાર હતો. પ્રભુસેવારૂપે કાર્ય કરવા સાથે અસાધારણ વ્યવહારકુશળતા તેઓ સાધી શકતા. આ એમની વિશિષ્ટ શક્તિ હતી, જે ઘણા આદર્શવાદીઓના કાર્યમાં ગેરહાજર હોય છે. કાર્યનો આરંભ એમણે સંન્યાસ લઈને કર્યો, પરંતુ પૂર્વાશ્રમની વ્યાપારી કુનેહને પોતાના કાર્યમાં સંયોજીને તેનો સદુપયોગ સંસ્થાના હિત માટે કર્યો.

અંબાલાલ પુરાણી

*

ભગવાં વસ્ત્રવાળાઓ તરફ મને જિંદગીમાં કદી આકર્ષણ થયું નથી. મારા મનથી એ લોકો અવળે માર્ગે ગયેલા અને દેશને બોજારૂપ હતા. પરંતુ મોતીભાઈ અમીને મને ભિક્ષુ અખંડાનંદના સંસારત્યાગની વાત કરી અને તેમની ઓળખાણ કરાવી, ત્યારે મારું અભિમાન ઓગળી ગયું અને ભગવાં વસ્ત્રોવાળા તરફ તો મારી પૂજ્યબુદ્ધિ થઈ. એમને કંઈ પોતાના મોક્ષની પડી નહોતી. એમને તો અજ્ઞાનનાં પડળો દૂર કરી, નવી દૃષ્ટિ આપી આ દેશને સુખી કરવાની જ માત્ર તમન્ના હતી. એમણે આરામની બિલકુલ દરકાર કરી નથી. છેલ્લો શ્વાસ ચાલ્યો ત્યાં સુધી એકનિષ્ઠાથી એમણે સસ્તા સાહિત્ય માટે સેવા કર્યા કરી. પોતાની કર્તવ્યનિષ્ઠાથી તેમણે સાધુસંન્યાસીઓને જ નહીં પણ ગૃહસ્થો ને ગૃહિણીઓને પણ ઉત્તમ દૃષ્ટાંત પૂરું પાડ્યું છે.

હરિપ્રસાદ વ્ર૦ દેસાઈ

*

લોકસંગ્રહની દૃષ્ટિએ સ્વામી અખંડાનંદજીની સાહિત્યસેવા અજોડ છે. પરબ્રહ્મની જોડે તાદાત્મ્ય સાધવાની લગનીવાળા એ આજન્મ વિરાગવૃત્તિધારીએ છ આનાના દેવદારના ખોખારૂપી ટેબલથી શરૂઆત કરીને, ગુજરાતને ગામડે ગામડે જ્ઞાનની પરબો પહોંચાડનારી વિસ્તૃત સંસ્થાની ઉત્પત્તિ ને સ્થિતિ કઈ તાલાવેલીથી, કેટલી તનતોડ મહેનત ને અદ્ભુત ત્રેવડશક્તિ તથા વ્યવહારકુશળતાથી સાધી! વરસોની સતત લોકસેવા પછી પક્ષાઘાતને લીધે નિષ્ક્રિય થઈ પડેલા એ લોકસેવકના હાથ તળે તાલીમ પામવાનું સુભાગ્ય આ લખનારને મળ્યું છે.

બચુભાઈ રાવત

*

પાંત્રીસ વરસ સુધી સતત પ્રયત્ન કરીને ગુજરાતની જનતા માટે જે મહાન કાર્ય એમણે કરેલું છે, તે પુરુષાર્થ અદ્ભુત છે. સામાન્ય જનતા – ખેડૂતો, કારીગરો, વૃદ્ધો,

સ્ત્રીઓ, બાળકો, સૌ કોઈ વાંચી-સમજી શકે તેવાં પુસ્તકોના પ્રચારરૂપી જ્ઞાન-દાનની પરબો તેમણે બેસાડેલી છે.

વેણીશંકર વ૰ પઢિયાર

*

સ્વામીજીની પ્રવૃત્તિએ ગુજરાતમાં નવીનતા અને અનુકરણ આણ્યાં છે, અને પરપ્રાંતોમાંયે નવીન માર્ગો ચીંધ્યા છે. હિંદી પ્રકાશનો કરતું 'સસ્તા સાહિત્ય મંડલ' (દિલ્હી) તો સ્વામીજી પાસેથી જ સૂચના મેળવીને કામ કરતું થયું છે, પણ 'કલ્યાણ' મંડળ (ગોરખપુર)ને સુધ્ધાં આ પ્રવૃત્તિમાંથી જ પ્રેરણા મળી છે. માત્ર પાંચ-છ ચોપડી ભણેલો અને સાધુસંતોના સહવાસથી પ્રેરણા પામેલો માણસ કેવળ હૃદયની ઉત્કટ ભક્તિથી, અણનમ પ્રતિજ્ઞાથી, એકલવીરના જેવી શૂરવીરતાથી અને કર્મયોગીની જાગ્રત નિષ્કામનાથી ગુજરાતને એક છલાંગ મરાવે છે. તેને પ્રતાપે ગુજરાત નવપ્રભાતની તાજગી અનુભવતું થાય છે, પોતાનો પ્રાચીન વારસો સંભાળવા લાગે છે, નવી મૂડી મેળવવાનો ઉત્સાહ પામે છે, અને ગાંધીજીના મંગલ આદેશને ઝીલવાની જાણે ભૂમિકા રચે છે. એક જમાનામાં માણભટ્ટોએ માણ રણકાવીને અને કીર્તનકારોએ કરતાલ બજાવીને આપણા પ્રાચીન વારસાને પ્રજા આગળ જીવતો રાખ્યો હતો. આજના પલટાયેલા સંજોગોમાં સ્વામીજીએ પોતાની કાયા ઓગાળીને ગુજરાતને ઝૂંપડે-ઝૂંપડે પુસ્તકો પહોંચાડીને એ વારસાને સજીવન રાખ્યો છે. એમના જીવનની સુવાસ ગુજરાતને લાંબા કાળ સુધી મહેકતું રાખશે.

શંકરદત્ત શાસ્ત્રી

*

અનેક સાક્ષરો, કવિઓ અને નાનામોટા લેખકોએ ગુજરાતી સાહિત્યને સમૃદ્ધ કર્યું છે. પરંતુ એ સાહિત્યને ઘેરઘેર પહોંચાડવાનો જે અજોડ ફાળો સ્વામી અખંડાનંદે આપ્યો છે તે માટે હું એમને 'ગુર્જર સાહિત્યના ગૌરવમણિ' કહું છું.

મણિલાલ પ્ર૰ વ્યાસ

*

માત્ર પાંચસાત ધોરણ સુધીનો અભ્યાસ કરનાર એક ભિક્ષુક બાવો સંસ્કૃત, હિંદી, બંગાળી, મરાઠી અને અંગ્રેજી ભાષાના ઉત્તમોત્તમ ગ્રંથોનાં ભાષાંતર આટલી સફળતાથી કરાવીને ગુજરાતી પ્રજાને આટલી સસ્તી કિંમતે ભેટ આપે, – અને તે પણ પ્રજા પાસે ફંડ માટે અપીલ કર્યા સિવાય – એ એક અશક્ય કલ્પના છે. સાહિત્યનાં અમૂલ્ય પણ સસ્તાં પ્રકાશનોની તેમની સેવા તો સર્વ કોઈ જાણે છે; પણ સ્વામીજીની બીજી અજોડ સેવા એ તેમની સાથે રહેનારને જાણ્યે-અજાણ્યે મળેલી તાલીમ છે. તેમના હાથ નીચે કામ કરનારાઓ સંસ્થાના કામને શાળારૂપ જ ગણતા, અને તેમાંથી પસાર થઈને જીવનમાં ઝુકાવતા.

છોટાભાઈ ઉ૰ પટેલ

*

જ્ઞાનપ્રચાર જેવી શુભ પ્રવૃત્તિથી એમણે પોતાના સંન્યાસજીવનને શોભાવ્યું. અમૂલ્ય પુસ્તકો સોંઘી કિંમતે લોકોને કેમ મળે તેની ચિંતામાં અહોરાત્ર પોતાનો સમય ગાળ્યો. ધાર્મિક, ઐતિહાસિક, સામાજિક, વૈદ્યકીય વગેરે વિષય પર લગભગ 300 પુસ્તકોની સત્તર લાખ નકલો પ્રસિદ્ધ કરી ગુજરાતમાં જ્ઞાનગંગા વહેવડાવી.

ગુજરાત વર્નાક્યુલર સોસાયટી, ગુજરાત સાહિત્ય સભા

✳

આ દુખી દેશ ફરી પાછો મહાન બને, જૂના વારસાને સજીવન કરી સંભાળે, એ જોવાની એમની ઉત્કટ ઇચ્છા હતી. એ સંન્યાસી હતા, પણ કર્મનો ત્યાગ કરીને એમણે આરામ ને આળસની પથારી સેવી નથી. ઈંટ-ચૂનાની ત્રણત્રણ માળની ભવ્ય હવેલીઓ એ ભિક્ષુએ બંધાવી નહીં, પણ પ્રજાને શિષ્ટ સાહિત્ય વધારે સોંઘું શી રીતે સાંપડે તેની યોજનાઓમાં જ તેઓ નિરંતર રચ્યાપચ્યા રહ્યા.

'ગુજરાતી પંચ'

✳

તેમની કાર્યપદ્ધતિ હદબહાર કરકસરની ભોગ થઈ પડી હોવાને પરિણામે લેખકોને પ્રોત્સાહક ન બની શકી, કર્મચારીઓને થકવી નાખનારી નીવડી, અમુક ધાર્મિક વિચારસરણીના વર્તુળમાંથી એમનાં પ્રકાશનો બહાર ન નીકળી શક્યાં, વગેરે ક્ષતિદર્શનમાં સારી પેઠે તથ્ય હોવા છતાં એક વાત તો ઊભી જ છે કે કરડો ત્યાગ તેમ જ અફર નિશ્ચયબળ ધારણ કરીને જ્ઞાનની જબરી પરબ બાંધી દેનાર બીજો અખંડાનંદ ગુજરાતે પેદા કરી બતાવ્યો નથી.

'ફૂલછાબ'

✳

ભગવાં લૂગડાં પહેરીને તેને દીપાવનારા એમના જેવા થોડા વધુ સંન્યાસીઓ ગુજરાતને મળ્યા હોત, તો આજે જનતાની કેળવણી ચારે પાયે ઊંચી મેડી સુધી વધી હોત. મોતીભાઈ અમીન અને ઠક્કર બાપા જેવા જ એ ગુજરાતના મૂક અને સાચા સેવક હતા. કોઈ સાહિત્યસમારંભમાં જવલ્લે જ નજરે પડતા એ ભગવાં લૂગડાંધારીને જોઈ ઘણા જુવાનોને આશ્ચર્ય થતું. સાક્ષરોનાં અપ્રાપ્ય પુસ્તકોથી અલિપ્ત રહેલા ગામડિયાઓને એમના પુસ્તક ભંડારે જીવનનાં ભાથાં ભરી આપ્યાં હતાં. લોકોની એ ભૂખ સ્વામી અખંડાનંદજીએ પૂરી સમજી લીધી હતી. એક યુગનું કાર્ય એમણે પૂરું કરી આપ્યું છે.

'કુમાર'

[‘ભિક્ષુ અખંડાનંદ' પુસ્તક: 1947]

❀

ઓ ઈશ્વર! અમારાં સર્વ નિર્દોષ કાર્યોમાં તારા આશીર્વાદ અપાય તો આપજે. અન્યથા, જે કાંઈ અમારે ભાગે આવે તેનો સામનો કરવાનું બળ અમને આપજે.

❀

વડલો

સરવરની પાળે એક વડલો ઘેઘૂર ઊભો:
પાંદે પાંદે લીલો રે કુંજાર:
દહાડે રે ડોલે, વડલો રાતે રે ચડતો ઝોલે:
ડાળે ડાળે પંખીના ગુંજાર!

ભીતર ગોપાયાં, એનાં મૂળ રે રોપાયાં ચોગમ:
ભેદી રે પાતાળી ઊંડી ભોમ!
નીચો રે ફાલ્યો, વડલો ઊંચો રે ફાલ્યો, એની
ટોચે રે તોળાયાં સારાં વ્યોમ!

વેલા-વડવાઈઓના એવા રે ગૂંથાયા, શીળા
મમતા કેરા માંડવા સઘન!
કવિ ને કવિતા આંહીં એવાં રે ખેંચાયાં, એનાં
ઘડિયાં રે લેવાયાં લગન!

ઝીણાં રે વીણાજંતર વાગે અદીઠાં આંહીં,
મૃગલો રે ડોલે વાંકે શિંગ:
થનગનતો આવે મીઠો માણીગર મોરલો ને
ભૂલો પડી આવે રે ભોરિંગ!

શિવજીએ ઝીલી અધ્ધર ધીંગી ગંગાની ધારા,
રમતી રે મૂકી ધરતી-ચોક:
વડલે ધરતીની ગંગા એવી રે ઉછાળી, છેક
હિમાળે પહોંચાડી રાખ્યો નોક!

પ્રલ્લેનાં પાણી જ્યારે ડૂબવશે દુનિયા સારી,
થાશે રે જળજળમાં બંબોળ!
જોગંદર વડલો ત્યારે અડૂબ્યો અડોલ ઊભો,
અનભે થૈ કરશે રે અંઘોળ!

બાલમુકુન્દ દવે

['કવિલોક' બેમાસિક]

*

જે ઊંડો સ્નેહ કરી જાણે છે તેવાં માનવી કદી વૃદ્ધ થતાં નથી.

❀

હાથમાં હાથ પરોવીને આપણે જિંદગી વિતાવશું; ઉલ્લાસ અને વેદનાની એની ભાતીગળ કેડીઓ પર સાવધ પગલે સંચરશું.

❀

"એટલે અધૂરું મૂકી શકતો નથી !"

અમૃતલાલ પઢિયારની હનુમાન ગલીની ઓરડીમાં સ્વામી અખંડાનંદજીનો મારી સાથે પ્રથમ મેળાપ 1906માં થયેલો. લોકોના હિત માટે ધાર્મિક પુસ્તકો સસ્તાં કેમ મળે તેની યોજનાઓ તેઓ વિચારતા હતા, તેમાં મને તેમણે ભેળવ્યો.

1933માં અમદાવાદના મિલમાલિક અને મજૂરો વચ્ચેના ઝઘડામાં મજૂરો તરફથી ગાંધીજી પંચમાં નિમાયા હતા. પણ તેમની તબિયત સારી ન હોવાથી તેઓ બેંગ્લોરમાં હતા. માલિકોનો તકાદો જલદી ચુકાદો મેળવવાનો હોવાથી પંચમાં ગાંધીજીને બદલે કોઈ બીજાને નીમવાની તેમણે માગણી કરી, એટલે ગાંધીજીએ મને તે જગ્યા ઉપર મૂક્યો ને મારે અમદાવાદ જવું પડ્યું. ત્યારે હું સ્વામીજીને મળવા ગયો. 'મુસ્લિમ મહાત્માઓ' પુસ્તક સ્વામીજીને અત્યંત પસંદ હતું અને ત્યારે તેમાંથી તેઓ હંમેશ થોડું વાંચતા. તેમાં એક ઓલિયા સંતે એમ કહ્યું છે કે, જ્યાં તારી પ્રતિષ્ઠા હતી ત્યાં જ તારું અપમાન થાય એવી રીતે વર્તવાથી ઈશ્વરને મળવાનો રસ્તો સુલભ થઈ જશે. પોતાના જીવનમાં થયેલી એક મોટી ભૂલ અને તેનાં પરિણામો તે વખતે સ્વામીજીએ મને કહી દેખાડ્યાં. જનસમાજમાં પ્રતિષ્ઠાની ઇચ્છા, એ યોગીઓના માર્ગમાં સૌથી છેલ્લી આડખીલી ગણાય છે અને સાધકદશામાં થયેલી ભૂલો જગત પાસે ખુલ્લી મૂકવામાં અજબ બળ મળતું લાગે છે. 'મો સમ કૌન કુટિલ ખલ કામી ?' એ સુરદાસનું ભજન સ્વામીજીનું અત્યંત માનીતું હતું.

ત્યાર પછીનો પ્રસંગ સ્વામીજી ઉપર રાજદ્રોહના ખટલા સંબંધી મારી સલાહ લેવાનો આવ્યો. તે અંગે મુંબઈ સરકારના ગૃહખાતાના સેક્રેટરીને હું મળી આવ્યો. મેં તેમને કહ્યું કે જે સંસ્થા પાંત્રીસ વરસથી ચાલે છે ને રાજકારણથી અળગી રહી છે, તેને હાથે જાણીને તો આવી વાત બને નહીં. બહાર પડેલું પુસ્તક ઉશ્કેરણી કરનારું હતું એમાં શક નથી. મૂળ હિંદી પુસ્તક 1921માં છપાયેલું તેનું ભાષાંતર તૈયાર પડ્યું હશે એટલે વાપરી નાખ્યું હશે. મેં જણાવ્યું કે ગુજરાતમાં ગાંધીજીની પછી દરેક ઘરમાં જેનું નામ જાણીતું છે એવા આ ભિક્ષુ અખંડાનંદ છે, અને તેમનો બચાવ કરવામાં અમારા જેવા ખર્ચ કરવામાં પાછું વાળીને જોશે નહીં. એક સદીમાં ન બની હોય તેવી મોટી બીના આ થઈ જશે, માટે કેસ પાછો ખેંચી લેવો. પબ્લિક પ્રોસીક્યૂટરે તો, સ્વામીજી તરફના માનને લીધે, "આ કેસ હું નહીં ચલાવી શકું" એવું લખ્યું હતું જ. આ બધી વાત સાંભળીને હોમ સેક્રેટરીએ કેસ પાછો ખેંચી લેવાનો હુકમ કર્યો.

આગળ જતાં સ્વામીજીએ સંસ્થા આટોપી લેવાનો નિર્ણય કર્યો. તેમના અવસાન પછી કાંઈ બાકી રહી ગયું હોય તો ટ્રસ્ટીઓ તે કામ પૂરું કરે, તેવી સૂચના સાથે એમણે વિલ બનાવ્યું. મને પણ ટ્રસ્ટી થવાનું કહ્યું. મેં હા તો પાડી, પણ સારું કામ તોડી પાડવામાં મને કેમ જોડો છો, એવું પૂછ્યું. ત્યારે તેમણે યોગ્ય માણસો માટે કરેલી શોધના નિરાશાજનક પરિણામની વાત કરી. પણ પછી સંસ્થા બંધ કરવી કે

ચાલુ રાખવી તેનો નિર્ણય તેમણે ટ્રસ્ટીઓ પર છોડી દીધો.

આખર જતાં સ્વામીજી ત્રણત્રણ દરદોથી પીડાતા હોવા છતાં રોજ નડિયાદથી અમદાવાદ રેલવેમાં આવતા અને પોતાના કાર્યને ચૂકતા નહીં. એક ગૃહસ્થ તેમને પિછાને, પણ વાતનો પ્રસંગ પડેલો નહીં. એક દિવસ તેના ડબ્બામાં સ્વામીજી આવી ચડ્યા, તો આ ભાઈ રાજી થયા કે આજે વાતો કરીશું. પણ સ્વામીજીએ તો આવતાંની સાથે પ્રૂફો અને પેનસિલ કાઢીને કામ શરૂ કરી દીધું, તે ગાડી અમદાવાદ ઊભી રહી ત્યારે પૂરું થયું. ત્યારે આ ભાઈએ પૂછ્યું કે, "સ્વામીજી, આપની તબિયત સારી નથી, આટલું કષ્ટ થાય છે, છતાં આટલો શ્રમ શા માટે લો છો ?" સ્વામીજીએ જવાબ આપ્યો : "જો મારું કામ હોય તો છોડી દઉં, પણ ઈશ્વરનું કામ છે એટલે અધૂરું મૂકી શકતો નથી." સ્વામીજીનું મનોબળ અગાધ હતું; કેટલાકને તેમાં હઠ કે દુરાગ્રહ જેવું લાગતું. પણ મહાત્માઓની તો એવી જ ભાવના હોય છે કે પોતાની પાસે જે હોય તે બીજાઓને આપતા જવું.

સ્વામીજીએ મારા ઉપર લખેલા છેલ્લા (તા. 10-10-41ના) પત્રમાંથી થોડો ઉતારો આપીને પૂરું કરું :

"દીપકને સળગતો રાખવા માટે તેલ-પાવરની જરૂર રહે છે, તેમ મનુષ્યને હૃદયમાં આધ્યાત્મિક જ્યોત સળગતી રાખવા માટે નિત્ય સ્વાધ્યાય બહુ જરૂરી છે. આ સેવક પણ જ્યારે ને જ્યાં સમય મળે ત્યાં ત્યાં સ્વાધ્યાય થઈ શકે તે માટે પુસ્તકો સાથે જ રાખે છે, જેથી નિરર્થક જતા સમયનો ઉપયોગ થઈ શકે."

મનુ સુબેદાર

['ભિક્ષુ અખંડાનંદ' પુસ્તક : 1947]

❀

"ગીત ગાતાં ગાતાં જઈએ છીએ !"

યહૂદી પ્રજાનું નિકંદન કાઢી નાખવા માટે જર્મન નાઝીઓ તેના પર ત્રાસ ગુજારી રહ્યા હતા તેવા બીજા વિશ્વયુદ્ધના કાળમાં કેટલાંક યહૂદી કુટુંબો જીવ બચાવવા માટે છુપાઈને રહેતાં હતાં. 27 વર્ષની યહૂદી યુવતી એટ્ટીને પણ તેના મિત્રોએ એ રીતે ગુપ્ત રહેવા સમજાવી હતી, પણ તે ન માની અને નાઝીઓના હાથમાં પકડાઈ ગઈ.

પછી, તેનાં માતાપિતા ને ભાઈ સાથે એટ્ટીને પણ યહૂદીઓને મોત-કારાગારમાં લઈ જતી એક ટ્રેનમાં ચઢાવી દેવામાં આવી. 1943ની સાલના એ દિવસે એટ્ટીએ એક પોસ્ટકાર્ડ લખીને ટ્રેનની બારીમાંથી ફેંકી દીધેલો. નસીબજોગે કોઈ ખેડૂતના હાથમાં તે આવ્યો. તેમાં એટ્ટીએ લખેલું હતું : "ગીત ગાતાં ગાતાં અમે જઈ રહ્યાં છીએ !"

1941-43ના ગાળામાં એટ્ટીએ લખી રાખેલી રોજનીશી પાછળથી હાથ લાગી અને ઘણી ભાષાઓમાં અનુવાદિત થઈને દેશદેશાવરના વાચકો સુધી તે પહોંચી. ગુજરાતીમાં તેનો અનુવાદ માવજી સાવલાએ કરેલો છે.

*

જનાજો

ખીલી છે ઉપર ચાંદની પૂર બહારે,
અને જાય છે આંહીં નીચે જનાજો.

સુણી વાયરે વાત આછી વહેતી:
ગઈ ગામની ગુલબદન જિંદગાની;
તમે તો નથી જાણતા એ જિગરને,
તમે તો નથી જોઈ એની જવાની:

હજી ગાન ગુંજ્યાં કરે એ ગળાનાં,
હજુ તો હિનાનો તરે રંગ તાજો;
ખીલી છે ઉપર ચાંદની પૂર બહારે,
અને જાય છે આંહીં નીચે જનાજો.

અમે હાથમાં હૈયું રાખી પરાણે
નિહાળ્યું નદીના કિનારે કિનારે:
વહી જાય મોજાં ઉપર માનવીનાં,
અરે, ફૂલનૌકા શું છેલ્લા વિહારે!

દબાતા ડુમે, ડૂસકે સાવ ધીમા
સરે ધ્રૂજતા બંદગીના અવાજો:
ખીલી છે ઉપર ચાંદની પૂર બહારે
અને જાય છે આંહીં નીચે જનાજો.

અને આજ તો ગુલબદન હોત પાગલ,
અને હોત સાજિન્દ બન્દા દીવાના,
હલાવી દઈ ગેબનાં ગુંબજોને
ભરી ચાંદનીમાં તુફાની તરાના:

કહે કોણ પણ આજ દુલ્હન પળી છે
પિયા કાજ આ મૌન પાળી મલાજો!
ખીલી છે ઉપર ચાંદની પૂર બહારે
અને જાય છે આંહીં નીચે જનાજો.

અહો, આજ આકાશ રૂપે રસેલું,
અને શ્વેત ચાદર બિછાવી જમીને!
ભલા, ચાંદ સ્વાગત કરે છે, કહો, ક્યાં?
હસી ચાંદ મુખનું નમીને નમીને:

છબી આજ ઓઝલ બને છે છતાંયે
નિહાળી દિલે નેન દેજો નમાજો;
ખીલી છે ઉપર ચાંદની પૂર બહારે
અને જાય છે આંહીં નીચે જનાજો.

મકરન્દ દવે

અજવાળું કરનારા

વીસમી સદીના બીજા-ત્રીજા દાયકાના સંધિકાળની વાત છે. તે જમાનામાં સ્ત્રીઓ માટે લાજમલાજો એટલે સુધી હતાં કે બહેનો – નાની કે મોટી – પગમાં પગરખાં પણ ન પહેરી શકે ! ચરોતરની પાટીદાર બહેનો કાણમોકાણ જેવા સામાજિક પ્રસંગે બહારગામ જતી ત્યારે રેલગાડીનો સમય બપોરનો હોય તો મહાત્રાસરૂપ નીવડતો. ઉનાળાના ધીખતા તાપમાં બિચારી બહેનોના પગ ચંપાઈ જતા. અડધા પગ ટેકવતી ટેકવતી એ બહેનો વૃક્ષની છાયાને આશરે સ્ટેશન સુધીનો રસ્તો કાપતી.

એક શિક્ષકથી આ દશા ખમાઈ નહીં. એટલે પોતાના વિદ્યાર્થીઓની મદદથી તેણે પાણીની જેમ પગરખાંની પરબ માંડી. બપોરના બાર વાગ્યે આણંદ અને વસો સ્ટેશને ગાડીઓ પહોંચતી. વિવિધ કદનાં પગરખાંની થેલી લઈને સ્વયંસેવકો ત્યાં ખડા રહેતા; ઉઘાડપગી બહેન જુએ કે તરત તેને સપાટ કે ચંપલની જોડ આપતા. ગાડીમાંથી ઊતરેલ સ્ત્રીમંડળ એ પગરખાંથી સજ્જ બની ગામ ભણી ચાલી નીકળતું. પેલા સ્વયંસેવકો પણ સાથે ચાલતા. ગામભાગોળ આવતાં મંડળી થોભતી અને પગરખાં પાછાં થેલીમાં સ્થાન પામતાં, ને બીજી ગાડીની બહેનોની સેવામાં પાછાં પહોંચી જતાં.

એ કુરૂઢિનો પ્રેમથી પ્રતિકાર કરનાર અને બહેનો આગળ આવી વ્યાયામ વગેરે પ્રવૃત્તિમાં ભાગ લેતી થાય તે માટે જુનવાણી આગેવાનોની ખફગી વહોરનાર આ શિક્ષક તે વસોના વતની મોતીભાઈ નરસિંહભાઈ અમીન.

તેમનો જન્મ તા. 29-11-1873ના રોજ થયો. પિતા વડોદરા રાજ્યના મહેસૂલી ખાતામાં નોકરી કરે, તેથી એમને મોટે ભાગે મુસાફરીમાં રહેવું પડતું. પરિણામે મોતીભાઈનો ઉછેર એમનાં બે માતાઓ જીબા ને હરખાબાને હાથે થયો. બંનેનો એમના ઉપર સરખો જ હેતભાવ.

તે કાળના રિવાજ મુજબ છ વરસની વયે તેમનું લગ્ન સાત વરસનાં રૂપબા સાથે થયું. દસમે વરસે પિતાનું શિરછત્ર ગુમાવ્યું. તેમના ગામમાં અંગ્રેજી ચાર ધોરણ સુધીની જ નિશાળ. આગળ ભણવા વડોદરા જવું પડે. ત્યાં જઈને મૅટ્રિક થયા, અને પછી સત્યાવીસમે વરસે બી૦એ૦ થયા.

પુસ્તકોનો મોતીભાઈને નાનપણથી જ શોખ. પોતે વાંચે ને બીજાને વંચાવે. અંગ્રેજી ત્રીજા ધોરણમાં હતા ત્યારે જ એમણે 'વિદ્યાર્થી પુસ્તકાલય'નાં મંગળાચરણ કર્યાં. સગાંસ્નેહીઓ પાસેથી પુસ્તકો એકઠાં કરીને એમણે વિદ્યાર્થી મંડળી જમાવી. તેના સભ્યો એક-એક પુસ્તક લઈ જાય; વાંચ્યા પછી સૌ સમક્ષ તેની હકીકત રજૂ કરે. આથી બધાની વાચનભૂખ સતેજ થતી. પછી વડોદરા ગયા ત્યાં પણ પુસ્તકાલય પ્રવૃત્તિ જમાવી.

ગ્રેજ્યુએટ થયા પછી વડોદરા હાઈસ્કૂલમાં શિક્ષક તરીકે જોડાયા. ત્યાંથી પાટણ ગયા, ત્યાં નિશાળ બંધ થયા પછી વિદ્યાર્થીઓને રમતો રમાડવા માંડી. એમને

માટે પર્યટનો યોજ્યાં. એમને પુસ્તક-વાચનનો રસ લગાડ્યો. પાટણની ફત્તેસિંહરાવ લાઇબ્રેરીના મંત્રી બન્યા. વિદ્યાર્થીઓ વાંચે અને વાંચેલું બોલી શકે તે માટે એમણે વક્તૃત્વ-સ્પર્ધાઓ અને ચર્ચાસભાઓ યોજી. હોળીના તહેવારોમાં રમતોની હરીફાઈ યોજી, તે જોવા એ જમાનામાં બે હજાર માણસો આવેલા.

પાટણથી એમની બદલી પેટલાદ આચાર્ય તરીકે થઈ. ત્યાં ઘણા છોકરા બહારગામથી ભણવા આવતા ને સગાંસ્નેહીને ઘેર રહેતા. તેમને માટે બોર્ડિંગ કાઢવાનું એમણે નક્કી કર્યું. ભાડાના મકાનમાં 'પેટલાદ બોર્ડિંગ હાઉસ'ના શ્રીગણેશ મંડાયા. વણવપરાયેલું પડેલું એક દાન એને દાતાઓ તરફથી ભેટ મળ્યું. સરકાર પાસે જેલના મકાન માટે માગણી મૂકી. તે મંજૂર થતાં ત્યાં 'સયાજી જ્યુબિલી બોર્ડિંગ હાઉસ'ના નવા નામે સંસ્થા ચાલવા લાગી.

મોતીભાઈએ સારા શિક્ષકોને પેટલાદ ખેંચ્યા. એ સહુ સેવાભાવે બોર્ડિંગનું કામ કરતા. વિદ્યાર્થીઓમાં રમતગમત, ચર્ચા, અભ્યાસ મંડળ વગેરે પ્રવૃત્તિઓ વડે તેમણે ઉત્તમ સંસ્કારસત્ર સર્જ્યું. આ પાયાના ઘડતરનું પરિણામ એ આવ્યું કે બોર્ડિંગના જૂના વિદ્યાર્થીઓનું એક મંડળ રચાયું. એ મંડળે પૂણેની ડેક્કન એજ્યુકેશન સોસાયટીના ધોરણે ચરોતર એજ્યુકેશન સોસાયટી સ્થાપવાનું ઠરાવ્યું.

સૌને પ્રેરણાત્મક વાચન મળી રહે એ હેતુથી મોતીભાઈએ 'જ્ઞાનપ્રચાર' માસિક શરૂ કર્યું. તેમાંના ઉત્તમ લેખો 'ગદ્યપદ્યસંગ્રહ' નામે પુસ્તકરૂપે પ્રસિદ્ધ કર્યા.

આ અરસામાં વડોદરાના રાજવી સયાજીરાવ અમેરિકાના પ્રવાસે ગયેલા. ત્યાં ઉદ્યોગપતિ એન્ડ્રુ કાર્નેગીના દાનપ્રવાહ મારફત શરૂ થયેલી સાર્વજનિક પુસ્તકાલયોની પ્રવૃત્તિ તેમણે નિહાળી. વડોદરા રાજ્યમાં પ્રાથમિક કેળવણી તો તેમણે ફરજિયાત બનાવેલી હતી. તેનો લાભ જીવનભર ચાલુ રહે અને ભણેલું ભુલાઈ ન જાય તે માટે પુસ્તકાલય પ્રવૃત્તિ એમના મનમાં વસી ગઈ. રાજ્યમાં તે શરૂ કરવા શ્રી બોર્ડન નામના અમેરિકનની નિમણૂક તેમણે કરી. તેના મદદનીશ તરીકે ગ્રામવિસ્તારમાં આવી પ્રવૃત્તિના અનુભવીની શોધમાં સયાજીરાવ હતા, ત્યાં મોતીભાઈની વાત એમના કાને આવી. એટલે પુસ્તકાલય ખાતાના મદદનીશ વડા તરીકે મોતીભાઈની નિમણૂક એમણે કરી.

પુસ્તકાલય પ્રવૃત્તિની જરૂરિયાત તે કાળે હજી લોકોને સમજાઈ નહોતી. વળી તે માટે સરકારી સહાયની સામે ગામ-મદદનો નિયમ રાખવામાં આવેલો, એટલે સીધાં ચઢાણ ચઢવા જેવું આ કામ હતું. પણ તેમાં જ મોતીભાઈની શક્તિઓ ખીલી ને તેઓ દીપી ઊઠ્યા.

કોઈ પણ ગામે પહોંચી, પોતે ગામલોકોમાંના જ એક હોય તે રીતે, સૌને તેઓ સમજાવે. જરૂર પડ્યે ગામ-મદદના ફાળામાં પહેલું નામ પોતાનું નોંધાવી ગાંઠની રકમ ઉમેરે. સરકારી નિયમોની સંકુચિતતાને કોરે મૂકે. આમ લોકોની અધૂરપ તથા ખાતાની મર્યાદા, એ બે વચ્ચે પોતે પુલ બને, સૌના ઉત્સાહને વેગ આપે. એમની આવી સીધીસાદી રીતથી વડોદરા રાજ્યને ગામેગામ પુસ્તકાલયરૂપી જ્ઞાનપરબો

ખૂલવા લાગી, અને મોતીભાઈ નિવૃત્ત થયા ત્યારે વડોદરા રાજ્યમાં નિશાળવાળું એક પણ ગામ પુસ્તકાલય વિનાનું નહોતું.

ગ્રામપુસ્તકાલય–પ્રવૃત્તિનો વિકાસ તેમણે મુખ્યત્વે પ્રાથમિક શિક્ષકો દ્વારા સાધ્યો. એ જ માનદ્ ગ્રંથપાલ અને લોકમદદ એકત્ર કરનાર. એમનો જ ઉપયોગ કરીને 'આરોગ્યમંડળ દવાખાનાં' ખોલી સામાન્ય. રોગો માટેની દવાઓ રાખવાની પ્રથા મોતીભાઈએ શરૂ કરી.

સદ્વાચન-પ્રચારને વેગ આપવા તેમણે જાતજાતની યોજનાઓ કરેલી. એમાંની એક તે શિષ્ટવાચન પરીક્ષા. તેમાં દર વરસે એક સારા પુસ્તક આધારિત પરીક્ષા યોજાય છે અને હજારો ભાઈ-બહેનો તેમાં બેસે છે. પુસ્તકાલયોની સ્થાયી રકમ સચવાઈ રહે, યથા સમયે તેનો બરાબર ઉપયોગ થાય અને સારાં પુસ્તકો તથા સામયિકોની ખરીદી પર પુસ્તકાલયોને સારું વળતર મળે તે માટે પુસ્તકાલય સહાયક સહકારી મંડળ પણ એમણે સ્થાપ્યું, તે આજે પણ ચાલે છે.

સાઠ વરસની વયે સરકારી નોકરીમાંથી તેઓ નિવૃત્ત થયા, પછી જાહેર પ્રવૃત્તિઓનો તેમનો ધમધમાટ વધ્યો. એમણે સ્થપાવેલી, પાળેલી, પોષેલી સંસ્થાઓના વિકાસમાં તેઓ પરોવાઈ ગયા. પૂર્વ-પ્રાથમિક શિક્ષણ પ્રત્યે હવે તેમણે સવિશેષ ધ્યાન વાળ્યું. ગિજુભાઈ બધેકાની દોરવણી હેઠળ વસોમાં બાલશિક્ષણ વર્ગ યોજ્યો. ગુજરાતભરમાં બાલમંદિરની પ્રવૃત્તિમાં રસ લેતાં સૌને ભેગાં કર્યાં.

મોતીભાઈ અપુત્ર હતા, એમને એક દીકરી જ હતી. પુત્રપ્રાપ્તિ અર્થે બીજું લગ્ન કરવાનો આગ્રહ ઘણા વડીલોએ એમને કરેલો, પણ એ અડગ રહેલા. કહેતા કે પોતાને પુત્રોનો પાર નથી. અનેક વિદ્યાર્થીઓ માટે એ પિતા સમાન હતા. એ સૌ પુત્રોના હિતાર્થે પોતાની જમીન, ઘર વગેરે સર્વ સ્થાવર મિલકત જનસમાજના એક યા બીજા કામ માટે એ પ્રેમાર્પણ કરતા રહેલા. જીવતાં લોકહિતનું અખંડ રટણ કર્યું. તેમ મૃત્યુ પછીય તેને માટેની વ્યવસ્થા એ કરતા ગયા: પોતાના વીમા-વારસ તરીકે તેમણે વસો કેળવણી મંડળને નીમ્યું.

પત્ની રૂપબા માંદગીમાં વિદાય થયાં પછી થોડા સમયે મોતીભાઈની તબિયત પણ લથડી. નિદાન થયું હોજરીના કેન્સરનું. તા. 1-2-1939એ એમણે પણ આ ફાની દુનિયાની વિદાય લીધી. એમના જીવનને અંજલિરૂપ શબ્દો એમના જ એક પત્રમાંથી મળી રહે છે:

"મારું કામ અંધારું હોય ત્યાં અજવાળું કરવાનું છે. કંઈ ન હોય ત્યાં કંઈક કરી બતાવી માર્ગદર્શક બનવાનું છે. ઊંઘતાને જગાડવાનું છે, જાગતાને બેઠા કરવાનું છે, બેઠેલાને ઊભા કરવાનું છે, ઊભેલાને ચાલતા કરવાનું છે."

ઈશ્વરભાઈ જે. પટેલ

❀

અબ યુદ્ધ નહીં હોગા – નહીં હોગા !

મૈં સોચ રહા હૂં: અગર તીસરા યુદ્ધ છિડા,
ઈસ નઈ સુબહકી નઈ ફસલકા ક્યા હોગા ?...
યહ નદિયોંકા લહરોંકે બાલ ખોલ ચલના,
યહ પાનીકે સિતાર પર ઝરનોંકા ગાના;
મૈંનાઓંકી નટખટી, ઢિઠાઈ તોતોંકી,
યહ શોર મોરકા, ભૌર ભૃંગકી યહ ગુનગુન;
બિજલીકી કડક-તડક, બદલીકી ચટક-મટક,
યહ જોત જુગનુઓંકી, યહ ઝીંગુરકી ઝુનઝુન;

કિલકારી ભરતે હુએ દૂધસે યહ બચ્ચેં,
નિર્ભીક ઉછલતી હુઈ જવાનોંકી ટોલી;
રતિકો શરમાતી હુઈ ચાંદસી યહ શકલેં,
સંગીત ચુરાતી હુઈ પાયલોંકી બોલી;...

ક્યા ઈન સબ પર ખામોશી મૌત બિછા દેગી ?
ક્યા ધુન્ધ-ધુઆં બનકર સબ જગ રહ જાયેગા ?
ક્યા કૂકેગી કોયલિયાં કભી ન બગિયામેં ?
ક્યા પપિહા ફિર ન પિયાકો પાસ બુલાયેગા ?
મૈં સોચ રહા: યુગ જો ઇતિહાસ લિખ રહા હૈ,
ક્યા રક્ત ઘુલેગા ઉસકી સાદી સ્યાહીમેં ?
ક્યા લાશોંકે પહાડ પર સૂરજ ઉતરેગા ?

ક્યા ચાંદ સિસકિયાં લેગા ધ્વંસ તબાહીમેં ?
ક્યા ખિઝાં ચાટ લેગી શબાબ ઈન ફૂલોંકા ?
ક્યા ધૂપ અંધેરેકી દાસી હો જાયેગી ?
ક્યા પી જાયેગા રેગિસ્તાન નર્મદાકો ?
ક્યા ગંગાકા સૈલાવ ભાપ બન જાયેગા ?
ઝુક જાયેગા ક્યા શીશ હિમાલય યોગીકા ?
બિન્ધ્યાચલમેં પતઝાર દુબારા આયેગા ?

મૈં સોચ રહા: જો ફૂલ રહા ખેતોંમેં, ઉસ
બચપનકો ગોદ મિલેગી ક્યા સંગીનોંકી ?
મિટકર મિટ્ટીકે સર પર જો ધર રહા તાજ,
ઉસ શ્રમકો ઉમ્ર મિલેગી ટૈંક-મશીનોંકી ?
જો અભી-અભી સિન્દૂર દિયે ઘર આઈ હૈ,
જિસકે હાથોંકી મેહંદી અબ તક ગીલી હૈ,
ઘૂંઘટકે બાહર આ ન સકી હૈ અભી લાજ,

હલ્દીસે જિસકી ચૂનર અબ તક પીલી હૈ–
ક્યા વહ અપની લાડલી બહન સાડી ઉતાર,
જાકર બેચેગી નિજ ચૂડિયાં બાઝારોંમેં ?
જિસકી છાતીસે ફૂટા હૈ માતૃત્વ અભી,
વહ મા ક્યા દફ્નાયેગી દૂધ મઝારોંમેં ?
ક્યા ગોલીકી બૌછાર મિલેગી સાવનકો ?
ક્યા ડાલેગા વિનાશ ઝૂલા અમરાઈમેં ?

ક્યા ઉપવનકી ડાલોંમેં ફૂલેંગે અંગાર ?
ક્યા ઘૃણા બજેગી ભૌંરોંકી શહનાઈમેં ?...
ચાણક્ય, માર્ક્સ, ઍંજિલ, લેનિન, ગાંધી, સુભાષ –
સદિયાં જિનકી આવાઝોંકો દુહરાતી હૈં;
તુલસી, વર્જિલ, હોમર, ગોર્કી, શાહ, મિલ્ટન–
ચટ્ટાનેં જિનકે ગીત અભી તક ગાતી હૈં:
મૈં સોચ રહા – ક્યા ઉનકી કલમ ન જાગેગી,
કરવટેં ન બદલેંગી ક્યા ઉનકી કબરેં જબ –
ઉનકી બેટી વેશ્યા બનાઈ જાયેગી ?

જબ ઘાયલ સીના લિયે એશિયા તડપેગા,
તબ બાલમીકકા ધૈર્ય ન કૈસે ડોલેગા ?
ભૂખી કુરાનકી આયત જબ દમ તોડેગી,
તબ ક્યા ન ખૂન ફિરદૌસીકા કુછ બોલેગા ?
સુન્દરતાકી જબ લાશ સડેગી સડકોં પર,
સાહિત્ય પડા મહલોં મેં કૈસે સોયેગા ?
જબ કૈદ તિજોરીમેં રોટી હો જાયેગી,
તબ ક્રાન્તિ-બીજ કૈસે ન પસીના બોયેગા ?
હંસિયેકી જંગ છુડાનેમેં રત હૈ કિસાન,
હૈ નઈ નોક દે રહા મજુર કુદાલીકો;
નભ બસા રહા હૈ નયે સિતારોંકી બસ્તી,
ભૂ લિયે ગોદમેં નયે ખૂનકી લાલીકો.

બઢ ચુકા બહુત આગે રથ અબ નિર્માણોંકા:
બમ્બોંકે દલદલસે અવરુદ્ધ નહીં હોગા;
હૈ શાંતિ-શહીદોંકા પડાવ હર મંજિલ પર:
અબ યુદ્ધ નહીં હોગા – અબ યુદ્ધ નહીં હોગા !

'નીરજ'

[હિન્દીની ચૂંટેલી શાંતિ-કવિતાનો સંગ્રહ 'શાંતિલોક']

"આ તો ખાડા બરાડવા લાગ્યા !"

વડોદરાના કમાટી બાગમાં એક વાર મોતીભાઈ અમીન સાથે હું લટાર મારતો હતો. મેં પૂછ્યું, "હેં મોતીભાઈ, આપણે સ્વતંત્ર થઈશું ખરા ?"

મોતીભાઈએ જવાબ આપ્યો : "પે...લું ઝાડ સામે જેટલું સાફ દેખાય છે, તેટલું સ્વરાજ મારી નજર આગળ સ્પષ્ટ દેખાય છે. પણ સ્વરાજ આવશે ત્યારે આપણે તેને સરસ રીતે ઝીલી શકશું કે કેમ તે વિશે મને શંકા છે. સ્વરાજ માટે આપણે પ્રજાને કેળવવી પડશે, સમજદાર બનાવવી પડશે. નહીં તો પ્રજા એ સ્વરાજની વગોવણી કરશે."

મોતીભાઈની એ વાતની ખાતરી મને બીજા એક પ્રસંગે થઈ. હું ગાડીમાં મુસાફરી કરી રહ્યો હતો. બાજુમાં ત્રણ-ચાર ફક્કડ જુવાનો જોરજોરથી ચર્ચા કરતા હતા : "આ સરકારથી તો હવે વાજ આવી ગયા છીએ. ઓહોહો, કંઈ કરવેરા નાખ્યા છે કંઈ કરવેરા !"

મારાથી રહેવાયું નહીં, એટલે મેં વચમાં પૂછ્યું : "ભાઈઓ ! કયા કરવેરાથી તમે આટલા બધા અકળાવ છો ?"

પેલા યુવાનોએ કહ્યું, "અરે ! આ ઇન્કમ-ટેક્સ ને સુપર-ટેક્સ ને ડેથ ડ્યૂટી... કાંઈ સુમાર નથી, સાહેબ !..."

મેં પૂછ્યું, "અલ્યાઓ ! તે તમારા ગામમાં કેટલા લોકો ઇન્કમ-ટેક્સ ભરે છે ?"

એક ચબરાક યુવાન કહે, "અમારે ત્યાં તો કોઈ નથી ભરતા, પણ બીજાઓને તો ભરવો પડે છે ને !"

ફરી મેં પૂછ્યું, "તમારે ત્યાં સુપર ટેક્સ કેટલા લોકો ભરે છે ?"

એ યુવાન બોલ્યો, "અમારે ત્યાં તો કોઈ નથી ભરતા, પણ બીજાને તો ભરવો પડે ને..."

વળી મેં પૂછ્યું, "તમારા ગામમાં લાખ રૂપિયાથી વધુ મિલકતવાળા કેટલા ? એવા કેટલાકને ડેથ ડ્યૂટી લાગુ પડી ?"

જુવાન પાસે તો એનો એ જવાબ હતો : "અમારે ત્યાં તો કોઈ નથી ભરતા, પણ બીજાઓને તો ભરવી પડે ને..."

છેવટે મેં પૂછ્યું, "તો પછી તમારા ગામમાં ટેક્સ કયો લાગે છે ?"

જુવાને કહ્યું, "અરે સાહેબ ! આ હાઉસ ટેક્સ તો ખરો કેની ?"

પછી મેં જ્યારે એમને પૂછ્યું કે આ ઘરવેરો કેટલો, તેની આવક ક્યાં અને કોને માટે વપરાય છે, તો યુવાનોને તેની કશી ગમ નહોતી. એટલે મેં સમજાવ્યું કે ગ્રામપંચાયતના બધા કરવેરા જે-તે ગામનાં સાર્વજનિક કામોમાં જ વપરાય.છે, અને આજે તો ગામની સોએ સો ટકા મહેસૂલ પણ ગામમાં જ વપરાય છે, ત્યારે તેઓ બોલી

ઊઠ્યા : “અમને તો આવી કશી ખબર નહોતી… અમે આ બધું નહોતા જાણતા !”

આખરે મેં એમને સમજાવ્યું કે, “ભલા માણસ, જો ખાડા પૂરવા હોય તો ક્યાંક ટેકરા ખોદવા પડે ને ? પૈસાવાળા પર કરવેરા નાખીએ, તો જ ગરીબોના કલ્યાણનાં કામ થાય. અને ત્યારે ટેકરા બરાડા પાડે તે તો સમજી શકાય; પણ અહીં તો, ‘લ્યા, ખાડા ઊઠીને તમે બરાડો છો !”

ચીમનભાઈ અમીન

[‘પંચવાણી’ અઠવાડિક : 1966]

❀

ચરિત્રકીર્તન

દેશપરદેશના જે અનેક ‘સરસ માણસો’ના પ્રત્યક્ષ કે પરોક્ષ પરિચયમાં ઉમાશંકર જોશી આવેલા, તેમનાં શબ્દાંકનો તેમણે ‘હૃદયમાં પડેલી છબીઓ’ (ભાગ 1-2) તથા ‘ઇસામુ શિદા અને અન્ય’ જેવાં પુસ્તકોમાં આપેલાં છે. ‘સર્જકપ્રતિભા’ (1-2) નામના એમના મરણોત્તર પ્રકાશનમાં તથા બીજાં પુસ્તકોમાંથી પણ એ જાતની સામગ્રી મળે છે.

‘મિલાપ’ માસિક (1950-1978)ના અંકોમાં એવા ‘સરસ માણસો’ વિશેના ચરિત્રલેખો, રેખાચિત્રો, જીવનપ્રસંગો રજૂ કરવાની તક મને મળેલી. વિવિધ લેખકોને હાથે આલેખાયેલાં એવાં શબ્દાંકનો અનેક સામયિકો કે પુસ્તકોમાંથી વીણીવીણીને ટૂંકાવેલા કે અનુવાદિત સ્વરૂપે ‘મિલાપ’માં પ્રગટ થતાં રહેતાં. “ઉત્તમ પૂજ્યોને જ વીરપૂજાના અર્ઘ્ય આપવામાં આવે,” એવા ઉમાશંકરભાઈના શબ્દો ધ્યાનમાં રાખવા યથામતિ પ્રયત્ન કર્યો હતો.

‘મિલાપ’નું પ્રકાશન બંધ થયું પછી, તેમાં રજૂ થતાં તેવાં કેટલાંક લખાણો ચાલુ સામયિકો-પુસ્તકોમાંથી ચૂંટીને રસિકો સમક્ષ વાંચી સંભળાવવાની હોંશ મને થઈ. કુટુંબો ને સંસ્થાઓમાં જઈ, નાનામોટા સમૂહો સામે વિવિધ રસનાં લખાણોનું પઠન કરવાની વાચનયાત્રા થોડાં વરસોથી ચાલે છે, તેમાં મને વધુ પ્રિય રહ્યા છે ચરિત્રકીર્તન પ્રકારનાં.

ઉપર કહી તેવી ત્રિવિધ સામગ્રી નવેસર તપાસી, તેને શક્ય તેટલી વધુ સંક્ષિપ્ત કરીને એકવીસમી સદીના નવા વાચકો માટે ગ્રંથસ્થ કરવાની ઉમેદ રહ્યા કરી છે.

મહેન્દ્ર મેઘાણી

❀

હુશિયાર અને શાણો

માણસ હુશિયાર છે કે નહીં તે એણે આપેલા જવાબ પરથી આપણે કહી શકીએ. એ શાણો છે કે કેમ તે એના સવાલો પરથી.

નજીબ મહફૂઝ

[નોબેલ પારિતોષિક મેળવનાર અરબી ભાષાના એકમાત્ર નવલકથાકાર]

શું આપણે ધાર્મિક છીએ ?

આપણો દેશ ધર્મપ્રધાન છે. આપણા દેશમાં સેંકડો મંદિરો, મસ્જિદો, મઠો, તીર્થસ્થાનો વગેરે ધાર્મિક સ્થળો આવેલાં છે. લાખો સાધુ-સંતો આ દેશમાં વિચરણ કરતા જોવા મળે છે અને તેમના દ્વારા સતત વ્યાખ્યાનો, પ્રવચનો, પારાયણો થતાં જ રહે છે.

એવી રીતે દેશમાં તમામ ઠેકાણે ધર્મમય વાતાવરણ દેખાય છે. છતાં પણ એક પહાડ જેવો પ્રશ્ન મારી અને તમારી સામે છે કે, "શું આપણે ધાર્મિક છીએ ?"

આપણે ધાર્મિક છીએ તેવી ઘણા લોકોમાં ભ્રમણા છે. કોઈને એકાદ-બે ગીત ગાતાં આવડી જાય અને એ પોતાની જાતને મહાન સંગીતકાર સમજવા માંડે, કોઈને કક્કો પણ આવડતો ન હોય અને પોતાની જાતને મહાન પંડિત કે વિદ્વાન સમજી લે, તે ભ્રમણા છે. આવા અનેક લોકો ભ્રમણામાં જ જીવતા હોય છે.

મંદિરોમાં જુઓ તો દર્શનાર્થીઓની ભીડ હોય. પણ તેમાંના કેટલા લોકો એકાગ્ર મને ભગવાનનાં દર્શન કરનારા હશે ? મંદિરોમાં પણ આપણે બધું બહિરંગી જ જોયા કરીએ છીએ. જો એમ સાંભળવા મળે કે આજે મંદિરમાં રૂપિયાની નોટોના હિંડોળા કર્યા છે, આજે સૂકામેવાના હિંડોળા કર્યા છે, આજે માખણનું શિવલિંગ બનાવ્યું છે, બરફનાં શિવલિંગ છે, તો લોકો દોટ મૂકે, આ બધું જોવા માટે દોડે.

લોકો પૂનમના દિવસે જ ડાકોરમાં દર્શન કરવા જાય. કેટલી ધક્કામુક્કી ! એટલી ભીડમાં ઠાકરોજીનું મુખારવિંદ પણ લબકઝબક દેખાય. એના કરતાં તમે અમાસના દિવસે જાવ, દસમીને દિવસે જાવ, અડધો કલાક ઠાકોરજીનાં દર્શન નિરાંતે કરશો તો ધરાઈને ઘરે આવશો. પણ લોકો આ નહિ સમજે. કારણ બધા બહિરંગમાં જ માનનારા છે. સાધુ-સંતો પણ કરામત કરે છે. વિશ્વશાંતિ મહાયજ્ઞનું આયોજન કરે. સેંકડો યજ્ઞકુંડીઓ ગોઠવી દે. અત્યારે યજ્ઞ બિલકુલ કોમર્શિયલ થઈ ગયા છે. સાધુ-સંતોને એક-એક યજમાન દીઠ લાખો રૂપિયા જોઈએ છે. કોઈને ખોટું લાગે, પણ આ નક્કર હકીકત છે.

આ પ્રમાણે તિલક કરવું, આ પ્રમાણે કંઠી પહેરવી, આ રીતની તુલસી કે રુદ્રાક્ષની માળા રાખવી, આ રીતનાં કપડાં પહેરવાં, આવી રીતની જનોઈ કે ચોટલી રાખવી, દાઢી રાખવી, આ દિવસે વ્રત કરવાં, આ દિવસોમાં ઉપવાસ કરવો, આ દિવસે મંદિરે ખાસ દર્શન કરવા જવું, આ રીતે સ્નાન કરવું, આ રીતે પૂજા-પાઠ કરવાં, આ રીતે સાધુ-સંતોને નમન કરવું, આને ન અડવું, આનાથી અભડાઈ જવાય, આ તમામ પ્રકારનાં જે વિધિવિધાનો છે તે ધાર્મિક બાહ્યાચાર છે.

તિલક જુદાં જુદાં પ્રકારનાં હોય, વેષ જુદા પ્રકારના હોય, કોઈ જનોઈ પહેરે, કોઈ ચોટલી રાખે, કોઈ ચોટલો રાખે; કોઈ સાવ ન રાખે, કોઈ દાઢી રાખે, કોઈ આ દિવસે ઉપવાસ કરે, કોઈ કંદમૂળ બિલકુલ નથી ખાતા; કોઈ ચાતુર્માસમાં રીંગણાં-મૂળા

નથી ખાતા. અમુક લોકો દિવસે જમે છે; રાત્રે નથી જમતા. આ બધી બાહ્યાચારની ભિન્નતા છે.

પરંતુ માનવ-માનવ વચ્ચેના જે સંબંધો છે એમાં સત્યતા, નિષ્ઠા, પ્રામાણિકતા, નીતિમત્તા વગેરેમાં ભિન્નતા ન સંભવે. જેનાથી આ પ્રજા, દેશ, સમાજ ઉન્નત થાય, સુખી થાય, સમૃદ્ધ થાય, સંરક્ષિત થાય એ ધર્મ છે.

આપણા દેશમાં મોટી મોટી હસ્તીઓ ધાર્મિક નેતા છે. દેશ-વિદેશમાં તેઓ ફરે છે. તેમની આસપાસ લાખો લોકો ટોળે વળે છે અને એમાં પણ મોટા મોટા હોદ્દેદારો, રાજકારણીઓ, અમલદારો, ઉદ્યોગપતિઓ, શ્રીમંતો જ હોય છે. ધાર્મિક નેતાઓ તેમને કંઠી પહેરાવે છે, પૂજા-પાઠ આપે છે, પોતાના મંદિરે આવવાના નિયમો પણ આપે છે. પરંતુ આમાંથી એક પણ ધર્મગુરુએ તેમને એવી પ્રતિજ્ઞા નહિ લેવડાવી હોય કે "તું મારી પાસે આવ્યો છે તો આજથી ભ્રષ્ટાચાર ન કરતો, તું સત્યપણે રહેજે, નીતિનું પાલન કરજે." કારણ કે તેમને આવા સુખી માણસો પાસેથી પૈસા જોઈએ છે. તમે ગમે ત્યાંથી ચૂસીને આપો, એને જરા પણ નથી પડી.

આ દેશની અંદર વડાપ્રધાનથી માંડીને સામાન્ય એવા તલાટીઓ, મંત્રીઓ દરેકે દરેક કોઈ ને કોઈ ગુરુના આશ્રિત તો છે જ. કોઈ શંકરાચાર્ય પાસે જાય છે, કોઈ સાંઈબાબા પાસે જાય છે. છતાં પણ કોઈ અંદરથી નથી બદલાયા, તેનું કારણ શું છે? જ્યાં મૂળ છે ત્યાં જ બીમારી છે. જો ધર્મગુરુઓ સુધરે તો તે હોદ્દેદારોને જરૂર સુધારે અને જો હોદ્દેદારો સુધરે તો જનતાને સુધરવું પડે. આપણા દેશમાં ધર્મનેતા અને રાજનેતાની ગાંઠ મજબૂતપણે બંધાઈ ગઈ છે. એટલા માટે એક જ સ્ટેજ પર કહેવાતી ધાર્મિકતા અને ભ્રષ્ટાચારનું હજારોની મેદનીમાં, ફૂલના ગુચ્છોથી અને તાળીઓ ગડગડાટથી સન્માન કરવામાં આવે છે. અહીં બધાને દ્રવ્ય જોઈએ છે – માન, પદ, પ્રતિષ્ઠા જોઈએ છે.

ઘણા લોકો નિયમ લેતા હોય છે કે, હું ચાર મહિના દૂધ નહિ પીઉં, એક મહિનો કઠોળ નહીં ખાઉં, એક મહિનો લીલાં શાકભાજી નહીં ખાઉં. એ બધું તમારે ખાવું હોય તો પેટ ભરીને ખાજો. પરંતુ એવો નિયમ લો કે, હું ચાર મહિના હરામનું નહિ ખાઉં. તો પ્રજા સુખી થઈ જશે.

હરિસ્વરૂપદાસ સ્વામી

['શું આપણે ધાર્મિક છીએ' પુસ્તક : 2001]

❀

સેવા

સેવ્યને તમારી સેવાની જરૂર ન રહે, એવી સ્થિતિનું નિર્માણ થાય એ જ ખરી સેવા. જેમને આપણી સેવાની જરૂર ન હોય, તેમની સેવા પણ હઠપૂર્વક કરવાની જરૂર નથી.

ગુણવંત શાહ

શબ્દો

ચીલી દેશના કવિ અને નોબેલ લૉરિયેટ પાબ્લો નેરુદાએ આત્મકથા ('મેમ્વાર્સ')માં આ મતલબનું નિવેદન કર્યું છે :

મને શબ્દો મળે છે ફૂલની કટોરીમાંથી,
મને શબ્દો મળે છે ભોજનની થાળીમાંથી,
મને શબ્દો મળે છે વરસાદની હેલીમાંથી
મને શબ્દો મળે છે રેતી અને પથ્થરમાંથી,
મને શબ્દો મળે છે લોહી અને આંસુમાંથી,
મને શબ્દો મળે છે ....બધેથી..

એ લોકો આવ્યા.
એમણે અમારા પ્રદેશ પર હુમલો કર્યો.
અમારું બધું જ લૂંટી ગયા.
પણ ...

પણ એમને ખબર નથી કે તેઓ એક મોટી દોલત પાછળ મૂકતા ગયા છે.
એમનાં શિરસ્ત્રાણમાંથી, એમનાં પગરખાંમાંથી,
એમની ફરફરતી દાઢીમાંથી, એમનાં ઘોડાંની ખરીઓમાંથી, એમનાં હથિયારમાંથી, એમના પ્રહારોમાંથી,
એમની ગાળોમાંથી અને એમના હોકારા-પડકારામાંથી
અમને શબ્દો આવી મળ્યા છે.
જે આક્રમણકારો આવ્યા એમના શબ્દો એટલી મોટી દોલત છે કે
તેમાંથી બની અમારી ભાષા.

ધીરુભાઈ ઠાકર

[લંડનમાં પ્રવચન : 2006]

❀

રમતના મેદાન પર જ ?

રમતગમતની હરીફાઈમાં સૌથી વધુ વજન ઊંચકનારને ઇનામ મળે છે. પણ પેલો મજૂર દરરોજ પાંચ-પાંચ મણની ગુણો ઊંચકીને જાય છે, તેની કદર કરવાની આપણી તૈયારી છે ? માત્ર રમતના મેદાન પર વજન ઉંચકનારને જ ઇનામ આપવાનું છે ? અઢી મણનું વજન ઊંચકવા બદલ ઇનામ જીતનાર ભાઈને સ્ટેશનેથી ઘેર આવતાં દસ શેરની બૅગ ઉપાડવા તો પેલા મજૂરને જ બોલાવવો પડે છે ! તો પછી રમતગમતના શિક્ષણને જીવન સાથે શો સંબંધ રહ્યો ?

આજનું આખું શિક્ષણ જીવન જેવું નહીં પણ નાટક જેવું લાગે છે. પણ નાટક તો બેચાર દા'ડા હોય; વરસો સુધી એ ન કરાય.

ચેરીઅન થોમસ

['કોડિયું' માસિક : 1957]

ઉનાળો

વગડાને ડાળ ડાળ ઉઝરડાય ઉનાળો,
સૂકી તલાવડી તલે તરડાય ઉનાળો.
લખલખતી જીભમાંથી ઝરી જાય ઉનાળો,
ભીની ફળીની ધૂળમાં ખરડાય ઉનાળો.

સૂરજના ચક્કરે ચઢી કંતાય ઉનાળો,
રાત્રિની શીળી સોડમાં સંતાય ઉનાળો.
મૃગજળ ભણી વળી વળીને જાય ઉનાળો,
વણઝારમાં ઊંટોની વહ્યો જાય ઉનાળો.

આકાશના મેદાનથી અકળાય ઉનાળો,
ધરતીનાં ભોંણમાં ભરાઈ જાય ઉનાળો.
દિનનો ઊભો ચઢાવ ચઢી જાય ઉનાળો,
સાંજુકા ઢાળમાં જતો પછડાય ઉનાળો.

જયન્ત પાઠક

['બુદ્ધિપ્રકાશ' માસિક: 1973]

❀

ત્યાં સુધી જીતી શકશું નહીં!

મેં ભારતનો પૂરેપૂરો પ્રવાસ કર્યો અને એવી એક પણ વ્યક્તિ ન જોઈ કે જે ભિખારી યા ચોર હોય. મેં આ દેશમાં એટલી બધી સંપત્તિ, ઊંચાં મૂલ્યો ને ઉચ્ચ બુદ્ધિસામર્થ્ય ધરાવતા લોકો જોયા છે કે જ્યાં સુધી આ દેશના મૂળને જડથી નહીં ઉખાડીએ ત્યાં સુધી કદી તેને જીતી શકીશું નહીં. આ દેશનું મૂળ એટલે તેનો આધ્યાત્મિક અને સાંસ્કૃતિક વારસો. અને તેથી હું ઇચ્છું છું કે આપણે તેના જૂના અને પ્રાચીન શિક્ષણતંત્રને, તેની સંસ્કૃતિને બદલાવીએ, જેથી ભારતીયો એવું માનતા થાય કે વિદેશી અને અંગ્રેજી તેમના કરતાં વધુ સારું અને મહાન છે. તો જ તેઓ સ્વાભિમાન અને સ્વ-સંસ્કૃતિ ગુમાવશે અને આપણે તેઓને જેવા ઇચ્છીએ છીએ તેવા તેઓ બનશે – એક ખરેખર પરાધીન દેશ.

ટોમસ મેકોલે

[બ્રિટિશ પાર્લમેંટમાં: 1835]

❀

દરેક સાચી સ્ત્રીના અંતરમાં કોઈ દૈવી અગ્નિની ચિનગારી પડેલી જ હોય છે, જે સુખના દિવસોના ઉજાસમાં સુષુપ્ત રહે છે; પણ વિપદની અંધારઘેરી પળ આવે ત્યારે એ ચળકી ઊઠે છે પ્રકાશે છે અને ઝળહળે છે.

❀

ધર્મની ભગિની

ધર્મ એ કાંઈ અરણ્યમાં જઈને શોધવાની વસ્તુ નથી, પણ સમસ્ત જીવનમાં અને સામાજિક વ્યવહારમાં તેનું આચરણ કરવાનું છે. જીવનનું પ્રત્યેક પાસું ધર્મના રંગે રંગાયેલું હોવું જોઈએ. ધર્મના માર્ગદર્શન વિનાનાં જ્ઞાન, વિજ્ઞાન કે વિદ્યા હાનિકારક નીવડશે. ધાર્મિક દિશાસૂચન વિનાનાં કલા અને સાહિત્ય ભુલાવો ખવડાવશે.

સાહિત્ય, સંગીત અને કલાને ધર્મની ભગિનીઓ કહી છે, તે આ કારણે. શોપેનહાવર એક નિરાશાવાદી તત્ત્વજ્ઞ હતો, અને જીવનને તે અપાર દુઃખનું ધામ માનતો હતો. એમ છતાં દિવસને અંતે તે એક સંગીતશાળામાં જઈ સંગીતના મનહર સૂરોમાં પોતાનું દુઃખ ભૂલી જતો. એ દુઃખી જીવને જે આશ્વાસન ધર્મ પણ આપી ન શક્યો, તે એને કલા દ્વારા સાંપડ્યું.

ભક્તિમાં જે લક્ષણો આપણે જોઈએ છીએ, તે જ શિષ્ટ સાહિત્યમાં પણ જોવા મળે છે. બંનેમાં પવિત્રતા હોય છે. બંનેમાં નમ્રતા ને નિખાલસતા હોય છે. ભક્ત ઈશ્વરપ્રાપ્તિ વિના બેચેન રહે છે; કવિ પણ તેણે સેવેલાં સ્વપ્નોની સિદ્ધિ થતી નથી ત્યાં સુધી બેકાર રહે છે. ભક્તિ અને લેખનપ્રવૃત્તિ બેય સ્વેચ્છાનાં પરિણામો છે. કોઈની આજ્ઞાથી ભગવાનનું ભજન થતું નથી કે કવિતા રચાતી નથી. સાચી ભક્તિ નિષ્કામ હોય છે, અને ભક્તોને ઈશ્વર પાસેથી કોઈ અપેક્ષા હોતી નથી: સાચો સાહિત્યકાર પણ નફાતોટા પ્રત્યે ઉપેક્ષા સેવે છે અને લોકપ્રિયતાની પરવા કરતો નથી.

કલા અને સાહિત્ય તેની ભવ્યતાથી આપણામાં આદર ઉત્પન્ન કરે છે, અથવા સૌંદર્યથી મોહ પમાડી આપણને વશ કરે છે. સૌંદર્ય જેમ દૈહિક હોય, તેમ નૈતિક અને આધ્યાત્મિક પણ હોઈ શકે. લેખકનો ધર્મ સૌંદર્ય દ્વારા આનંદ અને રસ ઉપજાવીને વાચકનો ઉત્કર્ષ કરવાનો છે.

શ્રેષ્ઠ સાહિત્યના એક ઉત્તમ દૃષ્ટાંત તરીકે યુગકવિ ન્હાનાલાલ પ્રત્યે દૃષ્ટિપાત કરીએ. સૌથી પ્રથમ ગુણ જે આંખે ચડે છે, તે એમની કવિતા પ્રત્યેની સમર્પણતા. એમનામાં એક ફકીરની બેપરવાઈ હતી. બહોળો વસ્તાર હોવા છતાં સરકારી હોદ્દો ફગાવી દઈ તેઓ કાવ્યદેવીની એકનિષ્ઠ સેવા કરવાને કટિબદ્ધ થયા. તેમ કરતાં તેઓએ પુષ્કળ વેઠ્યું હતું. છતાં તેમના સ્વાર્થત્યાગ વિશે કોઈ સૂચન કરે તે પણ તેઓને અરુચિકર થઈ પડતું.

હિંદુ ધર્મ અને સંસ્કૃતિમાં જે ઉચ્ચત્તમ આદર્શો છે તે ટાગોર અને ન્હાનાલાલના કાવ્યોમાં ગવાયા છે. ધનપ્રાપ્તિ કે લોકેષણા સારુ એમણે એમના સાહિત્યનું ધોરણ હેઠું પાડ્યું નથી. સૌ કોઈ સમજી શકે એવા શુભાશયથી પણ એઓ પોતાની કવિતાનું ધોરણ જનસમાજની પંક્તિ પર લાવી શકતા નહીં. એઓ એમ માનતા કે એમણે નીચે ઊતરવા કરતાં અર્ધશિક્ષિત સમાજને ઊંચે આવવાની જરૂર વધારે હતી.

એમની કવિતામાં જન્મસિદ્ધ પવિત્રતા ખડકાયેલી છે. પણ માત્ર નીતિ અને પવિત્રતાથી કોઈ કાવ્યમુગટ ધારણ કરી શક્યું નથી. કવિશ્રીમાં પવિત્રતા અને રસિકતા, સાત્ત્વિકતા અને સૌંદર્યનો સુરેખ સમન્વય સધાયો છે. જેમ નીતિભંગ, તેમ રસજ્ઞતાનો ભંગ પણ એમને માટે અકલ્પ્ય હતો. તેમના તેજેઘડ્યા શબ્દો, તેમની ભવ્ય ઉપમાઓ, નીતિનો પરિમલ પ્રસરાવતાં તેમનાં અનેક કાવ્યપુષ્પો અને સંગીતસભર રાસો આપણા કાવ્યસાહિત્યનો મહામૂલ્યવાન વારસો છે.

ફીરોઝ કા૰ દાવર

[ન્હાનાલાલ જયંતી વ્યાખ્યાન : 1965]

❀

સતયુગમાં બધું સારું જ હતું ?

સતયુગમાં બધું સારું હતું ને હવે કળિયુગમાં લોકો બહુ બગડી ગયા છે, એમ વિચારવાની આપણને ટેવ પડી ગઈ છે. પરંતુ હકીકતમાં બધું એવું નથી.

એક કાળે ભરસભામાં દ્રૌપદી જેવી રાણીનાં ચીર ખેંચાયાં હતાં. પણ આજે કોઈ ભંગીની સ્ત્રીનાંય ચીર ખેંચી જુઓ તો ! આજે સમાજ એ સાંખી લેશે કે ?

શાંતનુ રાજા એંસી વર્ષની ઉંમરે એક માછીની કન્યા સાથે લગ્ન કરવા તૈયાર થયા, અને એ પરણી શકે તે માટે એના 30 વરસના ભરજુવાન દીકરાએ ગાદી તો છોડી, પણ આજીવન અપરિણિત રહેવાની પ્રતિજ્ઞાયે લીધી. દીકરાને જિંદગીભર કુંવારો રાખીને ઘરડો બાપ પરણવા તૈયાર થયો હશે, એ જમાનો કેવો હશે ! આજે કોઈ એંસી વરસનો ડોસો જાન જોડે તો ?

એટલે જમાનો બહુ બગડી ગયો છે, એમ કહેવા જેવું નથી. એ તો આજે આપણને દૂરના ડુંગરા રળિયામણા લાગે.

રવિશંકર વ્યાસ

[મહારાજની વાતો' પુસ્તક]

❀

સતયુગ અને કલિયુગ

અસત્ય, હિંસા સતયુગમાં હોતાં નથી તેવું નથી; પણ સતયુગમાં તેની પ્રતિષ્ઠા હોતી નથી અને તે સર્વોપરી ગણાતાં નથી. કલિયુગમાં સત્ય, પ્રેમ, દયા હોતાં નથી તેમ નહીં; પણ તેમની ઠેકડી ઉડાડાતી હોય છે. કલિયુગનો અર્થ એ કે શરીરસુખને જ સર્વ કાંઈ ગણવું, અને તેને ટકાવવાના સાધનરૂપે બળ ઉપર જ બધો આધાર રાખવો.

મનુભાઈ પંચોળી

❀

ભગવાનનો ભાગ

નાનપણમાં બોરાં વીણવા જતા.
કાતરા પણ વીણતા.
કો'કની વાડીમાં ઘૂસી ચીભડાં ચોરતા.
ટેટા પાડતા ને ખિસ્સાં ભરતા.
પછી બધા ભાઈબંધો પોતાનાં ખિસ્સામાંથી ચોરીનો માલ ઠલવીને
ઢગલી કરતા ને ભાગ પાડતા:
– આ ભાગ ટીકુનો.
– આ ભાગ દીપુનો.
– આ ભાગ ભનિયાનો, કનિયાનો...
છેવટે એક વધારાની ઢગલી કરી કહેતા:
– 'આ ભાગ ભગવાનનો !'

પછી સૌ પોતપોતાની ઢગલી
ખિસ્સામાં ભરતા,
ને ભગવાનની ઢગલી ત્યાં જ મૂકી
રમવા દોડી જતા.

ભગવાન રાતે આવે, છાનામાના
ને પોતાનો ભાગ ખાઈ જાય – એમ અમે કહેતા.

પછી મોટા થયા.
બે હાથે ઘણુંય ભેગું કર્યું;
ભાગ પાડ્યા – ઘરના, ઘરવખરીના,
ગાય, ભેંસ, બકરીના.
અને ભગવાનનો ભાગ જુદો કાઢ્યો ?૦૦૦

સુખ, ઉમંગ, સપનાં, સગાઈ, પ્રેમ –
હાથમાં ઘણું ઘણું આવ્યું... અને ગયું !
અચાનક ગઈ કાલે ભગવાન આવ્યા;
કહે: લાવ, મારો ભાગ...

મેં પાનખરની ડાળી જેવા
મારા બે હાથ જોયા – ઉજ્જડ.
એકાદ સૂકું તરણુંયે નહીં.
શેના ભાગ પાડું ભગવાન સાથે ?
આંખમાં ઝળઝળિયાં આવ્યાં,
તે અડધાં ઝળઝળિયાં આપ્યાં ભગવાનને.૦૦૦

રમેશ પારેખ

❀

કલિયુગમાં ઋષિ-પરંપરા

અમદાવાદ શહેરમાં ગુજરાત વિદ્યાપીઠની સ્થાપના કરીને મહાત્મા ગાંધીએ એક ઋષિકર્મ કરેલું. તે પછી ઘણાં વરસે સૌરાષ્ટ્રના સણોસરા નામના ગામડામાં લોકભારતી વિદ્યાપીઠ સ્થાપીને, પોતાને "મહેતાજી" તરીકે ઓળખાવનાર નાનાભાઈ ભટ્ટે પણ એવું ઋષિકર્મ કર્યું હતું. તેમના અવસાન પછી મનુભાઈ પંચોળી અને બીજા સાથીઓએ મળીને લોકભારતી સંસ્થાનો વિકાસ ચાલુ રાખ્યો.

આફ્રિકામાં વસતા એક ગુજરાતી કુટુંબની કન્યા મૃદુલા એ લોકભારતીમાં અભ્યાસ કરવા આવી. પોતાની નિર્મળ તેજસ્વિતા અને ભક્તિને કારણે તે મનુભાઈ જેવા ગુરુની એક પ્રિય શિષ્યા બની. આગળ જતાં નાનાભાઈ ભટ્ટે મણારમાં સ્થાપેલી લોકશાળામાં મૃદુલાબહેન શિક્ષિકા બન્યાં. દરમિયાન રવિશંકર મહારાજના સમાગમમાં આવીને એમનું વાત્સલ્ય પામ્યાં. અમદાવાદમાં પ્રજ્ઞાચક્ષુ પંડિત સુખલાલજી પાસે થોડો વખત રહેવાનું સદ્‌ભાગ્ય પણ તેમને સાંપડ્યું. તે દિવસોમાં અમેરિકાના મહાન હબસી વૈજ્ઞાનિક જ્યોર્જ વૉશિંગ્ટન કાર્વરની જીવનકથા તેમણે પંડિતજીને અંગ્રેજીમાં વાંચી સંભળાવેલી. ત્યારે સુખલાલજીના મુખેથી શબ્દો નીકળેલા કે, આ કથામૃત ગુજરાતીમાં પણ વહાવી શકાય તો કેવું સારું ! કાર્વરના સંતજીવનથી પ્રભાવિત થયેલાં મૃદુલાબહેનના અંતરમાં તો એ અભિલાષા હતી જ. પછી મનુભાઈને તેમણે આ વાત કરી ત્યારે જાણવા મળ્યું કે લોકભારતીની સ્થાપના પાછળ રહેલું ગુપ્ત પ્રેરક બળ હતું અમેરિકાના બે હબસી મહાપુરુષોનું જીવન : તેમાંના એક ટસ્કેજી નામની વિખ્યાત હબસી વિદ્યાપીઠના સ્થાપક બુકર ટી॰ વૉશિંગ્ટન અને બીજા તેમના સાથી અને સમર્થ અનુગામી વનસ્પતિ વિજ્ઞાની જ્યોર્જ વૉશિંગ્ટન કાર્વર.

પછી તો હબસીઓના ઋષિ સમા એ કાર્વરને લગતાં જુદાં જુદાં પુસ્તકો મૃદુલાબહેન વાંચતાં ગયાં. સાથોસાથ લોકશાળાના પોતાના વિદ્યાર્થીઓને એ જીવનકથાનું રસાયણ પાતાં ગયાં. એ લાંબા અનુભવને અંતે એમણે લખેલી કાર્વરની જીવનકથા 'દેવદૂત'ને નામે 1967માં બહાર પડી.

મહેન્દ્ર મેઘાણી

❀

આપણી આસપાસ આફતો ટોળે વળે ત્યારે પણ માતાનો પ્રેમ તો એ બધાંની વચ્ચે પ્રકાશતો રહે છે. ત્યારે પણ એ તો સંભારતી રહે છે – કદીક એની છાતીને સુખથી છલકાવી દેનાર પેલા શિશુ-સ્મિતને, બચપણના કિલ્લોલને, ખીલતા યૌવનની આશાઓને.

❀

હબસીઓના ઋષિ

પુરાણોમાં કલ્પદ્રુમની વાત આવે છે. એમાં કહેવાયું છે કે સત્યયુગમાં એવાં ઝાડ હતાં કે કોઈ પણ માણસ એ ઝાડ નીચે જઈ જે કાંઈ ઇચ્છે તે મેળવી શકતો.

જ્યોર્જ વૉશિંગ્ટન કાર્વરની જીવનકથા વાંચતાં એ પૌરાણિક કલ્પદ્રુમનું સ્મરણ થાય છે. અમેરિકાવાસી હબસી કાર્વરને લોકો વનસ્પતિ-વૈદ્ય તરીકે ઓળખતા. તેને વનસ્પતિમાં રહેલાં પ્રચ્છન્ન તત્ત્વોનો સાક્ષાત્કાર કરનાર ઋષિ કહી શકાય. મગફળી, કપાસ વગેરે વનસ્પતિઓમાંથી તેણે પ્રયોગો મારફત જીવનજરૂરિયાતની એટલી બધી વસ્તુઓ નિર્માણ કરી છે કે તેને આ કલિયુગનું કલ્પવૃક્ષ ગણી શકાય. મગફળી જેવી એક જ વસ્તુમાંથી પણ રંગો, દવાઓ, કપડાં આદિ અનેક વસ્તુઓ બનાવીને તેણે વ્યવહારમાં મૂકી છે. આ વિશેની કાર્વરની તપસ્યા અને સિદ્ધિ એ માનવતાના વિકાસમાં વિશ્વાસ પેદા કરાવે એવી અદ્‌ભુત છે.

કાર્વરની જીવનકથા સાંભળતાં પદે પદે ગાંધીજી યાદ આવે છે; બંનેના જીવનમાં નાનુંમોટું એટલું બધું સામ્ય છે. સમયની કિંમત આંકનાર બંને સરખા. એક પણ મિનિટ વ્યર્થ ન જાય એવી જાગૃતિ રાખનારા. લોકો જે વસ્તુને નકામી ગણી ફેંકી દે, તેનો સમજપૂર્વક ઉપયોગ કરી એ તુચ્છ ગણાતી વસ્તુમાં પણ કેટલું મહત્ત્વ રહેલું છે તે પુરવાર કરવામાં બંને સરખા. ગરીબ-તવંગર, નાતજાત કે દેશવિદેશનો કશો ભેદ રાખ્યા વિના બધાં માનવીની નિસ્વાર્થ સેવા કરવામાં બંને સરખા. માનવ સિવાયના ઇતર પ્રાણીવર્ગ પ્રત્યે પણ બંનેની કૂણી લાગણી.

કાર્વર જન્મથી જ હબસી એટલે અમેરિકન સમાજમાં હડધૂત અને તેનું કુટુંબ પણ નિરાધાર. છતાં તેણે પોતાની માનવતાનો એટલો બધો વિકાસ સાધ્યો કે તેને કોઈ પણ જાતની તક ન આપનાર મિથ્યાભિમાની ગોરા વર્ગમાં પણ તેણે ખૂબ ઊંચાં માનપાન મેળવ્યાં. બીજી બાજુ ગાંધીજી સાધનસંપન્ન કુટુંબમાં ઊછરેલા, છતાં નાતજાતની મિથ્યાભિમાની મોટાઈના મહેલમાંથી છેક નીચલે પગથિયે ઊતરીને પોતાનાં હડધૂત માનવબંધુઓ વચ્ચે રહેવાનું સંકલ્પબળ એમણે કેળવ્યું. કાર્વર સામાજિક દૃષ્ટિએ નીચેથી ઉપર ચડે છે, તો ગાંધીજી બાહ્યદૃષ્ટિએ ઊંચેથી નીચે ઊતરે છે: પરિણામે એ બંને માનવતાના ઉત્કૃષ્ટ વિકાસની સમાન કક્ષાએ જઈ બિરાજે છે. કહેવાતા આ કલિયુગની કેવી સિદ્ધિ !

કાર્વરના જીવનને લગતી જુદી જુદી ચોપડીઓ વાંચ્યા પછી, પોતે જ્યાં શિક્ષિકા હતાં તે લોકશાળાના વિદ્યાર્થીઓને એ જીવનકથાનું રહસ્ય બહેન મૃદુલા મહેતાએ પાયું. એ લાંબા અનુભવને અંતે તેમણે તૈયાર કરેલા આ પુસ્તકની મોહિની એવી છે કે તે ઘેરઘેર વાંચવા ને સંઘરવા લાયક છે. ગમે તેવી હતાશ થયેલી વ્યક્તિને જીવનની તાજગી આપે એવું સત્ય તેમાં રહેલું છે. માણસ એક પ્રસંગ વાંચે ને આગળનો બીજો પ્રસંગ વાંચવા અધીરો બને, એવી આકર્ષક રીતે તેની રજૂઆત થઈ છે. વાંચનારની

જિજ્ઞાસા ઉત્તરોત્તર વધે તેની સાથે પુરુષાર્થ કરવાની અદમ્ય લાલસા પણ તેનામાં ઉદ્ભવે. આ બધું વિચારતાં એમ કહેવાનું મન થાય છે કે કાર્વરની આ જીવનકથા નાનાંમોટાં બધાંમાં વંચાતી થાય તેમ જ શાળાઓમાં પણ ભણાવાય, તો આપણી ઘરડી અને પરોપજીવી માનસ ધરાવતી પ્રજામાં જુવાની અને સ્વાવલંબી જીવનનો નાદ સ્ફુરે.

સુખલાલ સંઘવી

['જ્યોર્જ વૉશિંગ્ટન કાર્વર' પુસ્તકની પ્રસ્તાવના : 2001]

❀

ઓગણસાઠ વરસ પર વાવેલું

59 વર્ષ પહેલાં, 22 વર્ષની એકવડા બાંધાની એક યુવતી સફેદ સાડીમાં સમી સાંજે 11 બાળકો અને 40 જેટલા લબાચા–પોટલાં સાથે વઢવાણ સ્ટેશને ઊતરી. અંધારું છવાઈ ગયેલું. સ્ટેશન પરના યાત્રિકોએ નવાઈથી પૂછ્યું, “બહેન, આ નાનાં બાળકો સાથે ક્યાં જવું છે ? જવાબમાં આગંતુક બહેને કહ્યું કે તેઓ ઘરશાળા– આશ્રમ પર જવા માગે છે. તો યાત્રિકોએ કહ્યું કે, ત્યાં ન જતાં, બહેન ! હજુ ગઈ કાલે જ એ વેરાન માર્ગે એક બાઈને લૂંટીને હેરાન કરવામાં આવી છે, તો રાત્રે ત્યાં નિર્જન જગાએ ન જતાં. દરમિયાન સ્વામી શિવાનંદજી ગાડું લઈને તેડવા આવ્યા અને બાળકો તથા સામાન સાથે એ સમયે વઢવાણ અને સુરેન્દ્રનગર વચ્ચે આવેલી ઘરશાળામાં જવા પ્રયાણ કર્યું. ત્યાં તેમણે મહિલા કલ્યાણની પ્રવૃત્તિઓની ધૂણી ધખાવી, તેને આજ 59 વર્ષો થયાં. શ્રી અરુણાબહેન દેસાઈએ સેવાનું વૃક્ષ વાવ્યું જે આજે વડલો બની રહ્યું છે.

હાલ શ્રી અરુણાબહેન દેસાઈની રાહબરી નીચે સ્ત્રી રક્ષણ કેન્દ્ર, શિશુગૃહ, છાત્રાલય, હૉસ્પિટલ, પ્રાથમિક શાળા, બાલમંદિર, ગર્લ્સ હાઈસ્કૂલ, અધ્યાપન મંદિર, કલા અધ્યાપન મંદિર, ફાઈન આર્ટ્સ કૉલેજ, બી.એડ. કૉલેજ, સ્ત્રી મહિલા મંડળ, ઉદ્યોગગૃહ, કુટુંબ સલાહ કેન્દ્ર અને વિકાસ વિદ્યાલય, એમ અનેક સંસ્થા ચાલી રહી છે. સાથે ખાદી ઉત્પાદન કેન્દ્રો, ખાદી ભંડાર પણ ચાલી રહ્યા છે.

વજુભાઈ વ્યાસ

['સ્વરાજ્યધર્મ' પખવાડિક : 2006]

❀

એના ઘરમાં તે પ્રવેશ કરે છે પ્રકાશ બની રહેવા, બહાર બધે અંધકાર હોય ત્યારે અંદર ઉજાસ બની રહેવા; એના જીવન ઉપર આધિપત્ય ભોગવતી રક્ષક દેવદૂત સમી, એની ખુશીઓનો ગુણાકાર અને ફિકરોનો ભાગાકાર કરનારી.

❀

ભાવિ

સતને મારગ જાનારાંને
યાદ આવશે ગાંધી;
પ્રેમપરબ-જળ પાનારાંને
સાથ આપશે ગાંધી.

ભર અંધારે તરનારાંને
હાથ આપશે ગાંધી;
ધખધખ વગડે ઝરનારાંને
યાદ આવશે ગાંધી.

હૃદય-હૃદયનાં ગૂંથનારાંને
યાદ આવશે ગાંધી;
ખડક ખીણ રણ ખૂંદનારાંને
હામ આપશે ગાંધી.

સહજ ઇશારે ઉઠનારાંને
કામ આપશે ગાંધી;
અજાણ ફોરમ સૂંઘનારાંને
યાદ આવશે ગાંધી.

ઘરઘર મંગલ ભરનારાંને
યાદ આવશે ગાંધી;
મહેનત મનભર કરનારાંને
છાંય આપશે ગાંધી.

એકલ ઊંચે ઊડનારાંને
બાંહ્ય આપશે ગાંધી;
કોટિ કોટિ સહ જૂમનારાંને
યાદ આવશે ગાંધી.

ફના થઈને ગાનારાંને
યાદ આવશે ગાંધી;
મશાલ જાતે થાનારાંને
સાથ આપશે ગાંધી.

હસિત બૂચ

['અભિનવ ભારતી' માસિક: 1969]

❀

"હું આવું છું"

[ઉત્તર અમેરિકા ખંડની શોધ પછી ત્યાં જે બ્રિટિશ સંસ્થાનો સ્થપાયાં હતાં, તેમણે 1776માં પોતાની સ્વતંત્રતાની ઘોષણા કરી અને અંગ્રેજો સામેના યુદ્ધમાં વિજય મેળવીને યુનાઇટેડ સ્ટેઇટ્સ ઑફ અમેરિકાના નૂતન રાષ્ટ્રની સ્થાપના કરી. પણ અમેરિકન પ્રજાની સ્વતંત્રતાના સોનાના થાળમાં એક લોઢાની મેખ રહી ગઈ હતી. એ ગોરી પ્રજાની વચ્ચે કાળા હબસી ગુલામોની એક લઘુમતીનું હજી અસ્તિત્વ હતું. ગોરાઓનો એક વર્ગ એમની ગુલામી નાબૂદ કરવા આતુર હતો, જ્યારે એવો જ બીજો હિસ્સો હબસીઓને કાયમ ગુલામ રાખવા માગતો હતો. એ બે પ્રકારના ગોરાઓ વચ્ચેનો આ મતભેદ વધતો વધતો એટલો ઉગ્ર બન્યો કે યુનાઇટેડ સ્ટેઇટ્સનાં ત્યારે 13 રાજ્યો હતાં તેમાંથી ગુલામી નાબૂદ કરવા માગતાં ઉત્તરનાં સાત અને ગુલામી ચાલુ રાખવા મક્કમ દક્ષિણનાં છ રાજ્યો વચ્ચે 1861થી 1865 સુધી આંતરવિગ્રહ લડાયો. ગુલામીના મુદ્દા પર સંઘરાજ્યમાંથી નીકળી જવાનો નિર્ધાર કરનારાં દક્ષિણનાં રાજ્યોનો ત્યારના રાષ્ટ્રપતિ એબ્રહામ લિંકને મક્કમતાથી સામનો કર્યો અને અંતે યુદ્ધમાં વિજય મેળવ્યો. તેને પરિણામે આખા દેશમાંથી ગુલામી નાબૂદ થઈ.

આંતરવિગ્રહ હજી ચાલુ હતો, ત્યારે જ લિંકને ગુલામીની મુક્તિનું જાહેરનામું 1863માં બહાર પાડેલું. તે પછીને વરસે જ જન્મેલો ગુલામ માબાપનો એક બાળક આગળ જતાં જ્યોર્જ વૉશિંગ્ટન કાર્વર નામે એક મહાન વૈજ્ઞાનિક તરીકે જગવિખ્યાત બનવાનો હતો અને પોતાની હબસી જાતિને અપૂર્વ ગૌરવ અપાવવાનો હતો. એ જ્યોર્જ હજી નિશાળમાં સાતમા ધોરણમાં ભણતો હતો તે કાળે, બુકર ટી૰ વૉશિંગ્ટન નામના બીજા એક હબસી મહાપુરુષ પોતાના કાળા બંધુઓને અજ્ઞાનના અંધકારમાંથી જ્ઞાનના પ્રકાશ ભણી ખેંચી જવા મથી રહ્યા હતા. – સંપાદક]

*

યુનાઇટેડ સ્ટેઇટ્સના વિશાળ દક્ષિણ પ્રદેશમાં હજારો કાળાં નરનારીઓ ગુલામીમાંથી મુક્ત બન્યાં હતાં. પણ માત્ર માલિકની આજ્ઞા ઉઠાવવાની ને કાળી મજૂરી કરવાની પેઢીઓની આદતને કારણે તેમને દુનિયાદારીની કોઈ ગતાગમ રહેવા પામી નહોતી. કાયદાએ તેમને પોતાના પગ પર ઊભા રહેવાનો અધિકાર આપ્યો હતો; પણ આવતીકાલની ચિંતા કરવાની સૂઝ જેમનામાં નહોતી રહી તેવા એ લોકો અચાનક જ ઠામઠેકાણાં વગરનાં બની ગયાં હતાં. જેમની પોતાની પરણેતરો પણ એમની પહેલાં તો ગોરા માલિકોની બનતી હતી, કુટુંબજીવનનો લહાવો જેમને કદી ભોગવવા મળેલો નહોતો, તેમને માથે એકાએક જાતે સંસાર ચલાવવાની જવાબદારી આવી પડી હતી. એમનાં હિંમત ને સ્વમાન તો ક્યારનાંયે ઝૂંટવાઈ-રગદોળાઈ ગયાં હતાં. કંગાલિયત ને અજ્ઞાન તેમને ઘેરી વળ્યાં હતાં. કોઈ કાળે પણ એમને આગળ ન આવવા દેવાનો નિર્ધાર જે ગોરા લોકોએ કરેલો હતો, તેમની જ બરોબરી કરવાનો,

તેમની સાથે ખુલ્લી હરીફાઈમાં ઊભા રહેવાનો, તેમની સાથે કદમ મિલાવીને ચાલવાનો અધિકાર ને અવસર તેમને હવે મળ્યો હતો.

દક્ષિણના મોટા ભાગના ગોરાઓ તો એવું માનતા હતા કે હબસી બાળક અમુક ઉંમર સુધી જ ગોરા બાળકના જેટલી બુદ્ધિ ને ગ્રહણશક્તિ ધરાવતો હોય છે, પણ તે પછી તેની આ શક્તિ કુંઠિત થઈ જાય છે. એટલે એને વધુ ભણાવશો તો તે ઉલટાનો સમાજ માટે આપત્તિરૂપ બનશે.

પરંતુ થોડાક – બહુ થોડા – ગોરાઓ સમજતા હતા કે ગુલામીની બેડીમાંથી છૂટેલા કાળા લોકો જો અજ્ઞાનની જંજીરોમાં જકડાયેલા રહેશે, તો જ તે જોખમરૂપ બનશે. તેમની બુદ્ધિને કેળવીને સમાજ માટે તેમની ઉપયોગિતા વધારવી, તેમાં જ સરવાળે સૌનું ભલું છે.

જે થોડાક કાળા લોકોને કાંઈકેય ભણવાની તક સાંપડી હતી, તેઓ તો પામી જ ગયા હતા કે અજ્ઞાનની ઊંડી ખાઈમાંથી તે નીકળી શકશે તો જ એમની મુક્તિ સાચી નીવડશે. એટલે પોતાને માટે ઠેકઠેકાણે નાનીમોટી નિશાળો ઊભી કરવાના તેમના પ્રયત્નો ચાલતા હતા. જેઓ પોતે ઝાઝું ભણેલા નહોતા, તે પણ પોતાના નિરક્ષર જાતભાઈઓને કાંઈક શીખવવા મથતા હતા.

*

દક્ષિણ યુનાઇટેડ સ્ટેઇટ્સના આલાબામા રાજ્યમાં હબસીઓની સેવા કરતી એક સંસ્થાએ જોયું કે કોઈ પણ જાતના રચનાત્મક કામનું પહેલું પગથિયું છે કેળવણી. એટલે બાળકો માટે મફત કેળવણીની એમણે શરૂઆત કરી. બે હજારની વસ્તીવાળું ટસ્કેજી ગામ, તેમાં મોટા ભાગના લોકો કાળા હતા. લુઈ એડમ્સ ત્યાંનો વતની. તેના સારા નસીબે ગુલામીકાળમાં પણ જરા આગળ વધવાની તક તેને મળી હતી. તે કુશળ કારીગર હતો; જોડા સીવવા-સાંધવાથી માંડીને બંદૂકની મરામત સુધીની બધી કામગીરીમાં તેના હાથ ને મગજ કુશળતાથી ચાલતાં હતાં.

ગુલામી-નાબૂદી પછી તો કાળા લોકોને પણ ચૂંટણીમાં મત આપવાનો અધિકાર મળ્યો હતો. જે ગોરાને ધારાસભામાં જવું હોય તેને કાળા લોકોના મતની પણ ગરજ રહેતી. એ સંજોગોનો લાભ એડમ્સભાઈએ લીધો. કાળા લોકો માટે એક સરકારી શાળાની માગણી તેણે પોતાના વિસ્તારના ધારાસભ્ય પાસે મૂકી. ધારાસભ્યના પ્રયાસ ચાલ્યા. છેવટે 1881માં ટસ્કેજી ગામની શાળા માટે સરકારે ગ્રાંટ મંજૂર કરી.

પણ ખરી મુશ્કેલી તો હવે ઊભી થઈ. કાળા લોકોનાં છોકરાંને ભણાવે કોણ? હબસીઓમાં તો શિક્ષણની હજી શરૂઆત જ થઈ હતી, એટલે હબસી શિક્ષક ક્યાંથી મળે? અને ગોરો તો કાળાંને ભણાવવા આવે જ શાનો!

તપાસ કરતાં કરતાં ભાળ લાગી કે હેમ્પટનની કૉલેજમાં એક હબસી સ્નાતક પ્રાધ્યાપક છે. પત્રવ્યવહાર ચાલ્યો, ને પરિણામે બુકર ટી. વૉશિંગ્ટન નામના એ સ્નાતકને બોલાવીને તેના હાથમાં ટસ્કેજીની નવી હબસી શાળા સોંપવામાં આવી.

સરકારી ગ્રાંટ તો શિક્ષકના પગાર પૂરતી જ હતી. તેમાં મકાન પાછળ ખર્ચ કરવાનો કોઈ અવકાશ ન હતો. ગામથી દૂર ટેકરી પર એક જૂનું જર્જરિત દેવળ ઊભું હતું. વરસાદના દિવસોમાં ત્યાં ઊભા રહેવા જેટલી કોરી જગ્યા મળી રહેતી હતી. આ મકાન અને ત્રીસ વિદ્યાર્થીઓ સાથે બુકર ટી. વૉશિંગ્ટને કેળવણીનો પોતાનો પ્રયોગ શરૂ કરી દીધો.

ખૂબ મહેનત કરીને તેણે થોડા પૈસા ભેગા કર્યા. લખવા-વાંચવા ઉપરાંત વિદ્યાર્થીઓને તેણે ઈંટો પાડતાં શીખવવા માંડ્યું. છોકરાઓએ હોંશે હોંશે કામ કર્યું, અને એ ઈંટોમાંથી પહેલું મકાન ચણાયું.

ઈંટો પાડવાનું કામ ધીમે ધીમે આગળ ચાલ્યું. ગામમાં અને આજુબાજુના પ્રદેશમાં ચણાતાં મકાનોને ઈંટો પૂરી પાડવાનું કામ આ વિદ્યાર્થીઓ કરવા લાગ્યા. વિદ્યાર્થીઓ વધતા ગયા તેમ તેમ ટસ્કેજી સંસ્થામાં બીજાં મકાનો ઊભાં થતાં ગયાં. થોડા ઉદ્યોગો ચાલુ થયા. પછી તો સહુની અજાયબી વચ્ચે ચાર માળનું આલીશાન મકાન પણ વૉશિંગ્ટને વિદ્યાર્થીઓ પાસે જ તૈયાર કરાવ્યું. તેમાં સ્થળની પસંદગી અને નકશાથી માંડીને પાયાથી મોભ સુધીનું તમામ કામ વિદ્યાર્થીઓએ જાતે કરેલું.

"કાળિયાઓને તે વળી શું આવડે ?" એવું કહેનારા ગોરાઓ મોંમાં આંગળાં નાખી ગયા. કાળા લોકોએ ભારે આત્મવિશ્વાસ અને ગૌરવ અનુભવ્યાં. વિદ્યાર્થીઓના સંસ્કારઘડતરમાં પણ વૉશિંગ્ટનને ઠીક ઠીક સફળતા મળી.

આ બધું તો થયું. પણ મીઠા વગરનું બધું મોળું, તેમ અન્ન વિનાનું સર્વ કાંઈ પાંગળું. દક્ષિણની આ કસવિહોણી જમીનને સુધારીને તેમાંથી નીપજ મેળવતાં ન આવડે, ત્યાં સુધી બધું વ્યર્થ.

એ આલાબામા રાજ્યનો પ્રદેશ એક જમાનામાં આંખો ઠારે એવો હરિયાળો હતો. 'આલાબામા'નો અર્થ જ થાય 'આરામગાહ'. વર્ષો પહેલાં અમેરિકાના આદિવાસી લોકોનો એક કાફલો ત્યાં આવીને ઠરીઠામ થયેલો. તેનો મુખી આ ધરતીની ફળદ્રૂપતા પર એવો પ્રસન્ન થઈ ગયેલો કે તેના મુખેથી જ સરી પડ્યું 'આલાબામા' નામ.

પરંતુ ટસ્કેજી વસ્યું ત્યાં સુધીમાં તો ત્યાંની જમીન ધોવાઈ ધોવાઈને કસવિહોણી બની ગઈ હતી. કાંટા-કાંકરા ને જાળાંઝાંખરાંનો પાર નહોતો.

એવા સ્થાનમાં ધૂણી ધખાવીને બુકર ટી. વૉશિંગ્ટન બેઠા હતા. કેવા કેવા મનોરથ એણે સેવ્યા હતા ! પોતાનાં ભાષણોમાં અનેક વાર પેલું દૃષ્ટાંત એ આપતા :

જૂના વખતની વાત છે. દરિયાના તોફાનમાં એક વહાણ ઘણા દિવસથી અટવાઈ ગયું હતું ને ક્યાંય જતું ફંગોળાઈ ગયું હતું. ઊંચે આભ ને નીચે ખારાં ઉસ જેવાં નીર. ચોપાસનાં આટલાં બધાં પાણી વચ્ચે તરસે તરફડવાનો દિવસ આવ્યો હતો.

અચાનક આશાનું એક કિરણ ઝળક્યું. દૂર દૂર એક બીજું જહાજ પસાર થતું દેખાયું. સડસડાટ ધજા ચડાવી આ લોકોએ; સંકેત આપ્યો : "પાણી ! પાણી ! તરસે મરીએ છીએ !"

પેલા જહાજે જવાબ વાળ્યો: "જ્યાં છો ત્યાં જ ઘડો બુડાડો ને !"

ફરી કહેવડાવ્યું, "પાણી મોકલો, પાણી !"

ફરી ઉત્તર મળ્યો: "જ્યાં છો ત્યાં જ ઘડો બુડાડો."

છેવટે ત્યાં જ ઘડો બુડાડીને પાણી સીંચ્યું. મીઠું અમૃત જેવું પાણી પામીને સૌ તાજુબ થયાં. સાગર સમાણી મહાનદી એમેઝોનનું મુખ નજીકમાં જ હતું, તેથી એ સંગમસ્થાનનાં જળ મીઠાં હતાં.

વૉશિંગ્ટન પણ લોકોને વારંવાર કહેતા: જ્યાં છો ત્યાં જ ઘડો બુડાડો, ત્યાં જ પુરુષાર્થ કરો; જમીન સુધારો, ઢોરઢાંખર ઉછેરો. ધરતીની સંપત્તિને ઉલેચીને બધું હર્યુંભર્યું કરો.

પણ... પણ... પંદર પંદર વરસની મહેનત જાણે પાણીમાં જવા બેઠી હતી. નિશાળમાં ઈંટકામ શીખવ્યે કેટલુંક વળે ? એકાદ-બે ઉદ્યોગો પર કેટલું નભે ? હબસી સમાજને મૂઠી ધાનનાં જ સાંસા હોય, ત્યાં અધભૂખ્યાં બાળકોને ભણવા કોણ મોકલે ?

કંગાલિયતની કારમી યાતના વેઠતાં માનવીઓ વચ્ચે વૉશિંગ્ટન પંદર વરસથી અડીખમ બનીને બેઠા હતા, પણ વ્યર્થ... બધું વ્યર્થ. લોકોની ભૂખ એ ભાંગી શક્યા નહોતા.

નિરાશાથી તેનું અંતર કરમાઈ રહ્યું હતું. પણ કરવું શું ? ખેતીનો એકડોય પોતે જાણતા નહોતા. જમીન ચુસાયેલા ગોટલા જેવી બની ગઈ હતી. અને હજીય તેનું ધોવાણ નિરંતર ચાલ્યા કરતું હતું. પુરાતન કાળની ઢબે જ હજી ખેતી થતી હતી. તેનાં ઓજાર સાવ પ્રાથમિક દશાનાં હતાં. ઢોર બિચારાં મરવા વાંકે જીવતાં હતાં. આ બધાંને કેમ કરીને પહોંચી વળવું ?

વૉશિંગ્ટન બારીમાં ઊભા ઊભા અનિમેષ નજરે નિહાળી રહ્યા હતા. ધોધમાર વરસાદ વરસી રહ્યો હતો. રહીસહી આશા પણ હવે ધોવાઈ રહી હતી. આ વરસે કપાસનો પાક થોડોઘણો થયેલો, તેનુંયે આ વરસાદ નખ્ખોદ વાળી રહ્યો હતો. હાડચામ માંડ ભેગાં રાખતા પોતાના દરિદ્ર જાતભાઈઓ તેની આંખ સામે તરવરી રહ્યાં. ન સમજાય તેવો એક આછો કંપ તેના શરીરે અનુભવ્યો.

વૉશિંગટને નિશ્ચય કરી લીધો: બસ, લખવું તો ખરું જ.

થોડા મહિના પહેલાનો એ પ્રસંગ તે યાદ કરતા હતા. પોતાનું એક વ્યાખ્યાન પૂરું થયા પછી કોઈ અજાણ્યો માણસ તેની પાસે આવેલો. પ્રેમપૂર્વક તેનો હાથ પોતાના હાથમાં લઈને એ બોલેલો: "સ્વાતંત્ર્યના સાચા અધિકારી એવા આ બીજા હબસી વિદ્વાન સાથે હાથ મિલાવતાં હું ગૌરવ અનુભવું છું."

આભારવશ બનીને વૉશિંગ્ટને એટલું જ કહેલું કે "અમારાથી બનતું લગીરેક કરવા અમે મથીએ છીએ."

પેલો કહે, "ના, ના, બધા ક્યાં એટલું યે કરે છે ? તમારા જેવો બીજો એક જ જણ મેં તો જોયો... જ્યોર્જ વૉશિંગ્ટન કાર્વર."

"કાર્વર ! એ વળી કોણ છે ?"

"તે પણ હબસી છે. આયોવા રાજ્યની કૉલેજમાં પ્રાધ્યાપક છે."

"આયોવાની કૉલેજમાં વળી હબસી અધ્યાપક !" વૉશિંગ્ટનના વિસ્મયનો પાર ન રહ્યો.

"અરે, એ તો ભારે પ્રતિભાશાળી વ્યક્તિ છે – પાણામાંથી પાક લે તેવો !" કહેતો કહેતો એ સજ્જન શ્રોતાઓના ટોળામાં ગાયબ બન્યો હતો.

પથરામાંથી ધાન પકવે તેવો ! ઓહો ! એવાની જ તો પોતાને જરૂર હતી – આ ધોવાઈ જતી ધરતીમાંથી સોનું નિપજાવનારની... પણ અહીં તો એ ક્યાંથી આવે ?

તપાસ આદરી. વધારે કાંઈ વિગતો ન મળી. જાણવા મળ્યું માત્ર એટલું કે એ નામની એક વ્યક્તિ આયોવા રાજ્યની કૉલેજમાં છે ખરી. ત્યાંનું રોપઉછેર-ઘર તે જ સંભાળે છે.

જ્યોર્જ વૉશિંગ્ટન કાર્વર ! કોને ખબર, ક્યાંનો હશે એ ! ઉત્તરનાં રાજ્યોમાં દયાળુ ગોરા શ્રીમંતોના આશ્રયથી જે અનેક ગુલામો આગળ વધ્યા હતા, તેમાંનો જ કોઈ ભાગ્યશાળી એ હશે ? ને હોય તો તેને દક્ષિણની આ કંગાલિયત, આ દુખો, આ કારમી ગરીબીની તો કલ્પના જ ક્યાંથી હોય ? કોઈકની શીતળ છાયા તળે ઊછરીને હવે એ પ્રતિષ્ઠિત હોદ્દો ભોગવી રહ્યો હશે. સારી એવી તેની આવક હશે. અહીં આ ઉજ્જડ ગામ અને રિબાતા લોકો વચ્ચે આવીને પોતાની શક્તિ નીચોવવાની પ્રેરણા તેને ક્યાંથી થાય ?... અશક્ય ! અશક્ય ! પોતે ગમે તેટલું ઇચ્છે, તોયે એ તો અસંભવિત જ હતું.

અને છતાં, આ રસકસહીન ધરતીમાંથી પાક લેવાની તાતી જરૂર હતી જ. પોતે તો તેમાંથી ઈંટો જ પકવી શક્યા હતા. અને રહીસહી એ માટી પણ ધોવાતી જતી હતી. હવે તો બધું અસહ્ય બન્યું હતું.

તોપણ, એને થયું કે લખી તો જોવું જ. નિશ્ચય કરીને તે લખવા બેઠા. બધું વિગતે લખ્યું. ગુલામીનાબૂદીના પ્રભાતથી આરંભ કરીને હબસીઓના હાલ, કાળા લોકોની કંગાલિયત, એમનું અજ્ઞાન, એમને કેળવણી આપવાના સંસ્થા-સ્થાપકોના મનોરથ, પોતાની અણથક મથામણ, નિરાશાઓ – અને એ બધું છતાં કામની કેટલી બધી શક્યતા હતી... સર્વ કાંઈનો સ્પષ્ટ ચિતાર તેણે આપ્યો.

છેલ્લે ઉમેર્યું : "હું તમને હોદ્દો, સંપત્તિ કે પ્રતિષ્ઠા – કાંઈ આપી શકું તેમ નથી. પહેલાં બે તો આજે તમને મળેલાં જ છે. ત્રીજું પણ ત્યાં રહ્યાં તમે સિદ્ધ કરી શકશો. એ બધું છોડવાનું કહેવા આજે હું તમને પત્ર લખી રહ્યો છું. અને બદલામાં અહીં તમને મળશે કામ, કામ, ને કામ. કેડ ભાંગી નાખે તેવું : અનંત વૈતરું – પણ કચડાયેલી, તરછોડાયેલી, ભાંગી પડેલી એક આખી પ્રજાને બેઠી કરવાનું મહાગૌરવપૂર્ણ કામ.

*

એ જ્યોર્જ કાર્વરને, બીજી ઘણી અરજીઓ આવેલી હોવા છતાં, આયોવા કૉલેજમાં પસંદગી મળેલી હતી. આચાર્ય પમેલ નીચે તેણે પ્રયોગશાળામાં મદદનીશ વનસ્પતિશાસ્ત્રી તરીકે કામ કરવાનું હતું. સંસ્થાનું રોપ-ઉછેર-ઘર પણ તેને સોંપાયું હતું. કુદરતનું એકેએક અંગ જ્યોર્જને મન પ્રેમનો વિષય હતું. નાનામાં નાનાં જીવજંતુ, પ્રાણીપક્ષી, વનસ્પતિ, બધાં તેનાં જિગરજાન દોસ્ત હતાં. નાનાં બાળકોને તો કાર્વરની સોબત બહુ ગમતી.

દિવસે દિવસે કાર્વરની પ્રતિષ્ઠા વધતી જતી હતી. થોડા વખત પછી એક આમંત્રણ આવ્યું રાજ્યનું ખેતીવાડી ખાતું સંભાળવાનું. કાર્વરે સંસ્થા પાસે વાત મૂકી. બધા ઉપરી અધિકારીઓએ તેને સરસ પ્રમાણપત્રો લખી આપ્યાં.

પણ પ્રો૦ વિલ્સન માટે કાર્વરથી છૂટા પડવું બહુ આકરું હતું. તેની સૌથી નિકટ તે રહ્યા હતા. સરકાર પરના પત્રમાં તેમણે લખ્યું :

“કાર્વરની તનતોડ મહેનત જોઈને મારી છાતી ગજગજ ફૂલે છે. સંકરણ અને સંવર્ધનના કામમાં તેના જેવો કાબેલ બીજો જાણકાર મેં જોયો નથી. તેના પોતાના રસના વિષયમાં તો તે અહીંના અધ્યાપકો કરતાં પણ આગળ છે. સંસ્થાની ફળવાડી, ખેતર અને બગીચા પાછળ તેની અથાક મહેનત અને ધગશ રહેલાં છે. આ બાબતમાં તેની બરોબરી કરે તેવું અહીં કોઈ નથી. વિદ્યાર્થીઓ પર તેના જેવો ધાર્મિક પ્રભાવ પાડનાર માણસ મળવો મુશ્કેલ છે. અહીંથી છૂટી થયેલી કોઈ પણ વ્યક્તિ માટે આટલા લાગણીભર્યા શબ્દો મારે મોઢેથી નહીં નીકળ્યા હોય. છૂટા પડવાનું નક્કી થશે જ, તો તેને દૈવયોગ ગણીશ.”

પછી આ બંને મિત્રોનો વિયોગ તો અનિવાર્ય બન્યો. પરંતુ ધાર્યા કરતાં સાવ જુદી રીતે.

*

જ્યોર્જ પ્રયોગશાળામાં પોતાના કામમાં હતા. ત્યાં ટપાલમાં તેને એક પત્ર મળ્યો. તે આખો પત્ર તે એકીટશે વાંચી ગયા. પછી એક શબ્દ પણ બોલ્યા વગર બહાર નીકળી ગયા. રસ્તે અનેક લોકોએ રોજની જેમ તેને સલામ ભરી. પણ તે ઝીલવા જેટલું સ્વસ્થ તેનું ચિત્ત આજે રહ્યું ન હતું.

ગામની સીમમાં આવીને નદીકિનારે એક ઝાડની ઓથે તે બેસી ગયા. પત્ર ખીસામાંથી કાઢ્યો અને ધીમે ધીમે તે ફરી વાંચવા લાગ્યા :

“ઉઘાડે પગે માઈલોની વાટ ખૂંદીને બાળકો અહીં આવે છે – નાગાં, અધભૂખ્યાં, દૂબળાં-પાતળાં. એમની કંગાલિયતની તમને કદાચ કલ્પના નહીં આવે.” ઘડીભર જ્યોર્જે પત્ર પરથી નજર ખેસવી લીધી અને ખળખળ વહેતા ઝરણા તરફ વાળી... “આ બધાંને ખેડતાં, વાવતાં કે લણતાં, કંઈ નથી આવડતું. હું તેમને વાંચતાં-લખતાં શીખવું છું, જોડા સીવતાં ને ઈંટો પાડતાં શીખવું છું, પણ હું તેમને પેટપૂરતું ખાવાનું આપી શકતો નથી. અને તેઓ ભૂખે મરે છે.”

છેલ્લો ફકરો જ્યોર્જે ફરી ફરી વાગોળ્યો: "ધન, પ્રતિષ્ઠા અને મોભો છોડીને અહીં કાળી મજૂરી કરવા આવવાનું આમંત્રણ હું તમને આપું છું – કચડાયેલી, તરછોડાયેલી, ભાંગી પડેલી એક પ્રજાને બેઠી કરવા."

પોતાની નોંધપોથીમાંથી એક ચબરખી ફાડીને જ્યોર્જે તેની પર ત્રણ શબ્દો ઢસડી કાઢ્યા. નીચે પોતાનું નામ લખ્યું. ગામની પોસ્ટઑફિસે જઈ એક પરબીડિયું ખરીદ્યું. બુકર ટી૦ વૉશિંગ્ટન, ટસ્કેજી – એટલું સરનામું કરી, પેલી ચબરખી તેમાં બીડી રવાના કર્યું.

એ પત્ર ટસ્કેજીમાં બુકર ટી૦ વૉશિંગ્ટનને મળ્યો. તેમાં માત્ર આટલું જ લખ્યું હતું: "હું આવું છું." નીચે સહી હતી: જી૦ ડબ્લ્યુ૦ કાર્વર. બીજું કંઈ જ નહીં.

મૃદુલા મહેતા

['જ્યોર્જ વૉશિંગ્ટન કાર્વર' પુસ્તક]

❀

"ગરીબ ખરાં... પણ છૈયેં ચેટલાં બધાં !"

એક લાખ કરોડની વર્ષોજૂની બૅંકની ઉઘરાણી આપણા ઉદ્યોગપતિઓ ભરપાઈ કરતા નથી, તેમ છતાં આજનું બૅંકનું માળખું દેવાળિયા ઉદ્યોગપતિઓ માટે નાણાંની કોથળી છૂટી મૂકે છે; પરંતુ કમરતોડ મજૂરી કરનાર, પરસેવો પાડનારને કોઈ બે કોડી પણ ધીરવા તૈયાર થતું નથી, ત્યારે પ્યાલા-બરણીવાળી ચંદાબહેન અકળાય છે. 1974ની એક સભામાં અકળાઈને ઇલાબહેનને કહે છે: "બેન, આપણે આપણી જ બૅન્ક કાઢોને !" ઇલાબહેને કહ્યું, "બૅંક કાઢવી તે આપણા ગજા બહારનું કામ કહેવાય. આપણે તો ગરીબ છીએ..." અત્યાર સુધી હૈયાવરાળ ઠાલવતી ચંદાની હૈયાસૂઝ બોલાવે છે: "હા, ગરીબ છીએ, પણ છૈયેં ચેટલાં બધાં !" શ્રમિકોના સંગઠનનો પડઘો પાડનાર આ શબ્દો 'સેવા'ની બૅંકની સ્થાપનામાં પ્રેરક બન્યા.

આ બેંક અંગેના અંગ્રેજી પુસ્તકનું મથાળું 'We Are Poor, But So Many' ચંદનબહેનની દેણ છે.

*

લગ્ન પહેલાં તમારી આંખો ખૂબ ઉઘાડી રાખજો, અને પછી અરધી મીંચેલી.

❀

અમૃતનો પ્યાલો પિવરાવો

ગુજરાત, ઓ લીલીછમ ગુજરાત
સુખચેન તણી સંપત ગુજરાત

મશહૂર હતી તવ સજ્જનતા
ફૂલવેલ-શી ભલમનસાઈ પણ
દરિયોય રહી જાયે જોતો
એ મનની હતી મોટાઈ પણ

મૈત્રીથી છલકતાં'તાં હૈયાં
ને મેળા પ્યાર-મહોબતના
સૌભાગ્યસુમનનાં વૃક્ષો પર
માળા હતા ઉમદા સૌરભના

અફસોસ એ રંગો આજ નથી
વિલાઈ અનુપમ સૌ ભાતો
દ્વેષાઈ ગયો માહોલ અને
સંસ્કારનો દીવો હોલાયો

ઇન્સાનની અઝમતના ઉત્તમ
સૌ ખાબ અહીં બરબાદ થયા
વિષચક્ર હતું એક શેતાની
ઇન્સાન અહીં હેવાન થયા
શોણિતના ફુવારા છલકાયા
ને ભૂતપલીતો હરખાયા

ઓ લોકો, થોડી કદ્ર કરો
છે મોતી એને રોળો નહિ
અમૃતનો પ્યાલો પિવરાવો
ને પીઓ પરંતુ ઢોળો નહિ
કે ગુંજે કણ-કણમાં આ રાગ
છે ખૂબ ભલી ગરવી ગુજરાત

ગુજરાત, ઓ લીલીછમ ગુજરાત
સુખચેન તણી સંપત ગુજરાત

દીપક બારડોલીકર

['તડકો તારો પ્યાર' પુસ્તક : 2006]

❀

અપૂર્વ વળતર

પેશવાઈના દિવસોમાં મહારાષ્ટ્રના લોકોએ ગુજરાતનો અવિશ્વાસ મેળવ્યો હતો તે દૂર કરવાની ઇંતેજારી કૉલેજના દિવસોમાં જ જુવાન દત્તાત્રેય કાલેલકરના મનમાં જાગ્રત થઈ હતી, એ ઘટના જેટલી એના આભિજાત્યની સૂચક હતી તેટલી ગુજરાત માટે ખુશનસીબીની વાત હતી. સ્વામી વિવેકાનંદ અને રવીન્દ્રનાથની અસરથી તરબતર અને ધાર્મિક તેટલી જ રાષ્ટ્રસેવાની ભાવનાથી આ સંકલ્પને અમલમાં મૂકવાના અભિલાષુ જીવનું આંતરપોત હતું વિદ્યાસંપન્ન અને સંસ્કારપ્રેમી રાષ્ટ્રભક્ત બ્રાહ્મણનું; એટલે પોતે ગુજરાતની જે સક્રિય સેવા બજાવવા ઇચ્છ્યું તેને માટે રાષ્ટ્રીય શિક્ષણના ક્ષેત્ર ભણી જ એમની નજર વળે, અને તેથી વડોદરામાં ગંગનાથ વિદ્યાલયને એ સેવાનું સાધન કે માધ્યમ તેઓ બનાવે એ સ્વાભાવિક હતું. એ સંસ્થાને રાજકીય કારણોસર પ્રતિકૂળ અસર નડતાં રાષ્ટ્રીય શિક્ષણની પોતાની પ્રિય પ્રવૃત્તિ અશક્ય થઈ પડતાં, એમની ભારતીયતા કે ધાર્મિકતાએ એમના હૈયામાં ભરેલા હિમાલયના આકર્ષણે જોર કર્યું અને એમણે ઉત્તરાખંડ ને હિમાલયની યાત્રા કરી. એ યાત્રાપ્રવાસ એમના આનંદ અને આત્મસમૃદ્ધિ માટે કામનો થયો હશે, પણ ગુજરાતી વાંગ્મયને એક આદર્શ યાત્રાવર્ણન સંપડાવવાનું નિમિત્ત તે બન્યો હોઈને એના યાત્રીએ આરંભેલી ગુજરાતની સંસ્કારસેવાનો જ તે એક ભાગ ગણાય. એ પછી શ્રી કાલેલકરની અંતસ્થ ધાર્મિકતાએ એમને જપ-તપને માર્ગે થોડો વખત વાળ્યા. પછી અંતરમાં સમાંતરે વહેતી રાષ્ટ્રભક્તિ એમને કર્મયોગના સેવામાર્ગે વાળતાં, એમનો શિક્ષણપ્રેમી અને કલારસિક જીવ એમને રવીન્દ્રનાથના શાંતિનિકેતનમાં લઈ ગયો. પણ ‘એવા સ્વરાજને માટે આ દેહ અર્પણ છે’ એવા પુણ્યસંકલ્પ સાથે સ્વદેશ આવી રહેલા કર્મવીર ગાંધીજીના ત્યાં થયેલાં દર્શન-પરિચય એમને ગાંધીજીના અંતેવાસી બનવા પ્રેરી ફરી ગુજરાતમાં આણ્યા.

ત્યારથી લગભગ બે દાયકા સુધી પ્રથમ સત્યાગ્રહ આશ્રમ (સાબરમતી) અને પછી ગૂજરાત વિદ્યાપીઠમાંના એમના અધ્યાપનકાર્યથી અને એના પરિણામરૂપ લેખનથી એમણે ગુજરાતની જે સંસ્કારસેવા અને વિપુલ વાંગ્મયસેવા બજાવી તે ગુણવત્તા તેમ ઇયત્તામાં એટલી સમૃદ્ધ છે કે એમને ગુજરાતે પોતાના વત્સલ આપ્તજન માન્યા છે.

આશ્રમના કાર્યસાથીઓ તેમ ખુદ ગાંધીજી પણ વારે વારે જેમને પૂછવા-ઠેકાણું ગણે એવા બહુશ્રુત કાકાસાહેબને ભાગે સત્યાગ્રહ-આશ્રમમાં આવ્યું એમને ગમતું આશ્રમના કિશોરોની કેળવણીનું કામ. એમના વિશાળ વાચન, પ્રવાસાદિના અનુભવ અને ચિંતન-મનનનું પ્રતિફલન થોડા જ સમયમાં લેખિની દ્વારા થવા માડતાં, કાકાસાહેબ ગાંધીજીના સાપ્તાહિક ‘નવજીવન’ના એક અગ્રગણ્ય લેખક, ગાંધીવિચારધારાના સમર્થ અનુમોદક તથા સમગ્ર ગુજરાતના સંસ્કારશિક્ષક બની ગયા. થોડાં જ વરસમાં ગુજરાતી ભાષા પર આશ્ચર્યજનક પ્રભુત્વ મેળવી લઈ એમણે ગુજરાતી વાંગ્મયને

૬૦ અરધી સદીની વાચનયાત્રા : 4

યશસ્વી પ્રદાન કર્યું.

જાગીને વિચારતા થયેલા તેમ સ્વરાજ્ય અર્થે પ્રવૃત્તિ કરતા થયેલા ગુજરાતનું પ્રથમ ધ્યાન ખેંચ્યું 'કાલેલકરના લેખો'ના બે ભાગોએ. એમાં હતા બહુધા 'નવજીવન'માં છપાયેલા કેળવણી, સમાજ, રાજકારણ, ધર્મ, સાહિત્ય, તત્ત્વજ્ઞાન જેવાં ઘણાંબધાં ક્ષેત્રોમાં ફરી વળતા લેખો. પછી આવ્યાં કાકાસાહેબનાં 'ઓતરાતી દીવાલો', 'હિમાલયનો પ્રવાસ', 'સ્મરણયાત્રા' અને 'લોકમાતા' એ પુસ્તકો. એ ચારેય પુસ્તકોમાં એના લેખકની એવી સમૃદ્ધ આત્માભિવ્યક્તિ અને લેખનકળા સાહિત્યરસિક ગુજરાતને જોવા મળી કે તેણે તેને પ્રેમથી વધાવી લીધાં.

એમાં 'ઓતરાતી દીવાલો' એ કાકાસાહેબનું જેલવાસનું સર્જન છે. સહૃદયગત સૌંદર્યદૃષ્ટિ હોય, પરમાત્માની સૃષ્ટિને સરલ શિશુભાવે સાનંદકુતૂહલ નયને નિહાળી તેમાંથી ચિંતન-મનન માટે ખોરાક મેળવી લેતાં આવડતું હોય, તો રિક્તતાને કેવા આનંદથી ભરી દેવાય, તેનો કીમિયો કાકાસાહેબે એમાં રજૂ કર્યો છે.

'હિમાલયનો પ્રવાસ' એ પુસ્તક પ્રવાસવર્ણનના સાહિત્યમાં એમનું ચિરસ્મરણીય અર્પણ છે. જુદાં જુદાં સ્થળો પરત્વે ઐતિહાસિક, ભૌગોલિક, પ્રાકૃતિક અને સાંસ્કૃતિક માહિતી પીરસતા જઈ, પ્રસંગોપાત્ત ચિંતનલહરીઓ ફરકાવતાં ફરકાવતાં, પ્રકૃતિનાં સ્થળો કે દૃશ્યોનાં શબ્દચિત્રો આલેખતા જઈ, વાચકોને આંગળીએ વળગાડી ઉત્તરાખંડ અને હિમાલયની આનંદદાયી મનોયાત્રા કાકાસાહેબે એ પુસ્તક દ્વારા કરાવી છે.

'લોકમાતા'માં ભારતની અનેક નદીઓ અને, એ પુસ્તકના નવા સંવર્ધિત સ્વરૂપ 'જીવનલીલા'માં, તે ઉપરાંત સરોવરો, નહેરો ને સમુદ્રોનાં પોતે કરેલાં દર્શનનાં સંસ્મરણો અને સંવેદનોની વાત, તેને એવી જ માહિતીપ્રદ અને રસાવહ બનાવીને એમણે કરી છે. કાકાસાહેબનાં પ્રકૃતિપ્રેમ, સૌંદર્યરસિકતા, વિદ્વત્તા, ચિંતનશીલતા, વિનોદરસિકતા, અધ્યાપક-પ્રકૃતિ, ધાર્મિકતા, દેશવાત્સલ્ય, કવિત્વ અને ભાષાપ્રભુત્વનું આ પુસ્તકોમાં પણ ઠેર ઠેર સુભગ દર્શન થાય છે.

'સ્મરણયાત્રા' પણ તરુણ વિદ્યાર્થીઓને નજર સમક્ષ રાખી કાકાસાહેબે લખેલ છે. તેમાં માધ્યમિક શાળાનો અભ્યાસ પૂરો કર્યો ત્યાં સુધીનાં પોતાની બાલ-કિશોરવયનાં સંસ્મરણો આલેખ્યાં છે. મહારાષ્ટ્ર અને કર્ણાટકનાં પ્રાકૃતિક સૌંદર્યની તેમ યાત્રાધામોની દૃષ્ટિએ અગત્યનાં સ્થળો, ત્યાંના સામાજિક-ધાર્મિક આચારવિચાર ને વ્રતઉત્સવો, એ સમયનાં શાળાઓ-શિક્ષકો ને વિદ્યાર્થીઓ, આ સર્વની માહિતીની પશ્ચાદ્ભૂમાં નાના દત્તુની ભોળપ ને ચતુરાઈ, એની ટેવો ને એનો સ્વભાવ, એનું ઉપજાઉ ભેજું, એની માતૃપિતૃભક્તિ, એના સંસ્કારઘડતરમાં કુટુંબીજનો, શિક્ષકો, સહાધ્યાયીઓ, પ્રવાસ અને વાચનનો સારોમાઠો ફાળો – આ સર્વની વાત મધુર પ્રસંગાવલિ દ્વારા કાકાસાહેબે આ સંસ્મરણકથામાં કરી છે. આ સંસ્મરણી વાંચવે રસભરી નવલકથાનો આનંદ આપે છે. આત્મકથાના ગુજરાતી સાહિત્યમાં તે નર્મદની 'મારી હકીકત' અને ગાંધીજીકૃત 'સત્યના

પ્રયોગો' પછીનું મહત્ત્વનું સીમાચિહ્ન બની છે.

ગુજરાતી સાહિત્યમાં કાકાસાહેબનું એવું જ સ્મરણીય પ્રદાન ગણાય ખાસ કરીને 'જીવનનો આનંદ' તથા 'રખડવાનો આનંદ'માં જોવા મળે છે તેવા લલિત નિબંધનું. નિબંધો એમના કવિ-અંશની લહેજતદાર સરજત છે. એ નિબંધોની આંતરસામગ્રી ગદ્યમાં વ્યક્ત થઈ છે એટલું જ, બાકી તે રસાનુભવ તો કરાવે છે કાવ્યનો જ.

વિચારપ્રતિપાદન પર જ ભાર મૂકતા કાકાસાહેબના લેખોનો તો પાર નથી. એ લેખો પ્રથમ 'કાલેલકરના લેખો'ના બે ભાગરૂપે અને પછી 'જીવનવિકાસ', 'જીવનસંસ્કૃતિ', 'જીવનભારતી', 'જીવનપ્રદીપ', 'જીવનચિંતન' એ ગ્રંથોમાં વિષયવાર પ્રકાશિત કરવામાં આવ્યા છે.

કાકાસાહેબની વિચારણા કેળવણી, ગૃહ, સમાજ, રાજકારણ, સાહિત્ય, કળા, ધર્મ – એમ જીવનનાં બધાં ક્ષેત્રોને વ્યાપી વળે છે. નર્મદ, ગોવર્ધનરામ, મણિલાલ અને આનંદશંકર પછી આવી સમગ્ર જીવનને લગતી લોકહિતાર્થી વિચારણા ગુજરાતી ભાષામાં ગાંધીજીને હાથે તેમ એમના બે શક્તિશાળી સાથીઓ કાકા કાલેલકર અને કિશોરલાલ મશરૂવાળાને હાથે થઈ છે. કાકાસાહેબની આ વિચારણાએ સત્યાગ્રહ આશ્રમ અને ગૂજરાત વિદ્યાપીઠના વિદ્યાર્થીઓના આ આચાર્યને સમસ્ત પ્રજાના આચાર્ય અને સંસ્કારગુરુ બનાવ્યા.

કાકાસાહેબની ગુજરાતી વાંગ્મયની સેવા આટલેથી અટકી જતી નથી. 'બાપુની ઝાંખી' ગાંધીચરિત્ર-સાહિત્યને તેમનું વિશિષ્ટ અર્પણ છે. ગાંધીજીના અનેક નાનામોટા પ્રસંગો આલેખીને ગાંધીજીના વ્યક્તિત્વનાં જુદાં જુદાં ચમકદાર પાસાં તેમાં એક જાણકારની અદાથી તેમણે રજૂ કર્યાં છે, અને મહાપુરુષો તેમના જીવનની નાની નાની બાબતોમાં ને પ્રસંગોમાં પણ કેવા મહાન હોય છે તે વગર કહ્યે વાચકોને સમજાવ્યું–શીખવ્યું છે. ગાંધીજીના ભાવિ ચરિત્રકારોને ગાંધીજીની જીવંત છબી ઉપસાવવા માટે ઘણી સામગ્રી આ સંસ્મરણાત્મક પ્રસંગાવલિ દ્વારા પૂરી પાડવા માટે કાકાસાહેબ પૂરા અધિકારી હતા, કારણ, આશ્રમમાં અને જેલમાં ગાંધીજીના અંતેવાસી બનવાનું સદ્ભાગ્ય એમને સાંપડ્યું હતું. 1930માં મીઠા-વેરા સામેના સત્યાગ્રહ વેળા ગાંધીજીની સાથે પાંચ માસ યરવડા જેલમાં તેઓ રહેલા તે જેલવાસનાં તેમનાં સ્મરણો, જે 'મીઠાને પ્રતાપે' નામથી પ્રગટ થયાં છે તે, 'બાપુની ઝાંખી'ના જેવી જ સેવા બજાવતાં લેખાય.

કાકાસાહેબની શૈલી અને એમનું ગદ્ય ગુજરાતી વાંગ્મયને એમનું એવું તો વિશિષ્ટ અર્પણ છે કે નર્મદ, નવલરામ, મણિલાલ, ગોવર્ધનરામ, બલવંતરાય, આનંદશંકર, ગાંધીજી, મુનશી ને મેઘાણી જેવા ગુજરાતના અગ્રગણ્ય ગદ્યકારોમાં કાકાસાહેબનું મહત્ત્વનું સ્થાન છે, અને આજે કોઈને પોતાની ભાષા ઘડવા-ખીલવવા અને સારું ગદ્ય લખવાની હથોટી કેળવવા નમૂનેદાર ગદ્ય વાંચવા સૂચવવાનું હોય તો પહેલું કે બીજું નામ કાકાસાહેબના ગદ્યનું જ હોઠે આવે.

સત્યાગ્રહ આશ્રમ અને ગૂજરાત વિદ્યાપીઠમાં કરેલી શિક્ષણસેવાથી, ગુજરાતમાં અનેક સભાઓ અને પરિષદોમાં આપેલાં વ્યાખ્યાનોથી, તેમ લોકશિક્ષણાત્મક વિચારપ્રેરક લેખોથી પ્રજાની કરેલી સંસ્કારસેવાથી, અને આવા સત્ત્વાઢ્ય વાંગ્મય વડે કરેલી ગુજરાતી ભાષાની અમૂલ્ય સેવાથી, કાકાસાહેબે જે હેતુસર પહેલવહેલા એ ગુજરાતમાં આવ્યા હતા તે હેતુ સાંગોપાંગ સિદ્ધ કરી ગુજરાતને અપૂર્વ વળતર આપી ઋણ ફેડી નાખ્યું છે એમ નથી – ઊલટું ગુજરાતને ઋણી બનાવ્યું છે. ગુજરાત એ કદી ભૂલી શકશે નહીં.

અનંતરાય મ૦ રાવળ

['જીવનમાધુરી' માસિક: 1961]

❀

સજીવન સ્મરણવાસીઓ

કવિ ન્હાનાલાલના 'આપણાં સાક્ષરરત્નો' (ભાગ 1-2) ગ્રંથોમાં એમના પુરોગામીઓ, અનુગામીઓ અને સમકાલીનો અંગેનાં વ્યાખ્યાનો છે. ન્હાનાલાલની નેમ "સ્મરણવાસીઓને સજીવન" કરવાની છે. એમ કરવામાં એમણે "યુવાનોને બિરદાવ્યા છે, સમોવડિયાને વંદ્યા છે, વૃદ્ધોને પૂજ્યા છે."

વિદ્વાન કે૦ હ૦ ધ્રુવે ન્હાનાલાલના 'ગીતા'ના ભાષાંતરના સાત-આઠ શ્લોક તપાસીને કેટલીક સૂચનાઓ કરેલી, એમાં છેલ્લી એવી હતી કે "પ્રેરણાદેવીના લાડકવાયા કૃપાપાત્રે ભાષાંતરમાં પડવું નહીં." ન્હાનાલાલ જણાવે છે કે માત્ર એ છેલ્લી સૂચના નથી પાળી, અને પછી કહે છે: "કેશવલાલભાઈ, મ્હારાં ભાષાંતરોએ વીજળી ખાલી થયેલી મ્હારી લેડનજારને વારંવાર સભર ભરી છે."

સર્જકના જીવનમાં અનુવાદકાર્યનું મહત્ત્વ અને એના દ્વારા સર્જકતાનું થતું પોષણ અહીં બરાબર ઊપસ્યું છે.

ચન્દ્રકાંત ટોપીવાળા

['પરબ' માસિક: 2002]

❀

એવા ગુરુજનો

આપણને આપણા કરતાં પણ વધારે ઓળખી શકનારા ગુરુજનો કોઈ વાર મળી આવે છે. તેઓ આપણને આંતરબાહ્ય રીતે જાણીને આપણા પર પ્રેમ કરે છે. આવા ગુરુજનો મળે પછી પોતાની જાત એમને ચરણે ધરી દેવી રહે. એવા મને મળ્યા જુગતરામ દવે, મુનિ સંતબાલજી અને આશાદેવી તથા આર્યનાયકમજી.

મનુ પંડિત

['જીવનસ્મૃતિ' માસિક: 2006]

❀

શૂરા સેનાપતિ સાથે

ઉનાળાની લૂની પેઠે શિયાળાની સવારે સાબરમતીને તીરે ટાઢો પવન પણ ખૂબ સુસવાટા મારતો. અમારી શાળામાં ભણવાના વખતમાં કોઈ આડુંઅવળું થતું, તો તે દરગુજર થતું. પણ મજૂરીનું કામ ચાલતું હોય ત્યારે એક બાળક પણ આડોઅવળો થાય કે આળસ કરે તો તરત જ એને જોતરવામાં આવતો. જો કે વધુ સાચી વાત તો એ છે કે તોફાની કે જડસુ છોકરાનેયે મહેનત-મજૂરીના કાર્યક્રમમાંથી છટકી જવાનું ખાસ મન નહોતું થતું. વ્યવસ્થા જ એવી હતી કે અમને કામનો ભાર જણાતો નહીં. ઉત્સાહભર્યા અમે કામની છુટ્ટીનો ઘંટ વાગે ત્યાં સુધી મંડ્યા રહેતા.

અમારું એ વખતનું કામ સહેલું પણ ન હતું. જમીનના વિશાળ કટકામાં એ વખતે ગીચોગીચ બાવળની ઝાડી હતી. વચ્ચે વચ્ચે બોરડીનાં ઝાંખરાં યે હતાં. એ આખો કટકો સાફ કરી ત્યાં રમતનું મેદાન બનાવવાનું ઠર્યું. શાળાના વિદ્યાર્થી અને શિક્ષકોએ તે કામ માથે લીધું. પ્રત્યેક શિક્ષકને ફાળે બે-બે ચાર-ચાર વિદ્યાર્થીઓ આવતા અને એક એક ટોળી મળી પોતાના ભાગનું કામ કરતી.

શિયાળાના સૂસવતા વાયરામાં સવારના નાસ્તા પછી કાકાસાહેબ [કાલેલકર] જોડે અમે બેત્રણ વિદ્યાર્થીઓ બાવળના એકએક ઝાડને સમૂળું ઉખેડી નાખવા પાછળ કમર કસીને મંડ્યા રહેતા. બાવળનાં મૂળિયાં જમીનમાંથી સહેજે ખોદી કઢાય એવાં ન હતાં. ઊંડે ઊંડે સુધી જમીન ખોદવી પડતી, કુહાડી ચલાવવી પડતી, અને બાવળની લાંબી લાંબી શૂળોનો પાર નહોતો. અમે જ્યારે પગમાંથી કાંટા કાઢવા બેસતા ત્યારે ગણીગણીને આઠ-આઠ કાંટા એકએક જણાના પગમાંથી સોય વડે કાઢતા. પણ કામ કરતી વખતે કાંટા વાગ્યાને કારણે કામ અટક્યાનું મને યાદ નથી આવતું.

એક શૂરા સેનાપતિ પેઠે કાકાસાહેબ બાંયો ચડાવીને ઝૂઝતા. બે-અઢી કલાક સુધી એક મિનિટ પણ એમનું કામ અટકતું નહીં. એમની ચકોર દૃષ્ટિ અને ગજબની સૂઝ દરેક થડિયા અને મૂળિયાને જમીનના ઊંડાણમાંથી છૂટા પાડવાની નવી નવી યુક્તિઓ શોધી કાઢતી. વાક્‌શૂર કાકાસાહેબ આ કામ ચાલતું ત્યાં સુધી ભાગ્યે જ એક-બે શબ્દો પણ ઉચ્ચારતા. એમને મૂંગે મોઢે કામ કરતા જોઈ અમારા ઉપર જાદુઈ અસર થતી અને એ કાંટાળા વનને હતું-ન-હતું કરવામાં અમે અમારો બધો ઉત્સાહ અને જોર ઠલવી દેતા.

પ્રભુદાસ ગાંધી

❀

બે પરિણીત સ્ત્રી-પુરુષનું એકબીજા પ્રત્યેનું ઋણ એટલું ગંજાવર હોય છે કે અનંતકાળ લગી એ કરજ ચૂકવતાં રહેવું પડે.

❀

તડકાનું ગીત

તડકો તો ફોરમતું ફૂલ
મારા વ્હાલમા! તડકો તો ચાંદાનું મૂલ.
તડકો તો સૂરજનું સ્મિત
મારા વ્હાલમા! તડકો ગગનનું ગીત.
તડકો તો આભલાની આંખ
મારા વ્હાલમા! તડકો તો વાદળીની પાંખ.
તડકો તો વ્યોમ કેરી વાણી
મારા વ્હાલમા! તડકો તો અનંત કેરી કહાણી.
તડકો તો તારલાની મ્હેક
મારા વ્હાલમા! તડકો તો તેજ કેરી ગ્હેક.
તડકો તો લીલોછમ મોલ
મારા વ્હાલમા! તડકો તો ઢબકંતો ઢોલ.
તડકો તો દહાડાનો દેહ
મારા વ્હાલમા! તડકો મુશળધાર મેહ.
તડકો તો નદીયુંનું નીર
મારા વ્હાલમા! તડકો તો જંગલનું ચીર.
તડકો તો અંધારું ખાય
મારા વ્હાલમા! તડકો તો મૃગજળમાં ન્હાય.
તડકો તો તૂટેલું તરણું
મારા વ્હાલમા! તડકો તો રૂમઝૂમતું ઝરણું.
તડકો તો સાંજ ને સવાર
મારા વ્હાલમા! તડકો તો પતઝડ ને બહાર.
તડકો ન કોઈ દિયે છેહ
મારા વ્હાલમા! તડકો જો પરખો તો નેહ.
તડકો ન આજ અને કાલ
મારા વ્હાલમા! તડકો તો વણથંભી ચાલ.
તડકો ન તારો – ન મારો
મારા વ્હાલમા! તડકો તો આપણો સહારો.
તડકો તો આપણો આ શ્વાસ
મારા વ્હાલમા! તડકો તો જીવતરની આશ.

મોહન મઢીકર

['વટવૃક્ષ' માસિક: 1973]

❀

મારી વાચનકથા

મારા મન અને જીવન પર જેની વિશિષ્ટ અસર થઈ છે એવાં પુસ્તકોને યાદ કરતી વેળાએ, પહેલાં તો, સૌ કોઈ વાંચી શકે છે એવા એક પુસ્તકનો જ હું વિચાર કરીશ. સુશિક્ષિત-અશિક્ષિત, બાળક અને વૃદ્ધ, સૌ વાંચી શકે એવું એ પુસ્તક છે. એ વાંચનાર માનવીને હર ક્ષણે કોઈ નવી ને નવી જ પ્રેરણા મળે છે. એ પુસ્તકનું નામ છે કુદરત.

પુસ્તકોની દુનિયા વિશાળ છે, વિવિધ છે, અને એમાં જીવનવ્યાપી બધા સવાલોનું કેટલું બધું ચિંતન-વર્ણન જોવાને મળે છે. છતાં મેં કુદરતને એક વિશાળ સનાતન પુસ્તક માન્યું છે. આપણી આસપાસ ફેલાયેલી પ્રકૃતિ એ જ એક પુસ્તક છે જેનું મેં વધારેમાં વધારે પારાયણ કર્યું છે, અને એમાંથી મારું જીવન મોટે ભાગે ઘડાયું છે.

ઘરમાં ભાઈઓમાં હું સૌથી નાનો. એટલે બધાની જોહુકમી મારે વેઠવી પડે. સંકોચશીલ સ્વભાવનો હોવાને કારણે, સમાજમાં ભળી જવાનું મારે માટે મુશ્કેલ હતું. એટલે મનુષ્ય-સમાજ ટાળીને કુદરત સાથે દોસ્તી કરવાનો અને એમાં રમમાણ થવાનો સ્વભાવ મેં કેળવ્યો.

ઝાડ અને એના પર બેસનારાં પંખીઓ, નદીઓ અને એને ઓળંગી જતી હોડીઓ, રસ્તાઓ અને પુલો, પહાડો અને સરોવરો, બગીચાનાં પુષ્પો અને આકાશના તારાઓ અને એ બંનેની યાદ આપતાં પતંગિયાં – એ બધાંયે મારા નિરીક્ષણના ને મારા આનંદના વિષયો હતા. હાથી, ઊંટ, હરણ, વાછરડાં, કૂતરાં અને ખાસ કરીને બિલાડીઓ મારાં બચપણનાં સાથીદારો હતાં. અને સસલાંને તો હું કેમ ભૂલી શકું? એના કૂદકાઓ અને મારા મનના કૂદકાઓ, એ બંનેના તાલમાં કૈંક અજબ જેવું સામ્ય હતું. પણ સસલાથીયે ગાઢી દોસ્તી તો મારે ખિસકોલી સાથે હતી. જીવનનું પ્રતીક મારે માટે આકાશનાં વાદળ હતાં. સૂતાં સૂતાં આ વાદળોનું ધ્યાન મેં જેટલું ધર્યું છે, એટલું ભાગ્યે જ બીજી કોઈ ચીજનું ધર્યું હશે.

કુદરતના આવા નિરીક્ષણથી સમાજનું પણ તટસ્થભાવથી નિરીક્ષણ કરવાની ટેવ મને પડી ગઈ. બાળપણમાં વારંવાર પ્રવાસ કરવાના અવસર મળતા ગયા, અને એ કારણે સમાજના નિરીક્ષણમાં વિવિધતા પણ બહુ આવી. જેમની ભાષાઓ જુદી છે, જેમના રીતરિવાજ વિચિત્ર જેવા લાગે છે, એવા લોકોની વચ્ચે જઈને જ્યારે રહેવું પડ્યું, ત્યારે આપોઆપ જ દૃષ્ટિમાં વિશાળતાની સાથે ઉદારતા પણ આવી ગઈ. જ્યારે હું પુસ્તકો વાંચવા લાગ્યો ત્યારે એ પુસ્તકો મારે મન ફક્ત વાક્યસમૂહો ન હતાં, પણ જીવનનાં પ્રતિબિંબ હતાં, એનું કારણ આ છે.

મારા ઘડતરમાં જે ચોપડીઓએ ઉત્તમ ભાગ ભજવ્યો તેનું સ્મરણ ઇતિહાસક્રમે ન કરતાં, આજે જે ગ્રંથો પ્રત્યે મારામાં કૃતઘ્નતા વસે છે તેમનો જ ઉલ્લેખ કરી દઉં.

*

બધો વિચાર કરતાં પ્રથમ સ્થાને મારે 'ગીતા'ને જ રાખવી જોઈએ. 'ગીતા'નો જીવનસંદેશો મને મળ્યો તે ઉત્કટ પ્રસંગ કોઈ કાળે હું ભૂલી ન શકું. જ્યારે મારા પિતાશ્રીનો અંતકાળ નજીક આવ્યો ત્યારે એમની બનતી સેવા કરી, અને એમની પથારી પર બેસી આખી 'ગીતા'નું પારાયણ ચલાવ્યું. એ છેલ્લા સવા કલાકમાં સમગ્ર પારાયણ કરતાં 'ગીતા'નો જે અર્થ હૃદયમાં વસી ગયો, તેને જ હું મારા જીવનનું મુખ્ય ઘડતર માનું છું. એમાંથી જે 'ગીતા'-તત્ત્વ મળ્યું, એ જ મારા જીવનની સૌથી મહત્ત્વની મૂડી છે. વિશાળ કુદરતને સ્થાને જેમ કોઈ ગ્રંથને હું રાખી ન શકું, તેવી જ રીતે 'ગીતા' સાથે હું બીજા કોઈ પણ ગ્રંથને સમાનભાવે રાખી ન શકું, સિવાય કે 'ઉપનિષદો' – જેનો નિચોડ પોતે 'ગીતા' છે.

*

ધર્મ વિશેની કલ્પના અને આસ્થા મને મારાં ધર્મભોળાં માબાપ પાસેથી જ મળી. એથી ઊંચો ચડ્યો મહારાષ્ટ્રના સંત-સાહિત્ય દ્વારા. છેક નાનપણમાં જેનું મહત્ત્વ સમજવું મુશ્કેલ હતું, એ સંત-સાહિત્ય મોટી ઉંમરે મન પર અદ્‌ભુત અસર કરી શક્યું. ધર્મ એટલે કેવળ રીતરિવાજો, પૂજાઅર્ચા અને વ્રત-ઉત્સવો નહીં પણ ભક્તિ, સદાચાર અને ગરીબોની સેવા એ જ સાચો ધર્મ છે, એ વિચારના સંસ્કારો મહારાષ્ટ્રના સંતોનું સાહિત્ય વાંચીને દઢ થયા. આ સંતોમાં તુકારામ, નામદેવ, એકનાથ અને જ્ઞાનેશ્વર એ મુખ્ય હતા. સમર્થ રામદાસને પણ ભુલાય નહીં.

તુકારામ અને જ્ઞાનેશ્વરની ઊંડી ધાર્મિકતા અને રાનડે, ભાંડારકર આદિના આધુનિક ધર્મવિચારો, એ બધાંથી ચારિત્ર્યનો પાયો મજબૂત થયો. ત્યાર પછી અંગ્રેજીમાં બુદ્ધિવાદી સાહિત્ય વાંચ્યું. સ્પેન્સર, મિલ વગેરે પશ્ચિમના મનીષીઓના વિચારના પ્રભાવ તળે આવી હું કેટલાંક વર્ષો સુધી નાસ્તિક જેવો થઈ ગયો હતો. ઈશ્વરની જ કૃપા હતી કે ઈશ્વરનો ઇન્કાર કરવાવાળા ઉચ્ચકોટિના સાહિત્યની સાથે મારો પરિચય થયો. સંધ્યાવંદન, પૂજા, પ્રાર્થના વગેરે તમામ છોડી દીધાં. હું સંશયવાદનો મોટો સમર્થક બની ગયો. આ ભૂમિકાના મૂળમાં સત્યની ખોજ કરવાની જિજ્ઞાસાવૃત્તિ અને બૌદ્ધિક નમ્રતા હતી. આ નમ્રતાએ મને આગળ વધવાનો રસ્તો બતાવ્યો.

પછી મને દીક્ષા મળી સ્વામી વિવેકાનંદના સાહિત્યની. રામકૃષ્ણ પરમહંસ, સ્વામી વિવેકાનંદ અને ભગિની નિવેદિતા – આ ત્રણ મળીને એક આધ્યાત્મિક સંસ્કારિતાની અખંડ વ્યક્તિ બને છે. એને તોલે આવે એવું લખાણ આનંદ કુમારસ્વામીનું ગણું છું. આનંદ કુમારસ્વામી અને રવીન્દ્રનાથ ઠાકુર: ભારતની સંસ્કૃતિના આ બે ઉત્તુંગ આચાર્યોના ગ્રંથ મેં શ્રદ્ધા સાથે વાંચ્યા. રવીન્દ્રનાથ મારા માનીતા લેખક તો થયા જ હતા. પણ મારા હૃદયનો કબજો લીધો એમની અંગ્રેજી 'ગીતાંજલિ'એ. મારામાં જે કુદરતપ્રેમ હતો, જીવનનિષ્ઠા હતી, સ્વાતંત્ર્યની લાલસા હતી, અને અધ્યાત્મનું જે

નવનીત હતું તે બધું એકત્ર થઈ, એણે 'ગીતાંજલિ' પસંદ કરી. એ સોંસરી હૃદયમાં ઊતરી ગઈ, અને એણે મારા આખાય વ્યક્તિત્વનો કબજો લીધો.

ત્યાર પછી એવી જ અસર કરનાર સાહિત્ય મને મળ્યું તે ગાંધીજીનું. સૌથી પ્રથમ મારા હાથમાં આવી ગયું એમનું 'હિંદ સ્વરાજ'. સાહિત્યની દૃષ્ટિએ જોતાં ક્યાં 'ગીતાંજલિ' અને ક્યાં 'હિંદ સ્વરાજ'! તુલનાને અવકાશ જ નહીં. પણ મારી ભૂખ જીવનદર્શનની હતી. અને ગાંધીસાહિત્ય હું વાંચવા લાગ્યો. અને જીવવા લાગ્યો ગાંધીજીના સહવાસમાં જ. કુદરતે પોતાની સંપૂર્ણ દીક્ષા મને આપી હિમાલયની સંનિધિમાં. અને જીવનદર્શનની મને દીક્ષા મળી એક જીવતા હિમાલયની સંનિધિમાં.

એ જમાનો સ્વદેશી, બહિષ્કાર, સ્વરાજ અને બૉમ્બ આદિનો જમાનો હતો. હું ક્રાંતિકારી થયો. એમાં 'ગીતા'એ ઘણી મદદ કરી, પણ મેઝિની આદિ ક્રાંતિકારી લોકોના સાહિત્યની મારા મન પર વિશેષ અસર થવા લાગી. વેદાન્ત સાહિત્યની અસર લઈને હું હિમાલય ગયો. ત્યાં કુદરતની ભવ્યતા અને પવિત્રતા માણવાને મળી. એ વાતાવરણમાં સ્વરાજની ઝંખના ઘણી વિશાળ થઈ અને આધ્યાત્મિક ઉત્કર્ષની સાધનાએ ઉત્કટરૂપ પકડ્યું. આ દિવસોમાં મારા ઉપર શ્રી અરવિંદ ઘોષના સાહિત્યની વધારેમાં વધારે અસર થઈ. આગળ જતાં, એમના તમામ સાહિત્યમાં 'લાઈફ ડિવાઇન' (દિવ્ય જીવન) એ ગ્રંથ સૌથી મહત્ત્વનો લાગ્યો.

સંસ્કૃત ચોપડીઓ મેં બહુ ઓછી વાંચી છે. બેચાર સ્તોત્રોની મારા પર ઊંડી અસર થઈ. 'વેણીસંહાર' નાટક મામૂલી ગણાય છે. પણ મારા ઉપર એની અસર સારી થઈ. 'મનુસ્મૃતિ' આદરપૂર્વક વાંચી ગયો. એમાંની કેટલીય વસ્તુ મને કાલગ્રસ્ત લાગી.

*

વ્યાસ, વાલ્મીકિ અને એમના પુરોગામી 'વેદ'–'ઉપનિષદ'ના ઋષિઓથી માંડીને કાલિદાસ-ભવભૂતિ જેવા રસસિદ્ધ કવિશ્વરો તથા સ્વામી વિવેકાનંદ, રવીન્દ્રનાથ ઠાકુર, શ્રી અરવિંદ ઘોષ અને મહાત્મા ગાંધી જેવાના ઋણનો સ્વીકાર કર્યા પછી જ અનેક મોટા તથા નાના લેખકોનો મારે ઉલ્લેખ કરવો ઘટે છે.

છેક નાનપણમાં મારા પર ઊંડી ધાર્મિક, સાંસ્કૃતિક તેમ જ સાહિત્યિક અસર કરનાર શ્રીધર અને મહીપતિ. એ કવિઓનાં પૌરાણિક અને સંતચરિત્રો – 'રામવિજય', 'હરિવિજય', 'સંતલીલામૃત' વગેરે ગ્રંથોએ મારા માનસ પર કેટલી બધી ઊંડી અસર કરી છે, એ વિચારી ચકિત થાઉં છું.

આ સો-બસો વર્ષના વિશ્વસાહિત્યમાં એવી પ્રભાવશાળી નવલકથાઓ તૈયાર થઈ છે, જેની અસર માનવજાતિ પર ઊંડી પડી છે. આ પચરંગી દુનિયામાં જીવનનો બધો અનુભવ માણસ પોતે જીવન જીવીને મેળવી શકતો નથી. તેથી માણસે થોડી સમર્થ નવલકથાઓ વાંચેલી હોવી જોઈએ. રવીન્દ્રનાથની 'ગોરા' એક એવી નવલકથા ગણું ખરો.

આધુનિક મરાઠાસાહિત્યનો મારો પ્રથમ પરિચય હરિનારાયણ આપટેની નવલકથાઓ દ્વારા થયો. સામાજિક નવલકથા 'પણ લક્ષાંત કોણ ઘેતો?' અને ઐતિહાસિક નવલકથા 'ઉષ:કાલ' એ તો જાણે અમારા બાળજીવનનાં 'રામાયણ'-'મહાભારત'.

*

સન 1921 કે 1922માં ગાંધીજી પહેલી વાર ભારતની જેલમાં યરવડામાં પુરાયા હતા. એ વખતે જેલના પુસ્તકાલયમાંથી બાપુજીએ કેટલીક ચોપડીઓ મગાવી વાંચી હશે. એમાંની બે (અંગ્રેજી) એમને ખાસ ગમેલી: 'સીકર્સ આફ્ટર ગોડ' (ઈશ્વરની ખોજ કરનારા) અને કિપ્લીંગની 'જંગલ બુક'. એમણે મને એ વાંચવાની ભલામણ કરી.

'સીકર્સ આફ્ટર ગોડ'માં સેનેકા, એપિક્ટેટસ અને માર્કસ ઓરેલિયસ, એ ત્રણ પ્રાચીન રોમનોનાં જીવન વિશે ત્રણ દીર્ઘ નિબંધો હતા. સેનેકા તો રોમના આપખુદ વિકરાળ બાદશાહ નીરોનો મુખ્ય પ્રધાન. આપણા સંયમપ્રધાન તપસ્વી વેદાન્તને મળતા આવે એવા સ્ટોઇક પંથનો પુરસ્કર્તા, મહાન તત્ત્વચિંતક. એનું જીવન અને મરણ ખરેખર અદ્‌ભુત છે. ઈશ્વરની ખોજ કરનાર બીજા પ્રાચીન પુરુષ તે એપિક્ટેટસ. એ ગુલામ હતા. પ્રાચીન કાળના મોટા તત્ત્વવેત્તાઓમાં એમનું નામ આવે છે. ત્રીજો બ્રહ્મજિજ્ઞાસુ તે માર્ક્સ ઓરેલિયસ. રોમન સામ્રાજ્યની જાહોજલાલી શિખરે પહોંચી હતી તે વખતનો એ બાદશાહ. મોટાં મોટાં યુદ્ધોની દેખરેખ જાતે કરે અને રણભૂમિમાં રાત્રે તંબુમાં બેસી વેદાન્તનું મનન કરે; અને બધું લખી કાઢે. માર્ક્સ ઓરેલિયસની એ મનનિકા 'મેડિટેશન્સ' વિશ્વસાહિત્યમાં પ્રતિષ્ઠિત સ્થાન મેળવી ચૂકી છે.

બીજી ચોપડી આનાથી તદ્દન જુદી. કિપ્લીંગે 'પંચતંત્ર' અને 'હિતોપદેશ' અંગ્રેજીમાં વાંચ્યાં તો હશે જ, પણ એના અનુકરણ તરીકે નહીં પણ સ્વતંત્ર પ્રતિભાથી એણે જંગલના જીવનનું કાલ્પનિક અને અત્યંત રોચક વર્ણન આપ્યું છે. મોગલી નામનું એક માનવબચ્ચું જં લમાં જઈ પહોંચે છે અને શ્વાપદો વચ્ચે મોટું થાય છે. હાથી, વાઘ, વરુ, અજગર વગેરે જાનવરો સાથે એને દોસ્તી બંધાય છે. કિપ્લીંગ એ ભારતમાં જન્મેલો અંગ્રેજ; અંગ્રેજી ભાષા પર એનું અસાધારણ પ્રભુત્વ. એની નવલકથાઓ અને કવિતા આજે પણ લોકો રસથી વાંચે છે.

ગાંધીજી પાસે જે અનેક ચોપડીઓ આવી, એમાંથી બે વાંચ્યાનું મને આજેય સ્મરણ છે. એક હતી અપ્ટન સિંકલેરની 'ગૂઝ સ્ટેપ'. એમાં એણે અમેરિકાની કેળવણીનું તંત્ર કેટલું સડેલું છે એ વિગતો સાથે પુરવાર કર્યું છે. એની જ બીજી ચોપડી 'જંગલ' મેં વાંચી છે. એ વાંચતાં રુવાંટાં જ ખડાં થાય છે.

*

એક પ્રેરણાદાયી ચોપડી વાંચી તે નેત્ર વિનાની નેત્રી હેલન કેલરની ઉત્તર-જીવન-કથા 'મિડસ્ટ્રીમ' (મઝધાર). બાપુજીએ એની પૂર્વજીવનની કથા 'સ્ટોરી ઑફ

માય લાઈફ' વાંચેલી અને એનાં ઘણાં વખાણ કરેલાં. એટલે જેલમાં મેં પ્રથમ વાંચી 'મિડસ્ટ્રીમ' અને બહાર આવીને વાંચી 'સ્ટોરી ઑફ માય લાઈફ.'

આજના જમાનામાં આખી દુનિયામાં જેટલાં આંધળાં અને બહેરાંબોબડાં છે તે બધાંની હેલન કેલર સમર્થ પ્રતિનિધિ છે. એ ઓગણીસ મહિનાની હતી ત્યારે, માંદગીને કારણે, એની આંખો ગઈ. એના કાન પણ ગયા. બાળા સાત વરસની થઈ અને એક એવી તો કેળવણીકાર માતા મળી ગઈ કે જેની આગળ આખી દુનિયાએ કૃતજ્ઞ થવું ઘટે. ત્રણ વરસના સખત પ્રયત્ન અને ધીરજથી એ સલિવનબહેને હેલનને વાચાદાન કર્યું; એને સાહિત્યની, સંસ્કારની અને ચારિત્ર્યની કેળવણી આપી; અને દીર્ઘકાલના ભગીરથ પ્રયત્નથી એને માનવી જીવન અને માનવી સંસ્કૃતિનો વારસો પાછો મેળવી આપ્યો. આજે હેલનને આંખ અને કાન નથી એનું દુખ નથી; ચક્ષુ અને શ્રવણનું કામ એની આખી ચામડી, પગનાં તળિયાં, હાથની હથેળી અને આંગળીનાં ટેરવાં કરે છે. આ એક જ ઇન્દ્રિય દ્વારા એનું આખું નિરીક્ષણ-પરીક્ષણ, પ્રજ્ઞા, મેધા અને કલ્પના એટલાં તો ખીલ્યાં છે કે કેવળ આંધળાં લોકોમાં જ નહીં પણ દુનિયાની તમામ મહાન વ્યક્તિઓમાં પણ એણે સ્થાન મેળવી લીધું છે. આવી આ અદ્‌ભુત બાળા અને એનાથીયે અદ્‌ભુત શિક્ષિકાનો પરિચય આ સુંદર ચોપડીમાં આપણને મળે છે.

આ અસામાન્ય સાહિત્ય-સુંદર આત્મકથા કોઈ પણ દેશના સાહિત્યમાં અગત્યનું સ્થાન ભોગવશે. અધ્યાપન-કળામાં પ્રવીણ થવા ઇચ્છનાર દરેક શિક્ષકે તો એનું પારાયણ કરવું જ જોઈએ. પણ બાળકોને સાહિત્યની અને ચારિત્ર્યની કેળવણી આપવા માટે આને પાઠ્યપુસ્તક તરીકે રાખવું જોઈએ. આ ચોપડી અને તેની લેખિકા આપણી પાસેથી દયા માગતી નથી, આપણી કદર પણ માગતી નથી; પણ આપણી ગરજે, સંસ્કારિતાને લોભે, શિષ્યભાવે આપણે એનું અધ્યયન કરીએ એવી પ્રેરણા એ આપે છે.

*

છેલ્લા બે-ત્રણ જમાનામાં દુનિયામાં જે મહાન વિજ્ઞાનશાસ્ત્રીઓ પેદા થયા, તેમાં પણ મેરી ક્યુરીનું નામ ઘણું ઊંચું છે. માદામ ક્યુરીનું ચરિત્ર તેમની પ્રતિભાસંપન્ન દીકરીએ લખ્યું છે તે જીવનચરિત્રલેખનનો ઉત્તમ નમૂનો છે.

માનવજાતિની સર્વોચ્ચ સેવાની કદર કરતું નોબેલ પારિતોષિક માદામ ક્યુરીને પહેલું મળ્યું તે રેડિયમની શોધ કરવા માટે એમના પતિ પિયેર ક્યુરી સાથે. એ હતું ભૌતિક વિજ્ઞાનનું પારિતોષિક. માદામને બીજું મળ્યું તે એ વિધવા થયા પછી – રસાયણશાસ્ત્રનું. અને ચોવીસ વરસ પછી એ જ પારિતોષિક એમની દીકરી ઇરીન જોલિયો-ક્યુરીને મળ્યું. પોલૅંડ જેવા પછાત દેશમાં, યહૂદી જેવી હડધૂત જાતિમાં જન્મ લઈ, એક અબલાએ કેવળ પોતાના સંકલ્પબળથી અને જબરદસ્ત પુરુષાર્થથી માણસજાતની ઉત્તમોત્તમ સેવા કેવી રીતે કરી, એની કહાણી તે આ જીવનચરિત્ર છે.

માદામ ક્યુરીના જીવનના ત્રણ વિભાગ પડે છે: અઠ્ઠાવીસ વરસ સુધીની વિદ્યાર્થિનીની અવસ્થા. ત્યાર પછી (ફ્રાંસના) પિયેર ક્યુરી સાથે પરણીને એણે અગિયાર વરસ સુધી ગૃહસ્થાશ્રમ ચલાવ્યો, વિજ્ઞાનની શોધખોળ ચલાવી અને નવરાશના દિવસોમાં સાઇકલ પર બેસી, પતિ સાથે આખા ફ્રાંસની યાત્રા કરી. યાત્રાના આ દિવસો માદામ ક્યુરીના દાંપત્ય સહજીવનના સૌથી વધારે આનંદના દિવસો હતા. એક કરુણ અકસ્માતને કારણે પિયેર ક્યુરીની કારકિર્દીનો અંત આવ્યો. અનન્ય પ્રેમથી પતિનું ધ્યાન કરતાં અને એની સાથેનું પોતાનું સહકાર્ય એકલે હાથે ચલાવવામાં માદામ ક્યુરીએ બીજાં અઠ્ઠાવીસ વરસ ગાળ્યાં. રેડિયમ જેવી જલદ ધાતુ સાથે અખંડ પ્રયોગ કરવાને કારણે એની આંગળીઓ બળી ગઈ. એને પાંડુરોગ લાગુ પડ્યો અને સડસઠ વરસનું શરીર એણે છોડી દીધું.

દુનિયાના બધા ખંડોમાં જેમની કીર્તિ ફેલાઈ હતી તે માદામ ક્યુરીમાં મોટાઈનું અભિમાન તો શું – ભાન સરખું પણ જાગ્યું ન હતું. વિજ્ઞાનના ક્ષેત્રમાં એમના સમોવડિયા આઇનસ્ટાઈને કહ્યું કે, "અલમ દુનિયામાં પ્રતિષ્ઠા અને કીર્તિનો કાટ જેમના પર ચડ્યો નથી, એવાં તો એક માદામ ક્યુરી જ ગણાય." જીવનનો મોટો ભાગ દારિદ્રયમાં અને જાતજાતની અગવડો વેઠવામાં ગાળ્યા છતાં ધનસંપત્તિ કે વૈભવ તરફ એમનું કે એમના પતિનું ચિત્ત જરાય આકર્ષાયું નહીં. એમણે જો પોતાની રેડિયમની શોધનું આંતરરાષ્ટ્રીય પેટન્ટ લીધું હોત, તો તેઓ ધનના ઢગલામાં આળોટી શક્યાં હોત, અને પોતાની સંસ્થાઓ માટે કરોડો રૂપિયા ઉઘરાવવા એમને જે ભિક્ષા-યાત્રા કરવી પડી તેમાંથી એ બચ્યાં હોત.

*

મારા ધ્યાનનો મુખ્ય વિષય જીવન-ચિંતન છે. માત્ર મનુષ્યના જીવનનું નહીં પરંતુ સમસ્ત જીવસૃષ્ટિના જીવનકર્મનું ચિંતન કરવું, એ મારે માટે સહુથી શ્રેષ્ઠ વિષય છે. આ ઉપાસનાનો આરંભ મેં કર્યો પ્રકૃતિના નિરીક્ષણથી. પછી હું ખગોળવિદ્યા પ્રત્યે આકર્ષાયો. એ પછી 'એકોલોજી'નો રસ વધ્યો. એકોલોજી એક નવું શાસ્ત્ર છે. એમાં સમસ્ત જીવસૃષ્ટિનું પરસ્પરાવલંબન, સામંજસ્ય અને જીવનવિકાસનો ક્રમ – એ બધું આવી જાય છે.

એટલામાં ચિ૰ સતીશે કહ્યું કે, "આ વિષયમાં તમને આટલો રસ છે, તો 'ધ સી એરાઉન્ડ અસ' કેમ નથી વાંચતા ?" લેખિકા રાશેલ કારસનની એ ચોપડી વાંચતાં એટલો આનંદ થયો કે જાણે હું વિજ્ઞાનક્ષેત્રનું 'મત્સ્યપુરાણ' અને 'કૂર્મપુરાણ' જ વાંચી રહ્યો છું. રાશેલ કારસને પોતાનું આખું જીવન મહાસાગરની જીવસૃષ્ટિના વિજ્ઞાનમાં જ ગાળ્યું હતું. એની લેખનશક્તિ એટલી સમર્થ છે કે પોતાની ઉત્સાહપૂર્ણ શૈલી દ્વારા એ તમને પોતાના વિષયની દીક્ષા જ આપી દે છે. એમણે અનેક પ્રેરક પુસ્તકો

લખ્યાં, ધન અને કીર્તિ મેળવ્યાં. અને એક છેલ્લી ચોપડી લખી, જેણે અમેરિકાના આખા સમાજને અસ્વસ્થ કરી મૂક્યો. એ ચોપડીમાં લેખિકાની સાર્વભૌમ કરુણા પ્રગટ થાય છે અને કુદરતના માંગલ્ય પરની શ્રદ્ધા દૃઢ થાય છે. એ ચોપડીનું નામ છે 'ધ સાઇલેંટ સ્પ્રીંગ' – નિ:શબ્દ વસંતઋતુ.

*

કુદરતના હાર્દિક નિરીક્ષણ દ્વારા ભગવાનનાં દર્શન કરવાની મારી સાધના બાળપણથી ચાલુ હતી. મારા મિત્ર મંજેશ્વર પૈએ આકાશના તારાઓ સાથે મારી મૈત્રી કરાવી. આ તારાઓએ મારા જીવનને એટલું સમૃદ્ધ કર્યું અને મારી માનવતાને એટલી વ્યાપક બનાવી કે હવે હિંદુસ્તાનના કોઈ પણ પ્રાંતમાં જાઉં કે દુનિયાના કોઈ પણ દેશમાં પહોંચું તોયે મને ક્યાંયે પરાયાપણું લાગતું નથી. યરવડા જેલમાં ગાંધીજીની પાસે મેં મારા આ દેવતાઈ મિત્રોની વાત કરી. તારાઓની નીચે, તારાઓનો પ્રકાશ પામતાં પામતાં સૂવાનો ગાંધીજીનો આગ્રહ હતો જ. એથી જ્યારે હું સાબરમતી જેલમાં હતો અને મહાત્માજી યરવડા જેલમાં હતા, ત્યારે એમણે એક પવિત્ર દિવસે જેમ્સ જીન્સનાં ત્રણ પુસ્તકો મને મોકલ્યાં: 'સ્ટાર્સ ઇન ધેર કોર્સીઝ', 'મિસ્ટીરિયસ યુનિવર્સ' અને 'યુનિવર્સ એરાઉન્ડ અસ'. આ ત્રણ પુસ્તકોએ ધર્મદર્શનને એક નવું જ રૂપ આપ્યું. ત્યારથી ભૌતિક વિજ્ઞાનનાં જે કોઈ પુસ્તકો વાંચું છું એમાં નવી ધાર્મિકતા જ જોવા પામું છું.

*

1915ની આખરની વાત હશે. બાપુ કાંઈક લખતા હતા. હું પાસે બેઠો બેઠો ઉમર ખય્યામની 'રુબાયત'નો [અંગ્રેજી] તરજુમો વાંચતો હતો. ફિટ્ઝીરાલ્ડના અનુવાદનાં વખાણ મેં બહુ સાંભળ્યાં હતાં, પણ એ વાંચ્યો નહોતો. ચોપડી પૂરી થવા આવી હતી, ત્યાં બાપુનું ધ્યાન મારા તરફ ગયું. "શું વાંચો છો ?" તેમણે પૂછ્યું. મેં ચોપડી બતાવી.

નવીસવી ઓળખાણ થયેલી. બાપુ સીધો ઉપદેશ આપવા માગતા નહોતા. ઊંડો નિસાસો નાખી તેમણે કહ્યું, "મને પણ અંગ્રેજી કવિતાનો બહુ શોખ હતો. પણ મેં વિચાર કર્યો કે મને અંગ્રેજી કવિતા વાંચવાનો શો અધિકાર ? મારી પાસે વખત ફાજલ રહેતો હોય, તો હું મારી ગુજરાતી લખવાની શક્તિ કાં ન વધારું ? દેશની સેવા કરવી હોય તો મારો બધો વખત મારી સેવાશક્તિ વધારવામાં રોકવો જોઈએ."

થોડી વાર થોભી પાછા બોલ્યા, "દેશસેવાને કાજે મેં ત્યાગ કર્યો હોય તો તે અંગ્રેજી સાહિત્યના શોખનો. પૈસા અને 'કરિયર' (કારકિર્દી)ના ત્યાગને તો હું ત્યાગ ગણતો જ નથી, એ તરફ મને કદી ખેંચાણ જ નહોતું. પણ અંગ્રેજી સાહિત્યનો શોખ પાર વગરનો હતો. પણ મેં નિશ્ચય કર્યો છે કે એ શોખ મારે છોડવો જોઈએ."

હું સમજી ગયો અને ચોપડી બાજુએ મૂકી દીધી.

*

નાનપણમાં શાહપુરની લાઇબ્રેરીમાં જ્યારે હું પહેલો ગયો અને ત્યાં જોયું કે, મહિને બે આના આપવાથી છાપાં વાંચવા મળે છે એટલું જ નહીં, પણ વાંચવાને ચોપડીઓ પણ મળે છે, ત્યારે મને બહુ આશ્ચર્ય થયું. આવી જાતની વ્યવસ્થા જેને સૂઝી હશે તેની કલ્પકતા વિશે મારા મનમાં ભારે માન ઊપજ્યું. ચોપડીઓ ખરીદવી ન પડે અને છતાં વાંચી શકાય, એ સગવડ શું ઓછી છે? જેને આ યુક્તિ સૂઝી હશે તે માનવજાતનો કલ્યાણકર્તા છે, એમ તે દિવસે અસ્પષ્ટપણે મને લાગ્યું.

ઘરમાં તો શિવાજીનું ચરિત્ર, શિવાજીના ગુરુ દાદાજી કોંડદેવનું ચરિત્ર, રમેશચંદ્રના 'જીવનપ્રભાત'નો [બંગાળીમાંથી] મરાઠી અનુવાદ અને 'હરિશ્ચંદ્ર' નાટક, એટલું જ વાંચેલું. ઘણુંખરું તો સમજાયું પણ ન હતું. પુરાણ સાંભળવા જઈએ તેમાં ખૂબ મજા પડતી. આમ વાંચવાનો શોખ શરૂ થયો હતો, એટલામાં અમે મીરજ ગયા. તે વખતે હું ચોથીમાં ભણતો હોઈશ. મીરજમાં પિતાશ્રીને સંસ્થાનના ચોપડા તપાસવાના હતા. એ સંસ્થાનના દફ્તરમાં, કોણ જાણે શા કારણે, ચોપડીઓનું એક કબાટ હતું. કેશુને એ પુસ્તક-સંગ્રહની ક્યાંકથી ભાળ લાગી હશે. એ ત્યાંથી વાંચવા માટે ચોપડી લઈ આવ્યો. મને પણ ચોપડી લાવવાનું મન થયું. મેં પિતાશ્રીને કહ્યું કે મારે વાંચવા માટે ચોપડી જોઈએ છે. એમણે કારકુનને કહી દીધું કે આને વાંચવાની ચોપડી આપજો.

પિતાશ્રી અમારા ભણતર કે ઘડતર તરફ જરાયે વખત આપતા નહીં. એમને પોતાને ચોપડીઓ કે છાપાં વાંચવાનો શોખ નહોતો. વાતો હાંકવા એમની પાસે ઝાઝી મંડળી પણ આવતી નહીં. કચેરીનું મુખ્ય કામ, માંદાંની માવજત, દેવપૂજા, સ્તોત્રપાઠ એવા જ એમના [રસના] મુખ્ય વિષયો હતા. સાંજે નિયમિત ફરવા જાય, શાક પોતે ખરીદે. રાત્રે સાડા આઠ વાગે કે સૂઈ જવું ને સવારે વહેલા ચાર વાગ્યે ઊઠી ઈશ્વરચિંતન કરવું, એ એમનો અબાધિત કાર્યક્રમ. એમને બીજું કશું સૂઝતું જ નહીં; માંદા પડવાનું પણ સૂઝતું નહીં.

અમે શું ભણીએ છીએ, શું વાંચીએ છીએ, કોની સાથે દોસ્તી રાખીએ છીએ, અથવા અમારા મગજમાં શું ચાલે છે, એ જાણવાની તેઓ જરાયે દરકાર રાખતા નહીં. છતાં એમનું સાદું અને સ્વચ્છ જીવન એની મેળે પોતાની અસર અમારી ઉપર પાડતું.

કારકુને મને પૂછ્યું, "તમારે કેવી ચોપડી જોઈએ છે?"

"હું શું જાણું?" મેં કહ્યું. "મજા પડે એવી સરસ ચોપડી તમે જ પસંદ કરી આપો."

તેણે પાંચ-દસ ચોપડીઓ હાથમાં લઈ એમાંથી એક મને કાઢી આપી અને કહ્યું, "આ લઈ જાઓ; આમાં બહુ જ મજા પડશે." એણે એ બધી ચોપડીઓ વાંચી હતી, એમાં શક નથી. એણે મને જે ચોપડી આપી તેનું નામ હતું 'કામકંદલા'. એ નાટક હતું કે નવલકથા હતી, તે મને બરાબર યાદ નથી. મુગ્ધભાવે હું એ વાંચવા

લાગ્યો. મને એમાં ઝાઝો રસ ન પડ્યો. રસ પડે એવી મારી ઉંમરે ન હતી, છતાં હું જોઈ શક્યો કે એ ચોપડી ગંદી છે.

ચોપડીની મારા ઉપર અસર થઈ તે કરતાં બીજા એક વિચારની જ વધારે અસર થઈ. હું મનમાં બોલ્યો, "ત્યારે કેશુ પણ આવી ગંદી ચોપડીઓ વાંચે છે ? પેલો કારકુન અમારા જેવા નાના છોકરાઓને આવી ચોપડીઓની ભલામણ કેમ કરતો હશે ? અને કેશુ તો મારો મોટો ભાઈ; મને જે હંમેશ ડાહ્યો થવાનો ઉપદેશ કરે છે એ કેવી ચોપડીઓ વાંચે છે, એની હવે મને ખબર પડી છે એ તો કેશુ જાણતો જ હશે. એણે મને ચોપડી લેતાં કેમ ન રોક્યો ?"

ઉપર લખેલી વિચારપરંપરા તે વખતે આટલી સ્પષ્ટતાથી તો હું ન લખી શકત. પણ, "અમુક કામ કરવું એ ખોટું છે એમ તે વખતે હું જાણતો નહોતો," એમ કહી જ્યારે કોઈ પોતાનો બચાવ કરે છે, ત્યારે એ વાત સહેજે મારે ગળે નથી ઊતરતી. સારું શું અને ખોટું શું, એનો કંઈક સ્થૂળ ખ્યાલ, કોણ જાણે કઈ રીતે પણ, માણસને બહુ જ વહેલો મળે છે.

સદ્ભાગ્યે તે વખતે મારામાં આવી ચોપડીઓનો રસ ઊપજ્યો ન હતો. કવિતા ગોખવી, રમતો રમવી, વાતો કરવી, એ જ મારો મુખ્ય વ્યવસાય હતો. બિલાડીઓ અને કબૂતરો તે વખતના મારા જીવનનાં મુખ્ય સાથીઓ હતાં.

*

એક ડોશી અમારે ત્યાં ભિક્ષા માગવા આવતી. એની પાસે લોકગીતોનો ભંડાર હતો. મારી બાને લોકગીતોનો શોખ ભારે. સીતાનો વિલાપ, દ્રૌપદીની ભીડ, દમયંતીની મૂંઝવણ, રુક્મિણીનો વિવાહ, એ જ એ ગીતોના મુખ્ય વિષયો હતા. મારી બા અને ભાભીઓ બધાં જ લગભગ નિરક્ષર, એટલે શ્રૌત પદ્ધતિથી જ તેઓ કવિતાનો આસ્વાદ લઈ શકે. પેલી ડોશી લગભગ આખો બપોર અમારે ત્યાં ગાળતી. એમાં એને પ્રાપ્તિ પણ ઠીક થતી; બાને તેમ જ ભાભીને કાવ્યનો રસ મળતો. હું આ રસમાં ભાગીદાર થવા ચૂકતો નહીં. બા જોડે હું પણ કેટલાંયે લોકગીતો અનાયાસે શીખી ગયો હતો. સહેજ ઉંમર વધ્યા પછી મારા મગજમાં એવું ભૂત ભરાયું કે બૈરાંઓનાં ગીતો યાદ રાખવાં એ મરદને છાજે નહીં, એટલે પ્રયત્નપૂર્વક મારો એ રસ મેં મારી નાખ્યો અને એ લોકગીતો હું ભૂલી ગયો !

તે વખતના આવા શુદ્ધ રસ આગળ 'કામકંદલા'માં હું મશગૂલ ન થઈ શક્યો. મેં એવી એ એક જ ચોપડી વાંચી. એની અસર એ વખતે કશી ન થઈ. પણ ઉનાળામાં વાવેલું બીજ જેમ એમ ને એમ પડ્યું રહે છે અને ઘન વરસ્યે પાંગરે છે, તેમ ઉંમર વધ્યા પછી એ ચોપડીના વાચને પોતાની અસર બતાવી અને મનમાં મેલા વિચારો આવવા લાગ્યા. પણ ઘરની રહેણીકરણી અને સંસ્કારો શુદ્ધ, પિતાશ્રીની ધર્મનિષ્ઠા જબરી, અને મોટાભાઈની નૈતિક ચોકી નિરંતર જાગ્રત, તેથી એ મેલા વિચારોના અંકુરો ત્યાં ને ત્યાં જ દબાઈ ગયા અને કલ્પનાની વિકૃતિ ઉપરાંત ઝાઝી માઠી અસર

થઈ નહિ. વાતાવરણ શુદ્ધ હોય તો ખરાબ વાચનમાંથી પણ માણસ કંઈક બચી શકે છે. ખરાબ વાચનએ ખરાબ તો ખરું જ; એનાથી બાળકોને બચાવવાં જોઈએ. પણ નિર્દોષ અને પ્રેમાળ કૌટુંબિક વાતાવરણ એ જ સૌથી અગત્યનું છે. શુદ્ધ વાત્સલ્યનો આસ્વાદ મળતો હોય ત્યાં જીવન સહેજે સુરક્ષિત રહે.

*

એક જ પુસ્તકને માટે લખવાનું બાકી રહી જાય છે. મારા મનના બંધારણ સાથે જેનો મેળ નથી બેસતો અને મારી આજ સુધીની સંસ્કારિતા સાથે જેનો તાલ નથી જામતો, છતાંયે જેણે મહિનાઓ સુધી મારા મન ઉપર એવી પકડ જમાવી કે હું દિનરાત એના વાતાવરણમાં રહેવા લાગ્યો. મૂળ પુસ્તક તો હું નથી વાંચી શક્યો. એનો મરાઠી અનુવાદ જ વાંચ્યો હતો અને પાછળથી એના એક-બે અંગ્રેજી અનુવાદ પણ વાંચ્યા. એ પુસ્તક છે 'કુરાને શરીફ'. આ પુસ્તકનું અધ્યયન દરેક સંસ્કારી મનુષ્યે કરવું જ જોઈએ.

*

માણસના જીવનને ઘડવામાં વ્યક્તિઓનો ફાળો હોય છે: [તેમ] સારી સારી ચોપડીઓનો એટલો જ મહત્ત્વનો ફાળો હોય છે. કેટલાક લોકોના જીવનમાં એકાએક પરિવર્તન થાય છે. [પણ] મોટે ભાગે તો માણસ પોતાના જીવનમાં ધીરે ધીરે ફેરફારો કરતો જાય છે. ચોપડીઓની અસર કોઈક વખતે ચમત્કારી હોય છે, પણ ઘણી વાર તો ધીરે ધીરે જ થાય છે. આવી સ્થિતિમાં ઘણી વસ્તુઓને ગૌણ કરીને એક જ વસ્તુ આગળ કરવાનું મનુષ્યને મન થાય છે; અને તેથી માણસ એક વખતે એક ગ્રંથને આગળ કરશે, બીજે વખતે બીજાને. તેથી જીવન ઉપર ઊંડી અસર કરનાર એક જ ગ્રંથ ન હોય; તે તે કાળે અલગ અલગ ગ્રંથોએ અસર કરેલી હોય છે.

માણસની કારકિર્દીની શરૂઆત જ હોય ત્યારે, રવીન્દ્રનાથ ઠાકુરની કે ગાંધીજીની અમુક ચોપડી વાંચી અને એમાંથી પોતાના જીવનની દિશા જડી, એમ માણસ કહી શકે. જે પ્રમાણે રસ્કિનનું 'અન્ટુ ધિસ લાસ્ટ' વાંચીને ગાંધીજીના જીવનમાં મોટું પરિવર્તન થયું, એવું તો મારા જીવનમાં કાંઈ થયું નહીં.

જીવનવ્યવહારમાં અસંખ્ય લોકો સાથે આપણે મળીએ છીએ. થોડા લોકો સાથે ગાઢ પરિચય થઈ જાય છે. દરેક માનવી પાસેથી આપણે કૈંક ને કૈંક મેળવીએ જ છીએ. પણ કેટલીક વ્યક્તિઓ એવી હોય છે કે જેમના પરિચય અને સહવાસથી આપણને નવી દૃષ્ટિ માત્ર નથી મળતી, પણ એ દૃષ્ટિ પ્રમાણે ચાલવાનું બળ પણ મળે છે.

કેટલાંક પુસ્તકો પણ એવાં જ હોય છે, જેને આપણે પુસ્તક ન કહેતાં જીવંત વ્યક્તિ કહી શકીએ. પરમ સખા, મિત્ર અને ગુરુ, ત્રણેનું કામ એ એકસાથે કરે છે.

જે માણસને અનેક દેશોની યાત્રા કરવાનો લહાવો મળ્યો છે, જુદી જુદી સંસ્કૃતિના લોકો સાથે અનેક વિષયોની ચર્ચા કરવામાં રસ પડ્યો છે, તેને માટે પ્રવાસ એ સંસ્કારિતાનું એક મોટું સાધન બને છે. કુદરત અને મનુષ્યજીવન એ જ

એક વિશાળ ગ્રંથ બને છે. અને પછી એના સતત અધ્યયનથી જ માણસ ઘડાય છે. શબ્દબદ્ધ સાહિત્ય એને માટે ગૌણ બને છે. અને તેથી, અમુક સાહિત્યને લીધે જ હું ઘડાયો, એમ હું કહી ન શકું. અને છતાં સાહિત્ય દ્વારા મેં એટલું બધું મેળવ્યું છે કે સાહિત્ય પ્રત્યે મનમાં ઊંડો આદર અને અખંડ કૃતજ્ઞતા જ રહી છે.

કાકા કાલેલકર

['કાલેલકર ગ્રંથાવલિ' તથા અન્ય પુસ્તકો]

❋

આવતાનાં એંધાણ પારખનાર

નાનાભાઈ [ભટ્ટ], આપણી એક અનોખી વિભૂતિ; નસીબદાર: એમને 'દર્શક' મળ્યા. સૌ મહાજનોનું આવડું સદ્ભાગ્ય હોતું નથી. જોહ્ન ધ બાપ્ટિસ્ટની જેમ નાનાભાઈ કહેવામાં ગર્વ લેતા હતા કે, જે મારી પાછળ આવી રહ્યો છે તેના જોડાની વાધરી છોડવાની પણ મારી લાયકાત નથી. નાનાભાઈના આ વાત્સલ્યે, આવતાનાં એંધાણ પારખતી ઉમંગભરી ઉદારતાએ, 'દર્શક'ને ઘડવામાં ઓછો ફાળો આપ્યો નથી.

ઉમાશંકર જોશી

❋

– ત્યારે આવીશ

નાનાભાઈ [ભાવનગરથી] આંબલા ગયા તે પહેલાં હું દક્ષિણામૂર્તિ [ભાવનગર] છોડીને એકલો ગામડામાં ગયેલો. "દક્ષિણામૂર્તિની કેળવણી ઉપલક છે અને તમે તમારી જિંદગી નિરર્થક વેડફો છો," તેમ મેં નાનાભાઈને કહેલું. સાથોસાથ ખાતરી આપેલી કે તેઓ જ્યારે ગામડામાં જાય અને મને બોલાવે ત્યારે હું આવીશ. એટલે આંબલામાં મને સાદ કર્યો અને હું ગયો.

મનુભાઈ પંચોળી

['દર્શકના દેશમાં' પુસ્તક]

❋

પળ આવી

ડગલું ભરવાની પળ આવી,
મેરુ ચળવાની પળ આવી.

પાંપણ ઢળવાની પળ આવી,
સપનું ફળવાની પળ આવી.

ઘરખૂણે ખોવાઈ ગયા ત્યાં,
રસ્તે જડવાની પળ આવી.

આંખો બંધ કરીને બેઠા,
મૌન ઊઘડવાની પળ આવી.

મંઝિલ ડગલું માંડ હતી ત્યાં,
પાછા વળવાની પળ આવી.

જો પાછાં અંધારાં ઊતર્યાં,
દીવો કરવાની પળ આવી.

દરિયા તો સુકાઈ ચાલ્યા,
મૃગજળ તરવાની પળ આવી.

છૂટા માંડ પડ્યા ત્યાં આદિલ,
પાછા મળવાની પળ આવી.

'આદિલ' મન્સુરી

['શબ્દસૃષ્ટિ' માસિક : 2004]

❀

પી લઈએ

સૂર્યની ડાળથી ખરે તડકો
જિંદગી ફાંટમાં ભરે તડકો
ઝીણા ઝાકળમાં ઓગળે તડકો
કાગડા ઘાસમાં ચણે તડકો
હૈયે હૈયે ઉમંગ છલકાવે
મસ્ત કલરવ બની વહે તડકો
કાલે આવો ગુલાબી ક્યાં મળશે
આજ પી લઈએ આપણે તડકો...

દીપક બારડોલીકર

['તડકો તારો પ્યાર' પુસ્તક : 2006]

જીવનચિત્રોની માળા

યુનાઇટેડ સ્ટેઇટ્સના આલાબામા રાજ્યમાં આવેલા ટસ્કુંબીઆ નામના એક નાનકડા ગામમાં 1880ના જૂન માસની 27 તારીખે હું જન્મી હતી.

જે માંદગીએ મારાં આંખ અને કાનની શક્તિ હરી લીધી, તે આવતાં સુધી હું એક નાનકડા ઘરમાં રહેલી. દ્રાક્ષ, ગુલાબ અને 'હનીસકલ'ના વેલાઓથી એ ઘર આખું આચ્છાદિત રહેતું; તે એક લતામંડપ જેવું જ લાગતું; ગુંજતાં પક્ષીઓ અને મધમાખીઓનું તે પ્રિય ધામ હતું. એનો બાગ મારે માટે બાળપણમાં સ્વર્ગ સમાન હતો. ફૂલોના એ બાગમાં સુખચેનમાં રખડવાનો કેવો આનંદ આવતો હતો !

*

દરેક બાળકની જેમ મારા જીવનની શરૂઆત સાદી-સરળ હતી. કુટુંબમાં પહેલા ખોળાના બાળકનું હંમેશ હોય છે તેમ, આવતાંવેંત મેં બધાંનાં મન હરી લીધાં. પણ મારા સુખી દહાડા બહુ લાંબા ન પહોંચ્યા. રોબીન તથા બીજાં પક્ષીઓથી સંગીતમય બનેલી એક ટૂંકડી વસંત, ગુલાબ અને ફળોથી ભરચક એક ઉનાળો, નારંગી ને સુવર્ણરંગી એક પાનખર ઋતુ : આ ત્રણે આવતાંકને ઝપાટામાં પસાર થઈ ગયાં, આતુર આનંદિત બાળક આગળ એમની વિભૂતિઓ મૂકતાં ગયાં. પછી અણગમતો ફેબ્રુઆરી માસ આવ્યો અને મને અંધાપો ને બહેરાશ આપનાર માંદગી આવી, જેણે મને પાછી નવા જન્મેલા બાળકના જેવા અજ્ઞાન અંધારામાં પટકી દીધી. પેટ અને મગજ પર જોરથી લોહી ચડી આવ્યું, એમ બધા કહેતા. દાક્તરને લાગતું કે હું જીવવાની નથી. પરંતુ એક દિવસ સવારના તાવ જેવો આવ્યો હતો તેવો ગુપચુપ ને ઓચિંતો ઊતરી ગયો ! એ સવારે તો આખું કુટુંબ ખૂબ આનંદમાં આવી ગયું. પરંતુ દાક્તર સુધ્ધાં કોઈને ખબર ન પડી કે હવે પછી ફરી કદી હું જોઈ કે સાંભળી શકવાની નહોતી.

મને આવરી રહેલાં નીરવતા અને અંધકારથી હું ધીમે ધીમે ટેવાઈ ગઈ, અને એનાથી ભિન્ન દશા મારી કદીય હતી એ આશંકા પણ ન રહી. આ મારી કેદ મને મારાં મુક્તિદાયી ગુરુ મળ્યાં ત્યાં સુધી ચાલી. પણ મારા જીવનના પ્રથમ ઓગણીસ માસમાં જે વિસ્તીર્ણ હરિયાળાં ખેતરો, પ્રકાશવંતું આકાશ તથા ઝાડ ને ફૂલ જોયેલાં તે બધાંની ઝાંખી આ પાછળથી આવનાર અંધકાર સાવ ભૂંસી શક્યો નથી.

*

આ મારી માંદગી પછી તરતના થોડા માસમાં શું બન્યું એ વિશે કાંઈ યાદ આવી શકતું નથી. આટલી જ ખબર છે કે હું મારી બાના ખોળામાં બેસતી, અથવા ઘરકામ કરતી તે આમતેમ ફરતી હોય ત્યારે તેનાં કપડાંને વળગી રહેતી. મારા હાથ દરેક ચીજને સ્પર્શી જોતા અને હરેક જાતના હલનચલન પર ધ્યાન રાખતા. અને આ રીતે હું ઘણી ચીજોને ઓળખતાં શીખી હતી. પછી મને બીજાં સાથે કાંઈક સંસર્ગમાં

આવવાની જરૂર જણાવા લાગી; અને મેં ખોટીખરી સૂઝી એવી નિશાનીઓ કરવા માંડી. માથું ધુણાવું એનો અર્થ "ના" અને સ્વીકારસૂચક હલાવું એનો અર્થ "હા". ખેંચવાની ક્રિયાથી "આવો" અને ધકેલવાની ક્રિયાથી "જાઓ" એમ સમજાવતી. રોટી જોઈતી હોય તો તે કાપવાની અને તેને માખણ લગાવવાની નિશાની કરું. "આઇસક્રીમ બનાવ", એમ બાને કહેવું હોય તો સંચો ફેરવવાની ક્રિયા બતાવીને, ઠંડક સૂચવવા ધ્રૂજું. ઉપરાંત, મારી માતાએ પણ મને ઘણું શીખવ્યું હતું. એને ક્યારે શું જોઈએ છે તે હું હંમેશ જાણી લેતી અને માળ પર કે બીજે જ્યાં કહે ત્યાં દોડીને તે લઈ આવતી. મારે માટેની એ લાંબી રાત્રીના અંધકારમાં જે કાંઈ ઉજ્જ્વળ અને પ્રિયકર હતું તે બધું મારી માતાનાં પ્રેમ અને ડહાપણને જ આભારી હતું.

મારી આસપાસ જે કાંઈ બનતું તેમાંનું ઘણું હું સમજતી. પાંચ વર્ષની થઈ ત્યારે ધોવાઈને કપડાં આવે તે વાળી-ગોઠવીને મૂકતાં મને આવડતું, અને એમાંથી મારાં કપડાં હું ઓળખી લેતી. મારી બા કપડાં બદલે તેની રીત પરથી હું જાણી જતી કે તે બહાર જાય છે, ને મને સાથે લઈ જવા હું અચૂક એને આજીજી કરતી.

બીજા લોકથી હું ભિન્ન છું એ ભાન પ્રથમ મને ક્યારે થયું, તે યાદ નથી. પણ મારાં શિક્ષિકા મને મળ્યાં તે પહેલાં મેં એ જાણેલું. એટલું મારા ધ્યાનમાં આવ્યું હતું કે બીજાંને કાંઈ કહેવું કરવું હોય ત્યારે મારી બા કે મારા મિત્રો મારી જેમ નિશાનીઓ નહોતાં કરતાં, પરંતુ મોઢા વતી વાત કરતાં હતાં.

તે દિવસોમાં મારાં નિત્યનાં સોબતી બે હતાં : અમારા હબસી રસોયાની માર્થા નામની એક નાની છોકરી, અને ચોકી કરનારી ઘરડી કૂતરી બેલ્લી. માર્થા મારી નિશાનીઓ સમજતી, એટલે એની પાસે ઇચ્છા પ્રમાણે કામ લેતાં મને ભાગ્યે જ મુશ્કેલી પડતી. એની ઉપર હુકમ ચલાવવામાં મને આનંદ આવતો.

હું ને માર્થા ઘણો વખત રસોડામાં ગાળતાં. ત્યાં અમે કણક કેળવીએ, કૉફી દળીએ, આઇસક્રીમ બનાવવામાં મદદ કરીએ, અને રસોડાનાં પગથિયાં પાસે ટોળે વળતી મરઘીઓને ચણ આપીએ. દાણો ભરવાની વખારો, ઘોડાના તબેલા અને સાંજ-સવાર જ્યાં દૂધ દોવાતું તે ગાયોનો વાડો – આ સ્થાનો માર્થા અને મારે માટે અચૂક આનંદનાં ધામ હતાં.

લાંબા વખત સુધી હું મારી નાની બહેન વિશે એમ જ માનતી કે એ વગર હકે ઘરમાં ઘૂસી ગઈ છે. મને એટલી ખબર પડી ગઈ હતી કે હવે હું એકલી જ મારી માની વહાલસોયી નથી રહી, અને એ વિચારથી મને ઈર્ષા ઊપજતી. અગાઉ હું જ્યાં બેસતી તે મારી માના ખોળામાં હવે તે નિત્ય બેસી રહેતી, અને માનો બધો સમય એની જ કાળજી રાખવામાં વીતતો હતો એમ મને લાગતું.

*

દરમિયાન, મનની વાત પ્રગટ કરવાની મારી ઇચ્છા વધતી ગઈ. તેમ કરવાને

સારુ જે થોડીક નિશાનીઓ હું ઉપયોગમાં લેતી, તે વધારે ને વધારે અપૂરતી થતી જતી હતી. સામા માણસને મારું મનોગત સમજાવવામાં અફળ નીવડું તો અચૂક હું ભારે ક્રોધાવેશમાં આવી જતી. મને એમ લાગતું કે જાણે અદશ્ય રીતે કોકના હાથ મને પકડી રાખે છે, અને તેમાંથી છૂટવા હું ગાંડી થઈને પ્રયત્ન કરું છું. હું છૂટવા મથતી ખરી, પણ તેથી કાંઈ વળતું ન હતું. પણ મારી પ્રતિકારવૃત્તિ ઘણી પ્રબળ હતી. પરિણામે સામાન્યતઃ હું રુદન અને શરીરશ્રમથી ભાંગી પડીને લોથ થઈ જતી. થોડા વખત પછી, સંસર્ગના કશા પણ સાધનની જરૂર એટલી બધી તીવ્ર થઈ કે આવા આવેગના બનાવો રોજ, કોઈ વાર તો કલાકે કલાકે, બનતા.

મારાં માતાપિતાને આથી અપાર દુઃખ થતું ને એ મૂંઝાતાં. આંધળાં કે બહેરાંની એક પણ શાળાથી અમે બહુ દૂર રહેતાં હતાં, અને આંધળા તેમ જ બહેરા એવા બેવડા અપંગ બાળકને, ધોરી માર્ગથી આઘા આવેલા એવા ટસ્કુંબીઆ ગામમાં, કોઈ પણ શિક્ષક ભણાવવા આવે, તે અસંભવિત લાગતું હતું. ડિકન્સની 'અમેરિકન નોટ્સ' નામની ચોપડી, એ જ મારી માતાનું એકમાત્ર આશાકિરણ હતું. એમાં કર્તાએ આપેલું લોરા બ્રિજમેનનું વર્ણન એણે વાંચેલું. એમાંથી એને ઝાંખું ઝાંખું એ યાદ હતું કે તે બાઈને, બહેરી અને અંધ હોવા છતાં, કેળવણી અપાયેલી. પરંતુ એની સાથે તેને એ પણ યાદ હતું કે આંધળાં ને બહેરાં માટે શિક્ષણપદ્ધતિ શોધનારા ડૉ૦ હાઉ ઘણાં વર્ષ ઉપર ગુજરી ગયા હતા. આથી એને નિરાશાથી દુઃખ થતું – કદાચ એમની શિક્ષણપદ્ધતિ એમની સાથે જ દફનાઈ ગઈ હોય; અને એમ ન બન્યું હોય તોય આલાબામાના દૂર ખૂણેખાંચરે આવેલા ગામની એક નાની છોકરી એનો લાભ કેમ કરીને લેવાની હતી !

હું છ વર્ષની હતી ત્યારે મારા પિતાએ બાલ્ટીમોરના એક પ્રખ્યાત આંખના દાક્તર વિશે સાંભળ્યું. નિરાશ થવા જેવા કેસોની અંદર પણ આ દાક્તર ફાવ્યા હતા. આ પરથી મારી આંખોનું કાંઈ થઈ શકે કે કેમ એ તપાસવા, મારાં માતાપિતાએ તરત એમની પાસે મને લઈ જવાનો નિર્ણય કર્યો. બાલ્ટીમોરની મુસાફરી મને બરાબર યાદ છે. એમાં મને ખૂબ મજા પડી હતી. ગાડીમાં મેં ઘણાં જોડે મૈત્રી બાંધી હતી. એક સ્ત્રીએ મને શંખલાંની પેટી આપી. મારા પિતાએ એ શંખલાંમાં કાણાં પાડી આપ્યાં, જેથી હું તેનો હાર બનાવી શકતી. આ શંખલાંથી રમવામાં ઘણા વખત સુધી મને આનંદ અને સંતોષ મળતો રહ્યો. ગાડીનો ટિકિટ-કલેક્ટર પણ ભલો માણસ હતો. જ્યારે એ ડબ્બાઓમાં ફરવા નીકળતો ત્યારે ઘણી વાર હું એના કોટનો પાછલો છેડો ઝાલીને સાથે જતી, અને એ એનું ટિકિટોને ટાંકવાનું કામ કર્યે જતો. એના ટાંકણાથી તે મને રમવા પણ દેતો. એ મજેદાર રમકડું હતું. બેઠકના એક ખૂણામાં ગોચલું વળીને બેઠી બેઠી હું કલાકો સુધી એની વડે પત્તાના ટુકડાઓમાં મજાનાં કાણાં પાડવામાં આનંદતી.

એ આખી મુસાફરીમાં મને એકે વાર ક્રોધનો આવેશ આવ્યો નહોતો : મારાં

મગજ અને આંગળીઓને કામમાં રોકાયેલાં રાખવા માટે પૂરતી વસ્તુઓ મને મળી હતી.

અમે બાલ્ટીમોર પહોંચ્યાં ત્યારે ડૉ૰ ચિઝમે અમને મમતાપૂર્વક સત્કાર્યાં. પણ મારે માટે એ કશું કરી શકે એમ નહોતા. એમણે એટલું કહ્યું કે મને કેળવણી આપી શકાશે, અને મારા પિતાને સલાહ આપી કે વૉશિંગ્ટનના ડૉ૰ એલેકઝાંડર ગ્રેહામ બેલને મળો; તેઓ આંધળાં કે બહેરાં બાળકોની શાળા ને શિક્ષકો વિશે માહિતી આપી શકશે. આ સલાહને આધારે અમે ડૉ૰ બેલને મળવા તરત વૉશિંગ્ટન ઊપડ્યાં. તે વેળા મારા પિતાના હૃદયમાં અનેકાનેક શંકાજન્ય ભય અને વિષાદ હતાં. પણ મને તો તેમના એ દુઃખની બિલકુલ ખબર નહોતી – એક જગ્યાએથી બીજે ફરવાની ઉત્તેજનાના આનંદમાં જ હું તો મગ્ન હતી.

કેટલાંય હૃદયોને જેના મૃદુલ ને સંવેદનશીલ સ્વભાવે પ્રેમથી જીતી લીધાં છે અને જેનાં અદ્‌ભુત કાર્યોએ તેવું જ ભારે માન મેળવ્યું છે, એવા ડૉ૰ બેલનો એ સ્વભાવ મારા જેવા બાળકે તરત જોઈ લીધો. એમણે મને ખોળામાં બેસાડી ને હું બેઠી બેઠી તેમનું ઘડિયાળ તપાસતી હતી. મને એમણે તેના ટકોરા વગાડી બતાવ્યા; મારી નિશાનીઓ તે સમજતા, એ મેં જાણ્યું ને તરત મને તેમના પર હેત આવ્યું. પરંતુ આ મુલાકાત મારે માટે તમસમાંથી જ્યોતિમાં જવાનું, એકલપણામાંથી મિત્રતા, સોબત, જ્ઞાન, પ્રેમ પ્રાપ્ત કરવાનું દ્વાર બનશે એવું મને સ્વપ્ને પણ નહોતું.

બોસ્ટનની પર્કીન્સ સંસ્થામાં ડૉ૰ હાઉએ આંધળાંના ઉદ્ધાર માટે ભારે જહેમત ઉઠાવેલી. ડૉ૰ બેલે મારા પિતાને સલાહ આપી કે, તમે એના નિયામકને લખો ને પૂછો કે આ તમારી દીકરીને કેળવણી આપી શકે એવો કોઈ શિક્ષક એમની પાસે છે ? તરત મારા પિતાએ ત્યાં લખ્યું અને થોડાં અઠવાડિયાંમાં, શિક્ષક મળી ગયાની શાંતિદાયી ખાતરી આપનારો પત્ર આવ્યો. સન 1886ના ઉનાળાની આ વાત.

આમ હું મારા અંધકારમાંથી નીકળી પ્રકાશધામ આગળ આવીને ઊભી, અને ત્યાં કોઈ દિવ્ય શક્તિએ મારા આત્માને સ્પર્શીને એને પ્રજ્ઞાચક્ષુ આપ્યાં, જે વડે મેં ઘણા ચમત્કારો પછી જોયા.

*

મારી જિંદગીમાં વધારેમાં વધારે મહત્ત્વનો દિવસ મને યાદ છે તે એ કે જે દિવસે મને મારાં શિક્ષિકા, મિસ સલિવન આવી મળ્યાં. જે બે પ્રકારનાં જીવનને આ દિવસ સાંકળે છે એની વચ્ચેના અમાપ ભેદનો જ્યારે હું વિચાર કરું છું ત્યારે આશ્ચર્યચકિત થાઉં છું. તે દિવસ 1887ના માર્ચની તા. 3 હતી. ત્યારે મને સાતમું વર્ષ પૂરું થવામાં ત્રણ માસ બાકી હતા.

તે દિવસે સાંજે હું ચૂપચાપ પણ આકાંક્ષિત ચિત્તે ખડકી પર ઊભી હતી. મારી માતાની નિશાનીઓ અને ઘરમાં આમતેમ થતી હરફર પરથી મેં આછું અનુમાન બાંધેલું કે આજે કાંઈક અસામાન્ય બનવાનું છે. એટલે હું બારણે જઈ પગથિયાં પર આતુરતાથી

ઊભી હતી. સાંજનો સૂર્યપ્રકાશ ખડકી પર પથરાયેલી 'હનીસકલ'ની લતાના ઝુંડને ભેદીને મારા ઊંચે જોતા ચહેરા પર પડતો હતો. મને પરિચિત એવાં તેનાં પાંદડાં પર ફરતી મારી આંગળીઓ, લગભગ અજાણપણે, એમની ઉપર ઠરી જતી હતી. શી અદ્ભુતતા કે આશ્ચર્ય ભવિષ્ય મારે માટે લાવી રહ્યું છે, એ હું જાણતી નહોતી.

ઘાડ ધૂમસમાં તમે કદી દરિયાઈ મુસાફરી કરી છે? તે વેળા જાણે તમે સ્પષ્ટ દેખાતા ધવલ અંધકારમાં આવરાયેલા હો; અને ચિંતામગ્ન વહાણ પાણી માપતું માપતું કિનારા તરફનો રસ્તો શોધતું જતું હોય; અને ધબકતે હૈયે, હવે શું થાય છે એ જોવા તમે આતુર હો – આવું કદી અનુભવ્યું છે? મારી કેળવણીની શરૂઆત થતાં પહેલાં, એ વહાણ જેવી મારી દશા હતી. મારા આત્મામાંથી આ જ અશબ્દ પ્રાર્થના નીકળતી હતી: "તમસો મા જ્યોતિર્ગમય, તમસો મા જ્યોતિર્ગમય." અને તે જ ઘડીએ મારે માટે પ્રેમળ જ્યોતિ પ્રગટી...

કોઈકના આવવાનો પગરવ મને લાગ્યો. એ મારી માતા છે, એમ ધારી મેં મારો હાથ આગળ પસાર્યો. કોઈકે તે ઝાલ્યો, મને ઊંચકી લીધી; અને જેઓ વસ્તુમાત્ર પરનો મારો અંધકારપટ દૂર કરવા આવ્યાં હતાં, – ના, બધી વસ્તુઓ કરતાંય વધારે મહત્ત્વનું – જે મારા ઉપર પ્રેમ વરસાવવા આવ્યાં હતાં, એમણે મને પોતાની બાથમાં લીધી.

મારાં ગુરુ આવ્યાં એને બીજે દિવસે સવારે તે મને પોતાના ઓરડામાં લઈ ગયાં, અને મને એક ઢીંગલી આપી. થોડો વખત હું એની સાથે ખેલી. પછી મિસ સલિવને ધીમેથી મારા હાથમાં 'ઢીં...ગ...લી' શબ્દ લખ્યો. એમ આંગળીઓથી રમવામાં તરત મને મજા પડી અને હું તેનું અનુકરણ કરવાનો પ્રયત્ન કરવા લાગી. છેવટે જ્યારે એ અક્ષરો બરાબર લખતાં આવડી ગયા ત્યારે મારાં બાલોચિત આનંદ અને અભિમાનનો પાર ન રહ્યો. નીચે મા પાસે દોડી જઈને મેં મારો હાથ ઊંચો કર્યો અને 'ઢીંગલી' શબ્દ લખ્યો. મને ખબર નહોતી કે હું એક શબ્દની જોડણી લખતી હતી, અથવા તો શબ્દો જેવી કોઈ વસ્તુ જ હતી. હું તો, વાંદરાની પેઠે, વગર સમજ્યે, માત્ર નકલ કરતી જતી હતી. આવી અણસમજમાં પછીના દિવસોમાં હું બીજા ઘણા શબ્દો લખતાં શીખી – 'ટાંકણી', 'ટોપી', 'પ્યાલો', 'બેસવું', 'ચાલવું' વગેરે.

*

એક દહાડો, જ્યારે હું મારી નવી ઢીંગલી જોડે રમતી હતી ત્યારે મિસ સલિવને ચીંથરાંની બનાવેલી મારી મોટી ઢીંગલી પણ મારા ખોળામાં મૂકી અને 'ઢીં...ગ...લી' એમ લખ્યું, અને 'ઢીંગલી' હસ્તાલેખ એ બેયને લાગુ પડે છે એમ મને સમજાવવા પ્રયત્ન કર્યો. તે દિવસે આ પહેલાં અમારે બેને 'જ...ળ...પા...ત્ર' અને 'પા...ણી' એ શબ્દો પર ઝઘડો થયો હતો. મિસ સલિવન મને એમ ઠસાવવા મથતાં હતાં કે 'જ...ળ...પા...ત્ર' એટલે જળપાત્ર અને 'પા...ણી' એટલે પાણી. પરંતુ હું એ બે વચ્ચે ગોટાળો કર્યા જ કરતી.

ગુરુજીએ મારી ટોપી મને આણી આપી, એથી હું સમજી ગઈ કે હવે હૂંફાળા સૂર્યપ્રકાશમાં મારે ફરવા જવાનું હતું. આ વિચારે મને આનંદથી નાચતી કરી મૂકી. જળાગાર પર હનીસકલની લતા પથરાયેલી હતી. તેની સુગંધથી આકર્ષાઈ અમે તે તરફને રસ્તે વળ્યાં. ગુરુજીએ પાણીની ધાર નીચે મારો એક હાથ લઈને ધર્યો; અને તેની પર થઈ પાણી વહી જતું હતું એની સાથોસાથ બીજા હાથ પર તેમણે 'પાણી' શબ્દની જોડણી લખી. શરૂઆતમાં ધીમે ધીમે લખી, પછી એ ઝપાટાબંધ લખવા લાગ્યાં. બધું ધ્યાન એમની આંગળીઓના હલનચલન પર એકાગ્ર કરીને હું સ્તબ્ધ ઊભી હતી. ઓચિંતું અને અગમ્ય રીતે મને ભાષાનું ગૂઢ રહસ્ય પ્રત્યક્ષ થયું: તે વખતે મને ખબર પડી કે 'પા...ણી'નો અર્થ મારા હાથ પરથી વહેતો ચમત્કારી ઠંડો પદાર્થ. એ જીવંત શબ્દે મારા આત્માને જાગ્રત કર્યો; એમાં પ્રકાશ, આશા અને આનંદ રેડાયાં – એને મુક્ત કર્યો. હજીય મારે બંધનો હતાં એ ખરું; પણ હવે એ બધાં અમુક વખતમાં ઉકેલી નાખી શકાય તેવાં હતાં.

ભણવાની આતુરતા લઈને હું જળાગારથી નીકળી. વસ્તુમાત્રને નામ હતું, અને દરેક નામ નવો વિચાર જન્માવતું હતું. ઘેર પાછાં જતાં રસ્તામાં જેને હું અડકું તે દરેક ચીજ જીવનથી તરવરતી લાગતી હતી. તે દિવસે હું ઘણા નવા શબ્દો શીખી. તે ક્રાંતિકર દિવસને અંતે મારી પથારીમાં પડી પડી, દિવસ દરમિયાન અનુભવેલા આનંદો હું વાગોળતી હતી ત્યારનો મારો સુખાસ્વાદ ભાગ્યે જ બીજા કોઈ બાળકનો હશે. જીવનમાં પહેલી વાર મને થયું કે, નવો દિવસ હવે ક્યારે ઊગે !

*

1887માં ઓચિંતાં મારાં પ્રજ્ઞાચક્ષુ ઊઘડ્યાં, ત્યાર પછીના ઉનાળાના ઘણા બનાવો મને યાદ છે. જે જે વસ્તુને અડું તેનું નામ જાણું અને હાથ વતી તેને બરોબર ઓળખું – આ સિવાય બીજું કાંઈ હું કરતી જ નહીં. અને આમ, જેમ જેમ હું વધારે ને વધારે વસ્તુઓને હાથ વડે 'જોતી' ગઈ અને એમનાં નામ તથા ઉપયોગ શીખતી ગઈ, તેમ તેમ જગત જોડેની મારી ઐક્યભાવનાનો આનંદ અને વિશ્વાસ વધતાં ગયાં.

હવે તો મને સમગ્ર ભાષાની ચાવી મળી ગઈ હતી; એટલે એનો ઉપયોગ શીખવા હું ઇંતેજાર હતી. સાંભળતાં બાળકો ખાસ કશા પ્રયત્ન વિના ભાષાજ્ઞાન પ્રાપ્ત કરે છે. ઊડતાં પંખીની જેમ તેઓ બીજાનાં મુખમાંથી નીકળતા શબ્દો રમત – વાતમાં ગ્રહણ કરી લે છે. પણ બિચારા બહેરા બાળકને તો એ શબ્દો ધીમે ધીમે, અને ઘણી વાર દુઃખદ રીતે, પકડવા પડે છે. પરંતુ એ રીત ગમે તેવી હોય, પરિણામ એનું અજાયબ આવે છે. પ્રથમ પદાર્થનું નામ શીખવાથી માંડીને ધીમે ધીમે પગથિયાં વાર આગળ જતાં જતાં છેવટે, એક તરફ આપણા પ્રથમ બોલાયેલા તોતડા તૂટેલા શબ્દ અને બીજી તરફ શેક્સપિયરની કડીમાં રહેલી વિચારસમષ્ટિ – એ બે વચ્ચેના બહોળા વિસ્તારને આપણે વટાવી કાઢીએ છીએ.

ઘર કરતાં સૂર્યપ્રકાશિત વનો અમને વધારે ગમતાં; એટલે અભ્યાસાદિ અમે ઘર બહાર કરતાં. આથી મારા શરૂઆતના બધા અભ્યાસ જોડે વનશ્રીની સુગંધનાં સંભારણાં વણાયેલાં છે. વિશાળ 'ટ્યુલિપ' વૃક્ષની પ્રસન્ન છાયા નીચે બેસીને હું એમ વિચારતાં શીખી કે વસ્તુમાત્રમાં આપણે માટે બોધપાઠ છુપાયેલો છે. ખરેખર ગુંજતી, ગાતી, બમણતી કે ખીલતી દરેક ચીજે મારી કેળવણીમાં ભાગ ભજવ્યો છે.

આ પ્રમાણે મેં જીવનમાંથી જ મારી કેળવણી લીધી. શરૂઆતમાં હું અનેક સુપ્ત શક્તિઓનો સમૂહ માત્ર હતી. મારાં ગુરુજીએ તે બધીને જાગ્રત કરી અને ખીલવી. તે આવ્યાં એટલે મારી આસપાસની બધી ચીજો પ્રેમ અને આનંદ પ્રસારતી અર્થપૂર્ણ બની. આવ્યાં ત્યારથી એકે વાર એમણે વસ્તુમાત્રમાં રહેલી સુંદરતા મને બતાવવાની તક જતી નથી કરી; અને મારા જીવનને મધુર ને ઉપયોગી બનાવવા તેઓ તન-મનથી ને પોતાના આચારના ઉદાહરણથી સતત મથ્યાં છે.

મારી કેળવણીના આરંભનાં વર્ષો આવાં સુંદર વીતવાનું કારણ મારાં ગુરુજીની પ્રતિભા, તેમની અવિરત સહાનુભૂતિ અને વહાલભર્યું ચાતુર્ય હતાં. આટલા બધા ઉલ્લાસ અને આનંદથી હું જ્ઞાન ગ્રહણ કરતી એનું કારણ એ હતું કે, તે કઈ ઘડીએ આપવું યોગ્ય છે એ વિચારીને તે ચાલતાં. મારાં ગુરુજી અને હું એટલાં નિકટ છીએ કે એમનાથી અલગપણે હું મારે વિશે વિચાર જ નથી કરી શકતી. બધી લાવણ્યમય વસ્તુઓમાંનો મારો આનંદ કેટલો મારો પોતાનો નૈસર્ગિક છે અને કેટલો એમને આભારી છે, એ હું કદી કહી શકનાર નથી. મને લાગે છે કે એમનો અને મારો આત્મા અવિભાજ્ય છે. જે કાંઈ ઉત્કૃષ્ટ મારામાં છે, તે એમનું છે. મારામાં એકે એવી શક્તિ કે આકાંક્ષા કે આનંદ નથી, જે એમના પ્રેમસ્પર્શથી જાગ્રત ન થયાં હોય.

હેલન કેલર (અનુ૰ મગનભાઈ પ્ર૰ દેસાઈ)

['અપંગની પ્રતિભા' પુસ્તક]

❀

એક ઉદરમાંથી બીજામાં –

અનુવાદકનું કામ કોઈ છોડને એક ભૂમિમાંથી ઉપાડીને બીજી ભૂમિમાં રોપવા જેવું છે. શબ્દનો નાદ, ધ્વનિસંલગ્ન, અર્થ, વાક્યનો લય, શબ્દોની વિશિષ્ટ ગોઠવણી – એ બધાંના સહયોગથી જે ભાવપિંડ બંધાય છે, તેને એક ભાષામાંથી બીજી ભાષામાં અકબંધ લઈ જવો, એ ગર્ભને એક ઉદરમાંથી બીજા ઉદરમાં લઈ જવા જેવું વિકટ કામ છે.

નગીનદાસ પારેખ

❀

છે

આ આંજણ છે,
આંખ તારી આંજતી તો જા.
આ કામણ છે,
ભલી બાઈ, ઝીલતી તો જા.

આ પાણી છે,
અંગ તું ઝબોળતી તો જા.
આ વાણી છે,
રંગ તું લપેટતી તો જા.

આ સૂરજ છે,
તેજમાં તણાતી તું જા.
આ વાયરા છે,
વાતમાં વણાતી તું જા.

આ ભૂમિ છે,
ભાર તું ઉતારતી તો જા.
આ ચૂમી છે,
ચિત્તમાં ચંપાતી તો જા.

આ પાંખો છે,
આભને ઉપાડતી તું જા.
આ આંખો છે,
આભલાં ઉતારતી તું જા.

સુન્દરમ્

['કવિતા' ત્રિમાસિક : 1969]

❀

રજા પર ન હોઈએ ત્યારે –

ભારતમાં આપણે વધારે પડતી રજાઓ ભોગવીએ છીએ, એવી ફરિયાદ ઘણી વાર થતી હોય છે. પરંતુ મૂળ વાંધો વધારે રજા ભોગવવાનો છે તેના કરતાં, રજા પર ન હોઈએ ત્યારે કામ સાવ ઓછું કરવા વિશેનો છે. મોટા ભાગની સરકારી કચેરીઓમાં ચાપાણી ને બીડી-સિગારેટ પીવામાં સારી પેઠે સમય વેડફાતો હોય છે. દરેક ઑફિસની અલગ કેન્ટીન હોય છે ને ઑફિસના કામના કલાકો દરમિયાન પણ તે ભરચક જ રહેતી હોય છે. ઉપરાંત ઑફિસની અંદર ચાના કપની ચોમેર સતત હેરફેર થયા જ કરતી હોય છે.

સેસિલ જોસેફ

અમારાં બા

બા ગયાં એટલે રાતોરાત અમે જાણે મોટાં – વડીલ બની ગયાં. એકાએક કેટલાક નિર્ણયો લેવાનો ભાર અમારા પર આવી ગયો. અત્યાર સુધી એક છત્ર હતું, ઢાલ હતી. બધી જવાબદારી બા પર નાખી શકાતી – "બાને પૂછીને કર્યું'તું." બા પણ કહેતાં, "હું કહું છું ને !" "હું બેઠી છું ને ! મારું નામ દૈ દેજો."

બાના છેલ્લા દિવસોમાં એમને પલંગ પર જ ખાવાનું આપવાનું થતું હતું. હું કૉલેજેથી આવીને જમીને એમની પાસે બેસતો, એમને ખવડાવતો અને બા ખાસ વાત ન કરતાં પણ ત્યાં જ બેસીને છાપું વાંચતો. તે પહેલાં ઉનાળામાં હું રજા ભોગવતો હતો ત્યારે સવારે કે સાંજે ઓટલા પર બેસીને મારું કંઈ લખવા-વાંચવાનું કામ કરતો હોઉં ત્યારે બાને ત્યાં ખુરશી ઢાળી દઉં. એ થોડી વાર બેસે પણ ખરાં. પણ સામાન્ય રીતે બા પાસે બેસવાનું મારાથી ઓછું થતું. બોલવાની ઓછી આદત અને બાની કૌટુંબિક વહેવારસહેવારની વાતોમાં હું ઓછો રસ લઈ શકું. એમને રસ પડે એવી વાતો કરવાની પણ મારામાં આવડત નહીં. બાને આ વિશે સ્વાભાવિક રીતે જ ફરિયાદ રહેતી. કહેતાં પણ ખરાં, "આપણે પાંચ વેણ બોલીએ ત્યારે એ એક બોલે", "એ એવું ધીમું બોલે કે મને કંઈ સમજાય નહીં. આપણે મૂઆં બહેરાં."

તોપણ બા ને મારી વચ્ચે એક મૂંગી સરવાણી વહ્યા કરી છે એમ મેં હંમેશાં અનુભવ્યું છે. પિતાને તો જોયાની પણ મને સાંભરણ નથી. મારી ચાર વર્ષની ઉંમરે મેં એમને ગુમાવેલા. સૌથી મોટા ભાઈ પણ એ વખતે ચૌદેકથી વધારે વર્ષના નહીં હોય. બાએ ઘરસંસાર કઈ રીતે રોડવ્યો એની અમને ખબર પડી નથી. કદી અમને ઓછું આવવા દીધું નથી. પિતાના મોટાભાઈ – જેમને અમે બાપુજી કહેતા – તેમની ઘણી ઓથ અને હૂંફ અમને મળી રહી. મારું ઘડતર તો બાપુજી અને બાની હેતાળ છાયામાં જ થયું.

બા એટલે અમ ભાંડરુંનાં જ બા નહીં, મારાં સંતાનોનાં પણ 'બા' ને બાપુજીના દીકરા ગૌતમભાઈનાં પણ 'બા'. ઘરની વહુવારુને એમનાં બાળકો 'બા' ન કહેતાં 'ભાભી' કહે એવી અમારા તરફની એક રૂઢિ. 'બા' શબ્દ તો ગૌરવવંતો. ઘરનાં વડીલને જ એ શોભે. યુવાન માતાને તો એ શબ્દની શરમ લાગે. એ રીતે, અમારાં સંતાનો એમની જનેતાને 'ભાભી' અને બાને 'બા' કહે; ગૌતમભાઈને તો એમનાં જન્મદાત્રી મા દશ મહિનાના જ મૂકીને ગુજરી ગયેલાં. બાપુજી ફરી વાર પરણ્યા નહીં. બાએ જ ગૌતમભાઈને ઉછેરીને મોટા કર્યા, પરણાવ્યા, માંદેસાજે એમની ઊઠવેઠ કરી. એમનાં નાચ્યાંખૂંદ્યાં ખમ્યાં અને સદાને માટે એમનાં બા બનીને રહ્યાં.

બા મારા મિત્રવર્તુળનાં પણ બા. રાજકોટમાં મારા ઘણા મિત્રોનો છેલ્લો કોગળો અમારે ત્યાં. રોજ સાંજે અમે સાથે ફરવા જતા. પછી તો નવવિધાન મિત્રમંડળની

પ્રવૃત્તિથી અમારું ઘર ધમધમવા લાગ્યું. બાએ આ હડચો હેતથી સહન કરી લીધો. મિત્રો પણ ઘરના દીકરાઓ જેવા થઈને રહે.

અમે જોતાં હતાં કે અમારાં સૌ સગાંસંબંધીઓમાં બાને માટે અત્યંત ભાવ. મણિકાકા હોય કે લાઠિયાકુટુંબનું કોઈ હોય, પડોશમાં રહી ગયેલ રંભાભાભી હોય કે ઘેર કામ કરી જનાર રેવાબહેન હોય, લાંબા સમય પછી પણ અમારી સાથે સંબંધ રાખે. આનું કારણ બા હતાં. બાએ સૌનું કર્યું હતું ને સૌને સાચવ્યાં હતાં. મારું મોસાળ ધોરાજી પાસે ભાડેર અને બાપીકું વતન થાન. મારા પિતા ને એમના બે ભાઈઓ પહેલવહેલા રાજકોટ જેવા શહેરમાં આવી વસ્યા. હટાણું કરવા આવતા થાનના અમારા કુટુંબીઓનો રોટલો સ્વાભાવિક રીતે જ અમારે ત્યાં હોય. મોસાળિયાઓને પણ માંદેસાજે મોટી ઇસ્પિતાલની સારવારની જરૂર પડે કે છોકરાંઓને ભણાવવાં હોય ત્યારે રાજકોટનું બહેનનું ઘર જ યાદ આવે. કુટુંબીઓની બહેનો-દીકરીઓ પરણીને રાજકોટ આવતી થઈ એનાં તેડાં-નોતરાં પણ બા જ કરતાં. નાનાં હતાં ત્યારે અમારે આવી રીતે તેડવા-મૂકવા જવાનું કે હૉસ્પિટલે કંઈ કંઈ પહોંચાડવા જવાનું થતું એ યાદ આવે છે.

બા માણસભૂખ્યાં હતાં. જતું કરીને, ઘસાઈ છૂટીને પણ સંબંધ જાળવી રાખવાનું એમને ગમે. 'માગણાવાળો' 'રોયો' 'પીટ્યો' 'નખ્ખોદિયો' આ શબ્દો એ ચીડમાં જ નહીં, લાડમાં પણ બોલતાં. આ શબ્દો એમને માટે સામા માણસ સાથે આત્મીયતાભર્યો સંબંધ જોડી આપનારા હતા.

સગાંસંબંધીઓને મળવાહળવાનું બાને ગમતું. અવસ્થા થઈ અને પોતે ઓછું બહાર જતાં થયાં પછી તો કોઈ મળવા આવે એની એમને ખાસ ઝંખના થતી. અને સામું માણસ ન આવે તો પોતે એને ત્યાં જવા તલસતાં – શરીરનો શ્રમ વેઠીને જતાં પણ ખરાં. થાક્યાંપાક્યાં આવે એટલે કહે, "હવે તો ક્યાંય જવાનું નામ નથી લેવું." પણ કેટલોક સમય જાય એટલે વળી પાછું એમનું મન સળવળે.

જોવાનું-બોલવાનું બાના સ્વભાવમાં. બાજુમાં એમની હેડીનાં માજી હતાં તેમની સાથે બાનાં બહેનપણાં સારાં ચાલતાં. બન્ને ઓછું સાંભળે ને એમની વચ્ચે ક્યારેક "આ મૂઓ વરસાદેય ક્યાં આવે છે ?"... "હંઅ, મનેય હમણાં પેટમાં ઠીક નથી રહેતું." એવો સંવાદ ચાલે એ અમે ગમ્મતથી સાંભળીએ. બા ઓટલે બેસીને સૌ જતાં-આવતાંને બોલાવે, ખબરઅંતર પૂછે. પડોશની સ્ત્રીઓ બા પાસે બેસે પણ ખરી. બાની વાતોમાં ઓઠાં ગૂંથાતાં જાય એ સાંભળવામાં એમને રસ પડે. બા સૌના ઘરની વાતોમાં રસ લે, ગમતું-અણગમતું ટીકાટિપ્પણ પણ થોડુંક કરી નાખે. કોઈ ઉતાવળમાં હોય ને મોઢું સંતાડીને, બાની નજર ચુકાવીને પસાર થવા જાય તો બા એને ટકોર્યા વિના ન રહે. બાએ પોતાની આ બોલચાલથી પડોશમાં સૌને માયા લગાડી દીધી.

હા, બામાં કેટલુંક કાઠિયાવાડી સાસુપણું ખરું. શાક શું લેવું એ પણ એમને

લગભગ છેક સુધી પૂછવાનું રહેતું. એમને ઘરની આવી બાબતોમાં પૂછવાનું ન બન્યું હોય તો માઠું લાગી જાય. બન્યું ત્યાં સુધી એમણે હાથપગ ચલાવ્યા જ. એટલે સ્વાભાવિક રીતે જ ઘરનાં કામોમાં એમની પસંદગી-નાપસંદગી નિર્ણાયક બનતી રહી. શરીર ચાલતું ઓછું થયું ત્યારે પણ રસોડામાં શું ચાલે છે એ બા ડોકિયું કરીને જોઈ લે ખરાં. વહુઓ ને એમનાં પિયરિયાં વિશે પણ બા બોલી નાખે. વહુઓને માઠું લાગ્યું હશે, પણ ધીમે ધીમે આને ઘરડા માણસનો સ્વભાવ ગણી એ ટેવાતી ગઈ ને આપોઆપ જ કેટલીક મોકળાશ મેળવતી ગઈ. મન પણ મનાવે કે "સાસુ કહે, પણ કોઈને કહેવા ન દે."

ઘરમાં વહુની દયા ખાનારાં પણ બા જ. અમે વહેલામોડા આવીએ ત્યારે બા કહે, "ઓલીનો હાંડલામાંથી હાથ ક્યારે નીકળશે ?"

અમારાં છોકરાંઓ તો બાના હાથમાં જ ઊછર્યાં છે. નાનપણમાં બાનાં લાડનો એમને પૂરો લાભ મળ્યો છે. છોકરાંઓ જરા મોટાં થઈને તોફાનમસ્તી કરતાં થયાં, રખડતાં થયાં, ભણવામાં ઓછુંવત્તું ધ્યાન આપતાં થયાં ત્યારે બા એમના વિશે બોલતાં પણ થયાં. છતાં છોકરાં પર અમારો રોષ ઊતરે ત્યારે એમનો બચાવ કરનાર બા જ હોય !

બાના સંપર્કમાં આવનાર સૌ કોઈ એમને યાદ કરે. એનું કારણ બાની ભલાઈ તો ખરી જ, પણ તે ઉપરાંત એમની વાણી પણ ખરી. કહેવતો ને રૂઢિપ્રયોગોથી ભરી ભરી એ વાણી. એમનાં આ 'ઓઠાં' સૌને આકર્ષે. બાની ગેરહાજરીમાં એમનાં ઘણાં લાક્ષણિક વાણીપ્રયોગો ને ટીકાટિપ્પણો યાદ કરવાની મજા અમે માણીએ છીએ.

વહુઓ માટે બા પાસે ઓઠાંનો ખાસ ખજાનો. મા પાસે લાડચાગ કે દોંગાઈ કરતા છોકરાને "વીસનહોરી આવશે ત્યારે ખબર પડશે" એમ કહી પરણેતરનું એક બિહામણું રૂપ – અલબત્ત વ્યંગમાં – ખડું કરતાં. ઘરમાં વહુ કેવી રીતે પલોટાય છે એ વિશે બાનું એક મજાનું અવલોકન હતું: "પહેલે આણે વહુ ખાય નહીં ને બીજે આણે ધરાય નહીં. ત્રીજે આણે પા'ણો માર્યેય જાય નહીં."

બાનાં કંઈ આ વાસ્તવિક વલણો ન હતાં, વસ્તુને હસી લેવાની એક રીત હતી.

સમજણાં થયાં ત્યારથી બાને અમે એક પ્રૌઢ વ્યક્તિ તરીકે જ જોયાં છે. પણ ગામડાગામના સીમપાદરમાં છાણના પોદળા ભેગા કરતી છોકરી એક ભર્યા કુટુંબની છત્રછાયા રૂપે કેવી રીતે નીવડી આવી એનું કૌતુક અવશ્ય થાય. કાળદેવતાની ને મનુષ્ય-આત્માની આ અદ્ભુત લીલા છે. ધોરાજી પાસેનું નાનકડું ભાડેર એમનું પિયર. ભાંડરુંમાં ભાઈબહેન બે જ. માબાપની છાયા કદાચ લાંબો વખત નહીં મળી હોય. ઘેર દૂઝાણું. ભેંસને દોવાનું, એમનાં છાણવાસીદાં કરવાનું, છાસ વલોવવાનું વગેરે કામો ઘરની સ્ત્રીઓને માથે. પાણી થોડે દૂર આવેલી વાવમાંથી ખેંચી લાવવાનું. કપડાં વોંકળા જેવી નદી ચાલી જતી ત્યાં ધોવા જવાનું. દળણું પણ ઘરની ઘંટીનું. બળતણ

માટે છાણાં થાપવાનું પણ એક કામ.

આવી જાતજાતની કામગીરીથી ભરચક જીવતર. એમાં ભણવાનું તો કેવુંક હોય ? "કાળા અક્ષર કુહાડે માર્યા છે" એમ બા કહેતાં, પણ મોટા વાંકાચૂંકા અક્ષરોમાં 'બાઈ જેકુર' એવી એમની સહી મેં જોયેલી છે. 'જયાકુંવર' બાનું સાસરિયાનું નામ. કેટલાક દસ્તાવેજ જેવા ઔપચારિક લખાણમાં વપરાતું અને કદાચ સાસરિયાના કુટુંબીઓએ એમને આ નામથી બોલાવ્યાં હશે, પણ બાને બીજા બધા લોકો તો પિયરના નામ 'ઝબક'થી જ ઓળખે. પછીથી તો બા અંગૂઠો પાડતાં જ થયાં. બાનું શિક્ષણ તે સઘળું શ્રૌત શિક્ષણ. ઉપાશ્રયમાં સાધુ-સાધ્વીઓનાં વ્યાખ્યાનોએ બાને ઠીક ઠીક ભાથું બંધાવ્યું હશે. ગામડાગામના કામગરા જીવનમાં બાને બીજાં કૌશલો પ્રાપ્ત કરવાની કેટલી તક મળી હશે એ પ્રશ્ન છે. ઘરમાં મોતીનાં તોરણ-ઇંઢોણી જેવી જૂની પરંપરાની કળાત્મક ચીજો હતી એ કદાચ બાએ બનાવી હોય. તોરણો વગેરેની શોભા કરવી બાને ખૂબ ગમતી અને ભૂંગળીઓનાં તોરણ બનાવવામાં બા મદદ પણ કરતાં. ઘરમાં ડામચિયા પર જાતજાતના કપડાના ટુકડાઓ જોડીને બનાવેલો ચંદરવો ઢંકાતો. એ બનાવવામાં પણ બા ઘણો રસ લેતાં.

બા પરણીને થાન આવ્યાં. કુટુંબ તો અત્યંત સાધારણ. કોઠારીકુટુંબ બહોળું ને ઝાલાવાડી ધરતીના જુદા સંસ્કારો પણ ખરા. બાને ઠીક ઠીક ઘડાવાનું મળ્યું હશે. ત્રણ ભાઈઓ હતા. એક માસ્તર થયા અને બે ભાઈઓએ – મારા પિતા અને એમના નાના ભાઈએ – પરદેશ ખેડ્યો. બાને સાસુનું સ્થાન લે એવાં જાજરમાન જેઠાણી હતાં, પણ એયે દશ મહિનાનો દીકરો મૂકીને કૉલેરામાં એકાએક ગયાં. જેઠ વિધુર જ રહ્યા અને બાને બે કુટુંબ સંભાળવાનાં આવ્યાં. પતિ પરદેશ વેઠે અને બા અહીંયાં સંસાર સમાલે. આ બાનું દામ્પત્યજીવન. થોડાં વર્ષોમાં પતિને પણ ગુમાવવાના થયા. જિંદગીના આડત્રીસમા વર્ષે બાને આખી સંસાર-ધુરા એકલે હાથે સંભાળવાની આવી. આ બધા અનુભવોએ બાને જાણે વહેલાં વહેલાં પ્રૌઢ બનાવી દીધાં.

સાધુચરિત, વ્યવહારડાહ્યા, સત્ય-નીતિના આગ્રહી છતાં અંદરથી મૃદુ એવા જેઠની ઘણી મોટી ઓથ બાને હતી; છતાં પતિના ગામતરા પછી ઘરસંસારને સુંદર રીતે નિભાવવામાં બાને ઓછાં ધૈર્ય, સહનશીલતા, ડહાપણ ને કામગરાપણાની જરૂર પડી હશે એમ નથી લાગતું. પતિ પોતાની કમાણી ને થોડી આવક મૂકી ગયા હતા. પરંતુ એ વખતે રાજકોટમાં પણ દળણાં, પાણી, ધોણ વગેરે કામો હાથે જ કરવાનાં હતાં. છોકરાંઓને ભણાવવાં, પરણાવવાં ને થાળે પાડવાનાં હતાં. પતિ જે કંઈ મૂકી ગયા હતા એમાંથી જ આ બધું ઉકેલવાનું હતું. બાએ એ બધું સફળતાથી પાર પાડ્યું. જેઠનો દીકરો પરણ્યો ત્યાં સુધી એ સાથે જ રહ્યા. એમની સાથે આર્થિક વ્યવહાર બા કઈ રીતે સમજ્યાં હશે એનીયે ખબર પડી નથી. જેઠની બા લાજ કાઢતાં. ઘરના એ એકમાત્ર વડીલ પુરુષની સાથે લાજ કાઢીને છોકરાંઓની મધ્યસ્થીથી વ્યવહાર

ચલાવવામાં બાએ કોઈ મુશ્કેલી અનુભવી નથી. વિધુર જેઠને ફરી પાછા સંભાળવાના આવ્યા, એમનું ગાંડપણ સંભાળવાનું આવ્યું તે પણ સહજ કર્તવ્યભાવથી બાએ પાર પાડ્યું. આ બધી પરિસ્થિતિમાં બાને અકળાતાં કે તંગ મનોદશા અનુભવતાં મેં કદી જોયાં નથી.

બાના સ્વભાવમાં એક નૈસર્ગિક હિંમતનો ગુણ હતો. કોઈ પણ પરિસ્થિતિમાં એ ભય કે આત્મસંકોચ અનુભવતાં નહોતાં. અંધારામાં કોઠીમાંથી ઘઉં કાઢવા જતાં હાથમાં આવેલા સાપને એ કોઈને કહ્યા વિના દૂર નાખી આવેલાં. એંસી વર્ષની ઉંમરે પણ ઑપરેશનખંડમાં એ મનની જરાયે ફડક વગર ચાલીને ગયેલાં. બા તો કહેતાં હતાં, "આપણે શાનો ભો ? કાલ આવતું હોય તો આજ આવે !" પિતાને કેન્સર જેવો ભારે રોગ થયો. એમની સારવાર માટે નડિયાદ અને છેક મીરજ જવાનું થયું. આ અજાણ્યા પ્રદેશોમાં પણ બા મુંઝાયા વિના રહ્યાં અને મીરજ તો પતિને મૂકીને આવવાનું થયું, તો એ સ્થિતિને પણ હિંમતપૂર્વક સહન કરી લીધી.

માણસને ભૂતકાળને વાગોળવાનું ગમતું હોય છે તેમ બા પણ કરતાં. પોતે કેવું ધમકથી કામ કર્યું છે એની વાત એ ઉત્સાહથી કરતાં. નવા જમાનાની ઘણી વસ્તુ એમને ન ગમતી, પણ અમે જોતાં હતાં કે બા પોતે ધીમે ધીમે થોડાં થોડાં પણ બદલાતાં જતાં હતાં. નવી દુનિયામાં એ કશા આઘાત વિના ગોઠવાતા જતાં હતાં. વિચાર કરીએ ત્યારે માણસમાં વ્યક્તિત્વવિકાસ ને પરિવર્તનની જે ક્ષમતા પડેલી છે તેનું એક રસપ્રદ ઉદાહરણ બામાં દેખાય.

તેમ છતાં વૃદ્ધ માણસને બદલાતા સમય ને બદલાતી જીવનની રસમો સાથે એકદમ મેળ બેસાડવો મુશ્કેલ હોય છે. એટલે વૃદ્ધ માણસે થોડું આજુબાજુ ન જોતાં પણ શીખવું જોઈએ એમ મને હંમેશાં લાગ્યું છે. એ એના સુખનો જ માર્ગ છે. બા ઘરમાં કે ઘરની બહાર બનતી નાની નાની બાબતોને પણ ઘણી વાર લક્ષમાં લે, પોતાને અણગમતી હોય તો એ વિશે ટીકાટિપ્પણ કરે ને નિરર્થક દુઃખી થાય. અમે બાને સમજાવતાં, "બા, તમે હવે આ બધી વળગણ છોડો અને બને એટલું ધર્મધ્યાન વધારે કરો." પણ બા કહેતાં, "ઘણુંય સમજું છું પણ રહેવાતું નથી. અભાગિયો જીવ છે. શું થાય ?"

'અભાગિયો જીવ' એ શબ્દો પછી તો બાના વતી અમે જ બોલી નાખતાં અને વાતને હળવો વળાંક આપી દેતાં. આજે પણ એ શબ્દો અમને અમારી નાની નાની આદતોનો બચાવ કરવા માટે કેટલા કામ આવે છે ! પણ 'અભાગિયો જીવ' એ શબ્દોમાં બાની ખરેખરી લાચારી પ્રગટ થતી હતી. ભર્યા સંસારમાં બા એટલાં ઓતપ્રોત ને સક્રિય રહીને જીવ્યાં હતાં કે એકદમ નિર્લેપ થઈ જવાનું, ઉદાસીનભાવ કેળવવાનું એમનાથી બને નહીં ને લાચાર નિષ્ક્રિયતા પણ એમને ખૂંચે. લગભગ છેક સુધી બા નાનાં નાનાં કામ કરતાં રહેલાં. એમને અગવડ પડે છે એ જોતાં અમે

વારતાં તો એમને માઠું પણ લાગી જતું. નિરુપયોગી થતા જતા જીવનનો એ થાક પણ અનુભવતાં હતાં. ઘરની અનેક નાનીમોટી બાબતોમાં રસ લેવો, જિજ્ઞાસા બતાવવી, સલાહસૂચન આપવાં કે પોતાની ઇચ્છા પ્રમાણે કરાવવું – આ બાનો સ્વભાવ હતો. ક્યાંક કશુંક ન પુછાયું હોય તો બાને પોતે અવગણાયાની લાગણી થતી અને એનું દુઃખ વ્યક્ત પણ કરી નાખતાં.

પણ છેલ્લી બીમારીમાં બાની આ બધી વળગણ છૂટતી ગઈ. જાણે કે સંસારમાંથી વિદાય લેવાની તૈયારી ન હોય! અને ગયાં પણ એવી રીતે જ. કંઈ ઉત્પાત નહીં, ભળભળામણ નહીં, આગોતરી ચેતવણી નહીં. હવે બાનું બધું પથારીમાં – એવું લાગ્યું અને પા કલાકમાં એમણે દેહ છોડી દીધો. એ લાચાર સ્થિતિ એમણે આવવા ન દીધી. બાની ઇચ્છા હતી કે ફટકિયાની જેમ જીવ ઊડી જાય. બાને જાણે માગ્યું મોત મળ્યું.

જીવનમાં શું કે મરણમાં શું, સમય સાચવી જાણવો એ એક કળા છે. બાના જીવનમરણમાં કળાનું જે કંઈ દર્શન થયું એ આદર અને વિસ્મયનો ઊંડો ભાવ જગવે છે.

જયંત કોઠારી

['અપ્રગટ જયંત કોઠારી' પુસ્તક]

❀

મૂળ નાનપણમાં

મને અંકગણિત ગમતું નથી. મહેનત કરીને શીખ્યો હતો તેટલું પાછું ભૂલી ગયો છું.

એક વાર ગુજરાતી બીજા ધોરણમાં ગણિત શીખવાતું હતું. શિક્ષક પાટિયા પર દાખલો શીખવતા હતા; છોકરાઓ મોં ફાડી સામે જોઈ રહ્યા હતા. એક છોકરો ઝોકે ગયો ને શિક્ષકે ચાકનો ઘા કર્યો. તેને ચાક લાગ્યો. એ છોકરો તે હું.

ગણિતના અણગમાનું દૂર દૂરનું અને પહેલું કારણ આ શિક્ષા તો નહિ હોય? પછીથી તે વિષય ગમાડવાના પ્રયત્નોની સામે આ મૂળ વિરોધ કામ નહિ કરતો હોય? મને તો એમ લાગે છે. કારણ ગણિત સામે મારે બીજી રીતે વેર નથી. અક્ષરગણિત અને ભૂમિતિ મને પ્રિય છે; પણ શિક્ષકે જ મને અંકગણિતનો દ્વેષ્ટા બનાવ્યો છે.

આપણી અત્યારની પસંદગી-નાપસંદગી અગર ગમા-અણગમા પાછળ નાનપણના કેવા કેવા કડવા-મીઠા અનુભવો હશે, તે આપણે ખોળવા જોઈએ. આપણે અત્યારે છીએ તેનાં મૂળ નાનપણમાં છે. નાનપણમાં આપણે બંધાઈએ છીએ. બાળકોને કડવા-મીઠા અનુભવો કરાવીએ તે પહેલાં વિચારીએ કે તેની કેવી દૃઢ અસર આખર સુધી રહી જાય છે.

ગિજુભાઈ બધેકા

['શિક્ષક હો તો' પુસ્તક]

સસલીની જાત્રા

સસલીબાઈએ સુણ્યું કથામાં: જાત્રા કરવી જોઈએ,
નાનાંમોટાં સૌએ એક વાર કાશી જાવું જોઈએ!
મનમાં વાળી ગાંઠ: હવે હું ઘરડી ડોશી થઈ,
જાત્રા વિના મરું તો કહેશે મૂરખી મરી ગઈ!

માટે હવે તો જાત્રા કરવી, કાશી-ગોકુલ ફરવું,
પછી બધાની આંખો સામે ઘેર મજાથી મરવું!
સસલીબાઈએ ભાથું બાંધ્યું, બચકી લીધી સાથે,
ઘરનો બોજો નાખ્યો સઘળો પડોશીઓના માથે:

"કપિરાજ તું રોજે મારી ગાય દોહી જાજે, ભૈયા
ને બિલ્લી, મારાં માખણ-ઘી સાચવજે તું, મૈયા!...

ચકલીબાઈ, તું મારાં મોંઘાં રેશમી કપડાં જોજે,
મેલાં થાય તો તારી રૂડી ચાંચુડીથી ધોજે!...

શિયાળ ભૈયા, ઘરનો વાડો તમને સોંપી જઉં છું,
મરઘાંબતકાં માંદાં પડે તો જોજો, એટલું કહું છું.
મધમાખી, આ ફૂલની વાડી તમને સોંપી આખી,
ભઈલા રીંછ, મધપૂડાનું મધ જોઈ લેજે ચાખી!"...

સૌને આવાં કામ સોંપીને, સસલી જાત્રા ગઈ,
પડોશીઓ કહે: વાહ રે, આ તો મઝા ઘણેરી થઈ!
બિલ્લી ચાટે ઘી ને માખણ, રીંછ મધપૂડા પાડે;
વાંદરો ગાયનાં દૂધડાં પીએ, ચકલી કપડાં ફાડે!...

કબૂતરને ઘુવડની સાથે જામી પડી લડાઈ,
મધમાખીઓનું લશ્કર છૂટ્યું, રીંછ પર કરી ચડાઈ!...

અહીંયા આવું ચાલે છે, ત્યાં સસલી તીરથ કરતી,
ગંગાજીમાં લોટી ભરીને મહાદેવજીને ધરતી!

પ્રયાગમાં ત્રિવેણી-સંગમ, પુરીમાં દરિયે નહાઈ,
મથુરા જમના-પાન કર્યું, ગોવિંદજીના ગુણ ગાઈ!
વૃંદાવનમાં આળોટી ને વ્રજમાં ઘેલી થઈ,
પગે ચાલીને બદરી-કેદાર સૌથી પહેલી ગઈ!

પછી મુખેથી કીધી પ્રતિજ્ઞા અંજલિમાં જળ લઈ:
"પ્રભુ, મારાં ધનમાલ બધુંયે તમને દઉં છું દઈ!
છાપરા સાથે ઘર આખું, ને જે કંઈ હોય તે ધન,
આડોશીપડોશી બધુંયે દઈ દઉં, દઈ દઉં તન ને મન!

હાશ, હવે હળવીફૂલ થઈ હું; ચાલને ઘેરે જાઉં,
પીઉં ગંગાજળ, ખાઉં ચરણામૃત, હરિહરના ગુણ ગાઉં!'
પૂરી કરી જાત્રા ઘર આવી, માથે મોટો ભારો,
તુલસી, ચંદન, ચરણામૃત ને ગંગાજળનો ઝારો!

પણ ક્યાં છે ઘર? ને ક્યાં છે વાડો? ક્યાં છે મધ ને ઘી?
અહીં તો ઈંટરોડાંનો ઢગલો – ક્યાં છે ધન ને શ્રી?
સસલી કહે: 'તું ખરો પ્રભુ, મેં દીધું કે લઈ તેં લીધું,
અને ગરીબ આ ડોશીને તેં જાત્રાનું ફળ દીધું!

ધન્ય પ્રભુજી, ધન્ય પડોશી, ધન આ ઈંટ ને રોડાં,
હવે અહીં બંધાશે મારાં જાત્રા કેરાં ઘોડાં!
અઠે કાશી ને અઠે મથુરા અઠે પુરી ને ગંગા,
અઠે મુકામ કરું રોડાંમાં, અઠે રહો મન ચંગા!"

એમ કહી સસલીએ ભોંયે કામળો પાથરી દીધો,
પોટલામાંથી પરસાદ કાઢી સૌને બાંટી દીધો!
હરખી હરખીને એ બોલે: જાત્રા થઈ ગઈ ખાસ્સી!
પડોશીઓ કહે: વાહ રે માશી! વાહ મથુરા-કાશી!

રમણલાલ સોની

['કાશીનો પંડિત' પુસ્તક: 1959]

❀

તેની ઊંડી અસર પડે છે

'નવજીવન' એક પણ અયોગ્ય ભાવનાનું, અસત્ય ખબરનું કે અવિવેકી ભાષાનું વાહન નહીં થાય એવો પ્રયત્ન અમે નિરંતર કર્યા જ કરશું, અને તેમાં અમે ભૂલ ન કરીએ તેની ચોકી અમારા વાચકવર્ગને અમે સોંપીએ છીએ.

અમારે લખાણો કરીને બેસી રહેવું, એ બસ નથી. ભણેલ કે અભણ ગુજરાતી સ્ત્રી કે પુરુષને 'નવજીવન'નો સંદેશો ન મળે ત્યાં સુધી અમારું કાર્ય બરાબર થાય છે એમ અમને જણાય જ નહીં.

એવા ઘણા માણસો છે કે જેઓ, વાંચતાં આવડે છે છતાં, દેશમાં શી શી પ્રવૃત્તિ ચાલે છે તે જાણવાને ઉત્સુક નથી, વર્તમાનપત્રો વાંચવા ઇચ્છતા નથી અને જો વાંચે છે તો જે વાંચવામાં જરાયે તસ્દી ન પડે એવું વાંચે છે. આ વર્ગને 'નવજીવન'નો સંદેશો અમારા ઉત્સાહી વાચકો પહોંચાડી શકે છે.

તેવાઓએ 'નવજીવન' મંડળી કહાડવી. તેનો માત્ર એક ટૂંકો હેતુ રાખવો. તે મંડળી અમુક વખતે, અમુક જગાએ મળે, 'નવજીવન' વાંચી જાય, અને તેની ઉપર ચર્ચા કરે. આ કાર્ય ઘણું સહેલું છે, પણ એમાંથી પરિણામો ઘણાં ભારે નિપજાવી શકાય છે. શુદ્ધ વિચારો, શુદ્ધ કાર્યો, શુદ્ધ ભાવોની અસર પ્રજાની ઉપર ઘણી ઊંડી પડે છે.

મો૰ ક૰ ગાંધી

['નવજીવન' અઠવાડિક: 1919]

અધૂરી વાતો

જયંત કોઠારી સાથેનો મારો સંબંધ એટલે અધૂરી વાતોનો સંબંધ. અધૂરી વાતો એ માટે કે એજન્ડા વિનાની અને વારંવાર વિષયાંતર પામતી અમારી મુલાકાતો કલાકો સુધી ચાલે, તોપણ છૂટા પડતી વખતે અમારી વાતો પૂરી ન થઈ હોય એમ મોટે ભાગે બનતું.

અમારી મિત્રતાથી કેટલાકને આશ્ચર્ય થતું. એનું કારણ તેમના અને મારા વ્યક્તિત્વો વચ્ચે બાહ્ય દૃષ્ટિએ દેખાતા તફાવતો હતા. અમે બંને જન્મે જુદા જુદા ધર્મોના હતા એ તો અમારી વચ્ચેનો તફાવત ખરો જ; પણ પહેરવેશ, ખાણીપીણી, વાતચીતની શૈલી અને રાજકીય વિચારો, એ બધાંની દૃષ્ટિએ અમે એકબીજાથી જુદા પડીએ. ખાવાપીવાનો મને કોઈ બાધ નહોતો. રેસ્ટોરાં કે લારીગલ્લા પર વખતબેવખત ચા-નાસ્તો કરતાં મને સહેજે સંકોચ ન થાય. ઉપરાંત ધૂમ્રપાનનું મારું વ્યસન એવું કે કૉલેજના વર્ગની બહાર લોકો મને મોટે ભાગે મોંમાંથી ધુમાડા કાઢતો જ જુએ. અને કોઠારીસાહેબ સાત્ત્વિક ભોજનના આગ્રહી; ધૂમ્રપાનની વાત તો આઘી રહી – તે ચા સુધ્ધાં ન પીએ. બોલવામાં હું સારાનરસા શબ્દો વચ્ચે ભેદ ન પાડું અને છાપી ન શકાય એવા શબ્દોમાં મારા ગમાઅણગમા વ્યક્ત કરું. પણ તેઓ તો જેને અપશબ્દો કહેવાય તેવા શબ્દો ક્યારેય ન બોલે. જોકે ક્યારેક એમના અણગમા ઉગ્રતાથી વ્યક્ત થાય ખરા; પણ તે માટે "આ યોગ્ય ન કહેવાય", "આ એમને શોભતું નથી", એવું કંઈક તે કહે; અને જો "બૌદ્ધિક અપ્રમાણિકતા" જેવા શબ્દોનો ઉપયોગ તે કરે, તો તો એ હાડોહાડ લાગી જાય એવી એની અસર કોઈકને થાય.

અમારાં વ્યક્તિત્વ વચ્ચે ઘણાબધા તફાવતો હોવા છતાં અમે ગાઢ મિત્રો બન્યા એનું મુખ્ય કારણ કદાચ અમારી વચ્ચે બાહ્ય દૃષ્ટિએ ન દેખાય એવી કેટલીક સમાનતાઓ હોવી જોઈએ. એ સમાનતાઓ કઈ તે હું જાણી શક્યો નથી.

અમારાં ઘર ચાલીને જવાય એટલાં અંતરે હતાં. અમે એકબીજાના ઘરે જઈએ-આવીએ. આમ એકબીજાનાં કુટુંબીજનોનો પરિચય થતાં અમે સહકુટુંબ એકબીજાના ઘરે જવા લાગ્યા. અમારી વચ્ચે કૌટુંબિક સંબંધો બંધાયા. ક્યારેક અમે સહકુટુંબ સિનેમા જોવા જતા. તેમના કુટુંબના બધા સભ્યો મારી સાથે એટલા બધા હળીમળી ગયેલા કે અમે અરસપરસ હસીમજાક કરીને જ એકબીજાનું અભિવાદન કરીએ. તેમનાં પત્ની મંગળાબહેન સાથે તો મારો સંબંધ દિયર-ભોજાઈ જેવો. અમે એકબીજાની ટીખળ ન કરી હોય એમ તો ભાગ્યે જ બન્યું હશે, અને અમારી ટીખળબાજી કોઠારીસાહેબ ઉપરાંત ઘરનાં બધાં જ સભ્યો માણે. તેમનાં સંતાનો મારી સાથે કુટુંબના એક વડીલ સ્વજન તરીકે મોકળા મને વાત કરે. જોકે તેમાં દર્શના પ્રત્યે મારો પક્ષપાત વધારે. વાતચીતમાં હંમેશાં હું દર્શનાનો જ પક્ષ લઉં, તેથી મંગળાભાભી તો દર્શનાને મારી દીકરી તરીકે જ ઓળખાવે. 1962માં અમારી મિત્રતા થયા પછીથી બેસતા વર્ષના

84

દિવસે સવારના સમયે હું તેમને મળવા ન ગયો હોઉં એમ ભાગ્યે જ બન્યું હશે. એ દિવસે એમનાં સંતાનો મારી ખાસ રાહ જુએ. મુલાકાતીઓના સ્વાગત માટે જુદી જુદી વાનગીઓથી સજાવેલી મોટી થાળી ટેબલ પર મૂકેલી હોય, તેમાંથી બધી જ વાનગીઓ ભરેલી જુદી પ્લેટથી મારું સ્વાગત થાય. મને ભાવતી વાનગીઓ હું ધરાઈને ખાઉં એટલું જ નહીં, વધુ ભાવતી વાનગી બેશરમ થઈને માંગીયે લઉં.

આજે જ્યારે હું જીવનનો સાતમો દાયકો સમાપ્ત કરી રહ્યો છું ત્યારે જીવનના એક રહસ્યને પામ્યો છું, અને તે એ કે સાચું સુખ મિત્રો સાથેની નિખાલસ વાતચીત દ્વારા જ મળે છે. આવું સુખ કોઠારીસાહેબ સાથેની મારી અધૂરી વાતોમાંથી મને મળ્યું છે. અમારી વાતો અધૂરી રાખીને એ ચાલ્યા ગયા, એથી મેં જીવનનું મહામૂલું ધન ગુમાવ્યું છે તે હવે ક્યારેય પાછું નહીં મળે?

મહીયુદ્દીન મન્સુરી

❀

પશ્ચાતદર્શન થશે ત્યારે –

એકવીસમી સદીને અંતે, 2100ના વર્ષમાં, વીસમી સદીના ગુજરાતી સાહિત્યનું પશ્ચાતદર્શન થશે ત્યારે –

કવિતામાં બલવન્તરાય, ન્હાનાલાલ, સુન્દરમ્, ઉમાશંકર, રાજેન્દ્ર, લાભશંકર અને સિતાંશુની કૃતિઓ;

નાટકમાં જયંતિ દલાલ અને ઉમાશંકરની એકાંકી કૃતિઓ;

ટૂંકી વારતામાં રામનારાયણ અને પન્નાલાલની કૃતિઓ;

નવલકથામાં મુનશી, પન્નાલાલ અને 'દર્શક'ની કૃતિઓ;

નિબંધમાં કાલેલકર, ભોળાભાઈ, આનંદશંકર, ગાંધીજી, કિશોરલાલ અને સચ્ચિદાનંદની કૃતિઓ;

ચરિત્રસાહિત્યમાં ગાંધીજી, ઇન્દુલાલ [યાજ્ઞિક] અને નારાયણ દેસાઈની કૃતિઓ;

વિવેચનમાં આનંદશંકર, બલવન્તરાય, રામનારાયણ અને ઉમાશંકરની કૃતિઓ;

તથા સાહિત્યિક પત્રકારત્વમાં 'જ્ઞાનસુધા', 'વસંત', 'પ્રસ્થાન', 'કૌમુદી', 'માનસી', 'સંસ્કૃતિ' અને 'ક્ષિતિજ' – આટલી કૃતિઓ તો દૂરદૂરથી પણ ઉન્નત શૃંગોની જેમ દૃષ્ટિગોચર થશે. આ કૃતિઓને નતમસ્તકે વંદન.

નિરંજન ભગત

['સાહિત્યચર્યા' પુસ્તક: 2004]

❀

મોટી સમાનતા

મુસ્લિમોની નિકટ જવાનું મને બહુ ઓછું સાંપડ્યું છે. શાળા-મહાશાળાના અભ્યાસ વેળાનો તો કોઈ મુસ્લિમ ચહેરો જ યાદ આવતો નથી. એ સમયે રાજકોટમાં મુસ્લિમ બાળકો જાહેર શાળાઓમાં નહીં, પરંતુ મદરેસાઓમાં જ ભણતાં હશે કદાચ. અને કૉલેજ-કેળવણી મુસ્લિમોમાં નહીંવત્ હશે કદાચ. ગામમાં મુસ્લિમ પ્રજા તો આજુબાજુમાં જ હતી અને એની સાથે કામ પાડવાનું પણ થતું હતું. મારે ઘેરથી પરાબજારમાં જવાનો એક રસ્તો તે વોરાવાડનો હતો. હું એ રસ્તેથી જ જવાનું ઘણી વાર પસંદ કરતો. રસ્તા પર પથરાયેલી બકરીની લીંડીઓ, ટહેલતા કૂકડાઓ, ગેલ કરતી બકરીઓ – એના આ લાક્ષણિક વાતાવરણનું મને કૌતુક રહેતું. પણ ડેલીબંધ ઘરમાં ડોકિયું કરવાનું તો હોય જ નહીં. હિંદુમુસ્લિમ જીવનશૈલીનો ભેદ એવો છે કે એ બે પ્રજાઓ વચ્ચે એક સલામત અંતર સામાન્ય રીતે ટકી રહે છે.

પ્રાઈમસ, ફાનસ રીપેર કરાવવાનાં હોય, રેણ કરાવવાનું હોય તો વોરાની દુકાને જ જવાનું રહેતું. ને કરિયાણા, ઓસડિયાં વગેરેનું એક અત્યંત વિશ્વાસપાત્ર મથક તે કાદર વોરાની દુકાન. ત્યાં હંમેશાં ભીડ જામેલી રહે, એટલે જોઈતી વસ્તુ માટે સતત તકાદો કરવો પડે. કોઈ અકળાઈ જાય ને કોઈ સ્ત્રીઓ ‘ઘેર છોકરું રડતું મૂકીને આવી છું’ એવાં કારણો પણ ધરે. પરંતુ થડે બેસતા કાદર વોરાના દીકરાઓને માથે તો જાણે બરફ જ. એમની આગવી મીઠાશથી એ ઘરાકોને પટાવતા-લડાવતા-હસાવતા જાય, ફટાફટ કામ પતાવતા જાય અને સૌ કોઈ ખરીદેલી વસ્તુની સાથે એ મીઠાશનું પડીકું પણ લેતા જાય.

કાદર વોરાની દુકાનને ત્રણ દરવાજા હતા. વચ્ચેનો મોટો દરવાજો અને આજુબાજુ બે નાના દરવાજા. એક નાના દરવાજા પાસે કાદર વોરાની બેઠક. મેં એમને ત્યાં બેસીને વૈદું કરતા જ જોયા છે. બે-પાંચ ડબલાંમાંથી ફાકીઓનાં પડીકાં બાંધી આપે. એમાં રોચક ફાકીનું પ્રાધાન્ય રહેતું એવી અમારી છાપ છે. અમારા બાપુજી (મોટા કાકા) પાસે કાદર વોરા ભણેલા. બાપુજી ઘણી વાર એમની જ દવા લે. એમનો – મગન માસ્તરનો – કાદર વોરા પૈસોયે ન લે. કદાચ અમારા કુટુંબના કોઈની પણ દવાના પૈસા એ ન લેતા. આમેય એમનો દવાનો ચાર્જ એટલો મામૂલી હતો કે ગરીબમાં ગરીબ માણસને પણ એ પોસાય. કાદર વોરાની બેઠી દડી, ગોરો ચહેરો, શ્વેત દાઢી અને મોટે ભાગે અધબીડી આંખો અમારી સમક્ષ કોઈ ધ્યાનસ્થ ઋષિની મૂર્તિ ખડી કરતાં.

એક મુસ્લિમ ફેરિયા સાથે મારો સંબંધ વધ્યો. ત્યારે હું અમારી દુકાને બેસતો હતો ને એ મહંમદભાઈ દુકાનની બાજુમાં પરચૂરણ ચીજવસ્તુઓની રેંકડી રાખી ઊભા રહેતા હતા. અલ્પશિક્ષિત પણ સાલસ સ્વભાવના એ મુસ્લિમ યુવાન. મનુષ્યાકૃતિઓ

હું ઘણી વાર લાંબે ગાળે વીસરી જાઉં છું, પણ મહંમદભાઈની આકૃતિ મારી નજર સામે આજેયે તરે છે – દૂબળી શરીરસાંઠી, ભીનો વાન, નિર્મળ આંખો. એમની કંઈક કાલી બોલીનો રણકો પણ કાનમાં ગુંજે છે. સહજ રીતે જ, અમારો પરિચય મૈત્રીની સરહદને સ્પર્શી ગયો. કોઈ વખતે એ મારે ઘેર આવતા થયા ને એમની શાદીમાં હું હાજર રહ્યો. મુસ્લિમ સમાજને નિકટથી જોવાનો આ મારો પહેલો અને પછીથી પણ ભાગ્યે જ સાંપડેલો અવસર હતો. ઝાઝી વિગતો મને યાદ રહી નથી, પણ એ વિશિષ્ટ વાતાવરણની ગંધ મનના ખૂણે ભરાયેલી રહી છે ને દુલ્હાનું ફૂલના તોરાથી આચ્છાદિત મુખડું પણ વીસરાયું નથી. મહંમદભાઈ સાથેના સંબંધને વધારે વિકસવાની તક ન મળી, કેમ કે અમે એ દુકાન કાઢી નાખી અને પછી મારે રાજકોટ છોડવાનું પણ થયું.

રાજકોટ છોડીને હું અમદાવાદ આવ્યો. અમદાવાદની વાત જુદી જ હતી. મુસલમાનોની અહીં ઘણી મોટી વસ્તી એટલે એમની સાથેના સંપર્કોની તકો પણ ઘણી વધારે. મને મુસ્લિમ વિદ્યાર્થી-વિદ્યાર્થિનીઓ મળ્યાં અને સાથી અધ્યાપકો પણ મળ્યા. બી.એ.માં ગુજરાતીને મુખ્ય વિષય તરીકે લેનાર અને ઘણી વાર પર્શિયન ભણવામાં જરાયે રસ ન લેનાર મુસ્લિમ યુવક-યુવતીઓને જોઈએ ત્યારે તો થોડું આશ્ચર્ય થાય. પણ પછી સમજાય કે આ તો ગુજરાતી સંસ્કારપ્રવાહમાં એકરૂપ થવાની પ્રક્રિયા ચાલી રહી છે.

મુસ્લિમ વિદ્યાર્થીઓનું પ્રમાણ તો ઓછું જ. પણ એ નોંધપાત્ર છે કે એમાંથી ઘણાનું ભલે ઝાંખુંપાંખું પણ સ્મરણ તો ટકી રહ્યું છે. એક વિદ્યાર્થિની મહેરુન્નીસા માસ્ટર જરા આખાબોલી અને નટખટ. એણે એક વખતે ક્યાંક કહ્યું કે, અમારા બી.એ.ના વર્ગમાં કોઠારીસાહેબને એક જ વિદ્યાર્થી સમજી શકે છે. મારી પાસે આ વાત આવી, પણ એણે અમારી વચ્ચે એકબીજાની હાંસીમશ્કરી કરવાનાં દ્વાર ખોલી નાખ્યાં. એ વિદ્યાર્થિની પાવાગઢના પ્રવાસમાં પણ અમારી સાથે આવી હતી. બીજા એક વિદ્યાર્થી (નામ હું ભૂલી ગયો છું)ને રોજાના દિવસોમાં હું આગ્રહ કરીને પાટણના પ્રવાસે લઈ ગયેલો અને એને રોજું રાખવાની બધી સગવડ કરી આપેલી. યાસ્મિન મન્સુરી અને રુમાના કોટવાલાના રૂપાળા ને સદા પ્રસન્ન ચહેરાઓ મનને પ્રસન્નતાથી ભરી દેતા અને ગુજરાતી વિષયમાંની એમની સજ્જતા મનમાં વિસ્મય ને આદરની લાગણીઓ જગવતી.

વિદ્યાર્થીઓ સાથે અંગત નાતો ઊભો કરવાનું મને ગમતું. પ્રવાસ એનું એક સાધન, તો વિદ્યાર્થીઓને ઘેર જવું એ બીજું સાધન. વિદ્યાર્થીઓ પણ મારે ઘેર છૂટથી આવતા. ઘણાંબધાં વિદ્યાર્થી-વિદ્યાર્થિનીઓને ઘેર હું ગયો છું, તેમાં કોઈ મુસ્લિમને ત્યાં ગયાનું, એક અપવાદ બાદ કરતાં, મને યાદ આવતું નથી. એમને સંકોચ પણ થયો હોય – એમના ઘરના વાતાવરણને કારણે અથવા મને એમના ઘેર જવું ગમે કે કેમ તેની એમના મનમાં આશંકા પણ હોય.

જે મુસ્લિમ વિદ્યાર્થીને ઘેર હું ગયો છું, અને એકથી વધુ વાર ગયો છું એ અમીરઅલી લાખાણી. જાતે ખોજા. ઘણી સામાન્ય સ્થિતિમાંથી એ આગળ આવ્યા છે એનો હું સાક્ષી છું. એમની નિષ્ઠા, એમની કુટુંબપ્રીતિ, મનની ઉદારતા અને નરી સજ્જનતાની મારા મન પર ઊંડી છાપ છે. અમે એકબીજાને ઘેર સહકુટુંબ આવ્યા-ગયા છીએ. આમાં લાખાણી પરણ્યા પછી પોતાના કુટુંબ સાથે અલગ રહેતા થયા એ સ્થિતિ પણ કારણભૂત ખરી.

મને જે મુસ્લિમ સહકાર્યકરો મળ્યા તેમાંથી બેની નિકટ જવાનું બન્યું. નિઝામી અંગ્રેજી સાહિત્યના અધ્યાપક હતા એટલે અમારે નિકટ આવવા માટે ભૂમિકા હતી એમ કહેવાય. આપણે ત્યાં અંગ્રેજીના મોટા ભાગના અધ્યાપકો પણ અંગ્રેજી ભાષા ગુજરાતી સ્વરભારથી બોલનારા હોય છે, એમાં નિઝામી જુદા પડી આવે. અંગ્રેજી છંદશાસ્ત્ર પર પણ એમની સારી પકડ. એમની સાથે વાતો કરવાની મજા આવતી, પણ એથીયે વધારે આકર્ષણ થતું એમની અંગ્રેજી સાહિત્યના અભ્યાસે પ્રેરેલી ઉચ્ચ સંસ્કારિતાનું. હિંદુ વિસ્તારોમાં રહેવાનું એ વધારે પસંદ કરતા એટલા તો એ સાંકડા મુસ્લિમપણાથી મુક્ત હતા. અમદાવાદના કોમી તનાવે એમની એ પસંદગી પર પ્રહાર કર્યો એ એક કરુણ ઘટના હતી. અમારે એકબીજાને ઘેર જવા-આવવાનો વ્યવહાર ઊભો થયેલો, પણ મારી બીજી કૉલેજમાં બદલી થતાં અમારી એ નિકટતાનો ત્યાં અંત આવ્યો.

ઊંડી આત્મીયતાનો કાયમી સંબંધ રચાયો તે તો મોહીયુદ્દીન મનસુરી સાથે. એ મનોવિજ્ઞાનના અધ્યાપક, પણ સાહિત્યનાયે રસિયા. હારમોનિયમ પર શિષ્ટ ગુજરાતી કવિઓનાં – વિશેષે રાજેન્દ્ર શાહનાં – ગીતો ગાય. કેટલોક સમય રંગભૂમિ સાથે સંકળાયેલા ને પછી પોતે પણ થોડાં નાટકો લખ્યાં. લોકમિલાપની સસ્તી પુસ્તકપ્રકાશન યોજનાના આગોતરા ગ્રાહકો હું નોંધતો તેમાં મનસુરી કાયમના ગ્રાહક. પોતાનાં બાળકોને વાંચતાં કરવા ઇચ્છે ને એમને આવું સંસ્કારી વાચન પૂરું પાડે.

સાહિત્યપ્રીતિનો સમાન દોર, આમ, અમારી વચ્ચે ખરો, છતાં અમે એકબીજાની નિકટ આવ્યા તેનું કારણ તો મનસુરીનું મળતાવડાપણું જ. એ ન બોલતાને બોલાવે અને મુજીને મરકાવે. એટલે જ એમનું મિત્રમંડળ અત્યંત બહોળું. જે થોડા મિત્રો સાથે મારી જીભ છૂટી થઈ છે તેમાંના એક મનસુરી છે. અમારી વચ્ચે હસીમજાક થાય અને ગંભીર ચર્ચાઓ પણ થાય – સાહિત્યની, રાજકારણની, સામાજિક પ્રશ્નોની વગેરે વગેરે. મનસુરીને તો અનેક વિષયોમાં રસ અને જાણકારી પણ – ફિલ્મોમાં, રમતજગતમાં અને જ્ઞાનવિજ્ઞાનનાં લગભગ બધાં ક્ષેત્રોમાં. આથી જ, એ વિવિધ ક્ષેત્રોના માણસો સાથે આસાનીથી વાત કરી શકે ને એમના મિત્રમંડળમાં વિવિધ પ્રકારના લોકો જોવા મળે. બાળકો, કિશોરો, વિદ્યાર્થીઓ સાથે હળવાભળવામાં પણ એમને જરાયે મુશ્કેલી ન પડે. એમના રસની વાતો એ કરે અને હસતાંરમતાં બે ડહાપણની વાતો પણ કહી દે. મારાં સંતાનો – મારી પુત્રી દર્શના પણ – મનસુરી

સાથે જેટલાં હળ્યાંભળ્યાં છે એટલાં મારા બીજા કોઈ મિત્ર સાથે હળ્યાંભળ્યાં નથી. મનસુરી 'બેટા' 'બેટા' કહીને બધાને બોલાવે ને એમના સમાચાર પૂછે તથા મારાં સંતાનો પણ 'કાકા' કહી એમને વળગે ને પોતાની કંઈ કંઈ વાતો કરે. મારાં પત્ની ઘરના કામમાં હોય તો સામેથી બોલાવે અને પોતાને ખાવુંપીવું હોય તે માગી લે. બેસતા વરસને દિવસે તો અમે એમની રાહ જોતાં હોઈએ. સવારે એ અચૂક આવે અને તે દિવસે દિવાળીનો નાસ્તો પણ કરે.

બાળકો નાનાં હતાં ત્યારે અમે સહકુટુંબ મનસુરીને ત્યાં જતાં. એક-બે વખત ઉતરાણ પણ એમને ઘેર કરેલી. એમનાં પત્ની ખાતુનબહેન ને બાળકો પણ અમારી સાથે હળી ગયેલાં. એક વખતે એમને ત્યાં નવું નવું ફ્રીજ આવેલું ત્યારે એમની પુત્રી સહીરા ઉમંગથી અમને ફ્રીજની પાસે લઈ ગઈ અને ફ્રીજમાં કેવી કેવી સગવડ છે એ બતાવવા એણે એનું બારણું ખોલ્યું. અમારે માટે અખાદ્ય પદાર્થ એમાં સામે જ દેખાયો. મનસુરીએ ઝટપટ બારણું બંધ કરી દેતાં હસતાં હસતાં કહ્યું, "અરે અરે, આ એમને બતાવવાનું ન હોય."

મનસુરી સાથે વિશેષ ઘરોબો થવાનું એક કારણ એ હતું કે શહેરમાં અમે બન્ને નજીકમાં – દશેક મિનિટમાં ચાલીને પહોંચી શકાય એટલા અંતરે રહીએ. એ રહે કાળુપુર પાંચ પટ્ટી વિસ્તારની જીવણપોળમાં અને હું રહું ઘીકાંટા રોડ પર નગરશેઠના વંડામાં. કૉલેજ જતાં મારું ઘર એમને રસ્તામાં આવે, એટલે ગોઠવણ એવી કરેલી કે સવારે કૉલેજ જતાં એ મારે ત્યાં આવે અને ત્યાંથી અમે બન્ને સાથે જઈએ – એ સ્કૂટર વાપરતા ત્યારે સ્કૂટર પર અને એ સિવાય રિક્ષામાં. વળતાં પણ મોટે ભાગે સાથે આવીએ – સ્કૂટર ન હોય ત્યારે બસમાં. સાંજે પણ અમે એકબીજાને ઘણી વાર મળીએ. એમાં એવું પણ બને કે હું રાત્રે એમને મળવા ગયો હોઉં ને એ મને વળાવવા પાછા ઘીકાંટા સુધી આવે ને ત્યાં અમે વળી દુકાનના ઓટલે વાતો કરવા બેસી પડીએ. મારે ઘેર તો મોડું થાય એટલે બધાં ચિંતા કરનારાં, તેથી એકબે વખત તો મારી ભાળ કાઢવા પડોશીને મોકલવા પડેલા.

મનસુરી અને હું એકબીજાના એટલા આત્મીય બની ગયા કે અમારી વચ્ચે ઘણી વાર અમારા કૌટુંબિક જીવનની, સાંસારિક જીવનની વાતો ઉમેરાતી અને અમે અંગત પ્રશ્નોમાં એકબીજાનાં મદદ-માર્ગદર્શન લેવામાં પણ સંકોચ ન અનુભવતા. કેટલીક વ્યવહારુ આવડતો મનસુરીમાં વિશેષ અને એ મને બે-ત્રણ પ્રસંગોએ ખાસ કામમાં આવી. આવો વિશ્વાસપૂર્ણ મૈત્રીસંબંધ એ જીવનનું એક સદ્‌ભાગ્ય છે. એ સદ્‌ભાગ્ય મને સંપડાવનાર વિરલ મિત્રોમાં મનસુરીનું સ્થાન છે.

મનસુરી એક નિષ્ઠાવંત, સાચા અને પૂરા શિક્ષક. સામા સુધી પોતાની વાત પહોંચાડવાની એક કળા એમણે હસ્તગત કરી હતી. હા, પ્રયત્નથી અને સભાનતાથી. એક રીતે એ આપઘડ્યા માણસ છે. શાળાશિક્ષણ તો એમનું અધવચ્ચે અટકેલું પણ પછી પોતાની લગનથી પ્રાપ્ત પરિસ્થિતિની સામે થઈને પણ એ આગળ વધ્યા.

અભિવ્યક્તિની તાલીમ લેખે એ વિદ્યાર્થીકાળમાં જ લખતા થયા. એમાં નજર સામે નરહરિ પરીખનું 'માનવ અર્થશાસ્ત્ર' જેવું પુસ્તક હોય કે નગીનદાસ પારેખ જેવાનાં લખાણો હોય. આ તાલીમને કારણે જ એ ઉત્તમ પાઠ્યપુસ્તકલેખક પણ થયા. અધ્યાપક તરીકે એ વર્ગમાં તૈયારી કરીને જ જાય. એ અત્યંત લોકપ્રિય અધ્યાપક બની રહ્યા. ઉત્તમ પાઠ્યપુસ્તકલેખક તો મારા વિષયમાં હું પણ ગણાઉં છું, પણ વર્ગશિક્ષક તો હું મનસુરી જેવો નહીં જ.

ઘણા હિંદુઓના મનમાં મુસ્લિમો વીશે ચિત્ર-વિચિત્ર ખ્યાલો હોય છે – એ ઝનૂની છે, હિંસક છે વગેરે. અમદાવાદનાં કોમી તોફાનો વખતે આ ખ્યાલો ઉત્કટપણે પ્રવર્તતા મેં જોયા છે. (મુસ્લિમોમાં આથી ઊલટા ખ્યાલો પ્રવર્તતા હશે.) પણ મનસુરી જેવા મુસ્લિમોને જોઈએ ત્યારે એ ખ્યાલો શીર્ણવિશીર્ણ થઈ જાય છે. મારાં સંતાનો તો કહેતાં હોય છે કે મનસુરીકાકાને જોઈએ પછી કેમ માની શકાય કે બધા મુસ્લિમો કે મુસ્લિમો જ ઉત્પાત કરનારા છે ? મનસુરી તો તોફાનનું વાતાવરણ હોય ત્યારે ઘરની બહાર પણ ન નીકળે એવા નરમ. એ વાતાવરણમાં હું હજુ એમની ખબર કાઢવા એમને ઘેર જવા વિચારું, પણ મનસુરી તો મને મનાઈ જ ફરમાવે.

મનસુરી જ શા માટે, મને તો મુસ્લિમોનો જે કંઈ પરિચય છે તે બધો જ મીઠો છે એમ હું કહી શકું. હિંદુ-મુસ્લિમ વચ્ચે સંસ્કારભેદ હોય તોયે મનુષ્યપણાની મોટી સમાનતા છે જ. કોમી તનાવો જે ઊભા થાય છે તેમાં અન્ય પરિબળો ઉપરાંત ગેરસમજ અને ગ્રંથિઓનો ઘણો મોટો ફાળો છે. હિંદુમુસ્લિમ મૈત્રી જ એ ગ્રંથિઓ ને ગેરસમજને ભેદી શકે.

જ્યંત કોઠારી
['અપ્રગટ જયંત કોઠારી' પુસ્તક]

❀

નાનું ઝરણું

ooo મોટું ધ્યેય ન મારા મનનું.
અચિંત આવ્યા મુસાફરનું –
સાધન બનવું તૃષાહરણનું.
હું નાનું ઝરણું.

ઇચ્છું ના લંબાણ જીવનનું;
સુકાઈ જૈ થાવું ખેતરનું –
જીવન: ઉત્તરકાર્ય મરણનું.
હું નાનું ઝરણું.

જ્યંત કોઠારી
['અપ્રગટ જયંત કોઠારી' પુસ્તક]

તડકો તારો પ્યાર

∘∘∘ તડકો ચાલે, તડકો દોડે, તડકો ખેલે ખેલ
કિરણ કિરણ છે મોર કળાયલ જાણે શીશમહેલ
તડકો રૂપ હજાર
તડકો તારો પ્યાર !

તડકો જાણે જાન ઊઘલતી, ફળિયે ફળિયે ઢોલ
ઝગમગ ઝગમગ સાફો સુંદર, તડકો તારો કોલ
તડકો તો દિલદાર
તડકો તારો પ્યાર ! ∘∘∘

દીપક બારડોલીકર

❀

વિશ્વ જોતું રહ્યું

(રવાન્ડા, બોઝનિયા વગેરેના અનામી શહીદોને)

ખડ્ગ, ખંજરો ને ભડાકા હતા
સિતમના સરાસર સબાકા હતા

બચાવો બચાવોની ચીખો હતી
તડફતાં બદન, રક્તનીકો હતી

ઘરોમાં ને શેરીમાં લાશો હતી
અને નાચતી દુષ્ટતાઓ હતી

હવામાં હતી બૂ, ધુમાડા હતા
શરાફતના મોઢે તમાચા હતા

હતી માણસાઈની મૈયત પડી
હતાં ગીધ, કાગા ને સમડી હતી

મગર સંસ્કૃતિને થયું શું હતું
ફરક્યું ન કોઈ રુવાટું હતું

થઈ ખાંભીઓ વિશ્વ જોતું રહ્યું
હા, જોતું રહ્યું, માત્ર જોતું રહ્યું
અને બાદમાં લાજ આવી જતાં
સ્મરી એ શહીદોને રોતું રહ્યું.

દીપક બારડોલીકર

['તડકો તારો પ્યાર' પુસ્તક : 2006]

એક ક્રાંતિકારની આત્મકથા

મારાં પરિભ્રમણો દરમિયાન મેં જોયું કે અમુક પ્રદેશની અતિશય કઠણ જમીનનાં ઢેફાં ભાંગવા માટે ખેડૂતને કેટલી પારાવાર જહેમત ઉઠાવવી પડે છે. તે વખતે મને વિચાર આવ્યો કે હું એક પુસ્તક લખીને જમીન ખેડવાની સર્વોત્તમ પદ્ધતિઓ ખેડૂતોને બતાવીશ. આ અહીં એક ખેતરમાં ઝાડનાં પુષ્કળ ઠૂંઠાં ઊભાં છે; તે ખેંચી કાઢવાનો અમેરિકન સંચો ખેડૂતને અપાવ્યો હોય, તો તેની કેટલી બધી મહેનત બચે! પણે પેલા ખેતરને સારા ખાતરની બહુ જરૂર છે; વિજ્ઞાનની મદદથી એ બનાવવાનું આ લોકોને શીખવ્યું હોય તો કેટલો બધો લાભ થાય!

પણ આ ખેડૂતો પાસે અમેરિકન સંચાની કે વિજ્ઞાનની વાત કરવી શી કામની? – જ્યાં બે પાક વચ્ચેના ગાળામાં એમને પેટપૂરતો રોટલો પણ મળતો હોય નહીં ત્યાં! તેમની પાસે હળ ખેંચવાના ન તો પૂરતા ઘોડા છે, ન તો એ ઘોડાને ચરવા માટે ઘાસ-ખેતર, કે નહીં સારું ખાતર. અધૂરામાં પૂરું થોડાં થોડાં વરસે દેશમાં દુકાળ પડતો રહે છે, એટલે એમની પાયમાલીની અવધિ આવી જાય છે. તેમને ખરી જરૂર તો એ છે કે, મારા જેવા એમની સાથે રહી, તે પોતાની જમીનના માલિક બને એવી સ્થિતિ આણવામાં તેમને મદદ કરે. ખેતી કે વિજ્ઞાનને લગતાં પુસ્તકો વાંચીને તેઓ જે કાંઈ લાભ પામી શકે તે તો ત્યાર પછી – હમણાં નહીં.

વિજ્ઞાન અને તેનો અભ્યાસ એ, અલબત્ત, ઘણી સરસ વસ્તુઓ છે. વિજ્ઞાનની જુદી જુદી શાખાઓને લગતા ગ્રંથ રચવાની મને ખૂબ હોંશ થતી. પણ જ્યાં મારી ચોપાસ માનવીને સૂકા રોટલાનો ટુકડો પામવા માટે પણ વલખાં મારતો હું જોતો હતો, ત્યાં મારી એ હોંશ પૂરી કરવાનો મને શો અધિકાર હતો? મારી અભિલાષાઓ સિદ્ધ કરવા સારુ મારે જે પૈસા ખર્ચવા જોઈએ, તે તો હું આ ટળવળતાં ગરીબો ને તેમનાં બાળબચ્ચાંનાં મોંમાંથી બટકું રોટલો ઝૂંટવીને જ મેળવવાનો ને? કોઈકના મોંમાંથી તો એ ઝૂંટવ્યે જ છૂટકો, કેમ કે માણસજાતનું એકંદરે સંપત્તિ-ઉત્પાદન હજી બહુ થોડું છે.

જ્ઞાન આપણને ખૂબ સામર્થ્ય આપનાર ચીજ છે, તેથી દરેક મનુષ્યે જ્ઞાન પામવું જ જોઈએ. પણ અત્યાર સુધીમાં આપણે જે બધું જ્ઞાન એકત્રિત કર્યું છે તેટલું પણ ગરીબોને આપવા માંડીએ તો કેટલી બધી સાચી પ્રગતિ થાય! પ્રકૃતિ વચ્ચે જ જીવન વિતાવતા આ ખેડૂતોનાં આનંદભેર ગવાતાં પ્રકૃતિપ્રેમનાં ગીતો સાંભળતાં આપણને ખાતરી થાય કે તેઓ સાહિત્યના ભૂખ્યા છે, તેનો આસ્વાદ બરાબર લઈ શકે તેમ છે. તેમનામાં જે લાગણી રહેલી છે, જે વિચારશક્તિ પડેલા છે, તે વિકસાવવા આપણે તેમને વધુ સંસ્કાર કેમ ન અર્પીએ? વખતે-કવખતે પ્રગતિ-પ્રગતિની બાંગ પોકારનારા આપણે એકલપેટા શિષ્ટજનોએ આવા લોકોને ઊંચે લાવવા માટે શું કર્યું?

પીટર ક્રોપોટકિન (અનુ૰ વિજયરાય ક૰ વૈદ્ય)

['એક ક્રાંતિકારની આત્મકથા' પુસ્તક]

સાહિત્ય-મંદિરનો ભક્ત

ભારતીય ભાષાઓના એક સર્વોત્તમ ગ્રંથને ભારતીય જ્ઞાનપીઠ તરફથી દર વર્ષે એક લાખ રૂપિયાનું પારિતોષિક આપવામાં આવે છે. પૈસાની મોટી રકમ અને સન્માન, એ બંને દૃષ્ટિએ ભારતમાં આ સર્વોચ્ચ પારિતોષિક છે. 1975માં આ પારિતોષિક શ્રી વિ૰ સ૰ ખાંડેકરને તેમની નવલકથા 'યયાતિ' માટે આપવામાં આવ્યું. એ પહેલાં આ નવલકથાને સાહિત્ય અકાદમીનું અને મહારાષ્ટ્ર રાજ્યનું, એમ બે પારિતોષિકો મળ્યાં હતાં.

1930ની સાલમાં ખાંડેકરની પહેલી નવલકથા 'હૃદયાચી હાંક' પ્રસિદ્ધ થઈ. આમ તો 1920થી તેઓ લેખન કરે છે, પણ સાચા અર્થમાં એમના લેખનનો પ્રારંભ 1930થી થયો એમ કહેવું જોઈએ.

આટલા લેખનકાળ દરમિયાન ખાંડેકરે 15 નવલકથા, 27 વાર્તાસંગ્રહો, 6 રૂપકકથાસંગ્રહ, 10 લઘુનિબંધસંગ્રહ, 14 વિવેચનગ્રંથ, 18 ફિલ્મકથાઓ અને કેટલુંક બીજું સાહિત્ય પ્રગટ કર્યું છે.

ખાંડેકરની આંખો પહેલેથી બહુ નબળી હતી. 1972માં ઑપરેશન કરાવ્યું તે સફળ ન થયું અને આંખો સાવ ગઈ. આ ઉપરાંત તાવ, શરદી, ખાંસી, બ્લડપ્રેશર એ બધી તકલીફ પણ પહેલેથી હતી જ. મરાઠીના હાસ્યકાર શ્રીપાદ કૃષ્ણ કોલ્હટકર ખાંડેકરના સાહિત્યગુરુ હતા. એમણે એક વાર કહેલું: "ખાંડેકર સાધારણ રીતે તો પથારીવશ જ હોય છે, તો પછી આટલું લેખન એમને હાથે થાય છે કેવી રીતે? આ બધું એ પોતે લખે છે કે એમનું ભૂત?" આ સાંભળીને ખાંડેકરના સમકાલીન નવલકથાકાર ગં૰ ત્ર્યં૰ માડખોલકરે કહ્યું: "માંદગીના બિછાનામાં પણ ખાંડેકરને લખવાની શક્તિ આપનાર જે સંચાર એમના શરીરમાં થાય છે તે ભૂતનો નહીં પણ દેવદૂતનો હોવો જોઈએ, કારણ કે ગયાં બારેક વર્ષ દરમિયાન સદ્‌ભાવના જાગ્રત કરનારું જેટલું રમણીય સાહિત્ય એમણે ઉત્પન્ન કર્યું છે તેટલું ઝાઝા લેખકોએ કર્યું નથી. મને જે આશ્ચર્ય થાય છે તે એમણે પુષ્કળ લખ્યું છે તે માટે નહીં, પણ મન ચિંતાથી ભરેલું હોય અને તન તાવથી ધગતું હોય એવી કાયમી સ્થિતિ છતાં એમણે આટલું પ્રસન્ન સાહિત્ય રચ્યું તે માટે."

ખાંડેકરનો જન્મ સાંગલીમાં 1898ના જાન્યુઆરીની 11મીએ. એમનું કુટુંબ અસલ તો સાવંતવાડીનું. પિતાનું નામ આત્મારામ. ખાંડેકરનું મૂળ નામ ગણેશ. મૅટ્રિક સુધી તે સાંગલીમાં ભણ્યા. તેમને પુણેની ફરગ્યુસન કૉલેજમાં દાખલ કરવામાં આવ્યા. પણ સાવંતવાડીમાં એમના કાકા સખારામપંત ખાંડેકર રહેતા હતા. એમને દીકરો ન હતો. અને સાવંતવાડીનાં ઘર અને ખેતીવાડી સંભાળવા એમને કોઈકની જરૂર હતી. એટલે ગણેશ આત્મારામ ખાંડેકરને એમણે દત્તક લેવા એમ નક્કી થયું. સાંગલીના આત્મારામપંત ખાંડેકરને પણ ગણેશને દત્તક આપીને પોતાના ઉપરનો

ભાર ઓછો કરવો હતો. તે ઇન્ટરમાં હતા ત્યાં જ દત્તવિધાન થયું અને ગણેશ આત્મારામ ખાંડેકર વિષ્ણુ સખારામ ખાંડેકર બન્યા. એમને ફરી પુણે આવીને શિક્ષણ પૂરું કરવાની ઇચ્છા હતી. પણ તે દત્તક અપાયા પછી સાંગલીવાળા જન્મદાતા પિતા એમના શિક્ષણની જવાબદારી લે નહીં, અને દત્તક લેનાર પિતાનું કહેવાનું એમ હતું કે ખાંડેકરે સાવંતવાડીમાં રહી ખેતીવાડી સંભાળવી. પરિણામે 1916-17માં શિક્ષણ અધૂરું મૂકીને ખાંડેકરને સાવંતવાડી આવી જવું પડ્યું.

તે સમયે સાવંતવાડીમાં જંગલને લીધે મલેરિયાનો ફેલાવો મોટા પ્રમાણમાં હતો. ખાંડેકર પણ મલેરિયામાં સપડાયા અને તેમની તબિયત બગડી. સાવંતવાડીમાં રહેવાનું અશક્ય બન્યું. સાથે સાથે, ત્યાંની જમીનદારીમાં એમનું ધ્યાન હતું નહીં. જમીનદારી એટલે ખેડૂતો ધરતી ખૂંદી મહેનત કરે, ને પૈસા વસૂલ કરી જાય જમીનદારો. એ ખાંડેકરને ગમે નહીં.

સાવંતવાડીથી પંદર માઈલ દૂર શિરાડે ગામમાં બે-ત્રણ ધ્યેયવાદી જુવાનોએ અંગ્રેજી શાળા શરૂ કરી હતી. એ લોકો કોઈ આદર્શવાદી શિક્ષકની શોધમાં હતા. ત્યાં પંદર-વીસ રૂપિયાથી વધુ પગાર મળવાની શક્યતા નહોતી. તેમ છતાં, ગામડાના લોકોને શિક્ષણ આપવાની ઉત્સુકતાથી ખાંડેકર ત્યાં જવા આકર્ષાયા.

પોતાની આત્મકથામાં એમણે લખ્યું છે: "12મી એપ્રિલ 1920! વિષ્ણુ સખારામ ખાંડેકર નામનો, માંડ વીશીમાં પ્રવેશેલો એક ઊંચો સુકલકડી, તરુણ છોકરો સાવંતવાડીથી શિરોડે જતા પંદર માઈલના રસ્તા પર ચાલતો હતો. માંડ માંડ ગોઠણને ઢાંકતું, લાલ માટીમાં રંગાયેલું ધોતિયું, તેની સાથે શોભે તેવું લાલ ખમીસ, ઉપર મેલોઘેલો કોટ, આંખે ચાંદીની ફ્રેમવાળાં જાડા કાચનાં ચશ્માં, એક હાથમાં છત્રી, બીજા હાથમાં થેલી, થેલીમાં ચાર કપડાં અને કેશવસુતની કવિતાનું પુસ્તક ઠાંસેલું – એવો એનો દેદાર હતો."

શિરોડેની અંગ્રેજી શાળામાં ખાંડેકરે શિક્ષણકાર્યને અતિ પવિત્ર માનીને અઢાર વર્ષ સુધી એ કામ કર્યું. આ સમય દરમિયાન એમને ચાળીસ-પચાસ રૂપિયા કરતાં વધુ પગાર કદી મળ્યો ન હતો. કેટલીયે વાર એમને સવાસો રૂપિયાની પહોંચ પર સહી કરીને 40 રૂપિયા લેવા પડતા.

1920થી 1938 સુધીનાં અઢાર વર્ષ ખાંડેકરે શિરોડેમાં ગાળ્યાં. એ સમય દરમિયાન એ સમગ્ર વિસ્તારમાં શિક્ષક તરીકે અને લેખક તરીકે ખાંડેકરનું નામ ગૌરવપૂર્વક લેવાવા લાગ્યું. ખાંડેકરના નામથી શિરોડે ગામ મહારાષ્ટ્રભરમાં પ્રસિદ્ધ થઈ ગયું. તે પછી એ ગામ ફરી જાણીતું થયું તે ગાંધીજીના મીઠાના સત્યાગ્રહને લીધે. 1931માં શિરોડેમાં મીઠાના અગરમાં મોટા પાયા પર સત્યાગ્રહ થયો. ખાંડેકરની શાળા અને મીઠાનો સત્યાગ્રહ એ બે વસ્તુઓ માટે શિરોડે ગામ પ્રસિદ્ધ થઈ ગયું તે પછી આટલા વખતમાં મીઠાનો સત્યાગ્રહ લોકો ભૂલી ગયા છે, પણ શિરોડેની

શાળા તો હવે ઘણી મોટી થઈ છે તોપણ ખાંડેકરની શાળા તરીકે જ ઓળખાય છે.

શિરોડેની આસપાસનું કુદરતી વાતાવરણ બહુ રમણીય છે. પણ ગામલોકોને એ જોવા જેવું કદીયે લાગ્યું નથી. કોંકણમાં ખેડૂત મોટે ભાગે ભૂખ્યો ને કંગાળ હોય છે. આવી પરિસ્થિતિમાં ત્યાંનું પ્રકૃતિસૌંદર્ય જોવાની ગામલોકોને શી પડી હોય?

ખાંડેકર અત્યારે 78 વર્ષના છે. ખૂબ ઉદાર રીતે તેમની તબિયતનો હિસાબ માંડીએ તોપણ આખી જિંદગીમાં કુલ 8 વર્ષ તેઓ સાજા રહ્યા હશે, અને બાકીનાં 70 વર્ષ એક યા બીજા પ્રકારની માંદગીમાં ગયાં હશે. આ માંદગીને લીધે તથા ઝાંખી નજરને લીધે તેઓ હરીફરીને, પ્રત્યક્ષ જોઈને, હળીમળીને જીવનનો અનુભવ લઈ શક્યા નથી. ઘરે બેઠાં બેઠાં – બલ્કે પડ્યાં પડ્યાં – તેમના કાન પર જે મર્યાદિત સ્વરૂપનો જીવનાનુભવ અથડાયો, તેટલી જ તેમની કુલ મૂડી. પણ તેમની કલ્પનાશક્તિ વિલક્ષણ તેજસ્વી છે. એટલે જ તો એ મૂડીમાંથી તેઓ પોતાને જોઈએ તેટલા ગુણાકાર-ભાગાકાર કરતા રહ્યા.

પોતાના મર્યાદિત અનુભવને તેમણે વ્યાપક વાચનથી અને સતત મનનથી શબ્દબદ્ધ કર્યો. પોતાના કલ્પનાવિલાસના બળ દ્વારા તેમણે વાચકોને વશ કરી લીધા.

ખાંડેકરે પોતાના સાહિત્ય દ્વારા કોઈને દિલાસો આપ્યો છે, કોઈને ધીરજ આપી છે, કોઈને માર્ગ બતાવ્યો છે, કોઈનું તો આખું જીવન બદલી નાખ્યું છે. પોતાના સાહિત્ય વિશે વાત કરતાં તેઓ કહે છે:

“કોઈ ભાવિક ભક્ત મંદિરમાંની મૂર્તિ તરફ જે ભાવનાપૂર્વક જુએ, તે જ ભાવનાથી આખી જિંદગી મેં સાહિત્યને જોયું છે. સાહિત્યકાર જેમ સૌંદર્યશોધક હોવો ઘટે, તેમ સત્યશોધક અને માંગલ્યપૂજક પણ હોવો ઘટે એવી મને શ્રદ્ધા છે.”

અત્યારે ખાંડેકર સંપૂર્ણપણે અંધ બની ગયા છે. પગારદાર સુશિક્ષિત માણસ પાસે તેઓ ચૂંટેલાં અંગ્રેજી-મરાઠી પુસ્તકો વંચાવીને સાંભળે છે અને એ સાંભળતાં સાંભળતાં બધી શારીરિક વ્યાધિને ભૂલી જઈને વિચારમાં મગ્ન થઈ જાય છે.

જયવંત દળવી

['વિ૰ સ૰ ખાંડેકર' પુસ્તિકા]

❀

કાટલાં

જગતની બધી ટીકાને સોનાનાં કાટલાંથી ન તોળીએ, પણ લોખંડ કે પથરા જોખવાનાં કાટલાં વાપરીએ. તેમાં મણ-અધમણનો તો હિસાબ સરખો યે ન હોય.

મો૰ ક૰ ગાંધી

['આશ્રમનો પ્રાણ' પુસ્તક]

❀

મધુરી કેકા

માતાના મૃત્યુ પછી, 14 વરસની વયે રાજ્ય છોડી જંગલમાં જઈને રહેવાની વૃત્તિ રાજકુમાર સુરસિંહને જાગી હતી. પરંતુ આ રાજવીના હૈયામાં વૈરાગ્ય સાથે એવો જ ઉત્કટ રાગ પણ ટીખળી વિધિએ ઘોળીને ભેળવ્યો ! એ રાગનું પાત્ર બની રાણી રાજબાની દાસી મોંઘી. તેનો આ રસિક કવિના જીવનપંથમાં પ્રવેશ થયો, લગ્ન બાદ રાજબા (રમા) જોડે તે લાઠી આવી ત્યારે. એ ઊઘડતી કળી જેવી છ-સાત વર્ષની બાલિકાનો મધુર-નિર્મળ ચહેરો પંદર વર્ષના રાજકુમારના હૈયામાં પ્રથમ દર્શને જ કાયમ માટે પેસી ગયો. જુવાનનું હૃદય એ બાલિકા પર વાત્સલ્યનો અભિષેક કરી રહ્યું. એમણે તેની ભાષા સુધારી અને તેને ભણાવવા માંડી.

સહવાસ તેમ જ બાલાનું વય ને કાંતિ વધતાં સુરસિંહજીનો તેના પ્રત્યેનો વાત્સલ્યભાવ ઊછળતા પ્રણયભાવમાં પલટાયો, અને દાસી મોંઘી તેમની હૃદયરાજ્ઞી ‘શોભના’ બની. પ્રણયભાવે ઉત્કટ અનુરાગનું સ્વરૂપ પકડતાં એમના હૈયામાં તોફાન શરૂ થયું. રમા આ પ્રેમને અનુમતિ આપે તો ‘હૃદયત્રિપુટી’ રચવા તેને સમજાવવાના પ્રયાસ સફળ થયા નહીં. આગળ જતાં શોભનાને તેની કોમના એક જુવાન સાથે રમાએ પરણાવી દીધી તેથી તો સુરસિંહજીનું હૃદય બેવડા વેગથી શોભનાને સારુ ઝૂરવા લાગ્યું.

આવો અંતઃસ્તાપ ત્રણેક વરસ અનુભવ્યા બાદ આખરે 1898માં સુરસિંહજીએ શોભના જોડે વિધિસર લગ્ન કર્યાં. આ રાજવી કવિએ લગ્ન વિના શોભનાને પોતાના ઝનાનામાં રાખવાનો વિચાર ન કર્યો, હૃદયના વેગ છતાં શરીરથી એ શુદ્ધ રહ્યા. શોભનાને મેળવીને એમનો આત્મા જાણે પરમાનંદની સીમા પર જઈને ઊભો.

પરંતુ ઝંખના જેટલી મજા મિલનની હોતી નથી. તેમ વળી આ નિત્યના રસપિપાસુને રસનું એક શિખર લાધતાં એથી ઊંચા દિવ્ય રસની અભિલાષા જાગી. રાગ-પ્રકરણ પૂરું થયું કે તરત પૂર્વનું ત્યાગ-પ્રકરણ શરૂ થયું. 1900ની સાલમાં તો આ કવિ-રાજવી ગાદીત્યાગને પ્રભુનું નિર્માણ માનવા લાગ્યા. કારભારીને એ માટે સમજાવતાં તેમણે લખ્યું : “હું લખીશ, વાંચીશ અને પ્રભુનું ભજન કરીશ. સત્તા, વૈભવ, એમાં મને રસ નથી. રાજાની રીતિએ કલ્યાણ કરવાના ગુણ મારા સ્વભાવમાં નથી; ફકીરની રીતિથી કલ્યાણ કરવાના છે, તો તેને વધારીશ.”

ઉપરનો કાર્યક્રમ અમલમાં મૂકવાનો તેમણે 1900ના એપ્રિલમાં નિર્ણય કર્યો. પણ તેનો અમલ એ કરે તે પહેલાં વિધિએ એમને ઉપાડી લીધા ! 10-6-1900ના રોજ, એક જ રાતની ટૂંકી માંદગી ભોગવી, 26 વરસની ભરજોબન અવસ્થામાં એ અકાલ અવસાન પામ્યા.

*

આ સ્નેહાળ આત્માનું મિત્રમંડળ મોટું હતું. આ મંડળ સમાનશીલવ્યસન, સંસ્કારી અને સાહિત્યરસિક આત્માઓનું. એમાં મણિલાલ દ્વિવેદી અને ગોવર્ધનરામ જેવા પંડિતો હતા, 'કાન્ત' અને 'મસ્તકવિ' ત્રિભુવન જેવા કવિઓ હતા. એમના કાવ્યસર્જનને આ મિત્રમંડળને લીધે સારાં પોષણ-પ્રોત્સાહન મળતાં. આ રાજવીએ કલમ ચલાવી તો 1892થી 1900 સુધી, એમની 18થી 26ની ઉંમર સુધી. પણ એટલા ટૂંકા સમયમાં, અને મુકાબલે એટલી નાની વયે એ જે લખી ગયા છે તે વિપુલ છે અને સત્ત્વશાળી પણ છે. તેમાં કવિતા જ નથી, ગદ્યસાહિત્ય પણ છે. પણ 'કલાપી'નું ગદ્યસાહિત્ય તેમની કવિતા આડે ઢંકાઈ ગયું છે.

કવિશ્રી ન્હાનાલાલના "કરવી સુણવી ગમે ન કોને રસની કે રસિકાની વાતડી" એ કથન મુજબ પ્રણયકવન એ જગતનો સર્વજનપ્રિય વિષય. પ્રણયદર્દ અનુભવતાં પ્રેમીહૃદયોને 'કલાપી'ની પ્રણયકવિતામાં પોતાની જ ભાવ-વ્યક્તિ દેખાય. પણ 'કલાપી' એકલા મુગ્ધજુવાનિયાંના જ કવિ નથી. એમની રસિકતા, કલ્પના અને ચિંતનશીલતાના ઠેરઠેર દેખાતા ચમકારા, સ્મૃતિએ ને કંઠે ચડી જાય એવી એમાં ફૂલની માફક વેરાયેલી અનેક સૂક્તિઓ, હૃદયને કોમળ, નિર્મળ, ઉદાત્ત બનાવે એવી સમગ્ર અસર – આ બધાં એમની કવિતાનાં લક્ષણો એવાં છે જેણે તેને જનહૃદયમાં સીધો પ્રવેશ મેળવાવી આપ્યો. આજે યે એમની મીઠી કવિતા વાંચીએ છીએ ત્યારે, એ "સુરતાની વાડીના મીઠા મોરલા"ને 'કાન્તે' આપેલી ભાવાંજલિની નીચેની પંક્તિઓનું સત્ય આપણે પ્રીછી શકીએ છીએ:

નંદનવનના પ્રાસાદોની ટોચથી
મધુરી કેકા આજે શી ઉભરાય જો!

'કલાપી'ની કવિતાના ગ્રંથસ્થ પ્રકાશન પછી એને જે વિપુલ લોકપ્રિયતા સાંપડી, તે અર્વાચીન ગુજરાતી કવિતાના ઇતિહાસમાં અજોડ ઘટના છે. લોકોનાં હૃદય અને કંઠ સુધી પહોંચી ગયેલી 'કલાપી'ની અનેક પંક્તિઓ એને વરેલી લોકપ્રિયતાની જ નિશાનીઓ છે. જુવાન વિદ્યાર્થીઓને કાવ્યાભિમુખ કરવા માટે તથા હૃદયની કેળવણી સારુ 'કલાપી'ની કવિતા સારું કામ આપે.

અનંતરાય મ॰ રાવળ

['કલાપીનો કાવ્યકલાપ' પુસ્તક]

❀

હે બાળકો, સહુથી મહામૂલી એક સોગાદ હજી તમારી પાસે રહેલી છે ત્યાં જ એનો જેટલો લેવાય તેટલો લહાવો લઈ લેજો – એ છે પ્રેમાળ માતા. મોટાં થશો ત્યારે તમને મિત્રો મળશે – માયાળુ, મહોબ્બતીલા ભેરુઓ મળશે, પણ એકમાત્ર મા સિવાય બીજું કોઈ જે આપી શકતું નથી એવી, શબ્દોથી અવ્યક્ત મમતા ને શીતળતા તો ફરી ક્યારેય તમને સાંપડવાની નથી.

❀

'કલાપી'ની કવિતા

પોતાની કવિતા અંગેની 'કલાપી'ની કેફિયત જોઈએ:

"લખાય છે તો ઘણાં [કાવ્યો], પણ તે લખાયા પછી મને સંતોષ થતો નથી. ઘણી વખત લખવાની કાંઈ જરૂર નથી એમ લાગી આવે છે. મારી કવિતાને હું કવિતા કહેતો નથી. હું કવિ છું, એવું હું માની જ શક્યો નથી. મને વિચારો ગોઠવતાં આવડતું નથી; મારા જીવનમાં કલા નથી, માત્ર લાગણીઓ છે. હું શેલી કે શેક્સપિયર વાંચતો હોઉં છું ત્યારે ઘણી વખત મન થાય છે જાણે મારી કવિતાને બાળી નાખું."

'કલાપી'ની જે કૃતિઓ સંપૂર્ણ કલામય છે તે અનાયાસે, સહજ રીતે, 'કલાપી'ની યથેચ્છ લખવાની રીત છતાં, in spite of the poet, રચાઈ ગયેલી કૃતિઓ છે. 'કલાપી'ની અનેક ગઝલો, ઘણાં ખંડકાવ્યો, ઘણાં પ્રણયકાવ્યો સુરેખ અણીશુદ્ધ કૃતિઓ છે. બીજી એવી ઘણી કૃતિઓ છે જે થોડીક કાપકૂપથી, વધઘટથી, ક્યાંક શબ્દ સુધારી લેવાથી, ક્યાંક કલ્પનાને સંયમવાથી સહેજે સારી કૃતિઓ થઈ શકી હોત.

સહેલાઈથી દૂર થઈ શકે તેવા આ દોષો 'કલાપી'ની કૃતિઓમાં રહી જવાનાં કારણો પણ 'કલાપી'ની કેફિયતમાંથી જ મળી આવે છે. 'કલાપી'ને "વિચારોને સુંદર સંગીતમાં મૂકતાં શ્રમ લાગે છે." ઘણી ખરી શિથિલ કૃતિઓ આ શ્રમ લેવાની અશક્તિને લીધે તેવી બની છે. કલાનું સર્જન એ સાહજિક છે, પણ એ સાહજિકતા સિદ્ધ થાય તે પહેલાં પ્રયત્નની – સાધનાની લાંબી તપશ્ચર્યામાંથી કળાકારે પસાર થવાનું હોય છે. કળાકારના ટાંકણામાંથી સંપૂર્ણ ઘાટ જન્મી શકે તે પહેલાં તેણે કેટલીયે મૂર્તિઓ ઘડીને ભાંગી નાખવાની હોય છે. 'કલાપી' એ પ્રાથમિક સાધનામાંથી બહુ પસાર થયા નથી.

'કલાપી'ની કૃતિઓમાં કળાની અપૂર્ણતા લાવનારાં તત્ત્વોમાં મુખ્ય છે લાગણીનો અસંયમ. "માત્ર લાગણીઓ"થી કવિતા બની જતી નથી. કવિતાનો આવેગ આવતાં 'કલાપી' લખવા બેસે છે, અને લખ્યે જ જાય છે. લીટીઓ ઉપર લીટીઓ લખાયે જ જાય છે. ક્યાં અટકવું, ક્યાં ટૂંકાવવું, ક્યાં નિરૂપણમાં જરા વિચાર કરવો, યથાકાલે સમાપન સાધવું, બધું તપાસી જવું અને જરૂર હોય ત્યાં સુધારી લેવું, એ 'કલાપી' માટે શક્ય લાગતું નથી. પરિણામે 'કલાપી'નાં કેટલાંક કાવ્યોમાં લાગણીઓ છે, પણ રસ નથી. લાગણીનો સપ્રમાણ વિન્યાસ સાધી તેને કળાની ઘનતા આપવી જોઈએ, તે 'કલાપી'થી થઈ શકતું નથી. આવેશની અંદર કેટલીક જોરદાર લીટીઓ લખાઈ જાય છે. પણ એ ઊંચાઈ 'કલાપી'થી ઘણી વાર જળવાતી નથી. આ રીતે 'કલાપી' સંપૂર્ણ કળાકાર નથી. કળા માટે સંયમ, લાગણીનું તાટસ્થ્ય એક પ્રથમ આવશ્યકતા છે, એ વાત 'કલાપી'ના ધ્યાન બહાર રહી ગઈ છે.

'કલાપી'નું એવું તો ભાગ્યે જ કોઈ કાવ્ય મળી આવશે જેમાં સૌંદર્યનો – કળાની ચમત્કૃતિનો – ક્યાંક પણ સ્પર્શ ન આવ્યો હોય. પણ 'કલાપી'ની જેટલી

કળા છે તે આપોઆપ પ્રકટેલી, કવિપ્રતિભાના ભાનપૂર્વકના સંયમન વિના જે કાંઈ જન્મી શકી તે છે.

'કલાપી'ની બાનીમાં એક જાતની સરળતા છે. પ્રવાહિતા છે, પ્રાસાદિકતા છે. એનું માધુર્ય કોઈને સ્પર્શ્યા વગર રહ્યું નથી. બોલચાલની ભાષાની મધુરતા 'કલાપી'માં ઘણી જોવામાં આવે છે. 'કલાપી'નાં કાવ્યો તમામ ભાવોને વાચ્ય કરીને મૂકે છે. છતાં તેની મનોરમતા નાશ પામતી નથી. ઊલટું, આ ધ્વનિની ગૂઢતાનો અભાવ એ જ 'કલાપી'ને લોકપ્રિય બનાવવામાં મોટું કારણ છે. 'કલાપી'નાં કાવ્યોમાં શબ્દાર્થને જેટલી સહેલાઈથી ગ્રહણ કરી શકાય છે, તેટલી જ સહેલાઈથી એના ભાવને પણ ગ્રહણ કરી શકાય છે.

'કલાપી'નાં કાવ્યોની બીજી એક લાક્ષણિકતા તે વચ્ચે વચ્ચે આવતી સૂત્રાત્મક ચિંતનાવલી છે. આ કારણને લીધે ગુજરાતમાં વધારેમાં વધારે અવતરણક્ષમતા કોઈની કવિતા ધરાવતી હોય તો તે 'કલાપી'ની છે. કેવળ સાહિત્યમાં જ નહીં, પણ વ્યક્તિઓના, યુવક-યુવતીઓના અંગત પત્રોમાં પણ 'કલાપી'ની પંક્તિઓ તેમના પ્રેમનું આલંબન બનેલી છે.

'કલાપી'ની કૃતિઓનું સર્વોચ્ચ લક્ષણ છે તેની અનુપમ સુરેખ ચિત્રણશક્તિ. નિસર્ગનાં દશ્યો આલેખવામાં, માનવ પ્રસંગો રજૂ કરવામાં, મનોભાવોને શબ્દબદ્ધ કરવામાં 'કલાપી' બહુ કુશળતા દાખવે છે. ચિત્રકારને આખા ચિત્રની સામગ્રી પૂરી પાડે તેવાં દશ્યો 'કલાપી' એકાદબે પંક્તિમાં જ આપી દે છે:

ઊગે છે સુરખી ભરી રવિ મૃદુ હેમન્તનો પૂર્વમાં,
ભૂરું છે નભ સ્વચ્છ સ્વચ્છ, દીસતી એકે નથી વાદળી.

*

ધીમે ઊઠી શિથિલ કરને નેત્રની પાસ રાખી,
વૃદ્ધા માતા નયન નબળાં ફેરવીને જુએ છે.

*

ભરાયું એ જ્યારે ગિરિખડકમાં શૃંગ શશીનું.

*

સૂતું નીલવરણું ઘાસ, ઝાકળ મોતીડાં ચોપાસ.

*

આ વર્ણનોમાં યે સ્પર્શનાં મધુર વર્ણનો ખાસ ધ્યાન ખેંચે તેવાં છે:

બાલ એ વીરને મોંએ હસ્ત માતાતણો ફરે.

*

કૂંળી સંધ્યા છ વરસની એ બાપડી કન્યકાના
ગાલે ઓષ્ઠે શરીર ઉપરે ફેરવે હસ્ત સ્નેહે.

*

ઊગી તેને શિરે ચળકતી રૂપાળી શીંગડીઓ:
ઋષિની પીઠે એ કરતી ચળ ન્હાની કુમળીઓ.

*

'કલાપી'એ મુખ્યત્વે પોતાનું હૃદય જ કવિતામાં ગાયું છે. અને એ ગાન પ્રણયનું છે. એ પ્રણયના સંવેદનનું ગાન, ઘણે ઠેકાણે પૂરતું કળામય નથી છતાં, ગુજરાતમાં અપૂર્વ છે.

ગુજરાતી સાહિત્યમાં 'કલાપી'નાં જે કાવ્યો વધારે વખત વંચાશે, અને જેને આપણે બાળકો ને કિશોરો આગળ વિશ્વાસપૂર્વક મૂકી શકીશું, તેમાં ખંડકાવ્યોનું પ્રમાણ મોટું રહેવાનું. આ ખંડકાવ્યોમાં 'હમીરજી ગોહેલ'નું કાવ્ય સૌથી મહત્ત્વનું છે. એના માત્ર ચાર સર્ગ જ લખાયા છે. 'કલાપી'ને આ કાવ્ય પૂરું કરવાનો બહુ જ ઉમંગ હતો; પણ તે ન બની શક્યું. ત્રીજો સર્ગ નબળો છે. ચોથા સર્ગમાં વચ્ચે અંદર દાખલ કરેલી બીજી બિના પણ પ્રમાણ બહારની છે. એ બધું છતાં આ કાવ્યમાં મહાકાવ્યની સમૃદ્ધિ છે, વિશાળતા પણ છે. જો 'કલાપી'ને હાથે એ પૂરું થયું હોત, તો તે ગુજરાતનું એકમેવ મહાકાવ્ય બની શકત. પણ એ જેટલું છે એટલી સારી કૃતિ પણ હજી આપણા મહાકવિઓ આપી શક્યા નથી.

સુન્દરમ્
['અવલોકના' પુસ્તક]
❀

કવિ ઓછો, કસબી વધારે

ભાવને, અનુભવને અશેષ વર્ણવવાને બદલે કૃતિમાં એના અસ્તિત્વનાં ઇંગિતો આપીને છૂટી જવું એ કલાનું કાર્ય, એવી કંઈક મારી સમજ છે. જરા જાડી ભાષામાં કહેવું હોય તો કહેવાય કે હું કવિ ઓછો ને કલાકાર, કસબી વધારે છું કદાચ. 'વનાંચલ' લખવું હતું ત્યારે, મારા આવા વલણને લીધે હું વિશિષ્ટ ગદ્યની શોધમાં હતો. મારે સંસ્મરણો, જન્મભૂમિમાં ગાળેલા શૈશવનાં, આખી જનમભોમને જીવતી કરે એવાં સંસ્મરણો આલેખવાં હતાં. આને માટે મને મારા શૈશવની જન્મભૂમિની આખી સૃષ્ટિને મૂર્ત કરી આપે, સાક્ષાત્ કરી આપે એવા ગદ્યની આવશ્યકતા હતી. હું મારા પ્રદેશની બોલીની ઠીક ઠીક નજીકની ભાષા તો પ્રયોજી શકું, પણ એટલું પૂરતું ન ગણાય. એટલે મેં એ પ્રદેશમાં વસતા આદિવાસીઓની ઓછું બોલવાની ટેવને મારું ગદ્યલક્ષણ કર્યું.

જયન્ત પાઠક
❀

અંતરની માટલી

ધર્મઝનૂની મૌલવીઓએ મોગલ બાદશાહોના કાન ભંભેર્યા અને શીખ લોકો ઉપર તવાઈ ઊતરી. ઔરંગઝેબના વખતમાં તો મોગલોના જુલ્મોએ માઝા મૂકી.

દશમા ધર્મગુરુ ગુરુ ગોવિંદસિંહ ત્યારે શીખ ધર્મની ગાદી પર. તેમણે આ જુલ્મોનો સામનો કરવાનો નિરધાર કર્યો. એમણે પ્રતિજ્ઞા લીધી કે –

ચીડિયાસે મૈં બાજ ગિરાઉં, બિલ્લી સે મૈં શેર મરાઉં,
સવા લાખપે એક ચડાઉં, તબ ગોવિંદસિંહ નામ ધરાઉં.

સવા લાખની સામે લડવા નીકળે તેવા એક એક શીખ સિપાહીને હું તૈયાર કરું, તો જ મારું નામ ગોવિંદસિંહ !

ગુરુ ગોવિંદસિંહે રણહાક વગાડી. ગુરુની વાણી તો મડદાંને પણ બેઠાં કરે તેવી ! ગુરુના એક બોલ પર મરી ફીટવા હજારો જુવાનો થનગની રહ્યા. "વાહ, ગુરુ ! વાહ, ગુરુ કી ફત્તહ !"નો હુંકાર કરતા શીખ બેટડા ખડા થઈ ગયા. માથે મોકળા કેશ અને હાથે ચમકતી કિરપાલ – જાણે કેશવાળી ખંખેરી સિંહ જાગી ગયા ! ત્યારે એક બૂઢો આદમી એ રણબંકા જુવાનોને ટગરટગર જોઈ રહેતો. લડાઈના મેદાનમાં જવાની તેને જબરી હોંશ હતી. પણ કાયા કામ નહોતી કરતી. નેવું શિયાળા એણે જોઈ નાખ્યા હતા. હાથમાં સાવરણો લઈને એ ગુરુ સાહેબનું આંગણું વાળતો ને બેઠા બેઠા પરમાત્માના ગુણ ગાતો. ગુરુની હાકલ પડતાં આજ સહુ સંગાથે હાલી નીકળી નથી શકાતું, તેનો એને ભારે વસવસો રહેતો. એક દિવસ ગુરુ ગોવિંદસિંહ પાસે આવી, હાથ જોડી એણે કહ્યું : "ગુરુસાહેબ, મારે લડાઈના મેદાનમાં જવું છે. મને આજ્ઞા આપો."

ગુરુ તો બૂઢા સામે જોઈ રહ્યા. તેનો દેહ નર્યો હાડકાંનો માળખો હતો. અંગો ધ્રૂજતાં હતાં. ગુરુએ કહ્યું, "પણ બાબા, તમે રણમેદાનમાં જઈને શું કરશો ? તલવાર ઉપાડવાની પણ શક્તિ નથી તમારામાં."

"મારા ગુરુ ખાતર હું માથું ઉતારી આપીશ," બૂઢાએ કહ્યું.

"બાબા, મારા શીખનાં માથાં એવાં સોંઘાં નથી." થોડી વાર વિચાર કરીને ગુરુએ કહ્યું. "પણ તમે એક કામ કરો. લડાઈના મેદાનમાં ઘાયલ સૈનિકોને પાણી પાવાનું કામ તમારું."

બૂઢો તો રાજી રાજી થઈ ગયો. કાંધે પાણીની મસક ઉપાડીને ચાલી નીકળ્યો.

પણ લડાઈના મેદાનમાં બૂઢાની હાજરી ઘણાને સાલવા માંડી. એની વિરુદ્ધની ફરિયાદો સાંભળી ગુરુ ગોવિંદસિંહે પૂછ્યું, "શું એ સોંપેલું કામ બરાબર નથી કરતો ?"

"ના, રે, ગુરુસાહેબ," સરદારોએ કહ્યું. "કામ તો એના જેટલું બીજો કોણ કરતો હશે ? મણ મણની મસક ઉપાડીને દોટ મૂકે છે. ઘાયલ ને તરસ્યાનું નામ સાંભળીને ઘમસાણ વચ્ચે ઘૂમી વળે છે. નથી ડરતો તીરથી, નથી ડરતો તલવાર કે ભાલાથી."

"ત્યારે ? વાંધો શું છે ?"

"ગુરુસાહેબ, આ બૂઢો ઘાયલ શીખને પાણી પાય છે એમ દોડીને દુશ્મનને પણ પાણી પાય છે. ના પાડતાંયે કોઈનું માનતો નથી. પાણી કોણ માગે છે તે જોયા વગર જ એ તો પાણી પાવા લાગી જાય છે. મુસલમાન સિપાહીને માથે પણ પ્યારથી હાથ ફેરવે છે. એ જોયું નથી જતું, ગુરુસાહેબ !"

ગુરુ ગોવિંદસિંહની આંખમાં ઝળઝળિયાં આવી ગયાં. તેમણે બૂઢાને બોલાવ્યો અને શીખ સરદારોની હાજરીમાં પૂછ્યું, "બાબા, તમારી સામે ફરિયાદ આવી છે. તમે મુસલમાનોને પણ પાણી પાઓ છો ?"

બૂઢાએ હાથ જોડી કહ્યું, "દશમ પાદશાહ, હું તો આપની આજ્ઞાનું પાલન કરું છું. 'પાણી ! પાણી !'નો પોકાર જે કોઈ કરે તેને પાણી પાવા હું દોડું છું. મને બીજી કોઈ ખબર નથી."

બૂઢાના ધ્રૂજતા હાથને ગુરુએ પોતાના પંજામાં લઈ લીધો. આનંદ અને પ્રેમથી છલકાતા સ્વરે કહ્યું, "બાબા ! તમે તો શીખ ધર્મને ઉજાળ્યો. ધન્ય છે ! આપણી હસ્તીને પડકાર થતાં આપણે તલવાર ઉઠાવી છે. પણ મોતને બારણે કોઈ ભેદ નથી. પાણી માટે તરફડતા હરકોઈ સૈનિકને તમતમારે ખુશીથી પાણી પાજો. અને બાપા, એક બીજી વાત પણ તમારે કરવાની છે..."

"આજ્ઞા કરો, ગુરુસાહેબ !" બૂઢો બોલ્યો.

"મારા આ સરદારોના લોખંડી દિલમાં પણ તમારું પ્રેમજળ સીંચ્યા કરજો. આપણા ધર્મની તલવાર જેટલી તીખી છે, એટલું જ આપણા અંતરની માટલીનું જળ મીઠું છે, એ તેમને ભૂલવા ન દેતા !"

મકરન્દ દવે

['વૈષ્ણવજન' માસિક : 1962]

❀

અધ્યાપકો – વિદ્યાર્થીઓ માટે એક આદર્શ

આજના સમયે ગુરુ-વિદ્યાર્થી વચ્ચેના સંબંધો સાવ ક્ષીણ થઈ રહ્યા છે ત્યારે 'સોનગઢનો કળાધર' (લે૰ સુરેશ જોષી : સં૰ ગીતા નાયક) પુસ્તક એક સમર્થ શિક્ષકના પ્રેમાળ, વિશાળ વ્યક્તિત્વને આપણી સામે મૂકીને અધ્યાપકો-વિદ્યાર્થીઓ માટે એક આદર્શ પણ રજૂ કરે છે. સાહિત્ય-શિક્ષણ કઈ રીતે આપવું ? વિદ્યાર્થી કઈ રીતે 'સાહિત્ય-પદાર્થ'ને સાચા રૂપે જાણે-પ્રમાણે ? શિક્ષકમાં કયા ઉમદા ગુણો હોવા જોઈએ – જેવા પ્રશ્નોના ઉત્તરો પણ આ પુસ્તકની બાય-પ્રોડક્ટરૂપે લઈ શકાય.

❀

એક વિધવાને કારણે

શસ્ય શ્યામલ બંગાળ. એક નાનકડું ગામ ભાગલપુર. 1897ની એક સમી સાંજ છે. સાહિત્યરસિકોની મંડળી જામી છે – વિભૂતિ અને તેના થોડા મિત્રો. એક યુવતી પણ ત્યાં હાજર છે અને પડદા પાછળ બેઠી બેઠી સાહિત્યગોષ્ઠિમાં ભાગ લઈ રહી છે. વિભૂતિની તે બહેન છે ને લખવાનો તેને શોખ છે. તેનું લખાણ વંચાય છે. મંડળીમાંનો એક લાંબો પાતળો યુવાન એ યુવતીના લખાણથી પ્રભાવિત થાય છે. પોતાની રચના પણ એ સંભળાવે છે. એ સાંભળતાં યુવતી જાણે ખોવાઈ જાય છે.

એ યુવતીનું નામ નિરૂપમા, જે પાછળથી બંગાળી સાહિત્યમાં નિરૂપમા દેવી નામે પ્રસિદ્ધ થયાં. 'દીદી', 'વિધિલિપિ', 'અન્નપૂર્ણાનું મંદિર' વગેરે એમનાં પુસ્તકો જાણીતાં છે. સાહિત્ય અને કલામાં રસ ધરાવતા કુલીન પરિવારમાં એ ઊછરેલાં.

પેલો લાંબો સરખો યુવાન તે શરદચંદ્ર. મિત્ર વિભૂતિના પરિવારમાં તે કુટુંબીજનની જેમ ભળી ગયેલો. નિરૂપમાની સાહિત્યપ્રતિભાથી તેના તરફ આકર્ષાયેલો. પણ તેને પ્રત્યક્ષ નિહાળવાનો અવસર કદી મળ્યો ન હતો. બધો વ્યવહાર પર્દા પાછળથી. સૈકા પહેલાંનો હિંદુ સમાજ. સ્ત્રીઓને ઘૂમટામાં જ રહેવાનું.

એવામાં એક દુર્ઘટના બની. પંદર વરસની વયે વિધવા બનીને નિરૂપમા પિતૃઘરે પાછી ફરી. અકાળે વિધવા બનેલી બહેનનો આઘાત સહેતા વિભૂતિને આશ્વાસન આપવા મિત્રો અવારનવાર આવતા. એ રીતે શરદચંદ્ર પણ કલાકો વિભૂતિ સાથે ગાળતા. તેમાં અનાયાસે નિરૂપમાને સદેહે નિહાળવાનો અવસર એમને સાંપડ્યો. નિરૂપમાની સાહિત્યપ્રીતિ અને કલમશક્તિ તરફ તો આકર્ષણ હતું જ. હવે તેના રૂપથી મુગ્ધ બનીને શરદચંદ્ર તેના સ્નેહમાં પડી ગયા.

પણ તે સમયના રૂઢિચુસ્ત બંગાળી સમાજમાં કિશોરી વિધવાને પોતાના શેષ જીવનકાળમાં કોઈને પ્રેમ કરવાનો, કોઈનો યે પ્રેમ સ્વીકારવાનો ક્યાં અધિકાર હતો ? યુવાન શરદચંદ્ર મનોમન મૂંઝાતા રહ્યા. અને આ મુગ્ધ પ્રણયની વેદનામાં એમણે એક વાર્તા લખી નાખી: 'અનુપમાનો પ્રેમ'. તેનું વિષયવસ્તુ નિરૂપમાના જીવનને નખશિખ મળતું આવે છે.

*

એક દિવસ ઘરમાં નિરૂપમા એકલી છે. સૌ કોઈ કામેકાજે બહાર ગયું છે. શરદ બહાર લખવા-વાંચવામાં મગ્ન છે. અચાનક...

કોણ જાણે કેમ, શરદ પોતાનું મન ખાળી શક્યા નહીં. ઘરની અંદર પ્રવેશી નિરૂપમા સામે આવી ઊભા રહી ગયા. પ્રેમ ક્યારેક દુસ્સાહસી બની જાય છે. બોલ્યા: "કેમ છો ?"

અત્યંત ધર્મપરાયણ વિધવા શરદને સહસા જોઈ હતપ્રભ થઈ ગઈ. એક પળ પણ યુગ જેવી થઈ ગઈ. પછી સાહસ કરી ખૂબ મહેનતથી બોલી: "મહેરબાની કરી

અહીંથી ચાલ્યા જાવ. તમારે અહીં ન આવવું જોઈએ...”

અને શરદ ધીરે ધીરે પાછા વળી ગયા, નત મસ્તકે ચાલ્યા ગયા. વેદના સહન ન થતાં થોડા દિવસમાં ભાગલપુર હંમેશ માટે છોડ્યું. પ્રથમ પ્રીતિની નિષ્ફળતાથી ઊર્મિમય હૃદય કંપી ઊઠ્યું. ભાગલપુર છોડ્યું અને શરદ સાવ રખડુ થઈ ગયા. આ નિરાશા અને આઘાતમાં તે સાહિત્યનો આશરો લે છે. તેની કલમે એક પછી એક નવલકથા રચાયે જાય છે. તેમની કથાઓની સર્વ વિધવા નાયિકાઓમાં નિરૂપમાના ચરિત્રની પ્રચ્છન્ન છાપ છે. કદાચ આ કારણે જ પોતાની રચનાઓમાં તેઓ વિધવા સ્ત્રીના તેના પ્રેમી જોડે ક્યારેય વિવાહ કરાવી શક્યા નહીં.

નિરુપમા શેઠ, અજિત શેઠ

['કોરેલ ગ્રામ અને નિરુપમા દેવી' પુસ્તિકા]

❀

અપહરણ થયેલી

હિંદુસ્તાનના ભાગલા પડ્યા તે કાળે 1946-47માં દેશના જુદા જુદા ભાગોમાં કોમી રમખાણો થયાં તેમાં બીજી કોમની સ્ત્રીઓનાં અપહરણ પંજાબમાં મોટા પાયા પર થયેલાં: પાકિસ્તાની પંજાબમાં હિંદુ-શીખ સ્ત્રીઓનાં અને ભારતીય પંજાબમાં મુસલમાન સ્ત્રીઓનાં. પાકિસ્તાની પંજાબમાં 25,000 શીખ તથા હિંદુ ઓરતોને મુસલમાનો ઉઠાવી ગયેલા, તો પૂર્વ પંજાબમાં 12,000 મુસલમાન ઓરતોને ઉઠાવી જવામાં આવેલી.

આવી રીતે બેય બાજુ અપહરણ થયેલી સામી કોમની બહેનોને પોતપોતાના પ્રદેશમાંથી શોધીને તેને તેના મૂળ વતનમાં પાછી મોકલવાના કરાર ભારત અને પાકિસ્તાનની સરકારો વચ્ચે 1947ની આખરમાં થયા, પછી તે માટેનાં તંત્રો બેય દેશમાં ગોઠવાયેલાં. તેનું કામ ચાલુ થયા પછી જાણવા મળ્યું કે અપહરણ કરાયેલી કેટલીક હિંદુ-શીખ સ્ત્રીઓનું જબરદસ્તીથી ધર્મપરિવર્તન કરીને મુસલમાનોએ તેમની સાથે શાદી કરી લીધેલી. એવી કેટલીક સ્ત્રીઓ પોતાના મૂળ કુટુંબમાં પાછી ફરવા તૈયાર નહોતી થતી, કારણ કે એમને ડર હતો કે પોતે ભ્રષ્ટ થઈ છે એટલે હિંદુ-શીખ કુટુંબમાં હવે તેમનો સ્વીકાર નહીં થાય. સમાજે તેમનો આદરપૂર્વક સ્વીકાર કરવો જોઈએ અને બળજબરીથી વટલાયેલી બહેનોને તથા તેમનાં બાળકોને હિંદુ કે શીખ ગણીને જ ચાલવું જોઈએ, એવો આગ્રહ ગાંધીજી પોતાનાં પ્રાર્થના-પ્રવચનોમાં કરતા રહેતા.

પાકિસ્તાનમાંથી અપહરણ કરીને ભારત લાવવામાં આવેલી મુસ્લિમ સ્ત્રીઓનું વલણ આ બાબતમાં જુદું રહેતું. પોતે ભ્રષ્ટ થઈ છે, કલંકિત થઈ છે, તેવી કોઈ લાગણી તે અનુભવતી નહોતી.

[કમળાબહેન પટેલના પુસ્તક 'મૂળ સોતાં ઉખડેલાં'માંથી સંકલિત માહિતી]

❀

મહાન મુફલિસ

ચાલીસથી વધુ વરસો સુધી અમેરિકામાં સતત ફિલ્મોનું નિર્માણ કરનાર જગતના એક મહાન કલાકાર ચાર્લી ચેપ્લિનનો જન્મ 1889માં ઇંગ્લંડમાં થયેલો. તેનાં ગરીબ માતાપિતા બેઉ નાટક કંપનીમાં કામ કરતાં હતાં, તેમાં માતા અધઘેલી જેવી હતી અને પિતા દારૂડિયા હતા. લંડનની કંગાલ શેરીઓમાં વિતાવેલા બાળપણે ચાર્લીના અંતરમાં દીનદુખિયાં માટે ઊંડી સહાનુભૂતિ પ્રગટાવેલી.

પાંચ જ વરસની વયે પિતાની સાથે તખ્તા પર પગ મૂકનાર ચાર્લીએ તે પછી એક નાટક મંડળી સાથે સાત વરસ લગી ઇંગ્લંડ, યુરોપ અને અમેરિકાની સફર કરી. એક અભિનેતા તરીકેની નામના એણે મેળવી તેને પરિણામે કીસ્ટોન નામની અમેરિકન ફિલ્મ કંપનીમાં એને 1913માં નોકરી મળી ગઈ – અઠવાડિયાના દોઢસો ડોલરના પગારથી.

પહેલી ફિલ્મમાં તો દિગ્દર્શકે આપ્યો તેવો વેશ તેણે ધારણ કરેલો, પણ બીજી જ ફિલ્મથી એક મુફલિસ તરીકેનો પોતાનો જગમશહૂર પહેરવેશ ચેપ્લિને ઉપજાવી કાઢેલો – સાવ ટૂંકા જાકીટ હેઠળ લાંબું ને કોથળા જેવું પાટલુન ને મોટાંમસ પગરખાં પહેરેલું, ઝીણી ઝીણી મૂછો ને હાથમાં નેતરની સોટી વાળું.

કીસ્ટોનના સ્ટુડિયોમાં હાસ્યરસની 35 ફિલ્મો ચેપ્લિને બનાવી, તે બધી મૂંગી અને 10-10 મિનિટ ચાલનારી હતી, પણ તે જમાનાની બીજી કોમેડીઓના કરતાં તેમાં કલા અને સંયમનું તત્ત્વ વધુ ને વધુ પ્રમાણમાં જોવા મળતું ગયું. એ ફિલ્મોની સફળતા જોઈને બે જ વરસમાં હોલીવુડની બીજી એક કંપનીએ ચેપ્લિનને અઠવાડિયાના 150ને બદલે સીધા 1250 ડોલરના પગારથી રોકી લીધા. ત્યાં 1915ના એક જ વરસમાં 14 ફિલ્મો ઉતારી અને પછીને વરસે ત્રીજી એક ફિલ્મ કંપનીએ એને રોકી લીધા – વરસે પોણા સાતલાખ ડોલરના પગારથી ! એ રીતે, હોલીવુડમાં આવ્યા પછી ચેપ્લિનની આવક દર વરસે લગભગ દસ ગણી થતી જતી હતી. સિનેમાના સામાન્ય પ્રેક્ષકો ઉપરાંત વિશિષ્ટ જનો તથા ફિલ્મ–વિવેચકોને હાથે એમનાં ચિત્રોની કદર હવે થવા લાગી. 1918માં ફર્સ્ટ નેશનલ નામની કંપનીએ બાર મહિને આઠ ફિલ્મ ઉતારવાનો કરાર કરીને વરસે દસ લાખ ડોલરના પગારથી ચેપ્લિનને રોકી લીધા.

ત્યાં સુધીમાં તો ફિલ્મી દુનિયામાં એટલા બધા નકલી ચેપ્લિનો નીકળી પડ્યા કે પછી પોતાની દરેક ફિલ્મના આરંભમાં ચાર્લી ચેપ્લિનને પોતાની સહી સાથે એવી જાહેરાત પરદા પર રજૂ કરવી પડી કે એ હસ્તાક્ષર સિવાયની બીજી કોઈ ફિલ્મ અસલી ચેપ્લિનની નથી.

'વન એ૦ એમ૦' (મધરાત પછી એક વાગ્યે) નામની એકપાત્રીય ફિલ્મ ચેપ્લિને 1916માં ઉતારી ત્યારથી મહાન ચલચિત્રોની તેમની પરંપરાનો આરંભ થઈ ગયો, અને પરદા પરના હાસ્ય-ફુવારાના ભીતરમાં લાગણીની કરુણાની ઝાંય પ્રેક્ષકોની

નજરે ચડવા લાગી. રણમોરચા પરની ખાઈઓમાં રહીને લડતા સૈનિકોના જીવનની ભયાનકતાઓને હાસ્યનો અંચળો પહેરાવીને રજૂ કરતી ‘શોલ્ડર આર્મ્સ’ એમણે 1918માં તૈયાર કરી તે, એ જ વરસે પૂરા થયેલા પ્રથમ વિશ્વયુદ્ધ વિશેની સહુથી મહાન ફિલ્મો પૈકીની એક હજી પણ ગણાય છે.

1920માં ‘ધ કિડ’ નામની પહેલવહેલી લાંબી ફિલ્મ ચૅપ્લિને ઉતારી તે ત્યાર સુધીનું એમનું સૌથી વધુ સફળ સર્જન નીવડ્યું. તેમાં જેકી કૂગન નામના જે બાળ-અભિનેતા પાસેથી એમણે કામ લીધું, તે આગળ જતાં જગવિખ્યાત બન્યો.

સમસ્ત માનવજાતને સ્પર્શી જાય એવું એક તત્ત્વ ચૅપ્લિનની ફિલ્મોમાં હવે સ્પષ્ટ થવા લાગ્યું હતું. 1921માં એ યુરોપની મુલાકાતે ગયા ત્યારે સામાન્યજનો ને મહાજનો, સહુ કોઈનો એકસરખો ઉષ્માભરેલો આવકાર એમને ઠેરઠેર સાંપડ્યો.

એ જમાનાના બીજા કેટલાક નામાંકિત ફિલ્મ-કલાકારો સાથે મળીને ચૅપ્લિને 1919માં ‘યુનાઇટેડ આર્ટિસ્ટ્સ’ નામની સ્વતંત્ર કંપનીની સ્થાપના કરી. તેના નેજા હેઠળ બનાવેલી ‘ગોલ્ડ રશ’ (1925), ‘સર્કસ’ (1928) અને ‘સિટી લાઇટ્સ’ (1931) નામની ત્રણ ફિલ્મોમાં ચૅપ્લિનની કલા તેના શિખરે પહોંચી... 1930 સુધીમાં તો વિજ્ઞાને બોલતી ફિલ્મો શક્ય બનાવી દીધી હતી, છતાં ‘સિટી લાઇટ્સ’માં ચૅપ્લિને માત્ર સંગીત અને ધ્વનિનો ઉપયોગ કર્યો હતો ને તેનાં પાત્રો તો અગાઉની ફિલ્મોની જેમ મૂંગાં જ રહેલાં.

આખરે પરદા પરના ચૅપ્લિનના મુખમાંથી શબ્દો નીકળ્યા પહેલવહેલા 1936માં ‘મોડર્ન ટાઇમ્સ’ નામની ફિલ્મમાં, પણ તેય એક અસ્પષ્ટ રીતે ગણગણાયેલા ગીત રૂપે. રીતસરના સંવાદો ચૅપ્લિનની ફિલ્મમાં પહેલવહેલા સાંભળવા મળ્યા છેક 1940માં ‘ગ્રેટ ડિક્ટેટર’ નામની ફિલ્મમાં. તે પછી આધુનિક ઔદ્યોગિક અને શહેરી સમાજ પરના કટાક્ષરૂપે ચૅપ્લિનની ફિલસૂફી વ્યક્ત થઈ ‘મોડર્ન ટાઇમ્સ’માં.

માનવ ઇતિહાસના મહાન સિતમગરો પૈકીના એક હિટલર પર કટાક્ષના ચાબખા ફટકારનારી ફિલ્મ ‘ગ્રેટ ડિક્ટેટર’માં ચૅપ્લિન બેવડી ભૂમિકા ભજવે છે: ખુદ એ સરમુખત્યારની તથા દેખાવમાં એના જેવા જ લાગતા એક યહૂદી હજામની. તે પછી પેલા મહાન મુફલિસનું પાત્ર ચૅપ્લિનની ફિલ્મોમાંથી વિદાય લે છે. વાણીના કરતાં અનેકગણી વધુ ચોટદાર અભિવ્યક્તિ માત્ર મૂંગા હાવભાવ મારફત કરી શકનાર મુફલિસનું પાત્ર બોલતી ફિલ્મોના યુગમાં કોળી શક્યું નહીં. અને ચૅપ્લિનની સફળતા ને સિદ્ધિ પણ હવે કરમાવા લાગી.

મુફલિસના પાત્ર વગરની હવેની ફિલ્મોએ ચૅપ્લિનના ચાહક પ્રેક્ષકોને નિરાશ કર્યા, તેમ જ વિવેચકોને તેમાંનો આદર્શવાદ બહુ બોલકો લાગવા માંડ્યો. બીજા વિશ્વયુદ્ધ પછી અમેરિકામાં સામ્યવાદ-વિરોધી એક મોટો જુવાળ આવ્યો તે ભલભલા પ્રગતિશીલોને બદનામીના ઘોડાપૂરમાં તાણી ગયો. સોવિયેત સંઘ સાથે મૈત્રીની

હિમાયત કરનાર ચૅપ્લિન જેવા ભડવીરને પણ અમેરિકા છોડવાની નોબત આવી. તે પછીનાં વીસ વરસ એમણે યુરોપમાં ગાળ્યાં તે દરમિયાન બે જ ફિલ્મો બનાવી, એ પ્રમાણમાં અસફળ નીવડી.

અંતે, ચૅપ્લિન જેવા મહાન કલાકારને પોતે કરેલા અન્યાયનું કાંઈક પ્રાયશ્ચિત્ત અમેરિકાએ 1972માં કર્યું. તે વરસે, ઉત્તમ ચલચિત્ર કલા માટેના મશહૂર 'ઓસ્કાર' પારિતોષિકો આપવાના ભવ્ય વાર્ષિક સમારંભમાં ચૅપ્લિનનું અત્યંત ભાવપૂર્વક સ્વાગત કરવામાં આવ્યું.

1977માં, 88 વરસની વયે એમનું અવસાન થયું ત્યારે, સમસ્ત માનવજાતને વધુમાં વધુ હસાવનાર વ્યક્તિ તરીકે ચાર્લી ચૅપ્લિનનું નામ ઇતિહાસમાં અંકિત થઈ ચૂક્યું હતું.

મહેન્દ્ર મેઘાણી
❀

બનાવટી !

પિકાસોના નામે એક કિસ્સો ચડેલો છે. ચિત્રોની દલાલી કરતા એક વેપારીએ પિકાસોની સહીવાળું પેઇન્ટિંગ તેને બતાવી પૂછ્યું: "આ ચિત્ર તમે બનાવેલું છે ?"

"ના. આ બનાવટી છે." પિકાસોએ જણાવ્યું. આવું ત્રણેક વખત બન્યું. વળી, એક ચિત્ર બતાવતાં દલાલે પિકાસોને પ્રશ્ન કર્યો: "આ ચિત્ર તો તમારું દોરેલું જ છે ને ?"

"ના જી, બનાવટી છે..." પિકાસોએ કહ્યું.

"પણ એક વાર મેં પોતે તમને આ ચિત્ર પર કામ કરતા જોયા હતા.." દલાલ બોલ્યો.

"જોયો હશે... ક્યારેક ક્યારેક હું બનાવટી ચિત્રો પણ દોરું છું," પિકાસોએ ખુલાસો કર્યો. કહેવાનો ભાવાર્થ એટલો જ કે, ક્યારેક હું બનાવટી ચિત્રો પણ દોરું છું, જે મારી – પિકાસોની અસલ કળા સુધી પહોંચી શકતાં નથી.

વિનોદ ભટ્ટ
['પરબ' માસિક: 2006]
⁕

કોઈ પુરુષ જો એક સ્ત્રીને ખરેખર ચાહતો હોય, તો તેની સાથે એ કોઈ પણ ભોગે લગ્ન નહિ કરે – સિવાય કે એને પૂરી ખાતરી થાય કે એ નારી જે ઉત્તમ વરને પાત્ર હોય તે પોતે જ છે.
❀

મુફલિસ

તમે જ્યારે
સળેખડા જેવા શરીર પર
પહોળું પાટલૂન,
સાંકડો કોટ,
ઊંધા પગમાં મોટા જૂના જોડા,
જરીપુરાણી નાની હેટ લગાવી
નેતરની સોટી ફેરવતા ફેરવતા
લઘરવઘર ચાલતા,
ત્યારે અમે હસતા
અને ઢીલી પડેલી
કરોડરજ્જુ
જરા ટટ્ટાર કરતા.

આ નાનો મુફલિસ
છ છ છોકરાંને યાદ કરીને
નોકરીમાંથી દૂર ન કરવા
શેઠને કાલાવાલા કરતો હોય,
યંત્રની ગતિના ચાબુકથી
તનના અડિયલ ઘોડાને
દોડાવતો હોય,
કે સરમુખત્યાની સત્તાના
ફુગ્ગામાં ટાંકણી ખોસી
એક બાજુ ખસી જતો હોય
ત્યારે
દબાયેલા માણસના
મડદા જેવા મનમાં
સળવળાટ શરૂ થતો.

આ નાનો મુફલિસ
બીતાં બીતાં પણ
તરેહ તરેહની સત્તા સામે
બાંયો ચડાવે છે
અને ધૂળ ભેગો થાય છે –
પણ પલકારામાં
ધૂળ ખંખેરી
એ ફરી ચાલવા માંડે છે
એવા સપના સાથે
કે બીજી કુસ્તીમાં
તે બળિયાને ચત્તોપાટ કરશે.

હે વિરાટ વિદૂષક!
અમે જેને હસી કાઢ્યું
તે હાસ્યને
તમે ગૌરવ દીધું.
તમારા હાવભાવના મૂંગા સ્પર્શે
હાસ્ય
વાણીની દીવાલો ટપી
રાંકનું સાંત્વન બન્યું.

વાડીલાલ ડગલી

['સાહિત્ય' ત્રિમાસિક : 1978]

❀

ગઝલ

ગઝલ છે ચુંદડી પણ
ને કાળી કામળી છે.

દીપક બારડોલીકર

['તડકો તારો પ્યાર' પુસ્તક : 2006]

કેવા એ દિવસો હતા !

'ભૂમિપુત્ર'ના ઉદ્ભવ સાથે મુખ્યત્વે ત્રણ વ્યક્તિ સંકળાયેલી છે: પ્રબોધ ચોકસી, નારાયણ દેસાઈ અને ચુનીભાઈ વૈદ્ય. આ ત્રણમાં પ્રબોધભાઈનો ફાળો વિશેષ છે. નારાયણભાઈ અને ચુનીકાકા, બંને આજીવન સમાજસેવકો, આજે પણ સક્રિય છે અને પોતાના વાર્ધક્યને ઉજાળી રહ્યા છે. પ્રબોધભાઈ થોડા વહેલા ચાલ્યા ગયા. પણ એમનો પરિચય મેળવવા જેવો છે. નારાયણભાઈની કલમે તે એક વાર આલેખાયેલો છે:

"સ્વરાજ્ય આવ્યું ત્યારે, 1947માં પ્રબોધભાઈની ઉંમર વીસ વરસની હતી. ઘટમાં થનગનતા ઘોડાઓ લઈને તેમણે આઝાદી વિશે મીટ માંડી હતી. એ ઘોડલાઓ દોડાવવામાં એમનું શેષ જીવન વીત્યું. એ માર્ગે સીધાં ચઢાણ આવ્યાં હશે, પણ તેમના અશ્વો હાંફ્યા નહીં; ઊંડી ખીણો આવી હશે, પણ તેમણે ઘોડાને કદી અટકાવ્યા નહીં. આઝાદી મળી ત્યારે જે લોકો જુવાન હતા, તેમના મનોરથોના, તેમના અજંપાના પ્રબોધભાઈ પ્રતીક હતા. 'ભૂમિપુત્ર' ગુજરાતને પ્રબોધભાઈની સૌથી મોટી દેણ. પ્રબોધભાઈએ 'ભૂમિપુત્ર'ને વિકસાવ્યું. 'ભૂમિપુત્રે' પ્રબોધભાઈના વ્યક્તિત્વને વિકસાવ્યું. કોઈ પણ સંપાદક પોતાનું કામ સત્યનિષ્ઠાથી કરે, તો તેનું પત્ર તેની આત્મોન્નતિમાં મદદરૂપ થાય જ."

'ભૂમિપુત્ર' એટલે પ્રબોધભાઈને મન વિનોબાનું છાપું. વિનોબાએ એમના દિલનો કબજો લઈ લીધેલો. કોઈ પણ ભાષામાં વિનોબાનું પહેલું જ પ્રમાણભૂત ચરિત્ર આપનાર પ્રબોધભાઈ. એ 'સામ્યયોગી વિનોબા'ની 4,000 નકલ ત્યારે ત્રણેક મહિનામાં ચટ્ટ થઈ ગયેલી. ભૂદાનયજ્ઞના આરંભ બાદ જવાહર [લાલજી]ના બોલાવ્યા વિનોબા દિલ્લી ગયેલા, ત્યારે પ્રબોધભાઈ દિલ્લીમાં. વિનોબાના પ્રથમ દર્શનની ઝાંકી એમના શબ્દોમાં જોઈએ:

"નવેમ્બર 1951ના એ દિવસો ! બ્રાહ્મ મુહૂર્તે ધુમ્મસની ધાબળી ઓઢી બેઠેલા રાજઘાટની ઝૂંપડીમાં વિનોબાની કુલવધૂ સમી શીલવતી પ્રજ્ઞા જોઈ. કિશનગંજની સભામાં, કાપેલા લાલ જમરૂખ જેવી એની હથેલીઓ અને સ્ત્રીનેય શરમાવે તેવા લાલ લાવણ્યથી વ્રળકતી એની કાનની લાળીઓ ને નાસિકાની છટા જોઈ ! શું આ જ હથેળીઓ ધખતે ધોમે કોદાળો ચલાવી શકતી હશે ? શું આ જ લજ્જા-લાવણ્ય-સંપન્ન મુખમાંથી અગ્નિશિખા જેવી વાણી ઝરી રહી છે ? અને એ અમોઘ તીવ્રતા સાથે કેવી ભીષણ અનાસક્તિ હતી ! – 'હું તો અગ્નિ બનીને આવ્યો છું. તમારે જોઈએ તો ખીચડી પકાવી લ્યો, જોઈએ તો ઘર બાળી લ્યો !' બીજાની ખબર નથી, મેં તો હૈયે સગડી વહોરી લીધી."

'ભૂમિપુત્ર'નો જન્મ થયો છે વિનોબાના ભૂદાનયજ્ઞમાંથી. 27 વરસના તરવરિયા જુવાન નારાયણ દેસાઈએ 1952માં પદયાત્રા આરંભી ત્યારે ગુજરાતમાં ભૂદાનયજ્ઞનો

આરંભ થયો. નારાયણ અને પ્રબોધ સાબરમતી આશ્રમના બાળગોઠિયા. ગામડાં ખૂંદતા નારાયણને દિલ્લીથી પ્રબોધભાઈએ લખ્યું કે "પદયાત્રા એકલા પગથી (=પદથી) ન ચાલે, શબ્દથી (=પદથી) પણ ચાલવી જોઈએ." અને પ્રબોધ-પ્રેષિત 'વિનોબાની વાણી' નામની કટારો ગુજરાતનાં છાપાંમાં શરૂ થઈ.

વિનોબાની પદયાત્રા ચાલે, તેમાં રોજનાં બે-ત્રણ પ્રવચનો થાય. તેના હેવાલ ઠેરઠેરથી દિલ્લીમાં પ્રબોધભાઈને મળતા રહે. તેને આધારે 'વિનોબાની વાણી'ની કટાર તૈયાર કરે. 'ભૂમિપુત્ર'ની માતા સમી એ કટાર વરસેક ચાલી હશે.

કેવા એ દિવસો હતા! જાત ઘસીને ઊલટભેર કામ કરનારાં મળી રહેતાં. નારાયણભાઈ નોંધે છે: "લગભગ રોજેરોજ દિલ્લીથી આવતા રહેતા એ લખાણની ત્રીસેક નકલો કરીને ગુજરાતનાં છાપાંને મોકલી આપવાનું કામ ઉપાડી લીધું વિઠ્ઠલ કન્યા વિદ્યાલય (નડિયાદ)ની કેટલીક છોકરીઓએ. પદ્મા તમાકુવાળા (હાલ ફરસોલે) તેમાં મુખ્ય હતી. નકલો કરી-કરીને એની આંગળીઓમાં આંટણ પડી જતાં, પણ એણે કદી ફરિયાદ કરી નથી."

દિલ્લીનું કામ કાંઈ ગોઠ્યું નહીં, અને પ્રબોધભાઈ ગુજરાત આવી ગયા. નારાયણને કહે: "આ એકાદ કોલમથી શું વળે? આપણું છાપું જ કાઢવું જોઈએ." અને આમાંથી જન્મ થયો 'ભૂમિપુત્ર'નો. ગુજરાત ભૂમિદાન સમિતિએ બે હજાર રૂપિયાની મૂડી આપી. સંપાદકો તરીકે નારાયણ અને પ્રબોધ. દર પંદર દિવસે પ્રકાશન. વાર્ષિક લવાજમ બે રૂપિયા. ગ્રાહક થવાની અપીલ રવિશંકર મહારાજે કરી. આઠ પાનાંનો પહેલો અંક પ્રગટ થયો અમદાવાદથી વિનોબા-જયંતીએ, 1953ની 11મી સપ્ટેમ્બરે. પહેલો અંક પ્રગટ થયો તે પહેલાં જ 2,713ની ગ્રાહક-સંખ્યા નોંધાઈ ગઈ હતી! અને પછીયે એટલી માંગ આવી કે એ અંક ફરી છાપવો પડેલો. લોકોએ ઉમળકાભેર તેને વધાવી લીધું. ભૂદાનયજ્ઞનો વિચાર ત્યારે લોકમાનસને સ્પર્શી ગયેલો.

પ્રબોધભાઈ માટે વિનોબા અને 'ભૂમિપુત્ર', એમના જ શબ્દોમાં, "એક ઘેલછા જ થઈ પડ્યાં!" સર્વોદયનો સંદેશો સર્વત્ર કેમ પહોંચાડી દેવાય, તેની જ એને લગન. એને માત્ર પક્ષીની એક આંખ જ દેખાય. એવા પ્રબોધભાઈને 'ઉપનિષદો' શીખવાની ઇચ્છા થઈ ને વિનોબાને પૂછ્યું, તો ઉત્તર મળ્યો: "તું તારું 'ભૂમિપુત્ર'નું કામ કર્યે જા. એ જ તને 'ઉપનિષદ' શીખવશે."

પ્રબોધભાઈ એક પરિપાટી પાડી ગયા છે, જે આજ સુધી ચાલી આવી છે. વિચારને નિરંતર પરિશુદ્ધ કરતા રહેવો, તેને સાકાર કરવા થાય તેટલું કરી છૂટીને કાળપુરુષને સમર્પિત કરી દેવું, તેમાં જ 'ભૂમિપુત્ર'ની કૃતાર્થતા છે.

'અભિપ્રેત'

❀

પ્રતિકાર-શક્તિનો નિર્માતા

પંદરમા-સોળમા સૈકામાં મધ્યયુગના અંધારામાંથી બહાર પડેલી યુરોપની પ્રજાઓમાં નવું ચૈતન્ય સ્ફુરવા લાગ્યું અને આખી દુનિયાને પાદાક્રાન્ત કરવાની તમન્ના તથા સાહસવૃત્તિ તેમનામાં થનગનાટ કરવા લાગી હતી. એ સાહસવૃત્તિથી પ્રેરાઈને અંગ્રેજ લોકો મૂળ એક વેપારી મંડળી તરીકે હિન્દમાં આવ્યા. અહીં આવ્યા પછી હિન્દની રાજકીય સ્થિતિ જોઈને તેમને થયું કે આપણે જો કુનેહથી કામ લઈશું તો કુસંપ, અજ્ઞાન, વહેમો, શિસ્તનો અભાવ ઇત્યાદિને લીધે છિન્નવિછિન્ન થયેલી આ પ્રજા પર સત્તા જમાવી શકીશું. અને હિન્દી પ્રજાની એ ક્ષતિઓનો પૂરેપૂરો લાભ લઈ એવી સત્તા જમાવવાની તેમણે શરૂઆત કરી દીધી. પ્રથમ બંગાળ-બિહારથી માંડી એકે એકે બીજા પ્રાંતો પર પોતાનું વર્ચસ્વ તેઓ સ્થાપન કરતા ગયા. આવી રીતે મુલકનો કબજો લીધા પછી પોતાની સત્તા વ્યવસ્થિત અને સ્થિર બનાવવાનું કામ તેમણે હાથમાં લીધું. એ દિવસોમાં વિલાયતથી હિન્દ આવેલા એલ્ફિન્સ્ટન, મનરો, માલકમ, મેટકાફ વગેરે જેવા બહુ જ કાબેલ, દૂરદષ્ટિવાળા અને સંસ્કારસંપન્ન માણસો પણ તેને મળ્યા. તેમણે ચાલુ કરેલી સુંદર રાજવ્યવસ્થાને પરિણામે, 1906માં લખેલા એક લેખમાં લોકમાન્ય ટિળકે જણાવ્યું છે તેમ –

“અંગ્રેજી રાજ્ય એટલે કાયદાનું, ન્યાયનું, સુધારાનું રાજ્ય એવી માન્યતા લોકોમાં ફેલાઈ. સાહેબ લોકોની રાજ્યવ્યવસ્થાની ટાપટીપ, તેમણે કવાયત શીખવેલી પલટણો, આંકી આપેલી વ્યવસ્થાની શિસ્ત, રાજ્યના અમલદારોના કાયદાથી ઠરાવેલા ક્રમાનુસારી અધિકારો, દેશનો વેપાર તથા વહેવાર વ્યવસ્થિતપણે ચાલે તે માટે બનાવેલા રસ્તા, ટપાલની વ્યવસ્થા, પોલીસ ખાતું, અને થોડા વખત પછી દાખલ થયેલી આગગાડી ને તારના સંદેશાની વ્યવસ્થા – એ બધું જોઈને લોકોમાં આશ્ચર્ય ને કૌતુકની લાગણી ફેલાઈ અને ટોપીવાળાઓની હોશિયારી જોઈને તેઓ ચકિત થઈ ગયા. સામાન્ય લોકો જ શું, પણ પેશવાના મોટા મોટા સરદારો અને જાગીરદારો પણ આશ્ચર્યમાં ગરકાવ થયા હતા. છેલ્લા બાજીરાવના વખતની અંધાધૂંધીનો અંત આણી અંગ્રેજોએ વ્યવસ્થા સ્થાપી, એ આપણા ઉપર પરમેશ્વરનો એક ભારે ઉપકાર છે, અનુગ્રહ છે, અને આ શાંતિના રાજ્યમાં આપણું ને આપણાં બાલબચ્ચાંનું કલ્યાણ થશે એમ તેમને લાગ્યું. ધર્મની બાબતમાં અમે હાથ ઘાલતા નથી, એવી તેમની પ્રતિજ્ઞા, બધા ધર્મના લોકોને પોતપોતાના આચાર મુજબ વર્તવાની પૂરેપૂરી છૂટ, વ્યક્તિસ્વાતંત્ર્ય, વિચારસ્વાતંત્ર્ય, અને મિલકતની સલામતી – આ અથવા આના જેવી જ બીજી વસ્તુઓથી લોકોનાં મન આકર્ષિત થયાં. એકંદરે આમજનતાને એ ક્રાન્તિ તે વખતે લાભદાયક અને સંતોષકારક લાગી હતી. જમીનની મોજણી થઈને પહેલી મોજણી વખતે મહેસૂલ ખૂબ ઘટાડવામાં આવ્યું; વતનદારોના હક નક્કી કરવામાં આવ્યા અને તેઓ જાગીરદારોની પકડમાંથી મુક્ત થયા. વેપાર પરના કર ઓછા થયા

અને સડકો થવાથી ખુલ્લો વેપાર શરૂ થયો. દેશમાં આગગાડી જેવાં કામો શરૂ થયાં અને પરદેશમાંથી જે મૂડી અહીં આવીને વપરાઈ તેથી લોકોને વધારે મજૂરી મળવા લાગી, એટલું જ નહીં પણ રાજ્યનો કમિશ્નર જેવો અધિકારી ગરીબોની પણ દાદ સાંભળવા લાગ્યો. ઘેર બાપનું શ્રાદ્ધ હોય તો કારકુનને રજા મળવા લાગી અને વળી મહિનાનો પગાર નિયમિતપણે મળવા લાગ્યો. અંગ્રેજોએ પેશવાઈનો અંત આણ્યો તે આપણું અપમાન કરવા માટે નહીં, પણ આપણા હકોનું સંરક્ષણ કરવા માટે, એવી તે વખતના મોટા લોકોની સમજણ હતી. આ બધા લોકો અંગ્રેજોની ટાપટીપ અથવા શિસ્ત અને તેમનો શાંતિભર્યો કારભાર એ બધાં પર આફરીન થઈ ગયા હતા. ટૂંકમાં એ રાજ્ય-ક્રાંતિ રાયથી રંક સુધી બધા જ લોકોને સુખદાયક ભાસી."

જિતાયેલી પ્રજાના માનસમાં પોતાને વિશે અહોભાવ, ધાક ને આદર પેદા થાય અને તે અંજાઈ જાય, પ્રજા પોતાને વિશેનો આત્મવિશ્વાસ ખોઈ બેસે ને નાહિંમત થાય અને રાજકર્તાઓની સરખામણીમાં હીનત્વનો ભાવ તે ધારણ કરતી થાય તે માટે વિજેતાઓએ સફળ પ્રયત્ન કર્યો. અને હિન્દની પોતાની રાજ્યવ્યવસ્થા, સમાજવ્યવસ્થા, ધર્મ, તત્ત્વજ્ઞાન, ઇત્યાદિ વસ્તુઓથી માંડીને કુદરતી-ભૌગોલિક સ્થિતિ અને આબોહવા સુધી બધી બાબતો વિશે પ્રજામાં એ હીનત્વ-ભાવ સોંસરો ઊતરી ગયો. રાજ્યકર્તાઓની બધી જ વસ્તુઓ સારી અને પોતાની બધી ઊતરતી કોટિની, ફેંકી દેવાને જ પાત્ર, એવી માન્યતા પ્રજામાં રૂઢ અને સ્વાભાવિક જેવી બની ગઈ.

એટલે જ્યારે દેશનું રાજ્યતંત્ર, અર્થતંત્ર અને તેને અંગેનાં બધાં કામોનું નિયંત્રણ તથા જવાબદારી અંગ્રેજ રાજ્યકર્તાઓએ પોતાના હાથમાં પૂરેપૂરાં લીધાં, ત્યારે દેશના લોકોને એ ઝાઝું ખટક્યું નહીં.

સમરાંગણ પરની હાર કરતાં સાંસ્કૃતિક ક્ષેત્રમાં આ જે હાર હિન્દને મળી, તે તેને વસમી પડી અને રાજકીય સ્વાતંત્ર્ય મળ્યા છતાં તે હજી તેમાંથી ઊંચું આવી શક્યું નથી.

દેશની આવી મોહિત દશામાંથી તેને બહાર કાઢવા માટે સૌથી મોટી જરૂરિયાત તેનામાં આત્મવિશ્વાસ પેદા કરવાની હતી. ટિળકની પહેલાંના આપણા ઘણાખરા આગેવાનોએ દેશના વિવિધ ક્ષેત્રોમાં સુધારા કરવાનું કામ અવશ્ય ઉપાડ્યું હતું. પણ અંગ્રેજો આપણા ગુરુ છે અને તેમની રાહબરી નીચે તેમની નિશાળમાં ઉમેદવારી કરી, ભણતર પામીને આપણે તેમના જેવી લાયકાત પ્રાપ્ત કરવી જોઈએ અને તેવી લાયકાત મેળવીશું તો અને ત્યારે તેઓ આપણને આપણા દેશનો કારભાર સોંપી દેશે, એવી ભોળી આશા એ લોકો સેવતા હતા.

બ્રિટિશ લોકો સાથે હિન્દુસ્તાનનો સંબંધ થયો તેમાં હિન્દુસ્તાનનું હિત કરવાનો પરમેશ્વરનો હેતુ હોવા બાબત જૂની પેઢીના લોકોને શ્રદ્ધા હતી, અને અંગ્રેજોના વાલીપણા હેઠળ આપણા દેશની સર્વાંગી પ્રગતિ થશે એમ તેઓ માનતા. 1853 પછી જુદા જુદા પ્રાંતોમાં અંગ્રેજી કેળવણીની યુનિવર્સિટીઓ સ્થપાઈ અને તેમાં

પદવી મેળવી બહાર પડનારને ધન ને પ્રતિષ્ઠા બંને મળવા લાગ્યાં, એટલે તેઓ પણ ઉપરની શ્રદ્ધા ધરાવનારા લોકોમાં જ ભળી ગયા. અભ્યાસકાળ દરમિયાન વાંચેલાં બર્ક, મિલ, સ્પેન્સર વગેરેનાં લખાણોને પરિણામે તેમનામાં એવી શ્રદ્ધા પેદા થઈ કે, અંગ્રેજ પ્રજા ઉદારમતવાદી, સ્વતંત્રતાની પરમ ઉપાસક છે; અને જો હિન્દુસ્તાનના રાજ્યતંત્રમાં કોઈ ખામીઓ કે કશું ફરિયાદ કરવા જેવું હોય તો તે અહીં આવેલા અંગ્રેજ અમલદારોના દોષોને આભારી છે. બ્રિટિશ પ્રજા ન્યાયનિષ્ઠ અને ખાનદાન હોવાથી અહીં ચાલતી ગેરરીતિઓને કદાપિ મંજૂર નહીં રાખે.

અંગ્રેજોની રાજ્યવ્યવસ્થા અને આર્થિક નીતિને લીધે દેશ કેવો વધુ ને વધુ કંગાલ બનતો જાય છે તેની મીમાંસા પ્રથમ દાદાભાઈ નવરોજીએ કરી અને ડિગ્બી તથા દત્તે પોતાનાં લખાણ વડે તેમનું જ સમર્થન કર્યું. પણ એ બધી પ્રવૃત્તિ પાછળ કાર્યનું જે પરિણામકારી બળ જોઈએ તે એ વખતે પેદા થયું ન હતું. પછી અર્થકારણના ક્ષેત્રમાં દાદાભાઈ-ડિગ્બીએ કરેલી શોધોને દેશની આગળ રજૂ કરી તેનામાં પ્રતિકારશક્તિ નિર્માણ કરવાનું શ્રેય ટિળકને ઘટે છે.

પરકીય રાજ્ય કોઈ પણ સંજોગોમાં દેશને માટે હિતકારક હોઈ ન શકે. સ્વરાજ્ય માટે આપણી લાયકાતની કોઈ કસોટી હોઈ ન શકે. આજે અને અત્યારે આપણે સ્વરાજ્ય માટે લાયક છીએ, સ્વરાજ્ય એ મારો જન્મસિદ્ધ હક છે અને હું તે પ્રાપ્ત કરીશ જ, એ મંત્રનું તેમણે સતત રટણ કર્યા જ કર્યું અને તે પ્રાપ્ત કરવા માટે અખંડ પુરુષાર્થ કર્યો.

વર્તમાનપત્ર, ધાર્મિક કે રાષ્ટ્રીય ઉત્સવ, સ્વદેશી, દુકાળરાહતનું કામ, બહિષ્કાર, રાષ્ટ્રીય શિક્ષણ, દારૂબંધી, સંશોધન કે લશ્કરી ભરતી – તેમણે ચલાવેલી કે પુરસ્કારેલી કોઈ પણ પ્રવૃત્તિ તરફ નજર કરો; તે દરેક પ્રવૃત્તિ સ્વરાજ્ય તરફ લઈ જનારી શી રીતે બને તેનો જ તેઓ સતત વિચાર કરતા. તેથી દરેક બાબતમાં સરકાર સાથે સંઘર્ષ થયા વિના રહેતો નહીં. સરકારે તેમને પોતાના કટ્ટા શત્રુ ગણી તેમની પજવણી કરવામાં મણા રાખી ન હતી.

લોકમાન્યે રાજકારણમાં પ્રવેશ કર્યો તે પહેલાં આપણા દેશનેતાઓની બધી રાજકીય પ્રવૃત્તિઓ પરદેશી સરકારને વિનવણી કરી તેને પ્રસન્ન કરવા માટે જ મોટે ભાગે થતી. લોકો સાથે એ નેતાઓ ભાગ્યે જ સંપર્કમાં આવતા. એ પ્રવૃત્તિઓને ત્યાંથી વાળી લોકાભિમુખ બનાવવાનું કામ લોકમાન્યે જ પ્રથમ કર્યું. વળી, તેમની પહેલાંના આગેવાનો પોતાનો અંગત વ્યવસાય કે નોકરી સાચવીને ફુરસદના વખતમાં જાહેર પ્રવૃત્તિ કે રાજકારણમાં ભાગ લેતા. લોકમાન્યની પેઢીએ જ રાષ્ટ્રીય કાર્યને પોતાનું જીવન અર્પણ કરવામાં પહેલ કરી અને એક નવીન પરંપરા શરૂ કરી દીધી.

પાંડુરંગ ગ૦ દેશપાંડે

['લોકમાન્ય ટિળક' પુસ્તક]

માતા : મહા આત્મા

મહાત્મા ગાંધી ભારતના હતા, અને છતાં આખા જગતના પણ હતા. તેમ માતા ટેરેસા દુનિયાભરનાં હતાં, છતાં ભારતનાં કંઈક વિશેષ હતાં. બંનેએ દરિદ્રનારાયણની સેવામાં જીવન સમર્પિત કર્યું.

મધર ટેરેસાનો જન્મ ગાંધીજી પછી ચાર દાયકે, 1910માં યુરોપમાં યુગોસ્લાવીઆ દેશમાં થયેલો. એમનાં માતાપિતા નજીકના નાનકડા દેશ આલ્બેનીઆનાં હતાં. 18 વરસની ઉંમરે એમણે ખ્રિસ્તી સાધ્વી તરીકે દીક્ષા લીધી આયરલેંડ જઈને. પછી છ જ અઠવાડિયાંમાં તો એ યુવતી જહાજે ચડી – ભારત આવીને પોતાના પંથની શાળાઓમાં ભણાવવા માટે. 1929થી 1948ના લગભગ બે દાયકા સુધી કલકત્તાની સેંટ મેરી હાઈસ્કૂલમાં એ ભૂગોળનાં શિક્ષિકા રહ્યાં; થોડાં વરસ તેનાં આચાર્યા પણ બન્યાં.

એમની શાળાની પડોશમાં જ કલકત્તાની એક ભયાનક ઝૂંપડપટ્ટી આવેલી હતી. એ જોઈને ગરીબો, મરીજો અને મરવા પડેલાંઓની સેવા કરવાનો સંકલ્પ મધર ટેરેસાના અંતરમાં ઊગ્યો. ઝૂંપડપટ્ટીનાં બાળકો માટેની એક નિશાળથી એમણે આરંભ કર્યો. પછી એક મફત દવાખાનું ચાલુ કર્યું. ધીમે ધીમે એમનું કામ વિસ્તરતું ગયું, અને આજે એમની સંસ્થાનાં 160 કેન્દ્રો ભારતમાં ચાલે છે. તેમાં નિશાળો ને દવાખાનાં ઉપરાંત કુષ્ઠરોગીઓ તથા મોતને આરે પહોંચેલાં નિરાધારો માટેનાં આશ્રયસ્થાનો પણ છે.

મધર ટેરેસા અને તેમની સાથેનાં સાધ્વીઓ કલકત્તાની શેરીઓમાં ફરતાં અને જીવનના છેલ્લા શ્વાસ લેતાં રસ્તા પર પડેલાં દુર્ભાગીઓને ઊંચકી ઊંચકીને લઈ જતાં 'નિર્મળ હૃદય' નામના પોતાના મકાનમાં; જેથી બીજું કાંઈ નહીં તો એ લોકો શાંતિ અને સ્નેહના વાતાવરણમાં પ્રાણ તો છોડી શકે. મધર કહેતાં કે સહુથી મોટો સવાલ એ ગરીબોની બેહાલી નથી, પણ એમને માટેની કરુણાનો અભાવ છે.

પરંતુ ગરીબો એકલા કલકત્તામાં જ થોડા વસે છે ? આખા દેશમાં, દુનિયાભરમાં એ તો ફેલાયેલાં છે. એટલે પછી એમની સેવા માટે મધર ટેરેસા દેશદેશાવરમાં ઘૂમવા લાગ્યાં. સેવા માટે પૈસાની જે જરૂર પડે, તેની ચિંતા એમને કદી કરવી પડી નથી. "તમને પૈસા ક્યાંથી મળે છે ?" એવા દરેક પુછાણને એમનો એક જ જવાબ મળતો : "ભગવાન આપી રહે છે."

ખ્રિસ્તી ધર્મના વિશ્વભરના વડા પોપ 1964માં એક આંતરરાષ્ટ્રીય સંમેલન માટે મુંબઈ આવેલા. એ પ્રસંગે એમની સગવડ માટે ખાસ બનાવેલી મોંઘી મોટરગાડી અમેરિકન પ્રજાએ એમને ભેટ આપેલી. સંમેલન પૂરું થયે પોપે એ મહાકાય મોટરગાડી મધર ટેરેસાને અર્પણ કરી. મધરને તો એમાં બેસીને ક્યાં ફરવાનું હતું ? એટલે, કુષ્ટરોગીઓ કાજે 'શાંતિનગર' નામનું ધામ એમને આસાનસોલમાં બાંધવું હતું, તેને માટે રૂ૦ ચાર લાખ એ ગાડીના લીલામમાંથી ભેગા કરવાનું એમણે ઠરાવ્યું. ચાર

જ લાખ જોઈતા હતા, અને લીલામમાં એથી વધારે રકમ બોલાય તો એમને લેવી નહોતી. એટલે મધરે એક કરામત કરી. સો-સો રૂપિયાનાં દાન એમણે લોકો પાસેથી માગ્યાં. તેને માટે 4,000 પાવતી ગણીને છપાવી. જેવી ચાર હજારમી પાવતી ફાટી, તેવું એમણે વધુ દાન સ્વીકારવાનું બંધ કરી દીધું. કેટલાક લોકોએ રૂ○ ચાર લાખ પૂરા ચૂકવીને એ યાદગાર ગાડી જાતે ખરીદી લેવાની તૈયારી બતાવેલી, પણ મધરે તેમને ના પાડી. એટલી મોટી રકમ ચૂકવવા જે માણસ તૈયાર થાય, તેનાં નાણાં શુદ્ધ હશે કે કેમ, તેની એમને ખાતરી નહોતી. એટલે પેલી પાવતીઓના 4,000 ક્રમાંકમાંથી એકને લોટરીની જેમ ચૂંટીને એ નંબર ધરાવતા રૂ○ 100ના દાતાને મોટરગાડી ભેટ આપી દીધી.

પૈસાની તંગી ભલે એમને નડી નથી, પણ મધર ટેરેસાની સંસ્થાની સાધ્વીઓને નિર્દયપણાની હદ સુધીનું સાદું જીવન જીવવાનું હોય છે. પહેરેલાં કપડાં ઉપરાંત એક જ જોડ વધારાની એમની પાસે હોય છે. અને છતાં ઝૂંપડપટ્ટીવાસીઓ સમક્ષ તેઓ એવું દૃષ્ટાંત રજૂ કરે છે કે આટલાં ઓછાં કપડાં હોય છતાં આપણે સુઘડ પોષાક પહેરી શકીએ. ભલભલા રીઢા દાક્તરો પણ જેનો સ્પર્શ કરતાં કંપારી અનુભવે એવી અવદશાવાળાં દર્દીઓ સાથે એ સાધ્વીઓને નિરંતર કામ પાડવાનું હોય છે. અને રોજેરોજના એમના કામના કલાકો જોઈને તો કામદાર સંઘના આગેવાનો સાત સાત હડતાલનાં એલાન આપવા તૈયાર થઈ જાય !

*

રાષ્ટ્રપતિઓ, ધર્મગુરુઓ અને ભાતભાતના અનેક આગેવાનોએ ટેરેસા માતાને આપેલી અંજલિઓને ઝાંખી પાડી દે તેવા સાદા બોલ ભારતની એક અજાણ નારીના મુખમાંથી નીકળેલા : “મધરને મળીએ તે જે ઘડીએ એમને કોઈક રીતે મદદ કરવાનું મન આપણને થઈ જાય... આપણી અંદર જે કાંઈ શ્રેષ્ઠ રહેલું હોય, તેને તેઓ બહાર આણે છે.”

મહાત્મા ગાંધીની મહાનતા કરતાંયે એમની નમ્રતા ઊંચેરી હતી. તેમ છતાં પોતાને વિશે એવું સત્યવચન ઉચ્ચારવામાં એમણે સંકોચ નહોતો અનુભવ્યો કે, “મારામાં એવી શક્તિ છે કે સામા માણસનું શ્રેષ્ઠ હું બહાર લાવી શકું છું.”

મધર અને મહાત્માજી વચ્ચે બીજું એક સામ્ય હતું એમની ઈશ્વરનિષ્ઠાનું અને પ્રાર્થના માટેની એમની ઊંડી લગનીનું. ગાંધીજીના જીવનનો પેલો પ્રસંગ જાણીતો છે. એક વાર રાતે દોઢ-બે વાગ્યે એકાએક તેઓ જાગી ઊઠે છે.

“મારો માલિક, લૂણનો દેનારો, શ્વાસોચ્છ્‌વાસનો સ્વામી – તેને મેં આજે યાદ ન કર્યો ! ને પ્રાર્થના કર્યા વિના સૂઈ ગયો !” એનું બયાન આપતાં પોતે લખે છે: “મારું આખું શરીર ધ્રૂજવા લાગ્યું. પરસેવે હું રેબઝેબ થઈ ગયો.”

મધર ટેરેસા કહેતાં કે રોજ સવારે ઓછામાં ઓછો અરધો કલાક અને રાતે એક કલાક પ્રાર્થનામાં ગાળવો જોઈએ. “કામ કરતાં કરતાં પણ આપણે પ્રાર્થના કરી

શકીએ છીએ. કામ પ્રાર્થનાને રોકતું નથી, અને પ્રાર્થના કોઈ કામને અટકાવતી નથી. આપણા ચિત્તને જરાક જ ઉન્નત કરવાનું છે : હે નાથ, હું તમને ચાહું છું, તમારામાં શ્રદ્ધા રાખું છું, તમારી જ મારે જરૂર છે અત્યારે."

*

આરંભમાં મધર ટેરેસા સેવા કરવા આવ્યાં, ત્યારે કલકત્તાના લોકોએ એમને બિલકુલ આવકાર આપેલો નહીં. એમને ઘણી મુશ્કેલીઓ પડેલી. એક સમયે તો જુવાનિયાની ટોળકીઓ ધમકીઓ આપતી, ભાંગફોડ કરતી ફરતી રહેતી હતી. બધી સાધ્વીઓ ભયથી ફફડી ઊઠેલી. અંતે એક દિવસ મધરથી રહેવાયું નહીં : "તમારે આમ જ કરવું હોય, તો ચાલો, મને મારી જ નાખો ! હું સીધી સ્વર્ગમાં પહોંચી જઈશ." ત્યાર બાદ એ યાતના અટકી.

ટેરેસા માતા કહેતાં : "મને ઘણી વાર વિચાર આવે છે કે નિર્દોષ લોકો જો આટલું બધું સહન ન કરતા હોત, તો આ જગતનું શું થાત ? બધો વખત તેઓ જ પ્રભુ પાસે માનવજાતનું ઉપરાણું લેતા ખડા હોય છે – વેદનાનો સ્વીકાર કરી લઈને."

['સ્ટેટ્સમન' દૈનિક]

❀

પ્રેમની ભૂખ

આજે લોકો પ્રેમના ભૂખ્યા છે, સમજદારી ભરેલા પ્રેમને એ ઝંખે છે. આટલી બધી ગરીબી અને એકલવાયાપણાનો એ જ એક ઉકેલ છે. ઇંગ્લંડ અને અમેરિકા જેવા દેશોમાં રોટલા માટેની ભૂખ નથી રહી. પણ ત્યાં લોકો ભયંકર એકલતા, ભયાનક હતાશા, ભયાનક ધિક્કાર અનુભવી રહ્યા છે; એમને લાગે છે કે કોઈને એમની પડી નથી, એમને મદદ કરનારું કોઈ નથી, એમને કોઈ આશા નથી. કેવી રીતે સ્મિત કરવું તે એ ભૂલી ગયા છે, માનવીના સ્પર્શનું સૌંદર્ય એ વિસરી ગયા છે. મનુષ્યનો પ્રેમ શું છે તે એ ભૂલવા માંડ્યા છે. કોઈક એમને સમજી શકે, એમને સન્માન આપે તેની એમને ઝંખના છે.

મધર ટેરેસા

❀

ઘોળી જોઈએ

આવો, સન્નાટાને તોડી જોઈએ,
પાડીએ રાડો ને બોલી જોઈએ.૦૦૦
નિત્ય શું પ્યાલે કસુંબો ઘોળવો,
ઝેર પણ ક્યારેક ઘોળી જોઈએ.

દીપક બારડોલીકર

['તડકો તારો પ્યાર' પુસ્તક : 2006]

પત્રમાધુરી

[ધીરુભાઈ ઠાકર પરના પત્રો]

ભાવનગર, તા∘ 13-7-83

મુ∘ શ્રી ધીરુભાઈની પવિત્ર સેવામાં,

કુશળ હશો. આ કાગળ આપને વિનંતી રૂપે લખું છું, આપની ઉદારતાથી દયા કરશો તેવી આશાથી લખું છું.

4-6 દિ' પે'લાં મુ∘ નાથુભાઈ દવે ખબર આપી ગયેલા કે, આવતા સપ્ટેમ્બરમાં પ્રો∘ રવિશંકર જોશી સ્મૃતિ વ્યાખ્યાનરૂપે સાયન્સ કૉલેજમાં વ્યાખ્યાન દેવા તમે આવવાના છો અને તેમાં મારાં કાવ્યો વિશે પણ બોલવાના છો, માટે કાવ્યસંગ્રહો આપો; હું શુક્રવારે અ'વાદ જાઉં છું, ઠાકર સા∘ને આપી આવીશ.

આ બારામાં શ્રી હરીન્દ્ર દવે તથા ડૉ∘ દિલાવરસિંહજી જાડેજા ભાવનગરના કવિઓ પર બોલી ગયા, ત્યારે તેઓ મારા વિશે બોલવાના હતા. મેં તેઓને પત્ર લખી વિનંતી કરેલી કે કૃપા કરી મારા વિશે ન બોલશો, ને તેઓએ મારા પર દયા કરી મને પડતો મૂકેલો. આપને પણ મારી તે વિનંતી છે. હું કવિ કે સાહિત્યકાર નથી જ, માણસ છું. આ જમાનામાં જન્મ્યો છું એવા કુટુંબમાં કે લખતાં વાંચતાં શીખ્યો, ને સુખદુખ બોલ્યા વગર રે'વાતું નથી તેથી લખી છપાવું છું. પણ અંતરથી સમજું છું કે તદ્દન મિથ્યાભિમાન છે.

અંગત રીતે મારી નિંદા કરવી હોય કે લખાણોમાં કેવળ દોષદર્શન જ કરાવવાના હો તો ખુશીથી બોલો, નહીં તો મારા જીવતાં નહીં. હું હવે લાંબું કાઢું એમ નથી. હું એવી વ્યક્તિ નથી જ કે મારો ઉલ્લેખ પણ યોગ્ય હોય. ખૂણામાં જીવ્યો છું ને એમ ને એમ જાઉં એમાં જ મારું કલ્યાણ છે. તેમાં આપ મારા પર ઉદારતાથી દયા કરી, મારે વિશે કોઈ જ ઉલ્લેખ ન કરો એ પ્રાર્થના છે.

લિ∘ સેવક

મુકુન્દરાયના પ્રણામ

[મુકુન્દરાય પારાશર્ય]

*

અમદાવાદ, 1-5-92

ભાઈ શ્રી ધીરુભાઈ,

તમારી 'સ્મરણમાધુરી' વાંચી પ્રસન્ન થઈ ગયો. ખૂબ રસ પડ્યો. તમારી સ્મૃતિ પણ ગજબની છે. ભાષા પણ પ્રાસાદિક છે. બબ્બે વાર પોલીસનો સામનો કરનાર અને બેયોનેટના ઘા ઝીલનારની તમારી મૂર્તિ નજર સામે ખડી થાય છે. તમારે વિશે પણ ઘણું જાણવાનું મળ્યું. તમે મોડાસામાં લગભગ બધી જ જ્ઞાનશાખાઓ વિકસાવી એક યુનિવર્સિટી જ ઊભી કરી હતી, એમ કહીએ તોયે ચાલે. અને હવે નિવૃત્તિ પછી

તમે જે મહાભારત કાર્ય ઉપાડ્યું છે તે પણ એટલું જ યશસ્વી નીવડશે, એમાં શંકાને સ્થાન નથી.

લિ૰

નગીનદાસ પારેખનાં વંદન

*

22-7-66

પ્રિય ધીરુભાઈ,

'સ્વાધ્યાય'માં હાઈકુ પરનું તમારું વ્યાખ્યાન વાંચતાં ઘણો આનંદ થયો. તમે વિષય પરની જે પકડ એમાં દાખવી છે, તે ખરેખર ઊંડી સમજ અને સામર્થ્ય દર્શાવે છે. હું જાણું છું કે તમને એ માટે જોઈતું સાહિત્ય મળ્યું ન હતું, એમ છતાં તમારી આગવી સૂઝથી હાઈકુના મર્મને તમે સારી રીતે પકડી શક્યા છો. એ માટે તમને ધન્યવાદ જ નહીં – કૃતજ્ઞતાપૂર્વક મારા હાર્દિક ધન્યવાદ. મારી કૃતિઓને આટલા તાટસ્થ્યથી જોવાની તમે મને મોટી તક આપી છે, અને એનો લાભ માત્ર હાઈકુ માટે જ નહીં, મારી બીજી સર્જનપ્રક્રિયા માટે પણ હું લઈશ. દા૰ ત૰ તમે

અબ્ધિ છોળોએ
દડો સૂર્યનો ઝીલ્યો
ઊછળી ઊંચે.

હાઈકુની પ્રલંબ આકૃતિને એમાં જે જરાક વિક્ષેપ નડે છે એમ બતાવ્યું છે, તે મને ખરું લાગ્યું છે. અને તમારાં બે સૂચનના નિર્દેશ લઈ મારા સંગ્રહમાં સુધારીને હું નીચે પ્રમાણે મૂકવા ધારું છું:

અબ્ધિ છોળોએ
ઊછળી ઊંચે ઝીલ્યો
દડો સૂર્યનો.

એ જ પ્રમાણે

ઠીંકરી જળે
ઠેકવી ગઈ સરે
ઝાંઝર એનાં.

અંગે જે કહ્યું છે, તે પણ સાચું છે.

ઠીંકરી જળે
ઠેકતી જાય: સરે
નાજુક લ્હેર.

– એમ જો હું મૂકી શક્યો હોત તો સંભવ છે કે વધુ સારું થાત. પણ એ હાઈકુ ઘણુંબધું જાણીતું થયું છે, એટલે હવે એમાં મને ફેરફાર કરવાનું ઠીક નથી લાગતું.

કોઈક સામયિક, જેમ કે 'સંસ્કૃતિ' કે 'બુદ્ધિપ્રકાશ'માં દર મહિને તમે આવો એક સ્વાધ્યાય આપતા હો, તો કેવું સારું ! મોડાસામાં તમે છો ત્યાંનું શાંત વાતાવરણ ને વસ્તુના મૂળ સુધી પહોંચવાની તમારી શક્તિ, એનો સુમેળ કેટલો બધો અણમોલ બને !

લિ૰

ઝીણાભાઈના સપ્રેમ નમસ્કાર

[ઝીણાભાઈ દેસાઈ, 'સ્નેહરશ્મિ']

*

વડોદરા, 30-12-57

સ્ને૰ શ્રી ધીરુભાઈ,

તમે ભેટ આપેલું 'મણિલાલ નભુભાઈ : જીવનરંગ' એ પુસ્તક તરત સાદ્યન્ત વાંચી ગયો છું. મણિલાલના જીવન અને સાહિત્યનો ઊંડો, સાંગોપાંગ અભ્યાસ કરીને તમે ગુજરાતી સાહિત્યની એક સાચી સેવા બજાવી છે. 'જીવનરંગ'માંના પ્રત્યેક મહત્ત્વના વિધાનને તમે ઉચિત પુરાવા અને સાધકબાધક વિગતોના તોલન સહિત રજૂ કર્યું છે, છતાં નિરૂપણની સરલતાને ક્યાંય બાધ આવતો નથી અને ચરિત્રનાયકનું સુરેખ વ્યક્તિત્વ એમાંથી ઊપસી આવે છે, એ તમારી એક આગવી સિદ્ધિ છે. મણિભાઈની આ જીવનકથા તત્કાલીન સામાજિક સાંસ્કારિક ઇતિહાસ માટે પણ એટલી જ અગત્યની.

લિ૰ સ્ને૰

ભોગીલાલ સાંડેસરાના નમસ્કાર

*

1-6-92

સ્ને૰ શ્રી ધીરુભાઈ

તમારો લેખસંગ્રહ 'અભિજ્ઞાન' મળ્યો કે તુરત એ હું સાદ્યન્ત વાંચી ગયો હતો. આ પહેલાંનાં તમારાં લગભગ **બધાં** પુસ્તકો મેં વાંચેલાં છે, પણ પ્રસ્તુત સંગ્રહમાંનો એક પણ લેખ આ પહેલાં **મેં વાંચ્યો** ન હતો. વાંચીને ઘણો સંતોષ થયો. તમારા શાંત અધ્યયન અને શીલનો **શીળો** પ્રકાશ તમારા પ્રત્યેક લેખમાં તથા તમારી શૈલીમાં પ્રગટ થાય છે, એ માટે અભિનંદન !

લિ૰ સ્ને૰

ભોગીલાલ સાંડેસરાના નમસ્કાર

*

મુંબઈ, 18-8-49

સ્નેહી ભાઈશ્રી ધીરુભાઈ ઠાકર,

મારાથી થઈ શકે છે તેટલું અને કંઈક વધારે કામકાજ હું કરતો આવ્યો છું.

હજી કર્યા કરું છું. આખર લગી એમ જ ચાલ્યા કરશે, કેમ જે કામ જ મારું જીવન છે. વહુ નથી, કામકંદર્પ નથી; પૈસાનો લોભ હતો જ નહીં: ગરીબી અને તંગી સામે બંડ કરવા કંઈ પણ કરી નાખીને, આમ દોડીને તેમ ફાંફાં મારીને ધન ધન ધન મેળવાય તો ધન્ય – એ વૃત્તિ જ કદાપિ નહોતી, હવે થાય એમ નથી. છોકરાં મ્હોટાં થઈ ગયાં; એટલે જંજાળ – કડવી, ખટમીઠી, મધુરી, સ્વર્ગીય, જેવી ગણો તેવી મુદ્દલ નથી.

મૌન આવડે છે; અસહકાર આવડે છે; પ્રતિષ્ઠા ન જળવાય એવું ડગલું ભરવું નથી, એવી સોબતમાં ઘસડાવું નથી – એવા બડેજા મહાજનોથી અંજાવું નથી. મ્હારા જે સિદ્ધાંતો, જે વલણો, જે ફિલસૂફી છે, જે કાર્યપદ્ધતિ છે, કાર્યમાં જે સફાઈ અને જે ચોકસાઈ માટે આગ્રહ છે, ટૂંકામાં મ્હારું ચારિત્ર છે, જે સર્જન છે, જે રીતે વહ્યા કરે છે, જે એક જ મ્હારું જીવન છે, તેની કદર હાલના ગુજરાતે ઘણા કરી શકે એવો સંભવ મેં તો કોઈ બી દિવસે સ્વપ્ને પણ કલ્પ્યો નથી, કેમ કે હું ગુજરાતને, ગુજરાતની સંસ્કૃતિને, ગુજરાતની વાતડાહ્યી, આળસુ – અલ્પસંતોષી અને ફડાકી વિલાસિતાને બહુબહુ વહેલેથી – તમારો જન્મ પણ થયો નહીં હશે ત્યારથી – સારી રીતે ઓળખી ગયો છું. ગુજરાતનાં લક્ષણો અંબાલાલને નડ્યાં, ગાંધીજીને નડ્યાં, તો મ્હારા જેવા જંતુને ના નડે વળી?

બલવંત કo ઠાકોરના જયભારત

*

છેલ્લા છએક દાયકા દરમિયાન મારા પર આવેલા પત્રોમાંથી કેટલાક પસંદ કરીને મૂક્યા છે. પત્રો લખનાર કોઈ ને કોઈ રીતે સાહિત્ય સાથે કામ પાડનાર મહાનુભાવો છે અને દરેક પત્રમાંથી નાનોમોટો સાહિત્યનો મુદ્દો ઊપસે છે.

આ પત્રો આત્મરતિથી પ્રેરાઈને નહીં પણ કેવળ સાહિત્યપ્રીત્યર્થ પ્રગટ કરવા લલચાયો છું. તેમાંની વિગતો કાળના પ્રવાહમાં લુપ્ત થઈ જાય તે પહેલાં આ રીતે સચવાઈ રહે, તો કોઈક અભ્યાસીને કામ લાગે એવી આશા સાથે આ પત્રસંચય રજૂ કરું છું.

ધીરુભાઈ ઠાકર

['પત્રમાધુરી': પુસ્તક]

❀

ખીલે છે ગુલાબ

કોણ મોહતાજી વસંતોની કરે –
તમને સંભારું ને ખીલે છે ગુલાબ.

દીપક બારડોલીકર

['તડકો તારો પ્યાર' પુસ્તક: 2006]

ભારતીય સંસ્કૃતિના કવિ

અત્યંત સમૃદ્ધ એવા સંસ્કૃત સાહિત્યમાં કાલિદાસ એક અવાજે સર્વશ્રેષ્ઠ કવિ ગણાય છે. શબ્દનું સૌંદર્ય, છંદનું માધુર્ય, વિષયનું ગાંભીર્ય, સમગ્ર સંદર્ભની નરી ધ્વનિમયતા-રસમયતા કાલિદાસની રચનાને જુદી જ તારવે છે. સહેજે તેથી તેઓ 'કવિકુલગુરુ' લેખાયા છે.

વિદ્વાનોનાં સંશોધનોનો ઝોક ગુપ્તયુગના 'વિક્રમાદિત્ય'નું પદ ધારણ કરનાર ચંદ્રગુપ્ત બીજા (ઈ.375-413)ના અને તેના પુત્ર કુમારગુપ્તના સમયમાં કાલિદાસ થયાનું માનવા તરફ છે. આર્થિક રીતે, લશ્કરી રીતે, સંસ્કારની દૃષ્ટિએ સંપન્ન લેખી શકાય એવા સુવર્ણયુગ સમા જમાનામાં કાલિદાસ થઈ ગયાની એની રચનાઓની સૃષ્ટિ પરથી છાપ પડે છે. ભારતની તપોવન સંસ્કૃતિની છેલ્લી ઝલક કાલિદાસની કૃતિઓમાંથી ઝિલાઈ છે. ઉજ્જૈનની અપૂર્વ જાહોજલાલીના સાક્ષી કવિ કાલિદાસ ઇસવી સનના ચોથા સૈકાના અંતમાં અને પાંચમાના આરંભમાં થઈ ગયા હોવાની સંભાવના સ્વીકાર પામી છે.

કવિના જન્મસ્થાન અંગે અનેક પ્રદેશોના દાવા છે. સામાન્ય રીતે એ કાશ્મીરના મનાય છે. એમનું મુખ્ય કાર્યસ્થળ ઉજ્જૈન રહ્યું લાગે છે. 'મેઘદૂત'માં યક્ષ મેઘને કહે છે કે, રસ્તો થોડો વાંકો લેવો પડશે પણ ઉજ્જૈન તો જજે જ જજે. મધ્ય ભારતની નદીઓ, પર્વતો, એ સમગ્ર ભૂ-ભાગ પ્રત્યેની ઝીણવટભરી કવિની આત્મીયતા 'મેઘદૂત'માં આલેખાઈ છે.

કાલિદાસની કૃતિઓ કવિને અનેક વિષયોની – અનેક શાસ્ત્રોની ઝીણી જાણકારી છે તેની પ્રતીતિ કરાવે છે. અને 'રામાયણ' ઉપર તો એ જાણે જીવે છે. ભારતને એ તારતાર ઓળખે છે. કવિ તરીકેની એમની સજ્જતા ચકિત કરે તેવી છે.

કાલિદાસ ભારે ઓછાબોલા કવિ છે. જગતનો એક શ્રેષ્ઠ કવિ, એનાં પુસ્તક માંડ છ-સાત. તેમાં બે મહાકાવ્ય 'કુમારસંભવ' અને 'રઘુવંશ' તે અધૂરાં. સો ઉપર શ્લોકોનું 'મેઘદૂત' ખંડકાવ્ય અને ત્રણ નાટકો 'માલવિકાગ્નિમિત્ર', 'વિક્રમોર્વશીય' અને 'શાકુન્તલ'. ઉપરાંત 'ઋતુસંહાર' નામની પ્રકૃતિવર્ણનની 144 શ્લોકની કૃતિ આરંભની કાવ્યરચના મનાય છે.

'ઋતુસંહાર': ભારતમાં છ ઋતુઓ છે એ છયે ઋતુઓનો સંહાર (= સમૂહ) આ કૃતિમાં પ્રસ્તુત થયો છે. કવિએ ઉનાળાથી આરંભ કર્યો છે. મધુરથી સમાપન કરવું એ ન્યાયે વસંતના વર્ણન આગળ કાવ્ય પૂરું થાય છે.

'મેઘદૂત': હિમાલય પ્રદેશમાં અલકાનગરીમાં એક યક્ષ ફરજ બજાવવામાં ભૂલ કરી બેઠો. કુબેરે એને વરસ માટે દૂર રહેવાનો શાપ આપ્યો. દૂર દક્ષિણમાં રામગિરિમાં એ દહાડા નિર્ગમતો હતો. જેવો આષાઢ બેઠો, મેઘને જોઈ વિરહિણી પત્નીના સ્મરણથી એ વ્યાકુળ થયો. મેઘને એ વિનંતી કરે છે કે, તું ઉત્તર તરફ જાય છે તો અલકા સુધી

જજે ને મારી પત્નીને સંદેશો આપજે કે હું જીવતો છું અને બાકીનો સમય પણ વીતી જશે ને આપણે મળીશું. આટલી વાત મંદાક્રાન્તા છંદના 111 શ્લોકમાં નિરૂપાઈ છે. યક્ષ મેઘને સંદેશવાહક થવા વીનવીને અલકા સુધીનો માર્ગ વચ્ચેનાં નગરો, પ્રદેશો, નદીઓ, પર્વતો, તીર્થસ્થળોનાં વર્ણન સાથે વિગતે સમજાવે છે.

યક્ષ મેઘને રસ્તો સમજાવે છે તેમાં ભારતમાં યુગોથી જિવાતા જીવનનો સંદર્ભ ઊઘડતો આવે છે. સ્વર્ગના શોભાયમાન ટુકડા જેવી મહાનગરી ઉજ્જયિનીની વાત આવે, તો આવી રહેલા નવા મેઘને આંખો વડે પીતી ગ્રામવધૂઓને યક્ષ ભૂલે કે? મઘમઘતી કેવડાની વાડો, છજા-છેડે લપાઈને પોઢેલાં પારેવાં – અરે, તાજા વરસાદની ભીની માટી પર ચાલતા નાનકડા લાલ ઇન્દ્રગોપ જંતુને પણ વિરહી યક્ષ વીસર્યો નથી. વિરહને પરિણામે પ્રિયતમાને માટેની એની લાગણી જેમ ઊંડી થયેલી જોવા મળે છે તેમ એની ચેતના સમષ્ટિ સાથે એકરૂપ બની રહેલી વરતાય છે. મનુષ્યો જ નહીં, પશુઓ, પંખીઓ, જીવજંતુ, પાણીનાં મત્સ્ય, વૃક્ષો, ફૂલો, પ્રાણરહિત વસ્તુઓ, ઘરો, નદીઓ, ગિરિઓ, ખેતરો, આખો પ્રકૃતિપરિવેશ તેમ જ સમગ્ર સંસ્કૃતિસંદર્ભ – એ બધાંને વિરહી યક્ષની ચેતના વ્યાપી વળે છે.

'મેઘદૂત' એ વિરહના તાર ઉપર છેડેલી પ્રેમની મહારાગિણી છે, જેમાં એક વિરહી યુગલની વીતકકથા એ સંસ્કૃતિગાથા બની રહે છે. વિન્ધ્યની દક્ષિણેથી આરંભીને કૈલાસગિરિ સુધીના એ નર્મદા, સિપ્રા, વેત્રવતી, સરસ્વતી, ગંગાથી ધન્ય એવા મનોરમ ભૂભાગોમાં સૈકાઓથી જિવાતું આવતું જનજીવન ઐતિહાસિક, પૌરાણિક વિગતોના નિર્દેશો સાથે કાવ્યમાં તાદશ થતું આવે છે.

પ્રિયતમાને મેઘ દ્વારા સંદેશો મોકલવો એ કલ્પના જ હૃદય હરી લે એવી હોઈ જગતની અનેક ભાષાઓમાં 'મેઘદૂત' ઊતર્યું છે. 'મેઘદૂત'ની કેટલીય પંક્તિઓ ચિરસ્મરણીય બની છે. 'મેઘદૂત'માં સર્જક કલ્પનાની પ્રસાદીરૂપ અનેક ચિત્રો છે, જે સેંકડો વરસોથી કાવ્યરસિકોની ચેતનામાં અપૂર્વ તાજગીથી પુનર્જીવિત થયાં કરે છે.

'કુમારસંભવ': પ્રથમ સર્ગમાં નગાધિરાજ હિમાલયની ભવ્યતા શબ્દબદ્ધ થઈ છે. હિમાલય એ દેવતાત્મા છે. તેને પત્ની મેનાથી પાર્વતી નામે પુત્રી છે. કાવ્યનાયિકા પાર્વતીના સૌંદર્યનું વર્ણન કવિ 25 શ્લોકમાં કરે છે. બીજા સર્ગમાં દેવો બ્રહ્મા પાસે જઈ તારકાસુરથી રક્ષણ મેળવવા પ્રાર્થના કરે છે. શંકર-પાર્વતીનો પુત્ર દેવોનો સેનાની થાય તો તેઓ જીતે, એ ઉપાય બ્રહ્મા બતાવે છે. ઇન્દ્ર કામદેવને યાદ કરે છે. મિત્ર વસંત સાથે એ હાજર થાય છે. ત્રીજા સર્ગમાં ઇન્દ્રની આજ્ઞા જાણી મિત્ર વસંત અને પત્ની રતિ સાથે કામદેવ હિમાલયમાં જાય છે. અકાલ વસંત-લીલાનો ઉન્માદ બધે ફેલાય છે. પણ મહાદેવનો તપઃપ્રભાવ જોઈ એક વાર તો કામદેવનાં ધનુષ્યબાણ એને ખબરે ન રહી ને સરી પડ્યાં. ત્યાં એને ઉત્સાહિત કરતી શિવની પૂજા અર્થે 'વસન્ત પુષ્પાભરણો પહેરી... સંચારિણી પલ્લવિની લતા શી' પાર્વતી પ્રવેશી. નંદી દ્વારા

રજા મેળવી શિવ પાસે આવી એણે મસ્તક નમાવીને પ્રણામ કર્યા. જે અન્ય કોઈનેય ન સેવે એવો પતિ પામ – એવા આશીર્વાદ શિવે આપ્યા. કામદેવ ધનુષ્યની દોરી અધીરાઈથી પંપાળવા લાગ્યો. ત્યાં ગૌરીએ શિવને કમલબીજની માળા અર્પી. જેવા તે એ લેવા ગયા ત્યાં કામે સંમોહન બાણ પુષ્પના ધનુષ્ય પર ચડાવ્યું. શિવનું ધૈર્ય જરીક હટ્યું, પક્વબિંબ જેવા અધરોષ્ઠવાળા ઉમાના મુખ ઉપર એમણે ત્રણે આંખો ફેરવી. મહાદેવના ત્રીજા નેત્રમાંથી પાવક નીકળ્યો અને એ જ્વાળાઓએ 'દીધો કરી મન્મથ ભસ્મશેષ.' રતિ મૂર્છિત થઈ. શિવ અંતર્ધાન થયા.

ચોથો સર્ગ રતિવિલાપનો છે. રતિ દેહ છોડવા તૈયાર થાય છે ત્યાં આકાશવાણી આશ્વાસન આપે છે કે શિવ ગૌરીના તપથી પરણશે ત્યારે કામદેવ પણ સદેહ થશે.

પાંચમા સર્ગમાં પાર્વતી ઉગ્ર તપ કરવા જાય છે. ત્યાં એક દંડી જટાધારી આવે છે અને તપનું કારણ પૂછે છે. ઉમામુખેથી તે જાણી બ્રહ્મચારી કહે છે – સર્પથી વીંટેલા હાથની સાથે તારો હસ્તમેળાપ શી રીતે થશે ? પરણ્યા પછી ઘરડા બળદ પર બેસાડી તને લઈ જશે, મહાજન હાંસી કરશે. ઉમા કહે છે, તું તેમને યથાર્થ ઓળખતો નથી; ભાવથી એકરસ એવું મારું હૃદય એમનામાં ઠર્યું છે. પછી એને દૂર કરવા સખીને એ કહે છે ત્યાં એ અતિથિ મહાદેવરૂપે પ્રગટ થાય છે અને 'આજથી તારા તપથી ખરીદાયેલો તારો દાસ છું' એમ કહે છે. સાતમો સર્ગ ઉમાવિવાહનો છે. આઠમો સર્ગ દંપતીની પ્રણયકેલિનો છે.

પોતે જેને જગતનાં માતાપિતા લેખે છે એવાં પાર્વતી અને મહાદેવની શૃંગારલીલા કાલિદાસે વર્ણવી અને કોઈ પણ પોતાની માતાનું ન કરે એવું પાર્વતીના દેહસૌંદર્યનું વર્ણન કર્યું એ અનૌચિત્ય ઉઘાડું છે. કવિએ પોતે જ આઠમા સર્ગ પછી કાવ્ય અધૂરું છોડી દીધું છે.

'રઘુવંશ': મહાન રાજાઓ આપનાર એક મહાન વંશને એ મહાકાવ્ય આલેખે છે. એકેએક શ્લોક પોતાના રસતેજથી ઝળહળી રહે એ રીતની રચનામાં કાલિદાસ પાવરધા છે. કવિકર્મની મુખ્ય શક્તિ ઉપમા. દરેકેદરેક શ્લોકને કવિ નવી ઉપમાથી સજીવન કરી દે છે. કાવ્યરસિકો એક અવાજે બોલી ઊઠ્યા : ઉપમા તો કાલિદાસની.

વારંવાર શ્લોકોમાં આવતા ઉપમાચમત્કાર, વિરલ ચિત્રાંકનો અને આંતરે આંતરે ગૂંથાયેલા પ્રસંગો પ્રતીતિ કરાવે છે કે કાલિદાસ એટલે આરસ અને ટાંકણું, અપૂર્વ શિલ્પવિધાન.

ઇન્દુમતી-સ્વયંવર નિમિત્તે થોડાક રાજાઓનાં ચિત્રાંકનો રજૂ થાય છે. કવિની કવિતાનો વિરલ અભિષેક પામેલા સાત રાજાઓ એકેકથી ચડિયાતા લાગે છે. ઇન્દુમતીના મનમાં કોઈ ન વસ્યો. આ પ્રસંગે કવિએ એક ઉપમા યોજી છે: રાતે દીવાની જ્યોતિ જેમ જેમ નગરના રાજમાર્ગ પર પસાર થતી જાય તેમ તેમ જે હાટની પાસે થઈને એ આગળ વધે તે હાટ ઝાંખું પડે, તે રીતે સ્વયંવરમાં જે રાજા પાસેથી

ઇન્દુમતી બીજા તરફ આગળ વધતી તે ઝંખવાણો પડતો:

સંચારિણી દીપશિખા વટાવે
ને હાટ રાતે જ્યમ રાજમાર્ગે
ઝંખાય; કન્યા વધતી સ્વયંવરે
આગે, થતો ત્યાં નૃપ ઝંખવાણો.

રસિકોને કાલિદાસની સેંકડો ઉપમાઓમાંથી આ ગતિશીલ ‘દીપશિખા’ની ઉપમા એટલી બધી ગમી ગઈ છે કે કાલિદાસને ‘દીપશિખાકવિ’ કહેવામાં આવે છે.

કાલિદાસ ભારતના રાષ્ટ્રકવિ છે. ભારત ખેતીપ્રધાન દેશ. ભારતની મઘમઘતી સંસ્કૃતિ પાણીને ટીપે ટીપે મોતી વેરતા, દરેક ચાસમાં મોતી પેરતા મેઘના આધારે છે. કવિની કલ્પનાએ મેઘને સંદેશવાહક તરીકે પસંદ કર્યો તે ઘડીએ સહેજે એ રાષ્ટ્રકવિના બિરુદને પાત્ર થયા.

કવિએ ‘મેઘદૂત’માં મધ્ય ભારતથી હિમાલયખોળે અલકા સુધીનાં નદીઓ, પર્વતો, નગરો, તીર્થો વર્ણવ્યાં. ‘રઘુવંશ’માં સીતાને રામ પુષ્પક વિમાનમાંથી લંકાથી ગોદાવરી સુધીના પ્રદેશો, ઉપરાંત ત્રિવેણીસંગમ આદિ બતાવે છે. હિમાલયને તો ‘કુમારસંભવ’ના આરંભમાં મન મૂકીને ગાઈ લીધો હતો. છતાં રઘુનો દિગ્વિજય વર્ણવતાં તેનાં દળોને કાશ્મીરમાંથી હિમાલયના ઉત્તરના પ્રદેશોમાં થઈ લૌહિત્યા (બ્રહ્મપુત્રા) નદી ઓળંગી પ્રાગ્જ્યોતિષ (આસામ)માં પ્રવેશતાં વર્ણવી ભારતના ઉત્તર સીમાડાઓ પર એમની કવિતા ઘૂમી વળે છે. ભારતની ભૌતિક રચનાનાં દસવીસ સૈકામાં સહેજે ન બદલાય એવાં ચિરસ્થાયી સ્વરૂપોના સૌંદર્યને કવિપ્રતિભા શબ્દમાં ઝીલે છે. એ જ રીતે દક્ષિણમાં સમુદ્રતટે તાંબૂલ, નારિયેળ, મરી, એલચી, મૌક્તિક, ખજૂર આદિ, પશ્ચિમ તરફ દ્રાક્ષ, કાશ્મીર તરફ કેસર, અખરોટ, હિમગિરિમાં કસ્તૂરી, ભૂર્જપત્ર અને આસામમાં કૃષ્ણાગુરુ આદિ નીપજો પણ પ્રસંગવશાત્ કવિ ઉલ્લેખે છે.

ભારતના ખૂણેખૂણાના ભાગોનો ઘણુંખરું એમને જાણે જાતઅનુભવ ન હોય, એવું એમનાં વર્ણનોની સુરેખતાથી સમજાય છે! કાલિદાસ અઠંગ ભારતપ્રવાસી છે. ભારતની પ્રકૃતિલીલાનું સૌંદર્ય એમણે આકંઠ પીધું છે. અને એથીયે વિશેષ તો અત્યંત ભાતીગળ એવી ભારતીય સંસ્કૃતિનું સમુદાર ભાવે એમણે અખિલાઈપૂર્વક આકલન કર્યું છે અને આ દેશમાં ખીલેલા માનવસંસ્કૃતિના વિશેષ સ્વરૂપને એના સંપૂર્ણ લાવણ્ય સાથે જગત આગળ શબ્દાકારે હંમેશ માટે પ્રસ્તુત કર્યું છે.

કાલિદાસ મેઘની કે વિમાનની ઊંચાઈએથી ભારતદર્શન કરે છે. કેવળ ભૂભાગો કે પેદાશો જોતા નથી, સમાજો કયાં મૂલ્યોના આધારે જીવે છે તે એ જુએ છે. કાલિદાસ ભારતીય સંસ્કૃતિના કવિ છે.

આપણાં બે રાષ્ટ્રીય મહાકાવ્યો 'રામાયણ' અને 'મહાભારત'. 'રામાયણ'માં વાલ્મીકિએ કુટુંબજીવનના સંબંધોનું – પિતા-પુત્ર, પતિ-પત્ની, ભાઈ-ભાઈ આદિના સંબંધોનું – વ્યાકરણ સમજાવ્યું છે. 'મહાભારત'ના કેન્દ્રમાં વ્યાસ ધર્મને મૂકે છે; અર્થ અને કામની સાધના પણ ધર્મ દ્વારા જ થઈ શકે, જ્યાં ધર્મ ત્યાં જય – એમ એ ગાઈબજાવીને ઠસાવે છે. કુટુંબ અને રાજ્ય બંને સંસ્થાઓ મનુષ્યસમાજ માટે મહત્ત્વની છે. કુટુંબ વિના સંવર્ધન નથી, રાજ્ય વિના સંરક્ષણ નથી.

બે ઋષિકવિઓની પછી આવતા કાલિદાસ રસના, રસરાજ શૃંગારના કવિ છે, પણ તે એ બંનેને પગલે ચાલતા દેખાશે. સ્ત્રીપુરુષ – પતિપત્ની વચ્ચેના પ્રેમનું ગાન એમને ફાવે છે. દેહાકર્ષણનું – કામનું સંબલ એ પૂરું સમજે છે, પણ પ્રેમીઓને એમને જે કહેવું છે તે તો એ કે તપસ્યા લાવો, રસ લઈ જાઓ. વળી આ કવિ દંપતીની વાતમાં જ પુરાઈ રહેવામાં રાજી નથી. સંવાદી પ્રેમવાળાં દંપતીની સંતતિ ઉપર હંમેશાં એમની નજર મંડાઈ છે. અને એ બાળક પણ અસુરોના સૈન્ય સામે વિજય માટે સેનાધિપતિપદ લઈ શકે એવો શિવ-પાર્વતીજાયો કુમાર હોવો જોઈએ, ભરતભૂમિને પોતાના નામથી અંકિત કરે એવો દુષ્યન્ત-શકુન્તલાસુત ભરત હોવો જોઈએ, દિલીપ-સુદક્ષિણાપુત્ર દાનવીર પ્રતાપી રાજવી રઘુ જેવો હોવો જોઈએ. આમ, કાલિદાસ પ્રેમના-શૃંગારના કવિ છે, પણ પ્રેમની વાત કરવા માંડે છે ને સમાજની સ્વસ્થ ચાલનાની – કુટુંબ અને રાજ્યની – વાતમાં એમની ચેતના ઓતપ્રોત થયા વગર રહી શકતી નથી. ઊંચા કવિ પાસે જે ઋષિકર્મની અપેક્ષા રહે તે કાલિદાસે બજાવ્યું છે. એથીસ્તો વાલ્મીકિ અને વ્યાસની પછી કાલિદાસના નામનું સ્મરણ થાય છે.

પ્રકૃતિ સાથે સંવાદિતાથી જીવવું, મનુષ્યો જ નહીં પણ પશુઓ, પક્ષીઓ, વૃક્ષો, લતાઓ સૌ સાથે આત્મીયતાથી જીવવું – સર્વમાં એકતા અનુભવવી એ મંત્ર કાલિદાસની કાવ્યસૃષ્ટિમાં ગુંજે છે. કવિએ પ્રકૃતિ અને માનવના મેળભર્યા જીવનનો મહિમા એના સૌંદર્યનો બોધ કરાવવા દ્વારા ઠસાવ્યો છે. આજે પર્યાવરણ-શાસ્ત્ર (ઇકૉલૉજી)ના પ્રશ્નોની જાગૃતિ વધતી જાય છે ત્યારે કાલિદાસની વાત કેટલી સુસંગત છે તે સમજાતું આવે છે.

કાલિદાસની કલ્પના સ્વર્ગ, હિમાલયનો ઊર્ધ્વલોક અને ભૂતલ – બધે ફરી વળે છે, પણ પૃથ્વીની પક્ષપાતી છે. શકુન્તલા, તારું મહિયર સ્વર્ગમાં, પણ સાસરું તો પૃથ્વીમાં. સ્વર્ગ તો ભોગભૂમિ છે, પૃથ્વી છે કર્મભૂમિ. કાલિદાસ પૃથ્વી ઉપરના માનવજીવનની આશ્ચર્યમયતા પીતાં અને ગાતાં ધરાતા નથી.

ઉમાશંકર જોશી

['કાલિદાસ' પુસ્તિકા : 1947]

❀

મહાનદના સાંનિધ્યનું સાહિત્ય

માર્ક ટ્વેનનું મૂળ નામ હતું સૅમ્યુઅલ લેન્ગહૉર્ન ક્લીમેન્સ. 1835માં તેમનો જન્મ. માર્ક ટ્વેનની ખરી જન્મદાતા તો મિસિસિપી નદી. મિસિસિપી એટલે દરિયા જેવી વિશાળ નદી. બાળક સૅમ્યુઅલના મન પર આ નદીની પ્રગાઢ અસર પડેલી. દશેક વર્ષના અભ્યાસ પછી સૅમ્યુઅલે નાનામોટા ધંધાઓ આદર્યા. તેની નવલકથા 'ટૉમ સૉયરનાં પરાક્રમો'માં વાસ્તવમાં તો સૅમ્યુઅલનાં પરાક્રમો જ છે. ટૉમની રખડુવૃત્તિ અને સાહસિકતા ટ્વેનના પોતાના જ ગુણોની અભિવ્યક્તિ છે. તેને પણ ટૉમની જેમ પગ વાળીને બેસવું ન ગમે. શરૂઆતમાં છાપખાનામાં મદદનીશ તરીકે કામ કર્યું. પછી મિસિસિપી નદીમાં ચાલતી આગબોટના ચાલક તરીકે અનુભવ મેળવ્યો. સૈનિક બનવાનો અણગમતો પ્રયોગ થોડાંક અઠવાડિયાં માટે કરી જોયો. પત્રકારત્વનો પણ અનુભવ મેળવ્યો. મિસિસિપી નદીના અનુભવોની માર્ક ટ્વેનના સાહિત્ય પર પ્રગાઢ અસર છે. મિસિસિપી નદી તેમની કથાઓની પશ્ચાદ્ભૂમિકા તો છે જ, પણ મહત્ત્વનું પાત્ર પણ છે.

સૅમ્યુઅલના જન્મ પછીનાં ચારેક વર્ષ બાદ એનાં માતપિતા હાનિબાલમાં જઈ વસ્યાં. અહીં સમુદ્ર જેવી પહોળે પટ્ટે વહેતી ધીરગંભીર મિસિસિપીનું સાંનિધ્ય સાંપડ્યું નાનકડા સૅમ્યુઅલને. આ વિશાળ નદીમાં આગબોટો, જહાજો નિરંતર આવનજાવન કરે. ગામમાં અવનવા લોકો આવ્યા કરે. નાવિકજીવનની સાહસસભર રોમાંચક વાતો સાંભળવા મળે. નાનકડા સૅમ્યુઅલમાં ગજબનું કુતૂહલ. ભટકતા-વિચરતા આવારા જેવા લોકોની વાતો સૅમ્યુઅલે અત્યંત રસપૂર્વક સાંભળેલી. લઘરવઘર રહેતા ગરીબ પણ સાહસોની અખૂટ મૂડી ધરાવતા લોકોનો સૅમ્યુઅલને બચપણમાં જ પરિચય થયો. તેના મનમાં મુફ્લિસ જેવા આ લોકો માટે ઊંડો સદ્ભાવ હતો. આ લોકો ભલે અભણ હતા પરંતુ તેમણે તેમનાં વિસ્મય અને સાહસિકતાને અકબંધ જાળવી રાખેલાં છે. તેમના જીવનમાં પારાવાર મુશ્કેલીઓ આવ્યા કરે પણ તેઓ આ મુશ્કેલીઓને હસી કાઢે. હિંમત હાર્યા વિના, ઝૂક્યા વિના તેઓ જીવતા હોય છે. તેમનું હાસ્ય દંભરહિત, ખુલ્લા દિલનું અને તેમના વર્તનમાં નિખાલસતા.

આ ગ્રામીણજનો જ ટ્વેનનાં પ્રેરણાસ્રોતો છે. તેમની પાસે ધનસંપત્તિ નથી પણ માનવતાની મૂડી છે. હિંમતનો પણ પૂરો ખજાનો તેમની માલિકીનો. સહકારની ભાવના ભારોભાર. હક્લબૅરી ફિન જેવો આવારા છોકરો પણ ગામનો અગત્યનો સભ્ય છે. તેની સલામતીની ચિંતા સમગ્ર નગર કરતું રહે. અહીં હજુ શહેરી જીવનના દંભ અને સ્વાર્થ પ્રવેશ્યા નથી. ગ્રામજીવનની આ તાસીર ટ્વેનના જીવનમાં પણ દેખાય છે. એનામાં સાહસિકતા અને ભ્રમણવૃત્તિ ભારે પ્રબળ. ઠરીને ઠામ થવાનું તેના સ્વભાવમાં નહોતું. જાતજાતના વ્યવસાયો કર્યા. ધંધામાં ઘણી વાર દેવાળું કાઢ્યું. જગતના પ્રવાસે નીકળ્યા. હિંદુસ્તાનની મુલાકાત પણ લીધેલી. વીસ વખત

આટલાન્ટિક સમુદ્ર ઓળંગીને લગભગ 13 વર્ષ વતનની બહાર ગાળ્યાં.

1875માં 'આટલાન્ટિક મન્થલી' માટે ટ્વેને મિસિસિપી નદી પરના આગબોટના અનુભવોની ધારાવાહિક શ્રેણી લખી. પાછળથી થોડા ઉમેરાઓ સાથે 1883માં આ અનુભવો 'લાઇફ ઑન ધી મિસિસિપી' તરીકે પ્રગટ થયા. આ કૃતિમાં તેમના નદી પરના જીવનનું હૂબહૂ નિરૂપણ છે. તેમની પ્રસિદ્ધિ ટોચ પર પહોંચી 'ટૉમ સૉયરનાં પરાક્રમો'ના પ્રકાશન બાદ. 1976માં પ્રસિદ્ધ થયેલી 'ધી એન્ડવેન્ચર્સ ઑફ ટૉમ સૉયર' તેમની અદ્‌ભુત કૃતિ છે. થોડાં વર્ષો પછી ટૉમ સૉયરનાં પરાક્રમો સાથે જોડાયેલા એક ખૂબ જ મહત્ત્વના પાત્ર હકલબૅરી ફિનને લઈને બીજી કૃતિ રચી. 1884માં 'ધી એન્ડવેન્ચર્સ ઑફ હકલબૅરી ફિન' પ્રકાશિત થઈ. આ પુસ્તકે તો ધૂમ મચાવી દીધી. એના ટૉમ અને હક જગતભરના કિશોરોનાં માનીતાં પાત્રો બની ગયાં. ટૉમ સૉયર અને હકલબૅરી ફિન બંનેની કથાઓ ટ્વેનના અંગત જીવનના અનુભવો પર આધારિત છે. ટૉમ અને હકની વાતો બચપણના માધુર્યની કથાઓ છે. બંને ચિરંતન કિશોરો છે. બંનેની કથાઓ આપણામાં સૂતેલા બાળકને ઢંઢોળે છે, આપણા વીતેલા બચપણને પુનઃ તાજું કરે છે.

બટુકદાસ નિમાવત

['માર્ક ટ્વેનની કથાસૃષ્ટિ' પુસ્તિકા: 1999]

તરણોપાય

માણસમાં મૂળભૂત સારપ છે, સદ્‌ગુણ પ્રત્યે નિષ્ઠા છે, તે સદ્‌વૃત્તિના પાયા પર સમાજરચના કરવાની છે.

માનવ-માનસ હજુ એવું ને એવું જ ભૂતકાળના બંધનથી જકડાયેલું છે. માનસિક પરિવર્તન એ આજની સૌથી મોટી પાયાની જરૂરિયાત છે. સમાજ માનવતાનિષ્ઠ બને એવું પરિવર્તન લાવવાની જરૂર છે. જીવનનાં સઘળાં ક્ષેત્રોમાં જનશિક્ષણ, જનજાગરણ દ્વારા શુભ સંસ્કારના સિંચનનું આંદોલન ચલાવવું એ જ તરણોપાય છે.

ન ધાર્મિકવાદ, ન સંપ્રદાયવાદ, ન વૈચારિકવાદ, ન આધ્યાત્મિકવાદ – એવા અનાગ્રહી ચિત્તવાળા માનવતાના ઉપાસકોની આજે જરૂર છે. જેને નેતા બનવું નથી, પણ જીવનસાધક બનીને દેશને કાજે જીવન ખરચી નાખવું છે, એવી જમાત આપણે ખડી કરવી છે.

હજારો લોકને પ્રવચનોમાં જતાં હું જોઉં છું, મંદિર-મસ્જિદોમાં જતાં જોઉં છું, તો હું ભીતર ને ભીતર કંપી ઊઠું છું. મોટાંમોટાં આધ્યાત્મિક પ્રવચનોમાં, સત્સંગો અને શિબિરોમાં જઈને હજારો લોકો બેસે છે. આધ્યાત્મિક જિજ્ઞાસા પણ જો જમાનાની એક ફૅશન બની રહે, અસંસ્કારી ને ધંધાદારી પ્રવૃત્તિ બની રહે, તો પછી દુખનો કોઈ અંત નહીં રહે. સારી વ્યક્તિને જોવી, એના સારા સારા વિચારો સાંભળવા, ત્યાં જ જો અટકી જવાનું હોય તો તો સમાજમાં એક નવા પ્રકારનો દંભ ફેલાય છે.

વિમલા ઠકાર

['અધ્યાત્મની અગ્નિશિખા' પુસ્તક]

વિજ્ઞાન-સાહસકથાનો સર્જક

ફ્રાન્સનું નાન્તે શહેરઃ ઓગણીસમી સદીના પ્રથમાર્ધમાં ત્યાં એક અત્યંત કલ્પનાશીલ છોકરો વસતો હતો. કલ્પનાશીલ તો એવો કે કશું જ એને જેમનું તેમ દેખાય જ નહીં. પહાડ જુએ તો અંદર ગુફાઓની અને એમની અંદર વસેલી નગરીઓની કલ્પના કરે. વન જુએ તો એનાં ગાઢ વૃક્ષો વચ્ચે ચાલતાં કોઈ કારખાનાની કલ્પના કરે. દરિયો જુએ તો એને તળિયે વસતા માનવસમૂહોની કલ્પના કરે !

એક દહાડો એની શાળાના શિક્ષકે નિબંધ લખવા કહ્યું. ‘હું મોટો થઈને શું કરવા માગું છું’, એવો એ નિબંધનો વિષય હતો. કોઈકે લખ્યું કે, હું રાજા બનીને રાજ કરવા માગું છું. કોઈકે લખ્યું કે, હું સેનાપતિ બનીને યુદ્ધો જીતવા માગું છું. કોઈ વકીલ, દાક્તર, ધર્મગુરુ, ખલાસી કે કરોડપતિ થવા માગતા હતા. પણ આપણા આ ભેજાબાજે શું લખ્યું તે એના જ શબ્દોમાં જોઈએઃ

“હું અજનબી દુનિયામાં સાહસની સફરે જવા માગું છું – એવી દુનિયામાં કે જ્યાં તાડનાં લાંબાં પાંદડાં હવામાં વીંઝાતાં હોય, જ્યાં લાલ અને લીલાં પંખી ટહુકા કરતાં હોય, જ્યાં ભેદભર્યાં વનોમાં માણસથી પણ ઊંચાં ઘાસ લહેરાતાં હોય. જ્યાં માનવીએ કદી નહીં દીઠેલી ગુફાઓ પોતાનાં જડબાં ફાડીને બેઠી હોય, જેમાં અટપટા છૂપા માર્ગો હોય અને જેમાં પડઘાનાં સંગીત બજતાં હોય...”

આ છોકરાનું નામ જુલે ગેબ્રીએલ વર્ન. (કોઈક એના નામનો ઉચ્ચાર ‘ઝુલ’ કરે છે. ગુજરાતીમાં એના નામનો ઉચ્ચાર ‘જુલે વર્ન’ રૂઢ બન્યો છે, એથી આપણે અહીં એ ઉચ્ચાર સ્વીકારીને ચાલીશું.) 8 ફેબ્રુઆરી, 1828ને દિવસે જન્મેલા જુલેને સાહસનો અને સફરનો એવો તો ગાંડો શોખ લાગ્યો હતો કે બારેક વર્ષની ઉંમરે એ ઘેરથી ભાગી નીકળેલો ! એની ઇચ્છા કોઈક જહાજ પર નોકરીએ રહીને દુનિયા ઘૂમવાની હતી.

કલ્પનામાં તો એ ઘણી વાર આવી ભાગંભાગ કરતો જ રહ્યો. નવરો પડે કે તરત અજબગજબની વાર્તાઓ લખે. આડેધડ ચિત્રો દોરે. પણ કેવાં ચિત્રો ? ઘોડા વગરની ગાડીનાં અને આકાશમાં ઊડતી આગગાડીનાં અને દેશવિદેશની સફર કરનાર બલૂનનાં અને એવાં એવાં.

1847માં અઢાર વર્ષની ઉંમરે જુલેએ પૅરિસનો રાહ પકડ્યો. ત્યારે પૅરિસનાં ‘સલોન’ વિખ્યાત હતાં. બૌદ્ધિક ચર્ચાઓ અને સર્જનાત્મક આપલેની ભૂમિકા આ સલોન ભજવતાં. જુલેના કાકા પૅરિસના અગ્રણી નાગરિક હતા. એમણે જુલેને ‘સલોન’માં ઓળખાણો કરાવી આપી. એમાં મુખ્યત્વે લેખકો અને કવિઓ મળતા. પૅરિસમાં બીજું પણ ઘણું ઘણું હતું. ઢગલાબંધ છાપાં, કોડીબંધ માસિકપત્રો, ચોપડીઓ તો થોકેથોક છપાય. રાતભર નાટકશાળાઓ ચાલે. લેખકો, કવિઓ, નટો અને કલાકારોથી આખી નગરી ઊભરાય. જુલેએ નક્કી કર્યું કે જીવવું તો પૅરિસમાં અને એ પણ નાટ્યલેખક

બનીને. પોતાની પ્રિય નગરીમાં એ ભટકવા લાગ્યો. એની આ રઝળપાટ દરમિયાન એક એવી ઘટના બની ગઈ કે એની આખી જિંદગી જ પલટાઈ ગઈ.

એક રાતે જુવાન જુલે સંગીતનો જલસો સાંભળવા ગયો હતો. પણ એના સાહસરસિયા જીવને સંગીતમાં રસ ન પડ્યો. કાર્યક્રમની અધવચ્ચેથી ઊઠીને એ ચાલતો થયો. પોતાની રસભરી, અવનવી અને ઉટપટાંગ કલ્પનાઓમાં રમતો જુલે ઊંધું ઘાલીને સંગીતશાળાનો દાદરો ઊતરી રહ્યો હતો, ત્યાં તો અચાનક લૂગડાંના એક મોટા પોટલા સાથે અથડાઈ પડ્યો. સંગીતશાળાના દાદરા પર આ કયા ધોબીના બચ્ચાએ લૂગડાંનું પોટલું મૂક્યું હશે, એમ વિમાસતા જુલેએ નજર ઊંચી કરી. જરા ધારીને જોયું તો, આ તો પોટલું નહીં પણ પોટલા જેવો પહોળો પહોળો એક ગોળમટોળ માણસ જણાયો.

જુલેએ અથડાઈ પડવા બદલ તેની માફી માગવા માંડી. પેલા પોટલાએ કહ્યું, "દોસ્ત ! માફી માગવાની જરૂર નથી. તમે પોતાની કલ્પનાઓની દુનિયામાં ખોવાઈને દાદરો ઊતરતા હતા, એટલે અથડાઈ પડ્યા. ખેર ! મને કાંઈ થયું નથી. ઊલટાની તમને મારી રાક્ષસી ફાંદ વડે ઈજા ન થઈ હોય તો જ નવાઈ ! હા, હા, હા... પણ જુવાન, મને એક બીજો જ વિચાર આવે છે."

"કયો વિચાર ?" જુલેએ પૂછ્યું.

"વિચાર એવો છે કે – જે માણસ આટલો કલ્પનાવિવશ છે તે લેખક બને તો કેટલું સુંદર સર્જન કરી શકે !"

જુલેએ બીતાં બીતાં અને સસંકોચ જણાવ્યું, "સાહેબ ! હું લેખક જ છું."

"એમ ? તો તો લાવો તમારું લખાણ ! મને વાંચવા આપો. કાલે સાંજે મને ફરી મળો."

"આપ...?"

"હો હો હો... મારી ઓળખ આપવાનું તો હું વીસરી જ ગયો. મારું નામ ઍલેક્ઝાંડર ડુમા."

આટલું કહીને, આગામી સાંજના મિલન માટેની સલોનનું નામ-સરનામું જણાવીને ડુમા દાદર ચડી ગયા. જુલે એમની ધીંગી પીઠ જોઈ જ રહ્યો. પોતે આજે ફ્રાન્સના એક વિરાટ સર્જકને મળ્યો છે, એના અહોભાવથી જ જુલે પુલકિત બની ગયો. 'થ્રી મસ્કેટિયર્સ' જેવી અનેક અદ્ભુત ઐતિહાસિક સાહસકથાઓના ડુમા અજોડ સર્જક હતા. પૅરિસમાં ત્યારે એમના નામનો ડંકો વાગતો. ડુમાના ચરિત્રનું એક ઉમદા પાસું હતું ઊગતા સર્જકોને પ્રોત્સાહન આપવાનું. અનેક સર્જકો ઍલેક્ઝાંડર ડુમાની સર્જકમંડળીના સાથી હતા.

વળતી સાંજે યુવાન જુલે લેખકમંડળીમાં પહોંચી ગયા. ડુમાએ અન્ય સાહિત્યકારો સાથે જુલેની ઓળખાણ કરાવી અને જે કાંઈ લખે તે પોતાને બતાવવા

સૂચવ્યું. ડુમા માત્ર વિખ્યાત જ નહીં, ધનવાન પણ હતા. એક થિયેટરના માલિક હતા. એમણે જુલેને થિયેટરમાં કામે રાખી લીધા.

જુલેને વિજ્ઞાનસાહિત્ય લખવું હતું, પરંતુ એ માટેની અભ્યાસસામગ્રી નહોતી. ભાઈસાહેબે પૅરિસના જાહેર પુસ્તકાલયનું શરણું શોધ્યું. વહેલી સવારથી રાતે પુસ્તકાલય બંધ થાય ત્યાં સુધી લાઇબ્રેરીનો આશરો. એમાં બે લાભ હતા – ઘણાંબધાં પુસ્તકો વાંચવા મળે, અને કાતિલ ઠંડી સામે રક્ષણ પણ મળે. ઘરમાં રહે તો તો તાપવા માટે બળતણ બાળવું પડે ને ?

પુસ્તકાલયમાં બેસીને જુલેએ પુષ્કળ વાચન કર્યું. હજારો પાનાં ભરીને વિજ્ઞાનવિષયક નોંધો કરી. એ નોંધો અને વિજ્ઞાનના એ જ્ઞાન વડે જ પછીથી એની કૃતિઓ રચાઈ. અગાઉ મહાન સમાજચિંતક કાર્લ માર્ક્સે પણ આમ જ, લંડનની ટાઢથી બચવા શહેરના પુસ્તકાલયનો આશ્રય લીધો હતો.

દક્ષિણ ફ્રાન્સના એમિયન્સ ગામે એક મિત્રના લગ્નમાં હાજરી આપવા માટે જુલે ગયેલા. ત્યાં ઑનરાઇન મોરેલ નામની એક યુવાન વિધવાના પ્રેમમાં પડી ગયા. બેઉએ લગ્ન કર્યાં. દંપતીને ત્યાં પુત્રનો જન્મ થયો. નામ રાખ્યું માઇકલ. માઇકલ આગળ જતાં પિતાનો લેખક-સહાયક બન્યો. વર્નના અવસાન પછી એમની પડી રહેલી કે અધૂરી રહેલી ઘણી કૃતિઓ શોધીને તથા મઠારીને માઇકલે પ્રગટ કરાવી.

વર્નને પોતાની પ્રથમ વિજ્ઞાન-સાહસકથા લખવાની તક 1862માં મળી ગઈ. માનવીની આકાશમાં ઊડવાની ઝંખનાનું એક પરિણામ 18મી સદીમાં ફ્રાન્સમાં જ જોવાયું હતું. ત્યાં હવા ભરેલા બલૂન વડે ઊડવાના સફળ પ્રયોગ થયા હતા. પછી એવા ગુબ્બારાને વધારે ટકાઉ, નિયંત્રિત, ઝડપી અને પોસાય તેવા બનાવવાની દિશામાં પુષ્કળ પ્રયાસો અને સંશોધનો ચાલતાં હતાં. જુલે વર્ને પણ તે વિષયની વ્યાપક નોંધો રાખી હતી. એટલામાં ફેલિક્સ નાદર નામનો મિત્ર જુલેને મળ્યો. કહે કે, મેં ‘જાયન્ટ’ નામનો ગુબ્બારો બનાવ્યો છે. એની વાટે યુરોપની મુસાફરી કરવા ધારું છું. એ પ્રવાસનો ખર્ચ કાઢવા માટે અખબારોમાં કશુંક છપાવવું છે. તમે કશુંક લખી આપો ને !

આ સૂચને જુલે વર્નના મસ્તકમાં ઝબકારો કરી દીધો. એમને થયું કે ગુબ્બારો યુરોપ પર ઊડે એમાં ખાસ નવાઈ નહીં. પરંતુ અજાણ્યા અંધારિયા લાગતા આફ્રિકા ઉપર એ ઊડે તો કેવી કેવી મુશ્કેલીઓ સર્જાય ? કેવાં જોખમો આવે ? કેવાં સાહસ કરવાં પડે ? આ દિવસોમાં મંગો પાર્ક, ડૉ૦ લિવિંગ્સ્ટન, સ્ટેનલી, વગેરેનાં આફ્રિકી સાહસો તાજાં હતાં. વિશાળ વિક્ટોરિયા સરોવરની શોધ હમણાં જ જાહેર થઈ હતી. એ પાર્શ્વભૂમાં, આફ્રિકા પરની ગુબ્બારાયાત્રાની કથા લોકોને ખૂબ ગમે. આથી એમણે આવી એક લાંબી કથા લખી નાખી.

આ નવલકથા ‘ગુબ્બારામાં પાંચ સપ્તાહ’ની હસ્તપ્રત લઈને વર્ન પ્રકાશકોનાં પગથિયાં ઘસવા લાગ્યા. કાંઈ કેટલાય પ્રકાશકોને વંચાવી. પીટર હેઝેલ નામના પ્રકાશકે આખરે એ કૃતિ કેટલાક સુધારા પછી છાપવાની તૈયારી બતાવી. એણે વાચકોનાં દિલ

જીતી લીધાં. કથા એટલી બધી લોકપ્રિય નીવડી કે તરત જ એનું અંગ્રેજી ભાષાંતર થયું, અને આટલાંટિકની બેય બાજુએ તેનું ધૂમ વેચાણ થયું.

પ્રકાશક હેઝેલે વર્નનું મૂલ્ય સમજી લીધું હતું. એણે વર્ન સાથે એક કરાર કર્યો. એ કરાર અનુસાર, વર્ન જે કાંઈ લખે તે એમણે હેઝેલને પ્રગટ કરવા આપી દેવાનું હતું. બદલામાં હેઝેલ એમને પ્રતિવર્ષ 10,000 ફ્રાન્ક આપે. 1863 પછીનાં લગભગ 20 વર્ષ સુધી દરરોજ સવારના 5-00થી 10-00 વાગ્યા સુધી વર્ને લખ્યે રાખ્યું. અનેક અવનવી વિજ્ઞાન-સાહસકથાઓ રચી. આશરે 40 વર્ષ સુધી વર્ન પ્રતિવર્ષ ઓછામાં ઓછી એક અને ક્યારેક વધારે નવલકથાઓ હેઝેલને (અને જગતને) આપતા રહ્યા.

1864માં વર્ને એમની ઉત્તમ કૃતિઓમાંની એક 'પૃથ્વીના કેન્દ્રનો પ્રવાસ' ('જર્ની ટુ ધી સેન્ટર ઑફ ધી અર્થ') આપી. આપણે આ કૃતિને મૂળશંકર મો. ભટ્ટના સંક્ષિપ્ત ગુજરાતી અનુવાદ 'પાતાળપ્રવેશ' દ્વારા ઓળખીએ છીએ.

1865માં વર્ને 'પૃથ્વીથી ચંદ્ર' ('ફ્રોમ ધી અર્થ ટુ ધી મૂન') લખી. આ કથામાં જુલે વર્ને યાનને ચન્દ્ર સુધી પહોંચાડવા માટે એને એક વિશાળ તોપમાંથી છોડવાની કલ્પના કરેલી. પૃથ્વીના ગુરુત્વાકર્ષણમાંથી યાન છૂટી શકે એ માટે એમણે કલાકે 25,000 માઇલની ગતિની પણ કલ્પના કરેલી. એક સદી પછી એમની આ કલ્પનાઓ તદ્દન યથાર્થ પુરવાર થઈ. 1969માં અમરેકિનોએ ચન્દ્ર પર ઉતરાણ માટે 'ઍપૉલો-11' નામક યાન છોડ્યું ત્યારે વર્નના જ પથને અને પદ્ધતિને અનુસરવામાં આવ્યાં હતાં. વર્ને પોતાની વાર્તાના યાનને અમેરિકાના ફ્લૉરિડા રાજ્યના કેપ કેનેવર્લ ખાતેથી છૂટતું નિરૂપેલું. ઍપૉલો-11 લગભગ આ જ જગાએથી છોડવામાં આવ્યું. જુલે વર્ને પોતાના યાનને પરત આવવાના સ્થળ તરીકે પાસિફિક મહાસાગરનું જે સ્થળ દર્શાવેલું એનાથી ઍપૉલો-11 માત્ર ત્રણ કિલોમિટર દૂર મહાસાગરમાં ખાબક્યું !

સફળતાને વરેલા વર્ને 1868માં 'સેઇન્ટ મિશેલ' નામનું એક જહાજ ખરીદ્યું. સફરે નીકળી પડ્યા. બચપણથી જે દરિયાઈ સફરોની ઝંખના સેવી હતી તે પોતાના આગવા જહાજ દ્વારા પૂર્ણ કરવાની તક એમને ચાળીસ વર્ષની ઉંમરે મળી ગઈ.

સબમરીન દ્વારા સાહસ-પ્રવાસની એક નવલકથા આ જહાજી પ્રવાસ દરમિયાન જ એમણે લખવા માંડી. એ પછીથી 'ટ્વેન્ટી થાઉઝન્ડ લીગ્ઝ અંડર ધી સી' (સમુદ્ર સપાટી હેઠળ 20,000 દરિયાઈ માઇલની દરિયાઈ સફર) નામે પ્રગટ થઈ. 1869માં પ્રગટ થયેલી આ નવલકથાને ઘણા લોકો વર્નની શ્રેષ્ઠ કૃતિ માને છે. એનો કથાનાયક કૅપ્ટન નેમો પૂર્વજીવનનો એક હિન્દી રાજવી છે, જે 1857ના બળવા દરમિયાન અંગ્રેજો સામે લડેલો અને જે વિશ્વભરમાં મોટી સત્તાઓ દ્વારા ગરીબ દેશોની લૂંટ અને ગુલામી વિરુદ્ધ લડવા નીકળ્યો છે. કૅપ્ટન નેમો સારા વિજ્ઞાની પણ છે, અને એમણે 'નૉટિલસ' નામક અત્યંત શક્તિશાળી સબમરીન બનાવી છે. આ સબમરીન વડે તેઓ લૂંટખોર રાજ્યોનાં જહાજોને ભાંગે છે અને ડુબાડે છે. વળી, વિશ્વભરમાંથી ગુલામીની પ્રથા નાબૂદ કરવાની પણ કૅપ્ટન નેમોની જેહાદ છે.

1872માં એમની વિજ્ઞાન-પ્રવાસ-સાહસની અન્ય સુવિખ્યાત કથા 'અરાઉન્ડ ધી વર્લ્ડ ઇન એઇટી ડેઝ' ('એંશી દિવસમાં પૃથ્વી-પ્રદક્ષિણા') પ્રગટ થઈ. વાર્તા પ્રથમ તો પૅરિસના એક પત્રમાં દૈનિક હપતે છપાઈ. દરરોજ એનો થોડો થોડો ભાગ પ્રસિદ્ધ થતો. એમાં 80 દિવસમાં દુનિયાની સફર પૂરી કરવાની શરત લગાવીને નીકળેલા એક બ્રિટિશ સાહસી ફિલિયાસ ફૉગની વાત છે. આ કથામાં દુનિયાને એટલો બધો રસ પડ્યો કે પૅરિસના આ છાપામાં શું છપાય છે, તે દુનિયાનાં બીજાં છાપાંઓમાં બીજે દિવસે સમાચાર તરીકે છપાતું ! ફિલિયાસ ફૉગ આજે ક્યાં પહોંચ્યો તેના તાર દેશવિદેશમાં મોકલાતા હતા !

ન્યૂ યૉર્કના એક છાપાને તો ફૉગની આ સફરમાં એટલો રસ પડી ગયો કે એણે ખરેખર દુનિયાની સફરે નીકળવા માટે સાહસિકોને ઑફર કરી. અને દુનિયાના પત્રકારત્વના ઇતિહાસનું આ પણ એક રોમાંચક પ્રકરણ છે કે આ પ્રવાસ માટે એક યુવતી તૈયાર થઈ. એ પત્રકાર યુવતીનું નામ નેબી બ્લાય. એણે માત્ર 72 દિવસમાં દુનિયાની સફર ખેડીને ફિલિયાસ ફૉગનો વર્ન-કલ્પિત વિક્રમ તોડી પાડ્યો.

વર્ન પોતાનું એકાદ જહાજ લઈને દરિયાઈ સફરે નીકળી પડતા. જહાજ પર લખતા. અનેક દેશોની એ મુલાકાત લેતા. એની આ બધી દરિયાઈ યાત્રાઓ દરમિયાન ભત્રીજો ગૅસ્ટન એમની સાથે રહેતો. ગૅસ્ટન વર્નને વહાલો હતો. આ ગૅસ્ટન 1885માં અચાનક પોતાના મસ્તક પરનો કાબૂ ગુમાવી બેઠો. તેથી એના પિતાના ઘરમાં એને ગોંધી રાખવામાં આવતો. પરંતુ અચાનક એ છટક્યો. કોણ જાણે ક્યાંથી એક ભરી રિવૉલ્વર એના હાથમાં આવી ગઈ. એની ડાગળીમાં શો ચસકો થયો, ખબર નહીં; પરંતુ એ તો જુલે વર્ન કાકાને ઘેર જઈ પહોંચ્યો. જઈને કહે કે તમે જહાજોમાં બેસીને એકલા ઘૂમ્યા કરો છો, તો મનેય જહાજ ખરીદવાના પૈસા આપો. આ ગાંડિયાની માગણીનો વર્ને ઇન્કાર કર્યો. ગૅસ્ટને એમના પર ગોળીબાર કરવાની કોશિશ કરી. એમાં તો કાકો-ભત્રીજો બથ્થંબથ્થા આવી ગયા. એ ધમાચકડીમાં બે ગોળીઓ છૂટી. એક વર્નના ઘૂંટણની નીચે નળા પર વાગી. આ ઘટનાએ તેના એક પગને જિંદગીભરને માટે જાહલ બનાવી દીધો. હવે તે ટેકણલાકડી વગર ચાલી ન શકતા.

પગ જાહલ બન્યા પછી વર્ન પોતાને નિવાસસ્થાને વધારે સ્થિર થયા હતા. જીવનભરમાં સો ઉપરાંત નવલકથાઓ લખી હતી. પરિણામે શરીર ખૂબ ઘસાઈ ગયું હતું. અંધ બન્યા એટલું જાણે પૂરતું ન હોય તેમ બહેરા પણ બન્યા. છેલ્લે છેલ્લે એ અંધ અને બહેરા લેખક માત્ર બોલી શકતા અને સંતાનો એ લખી લેતાં.

વર્નનાં કુલ પુસ્તકોની યાદી તો લાંબી છે. એમનાં ફ્રેન્ચ અને અંગ્રેજી (અનુવાદિત) 153 પુસ્તકોની યાદી બનાવી શકાઈ છે. એ પણ આખરી નથી.

યશવન્ત મહેતા

['જુલે વર્નની કથાસૃષ્ટિ' પુસ્તિકા : 1996]

❀

રૂઢિ-બંધન વચ્ચેથી સાહિત્ય-શિખરે

બંગાળી કથાસાહિત્યના પ્રથમ યુગમાં બંકિમચન્દ્ર, રવીન્દ્રનાથ તથા શરદચન્દ્રે માનવચિત્તનાં ઊંડાણોને તાગવાની શક્તિ તથા કથનકલાની મનોહારી ચારુતાને કારણે, અગ્રગણ્ય ભારતીય કથાકારો તરીકે સ્થાન પ્રાપ્ત કર્યું. દ્વિતીય યુગમાં વિભૂતિભૂષણ બંદોપાધ્યાય, તારાશંકર બંદોપાધ્યાય તથા 'બનફૂલે' એમની સર્જનશક્તિ દ્વારા એ પરંપરા જાળવી રાખી. આ બંને યુગમાં બંગભૂમિની સીમા પાર કરીને સમગ્ર ભારતમાં છાઈ જનારા કથાલેખકો પુરુષો હતા. જ્યારે તૃતીય એટલે સ્વાતંત્ર્યોત્તર યુગમાં ત્રણ કથાલેખિકાઓ આશાપૂર્ણાદેવી, મહાશ્વેતાદેવી તથા મૈત્રેયીદેવીએ આ પરંપરા જાળવી રાખી અને ભારતીય કથાસાહિત્યમાં પોતાને અગ્રગણ્ય સ્થાને સ્થાપિત કર્યાં.

આશાપૂર્ણાદેવીનો જન્મ 8મી જાન્યુઆરી 1910ને દિવસે કલકત્તામાં એક રૂઢિચુસ્ત કુટુંબમાં થયો હતો. એમના પિતા હરેન્દ્રનાથ ગુપ્તનાં ચિત્રો બંગાળનાં અગ્રગણ્ય સામયિકોમાં પ્રગટ થતાં. એ કારણે એમને ત્યાં લગભગ બધાં સામયિકો આવતાં. એમની માનો સાહિત્યનો શોખ અદ્ભુત હતો.

એમનું કુટુંબ બહુ રૂઢિચુસ્ત હતું. છોકરીઓને ભણાવવાનો નિષેધ હતો, પણ લખવાવાંચવાની છૂટ હતી. એ ક્યારેય નિશાળમાં ગયાં નથી. એમના ભાઈઓ જ્યાં વાંચતા-લખતા હોય ત્યાં એ ગૂપચૂપ બેસી રહેતાં અને જે કંઈ જોતાં, સાંભળતાં એને ગ્રહણ કરતાં તે જ એમનું ભણતર.

એ એકલાં બહાર પણ જઈ શકતાં નહીં. એ કહે છે, "અમારા ઘરનાં સગાં સિવાય બીજા કોઈની જોડે વાતો કરવાનો મોકો મળતો નહીં. મારા પિતા 'ભારતવર્ષ' સામયિકના તંત્રી જલધર સેનના મિત્ર હતા. તે અવારનવાર ઘેર આવતા. બીજા પણ ઘણા લોકો જોડે એમને સારી એવી મૈત્રી હતી. એ લોકો અમારે ઘેર આવતા પણ એમની જોડે અમે વાતચીત કરીએ એવી કશી શક્યતા નહોતી. અમે ફક્ત બહારથી ડોકિયું કરતાં ને જોતાં કે આ એક લેખક આવ્યા છે, આ એક ચિત્રકાર આવ્યા છે, એટલું જ."

આવા સંજોગોમાં આશાપૂર્ણાદેવી આવાં ઉત્કૃષ્ટ કથાલેખિકા શી રીતે બન્યાં ? એમને બંગાળ સરકારનો રવીન્દ્ર પુરસ્કાર, સાહિત્ય અકાદમીનો પુરસ્કાર તથા સર્વોચ્ચ સાહિત્યિક સન્માન સમો જ્ઞાનપીઠ પુરસ્કાર (1976) પ્રાપ્ત થયો. શાળામાં જઈને જે ન ભણી શક્યાં હોય, બહારના જગત જોડે જેમનો સંપર્ક નહીંવત્ હોય તે વ્યક્તિ સાહિત્યનું ચરમ શિખર શી રીતે સર કરી શકે ?

સાહિત્યના ક્ષેત્રમાં એમનો ક્રમશ: શી રીતે વિકાસ થતો ગયો તે વિશે એમણે જ્ઞાનપીઠનો પુરસ્કાર મળ્યો તે વખતે કહ્યું હતું: "મારે ઘણુંખરું એ પ્રશ્નનો સામનો કરવો પડે છે કે હું સાહિત્યના ક્ષેત્રમાં શી રીતે આવી, તથા મારા પ્રેરણાસ્રોત કયા છે ? એ પ્રશ્નોના ઉત્તર આપવા મારે અર્ધી શતાબ્દીથી પણ પાછળ જવું પડશે. ખરું

જોવા જઈએ તો એનો આરંભ આકસ્મિક રીતે જ થયો, જાણે એક રમત કે એક કૌતુક હોય તેમ.

"જ્યારે હું તેર વર્ષની હતી, ત્યારે મનમાં એક અદમ્ય ઇચ્છા થઈ આવી કે હું કંઈક લખું. એ ઇચ્છા એટલી પ્રબળ હતી કે થોડી ક્ષણોમાં એક કવિતા રચાઈ. એ કવિતાને મેં એક જાણીતા બાલમાસિકમાં મોકલી. હું માનું છું કે મારી એ પ્રથમ રચના જો 'અસ્વીકાર્ય' એવી નોંધ સાથે મને પાછી મોકલાઈ હોત, તો ત્યાં જ પૂર્ણાહુતિ થઈ જાત. પણ આશ્ચર્ય કે એ સ્વીકારાઈ. એટલું જ નહીં, તે પછી એના તંત્રી તરફથી વારંવાર મારી રચનાઓ માટે માગણી થતી રહી, એટલે મારો ઉત્સાહ વધતો ગયો. જ્યારે એક સાહિત્યિક સ્પર્ધામાં મને પ્રથમ પુરસ્કાર મળ્યો, ત્યારે મારો ઉત્સાહ તો માતો નહોતો. એ વખતે હું પંદર વર્ષની હતી."

ચૌદમે વર્ષે એમનાં લગ્ન કાલિદાસ ગુપ્ત સાથે થયાં. એમનું સાસરું પણ પિયરના જેવું જ રૂઢિચુસ્ત હતું. ત્યાં નિષ્ઠાપૂર્વક એમણે ગૃહિણીની ભૂમિકા ભજવી. વિરોધ કરવાનું એમના સ્વભાવમાં નહોતું. પિતૃગૃહમાં કે સાસરામાં ક્યાંય એમણે વિદ્રોહિણીની ભૂમિકા ગ્રહણ કરી નહોતી. પણ એમની નવલકથાઓ તથા વાર્તાનાં નારીપાત્રો અન્યાયનો ઉગ્ર વિરોધ કરે છે, અને અન્યાય કરનારાઓની સામે મોરચા માંડીને વિજયી નીવડે છે.

સાસરામાં પણ એમને બહારના જગતમાં ફરવાની અત્યંત મર્યાદિત છૂટ હતી. જોકે એમની દશા સાવ બંદિની જેવી નહોતી. વચ્ચે વચ્ચે પતિની સાથે બહાર ફરતાં. એમના લેખનકાર્યમાં પતિનો પૂર્ણ સહકાર હતો. એ વિશે એમણે કહ્યું છે : "હું પોતાને ભાગ્યશાળી માનું છું કે એક રૂઢિચુસ્ત કુટુંબમાં રહેવા છતાં મને લેખનકાર્યમાં કોઈએ રોકટોક કરી નથી, કે હતોત્સાહ કરી નથી. ઊલટું મારા સ્નેહાળ અને ઉદાર ચિત્તના પતિએ મને હંમેશાં પ્રોત્સાહન આપ્યું છે અને વિવિધ રીતે સહાય કરી છે. એનું એ કારણ હોઈ શકે કે મારે માટે સાહિત્યિક જીવન અત્યંત મૂલ્યવાન હોવા છતાં ગૃહસ્થ જીવનને મેં અધિક મહત્ત્વ આપ્યું છે. મારામાં એ બંને વ્યક્તિત્વ એકત્વ પામ્યાં છે, પરસ્પર અથડાયા કર્યાં નથી."

પોતાના સાહિત્ય-પ્રેમ વિશે એમણે કહ્યું છે : "સાહિત્ય અને સંસાર સિવાય મારા જીવનમાં આમ જોવા જઈએ તો બીજું કશું આકર્ષણ નહોતું. મારી તીવ્ર ઇચ્છા તો ઘણાં બધાં પુસ્તકો વાંચવાની હતી. મને પ્રવાસ કરવાની પણ બહુ ઇચ્છા હતી.

"મારાં લગ્નની વાત ચાલતી હતી, ત્યારે મને થતું કે જો મારા પતિ પુસ્તકાલયના વડા હોય તો બહુ સારું; ઘણાં પુસ્તકો વાંચવાની સગવડ થાય. વળી પાછું એમ પણ થાય કે જો રેલવેમાં અમલદાર હોય તોપણ કંઈ ખોટું નહીં; સારી પેઠે પ્રવાસ ખેડી શકાશે. પણ મારા પતિ તો બેમાંથી એકેય નહોતા. એ તો હતા બૅન્કના કર્મચારી. પ્રબળ ઇચ્છા હોવા છતાં કશું સાધી શકાયું નહીં. એથી લેખનવાચન જ એકમાત્ર આધાર રહ્યો. આખો વખત સંસારનું બધું કામ પૂરું કરી મારા એ શોખને સુરક્ષિત

રાખવા પ્રયત્ન કરતી, ને એમાં મને સારી પેઠે સફળતા પણ મળી. બીજા કશાનું એવું આકર્ષણ હતું નહીં. મારી ઇચ્છાનુસાર પ્રવાસે જતી રહેતી. બંગાળી અનુવાદ પરથી વિદેશી સાહિત્યનો આસ્વાદ હું લઈ શકી. અનુવાદો વાંચતાં મને થતું કે પરિવેશ, દેશકાળ, પાત્રો વગેરે ભિન્ન હોય તોયે અંદરથી તો બધા માણસ એકસરખા છે."

એમને પોતાની મર્યાદાની પણ ખબર છે. એ વિશે એ લખે છે: "હું ઘણા સંયમથી ચાર દીવાલો વચ્ચે બેઠી છું. મારું જગત બારીમાંથી જે દેખાય છે તે છે. એક તો રૂઢિચુસ્ત ઘરની દીકરી અને એવા જ રૂઢિચુસ્ત ઘરની વહુ પણ. એથી મારા પરિચિત જગતની બહાર પગ મૂકવાનું દુઃસાહસ મેં કર્યું નથી."

આમ છતાં એ માત્ર બાહ્યચક્ષુથી જ જગત જોતાં નહોતાં, અંતર્ચક્ષુથી પણ જોતાં હતાં. તેથી જ એ કહે છે: "મેં જે જોયું છે, અને એ જોઈને મનમાં જે પ્રતિભાવ જાગ્યો છે, તે જ લખતી રહી છું. મારું જગત ચાર દીવાલો વચ્ચે સીમાબદ્ધ હોવા છતાં એમાં અણખૂટ વૈચિત્ર્ય હતું, તે હું જોતી આવી છું. કૌટુંબિક જીવનના પરસ્પરના સંબંધોમાં પણ ખેંચતાણ, કુટિલ ચાલબાજી તથા કેવી છેતરપિંડી હોય છે તે હંમેશાં આ સતત વહેતા જીવનમાં અનુભવતી આવી છું, અને મારી રચનાઓમાં એ કહેતી આવી છું."

આશાપૂર્ણાદેવીએ એમના લેખિકા જીવનનો આરંભ બાળ અને કિશોર સાહિત્યની રચનાથી કરેલો. એમાં વિશેષતઃ કાવ્યો તથા વાર્તાઓ હતાં. યુવાનો તથા તે પછીની પેઢીના વાચકો માટે લખેલી એમની પ્રથમ વાર્તા હતી 'પત્ની ઓ પ્રેયસી' (1937).

એમનો પ્રથમ વાર્તાસંગ્રહ 'જલ ઓ આગુન' 1940માં પ્રગટ થયો, અને એમની પહેલી નવલકથા 'પ્રેમ ઓ પ્રયોજન' 1945માં પ્રગટ થઈ. આમ બીજા વિશ્વયુદ્ધના સમયથી એમની સર્જનપ્રવૃત્તિ વેગવંતી બની. 1995માં એમનું અવસાન થયું ત્યાં સુધીમાં એમની 180 નવલકથાઓ, હજાર ઉપરાંત વાર્તાઓ તથા બાળસાહિત્યની સોળ પુસ્તિકાઓ પ્રગટ થઈ હતી. આશાપૂર્ણાદેવીને લગભગ બધા પુરસ્કારો નવલકથા માટે મળ્યા છે.

એમની પ્રથમ નવલકથા 'પ્રેમ ઓ પ્રયોજન' 1945માં પ્રગટ થઈ. એ સમયે બીજું વિશ્વયુદ્ધ ચાલતું હતું. જાપાને કલકત્તા પર બૉમ્બવર્ષા કરી હતી, તેને પરિણામે કલકત્તાવાસીઓના જીવનમાં જે આમૂલ પરિવર્તન આવ્યું તેનું ચિત્રણ એમની એ કૃતિમાં છે.

એમને જેને માટે જ્ઞાનપીઠનો પુરસ્કાર પ્રાપ્ત થયો તે 'પ્રથમ પ્રતિશ્રુતિ' નવલકથાએ એમને અગ્રગણ્ય ભારતીય કથાકાર તરીકે સ્થાન અપાવ્યું. એના કથાનકમાં કેન્દ્રસ્થાને સત્યવતી છે. કથાસમય ઓગણીસમી સદીનો પૂર્વાર્ધ છે. સત્યવતી એના પિતા રામકલીની અત્યંત લાડકી પુત્રી હતી. એમ છતાં કુટુંબ રૂઢિચુસ્ત હોવાથી છોકરીઓને ભણાવવાની વિરુદ્ધ હતું. નાનપણથી એ એની આસપાસ સ્ત્રીઓને

થતા અન્યાય જોઈને અકળાતી. પિતા જોડે એ વિશે ચર્ચા કરતી, ને એની વિરુદ્ધ ઝઝૂમવાની યોજના ઘડતી. છૂપી રીતે લખતાં-વાંચતાં પણ શીખી. એની પ્રવૃત્તિમાં પિતાનો એને ટેકો હતો.

સત્યવતીનાં આઠમે વર્ષે લગ્ન થયાં. બારમે વર્ષે એને સાસરે વળાવવાની હતી. એના વિદ્રોહી વલણને કારણે પિતા એને સાસરે મોકલતાં અચકાતા હતા.

સાસરિયાં સંસ્કારવિહીન, ક્રૂર અને પૂર્ણતઃ તામસી વૃત્તિનાં હતાં. સાસુ સત્યવતી પર કડપ રાખવા ગઈ, પણ સત્યવતીના પ્રબળ પ્રતિકારને કારણે એ ફાવી નહીં. સસરાના હલકી સ્ત્રી સાથેના અવૈધ સંબંધ માટે એણે સસરાને પણ ખખડાવ્યા. સાસરામાં બધાં એને અનેક રીતે કનડતાં, એનો બધો સમય સાસરિયાંને હંફાવવામાં જ જતો.

સત્યવતીનું આખું જીવન સ્ત્રીઓ પર થતા અત્યાચારની વિરુદ્ધ લડાઈ કરવામાં જ વીતે છે.

ચન્દ્રકાન્ત મહેતા
['આશાપૂર્ણાદેવી' પુસ્તિકાઃ 1998]
❋

અશ્લિલતાથી બળાત્કાર સુધી

સ્ત્રીઓની જાતીય પજવણીના ગુનાઓનું દેશભરમાં વધુમાં વધુ પ્રમાણ કશ્મીર રાજ્યમાં નોંધાયું હતું : દર લાખની વસ્તીએ 3.3 કિસ્સા. આખા દેશની સરેરાશ કરતાં એ ત્રણગણું છે.

✳

બહેનો પર બળાત્કારના જે બનાવો બને છે તેમાં આખા દેશની ગણતરી કરીએ તો 85% કિસ્સામાં અપરાધીઓ તે સ્ત્રીના પરિચિત હોય છે. પણ પશ્ચિમ બંગાળ એક રાજ્ય એવું છે જ્યાં એવું પ્રમાણ 3 ટકાથી પણ ઓછું છે. એટલે કે દેશના બીજા ભાગમાં રહેતી સ્ત્રીઓની સરખામણીમાં બંગાળી નારી પોતાના ઘરમાં ને પડોશમાં પ્રમાણમાં વધુ સલામત છે.
[નેશનલ ક્રાઇમ રેકોર્ડ્ઝ બ્યૂરોનું પ્રકાશન 'ક્રાઇમ ઇન ઇન્ડિયા' : 2005]

લગ્ન એટલે પુરુષ અને સ્ત્રી વચ્ચેનો એ સંબંધ જેમાં ઉભયની સ્વતંત્રતા સમાન હોય છે, પરસ્પરની પરાધીનતા હોય છે, અન્યોન્ય પ્રત્યેનું કર્તવ્યપાલન હોય છે.
❋

જિમ કૉર્બેટ

જિમ કૉર્બેટનું આખું નામ હતું એડવર્ડ જેમ્સ કૉર્બેટ. એક વિશાળ અંગ્રેજ કુટુંબમાં જિમનો જન્મ 1875માં થયેલો. સક્રિય જીવન તેમણે ભારતમાં ગાળ્યું હતું. 80 વર્ષની ઉંમરે તેઓ કેન્યા (આફ્રિકા)માં અવસાન પામ્યા.

જિમ કૉર્બેટ એક જગપ્રસિદ્ધ શિકારી તરીકે ઓળખાય છે. તેમને શિકારના અદ્વિતીય વાર્તાકાર પણ ગણવામાં આવે છે. હિમાલયના કુમાઉં અને ગઢવાલ પ્રદેશની ઉત્તમ પહેચાન આપનારા તરીકે પણ વર્ણવાયા છે.

વનની અને વનપશુઓની જ નહીં, પણ પહાડોમાં રહેતા અને કુદરત સાથે સહજભાવે જીવતા માનવોની પણ સાચી પહેચાન તેમણે તેમનાં લખાણો દ્વારા આપી છે. શિકારનો તો અનિવાર્ય આપદધર્મ એમણે સ્વીકારેલો. નરભક્ષીઓને હણવાનું કામ ખ્યાતિ મેળવવા કે ઇનામ મેળવવા તેમણે કર્યું ન હતું, પણ અસહાય લોકોને સહાયરૂપ થવાનો પોતાનો ધર્મ માન્યો હતો. આમ કૉર્બેટે શિકાર કર્યો ખરો, પણ શિકાર કરવાનો તેમનો ધંધો ન હતો.

કુમાઉં અને ગઢવાલમાં કૉર્બેટ પ્રત્યે જે લાગણી આજેય પ્રવર્તે છે તેનું એક ઉદાહરણ માર્ટિન બૂથે આપેલું છે. 1988ની સાલમાં કૉર્બેટના જીવન વિશે ફિલ્મ ઉતારવા માર્ટિન આવ્યા હતા. એક દિવસ ઠીક ઠીક ગરમી હતી તેથી કૉર્બેટનો વેશ ભજવી રહેલા અભિનેતા એક તરફ છાંયડામાં બેઠા હતા. ત્યાં કમ્મરેથી બેવડો વળી લાકડીને ટેકે ચાલતો, 80 વર્ષની ઉંમરનો એક ડોસો આવ્યો અને તેના ચરણમાં પડ્યો. માર્ટિને એમના સહાયકોને આ માણસને સમજાવવા કહ્યું કે પોતે કૉર્બેટ નથી, તેમનો વેશ ભજવનાર એક નટ છે. પેલો ડોસો એ વાત માનવા તૈયાર જ ન હતો : 'મને ખાતરી હતી કે કારપેટ સાહેબ ફરી પાછા અહીં આવશે. માટે તેઓ જ આવ્યા છે.' કોઈ વાતે તે માન્યો જ નહીં. કૉર્બેટ ભારત છોડીને ગયે લગભગ 40 વર્ષ થયાં હતાં. એમના મૃત્યુને પણ લગભગ 30 વર્ષ વીતી ગયેલાં. છતાં આ 'કારપેટ' સાહેબ જ છે તેમ તેનો વિશ્વાસ દૃઢ હતો. એ ડોસાને તો જેવી જાણ થઈ તેવો પોતાને ગામેથી ચાલતો નીકળી પડેલો. 100 કિલોમીટરની મજલ તેણે 48 કલાક સતત ચાલીને કાપી હતી. રખેને મળવાનું રહી જાય ! જે જંગલો અને ડુંગરો-પર્વતોમાં એક દિવસના 20 કિ.મી. ચાલીને જવા માગીએ તો થાકી જવાય ત્યાં 'કારપેટ' સાહેબ પાછા ફર્યાના સમાચારે, આ જીવનને છેવાડે આવી ઊભેલા ડોસાને દોડી આવવાનું અનિવાર્ય લાગ્યું હતું !

1948માં એમનું પુસ્તક 'રુદ્રપ્રયાગનો માનવભક્ષી ચિત્તો' બહાર પડ્યું. આ રુદ્રપ્રયાગનો માનવભક્ષી ચિત્તો જ્યાં મરાયો ત્યાંથી જ બદરીનાથ જતો માર્ગ પસાર થાય છે. આજેય બસ ડ્રાઇવર/કંડક્ટરને કહીએ તો તે સ્થળ પાસે તેઓ બસને થોભાવે છે. જે સ્થળે તે હણાયો તે ખાંભી રસ્તાથી 200 ફૂટના અંતરે હશે. મુસાફરોને તેનાં

દર્શન કરાવવા તે બસચાલકો તત્પર રહે છે. વર્ષોવર્ષ મે માસના પ્રથમ સપ્તાહમાં ત્યાં મેળો ભરાય છે જેમાં હજારો લોકો આવે છે. કૉર્બેટે તે પ્રદેશને ભયમુક્ત કર્યાનો આનંદોત્સવ થયા જ કરે છે.

એમનું 'મારો ભારત દેશ' (માય ઇન્ડિયા) પુસ્તક ભારતના સામાન્યજન પ્રત્યેની એમની આસ્થાનાં દર્શન કરાવે છે. કેમ જાણે જાંબલી, નીલો, વાદળી, લીલો, પીળો, નારંગી અને લાલ એ સાતેય રંગોનાં ચિત્રોને રજૂ કરીને એક સંપૂર્ણ મેઘધનુષ્ય એમણે ખીલવ્યું છે. એ રંગો મહેફિલનું હાર્દ તો પ્રગટાવે છે, પણ તેની સાથે સાથે સામાન્યજનની ભીરુતા, ધાર્મિકતા, વહેમો અને સહજતા, ઉદાત્તતા તેમ જ પારાવાર કષ્ટ સહન કરવાની નિષ્ઠાપૂર્વકની તત્પરતા, એમના માલિકો પ્રત્યેની વફાદારી, અને છતાં જીવનને ધર્મપરાયણ રાખીને નિયતિને આધીન રહેવાની તેમની સજાગતા બતાવે છે.

લોકચિત્તનું તેમનું આખુંય ચિત્રાંકન હૃદયસ્પર્શી છે. કોઈ યુવાન સાથે પોતાની પત્ની ભાગી ગયાની ફરિયાદ કલેક્ટર સમક્ષ –સ્થળ પર નિકાલના કાર્યક્રમમાં – થયેલી છે. કૉર્બેટ તેમાં હાજર છે. યુવાનને દંડ ભરવાની સજા થાય છે: "ભલે એ બાઈને તે રાખે, પણ આ તેના મૂળ પતિને દંડ આપી દે." દંડ અપાય છે ત્યાં યુવાનની પત્ની સામે આવે છે. "મારું શું ?" આ તો કલ્પના બહારની મૂંઝવણનો પ્રશ્ન ઉકેલવાનો આવે છે. પણ 'નવી' કહે છે: "તું તો મારી બહેન જ છે. આપણે ત્રણે હળીમળીને રહીશું." વાત એમ પૂરી થાય ત્યાં મૂળ ફરિયાદી આગળ આવે છે. કહે છે: "બિચારા આ યુવાનને હવે ત્રણ જીવને ખવડાવવાની જવાબદારી આવી પડી છે ત્યારે એની પાસે દંડ લેવો તે તો બરોબર નથી !" દંડની રકમ યુવાનને પાછી આપી દે છે.

"નથી વેર, નથી ઝેર કે અંટશ. ગરીબ ગરીબને અને ગરીબીને બરોબર ઓળખે છે. આવું હજારો કિસ્સાઓમાં બને છે. તેમાંથી એકેય પક્ષની એક રાતી પાઈ પણ ખર્ચાયા વગર હૃદયપૂર્વકનાં સમાધાનો થાય છે એવા એ દિવસો," અને હવે, કૉર્બેટ આગળ લખે છે, "આવા આવા કેસો કોર્ટોમાં જાય છે અને બંને પક્ષોનું લોહી ચૂસી ચૂસીને તેમને હાડપિંજરશા ફિક્કાફસ કરી દેવામાં આવે છે, તેમ જ પરસ્પર વૈમનસ્ય વધારી વધારીને વકીલો પોતાનાં ગજવાં આ સાદા, ભોળા, પ્રામાણિક અને મહેનતકશ જનોને ભોગે ભર્યે રાખે છે."

તેમણે એ પુસ્તકના પ્રારંભે લખ્યું છે: "હું જે ભારતને ઓળખું છું તેમાં 40 કરોડ માનવીઓ રહે છે. તેમાંના નેવું ટકા લોકો સરળ, પ્રામાણિક, બહાદુર, વફાદાર અને અત્યંત મહેનતુ આત્માઓ છે, અને તેઓ ભગવાનને તેમ જ સરકારને રોજ પ્રાર્થના કરે છે કે, કમમાં કમ અમારી મહેનતનું ફળ અમને જ મળે તેમાં સહાયભૂત થાઓ. એવા આ લોકો, જેઓ ખરેખર અત્યંત ગરીબ છે અને જેમને 'ભૂખ્યાં ભારતીયો'

તરીકે જગત ઓળખે છે અને જેમની વચ્ચે હું રહ્યો અને જેમને હું ચાહું છું અને જેમને વિશે આ પુસ્તક લખવા મથ્યો છું તેવા એ મારા ભારતના ગરીબ મિત્રોને પૂરી નમ્રતા સાથે આ પુસ્તક અર્પણ કરું છું."

જ્યોતિભાઈ દેસાઈ

['જિમ કૉર્બેટ' પુસ્તિકા : 1998]

❀

મારા અનાથ મિત્રો

અંધાધૂંધ વૃક્ષોની કટાઈથી વનનાં અનેક પશુ, પંખીઓનું જીવન ખેદાનમેદાન થઈ જતું હોય છે. મારે તેવાં કાંઈક રખડી પડેલાં અને અનાથોને આશરો આપવાનો થતો. તે સૌ મારી સાથે એક તંબુમાં રહેતાં. એક સમય એવો હતો કે જ્યારે મારા તંબુમાં ઘણી બધી ગરદી થઈ ગઈ હતી, કારણ કે ત્યારે મારી સાથે બે બચ્ચાં પેટ્રીજ પક્ષીનાં, એક કાળું અને એક રાખોડી રંગનું, ચાર મોરનાં બચ્ચાં, સસલાનાં બે સાવ નાનાં બચ્ચાં અને માંડ પોતાના પગ પર ઊભાં રહી શકે તેવાં ચાર શિંગડાવાળાં હરણનાં બચ્ચાં રહેતાં હતાં. તેમાં વળી એક અજગર જેનું નામ મેં રેક્સ પાડ્યું તે જાતે જ આવીને રહેવા લાગ્યો હતો. એક વાર રાત્રે તંબુમાં હું મોડેથી આવ્યો અને હરણના એક બચ્ચાને દૂધ પાતો હતો ત્યાં મેં ફાનસના પ્રકાશમાં જોયું કે તે બચ્ચાની ઘાસની પથારીમાં રેક્સ ગોઠવાઈ ગયો હતો. મેં તરત જ મારા તંબુના સાથીઓની ગણતરી કરી તો તેમાંનું કોઈ ગાયબ થયું ન હતું. તેથી રેક્સે પોતે જે જગ્યા પસંદ કરી હતી તે મેં તેને રહેવા માટે આપી. રેક્સ બે મહિના સુધી અમારી સાથે રહ્યો. રોજ બપોરે તે ગરમી મેળવવા માટે બહાર તડકામાં જઈને બેસે અને રાત્રે પોતાની જગ્યા પર આવીને સૂઈ જાય. પરંતુ તે આખા સમયગાળા દરમિયાન તંબુમાં રહેતા તેના એક પણ સાથીને – બચ્ચાને તેણે લગીરે ઈજા પહોંચાડી ન હતી.

આ નિરાધાર અને અનાથ મિત્રો – જેઓ મારા તંબુમાં ઊછરી રહ્યા હતા – જેમ જેમ પગભર થઈ જતા અને પોતાનું જીવન આપમેળે ચલાવવાને શક્તિમાન થતા કે તરત તેમને જંગલમાં પાછા મોકલી દેવાતા. જોકે તેમાંના એક હરણે મારી સાથે જ રહેવાનું પસંદ કર્યું!

જિમ કોર્બેટ

['માય ઇન્ડિયા' પુસ્તક : 1952]

❀

પત્નીની વાત પતિ ખરેખર સાંભળતો ત્યારે હોય છે, જ્યારે પોતાની પત્ની ઉચ્ચારતી ન હોય તેવો શબ્દેશબ્દ એ સમજી જતો હોય.

❀

ચાર્લી ચેપ્લિન

વસંતના કૂણા તડકાની એક બપોરે સ્વિટ્ઝર્લૅન્ડના નાનકડા વવ્વે (Vevey) શહેર પાસે આવેલા શાંત, રમ્ય અને વિશાળ સરોવર 'લેક જિનીવા'ના કાંઠે ઊભેલા એક પૂતળાની સમક્ષ હું ઊભો છું. હિમાચ્છાદિત ભવ્ય આલ્પ્સ પર્વતમાળાની સન્મુખ પોતાની આગવી અદામાં ઊભેલા કાળા રંગના પૂતળાના હાથમાં વાંકી વળી ગયેલી સોટી છે, માથે ટોપો, ઢીલું કોથળા જેવું પાટલૂન, ટૂંકો સાંકડો કોટ અને બેઢંગા, કદરૂપા જોડા પહેરેલા, ટૂથબ્રશ મૂછવાળા આ ઇન્સાનથી દુનિયાની ભાગ્યે જ કોઈ વ્યક્તિ અજાણ હશે. એક ક્ષણ માટે તો મને એવું લાગ્યું કે જાણે હમણાં જ પૂતળામાં પ્રાણ પુરાશે અને પછી જીવતા જાગતા ચાર્લી ચેપ્લિન પેન્ગ્વિન પક્ષીની જેમ ડગુમગુ ડગુમગુ ચાલતાં ચાલતાં દૂર ક્ષિતિજમાં ઓગળી જશે પડદા પર.

1914માં અભિનેતા તરીકે ફિલ્મક્ષેત્રમાં પ્રવેશેલા ચાર્લી ચેપ્લિનને 81 વર્ષ પછી, 1995માં, ફિલ્મસમીક્ષકોના એક વૈશ્વિક સર્વેક્ષણે સમસ્ત ફિલ્મ ઇતિહાસના સૌથી મહાન અભિનેતા તરીકે (મરણોત્તર) જાહેર કર્યા હતા. ફિલ્મસર્જનનાં વિવિધ પાસાંઓના નિષ્ણાત તરીકે ચાર્લી ચેપ્લિન અજોડ હતા. ફિલ્મનિર્માણ, પાત્રનિર્ધારણ, દિગ્દર્શન, પટકથાલેખન, સંગીતબાંધણી વગેરે ચેપ્લિન પોતે જ કરતા. અને વળી અભિનય તો ખરો જ !

1920ના દાયકા સુધીમાં તો ચેપ્લિન અત્ર તત્ર સર્વત્ર છવાઈ ગયા હતા. તેમના 'લિટલ ટ્રેમ્પ' (ઝવેરચંદ મેઘાણી અને વાડીલાલ ડગલી જેને રખડુ-મુફલિસ કહેતા)ની અનેક પ્રકારે નકલો થવા માંડી હતી – નૃત્યોમાં, ગીતોમાં, અભિનયમાં, જાહેરખબરોમાં. આજે પણ આવા નકલ-નુસખાઓ થયા જ કરે છે. ચેપ્લિનનો 'લિટલ ટ્રેમ્પ' જગતના ફલક પર એક પ્રતિમા બની ગયો છે.

ચાર્લી ચેપ્લિનનો જન્મ 1889માં લંડનમાં થયો હતો. પિતા ચાર્લ્સ ચેપ્લિન અને માતા હૅના હિલ (નાટકોમાં તે લીલી હાર્લે તરીકે ઓળખાતી) વ્યંગ નાટકોના કલાકારો. પિતા દારૂડિયા, 1901માં નાની વયે ગુજરી ગયા. પુત્ર ચાર્લીનું નામ પણ ચાર્લ્સ જ હતું. ચાર્લી નાના હતા ત્યારે જ પિતાએ બીજાં લગ્ન કરી લીધાં હતાં. ચાર્લી પિતાના પ્રેમથી વંચિત રહ્યા હતા. નવી માતા ખૂબ ભલી અને સ્વમાની હતી. પણ ઘરની હાલત અતિ ખરાબ. કમાણી નજીવી. બે સંતાનોનું પાલન કરવું ભારે પડે. ચાર્લીના ઓરમાન ભાઈ સિડની, હૅનાના અગાઉના પતિ સિડની હૉક્સનું સંતાન હતો. હૅનાનું ગળું ખરાબ થઈ જતાં કામકાજ મળે નહીં. ભૂખમરાના લીધે તે માનસિક અસ્થિરતાનો ભોગ બની. અવારનવાર ધર્માદા ઇસ્પિતાલના ધક્કા ખાધા કરતી. એ પહેલી વાર ગાંડાની ઇસ્પિતાલમાં ગઈ તે સમયને યાદ કરતાં હૅના, નાનકડા ચાર્લીને કહેતી કે, "ક્યાંયથી પણ તું મારા માટે ચાનો એક પ્યાલો પણ લાવી શક્યો હોત તો હું આમ ગાંડી ન થઈ જાત !" આ વાતને ચેપ્લિન જિંદગીભર ભૂલી નહોતા શક્યા. માતાને

મદદ કરવા માટે પાંચ વર્ષની કુમળી વયમાં ચાર્લી તખ્તા પર આવી ગયા, ફાવી પણ ગયા. પ્રેક્ષકો આ ભૂલકા પર આફરીન હતા. આઠ વર્ષની ઉંમરે ચાર્લી નાટકમંડળીમાં અભિનય કરતા થયા, અને થોડા જ સમયમાં ઇંગ્લૅન્ડના સૌથી લોકપ્રિય બાળકલાકાર થઈ ગયા. પણ ગરીબાઈએ હજી પીછો છોડ્યો નહોતો. માતાની તબિયત ખરાબ. બેઉ ભાઈઓને અનાથાશ્રમમાં રહેવું પડે. ચાર્લી શાળામાં ફક્ત બે જ વર્ષ જઈ શક્યા. માતાની તબિયત જ્યારે સારી હોય ત્યારે ભૂખમરામાં પણ બાળકોને લાડ લડાવતી. દરમિયાન પેટિયું રળવા માટે ચાર્લીને હજામના મદદનીશ તરીકે, ઝાડુ વાળનાર તરીકે, પટાવાળા તરીકે, છાપખાનાના કારીગર તરીકે, છાપાના ફેરિયા તરીકે, કઠિયારાના મદદનીશ તરીકે, રમકડાં વેચનાર તરીકે, એવાં અવનવાં કામો કરવા પડ્યાં હતાં.

1903થી 1906 દરમિયાન 'શૅરલોક હૉમ્સ' નાટકમાં અભિનય કરવાની તક ચાર્લીને મળી. તે પછી તે એક સરકસમાં મૂક અભિનેતા તરીકે જોડાયા. અને પાછા નાટક કે વિવિધ મનોરંજન પીરસતી મંડળીઓમાં જોડાઈ ગયા. અને અહીં જ તેમણે રમૂજી મૂક અભિનયની પોતાની આગવી શૈલી વિકસાવી. 1907માં કાર્નો પૅન્ટોમાઇમ મંડળીમાં જોડાયા અને પ્રથમ વાર 1910માં અમેરિકા અને કૅનેડાનો પ્રવાસ કર્યો. 1913માં ઍડમ કૅસેલ સાથે કૉન્ટ્રેક્ટ કર્યો. ન્યૂ યૉર્કની કીસ્ટોન ફિલ્મ સ્ટુડિયોમાં કૅસેલ ભાગીદાર હતા. ચૅપ્લિનનો પગાર અઠવાડિયાનો 125 ડૉલર નક્કી કરાયો, જે વધીને તરત 150 ડૉલર થયો. તેમણે કીસ્ટોન માટે ફિલ્મોનું દિગ્દર્શન પણ કર્યું. 1915માં ચૅપ્લિન પ્રથમ વાર ટ્રેમ્પ તરીકે 'ધ ટ્રેમ્પ' ફિલ્મમાં રજૂ થયા. બેઘર, નિઃસહાય અને તદ્દન એકલો અટૂલો ટ્રેમ્પ એટલે મુફલિસ.

હવે ચૅપ્લિને પોતાના 'ટ્રેમ્પ'ની શોધ કરી લીધી હતી. ઠીંગણો, અંગ મરોડતો, નાનકડી કાળી મૂછોવાળો; ટૂંકો સાંકડો કોટ, લઘરવઘર પાટલૂન, બબૂચક જેવા જોડા પહેરતો અને પૅન્ગ્વિન પક્ષી જેવી ચાલ ચાલતો ચૅપ્લિનનો રમૂજી 'ટ્રેમ્પ', રખડુ મુફલિસ હવે જગતમાં અમર થઈ જવાનો હતો.

બાળપણમાં જોયેલી ગરીબાઈએ ચૅપ્લિનને પોતાની આગવી અભિનયશૈલી સર્જવા માટે પ્રેરણા આપી. ચૅપ્લિને આગવો કરુણરસ સર્જ્યો અને પોતાની મનોવેદનાને પ્રગટ કરવા તેમણે આપણને સૌને હસાવ્યાં. કદાચ રડાવ્યાં તોપણ હસાવીને ! આજે પણ તેમની 'ધ ગોલ્ડ રશ', 'ધ કિડ' અને 'સિટી લાઇટ્સ' જેવી મૂક ફિલ્મો જીવંત અને રસપ્રદ રહી છે.

'ધ ગોલ્ડ રશ' ફિલ્મના એક દશ્યમાં ભૂખે મરતો ચાર્લી પોતાનાં ખાસડાં બાફીને પ્રેમથી ખાય છે. બૂટની દોરી તો એમ ખાય છે કે જાણે સ્વાદિષ્ટ મીઠી સેવ ખાતો હોય ! અને બૂટના તળિયામાંની ખીલીઓ ચૂંટીને એવી રીતે ચૂસે છે કે જાણે મરઘીનાં મસાલા ભરેલાં હાડકાં ચૂસતો હોય ! ચાર્લીની સાથે તેનો જાડોપાડો સાથી પણ છે, પણ તેને બાફેલાં ખાસડાં ગળે ઊતરે નહીં. અને તેનો જઠરાગ્નિ ભડકે

બળતાં, તેને ચાર્લી પોતે મરઘા જેવો દેખાય છે –, ત્યારે ને ત્યારે કાચો ને કાચો ભૂખ ભાંગી નાંખે તેવો મરઘો ! અને પછી લાકડાની જે કૅબિનમાં તે બેઉ બેઠા છે તે વાવાઝોડામાં સપડાઈને પર્વતની ધાર પર પડુંપડું થાય છે. પણ બહાર શું થઈ રહ્યું છે તેનું આ બેઉને ભાન નથી. કૅબિન અસમતોલ થતાં એમને એવું લાગે છે જાણે ખાસડાં ખાવાથી પેટમાં તોફાન મચ્યું છે ! કૅબિન ધાર પર લટકીને નીચે પડે છે તે પહેલાં ટ્રૅમ્પ બહાર આવી ગયો હોય છે. સર્વત્ર બરફ છવાયેલો છે. જોનારાના જીવ અધ્ધર થઈ જાય અને સાથે હસી હસીને લોથપોથ પણ થઈ જવાય.

1931માં ચાર્લીએ 'સિટી લાઇટ્સ' ફિલ્મ બનાવી ત્યારે મૂક ફિલ્મોનો જમાનો લગભગ ખતમ થવા આવ્યો હતો. જગતની પહેલી બોલતી ફીચર ફિલ્મ 'ધ જૅઝ સિંગર' 1927માં બની ગયેલી. અને હવે બધા ફિલ્મનિર્માતાઓને બોલપટની ઘેલછા લાગી હતી. પણ બોલપટ આવ્યા પછી તેર તેર વર્ષો સુધી ચૅપ્લિને મૂક ફિલ્મો બનાવવાનું જ જારી રાખ્યું.

'સિટી લાઇટ્સ'ના પ્રથમ દશ્યમાં આપણે શાંતિ, સમૃદ્ધિ અને સ્વાધીનતાને સમર્પણ એવી ત્રણ મોટી પ્રતિમાઓનું, હજારો નાગરિકોના હર્ષોલ્લાસ અને તાળીઓના ગડગડાટ વચ્ચે શહેરના ચોકમાં ઉદ્‌ઘાટન થતું જોઈએ છીએ. પણ જ્યારે પ્રતિમાઓ ખુલ્લી મુકાય છે ત્યારે સમૃદ્ધિની પ્રતિમાના ખોળામાં એક ગરીબ માણસ સૂતેલો દેખાય છે. 'દેશની સમૃદ્ધિના આરસપૂતળાને ખોળે એક ચીંથરેહાલ, બદસિકલ, બાઘો, બેકાર માનવી ટૂંટિયું વાળીને ઘોરતો પડ્યો છે.' (ઝવેરચંદ મેઘાણીના 'પ્રતિમાઓ' પુસ્તકમાં આ ફિલ્મનું મેઘાણીએ તેમના શબ્દોમાં વાર્તારૂપે અનેરું વર્ણન કર્યું છે.) ચૅપ્લિનની બધી ફિલ્મો પૈકી 'સિટી લાઇટ્સ' તેમની ખૂબ પ્યારી ફિલ્મ રહી છે. ચૅપ્લિનના ટ્રૅમ્પની સમસ્ત કારકિર્દીમાં 'સિટી લાઇટ્સ' એક એવી ફિલ્મ છે જેમાં તે એક પ્રકારના સંતપણાને પામે છે.

અમૃત ગંગર

['ચાર્લી ચૅપ્લિન' પુસ્તિકા : 2003]

❀

જોઈએ

થોડી કસોટી કૅફની આજે કરીને જોઈએ,
ખાલી પડેલા જામ સૌ પાછા ભરીને જોઈએ.∞∞

શાયદ આ બળતી પ્યાસને થોડીક ઠંડક સાંપડે:
ખાલી પવાલામાં ચલો, મૃગજળ ભરીને જોઈએ.

દીપક બારડોલીકર

['તડકો તારો પ્યાર' પુસ્તક : 2006]

"ઝહર ક્યા કરેગા અસર...!"

ગોધરાનો રેલવેકાંડ, નરોડા પાટિયાનો નરસંહાર, ગુલમર્ગ સોસાયટીની માનવહોળી, અને બીજું બધું તો કેટલુંય... 2000 જેટલી કરપીણ હત્યાઓ, એક લાખ જેટલાંની ખુદના વતનમાંથી જ કાયમી હકાલપટ્ટી, કરોડોની મિલકતોની તબાહી, અને દર-બે-દર ભટકતી કરી દેવામાં આવેલી અનેક વિધવાઓ અને અનાથોની વણઝાર, અને આ બધાંથી ઉપર ગુજરાતના સદીઓ પુરાણા સામાજિક સંવાદિતાના વારસાનો ધરાર સંહાર. ગુજરાતને શિરે ગુજારાયેલા એ બધા જુલમો-સિતમો પર, એ ગોઝારા દિવસોથી માંડીને આજ લગી ગુજરાતના સાહિત્ય, શિક્ષણ અને કલાક્ષેત્રોના કયા વીરલાઓએ માતમ કર્યું છે ?

સમાજનો અગ્રવર્ગ અનુકંપા ગુમાવી ચૂક્યો છે. એમ કહો કે એની એ સહજ માનવીય ક્ષમતાને બહેરી કરી દેવામાં આવી છે. પરિણામે દીવા જેવું સત્ય પણ એ સમાજ જોઈ શકતો નથી. એનું સમગ્ર ચક્ષુતંત્ર અને સંવેદનાતંત્ર, પેલા ગીતકાર જાવેદ અખ્તરના શબ્દોમાં, ધિક્કારની અસર નીચે એની સંવેનદશીલતા ગુમાવી ચૂક્યું છે. સાંભળો જાવેદને : "ઝહર ક્યા કરેગા અસર ? હમને પી રકખી હૈં નફરતેં." નિરપેક્ષ રીતે દેખવાનો, સમજવાનો કે સ્વતંત્ર રીતે વિચારવાનો યુગ ગુજરાત માટે વીતી ચૂક્યો છે, હવે એના શિરે લાદવામાં આવી ચૂક્યો છે સંકીર્ણ સાંપ્રદાયિક વિચારધારાના ફાસીવાદનો એક સુપર-આતંકવાદી યુગ. એનો આદેશ છે : ધિક્કારો, કેવળ ધિક્કારો, હર કોઈ બહાને ધિક્કારો !

દાઉદભાઈ ઘાંચી

['નિરીક્ષક' પખવાડિક : 2006]

❀

તડકો

તડકો તારો
પ્યાર: જાણે તડકો
તો ફૂલહાર

તડકો પીધો
મીઠો લાલમલાલ:
હું ગુલમોર...

તડકો ચાલે:
જાણે મેળે મહાલે
છેલછબીલો...

દીપક બારડોલીકર

['તડકો તારો પ્યાર' પુસ્તક : 2006]

❀

નામની પીડા

અક્ષરધામના હત્યારાઓને સજા થવાથી મારી જેવા દરેક માનવતાવાદી રાજી થાય જ. પણ સાથે સાથે મારી અંદરનો સાચો હિંદુસ્તાની જીવ એવી માગણી ચોક્કસ કરે કે એની પહેલાં થયેલાં નરોડા પાટિયા કે ગુલમર્ગ સોસાયટી કે એવા તો ઘણાય હત્યાકાંડ... વગેરેની સજા ક્યારે થશે ? આ બધા બનાવના આંખે દેખ્યા સાક્ષીઓ છે, એમાં કયાં મોટાં માથાંઓ જાતે હાજર હતા એ દુનિયા આખી જાણે છે, છતાં આ બાબતે કંઈ જ નથી થયું એનું શું ?

મારા માટે દરેક હત્યાકાંડમાં મરનાર ‘માણસ’ જ હોય છે. હું એને હિંદુ કે મુસ્લિમના ખાનામાં વહેંચી શકતી નથી. મારા માટે દરેક આતંકવાદી માત્ર હત્યારો છે. એને કોઈ ધર્મ નથી. ઇન્સાનિયતના દુશ્મનોને કોઈ એક કોમનું નામ હોય એના કારણે આખી કોમને ભાંડવી એ ક્યાંનો ન્યાય ? પછી તો એક શ્વાસે ગાયત્રી મંત્ર બોલનાર, હનુમાન ચાલીસા જપનાર, ભજનો-કીર્તન ગવડાવનાર, ‘ગીતા’નું તત્ત્વજ્ઞાન જાણનાર, ‘રામાયણ’-‘મહાભારત’ પર વ્યાખ્યાન આપનાર શરીફાને પણ એના નામની સજા થાય જ. મને ધરાર ઘર નહીં આપનારાને પછી હું ખોટા કઈ રીતે કહું ? લોકો જો વ્યક્તિના નામની સજા આખી કોમને આપતા હોય, તો મારી દેશભક્તિ પુરવાર કરવા બાબતે મારે શું કરવું ? સતત શંકાની સોયનો ભોગ બનનારા, મુસ્લિમ નામની પીડાને સાથે લઈને ફરનારા અમારી જેવા કઈ રીતે રોજ થોડું થોડું મરીને જીવીએ છીએ એ જાણો છો ? તમારી જેટલી જ તીવ્રતાથી આતંકવાદને હું પણ ધિક્કારતી હોઉં છતાં મારી હાજરીમાં લોકો વાત ન કરે, કરતા હોય તો મારા પ્રવેશવા સાથે મુંગા થઈ જાય... આની પીડા કેવી હોય તેનું અનુમાન કરી શકો છો ખરા ? મારી જેવા કેટલાંય આ નામની પીડાનો ભોગ બનતાં હશે એ બાબતે કદી વિચાર કર્યો છે તમે ?

શરીફા વીજળીવાળા

[‘નિરીક્ષક’ પખવાડિક : 2006]

❀

ગઝલ

યુગ-યુગની વાતો કરવાની રહેવા દે
મારી પાસે તો અર્ધી-પર્ધી પળ છે...

આજ ગઝલની આંખે ટપકી આવ્યું તે
ઝમઝમ, ગંગાજળ, આંસુ કે ઝાકળ છે.
ક્યારે પાકશે ‘આદિલ’ કોઈ ન જાણે એ,
માણસ તો બિન-મોસમનું કાચું ફળ છે.

‘આદિલ’ મન્સૂરી

થેંક યૂ, પપ્પા !

આ પુસ્તક વાંચીને, તમે જો દીકરી હશો તો પુસ્તકમાં ક્યાંક ને ક્યાંક પોતાની જાતને વ્યક્ત થતી જરૂર ભાળશો. તમે દીકરીના પિતા હશો તો વાંચતાં વાંચતાં ક્યાંક તમારી આંખનો ખૂણો જરૂર ભીંજાશે, તમને તમારી 'શકુંતલા' યાદ આવશે. અને તમે માત્ર દીકરાના બાપ હશો તો તમને મનમાં ચોક્કસ થશે, "કાશ, મારે પણ એક દીકરી હોત.."

અમીષા શાહ, સંજય વૈદ્ય

*

ધૃતરાષ્ટ્રને સો જેટલા દીકરા હતા. પરંતુ જો ધૃતરાષ્ટ્ર-ગાંધારીને દીકરીઓ મળી હોત તો કદાચ મહાભારતનું યુદ્ધ ટળી ગયું હોત.

યુદ્ધ મૂળે પુરુષ-ઘટના છે. યુદ્ધની નાબૂદી સ્ત્રીત્વના વિકાસ વિના શક્ય નથી. યુદ્ધની સામે ટકી શકે તેવી એકમાત્ર ઘટના માતૃત્વ છે.

દીકરી વિનાના પરિવારમાં ખૂટે છે શું ? ગમે તેટલો વરસાદ પડતો હોય તોય આ પૃથ્વી ઝાકળબિંદુ વિના અધૂરી ગણાય. આ પુસ્તકના વાંચનારાઓને પ્રત્યેક પાન પર ઝાકળબિંદુના અસ્તિત્વની અનુભૂતિ થશે. એ ઝાકળબિંદુનું નામ દીકરી છે.

પિતા ગમે તેટલો પ્રેમાળ હોય તોય માતૃત્વ પામવાનો વિશેષાધિકાર એ ચૂકી જાય છે, કારણ કે એ પુરુષ છે. માતૃત્વ એ અત્યંત ઉદાત્ત એવી મનો-શારીરિક અને મનો-આધ્યાત્મિક ઘટના છે. પુરુષ પિતા પોતાની આ ખોટ પૂરવા માટે દીકરીને વિશેષ વહાલ કરતો હોય છે. પ્રત્યેક પુરુષમાં થોડુંક સ્ત્રીતત્ત્વ પડેલું હોય છે. દીકરીને વિશેષ વહાલ કરનારો પિતા પોતાનામાં રહેલા સ્ત્રીતત્ત્વનું વિસ્તરણ કરતો હોય છે. દીકરી સાસરે જાય ત્યારે ગમે તેવો કઠોર પિતા પણ થોડીક ક્ષણો માટે માતૃત્વ પામે છે.

*

આખી દુનિયા સામે હોય અને હું જાતને બચાવવા માટે મથી રહ્યો હોઉં, એવી લાગણી મને વારંવાર થાય છે. આરબ દેશોમાં પથ્થર મારી મારીને માણસને એના કહેવાતા ગુના બદલ મારી નાખવાની સજા થતી હોય છે. મને આ સજા પામ્યાનો અનુભવ સંવેદનની કક્ષાએ થાય છે. પથ્થરો સ્થૂળ નથી, સૂક્ષ્મ છે. સજા બોલકી નથી, મૂંગી છે. મારનારો પ્રત્યક્ષ નથી, પરોક્ષ છે. પીડા રોકડી છે.

આવી પળોમાં જે થોડાક ચહેરાઓ મને સમભાવપૂર્વક જોવાની દરકાર કરે છે તેવા એક ચહેરાનું નામ અમી છે. જીવનભર આ ચહેરા સામે જોઈને હું પથ્થરોના સૂક્ષ્મ પ્રહારો ખમવા તૈયાર છું.

ગુણવંત શાહ

*

એક વાર અમારા ઘરનું લાઈટબિલ દર મહિના કરતાં ઘણું વધારે આવ્યું. ભાઈ [પિતા, ગુણવંત શાહ] કહે: "ધારો કે કાલે ઊઠીને આપણે ગરીબ થઈ જઈએ તો?" [પછી] અમે અનુભવ ખાતર ત્રણ મહિના 'ગરીબ' થઈને રહેલાં, બધા જ ખર્ચા પર કાપ મૂકેલો. ત્રણ મહિનાની એ સ્વનિયુક્ત ગરીબીને અંતે અમને કેટલી વીસે સો થાય એ સમજાયેલું.

બાળપણમાં ભાઈ અમને પોતાની બનાવેલી વાર્તાઓ કહેતા. વેકેશનમાં સવારે 'ક્વીઝ' આપતા. દિવસ દરમ્યાન એ પ્રશ્નોના જવાબ અમારે કોઈને પૂછીને, વાંચીને, વિચારીને ખોળી કાઢવાના.

ભાઈએ અમને ત્રણેય ભાઈ-બહેનોને એક 'બ્લેંકેટ એશ્યોરન્સ' [સંપૂર્ણ ખાતરી] હંમેશને માટે આપેલ કે દુનિયામાં મોટામાં મોટી ભૂલ કરીને જઈએ તો પણ એમના આંગણે અમારો પ્રેમથી સ્વીકાર હશે.

ભાઈ-બાએ ક્યારેય અમને કહ્યું નથી કે, "જો મારાથી કશું છુપાવ્યું છે તો..." પણ વાતાવરણ જ એવું કે મુગ્ધાવસ્થામાં ખૂબ મોટા લાગતા પ્રશ્નો અમે સહેલાઈથી ચર્ચી શકતાં. આ ચર્ચાઓમાંથી જ મને શું સાચું અને શું ખોટું એ વિચારવાની ટેવ પડી.

પોતાના અંગત પ્રશ્નો પણ ભાઈ અમારી સાથે નિખાલસતાથી ચર્ચતા. ભાઈએ અમને અમારી નબળાઈ-સબળાઈ સાથે સ્વીકાર્યાં, અને પોતાની નબળાઈની પણ મુક્તપણે ચર્ચા કરી. ભાઈ-બાના 'નમકીન' ઝઘડામાં ભાઈ અમને ઘણી વાર 'ન્યાયાધીશ' બનાવતા. ત્યારે આપણે તો બંદા ભાઈને પણ જે કહેવાનું હોય એ કહી જ દઈએ! એ ગુણ પણ મને ભાઈ તરફથી જ વારસામાં મળ્યો, પછી શરમ શાની!

દુનિયાને થોડા 'રેડિકલ' લાગતા જે વિચારો ભાઈ લખે છે, તે વાસ્તવિક જીવનમાં સામે આવે તો પોતે શું કરે તે અમે ત્રણેય ભાઈ-બહેનોએ તપાસી લીધું. અમારા અંગત જીવનમાં અમે ભાઈ સામે એવી સમસ્યાઓ મૂકી કે ભાઈની અગ્નિપરીક્ષા થઈ જાય. પણ ભાઈ તો જે લખ્યું તે જીવ્યા છે.

બા વગર ભાઈ અધૂરા. મારી બા જેવી કુશળ વહીવટકર્તા મેં ભાગ્યે જ જોઈ છે. ભાઈનું રેફરન્સ વર્ક, ફાઈલિંગ, બેંકનું કામકાજ, પ્લમ્બર, ઇલેક્ટ્રિશિયન સાથેની માથાકૂટ – બધું બાને માથે.

મનીષા શાહ

*

એ જ મોટીમસ બારી, એ જ ઝગારા મારતો તડકો, એ જ ખુરશી, એ જ પાટિયું, એ જ આંગળીઓ, એ જ અક્ષરો... અમારા જૂના ઘરમાં ગત દાયકાઓમાં ઘણાં દૃશ્ય બદલાતાં રહ્યાં છે, પણ આ એક દૃશ્ય કાયમી રહ્યું છે. એની આસપાસ પતંગિયાની જેમ ઊડાઊડ કરતી હું, એ (પિતા, ભગવતીકુમાર શર્મા) લખતા હોય

અને બાએ આપેલ ચા કે દૂધનો કપ જરાય ખલેલ ન પહોંચે એમ દબાતે પગલે મૂકી આવતી હું, એમની પેનમાં શાહી ભરી આપતી હું......

બાળપણની અણસમજથી માંડીને અત્યાર સુધી મેં એમને નિરંતર લખતા જ જોયા છે. નબળી આંખ ને સ્વાસ્થ્યને નેવે મૂકીને એમણે લખ્યું છે. વળતરની ચિંતા કરી નથી. પત્રકારત્વ જેવા ક્ષેત્રમાં છેક દિલ્હી સુધી પોંખાયેલો માણસ આટલા પગારમાં સંતોષ માની શકે, એ આજના જીવનમાં દુર્લભ ગણાય.

મારા વાડામાં ઝાડ પર એક પક્ષીએ માળો બાંધ્યો છે. તેમાં કેટલાય દિવસથી માદા અને નર સતત ઈંડાંને સેવતાં દેખાય છે. કલાકોના કલાકો સ્થિર, ધ્યાનસ્થ... બસ, એ જ રીતે એમણે આખી જિંદગી શબ્દને સેવ્યો છે. જે શબ્દ મૌનની સફેદ અકળ સપાટીની અંદર હતો એને ધબકાર આપ્યો છે, પીછાં આપ્યાં છે, પાંખ આપી છે અને આકાશે ઉડાવ્યો છે.

આજે એ જૂના વિશાળ ઘરમાં બે જણ એકલાં રહે છે. ઘરડાં, અશક્ત થતા જતા પગે એકલાં ચાલે છે. ખડિયામાંથી ભરાતી કાળી શાહી જેવો સમય છલકી જાય છે. મોટા અક્ષરો પણ હવે એ માંડ વાંચે છે. મને પણ કદાચ અવાજ થકી જ વધારે ઓળખે છે. જે અક્ષરોએ આખી જિંદગી એમને પાંખ આપી હતી, એ કાગળની સફેદ સપાટીમાં વિલીન થઈ રહ્યા લાગે છે. ગમે ત્યારે સંપૂર્ણ અંધારું થઈ જશે એવા અબોલ ફફડાટ નીચે, આજે તોંતેરમે વર્ષે બ્લડપ્રેશરના વ્યાધિ વચ્ચે પણ એ જ ઉત્સાહથી કાગળ પર મોટા વાંકાચૂંકા અક્ષરે આશરે આશરે લખવાનું એ છોડી શકતા નથી. એ અક્ષરો જ એમને જીવવાનું બળ આપે છે.

સાંજના પ્રેસમાંથી પાછાં ફરતાં એમનાં ઘસડાતાં પગલાંનો અવાજ દાદરે આવે છે. હંમેશની જેમ એ ખીંટીએ થેલો લટકાવે છે, ધોતિયું-પહેરણ પહેરે છે, ટુવાલ વડે જેમતેમ પરસેવો લૂછે છે, ઢગલો થઈ ખાટલે ઢળી પડે છે. બા કે હું ગ્લુકોઝવાળું લીંબુનું પાણી આપીએ છીએ, ને ફરી એક વાર બબડીએ છીએ કે બંધ કરો આ બધું...

અમારો બબડાટ રેડિયોના ન્યૂઝમાં ભળી જાય છે.

રીના મહેતા

['થેંક યૂ પપ્પા' પુસ્તક : 2006]

❀

સાચી ગૃહિણી જ્યાં જાય છે ત્યાં સદાય તેની આસપાસ ગૃહ રચાઈ જાય છે. એના મસ્તક ઉપર ખુલ્લું આકાશ જ ભલે હોય, પણ જ્યાં ક્યાંય એ હશે ત્યાં ઘર હોવાનું જ.

❀

....એટલે મારી બાને બળતરા નહીં !

પરિષદ ઑફિસે હું પહોંચ્યો, મારાં કપડાં લોહિયાળ હતાં. મને પડેલ પોલીસના મારની નિશાનીઓ દેખાતી હતી. એટલે પરિષદે મારા વાંસાના ફોટા પડાવ્યા અને છાપામાં છપાવ્યા. મને પડેલ મારને લક્ષમાં લેતાં તત્કાળ લડત માટે ગામડામાં ન મોકલતાં આઠદસ દિવસ મને આરામ કરવા માટે જણાવ્યું. ખોરાકમાં ઘી, ગોળ, દૂધની માત્રા વધારી આપી. મને તાજોમાજો કરવાનું આયોજન થયું.

ફરી પાછો સાંગણવા ચોકની જાહેર સભામાંથી મને પકડવામાં આવ્યો. મારી સાથે બીજા ત્રીસેક સૈનિકોને પકડવામાં આવ્યા. અમને બધાને રાજ્યની લાઇબ્રેરીના મકાનના કમ્પાઉન્ડમાં રાખ્યા હતા. રાત્રે દસ પછી બેત્રણ ખટારીઓ અમને ગામડાંની વાડીઓમાં મોકલવા તૈયાર રાખેલી. અમને એમાં બેસાડીને ત્રંબાથી આગળ ગયા પછી ચારપાંચ જણાને નીચે ઉતારે; સૈનિકોના ચપ્પલ, જોડા, ચશ્માં, પાકીટ, પેન વગેરે બધું પોલીસો લઈ લે, પછી મારે. એમ કરતા કરતા થોડા થોડા અંતરે ઉતારતા જાય, મારતા જાય. છેલ્લે હલેન્ડાની વાડીમાં અમે આશરે પંદર જણા હતા. એમાં બબ્બે જણાને ઉતારીને, મારની વિધિ કરીને, સૈનિકોને લૂંટી, મારી ભગાડ્યા.

બાદ અમે બે જણા રહ્યા. તેમાં પહેલાં મારો વારો આવ્યો. જ્યંતીભાઈ ફોજદાર અને તેના માણસો મને મારવા લાગ્યા. હું નીચે બેસી ગયો અને ભગવાનનું નામ રામ, રામ, રામ... લઉં. મારની ગમેતેટલી ભીંસ હોવા છતાં મેં મચક આપી નહીં. હું ઘડાઈ ગયો હતો. વળી મને તાજોમાજો કરવા ઘી, ગોળ, દૂધ આપવામાં આવેલ. મેં મારને મચક ન આપતાં, ગમેતેવી ગાળો બોલીને ('મારો સાળો ઢોર જેવો છે ઈ') કહી મને પડતો મૂક્યો. મારી પાછળ સાવરકુંડલાના જમનાદાસભાઈ જાનીને ઉતાર્યા. તે વખતે મારું વજન 156 રતલ હતું, પણ જમનાદાસભાઈ તો સાવ સુકલકડી હતા. સારા પવનની ઝીંક ઝીલે તેવા પણ ન હતા. એને બેચાર બડા માર્યા, પણ પછી લાગ્યું કે ભામટો માર નહીં સહન કરી શકે, મરી જશે અને પોતાને બ્રહ્મહત્યાનું પાપ લાગશે, એટલે એને છોડી દીધા.

હલેન્ડાની વીડીમાં સત્યાગ્રહીઓને મારીને પોલીસો જેવા ખટારીમાં રવાના થયા એટલે મેં ઊભા થઈને વાંભ દીધી : ભાઈઓ, કોઈ આડાઅવળા જશો નહીં. બધાય અહીં ભેગા થઈ જાવ, અહીંથી આપણે કૂચ કરતાં કરતાં રાજકોટ જવાનું છે. મારો અવાજ બુલંદ હતો, એટલે પોલીસોએ પણ સાંભળ્યો અને ખટારી ઊભી રાખી. બેપાંચ બડા મારી બધા સૈનિકોથી મને જુદો પાડવા એમની ગાડીમાં નાખ્યો. ખટારી ચાલી એટલે જ્યંતીભાઈ ફોજદારે કહ્યું કે, આને સાળાને સરધારના તળાવમાં નાખી દેવો છે.

મેં કહ્યું : "જ્યંતીભાઈ, હું બહુ સારો તરવૈયો છું. ભાવનગરની અને દીવની ખાડી હું તરી ગયો છું. તમારે મને મારી નાંખવો હોય તો મારા હાથ પાછળ બાંધી અને પાણો બાંધી મને તળાવમાં નાખી દેજો. એટલે તમારે મને ઘડીએ ઘડીએ

મારવો નહીં અને મારી માને રોજની બળતરા નહીં.” મારા આ શબ્દોની જયંતીભાઈ ઉપર જાદુઈ અસર થઈ. તેમણે ખટારીઓ ઊભી રખાવી અને મને માનથી સંબોધન કરી કહ્યું: “ગુણવંતભાઈ, નીચે ઊતરી જાવ.” હું નીચે ઊતર્યો એટલે તેમણે કહ્યું: “ગુણવંતભાઈ, માફ કરજો, તમને અમે ઓળખ્યા ન હતા.” તેમણે સિપાઈઓને બોલાવ્યા. પહેલાં પોતે મને પગે લાગ્યા. બાદ તેમણે બધા જ સિપાઈઓને કહ્યું કે: “આમને પગે લાગો,” બાદ મને કહ્યું: “તમારે જ્યાં જવું હોય ત્યાં જાવ.”

ગુણવંતરાય પુરોહિત

['સામ્પ્રત' ત્રિમાસિક: 2006]

❀

પરકમ્માવાસી

આવી ચડ્યાં અમે દૂરનાં વાસી,
પ્રથમીની અમે પ્રીતનાં પ્યાસી;
મનખે મનખે ધામ ધણીનું –
એ જ મથુરા ને એ જ રે કાશી:
ભોમકાનાં ભમનાર પ્રવાસી.

વેમાનની અમે વાટ ના જોતાં,
વૈકુંઠને કાજ આંસુ ના ખોતાં;
પેદલ ચાલતાં ચાલતાં મા'લતાં
ભમવા નીસર્યાં લખચોરાશી:
ભોમકાનાં ભમનાર પ્રવાસી.

સંત મળ્યા તેને સાંઇડું લીધું,
ને શઠ મળ્યા તેને ગઠડી દીધી;
અમે લૂંટાવીને લાભિયાં ઝાઝું!
ખાલી ખભે ખેપ ખેડશું ખાસી:
ભોમકાનાં ભમનાર પ્રવાસી.

થિર મુકામમાં જંપ વળે ના,
જીવ અમારાને વાટની માયા;
ધરતીના કણકણમાં તીરથ –
એનાં અમે પરકમ્માવાસી:
ભોમકાનાં ભમનાર પ્રવાસી.

બાલમુકુન્દ દવે

❀

સેવકોની ટંકશાળ

મહાત્મા ગાંધીજીએ દક્ષિણ આફ્રિકાથી પરત આવ્યા બાદ સક્રિય રીતે રાજકીય તેમજ સામાજિક કાર્યોનો પ્રારંભ કરતાં પહેલાં ભારતીય ગ્રામજીવનને અનુભવવાનો અને સમજવાનો પ્રયાસ કર્યો હતો.

પંચમહાલ જિલ્લાના અગ્રણી નેતાઓના આગ્રહને કારણે ગુજરાતની પ્રથમ રાજકીય પરિષદ યોજવા માટે ગોધરાની પસંદગી કરવામાં આવી હતી. નવેમ્બર 1917ની પ્રથમ રાજકીય પરિષદથી ગુજરાતના રાજકીય જીવનનો પ્રારંભ થયો. પરંતુ એ પરિષદમાં સામાજિક પ્રશ્નોને બાકાત રાખવામાં આવેલ.

પરિષદમાં આવેલ ઉચ્ચવર્ણના લોકોના સૂચનથી અંત્યજ લોકોની એક સભા (જે પાછળથી અંત્યજ પરિષદ તરીકે ઓળખાઈ) તા. 5-11-1917ના રોજ ગોધરાના હરિજનવાસમાં ગોઠવવામાં આવી હતી અને એ સભાનું પ્રમુખસ્થાન ગાંધીજીએ સંભાળ્યું હતું. આ પરિષદમાં અસ્પૃશ્યતા-નિવારણ અંગેનો ઠરાવ પસાર કર્યા બાદ ગાંધીજીએ કરેલ પ્રવચનમાં કહ્યું હતું, “આજે આપણે કહેવાતા પછાત વર્ગના લોકો સાથે મળ્યા છીએ, આ ઢેડ જાતિ સાથે હળીમળી રહ્યા છીએ. આ જાતિ નીચી છે એમ ન માનશો. તેમની અને તમારી વચ્ચે અનુરાગ–એકતા થાય એટલે તમે સ્વરાજ્યને લાયક થશો.” અંત્યજ લોકોને સ્વપ્રયત્નોથી જ ઊંચે આવવાની સલાહ ગાંધીજીએ આપી હતી. સભાને અંતે ગાંધીજીએ અંત્યજોના બાળકો માટે શાળા શરૂ કરવા અને નિભાવણી માટે ફાળો આપવા અપીલ કરી હતી. અમદાવાદના મિલમાલિક અંબાલાલ સારાભાઈએ આપેલ રૂ. 500ના ફાળા સહિત કુલ રૂ. 1656ની રકમ સ્થળ પર જ એકઠી થઈ ગઈ હતી. આ ફાળામાંથી ગોધરામાં પ્રથમ અંત્યજ શાળા શરૂ થઈ.

1917માં સ્થાપિત ગોધરાની અંત્યજ શાળા 1922માં ગાંધી આશ્રમ તરીકે ઓળખાઈ. તેના પ્રથમ સંચાલક તરીકે સેવા આપનાર અંત્યજ-સેવક વિઠ્ઠલ લક્ષ્મણ ફડકે ઉર્ફે મામાસાહેબ ફડકે લખે છે કે : “હરિજન કાર્ય માટે શ્રી કાકાસાહેબ કાલેલકરે મારી ભલામણ ગાંધીજી આગળ કરી કારણ કે 1911-12 વખતની મારી હરિજનસેવા શ્રી કાકાસાહેબ જાણતા હતા.” હરિજનવાસમાં અંત્યજ સભા શરૂ થઈ એ પહેલાં વ્યવસ્થા જોવા માટે આવેલ શ્રી ઠક્કરબાપાને સર્વે અંત્યજોને છાપરે ચડેલાં જોઈ ખૂબ જ આશ્ચર્ય થયું હતું. તેમણે એ લોકોને સમજાવીને નીચે ઉતાર્યા હતા તેમજ સભામાં બેસવા જણાવ્યું હતું. શ્રી ઇન્દુલાલ યાજ્ઞિક નોંધે છે : “પ્રજાની સૌથી વધુ કચડાયેલ અછૂત જાતિના ઉદ્ધાર વિષે રાજકીય પરિષદે ખાસ ઠરાવ ન કર્યો, પણ તેનો સાક્ષાત્ સંપર્ક સાધવા શ્રી મામાસાહેબ ફડકે અને શ્રી ઠક્કરબાપાના પ્રયાસોથી એક ઐતિહાસિક સભા ગોધરાના હરિજનવાસમાં ભરવામાં આવી. આવું દૃશ્ય ગુજરાતમાં

Bhardwaj Desai

પહેલી વાર જોવામાં આવ્યું કે જ્યાં શેઠિયાઓ, વકીલો, વ્યાપારીઓ અને આવા બીજા ગૃહસ્થો ઢેડ અને ભંગી લોકોની સાથે હળીમળીને ભેગા થયા હોય.” શ્રી મામાસાહેબ ફડકેએ આ સભાને “દેવોને દુર્લભ એવા મેળાવડા” તરીકે બિરદાવી હતી.

ગોધરાના તે વખતના રૂઢિચુસ્ત સામાજિક વાતાવરણમાં અંત્યજોના ઉદ્ધાર માટે થયેલ આ પ્રયત્નને રગદોળી નાખવા પ્રયાસો થયા હતા. આ વલણને કારણે તે વખતે ગોધરાના સ્થાનિકમાંથી કોઈએ પણ નાણાકીય સહાય કરી ન હતી. પાછળથી આશ્રમની સ્થાપના માટે પારસી સદ્‌ગૃહસ્થ શ્રી રૂસ્તમજીની રૂ. 16,000ની નાણાંકીય સહાયથી જ આશ્રમની સ્થાપના શક્ય બની હતી.

તે વખતનાં ગુજરાતી વર્તમાનપત્રો અને સામયિકો પણ અંત્યજ પ્રવૃત્તિને સમર્થન આપતાં ન હતાં. અંત્યજ સભા અંગે અને અંત્યજ શાળાની સ્થાપનાના સફળ પ્રયત્નો વિષે અછડતો ઉલ્લેખ પણ તે વખતનાં વર્તમાનપત્રોમાં નોંધાયો નથી.

જે અંત્યજો માટે શાળાની સ્થાપના કરવામાં આવેલ, તેઓ જ શરૂઆતમાં શિક્ષણ પ્રાપ્ત કરવા માટે તૈયાર થતા નહોતા. અંત્યજ બાળકો શાળાથી દૂર ભાગતા. મામાસાહેબ ફડકે જાતે હરિજનવાસમાં છોકરાંઓને શાળામાં લઈ જવા આવે, તો કેટલાંક મા-બાપ તેઓને દૂરથી આવતાં જોતાં જ બાળકોને ભગાડી મૂકતાં હતાં. મામાસાહેબ બાળકોને વિનવી-કરગરીને લાવે, તો શાળાના મેડા પરથી દોરડું લટકાવી ભાગી જતાં હતાં. અંત્યજ બાળકોને શિક્ષિત કરવાની સાથે સાથે મામાસાહેબે વ્યસનમુક્તિ, ખાદી અને સુઘડતાના પાઠ શીખવવા પ્રયત્ન કર્યા.

ગોધરામાં હરિજનો અને સવર્ણો વચ્ચે જેટલી અસ્પૃશ્યતા હતી તેટલી જ હરિજનો અને ભંગીઓ વચ્ચે પણ હતી. આ આંતરિક અસ્પૃશ્યતાને કારણે અસ્પૃશ્યતાનિવારણના પ્રયત્નો પર વિપરિત અસર પડતી હતી.

આવી પરિસ્થિતિ હોવા છતાંયે ગોધરામાં શરૂ થયેલ પ્રથમ અંત્યજ શાળા ગુજરાતના ઇતિહાસમાં ખાસ મહત્ત્વ ધરાવે છે. 1917 પછી ગુજરાતમાં શરૂ થયેલી ઘણીખરી અંત્યજ પ્રવૃત્તિઓ અને પરિવર્તનોના મૂળિયાં તેમાં પડેલાં હતાં.

શ્રી કાકાસાહેબ કાલેલકરની દૃષ્ટિએ ગોધરાની અંત્યજ શાળા, અંત્યજ સેવકો તૈયાર કરવાની ટંકશાળ પુરવાર થઈ હતી. મામાસાહેબ ફડકે, ઠક્કરબાપા, ઇન્દુલાલ યાજ્ઞિક, પરીક્ષિતલાલ મજમુદાર, કિશોરલાલ મશરૂવાળા જેવા ઉચ્ચ વર્ણોમાંથી આવતા હોવા છતાં તેઓ ઉત્તમ અંત્યજ સેવકો પુરવાર થયા હતા.

ધર્મિષ્ઠા મોદી

['સામ્પ્રત' ત્રિમાસિક : 2006]

❀

"તમને ખાતરી છે કે...?"

કથા એવી છે કે યુધિષ્ઠિર બેઠા હતા ઇન્દ્રપ્રસ્થના રાજા તરીકે અને એક ભિખારી એમની પાસે ભીખ માંગવા આવ્યો. યુધિષ્ઠિર કામમાં હતા એટલે કહ્યું : "કાલે સવારે આવજે, હું તને આપીશ." ભિખારી ચાલવા માંડ્યો. ભીમે જોયું કે ભિખારી આવ્યો અને ભિખારીએ યાચના કરી, મોટાભાઈએ કહ્યું કે "કાલે આવજે સવારે..." એટલે ભીમે એક ઢોલક ઉપાડ્યું મોટું, અને ઢોલક વગાડતો વગાડતો ઇન્દ્રપ્રસ્થ ભણી જવા માંડ્યો. યુધિષ્ઠિરને નવાઈ લાગી કે આ શું છે? એટલે એને કહ્યું: "તું કેમ આ ઓચિંતું ઢોલ લઈને જવા માંડ્યો?" ભીમે જવાબ આપ્યો : "મોટાભાઈ, હું ઇન્દ્રપ્રસ્થના નગરજનોને જણાવવા માંગું છું કે યુધિષ્ઠિરે કાળ પર વિજય મેળવ્યો છે." તો યુધિષ્ઠિર કહે: "કેમ તું એમ કહે છે? મેં તો કાળ પર વિજય નથી મેળવ્યો." તો કહે, "તમે ભિખારીને કાલે આવવાનું કહ્યું. તમને ખાતરી છે કે કાલે તમે હશો? અને તમે કાલે હો કદાચ, પણ ભિખારી હશે એની ખાત્રી છે? એ મરી પણ જાય. બીજી વાત, કાલે તમે એને થોડી સોનામહોર આપી શકો એટલી સોનામહોર તમારી પાસે હશે જ? તમે જીવતા હો તોપણ તમારી પાસે આ સોનામહોર હશે જ એવું તમે કેમ માની લીધું! અને કાલે એ ભિખારીને તમારી સોનામહોરોની જરૂર હશે એવું તમે કઈ રીતે માની લીધું?" આ ચાર સવાલ ભીમે પૂછ્યા. ભીમ તત્ત્વજ્ઞાન માટે જાણીતો નથી. પણ એણે યુધિષ્ઠિરને પણ ભણાવ્યા.

ગુણવંત શાહ

['સામ્પ્રત' ત્રિમાસિક : 2006]

❀

રક્ષણ પામેલો ધર્મ જ રક્ષણ કરશે

ધર્મો રક્ષતિ રક્ષિતઃ. રક્ષણ પામેલો ધર્મ જ તમારું રક્ષણ કરશે. ટ્રાફિક રૂલ તમે પાળો છો એ જ ટ્રાફિક રૂલ તમારું રક્ષણ કરે છે. ટ્રાફિક રૂલ ન પાળો તો ચાલે. તમારા હિસાબે અને જોખમે ન પાળવાની છૂટ છે. હાઈવે પર ઊંધી બાજુથી જાવ અને 100ની સ્પિડે જાવ. યુ આર ફ્રી. બટ યુ વીલ નોટ બી એબલ ટુ એક્ઝિસ્ટ આફ્ટર ફાઈવ મિનિટ્સ. તમે ટ્રાફિક રૂલ પાળો છો, એટલે ધર્મરક્ષા કરો છો. એ રક્ષાયેલો ધર્મ જ તમારી રક્ષા કરે છે. ટ્રાફિક રૂલ પાળવામાં કોઈ પરોપકાર નથી, ટ્રાફિક રૂલ એ તમારો નાગરિક ધર્મ છે. તે રક્ષાયેલો ધર્મ તમારું રક્ષણ કરશે. ધર્મો રક્ષતિ રક્ષિતઃ.

ગુણવંત શાહ

['સામ્પ્રત' ત્રિમાસિક : 2006]

❀

હજી પણ

કહ્યું કોણે, વિપદના દિવસો વીતી ગયા, યારો!
હજી પણ પુષ્પ-શા ચહેરા ઉપર અંકિત છે ચિંતાઓ,
હજી પણ વેદનાઓની જલે ચોમેર જ્વાલાઓ...
છવાઈ છે ઉદાસીની ઘટાઓ જિંદગી ઉપર
અને દરરોજ નીકળે છે તમન્નાના જનાઝાઓ.
ગુલાબોની જવાનીનું હજી લિલામ થાએ છે
અને મગરૂર થૈ મ્હાલે છે રંગો લૂંટનારાઓ.
હજી પણ પુષ્પના પરદા મહીં અંગાર બાકી છે,
દયાના મ્યાનમાં ખૂટલ ખૂની તલ્વાર બાકી છે...

દીપક બારડોલીકર

['તડકો તારો પ્યાર' પુસ્તક : 2006]

❀

વીસર્યા નહોતા

આ દેશમાં લોકોને કેન્દ્રમાં રાખનાર જે મહાપુરુષો થઈ ગયા તેમાં શ્રીકૃષ્ણ સૌથી મહાન હતા. સોનાની દ્વારીકામાં રહ્યા છતાં પણ તેઓ વ્રજવાસી ગોવાળિયાને વીસર્યા નહોતા, પોતાની ગાયોને વીસર્યા નહોતા. તેમને સામાન્યજનો તરફથી જે પ્રેમ મળ્યો તે તેમને મહેલાતોમાંથી નથી મળ્યો.

મનુભાઈ પંચોળી

['કોડિયું' માસિક : 2006]

❀

આવા ભગવાન ન ચાલે

બાણાસુરની પુત્રી દિવસો સુધી પોતાના મહેલમાં અનિરુદ્ધ સાથે ક્રીડા કરે, એ ઉષા ઉપર ગુસ્સે થઈને બાણાસુર અનિરુદ્ધને કેદ કરે અને બાણાસુરના આ પગલા માટે ભગવાન શ્રીકૃષ્ણ પોતે બાણાસુરની સામે યુદ્ધે ચડે અને આપણે સૌ ભક્તિભાવથી શ્રીકૃષ્ણ ભગવાનનાં આવાં કૃત્યને ગાઈએ! આજના યુગમાં આપણા ધાર્મિક ભાઈબહેનોની શ્રીકૃષ્ણ તરફની આવી ભક્તિને આપણે કેવું નામ આપવું? નવા યુગના 'ભાગવત'માં આપણા શ્રીકૃષ્ણ આવા ન હોય: હોય તો તે આપણા યુગના ભગવાન ન ગણાય.

આપણી ધર્મસંસ્થાઓમાં ભક્તિભાવને નામે આવા દુરાચારો આજે પણ માફ થાય છે તે દુઃખની વાત છે.

નાનાભાઈ ભટ્ટ

['સંસ્થાનું ચરિત્ર' પુસ્તક]

લીધું તેથી અનેકગણું પાછું વાળનાર

ખુદ અંગ્રેજોને પણ મુગ્ધ કરાવે એવું ઉત્તમ અંગ્રેજી લખી-બોલી જાણનાર મહાદેવભાઈ [દેસાઈ]એ ગુજરાતી ઉપરાંત સંસ્કૃત, મરાઠી, બંગાળી, હિંદી અને ઉર્દૂ ભાષાઓ પણ સારી રીતે જાણી લીધી હતી અને તે તે ભાષાના સાહિત્ય સરવરમાં તેઓ રસપૂર્વક અવગાહન કરી શકતા હતા.

સાહિત્ય પ્રત્યેની આટલી ઉત્કટ અભીરુચિ છતાંય તેમણે સાહિત્યને પોતાના ઈષ્ટદેવતાને સ્થાને બેસાડ્યું નહોતું. સત્યની – સ્વરાજની સાધનારૂપે જેની જરૂર ન હોય એ વસ્તુ ગમે તેટલી આકર્ષક હોય તોયે એમણે ત્યાજ્ય ગણેલી.

મહાદેવભાઈના સાહિત્યજીવનનું એક લક્ષણ આપણા સાહિત્યપ્રેમીઓએ ધ્યાનમાં લેવા જેવું છે. આપણે નવા જમાનાના માણસો વાચનના ખૂબ રસિયા ગણાઈએ છીએ. જેટલું આવ્યું તેટલું વાંચી નાખવું, એ આધુનિક સંસ્કારિતાનું એક લક્ષણ મનાય છે. પણ આપણામાંના મોટા ભાગના વાંચવાંચ કરીને ભાગ્યે જ વિશેષ કાંઈ કરી શકીએ છીએ. પછી વાચન એક વ્યસન બની જાય છે. વળી વિવેકદષ્ટિ રાખીને વાંચનારાઓનો મોટો ભાગ પણ બહુ ઓછું પાછું આપી શકે છે. આને સાહિત્યરસનો વૈભવ કે પરિગ્રહ ન કહેવાય? દેશવિદેશના લેખકોના ઉત્તમ ગ્રંથો વિદેશી ભાષામાં કોણ વાંચે? ઉપરાંત આપણા જ ઉપયોગી પણ કઠિન ગ્રંથો સૌ ક્યાંથી સમજે? આપણે જેટલું વાંચીએ તે પચાવીને સમાજને પાછું કેમ ન આપીએ?

મહાદેવભાઈ તો જે કાંઈ લેતા તેનું અનેકગણું કરીને પાછું આપતા. ઉપયોગ વિનાનું એમણે ભાગ્યે જ કાંઈ વાંચ્યું હશે, અને જે વાંચ્યું હશે તેનો સમાજહિતાર્થે ઉપયોગ કર્યા વિના ભાગ્યે જ રહ્યા હશે. કોઈ ઉત્તમ પુસ્તક, કાવ્ય કે વિચાર મહાદેવભાઈ પાસે આવ્યા, એટલે તેના રસ અને આનંદમાં બીજા અનેક જણ ભાગીદાર બનવાના જ. કલા-સાહિત્યનો તેમણે જેટલો ઉપભોગ કર્યો, એનું અનેકગણું કરીને સમાજને ચરણે ધરી દીધું છે.

વજુભાઈ શાહ

[મહાદેવ દેસાઈ જન્મશતાબ્દીના પ્રકાશન 'શુક્રતારક સમા મહાદેવભાઈ' : 1991]

❀

દીવાલની પાર

ગાંધીજીને જેમાંથી પ્રેરણા મળી છે તે થોરોના કોન્કોર્ડ શહેરમાં સવિનય કાનૂનભંગ થયો. પહેલો સવિનય કાનૂનભંગ થોરોએ કર્યો. એ થોરો જ્યારે જેલમાં પુરાયા ત્યારે દીવાલની સામે જોઈને કહ્યું: "હું તો કેદની અંદર દીવાલની આ બાજુ પણ મુક્ત છું. પણ દીવાલની પેલી બાજુ જે લોકો છે તે બધા બંધનમાં છે."

ગુણવંત શાહ

['સામ્પ્રત' ત્રિમાસિક : 2006]

કોચલામાં નહીં પુરાયેલાં

નાસિરા શર્મા વિદૂષીબહેન છે. ફારસી ભાષા-સાહિત્યમાં એમ.એ. થયાં છે. પ્રસિદ્ધ હિંદી સાહિત્યકાર છે. છ નવલકથા, દસેક વાર્તા-સંગ્રહ, બે નાટકો, લેખ-સંગ્રહો અને અનુવાદોનાં અનેક પુસ્તકો એમનાં પ્રકાશિત થયાં છે. 6 ટી.વી. ફિલ્મ અને 3 ટી.વી. સિરિયલનાં તેઓ કથાકાર છે. કેટલાંક સંપાદનો પણ એમણે કર્યાં છે. મધ્ય પૂર્વના દેશોનો પ્રવાસ એમણે કર્યો છે. ઈરાન, ઇરાક, અફઘાનિસ્તાન વગેરે દેશોનાં તેઓ વિશેષ જાણકાર ગણાય છે.

બહેન નાસિરાએ 1970ની આસપાસ એક બ્રાહ્મણ પ્રાધ્યાપક રામચંદ શર્મા સાથે લગ્ન કર્યાં છે. લગ્ન વખતે રામચંદ શર્મા ઇલાહાબાદમાં ભૂગોળ વિભાગમાં પ્રાધ્યાપક હતા. પરંપરાગત સમાજમાં એમનું આંતરધર્મીય લગ્ન ભારે કુતૂહલનો વિષય બન્યું હતું. બંનેનાં કુટુંબોમાં શરૂ-શરૂમાં થોડો ઊહાપોહ થયેલો, પણ સરવાળે બંનેને ઝાઝી પ્રતિકૂળતાનો સામનો નહીં કરવો પડ્યો. નાસિરાના કુટુંબે રામને પોતાના જ માનીને અપનાવી લીધા. એમને શર્મા ખાલૂ (શર્મા માસા) અને શર્મા ફૂફા (શર્મા ફૂઆ) કહીને બોલાવતા. ઘરની નોકરાણી એમને 'દૂલ્હા મિયાં' કહેતી. નાસિરાની માસીને કોઈ સંતાન નહોતું; તેણે રામને પોતાનો દીકરો માની લીધો. હંમેશાં કહેતી કે, આ તો 'અલ્લાહ ભેજૂ' છે.

બાળપણમાં રામની મા એને સામેવાળા પડોશીને ત્યાં જવાની ના પાડતી કે, બેટા, તેઓ મુસલમાન છે. રામ નાના હતા ત્યારે ઘરે કોઈ મહેમાન આવે, તો એમની સામે ઊભા રહીને 'હનુમાન ચાલીસા' ને ગાયત્રી મંત્રનો પાઠ કરી બતાવતા અને શાબાશી મેળવતા. પણ પછી અજમેરમાં ઊછર્યા, તો સાંજે ખ્વાજા સાહેબની દરગાહમાં જઈને કવ્વાલી સાંભળવી, એ એમની દિનચર્યાનો એક ભાગ બની ગયો હતો. એ જ ખ્વાજા સાહેબની દરગાહે એમણે કેટલીયે માનતા માનેલી, અને એમની કેટલીયે મુરાદો પૂરી થયેલી – જેમાંની એક મુરાદ નાસિરાને પત્નીરૂપે મેળવવાનીયે હતી.

મુસલમાનથી દૂર રહેવાનું જેને કહેતી હતી, તે દીકરો જ મોટો થઈને મુસલમાનને પરણ્યો ! અને મુસલમાન વહુએ સાસુનું દિલ જીતી લીધું. સાસુ-વહુ વચ્ચે ગાઢ પ્રેમનો નાતો બંધાતો ગયો.

ધાર્મિક કર્મકાંડમાં નાસિરાને બિલકુલ વિશ્વાસ નહીં. માથું નમાવીને પ્રણામ કરવામાં માને નહીં. નમાજ-રોજામાં કોઈ રુચિ નહીં. તેમ છતાં બીજાઓની શ્રદ્ધાની કદર કરે. એટલે જ્યારે એમના ટાઇપિસ્ટ બરમેશ્વર રામ મંદિર જવાનું કહેતા, તો એમની સાથે જતાં. બરમેશ્વર પૂજા કરતા, તો એ પણ કરતાં.

હિંદુ-મુસ્લિમ રમખાણોને કારણે નાસિરાને સહન કરવાનું આવ્યું હોય એમ લાગે છે. એમણે એટલું જ કહ્યું છે: "અસામાજિક તત્ત્વોએ મારી માનું ઘર એની પાસેથી છીનવી લીધું હતું અને બીમાર ભાઈનો જાન પણ ખતરામાં હતો." બસ, આથી વિશેષ કોઈ ફરિયાદ નહીં, કડવાશ નહીં. આ બધું એક મુસલમાનની નજરે કે હિંદુની નજરે

તે જોતાં નથી, નર્યા માણસની નજરે જ જુએ છે. કોણે આ કર્યું અને કોણ આને માટે જવાબદાર, એવું બધું વિચારવાને બદલે માણસ જેવો માણસ ઊઠીને આવું કેમ કરે છે, તે વિશે જ એમનું ચિંતન ચાલે છે. તે કહે છે કે દરેક વ્યક્તિને ક્યાંક અસલામતીની ભાવના સતાવે છે, અને તેથી તે સલામતીની શોધમાં પોતાની અંદરના સંકીર્ણ દાયરામાં સંકોચાતી જાય છે. તેનું માનસ જડ બનતું જાય છે. પોતાની ભાષા પ્રત્યે ભાવુક, ધર્મ પ્રત્યે કટ્ટર, ખાણીપીણી ને રહેણીકરણી બાબત સંકીર્ણ. સાથે જ બીજાઓ પ્રત્યે ક્રૂરતા સેવતો રહે છે, પોતાના કોચલામાં પુરાતો રહે છે.

કાંતિ શાહ

['ભૂમિપુત્ર' પખવાડિક : 2006]

❀

એવા દિવસ ક્યારે આવશે ?

"નૂરબાઈ કરીને એક મુસ્લિમ સન્નારી પણ નવરાત્રિમાં ગરબામાં અગ્રભાગે આવતાં. વૈષ્ણવ બાઈઓના ટોળામાં એ મુસ્લિમ બાઈ રાધાકૃષ્ણના અને માતાના ગરબા બહુ મીઠાશથી ગાતાં. હિન્દુ-મુસ્લિમ બન્ને જુદીજુદી જાતો છે અને બન્નેની સંસ્કૃતિ વિભિન્ન છે, એટલું નહીં જ પરંતુ એ જુદાઈ અને સંસ્કાર-વિભિન્નતા એટલાં ભારે છે કે બન્નેનો મેળ ખાય એમ જ નથી, એમ જ્યારે આગ્રહપૂર્વક કહેવામાં આવે છે, ત્યારે અનેક હિંદુઓનાં હૃદયને સંગીત દ્વારા હલાવતી દૂધ વેચનારી એ મુસ્લિમ નૂરબાઈની સ્મૃતિ જાગ્રત થાય છે. અને એ ગરબા સાંભળવા એકલા હિંદુઓ જ આવતા ? નહીં. મુસ્લિમો પણ હિંદુઓના ભેગા જ ગરબાઓ સાંભળવા રખડતા. ઈદની સવારીમાં હિંદુ મહારાજા હાથીને હોદ્દે ચઢે છે ત્યારે અને તાબૂતમાં સરકારી તાજિયા માટે અગ્રસ્થાન મેળવાય છે ત્યારે મુસ્લિમ જનતા સાથેની એકતા અહીંનું રાજ્ય અનુભવે છે – પ્રજા પણ."

રમણલાલ દેસાઈના આ વક્તવ્ય પછી માત્ર સાડા છ દાયકામાં આજે કેવળ વડોદરાની જ નહીં, સમગ્ર ગુજરાતની સંસ્કારિતાના પાયા હચમચી ગયા છે. નાગરિક સમાજની અગ્નિપરીક્ષા થઈ રહી છે.

ગુજરાતમાં એવા દિવસો ક્યારે આવશે, જ્યારે દૂધવાળી નૂરબાઈ ફરી ગરબાની રમઝટ બોલાવતી હશે અને તાજિયામાં ગણેશજી અને હનુમાનજીનાં નામ સાથે જોડાયેલા અખાડાઓ રમઝટ બોલાવતા હશે ?

અચ્યુત યાજ્ઞિક

['દિવ્ય ભાસ્કર' દૈનિક : 2006]

❀

પોતે પ્રેમમાં પડે ત્યારે જ જો માણસ પરણવાનું રાખે, તો મોટા ભાગના લોકો કુંવારા ને કુંવારા મરણ પામે.

❀

બત્રીસલક્ષણાનો બલિ

1946ના જુલાઈની પહેલીએ, રથયાત્રાને દહાડે, અમદાવાદમાં વરસાદ તો પડ્યો હતો. પણ ગુજરાતને એમાં તપ્ત ધરતી પરનાં શીતળ ફોરાં કરતાં વધુ તો ભારતમાતાનાં આંસુ અનુભવાયાં હશેઃ એ સાંજે વસંત અને રજબ બેઉ બત્રીસલક્ષણાઓએ કોમી હુતાશનને ઠારવા જતાં બલિદાન વહોર્યું હતું.

ચાળીસ વરસના વસંતરાવ હેગિષ્ટે અને સત્તાવીસ વરસના રજબઅલી લાખાણી. સ્વરાજની લડતે ટિપાઈને ઘડાયેલાં ને નિખરેલાં વ્યક્તિત્વો.

વસંતરાવ એટલે ચંચળ આંખો, ખડતલ દેહ, તેજસ્વી છતાં મીઠી જબાન. રજબઅલી એટલે સરસ ઊંચાઈ, ગુલાબી ચહેરો, તેલ વિનાના – ખરબચડા છતાં સુંદર લાગતા વાળ, સફેદ પરિધાન, ઝડપી ચાલ.

મહારાષ્ટ્રી મૂળના, પણ ગુજરાતમાં વસી ગયેલા પરિવારમાં વસંતનો જન્મ 1906માં. લીંબડીના, પણ ઠીક વખતથી કરાચીમાં વસી ગયેલા ગુજરાતી ખોજા પરિવારમાં રજબનો જન્મ 1919માં.

1906થી 1946નાં એ વરસો એટલે કેવાં વરસો ! એ જમાનામાં જીવવું એ બડી ખુશાલીની વાત, અને એમાંયે વળી જુવાન હોવું...! વર્ડ્ઝવર્થે ફ્રેન્ચ ક્રાન્તિ માટે કહ્યું'તું તેમ, એ તો સાક્ષાત્ સ્વર્ગમાં હોવું.

1915-16થી ગાંધીજીનો અમદાવાદમાં વસવાટ, અને આશ્રમનાં મંડાણ. પ્રોપ્રાયટરી (પછીથી દીવાન-બલ્લુભાઈ) હાઈસ્કૂલના વિદ્યાર્થી વસંતને વિલાયત મોકલવાની મામાને હોંશ હતી. પણ અંગ્રેજી સાત ધોરણ પછી ગુલામી કેળવણીમાંથી વસંતનું મન ઊઠી ગયું. પેઢીમાં, મહાદેવ રામચંદ્ર જાગુષ્ટેની પુસ્તકની દુકાનમાં, ને ઘરમાં ઉપયોગી થાય, પણ ચિત્ત લડતમાં, લડતની વાતોમાં. નિશાળનાં વરસોમાં નબળા શરીરનું મહેણું વ્યાયામની સાધના કરીને ભાંગેલું. એમની ભદ્રની વ્યાયામશાળા ત્યારે જેનો ડંકો વાગતો એવી વ્યાયામશાળાઓ પૈકી હતી. 1930ની દાંડીકૂચ વેળાએ આશ્રમથી અસલાલી લગીની વ્યવસ્થા આ વ્યાયામશાળાના વસંતરાવ ને સાથીઓએ સંભાળી હતી.

એમનાં નાનાં બહેન, પછીથી નવયુગી મહિલા પ્રવૃત્તિકાર તરીકે ઝળકેલાં ને જ્યોતિસંઘે જાણીતાં હેમલતા હેગિષ્ટે હંમેશ સંભારતાં કે દાદા (ભાઈ) ધરાસણા ગયા ત્યારે મોટાં બહેને પોતાની આંગળી પર ચીરો મૂકી એમને રક્તતિલક કરેલું. ધરાસણાના અગર પર પહેલી વ્યક્તિગત ટુકડી અબ્બાસ તૈયબજીની હતી, તો બીજી વસંતરાવ હેગિષ્ટેની. પછીથી, સરોજિની નાયડુના નેતૃત્વમાં સામુદાયિક હલ્લો યોજાયો ત્યારે મોખરે સરોજિનીદેવી અને પાછળ તરત વસંતરાવ, એવી રચના હતી. પોલીસનો માર વેઠી, કલાકો બેભાન રહ્યા પછી, વસંતરાવ અમદાવાદ પાછા ફર્યા ત્યારે માથે શોભતો પાટો હતો. શરીર પરના લાઠીના વળ, કાળા લિસોટા સ્તો, એ

જતાં ન જાણે કેટલા દિવસો ગયા હશે. પણ કુટુંબીજનો ને મિત્રો સાથે ધરાસણાના કાળા કેરની વાત નીકળે ત્યારે દાદા કહેતા, "જ્યારે બીજા ઉપર માર પડતો જોયો ત્યારે એમની ચીસો સાંભળી દિલ તૂટતું અને હિંમત હારી જઈશ એમ થતું; પણ ખુદ જ્યારે મારા ઉપર માર પડ્યો ત્યારે કંઈ જ લાગ્યું નહીં અને એક ઓર ઉત્સાહ આવ્યો ને મજા પડી."

અને ધોલેરાની છાવણીના એ દિવસો! અમદાવાદની ટુકડી સાથે વસંતરાવ હતા. વૌઠાના મેળા વખતે છાવણી નાખેલી ત્યારે મળ ઉપાડવાનું ગંદામાં ગંદું કામ હોય કે કોઈ ગુંડાઓને હાથ કરવાની જોખમી રમત હોય, ભદ્ર વ્યાયામશાળાની ટુકડી સૌથી મોખરે હોય.

1931 એટલે કરાચી કૉંગ્રેસનું વરસ. સરદાર વલ્લભભાઈ પટેલના પ્રમુખપદે મળેલા એ અધિવેશનમાં ભાગ લેવા વસંતરાવ એમના મિત્રો સાથે નીકળ્યા તો ખરા, પણ એમની આગવી શૈલીએ – સાઇકલ પર! અમદાવાદથી વીરમગામ, માંડલ, પાટડી, ખેરવા, વઢવાણ, મુળી, ચોટીલા, રાજકોટ, પોરબંદર. ત્યાંથી સ્ટીમરમાં કરાચી.

અંગ્રેજ સરકારના તેડ્યા ગાંધીજી બીજી ગોળમેજી પરિષદ માટે લંડન તો ગયા, પણ ખાલી હાથે પાછા ફર્યા અને મુંબઈ ઊતરતાંવેંત સરકારે એમને પકડી લીધા. અમદાવાદે હડતાળ પાડી પોતાની વિરોધલાગણી દર્શાવી. દરમિયાન, 1930થી શરૂ થયેલા સિલસિલા મુજબ 1932માં પણ 26મી જાન્યુઆરીએ સ્વરાજ માટેનો સંકલ્પ દિવસ ઊજવાયો. એમાં ભાગ લઈ પ્રતિજ્ઞાવાચન સબબ વસંતરાવ પકડાયા. છ મહિનાની સજા થઈ. વળી બે મહિના બહાર રહ્યા ને ફરી ત્રણ મહિનાની સજા થઈ. 1932ના આ કારાવાસોમાં એમને સાબરમતી ને યરવડા રહેવાનું થયું.

કેવા કેવા સાથીઓ હતા એ જેલવાસમાં? 'ઈશ્વરનો ઇન્કાર' અને 'લગ્નપ્રપંચ'થી ઓળખાતા નરસિંહભાઈ પટેલ, ગાંધીજીના ત્રીજા દીકરા રામદાસ ગાંધી, પછીથી વરિષ્ઠ સાહિત્યકાર તરીકે ઊભરનારા ગુલાબદાસ બ્રોકર, તો મહારાષ્ટ્રી સાથીઓમાં વળી એસ૰ એમ૰ જોશી ને એવા બીજા. વાચનનો જે દોર જામ્યો છે ને કૈં!

વ્યાયામવીરની આબરૂ ધરાવતા આ તરુણે જેલવાસમાં એકથી વધુ ભાષાઓનો પરિચય કેળવવાનીયે કોશિશ કરી. દક્ષિણ આફ્રિકા વખતથી ગાંધીજીના સાથી ઈમામસાહેબના જમાઈ ગુલામરસૂલ કુરેશીની પાસે વસંતરાવ ઉર્દૂ શીખે, તો નગીનદાસ પારેખ, રમણલાલ સોની ને ભોગીલાલ ગાંધી પાસે બંગાળી. પણ જેમ શીખવાનું તેમ શીખવવાનુંયે ખરુંસ્તો. વિ૰ સ૰ ખાંડેકરની પ્રસિદ્ધ નવલકથા 'દોન ધ્રુવ' ગુજરાતીમાં લઈ આવનાર હરજીવન સોમૈયાને દાદા મરાઠી શીખવતા.

1932ના જેલવાસ પછી વસંતરાવે ઉપાડેલું એક કામ ગુજરાત વ્યાયામ પ્રચારક મંડળની સ્થાપનામાં હાથ બટાવવાનું હતું. તેની સાથે શહેરમાં મેદાની રમતો લોકપ્રિય બનાવી એક જુદી જ જમાવટ કરવાનું ચાલતું હતું.

1936ના ફૈઝપુર અધિવેશન સાથે કૉંગ્રેસે શહેરોમાં નહીં પણ ગામડાંમાં મળવું જોઈએ એવો ચાલ શરૂ થાય છે. આ 1936નું વરસ, રજબઅલીના જીવનમાં પણ એક દીક્ષાનું વરસ બની રહ્યું હતું. વાચનશોખ સારો, અવનવા વિચારો આવે. પણ ખાધેપીધે સુખી એવી નોકરીમાં કારકિર્દી જોતાં માબાપને એ કેમ પાલવે ?

એવામાં, બબલભાઈ મહેતા કરાચી આવેલા. રજબને એમનો ભેટો થઈ ગયો. બબલભાઈ મૂળ હળવદના, પણ કરાચીમાં રહેલા-ભણેલા. ‘કાલેલકરના લેખો’ વાંચવાનું બન્યું. “આ પુસ્તકે મારી સામે ભારતનાં ગામડાંનું અને ભારતીય સમાજનું હૃદયંગમ ચિત્ર રજૂ કર્યું,” બબલભાઈ લખે છેઃ “એમાંથી મને સમજાયું કે દેશની ગુલામી દૂર કરવા માટે તથા ભારત દેશનાં ગામડાંઓનું ઉત્થાન કરવા માટે આજે નવજુવાનોએ બહાર આવવું જોઈએ.” જેવો આ સાદ સંભળાયો કે એ મેડિકલનું ભણવાનો વિચાર છોડી કરાચીથી અમદાવાદ આવી ગૂજરાત વિદ્યાપીઠમાં જોડાઈ ગયા. આગળ ચાલતાં જેલવાસનોયે અવસર આવી મળ્યો. વિદ્યાપીઠની તાલીમ અને જેલમાં વાંચવા-વિચારવાનું બન્યું એટલે ગામડામાં બેસવાનો વિચાર પાકો થયો. બેસવાનું બને એ પહેલાં બાને લઈને કુટુંબના સૌને મળી લેવું એ ખયાલે બબલભાઈ કરાચી આવ્યા હતા. બબલભાઈએ લખ્યું છે કે, “એ અરસામાં કરાચીના શારદા મંદિરમાં એક પ્રદર્શન યોજાયું હતું. હું રોજ એ પ્રદર્શનમાં મદદે જતો. એ વખતે ત્યાં 14-15 વર્ષની ઉંમરના વિદ્યાર્થીમિત્રો સાથે સંબંધ બંધાયો.” એમાંના એક તે આપણા સહચરિત્રનાયક રજબ. બબલભાઈ તો થોડે દહાડે ગુજરાત પાછા ફર્યા, “પણ ભાઈ રજબના પત્રો મારી પાછળ પાછળ આવવા લાગ્યા. દિવસે દિવસે એના વર્તનમાં સાદાઈ અને ત્યાગના ગુણો ખીલતા જતા હતા. આ વિચિત્રતાથી માતાપિતાને વહેમ જતો હતો કે રખે ને આ છોકરો ગાંધીવાળામાં ભળી જશે!”

પરિણામે પિતાએ કસ્ટમની એમની નોકરીમાંથી લાંબી રજા લીધી અને રજબને લઈને વતન લીંબડી આવી રહ્યા. માતાપિતા બેઉની ગણતરી તે બીજે ફંટાઈ જાય એ પહેલાં એને પરણાવી દઈ ઠેકાણે પાડવાની હતી. રજબ સગપણ માટે તો માન્યા નહીં, પણ મૅટ્રિકના વર્ગમાં દાખલ થયા ને ઊંચે નંબરે પાસ થઈ ભાવનગરની શામળદાસ કૉલેજમાં આગળ ભણવા દાખલ થયા.

રજબઅલી જુનિયર બી. એ.ના વરસમાં હશે ને રાજકોટની લડત ઊપડી. દસેક મિત્રોની ટુકડી તે પછી તો રાજકોટ પંથકમાં જઈ પણ આવી. લીંબડી રાજ્યના જુલમોથી લગભગ છ હજાર જેટલું લોક બ્રિટિશ હદમાં હિજરત કરી ગયું હતું. તેના કેટલાક વખત પહેલાં રજબઅલી ભાવનગરથી વતન પહોંચી ગયા હતા. એ ઘોડે બેસી લીંબડી હસ્તકના ભાલનાં ગામડાંમાં ઘૂમતા અને ખેડૂતોને હિજરત માટે સમજાવતા.

લીંબડી હિજરત નિમિત્તે થયેલું ગ્રામાયન રજબને માટે શિક્ષણપ્રદ બની રહ્યું હશે તેમ એમના એ વખતના એક પત્ર પરથી સમજાય છેઃ “ગામડાંઓમાં ફરીને

મેં જે જોયું છે તેથી હું ખૂબ દુઃખી થયો છું. ગામડાંના કુરિવાજો અને અજ્ઞાન સાથે શહેરનાં બધાં અનિષ્ટો ઘૂસી ગયાં છે. વ્યસનો તો શહેર કરતાં વધુ ઊંડાં અને વ્યાપક છે. ખટપટ, લુચ્ચાઈ, લાંચ-રુશવત શહેરના કરતાં વધુ અને ચારિત્ર્યની દષ્ટિએ તો ગામડાંઓ શહેર કરતાં ઘણાં જ ખરાબ. લીંબડી-ભાલનાં દસ ગામોના ઊંડા અનુભવને પરિણામે મેં આ જોયું છે. આપણી સામે ઊભેલું કામ કેટલું મોટું છે, એની કલ્પના કરતાં કોઈક વાર ખૂબ energetic (સ્ફૂર્તિમાન) થઈ કામ કરવા મંડી પડવાની લાગણી થઈ આવે છે, તો કોઈક વાર નિરાશ હતાશ થઈ જવાય છે."

આ જ ગાળામાં રજબ થોડા દિવસ તરવડા પણ રહી આવ્યા હતા. તરવડા અમરેલી પાસેનું એક ગામ. 1934માં જેલમાંથી છૂટ્યા પછી ત્યાં રતુભાઈ અદાણી અને બીજા સાથીઓ 'ટૉલ્સ્ટૉય ફાર્મ' પર ખેતીવાડીનું મહેનતમજૂરીનું જીવન જીવતા હતા. મહેનતમજૂરીની એમની વ્યાખ્યા ખેડૂતના જીવન સાથે તદ્રૂપતામાં પૂરી થતી નહોતી. હલકામાં હલકું ગણાતું ચમારકામ, તે પણ તેઓ કરતા.

*

વિનોબાજી પહેલા ને જવાહરલાલ બીજા, એમ વ્યક્તિગત સત્યાગ્રહનો દોર દેશમાં શરૂ થઈ ગયો અને 1940માં વસંતરાવ જેલભેગા થઈ ગયા. એ હજુ જેલમાં હતા ને અમદાવાદમાં 1941ના માર્ચમાં કોમી હુલ્લડ ફાટી નીકળ્યું. વ્યાયામશાળા ને સેવાદળનો જીવ, અને રાષ્ટ્રીય સંસ્કાર. વસંતરાવ આવે વખતે ઝાલ્યા રહે? પણ નિરુપાય હતા, કેમ કે જેલમાં હતા. એ હુલ્લડમાં રવિશંકર મહારાજ ને મૃદુલા સારાભાઈ અભયપૂર્વક ફરતાં હતાં ને શાંતિસ્થાપન માટે મથતાં હતાં. ઇન્દુમતી શેઠે ત્યારે દાખવેલ બહાદુરીનું ચિત્ર તો મેઘાણીની કલમે અંકિત થઈ ગુજરાતના સાર્વજનિક જીવનની અક્ષરસંપદાશું બની રહ્યું છે. જુમ્મા મસ્જિદ પાસે તંગદિલી છે તે જાણી ત્યાં જવા નીકળી પડેલાં ઇન્દુબહેન ત્રણ દરવાજે ગાડી મૂકી ઉશ્કેરાયેલાં ટોળાં વચ્ચે પગપાળાં ધસી ગયાં હતાં. ટોળામાંના એક પઠાણે એમને ઓળખ્યાં અને સાથીઓ સાથે મળીને, પાસેની દુકાનના ઓટલેથી લોકોને સંબોધવા સમજાવ્યાં હતાં.

હુલ્લડ પછી ત્રણ-ચાર મહિને જેલમાંથી છૂટીને આવ્યા ત્યારે સાથીઓ સાથેની વાતમાં આ બાબતે વસંતરાવ વિગતે ઊઘડ્યા હતા૦: "આટલા મોટા અમદાવાદમાંથી શું બસો-ચારસો નીડર માણસો ન નીકળ્યા? આખું શહેર ગુંડાઓને સ્વાધીન કરી દીધું! હુલ્લડ અગાઉ જુમ્મા મસ્જિદ પર જવા ફક્ત ઇન્દુબહેન જ બહાર પડ્યાં! ક્યાં ગયા હતા મહાસભાના ધારાસભ્યો? શહેર સમિતિના હોદ્દેદારોને તેમનું કર્તવ્ય ન સમજાયું? અખાડામાં આવનારાઓમાંથી પણ કોઈ આ ગુંડાઓની સામે ન થયું!"

અને ક્યાં હતા રજબઅલી એ દિવસોમાં? બી૦એ૦ની પરીક્ષામાં બેસવાનું હવે દિલ રહ્યું નહોતું. પછી વ્યક્તિગત સત્યાગ્રહની લડત આવી અને એમાં જોડાયા.

1941માં પકડાઈને સાબરમતી જેલમાં. ત્યાંથી બદલી થઈને યરવડા. જેલની અવ્યવસ્થા અને ત્રાસ સામે લડવામાં પણ મોખરે. જેલ-સુધારનું આ આંદોલન જ્યારે યરવડાના અધિકારીઓને વસમું થઈ પડ્યું ત્યારે રજબઅલી વગેરેને 'આ પાંચ જણા ખાસ તોફાની અને ભયંકર છે, માટે એમને સૌથી અલગ રાખજો' એવા શેરા સાથે ધૂળિયા જેલમાં મોકલી આપ્યા. રજબઅલી 1942ના ઑગસ્ટમાં પકડાઈ વરસેકમાં છૂટ્યા. પાછા પકડાઈ વળી નવ માસની સજા પામ્યા.

આ જેલવાસોમાં અને વળી બહાર આવીને રજબનું લેખનવાચન સતત ચાલુ હતું. વસંત દાદા સાથે મળી રજબે અમદાવાદમાં રહી સેવાદળનાં ને એવાં બીજાં સ્વરાજકામોમાં ભાગ લેવાનું શરૂ કર્યું. એ 1946નું વરસ હતું. આ દિવસોમાં એમનું ને વસંતરાવનું, બેઉ કર્મબાંધવોનું, હૃદયબંધન ગાઢ થતું આવતું હતું.

1941માં પહેલું કોમી હુલ્લડ ઘર ભાળી ગયું હતું. 1946ના જુલાઈની પહેલીએ રથયાત્રા દરમિયાન ભારેલા અગ્નિમાં ભડકો થયો. કોમી ગાંડપણ સવાર થઈ ગયું ને શહેરમાં ટોળાંના ખૂની હુમલા તેમજ આગ ને લૂંટફાટનો સિલસિલો શરૂ થઈ ગયો. રજબઅલીના ઘડતરકાળના મિત્ર, ભાવનગરના હૉસ્ટેલ-સાથી ભાનુભાઈ શુકલે તે દિવસે શું જોયેલું તે એમના જ શબ્દોમાં ઉતારીએ:

"ચારે બાજુ લૂંટ, આગ અને ખૂન ચાલુ હતાં, તે સમયે ખાડિયા ચાર રસ્તા પર હું પણ રખડતો હતો, ત્યાં રજબઅલી અને વસંતરાવ દાદા મળ્યા. બાલાહનુમાન પાસે એક વૉશિંગ કંપની લૂંટાતી હતી. રજબઅલી અને દાદા તુરત ત્યાં દોડ્યા. લોકોને તેમ નહીં કરવા અને બીજી કોમને નહીં ઉશ્કેરવા સમજાવ્યું. ઉશ્કેરાયેલા માણસોએ કહ્યું કે, બીજે શું થાય છે તે જોઈ આવો – અહીંયાં કોઈ મુસલમાન આવે તો જીવતો જવા ન દઈએ! રજબઅલીએ આગળ આવીને કહ્યું: હું મુસલમાન છું. મને મારો. અને ટોળું શરમિંદું બન્યું."

સાંજે કાર્યકરો ને સ્વયંસેવકો કૉંગ્રેસ હાઉસમાં મળ્યા હશે ત્યાં, જમાલપુરમાં ખાંડની શેરી પાસે ડુગલપુરામાં દુધાભાઈના ને બીજાં હરિજનોનાં પાકાં મકાનો સળગાવવાની અને ખૂની હુમલાની કોશિશના ખબર આવ્યા. વસંતરાવ ને રજબઅલી તરત ત્યાં પહોંચવા તૈયાર થયા. ગુલામરસૂલ કુરેશીએ અને બીજાઓએ એમને વાર્યા. વાહન અને કુમકની જોગવાઈ થાય એટલે જવા કહ્યું. પણ રીડ પડ્યે છૂપે તે રજપૂત શાનો: વસંત-રજબને જાણે નજર સામે બળતા મહોલ્લા, ખેંચાતાં ખંજરો ને રહેંસાતા લોકો દેખાતાં હતાં, પીડિત માનવતાનું ક્રંદન સંભળાતું હતું. એમણે કહ્યું, અમે ચાલ્યા; બીજા ભલે બધું ગોઠવાયે આવે. બંને ચાલ્યા ને સાથે સેવાદળના બીજા બે સૈનિકો, પોપટલાલ સોની ને દ્વારકાદાસ પટેલ પણ જોડાયા. જમાલપુર કાછિયા શેરી આગળ વીફરેલું હિંસક ટોળું સામે મળ્યું. પછી શું બન્યું તે આ ચાર પૈકી ખુદ દ્વારકાદાસ પટેલના શબ્દોમાં સાંભળીએ:

"સામેથી સો-દોઢસો માણસોનું ઉશ્કેરાયેલું ટોળું અમારી તરફ દોડતું આવી રહ્યું હતું. તેમના હાથમાં ધારિયાં, છરા, ચપ્પુ, પાઇપો વગેરે જેવાં ઘાતક હથિયારો હતાં. અમે હાથ ઊંચા કરી મોટા અવાજે કોઈ હથિયાર અમારી પાસે ન હોવાની ખાતરી આપી, તેમને શાંત પાડવા સમજાવવા માંડ્યા. ટોળું વીસ-પચીસ ડગલાં દૂર ઊભું રહી ગયું. કેટલાકે તો 'વારુ જાઓ' કહી અમને આગળ જવાની છૂટ પણ આપી. અમે ચારે જણા તેમને મોટે સાદે સમજાવવાનો અને શાંત પાડવાનો પ્રયત્ન કરતા આગળ વધ્યા. પરંતુ થોડા કટ્ટર ઝનૂનીઓ ગરજી ઊઠ્યા, 'નહીં જવા દઈએ. તમને પણ ખતમ કરીશું.' એટલે વસંતરાવે જણાવ્યું, 'અમે શાંતિ માટે આવ્યા છીએ. અમને મારવાથી તમારી આગ બૂઝતી હોય તો અમે મરવા પણ તૈયાર છીએ. તેમ કરો. અમે સામે બચાવનો કોઈ પ્રયત્ન નહીં કરીએ.' આટલું કહી વસંતરાવ અને રજબઅલી વચ્ચે રસ્તા પર સૂઈ ગયા. હું અને પોપટલાલ તેમનાથી થોડે દૂર સમજાવવાનો પ્રયત્ન કરતા હતા. વસંતરાવ અને રજબઅલીને સૂઈ જતા જોઈને પોપટલાલ પણ દોડીને તેમની પાસે લાઇનમાં સૂઈ ગયા. એ જ વખતે મારા પર પાછળથી કોઈકે હુમલો કર્યો. પણ તે સાથે મારી નજર પાછળ પડી. મારા સાથીદારો ખુલ્લી જગ્યામાં લાઈનમાં સૂતા હતા. તેમનાં શરીરોમાંથી લોહીના ફુવારા ઊડતા હતા. તે જોઈ હું પણ દોડીને તેમની સાથે લાઇનમાં પડખાભેર સૂઈ ગયો. અમે બલિદાનની એવી ઊંચી ભાવના અનુભવતા હતા કે અમારા ઉપર થતા હુમલાઓથી બચવાનો વિચાર સુધ્ધાં અમને આવ્યો ન હતો. અમે ચારે જણા શાંતિપૂર્વક શહીદીની વાટ જોતા પડ્યા હતા. અમે સૌ બેભાન બન્યા. પછી સાંભળવા પ્રમાણે એટલામાં વરસાદ પડ્યો. હિંસક ટોળું અમને મરણ પામેલા સમજીને ત્યાંથી ચાલ્યું ગયું હતું. અડધાએક કલાક પછી પોલીસવાન ત્યાં આવી. તેમની સાથે એક ટ્રક પણ હતી. તેમાં આજુબાજુના વિસ્તારોમાંથી મળેલા મૃતદેહો હતા. અમારાં શરીરોને પણ મૃતદેહો સમજીને ટ્રકમાં ચઢાવી દઈ હૉસ્પિટલ ભેગાં કરી દેવામાં આવ્યાં..."

આગળ ચાલતાં દ્વારકાદાસ ઉમેરે છે, "અમારા ચારમાંથી બે મિત્રો શહીદ બની ગયા." વળી નિસાસો નાંખે છે, "કમનસીબે અમારે શહીદીથી વેંતનું છેટું પડી ગયું."

અને પછી હેમલતા હેગિષ્ટેએ વસંતદાદાને હૉસ્પિટલમાં જોયા ત્યારે "મુખ પર નહોતી કોઈ વેદનાની અસર, કે કોઈ વિકાર. આંખો ખુલ્લી હતી અને મોં હસતું. તપાસ કરતાં રજબઅલીનો પણ મૃતદેહ દેખાયો. એમની આંખો ઉઘાડી હતી, ચશ્માં નહોતાં. મોઢું પણ ઉઘાડું હતું અને જાણે હસી રહ્યું હતું. મુખ પર નહોતી કોઈ વેદના કે વિકાર."

વળતે દહાડે અંતિમયાત્રાની ઘડીએ હેમલતાબહેન (અને બીજા પણ અનેક) નું અંતઃકરણ વધુ તો ત્યારે વલોવાયું જ્યારે કૉંગ્રેસ હાઉસથી બંનેના મૃતદેહને છૂટા

પાડવામાં આવ્યા. જેમને મૃત્યુ સુધી કોઈ છૂટા પાડી ન શક્યું એમના મૃતદેહો છેવટ વિખૂટા કરવા પડે એ અસહ્ય હતું. પણ એ વખતે તો મગજ કોઈ વિચાર કરવાની સ્થિતિમાં નહોતું.

રજબઅલી તો અમદાવાદને અજાણ્યા જેવા. જનાજો જેમતેમ નીકળ્યો. કારવાં બનતો ગયો. ગોમતીપુરના ચાર તોડા કબ્રસ્તાને લઈ ગયા ત્યારે મૈયત પાસે ઊભા રહી લોકોને ઉદ્દેશીને રજબઅલીનાં દર્શન કરવા માટે કહી રહેલા મૌલવીના શબ્દો હવામાં ગુંજતા હતાઃ "યહ શહીદ કા જનાજા હૈ, ભાઈ! ઐસી કિસ્મત હર કિસીકો નહીં મિલતી."

જેમને હાથે, પછીથી વસંત-રજબ સ્મારક ગ્રંથનું કામ રૂડી પેરે પાર પડવાનું હતું તે મેઘાણીએ એક મિત્ર જોગ પત્રમાં ત્યારે લખેલું કે, "બધાં ભલે 'બલિદાન' 'બલિદાન' કૂટે, હું તો એ બાપડાં મેંઢાં કતલખાને રેંસાયાં એવું સમજું છું."

મેઘાણીની પ્રતિક્રિયા વળતે મહિને 'ઊર્મિ અને નવરચના'ની એમની નોંધમાં વધુ સ્પષ્ટ થઈ હતીઃ "મહાત્મા ગાંધીજી આવાં હુલ્લડોને વિલક્ષણ દૃષ્ટિએ નિહાળે છે; જે પ્રતિકાર સૂચવે છે તે એમણે કોઈ પણ ઠેકાણે કે અવસરે અજમાવી જોયો નથી. એકાદ ગણેશશંકર વિદ્યાર્થીનું નામ તો સોગંદ ખાવા માટે જ ઠીક કહેવાય. મહાત્માજીનું પ્રયાણ પૂનાથી પંચગનીને બદલે જો અમદાવાદ તરફ થયું હોત ને પાંચસો મરજીવાની મોખરે એમનો પ્રવેશ જો જમાલપુરમાં થયો હોત તો જગતને કંઈક જાણવા-ગ્રહવાજોગું જરૂર મળ્યું હોત."

સદા સજગ અને વળી મેઘાણીએ પોતે જેને 'સાગર પી જનારા' કહ્યા હતા તે ગાંધીજી આવે વખતે અંદરબહાર કઈ રીતે જોતા હશે તે 'હરિજનબંધુ'માંની એમની આ ટિપ્પણીથી સમજવા મળે છેઃ "આવી પરિસ્થિતિમાં મને કંઈક કરી બતાવવાનું કહેવામાં આવ્યું છે એ યોગ્ય છે. કોઈ સાથે આવે કે ન આવે તેની મારે પરવા રાખવાની ન હોય. હું ઘરમાં બેસીને બીજાઓને મરવા મોકલું એ મારે માટે શરમની વાત કહેવાય ને એ અહિંસાના દાખલારૂપ ન થાય." અને પછી લગભગ આર્ષ શબ્દોમાં કહે છેઃ "ગમે તે હો, ઈશ્વરની કૃપા હશે તો તે મને એવો મોકો હજી આપશે, મને તાવીને શુદ્ધ કરશે અને અહિંસાનો રસ્તો સાફ કરશે. આનો અર્થ કોઈ એવો ન સમજે કે મારા આવા બલિદાનથી હિંસા સાવ નાબૂદ થઈ જશે. એવી ઘોર હિંસા ચાલી રહી છે કે તેમાંથી અહિંસા પ્રગટ થાય તેને માટે મારા જેવાં અનેક બલિદાનોની જરૂર પડશે."

એક નાગરિકને નાતે, પ્રજાને પક્ષે, સમાજછેડે કેટલું બધું કરવાપણું હતું અને છે એનો અંદાજે હિસાબ મેઘાણીએ જ્યારે વસંત-રજબ સ્મારક ગ્રંથનું સંપાદન માથે લીધું ત્યારે એમને મળેલા આ નનામા પત્ર પરથી મળી રહેશેઃ "તમે વસંત-રજબ

સ્મારક ગ્રંથનું સંપાદન કરવાનું સ્વીકાર્યું તે જાણી મને ખેદ થયો. વસંત હેગિષ્ટેને તો સજા કરવી જોઈએ. હિંદુ લોહી તેની નસેનસમાં વહેતું હોવા છતાં તેણે એક મુસલમાન ડ્રાઇવર કે જેને લોકોનું ટોળું મારી નાખવા ઇચ્છતું હતું તેને બચાવ્યો માટે તેનો હિંદુ ધર્મ તરફનો અપરાધ અક્ષમ્ય ગણાય. શું તે નિર્દોષ હિંદુઓ કે જેની નીચ મુસલમાનો કતલ કરી નાખતા હતા તેને બચાવી શક્યો હતો? વળી રજબઅલી મૂઓ એ તો હિંદુઓને મન હર્ષની વાત કહેવાય. તેનું વળી સ્મારક શેનું હોય? માટે હું તને અપીલ કરું છું કે તું સંપાદન કરવાનું છોડી દઈ ખરો હિંદુ બની જા."

કેટલા સાચા હતા ગાંધીજી કે, હજુ અનેક બલિદાનોની જરૂર પડશે!

વસંત-રજબ સરખાના જીવનની સાર્થકતા એમના જીવનની અંતિમ ક્ષણોમાં જ માત્ર નથી. તેઓ જે હેતુસર મર્યા તે જ હેતુસર જીવનની ક્ષણેક્ષણ જીવવા મથ્યા. અને આ જીવવું તે કેવું જીવવું? સમાજના સર્વાંગી નવજીવનને સમર્પિતપણે. સંઘર્ષ, સ્વાધ્યાય અને સર્જનની સરગમની રીતે.

પ્રકાશ ન૰ શાહ

['વસંત-રજબ' પુસ્તિકા : 2006]

❀

હિના

પે'લવે'લી તને જોઈ મેં જ્યારે
આંખડી આંખમાં પ્રોઈને ત્યારે,
અલકલટેથી ખાઈ હિંડોળો
નેન જડ્યાં પગને પગથારે!

એમ તો તારાં નેણ બિલોરી
વેણથી યે વધુ બોલકાં, ગોરી!
લોપતી તારા લાખ મલાજા
કંચવાની ઓલી રેશમી દોરી!

સુન્દરી! તારી દેહની દેરીએ
રોમરોમે જલે રૂપના દીવા;
તો ય ઢળ્યાં જઈ લોચન પાનીએ
રૂપશમાની રોશની પીવા!

એવી દીઠી તારી પાનીએ હિના:
એ જ કાશી, મારું એ જ મદીના!

બાલમુકુન્દ દવે

❀

ગુજરાતી વિશ્વકોશ

માણસ વિચાર કરતો થયો ત્યારથી તેને પોતાના અસ્તિત્વ વિશે, આસપાસની સૃષ્ટિ વિશે અને તેના સર્જક વિશે કુતૂહલ થયું હશે. ધર્મ-તત્ત્વજ્ઞાન અને વિજ્ઞાનની શાખા-પ્રશાખાઓનું જ્ઞાન તેના ચિત્તમાં સંચિત થવા લાગ્યું હશે. લિપિની શોધ થઈ ત્યાં સુધી મનુષ્યસમાજે શ્રુતિ અને સ્મૃતિની સહાયથી પોતાનાં જ્ઞાન-અનુભવનો વારસો પેઢી-દર-પેઢી જાળવવાની વ્યવસ્થા કરેલી; એ રીતે ભારતમાં વેદ-વેદાંગ-ઉપનિષદનાં જ્ઞાનવચનો-સૂત્રો મુખપાઠરૂપે હજારો વર્ષ સુધી સચવાઈ રહ્યાં હતાં. પશ્ચિમમાં ઈ. પૂ. ચોથી સદીમાં ગ્રીક ફિલસૂફ ઍરિસ્ટોટલે પોતાના શિષ્યો માટે પોતાના જમાનાનાં જ્ઞાન અને ચિંતનનો સંચય કરી રાખેલો તે પ્રાચીન ગ્રીસનો પ્રથમ જ્ઞાનકોશ ગણાય છે.

જ્ઞાનવિજ્ઞાનની વિવિધ શાખાઓની સંપત્તિ કોઈ એક જ સાધનમાં એકત્રિત સ્વરૂપે ઉપલભ્ય હોય તો તે વિશ્વકોશમાં છે. 'વિશ્વકોશ' શબ્દ અંગ્રેજી શબ્દ 'encyclopaedia'નો ભારતીય પર્યાય છે. માણેકજી એદલજી વાછા અને અરદેશર ફરામજી સોલને આપેલ પહેલા ગુજરાતી જ્ઞાનકોશમાં તેમણે 'એન્સાઇક્લોપીડિયા' માટે 'સર્વવિદ્યામાલા' શબ્દ પ્રયોજ્યો છે (1891). પરંતુ ગુજરાતનો પ્રથમ સંપૂર્ણ જ્ઞાનકોશ આપનાર રતનજી ફરામજી શેઠનાએ પ્રયોજેલો પર્યાય 'જ્ઞાનચક્ર' મૂળ અંગ્રેજી શબ્દની વધુ નિકટ સમજાય છે. આમ છતાં 'વિશ્વકોશ' શબ્દ આધુનિક સમયમાં હિન્દી, મરાઠી, બંગાળી વગેરે ભારતીય ભાષાઓમાં સુપ્રચલિત થયો હોવાથી 'એન્સાઇક્લોપીડિયા'ના ભારતીય પર્યાય તરીકે 'વિશ્વકોશ' શબ્દનો સ્વીકાર થયો છે.

વિશ્વકોશ એટલે વિશ્વવિદ્યાનો કોશ. સચરાચર સૃષ્ટિની સર્વાંગીણ માહિતીનો ભંડાર. તેમાં જ્ઞાન-વિજ્ઞાનની વિવિધ શાખાઓને લગતા વિષયોની માહિતી સંક્ષેપમાં અધિકૃત સ્વરૂપમાં મુકાય છે. તેના લેખકનું લક્ષ્ય શાસ્ત્રપૂત માહિતીને શક્ય તેટલા સંક્ષિપ્ત અને સઘન સ્વરૂપમાં, તાર્કિક ક્રમે, તટસ્થપણે રજૂ કરવાનું હોય છે. વિષયના પ્રત્યેક પાસાનું સ્વચ્છ, સુદૃઢ અને યથાર્થ પ્રતિબિંબ પાડવા વિશ્વકોશનો અધિકરણલેખક મથે છે.

જ્ઞાનકોશ તરીકે લોકોમાં પ્રચલિત બનનાર પ્રથમ ગ્રંથશ્રેણી તે પ્લીની ધી એલ્ડર (ઈ. 23–79)નો 'હિસ્ટોરિયા નેચરલિસ' છે, જેમાં સેંકડો લખાણોમાંથી હજારો હકીકતો અને દૃષ્ટાંતો એકત્રિત કરીને મૂકેલાં છે. આ ગ્રંથશ્રેણી ઘણી લોકપ્રિય નીવડી હતી. મધ્યયુગમાં તેની અનેક આવૃત્તિઓ થઈ હતી. 1500 વર્ષ સુધી આ કોશમાંથી પછીના કોશોને સામગ્રી મળ્યા કરી હતી.

જૂના અંગ્રેજી જ્ઞાનકોશોમાં પ્રથમ ઉલ્લેખપાત્ર છે જૉન હૅરિસનો 'ઍન યુનિવર્સલ ઇંગ્લિશ ડિક્શનેરી ઑવ્ આર્ટ્સ ઍન્ડ સાયન્સીઝ' (1704). તેમાં

ગણિતશાસ્ત્ર અને ભૌતિકશાસ્ત્રનું પ્રાધાન્ય હતું. ધર્મવિદ્યા, કવિતા કે ચરિત્રને તેમાં સ્થાન નહોતું.

ઇંગ્લૅન્ડમાં આ પ્રવૃત્તિના વિકાસનો સીમાસ્તંભ ગણાય તેવો કોશ તે 'ચૅમ્બર્સ સાઇક્લોપીડિયા' (1728) છે. અબ્રહામ રીસે સંપાદિત કરેલા આ કોશના નવીન સંસ્કરણની અનેક આવૃત્તિઓ થયેલી. 1820માં તેની 45 ગ્રંથોની શ્રેણી પૂરી થઈ હતી.

બ્રોકહાઉસનો જર્મન વિશ્વકોશ 'કોન્વરસેશન્સ લેક્સિકોન' (1796–1811) અહીં ખાસ ઉલ્લેખપાત્ર છે. તેના નમૂના પરથી યુરોપના બીજા દેશોના વિશ્વકોશો તૈયાર થયેલા. વિવિધ વિષયોની અદ્યતન અને અધિકૃત માહિતી પીરસતા, સંક્ષિપ્ત અને સુગ્રથિત લેખોને કારણે આ વિશ્વકોશની પ્રતિષ્ઠા બંધાઈ હતી.

રાજકીય કારણસર બૉસ્ટનમાં દેશવટો ભોગવતા ફ્રાન્સિસ લાઇબર નામના એક જર્મને 'એન્સાઇક્લોપીડિયા અમેરિકાના'નું સર્વપ્રથમ પ્રકાશન કરેલું (1829). તેણે બ્રોકહાઉસના જર્મન કોશનું ભાષાંતર કર્યું હતું. 1833માં તેના 13 ગ્રંથ પૂરા થયા હતા. પછીનાં પચીસ વર્ષોમાં તેની અનેક આવૃત્તિઓ થયેલી. પછી રિચાર્ડ એસ૦ પીલ નામના પ્રકાશકે 'સાયન્ટિફિક અમેરિકન' માસિકના સહયોગમાં 'એન્સાઇક્લોપીડિયા અમેરિકાના' પ્રગટ કરેલો. 1918–20 દરમિયાન તેની નવી જ 30 ગ્રંથોની શ્રેણી પ્રગટ થયેલી. આ કોશની વિશિષ્ટતા એ હતી કે દરેક સદીનો ઇતિહાસ તથા સાહિત્ય અને સંગીતની મહત્ત્વની રચનાઓનાં સાર ને વિવેચન તેમાં આપેલાં. સંપાદકો, સલાહકારો અને લેખકોના મોટા કાફલાની સહાયથી 'એન્સાઇક્લોપીડિયા અમેરિકાના'ના નવનિર્માણનું કામ અદ્યાપિ પર્યંત ચાલુ છે.

'ફ્રેન્ચ આન્સિક્લોપેદિ'એ ફ્રાન્સમાં નવા યુગનું પ્રવર્તન કર્યું હતું. જૉન મિલ્સ અને ગૉટફ્રીડ સેલીએ 'ચૅમ્બર્સ સાઇક્લોપીડિયા'ને ફ્રેન્ચ ભાષામાં ઉતાર્યો હતો, તેને 1751-1791 દરમિયાન દેનિસ દિદેરો તથા ઝ્યાં દ આલ્બર્તે વિસ્તૃત બનાવ્યો. આપખુદ શાસન, સામન્તશાહી તંત્ર અને મધ્યયુગીન સમાજની રૂઢિપરસ્તીને ફ્રેન્ચ ક્રાન્તિએ મરણતોલ પ્રહાર કરીને એક નવા યુગનું મંડાણ કર્યું હતું. તેમાં ફ્રેન્ચ વિશ્વકોશે અગત્યનો ભાગ ભજવ્યો હતો. અગાઉના વિશ્વકોશો મુખ્યત્વે વ્યક્તિવિશેષના પ્રયત્નોનું પરિણામ હતા. ફ્રેન્ચ વિશ્વકોશમાં સૌપ્રથમ વિવિધ લેખકોનો પુરુષાર્થ સંઘબદ્ધ થઈને એકસૂત્રમાં પરોવાયો. અહીંથી વિશ્વકોશ એક વ્યક્તિનું સાહસ મટીને વિચારકો અને વાચસ્પતિઓનું સંયુક્ત સાહસ બની રહે છે. પરંતુ રાજકીય અને સામાજિક વિષયો પર આ કોશકારોનું ધ્યાન કેન્દ્રિત હોવાથી બીજા વિષયોની ઉપેક્ષા થવા પામી હતી એ તેની મોટી મર્યાદા હતી.

વિશ્વકોશની વિભાવના મહોરીને પૂર્ણપણે મૂર્તરૂપ પામી 'એન્સાઇક્લોપીડિયા બ્રિટાનિકા'માં. અર્વાચીન યુગમાં જ્ઞાનકોશની એક અનિવાર્ય જ્ઞાનસાધન તરીકે પ્રતિષ્ઠા

થઈ તે 'એન્સાઇક્લોપીડિયા બ્રિટાનિકા'ના પ્રસારને પ્રતાપે. 1768માં તેની પ્રથમ આવૃત્તિ પ્રગટ થઈ અને 1975માં પંદરમી પ્રકાશિત થઈ તે બસો વર્ષના ગાળામાં અદ્યતન વૈજ્ઞાનિક યુગની માગને પહોંચી વળે તેવું તેનું સઘન અને વ્યાપક સ્વરૂપ બંધાયું છે. દુનિયાભરમાંથી વિવિધ વિષયોના નિષ્ણાતોને તેમાં લખવાનું નિમંત્રણ મોકલાય છે.

ચીન, જાપાન, સ્પેન, પોર્ટુગલ અને ઇટાલીએ 'એન્સાઇક્લોપીડિયા બ્રિટાનિકા'ના સહકારથી પોતપોતાની ભાષામાં વિવિધ કદના વિશ્વકોશો વીસમી સદી દરમિયાન પ્રગટ કરેલા છે. અમેરિકાનો 'રેન્ડમ હાઉસ એન્સાઇક્લોપીડિયા' પણ અનેક ભાષાઓમાં ઊતર્યો છે. સ્વીડન, નૉર્વે, ચેકૉસ્લૉવેકિયા, પોલૅન્ડ, ફિનલૅન્ડ, રૂમાનિયા, યુગોસ્લૅવિયા, બલ્ગેરિયા, લિથુઆનિયા વગેરે યુરોપીય દેશોમાં અદ્યતન માહિતી પીરસતા સુંદર જ્ઞાનકોશો તૈયાર કરાયેલા છે.

*

ભારતમાં શબ્દકોશની રચનાની પ્રવૃત્તિના જેટલી વિશ્વકોશની પ્રવૃત્તિ જૂની નથી. ઓગણીસમી સદીથી કેટલીક ભારતીય ભાષાઓમાં તે માટે છૂટાછવાયા અને અધૂરા પ્રયત્નો થવા લાગ્યા. નગેન્દ્રનાથ બસુનો બંગાળી વિશ્વકોશ ભારતીય વિશ્વકોશોમાં સીમાસ્તંભરૂપ છે. 1886માં પહેલા ખંડનું આયોજન રંગલાલ મુખોપાધ્યાય અને ત્રૈલોક્યનાથ મુખોપાધ્યાય નામના બે ભાઈઓએ કરેલું. પછી નગેન્દ્રનાથે અનેક વિદ્વાનોના સહકારથી તેના 22 ખંડો સંપાદિત કર્યા હતા. તેનું પ્રકાશન 1911માં પૂરું થયું. બસુના 'બાંગ્લા વિશ્વકોશે' દેશના બૌદ્ધિકોનું ધ્યાન ખેંચ્યું. ગાંધીજીએ 'યંગ ઇન્ડિયા'માં તેની પ્રશંસાત્મક નોંધ લીધી હતી.

1925થી 1932ની વચ્ચે બસુએ 'હિન્દી વિશ્વકોશ'ના 25 ભાગો તૈયાર કર્યા હતા. તેનો આધાર 'બાંગ્લાકોશ' હતો. તેમણે હિન્દી ભાષાના વિદ્વાનોનો પણ સહકાર લીધેલો. 1986માં આ ગ્રંથનું નવું સંસ્કરણ 25 ખંડોમાં પ્રગટ કરવામાં આવેલું. તેમાં મૂળ સામગ્રીને અદ્યતન ઓપ આપીને નવી સામગ્રી ઉમેરેલી પણ ખરી. 1954માં નાગરી પ્રચારિણી સભાએ 1,000 પૃષ્ઠનો એક એવા વિશ્વકોશના 30 ગ્રંથોનું આયોજન કરેલું. તેના ત્રણ ગ્રંથો 1970માં પ્રગટ થયેલા. તેની પણ સંશોધિત આવૃત્તિ પ્રગટ થયેલી છે.

સુપ્રસિદ્ધ મહારાષ્ટ્રીય વિદ્વાન ડૉ૰ શ્રીધર વ્યંકટેશ કેતકરે 'મહારાષ્ટ્રીય જ્ઞાનકોશ' મરાઠી ભાષામાં 23 ભાગમાં પ્રસિદ્ધ કર્યો હતો (1921-1929). તે તેમણે એકલે હાથે તૈયાર કરેલો હતો. તેમની ખ્વાએશ ભારતની બધી ભાષાઓમાં સમાન પરિભાષા ધરાવતા જ્ઞાનકોશ તૈયાર કરવા-કરાવવાની હતી. તે મુજબ 'ગુજરાતી જ્ઞાનકોશ'નો પ્રથમ ભાગ 1929માં વિદ્યાબહેન નીલકંઠની પ્રસ્તાવના સહિત પ્રગટ કર્યો હતો. તેમાં વિવિધ વિષયોના ગુજરાતી નિષ્ણાતોનો સહકાર લીધો હતો. પણ કેતકરના અવસાનને કારણે એનું કામ બે ગ્રંથથી આગળ ચાલ્યું નહિ.

વિવિધ વિષયોની માહિતીનો અકારાદિક્રમે ગોઠવાયેલાં શીર્ષકો ધરાવતો, પાશ્ચાત્ય વિભાવનાનો સર્વસંગ્રાહક વિશ્વકોશ હજુ મળવાનો બાકી હતો. બીજી અનેક બાબતોની માફક આ બાબતમાં પણ ગુજરાતમાં તેની પહેલ પારસીઓએ કરી હતી. વિશ્વકોશ રચવાનો પ્રથમ પ્રયત્ન વાછા અને સોલને 1891માં 'સર્વવિદ્યામાલા' શીર્ષકથી કરેલો. ચાર ભાગમાં કોશ રચવાનો તેમનો પ્રકલ્પ હતો, પણ એક ભાગથી આગળ તે વધી શક્યા નહોતા.

ગુજરાતી ભાષામાં પ્રથમ સંપૂર્ણ વિશ્વકોશ આપનાર રતનજી ફરામજી શેઠના છે. તેમણે 1899થી 1910 દરમિયાન નવ ભાગમાં વિસ્તરેલું 'જ્ઞાનચક્ર' આપેલું છે. મુંબઈની જ્ઞાનપ્રસારક (ગનેઆન પરસારક) મંડળીના સેક્રેટરી પર અરદેશર સોરાબજી દસ્તૂર કામદીન નામના ગૃહસ્થે પત્ર લખીને અંગ્રેજી 'એન્સાઇક્લોપીડિયા બ્રિટાનિકા'ને આધારે વર્ણાનુક્રમે શબ્દો ગોઠવીને મુખ્યત્વે ધર્મ, ઇતિહાસ તથા દેશી હુન્નરકળાના વિષયોનું અને પછી તે સિવાયના વિષયોનું પણ જ્ઞાન આપે તેવો 'રેસાલો' (હસ્તપ્રત) તૈયાર કરનારને રૂપિયા ચારસોનું ઇનામ આપવાની તત્પરતા દર્શાવી હતી. તેના જવાબમાં ચાર લખાણો આવેલાં. તે પૈકી રતનજી ફરામજી શેઠનાનો 'રેસાલો' પરીક્ષક સમિતિને શ્રેષ્ઠ લાગતાં તેને છાપવા માટે પસંદ કરવામાં આવ્યો. તેને પરિણામે 'અ-આ'થી શરૂ થતાં અધિકરણો ધરાવતો પ્રથમ ગ્રંથ 1899માં પ્રગટ થયો. તે રીતે દર વર્ષે 400 રૂપિયાના ઇનામની જાહેરાત કરીને રતનજી શેઠનાના 'જ્ઞાનચક્ર'ના નવ ગ્રંથો 1910 સુધીમાં પ્રસિદ્ધ થયા. આમ, 'જ્ઞાનચક્ર' ગુજરાતી ભાષાનો પહેલો વ્યવસ્થિત જ્ઞાનકોશ છે.

જ્ઞાન-વિજ્ઞાનની તમામ શાખાઓની અદ્યતન તેમજ આધારભૂત માહિતી તત્કાળ પીરસે તેવા સર્વસંગ્રાહક વિશ્વકોશની ઊણપ હજુ ગુજરાતમાં ઊભી હતી. સામાન્ય જનની જ્ઞાનભૂખ વધતી જતી હતી. અગાઉની કોઈ પણ પેઢીને હતી તેના કરતાં આજની પેઢીને તેની કદાચ વિશેષ જરૂર જણાતી હતી. આ પરિસ્થિતિમાં ગુજરાત વિશ્વકોશ ટ્રસ્ટે ગુજરાતી ભાષામાં સર્વસંગ્રાહક વિશ્વકોશ તૈયાર કરવાનો સંકલ્પ કર્યો.

મહારાષ્ટ્ર રાજ્ય અસ્તિત્વમાં આવ્યું તે વખતે મુખ્ય પ્રધાન યશવંતરાય ચવ્હાણે ત્યાંની પ્રજાનાં સાહિત્ય-સંસ્કૃતિના વિકાસ માટે એક સ્વાયત્ત મંડળ સ્થાપ્યું હતું. મહારાષ્ટ્રનો ઇતિહાસ અને મરાઠી વિશ્વકોશ તૈયાર કરવાનું કામ તે મંડળને સોંપાયેલું. તદનુસાર વિદ્વાન તર્કતીર્થ લક્ષ્મણશાસ્ત્રી જોશીના મુખ્યસંપાદક પદે મરાઠી વિશ્વકોશ તૈયાર થઈ રહ્યો હતો. સરકારે તે માટે અધિકારી વિદ્વાનોની નિયુક્તિ ઉપરાંત વિશ્વકોશના મકાન અને અલાયદા મુદ્રણાલયની સગવડ કરી હતી. આજ (2006) સુધીમાં મરાઠી વિશ્વકોશના 16 ખંડ પ્રસિદ્ધ થયા છે.

મરાઠી વિશ્વકોશની પદ્ધતિનો અભ્યાસ કરીને અમે અમારી રીતે ગુજરાતી વિશ્વકોશ વીસ ભાગમાં તૈયાર કરવાની યોજના ઘડી કાઢી અને એ વખતને ધોરણે 75

લાખ રૂપિયા અંદાજિત ખર્ચની વિગતો યુનિવર્સિટી દ્વારા સરકાર સમક્ષ મૂકી. સરકારે પ્રથમ 50 લાખ રૂપિયા મંજૂર કર્યા. તે અંગેનો સરકારી ઠરાવ પણ યુનિવર્સિટીને મળી ગયો. પણ એ જ અરસામાં સરકાર બદલાઈ. બીજી સરકાર આવી. તેણે આગલી સરકારનો ઠરાવ રદ કરીને વિશ્વકોશની યોજના નામંજૂર કરી! યુનિવર્સિટીને વિશ્વકોશ વિભાગ બંધ કરવો પડ્યો.

✳

1985ના ઑગસ્ટમાં મારે વીસનગર જવાનું થયું. ત્યાં મારા જૂના મિત્ર, સ્વાતંત્ર્યસેનાની અને ઉત્તર ગુજરાતના અગ્રણી કાર્યકર સાંકળચંદ પટેલને મળવાનું થયું. વાતમાંથી વાત નીકળતાં મેં તેમને વિશ્વકોશનું કામ કેવી રીતે બંધ પડ્યું તેની વાત કરી. સાંકળચંદભાઈ સાત ચોપડી ભણેલા. તેમને વિશ્વકોશ એટલે શું તેની ખબર નહોતી. મેં તેમને ટૂંકમાં સમજાવ્યું: "દુનિયાભરનું જ્ઞાન ગુજરાતી ભાષામાં ઉતારી આપે તે વિશ્વકોશ." દરેક પ્રજાને માટે પોતાની ભાષામાં વિશ્વકોશ હોય તે જરૂરનું છે તે મેં તેમને સમજાવ્યું. આ જ્ઞાનસાધન લોકહિતાર્થે ઉપલબ્ધ કરવું જોઈએ તેની તેમને ખાતરી થતાં તેમણે મને આ કામ ઉપાડી લેવા સૂચવ્યું અને ખર્ચની જવાબદારી પોતે લીધી. ટ્રસ્ટ રચાયું.

સાંકળચંદ પટેલે આરંભમાં એવી સંગીન આર્થિક મદદ કરી કે વિશ્વકોશનું કામ તરત વેગ પકડી શક્યું. સાધન કે સગવડના અભાવે એ કામ અટકે કે બગડે નહિ અને ગુણવત્તામાં ઊતરતું ન થવા પામે એ માટે તેઓ ચેતવે. એક પૈસો પણ ખોટું ખર્ચ ન થાય અને જરૂર પડે તો લાખો રૂપિયા ખર્ચાય, એ તેમની નીતિ હતી.

1986ના નવેંબરમાં તેમણે આ દુનિયામાંથી વિદાય લીધી ત્યારે વિશ્વકોશનો ભૂમિકાખંડ તૈયાર થઈ રહ્યો હતો. સાંકળચંદભાઈએ તેર લાખ રૂપિયા જેટલી માતબર રકમ ત્યાં સુધીમાં આ સત્કાર્ય પાછળ ખર્ચી નાખી હતી.

સાંકળચંદભાઈની પ્રથમ પુણ્યતિથિને દિવસે (28 નવેમ્બર, 1987) વિશ્વકોશનો ભૂમિકાખંડ પ્રગટ થયો. વિશ્વકોશનો ત્રીજો ગ્રંથ ગુજરાતના તત્કાલીન મુખ્ય મંત્રી ચીમનભાઈ પટેલને હસ્તે વિમોચન પામ્યો. ચીમનભાઈએ પ્રકાશનખર્ચના પચાસ ટકા જેટલી ગ્રાન્ટની મંજૂરી પર અવસાનને આગલે અઠવાડિયે જ સહી કરી. માર્ચ 1997 સુધીમાં આઠ ગ્રંથ પ્રગટ થયા. એ જ વર્ષમાં શ્રી શંકરસિંહ વાઘેલા ગુજરાત રાજ્યના મુખ્યમંત્રીપદે આવ્યા. નવમા ગ્રંથના વિમોચન પ્રસંગે તેમણે વિશ્વકોશના પ્રકાશન- ખર્ચના સોએ સો ટકા ગ્રાન્ટ આપવાની જાહેરાત કરી. તેને પરિણામે ગ્રંથ 9થી 20 સુધીના પ્રકાશન અંગેની જવાબદારી ગુજરાત સરકારે નિભાવી છે.

વિશ્વકોશની સતત ચાલતી રહેતી પ્રવૃત્તિને લક્ષમાં રાખીને ગુજરાત સરકારે ગુજરાત વિશ્વકોશ ટ્રસ્ટને અમદાવાદમાં આશરે 2726 ચોમી. જમીન વિનામૂલ્યે આપી

છે. તે જમીન ઉપર વર્તમાન તેમજ ભવિષ્યની નાની-મોટી પ્રવૃત્તિઓનો સમાવેશ થઈ શકે તેવું વિશાળ વિશ્વકોશ ભવન તૈયાર થયું છે.

ગુજરાતી વિશ્વકોશની પચીસ ગ્રંથોની શ્રેણી 2010 સુધીમાં સંપૂર્ણ થવાની ધારણા છે. ચાલુ ગ્રંથશ્રેણીની કામગીરીની સાથે પછી પ્રગટ થનાર ચરિત્રકોશ અને બાળવિશ્વકોશનું કામ ચાલે છે. ઉપરાંત વિવિધ વિદ્યાશાખાવાર અને વિષયવાર વિશ્વકોશ તૈયાર કરવાનું કામ ટ્રસ્ટના ભાવિ કાર્યક્રમમાં છે.

ગુજરાત વિશ્વકોશ ટ્રસ્ટના આ વિદ્યાયજ્ઞમાં પચીસ જેટલા વિદ્વાનો કાર્યરત છે. એટલી જ સંખ્યામાં વહીવટી કાર્યકરો જોડાયેલા છે. વિશ્વકોશની સફળતાનો યશ તેમને જાય છે.

વિશ્વકોશના જેટલું જ આકર્ષણ તેની ઉપપેદાશરૂપે પ્રગટ થયેલાં વિવિધ વિષયોનાં લોકોપયોગી પુસ્તકોનું રહ્યું છે. તેમાં ‘કૅન્સર’ (ત્રણ આવૃત્તિઓ), ‘ગુજરાત’ (બે આવૃત્તિઓ), ‘ગાંધીચરિત’ (બે આવૃત્તિઓ), ‘મેઘાણીચરિત’ (બે આવૃત્તિઓ), ‘ભારત’, ‘ગુજરાતના સ્વાતંત્ર્યસૈનિકો’નો સમાવેશ થાય છે.

જ્ઞાન-વિજ્ઞાનના વિસ્ફોટના આ યુગમાં માહિતીમાં સતત ફેરફાર થતો રહે છે. અનેક નવી ઘટનાઓ તથા પરિબળોનો ઉમેરો કરવાની જરૂર પડે છે. આ પરિસ્થિતિમાં ગુજરાતી વિશ્વકોશની નવી આવૃત્તિ કેવળ પુનર્મુદ્રણ રહેવાને બદલે નવસંસ્કરણ પામીને પ્રગટ થાય છે. એ રીતે વિશ્વકોશ ગ્રંથ 1, 2, 3 અને 4નાં નવસંસ્કરણો 2001થી 2006 સુધીમાં પ્રગટ થયાં છે. દરેકમાં આને કારણે 100થી 150 જેટલાં પૃષ્ઠો ઉમેરાયાં છે. પછીના ગ્રંથો પણ અત્યારે ક્રમશઃ નવસંસ્કરણની પ્રક્રિયામાંથી પસાર થઈ રહ્યા છે. એટલે વિશ્વકોશની રચનાની પ્રવૃત્તિ સતત ચાલતો રહેલો જ્ઞાનયજ્ઞ છે.

ધીરુભાઈ ઠાકર

[‘ગુજરાતી વિશ્વકોશ’ પુસ્તિકા : 2006]

❀

ધર્મની ઓથે

સાચું બોલવાનો આગ્રહ રાખનાર માણસ બિલકુલ નિર્દોષ હોય તોપણ દુખી થાય, એવો રુગ્ણ સમાજ આપણે કહેવાતા ધર્મની ઓથે રચી બેઠા છીએ. સર્વત્ર ઓચ્છવઘેલી, લાભઘેલી અને લોભઘેલી ધાર્મિકતાનો જયઘોષ સંભળાય છે, પરંતુ પ્રામાણિકતાનું અરણ્યરુદન ભાગ્યે જ કાને પડે છે.

ગુણવંત શાહ

[‘પતંગિયાની અમૃતયાત્રા’ પુસ્તક : 2006]

❀

ખામોશ પાની

ભારતવિભાજનની ઘટનાને પશ્ચાદ્‌ભૂમાં રાખીને બનાવેલી, 15 જેટલા આંતરરાષ્ટ્રીય પુરસ્કારો જીતી ચૂકેલી, આ પાકિસ્તાની ફિલ્મમાં લગભગ દરેક વ્યક્તિએ એટલી સાહજિક રીતે પાત્ર ભજવ્યાં છે કે એ લોકો અભિનય કરે છે એવું કોઈ જગ્યાએ લાગતું જ નથી.

યુદ્ધ હોય કે કોમી તોફાન, વિયેતનામ હોય કે અફઘાનિસ્તાન, ભારત હોય કે પાકિસ્તાન, સૌથી વધુ વેઠવાનું – શારીરિક અને માનસિક બેઉ સ્તરે – હંમેશાં સ્ત્રીઓના ભાગે જ આવે છે. 1947ના ઑગસ્ટ પહેલાં અને પછીના મહિનાઓમાં દુનિયાના ઇતિહાસે કદી ન જોઈ હોય એવી વસ્તીની જંગી ફેરબદલ દરમિયાન આપણા દેશમાં વ્યાપેલી અરાજકતામાં સ્ત્રીઓ પર અમાનુષી અત્યાચારો થયા. પોતાની પત્ની, બહેનો, દીકરીઓનું રક્ષણ કરવા માટે અસમર્થ રહેલા પુરુષોએ પોતાની અસહાયતા તથા નિર્બળતાનો બધો જ ગુસ્સો સામેની કોમની સ્ત્રીઓ પર અત્યાચારો ગુજારીને કંઈક અંશે હળવો કર્યો. આમાં કોઈ કોમ ઓછી નહોતી ઊતરી. લાખો સ્ત્રીઓનાં અપહરણ થયાં, હજારોએ કૂવા પૂર્યા. અપહૃત સ્ત્રીઓની હત્યામાં નહીં પણ એને બેઆબરુ કરવામાં જ બેઉ કોમને રસ હતો. આવી સ્ત્રીઓ ચાર-પાંચ વાર વેચાઈ, કેટલીક ગાંડી થઈ ગઈ તો કેટલીક લશ્કરના જવાનોને હવાલે કરી દેવાઈ. મા-બાપ-ભાઈ વગેરેએ એક જગ્યાએથી સલામત રીતે બીજી જગ્યાએ ખસી જવા માટે બહેન-દીકરીના સોદા કર્યાના દાખલા પણ અનેક છે. રાન રાન ને પાન પાન થઈ ગયેલી આવી સ્ત્રીઓ પોતાની, પોતાનાં કુટુંબીજનોની લાચારી કે કાયરતાને જોઈને વિધર્મી પુરુષની થઈ પણ જતી. બળજબરી કરનાર સાથે જિંદગી નિભાવી હોય એવી સ્ત્રીઓની સંખ્યા નાનીસૂની નહોતી. જોકે લૂંટનારા હાથોએ પછીથી પ્રેમ પણ કર્યો હોય અને જિંદગીભરનો સાથ નિભાવ્યો હોય એવા પણ પાર વગરના દાખલા નોંધાયેલા છે. બળજબરીથી વશ કરાયેલી સ્ત્રીઓની વિધર્મીને ત્યાં નવેસરથી મૂળિયાં રોપવાની કુદરતી તાકાત માટે આપણને નર્યો અહોભાવ જ થાય. આવી જ એક સ્ત્રી વિશેની વાત 'ખામોશ પાની'માં થઈ છે.

વિભાજન બાદ 30-35 વર્ષ પછીના પાકિસ્તાનની વાત આ ફિલ્મ કરે છે. 'ખામોશ પાની'ની વાર્તા 1979માં શરૂ થાય છે. જનરલ ઝિયા ઉલ હકના શાસનકાળ દરમિયાનનું પાકિસ્તાન અહીં નજરે પડે છે. આ સમય દરમિયાન પાકિસ્તાન પર અંતિમવાદીઓની – જેહાદીઓની પકડ વધુ ને વધુ મજબૂત થતી જતી હતી. ચોતરફ મુલ્લાઓ-મૌલવીઓનું શાસન હતું. આગ ઓકતાં ભાષણો થઈ રહ્યાં છે. કાફિરો (એટલે મુસલમાન નથી તે બધા જ) સામેનો તિરસ્કાર ભાષણો દ્વારા, પત્રિકાઓ દ્વારા ઠલવાઈ રહ્યો છે. આ ફિલ્મના નાયક સલીમની જેમ બેકાર, રાહ ભટકેલા યુવાનો ક્યારેક હતાશાના માર્યા જેહાદીઓના હાથા બની જાય છે અને પછીની

એમની મંઝિલ હોય છે ટ્રેનિંગ કેમ્પ અને હાથમાં પિસ્તોલ કે થ્રી નોટ થ્રી. કોઈ પણ દેશ ટોપી-ટીલાં-ટપકાં કે દાઢીઓવાળાના હાથમાં જાય તો એની શી અવદશા થાય એનો સીધો ચિતાર અહીં મળે છે. વિભાજન વેળાએ જેમના ભાગે સૌથી વધુ સહન કરવાનું આવ્યું હતું એવી હજારો કમભાગી સ્ત્રીઓની એક પ્રતિનિધિ વીરોની વાત દિગ્દર્શકને કરવી છે. પાકિસ્તાનના એક કસ્બામાં રહેતી, મુસ્લિમ છોકરીઓને 'કુરાન' પઢાવતી, સપનાંઓમાં જીવતા 18-20 વર્ષના દીકરા સલીમને કંઈક કામ કરવા સમજાવતી આયેશા નમાઝ પઢે છે, મઝાર પર જઈ દુવા માગે છે. આ સ્ત્રી મુસલમાન નહીં હોય એવી શંકા પણ નથી કરી શકાતી. કદાચ એ પોતે પણ ભૂલી ગઈ છે કે જન્મથી એ મુસલમાન નહોતી.

પાકિસ્તાનના એક કસ્બામાં છત પર કપડાં સૂકવતી બે સ્ત્રીઓના દૃશ્યથી ફિલ્મનો આરંભ થાય છે. એમની બોલી, પહેરવેશ દર્શાવે છે કે વિસ્તાર પંજાબનો છે. દીકરા સલીમ માટે મા કામ શોધી લાવે છે, પણ એ નવાબજાદાને નાની-મોટી નોકરી કે ખેતીમાં રસ નથી. મોટી મોટી વાતો કરવી અને ઝુબેદાના પ્રેમમાં ઘેલા ઘેલા ફરવા સિવાય એને કોઈ ધંધો નથી. એવું ભણ્યો પણ નથી કે એને કોઈ સારી નોકરી આપે. પતિના પેન્શનમાંથી અને છોકરીઓને 'કુરાન' શીખવવામાંથી ઘર ચાલે છે. અહીં પડોશણ સાથેની વાતોમાં, ભેળા થઈને નખાતાં અથાણાં, સૂકવાતાં મરચાં, કપડાંનાં લેવાતાં માપ, માથામાં નખાતાં તેલ, બજારમાં હજામત કરાવતા પુરુષો, ક્રિકેટ મૅચ પાછળ બધું ભૂલી જતા લોકો... આમાંનું એક પણ દૃશ્ય આપણને અજાણ્યું કે પરાયું નહીં લાગે. ભારતના ભાગલા કઈ હદે અકુદરતી હતા એ અહીં વગરકહ્યે વ્યંજિત થઈ શક્યું છે. પંજાસાહેબના દર્શને આવેલા શીખોને પ્રજા ઉષ્માભર્યો આવકાર આપે છે એ જેહાદીઓને ખૂંચે છે. સામાન્ય પ્રજા માને છે કે આ લોકો તીર્થયાત્રા કરવા આવ્યા છે, જ્યારે જેહાદીઓ કહે છે એ લોકો જાસૂસી કરવા આવ્યા છે.

સલીમ જેવા ગુમરાહ-બેકાર યુવાનોને ઈમાન-ધરમ શું છે એ આ અંતિમવાદીઓએ શીખવેલું છે. (સલીમનો પ્રશ્ન એ કોઈ પણ બેકાર યુવાનનો પ્રશ્ન છે – પછી એ જેહાદી મુસ્લિમ હોય, વિહિપ કે બજરંગદળનો યુવાન હોય... આ બધાએ મગજના દરવાજા બંધ રાખેલા હોય છે.) માના પગમાં જન્નત છે એવું ધર્મ શીખવે, પણ સલીમ તો મુસલમાન હોવાના ગુરુરમાં માને 'કાફિર' કહે છે.

આખી ફિલ્મ દરમિયાન કૂવાના શાંત જળમાં પેદા થતાં વમળોના પ્રતીક દ્વારા ડહોળાતા વાતાવરણને, ડહોળાતાં મનને વ્યક્ત કર્યાં છે. શ્વેત-શ્યામ રંગમાં વારેવારે એક કૂવો, એમાં પડતી સ્ત્રીઓ, નહીં પડી શકતી 18-19 વર્ષની વીરો; હરિણીની જેમ ભાગતી વીરો, પાછળ પડતા, ઘસડી લઈ જતા પુરુષો, એ બધાના હાથમાંથી છોડાવી, મોંમાં કોળિયો દેનારો એક ચહેરો (જેનો ફોટો દીવાલ પર લટકે છે તે), દોડતી ટ્રેનોની આવન-જાવન... આ બધાં દૃશ્યો કૂવે જતી કે લોઢાની પેટી ખોલતી કિરણના મનમાં કૂવાના જળમાં ઊઠતા વમળની જેમ ઘૂમરાયે રાખે છે. તાળામાં બંધ

રહેતી લોઢાની એક પેટીમાં પોતાના ભૂતકાળને બંધ કરીને જીવતી આ સ્ત્રી પેટીમાં 'કુરાન'ની સાથે નાનકસાહેબનો ફોટો પણ સાચવીને બેઠી છે. ત્યારે પૂર્વ પંજાબથી પંજાસાહેબના દર્શને આવેલા શીખોના ટોળામાંનો એક શીખ આ પ્રદેશનો જાણકાર હોય એવી નજરે ચોતરફ બધું જોઈ રહ્યો છે. વર્ષો પહેલાં લખાયેલો હોય એવો એક જર્જરિત કાગળ હાથમાં લઈ એ ઠેરઠેર શોધતો ફરે છે. ચાની દુકાને બેઠેલ ટપાલીને ખબર છે કે એ કોને શોધી રહ્યો છે. ટપાલીની બહેન પણ 1947માં ગાયબ થઈ ગયેલી છે. એ પેલા શીખોને સાચું કહી દે છે. શીખ ખડકી ઉઘાડે છે. "હું જશવંત, વીરો..." પણ પેલી ના પાડે છે. "તમે ઘર ભૂલ્યા, ભાઈ; અહીં એ નામની કોઈ સ્ત્રી નથી રહેતી..." હજી આ વાત ચાલતી હતી ને ફટકેલા મગજવાળો દીકરો આવી ચડે છે. "આ મુસલમાનનું ઘર છે. તમે અહીં શું કરો છો ?" બંધ થતી ખડકી પાસે શીખ રાડો પાડી રહ્યો છે : "એ મારી બહેન છે. વીરો, પિતાજી મરી રહ્યા છે. મરતાં પહેલાં એક વાર તને જોવા માગે છે, વીરો......" એના હાથમાંનું લોકેટ લઈ સલીમ ખડકી ભીડી દે છે. લોકેટમાં વીરોનો યુવાનીનો ચહેરો જોઈ દીકરો ભડકે છે. "તો એમ વાત છે ? મારી મા કાફિર છે ?"

મા પર એનું દબાણ વધતું જાય છે : તું બધા સામે એક વાર કબૂલી લે કે તું મુસલમાન છે. બધાનાં મોં આપોઆપ બંધ થઈ જશે. તું બોલતી કેમ નથી ?... પાસ-પડોશના લોકો સંબંધ તોડી નાખે છે. પગના તળિયામાં તેલ ઘસી આપતી, પાણી ભરી આપતી અલ્લાળી પણ નથી આવતી. ને પડોશણ રાબ્બો પણ 'દીકરીના લગ્નમાં હું તો ઇચ્છું તું આવે, પણ...' કહીને મૂંગી થઈ જાય છે. વળી એક વાર વીરોની ઓળખ છીનવાઈ જાય છે.

કૂવા પાસે ભાઈ સાથે લડતી વીરો ભાઈને પૂછતી હતી : "તું કેમ આવ્યો છે ? તમે તો 30-35 વર્ષથી મને મરેલી માની જ હતીને ? તો હવે આટલાં વર્ષે શા માટે આવ્યો છે ? મેં માંડ માંડ મારી જિંદગીને થાળે પાડી હતી, માંડ ઠરીઠામ થઈ હતી. તમે તો કદી ભાળ કાઢી નો'તી કે વીરો જીવે છે કે મરી ગઈ છે. માંડ શાંત પડેલા જળને વળી ડહોળવા કેમ આવ્યો છે ? મને જીવતી મારીને તમારા કલેજે ઠંડક નથી વળી ? આબરુ બચાવીને તમને તો જન્નત મળી ગયું ને ? પણ મારા માટે કયું જન્નત ? મુસલમાનોનું કે શીખોનું ? મેં પોતે મારી જિંદગી બનાવી. તમારા સાથ કે ટેકા વગર જ. હવે આ જ મારી જિંદગી છે. તું જા અહીંથી ને મને મારા હાલ પર છોડી દે..."

રસ્તા પરના સરઘસમાં જોયેલા ખૂની ચહેરાઓમાં એને ઝાંખો પડી ગયેલો ભૂતકાળ ફરીથી જીવતો થતો લાગે છે, કૂવાનાં જળ વમળાતાં નજરે પડે છે... ને અચાનક જ શાંતચિત્તે વીરો પોતાનો રસ્તો શોધી લે છે. નમાઝ પઢી, હળવેકથી બારણું ખોલી બહાર નીકળી જાય છે. કૂવા પર ઊભી રહે છે ને એક ધૂબાકો... ઘડીક વમળાતાં જળ વળી શાંત થઈ જાય છે. 1947માં ઠેકડો નહીં મારી શકેલી વીરોને એ જ કૂવાનો આશરો લેવો પડે છે.

ઉત્તમ દિગ્દર્શન, ઉત્તમ અભિનેત્રીના પુરસ્કારો જીતેલી આ ફિલ્મ આ સમયગાળામાં સ્ત્રીઓના ભાગે જે પીડા આવેલી એને જરાય બોલકા બન્યા વગર, કલાત્મક ઢબે આલેખે છે. સમાંતરે ધર્મઝનૂન, અંતિમવાદીઓનું ગાંડપણ સલીમ જેવા યુવાનોને કઈ હદે ગુમરાહ બનાવે છે એ પણ વ્યક્ત થતું રહ્યું છે. બેઉ દેશની આમપ્રજામાં કઈ હદે સમાનતા છે એના પર અહીં ભાર મુકાયો છે.

શરીફા વીજળીવાળા

['પરબ' માસિક: 2006]

❀

નદીકાંઠે સૂર્યાસ્ત

વ્યજન કરતી ઠંડી મીઠી જરા લહરાઈને,
સ્વજન-કર શી અંગે અંગે હવા સ્પરશી વહે.

સઘન ઢળતી વૃક્ષચ્છાયા અતીવ પ્રલંબની,
સરિતજળમાં કંપી કંપી વિલુપ્ત થતી જતી.

સરપ સળકે, મત્સ્યો કૂદે, હલે જલકાચબો:
જલચર તણી સૃષ્ટિ ગૂઢાં રહસ્ય થકી ભરી!

કુસુમદલને છેલ્લું ચૂમી, ટીપું મધનું લઈ,
અમરતભરી ગીતારી શી ગુંજે મધુમખ્ખિકા.

ઘર ગમ જતી ખેડુકન્યા ખિજાવત કોકિલા:
સ્વરહલકની સામાસામી બજે શરણાઈઓ.

ઉરપડળનાં એકાન્તોમાં છૂપા અભિલાખ શાં,
વિજન પથમાં બોલી ઊઠે, અહો, તમરાં કશાં!

અણુ અણુ લહે તૃપ્તિ, શાંતિ, સુધામય સ્પર્શથી,
મલયમધુરી સંધ્યા આવી ફરી ફરી ના ઢળે!

ક્ષણ અરધમાં શોભા, કિન્તુ, જતી ઊપટી; અને
નગરરચના ગાંધર્વી સૌ અલોપ થતી જતી.

સમ સમ થતી સીમાઓના, અહા, સૂનકારમાં
અરવ ગરજે અંધારાંનો અફાટ સમુદ્ર શો!

નજર ચડતું ચારે કોરે હવે નવ કોઈ યે:
તિમિરજલમાં એકાકી હું સરું જલદીપ શો!

બાલમુકુન્દ દવે

❀

એક સપનું મુજ ખોવાઈ ગયું

જ્યાં દૃષ્ટિ પડે ત્યાં દારુણ દવ, ને કાન પડે ત્યાં કોલાહલ:
અફસોસ, તમારી ધાંધલમાં, એક સપનું મુજ ખોવાઈ ગયું!

રે જિંદગીભર ભ્રમણા સેવી, ને એક ઘડી એવી ઊગી,
કે કંચન છે કે છે કથીર, એ સ્પષ્ટપણે જોવાઈ ગયું!

દીસતાં'તાં ખેતર અંધારે, તે રણ નીકળ્યાં અંજવાસ થતાં:
હું કોને કહું! હસવા મથતાં આ હૈયાથી રોવાઈ ગયું!

મેં ટીપું ટીપું સીંચીને સો વરસે માંડ ભરી ગાગર,
ત્યાં એક ધડાકો, ને પળમાં પીયૂષ બધું ઢોળાઈ ગયું!૦૦૦

અમૃત તો હાથે ન્હોતું ચઢ્યું, પણ નીર હતું નિર્મળ થોડું;
દુર્ભાગ્ય જુઓ, રે તેય હલાહલ સંગાથે ઘોળાઈ ગયું!૦૦૦

આશા દેતા'તા અવધૂતો કે પ્રાણ પ્રગટશે પળ માંહી,
પળને બદલે યુગ વીતી ગયો, ને પિંજર પણ કહોવાઈ ગયું!

રજની વીતી ને ભોર ભયો ને સૌ કે' સૂર્ય દીસે આઘે –
પણ આ શું તેજ તણું વર્તુલ ઊલટાનું સંકોડાઈ ગયું!

કૌતુક તો અગણિત દીઠાં છે, પણ આવું અચરજ ના દીઠું –
કે આંસુઓ લો'વા જાતાં, લોચન જાતે લોવાઈ ગયું!

હું ફાટી આંખે શોધી રહ્યો સોનેરી રજકણ સુખડાંનાં,
ત્યાં જીવનકેરા સૂત્રમહીં દુ:ખ મોતી બની પ્રોવાઈ ગયું!

કોઈ શત શત યુગથી નીકળ્યા'તા નન્દનની શોધમહીં યાત્રી,
અહીં અનાયાસ રમતાં રમતાં દોજખ જોને શોધાઈ ગયું!

દુનિયા આખીની દોલતને લૂંટવા હું નીકળ્યો'તો નાદાન,
ને રસ્તામાં એક માંડ રળેલું કાવડિયું ખોવાઈ ગયું!

રે કૈંક ચઢાવ્યા બતરીશા...ને માંડ માંડ વરતાયાં નીર!
હું રાજી થાવા જાતો'તો ત્યાં જીવનસર શોષાઈ ગયું!

માતાની ભક્તિમાં રાતા મદમાતા થૈ નાચ્યા એવા –
કે ધ્યાન રહ્યું ના, પગ નીચે ફૂલ-બાળક રગદોળાઈ ગયું!

ધાર્યું'તું: દાવાનળ વચ્ચે બેસીને લાવા-પાન કરું –
પણ દૂર દૂર પેટાતી દેખી દીવાસળી, દોડાઈ ગયું!૦૦૦

હું પૂછું: પુષ્પો પથ્થરમાં એકાએક શેં પલટાઈ ગયાં,
ને અબીલગુલાલ તણું અર્ચન શેં પંકે ઝબકોળાઈ ગયું!૦૦૦

કરસનદાસ માણેક

['મધુવન' પુસ્તક]

શતાબ્દીનો જલસો !

[ગાંધી શતાબ્દી વરસમાં કવિ અમદાવાદ ગયા હતા અને રમખાણોમાં ફસાઈ ગયા હતા. પૂરા બે દિવસ તો તેમને અમદાવાદ સ્ટેશને રોકાઈ રહેવું પડ્યું હતું. આ કાવ્ય સ્ટેશન પર જ લખાયું છે.]

શતાબ્દીનો જલસો, જુવો ઝગઝગે છે:
ઉરે વૈર-વૃત્તિ; કરોમાં છરા છે,
પૈશાચી પગની ગતિમાં ત્વરા છે,
અહિંસાના યોગીનું આસન હતું જ્યાં
અરે તે જ આ રક્તછલતી ધરા છે.
રે સંતોની યે શ્રદ્ધા જ્યાં ડગડગે છે!
શતાબ્દીનો જલસો, જુવો ઝગઝગે છે!

સરે-આમ સળગે છે માનવ્ય-માળા,
ઊભાઊભા અનાથો જો ભરતા ઉચાળા:
પ્રભુસૂના આકાશે ફરિયાદ કરતા
ધસે સ્થળેસ્થળે ઓશિયાળા ધુમાડા:
ગુનેગારને બે-ગુનાહ રગરગે છે!
શતાબ્દીનો જલસો, જુવો ઝગઝગે છે!

હજુ કાલ જ્યાં ઊડતી પ્રીતિ-છોળો,
ગવાતાં જ્યાં ભક્તિભર્યે કંઠ ધોળો,
તે 'મારો'! ને 'કાપો'ના ગોઝારા નાદે
રહી ગાજી બેબાકળી આજે પોળો:
ચુંથાયે છે ચકલાં: ફણી ફગફગે છે!
શતાબ્દીનો જલસો, જુવો ઝગઝગે છે!

હરિ-ઉર ભોંકાય છે આજ ભાલા:
છે ગમગીન લાચાર અલ્લાહતાલા;
આ આદમની ઓલાદ? બ્રહ્માની સૃષ્ટિ?
કે શેતાને પકવ્યા કો' નિષ્ઠુર નિંભાડા? –
જેની તિરછી દગમાં ઝનૂન તગતગે છે!
શતાબ્દીનો જલસો, જુવો ઝગઝગે છે!

છે મહતાજ મસ્જિદ ને મંદિર રડે છે:
જગન્નાથ ના ક્યાંય ગોત્યા જડે છે:
રે આઝાન દઈ દઈને બેજાન નાહક
થયેલો તે મુલ્લાં લૂલો લડથડે છે.

રે ઝાંખપ છે આંખે, પસીનો પગે છે!
શતાબ્દીનો જલસો, જુવો ઝગઝગે છે!

પડ્યા બંધને બાપુનાં પુણ્ય-ખ્વાબો:
થયાં મુક્ત શેતાનરંગી શરાબો.
ને સૂરતી ને સુસ્તી ને સત્તાપરસ્તીની
મસ્તીમાં અવળા પડ્યા ઇન્કિલાબો!
ઇમારત જુઓ, પાયાથી ડગડગે છે!
શતાબ્દીનો જલસો, જુવો ઝગઝગે છે!૦૦૦

નવાઈ નથી કંઈ, સદા આવું ચાલે!
મવાલી જ મુફ્લીસી પે ફૂલેફાલે:
પરંતુ ઉઠાવી છે ગાંધીને નામે
આવી ઘોર આંધી, તે આત્માને સાલે!
કવિ-ઉર રોષે, તેથી ધગધગે છે!
શતાબ્દીનો જલસો, જુવો ઝગઝગે છે!૦૦૦

નથી બળતાં મંદિર, નથી બળતી મસ્જિદ:
નથી રડતો મુલ્લાં, નથી રડતો પંડિત:
બધે એક ઇન્સાનિયત રડતી સૂરત
અરે, એક કિરતારની થાતી ખંડિત.
ધસે લાવા જલતો જેની રગરગે છે!
શતાબ્દીનો જલસો, જુવો ઝગઝગે છે!

કરસનદાસ માણેક
['જન્મભૂમિ' દૈનિક: 1969]

❀

પણ જીવવા દેશે કોણ!

1944ની વાત છે. પંચગીનીમાં ગાંધીજી હતા. હું પણ ત્યાં હતો. ગાંધીજીના નિવાસની બહાર વિરોધીઓ સૂત્રોચ્ચાર કરતા આવી પહોંચ્યા. ગાંધીજીએ કહ્યું, "મારે એ લોકોને મળવું છે." પણ પેલા લોકો કહે, "અમારે એમને મળવું નથી." પછી એ લોકોને પોલીસે પકડ્યા – તલાસી લીધી ત્યારે એક માણસ પાસેથી લાંબો છરો મળ્યો. એ માણસનું નામ હતું નથુરામ ગોડસે! ગાંધીજીની હત્યા માટે 14 વર્ષથી પ્રયાસો ચાલતા હતા અને આ છઠ્ઠો પ્રયાસ હતો. છમાંથી ચાર પ્રયાસોમાં ગોડસે હાજર હતો. ગાંધીજીએ 1937-'38માં 120 વર્ષ જીવવાની ઇચ્છા વ્યક્ત કરી ત્યારે નથુરામ ગોડસેએ મરાઠી પેપર 'અગ્રણી'ના તંત્રી તરીકે તંત્રીલેખ લખ્યો, તેનું મથાળું હતું, '...પણ એમને જીવવા દેશે કોણ?'

નારાયણ દેસાઈ
['દિવ્ય ભાસ્કર' દૈનિક: 2006]

કંકુવરણો શ્વાસ

રતિલાલ 'અનિલ' મારા કાવ્યગુરુ. એમના હાથે જ હું ઘડાયો. 1968માં સાહિત્યસંગમવાળા નાનુભાઈ નાયકે 'અનિલ'ની દિશામાં આંગળી ચીંધી.

'ખુવાર થવાની તૈયારી હોય તો સાહિત્યમાં પગ મૂકજો !' એવું વેધક હાસ્ય સાથે એમણે કહેલું. એ કસોટી પર ચડવાની ઝાઝી હામ કેળવી શક્યો નથી. પણ એમણે તો એ ચરિતાર્થ કરી બતાવ્યું. પહેલાં મહાગુજરાત ગઝલમંડળની બધી પ્રવૃત્તિઓની ધરી બની જઈને ને પછી '71થી 'કંકાવટી'ને જીવનનું કેન્દ્ર બનાવી દઈને. 1940 પછીનાં પંદરેક વરસ સુરત ગઝલનું મક્કા બની ગયેલું. અમીન આઝાદની સાઇકલની દુકાન સુરતી શાયરોનો અડ્ડો બની ગયેલી. 'અનિલ' મુશાયરાનાં આયોજન કરતા, ગઝલના અંકોનું સંપાદન કરતા, ગઝલના અરુઝની માથાફોડ કરતા, શાયરોના ગઝલસંગ્રહો એમની રચનાઓને કાચીપાકી મઠારીને પ્રગટ કરતા... મહાગુજરાતમાં મુશાયરા પ્રવૃત્તિ ધમધમે એ માટે સાથીઓ સાથે મથતા રહેતા. 'અનિલે' પૂર્વાર્ધે ગઝલ માટે ભેખ ધરેલો પછી '71થી 'કંકાવટી' માટે ભેખ ધર્યો. તે જ એમનો શ્વાસ બની રહ્યું, એ જ કંકુવરણો શ્વાસ.

મેં 'અનિલ'ને આકંઠ પીધા છે. ભરૂચ કૉલેજ કરવા નીકળું, પણ પહોંચું સુરત 'ગુજરાતમિત્ર'ના કાર્યાલયે. મને જોઈ હસે. એમના જાડા કાચનાં ચશ્માં ને ખાદીનો પાયજામો-પહેરણ. વચ્ચે તપખીરના સડાકા. લખવાનું બાજુ પર મૂકી દે. સાહિત્ય ને સાહિત્યકારોની વાતો ચાલે. પાંચ વાગ્યે બહાર નીકળી સામે મોતીલાલમાં ચા પીએ. ચાલતાં ચાલતાં સગરામપરાના આનંદનગરે આવીએ. તેઓ ઉપલા માળે રહે. દાદરને અડીને જ લૉબીમાં શેતરંજી પાથરી બેસીએ. સાત વાગ્યે ગાડી પકડવા ઊંચોનીચો થાઉં. એટલે : 'આજે સોસા આવવાનું કહેતા હતા. રોકાઈ જાવ.' એમ કહેતા રોકી પાડે. રાત્રે બારેક સુધી વાતો-વાચન ચાલે.

સંપાદનની તાલીમ મને 'કંકાવટી'ના સામગ્રીચયનમાંથી મળેલી. આવેલી સામગ્રી સૌ મિત્રો સાથે વાંચીએ. એમ કરતાં જ 'અનિલે' અમારી રુચિ ઘડેલી. 'જે લાગે તે જ લખવું' – 'આપણે ખોટા હોઈ શકીએ પણ જૂઠા નહીં' – એ મંત્ર હું પણ એમની પાસેથી શીખ્યો.

અજિત ઠાકોર

['કંકાવટી' માસિક : 2006]

❀

એક જ બીજ

ગાંધીજી દક્ષિણ આફ્રિકાથી કાયમ માટે હિંદુસ્તાન પાછા આવ્યા 1915ના આરંભમાં. પોતાના રાજકીય ગુરુ ગોપાલ કૃષ્ણ ગોખલેને ત્યારે તેમણે વચન આપેલું કે તે હિંદમાં ફરીને દેશની સ્થિતિ જાતે નિહાળશે, પણ એક વરસ સુધી કોઈ પ્રકારની ચળવળમાં ભાગ નહીં લે અને ભાષણ પણ નહીં કરે.

બિહારના ચંપારણ વિસ્તારના હજારો ખેડૂતોને જે દુખ પડતાં હતાં તેનું બયાન એ ખેડૂતોના કેટલાક આગેવાન પાસેથી 1916માં ગાંધીજીએ સાંભળ્યું. પણ પોતાના રિવાજ પ્રમાણે એમણે જવાબ દીધો કે, "જાતે જોયા વિના આ વિષય ઉપર હું કંઈ

અભિપ્રાય ન આપી શકું... પણ મારા ભ્રમણમાં હું ચંપારણને પણ લઈશ ને એક-બે દિવસ આપીશ."

એ વચન અનુસાર ખેડૂતોની હાલતની તપાસ કરવા 1917ની શરૂઆતમાં ગાંધીજી ચંપારણ ગયા. "આવ્યા હતા મળવા અને બેસાડ્યા દળવા", એવી હાલત ત્યાં ગાંધીજીની થઈ. બિહારની સરકારે તેમને તપાસ કરતાં અટકાવ્યા, અને તેની સામે ગાંધીજીએ સવિનય કાનૂનભંગ કર્યો. એમને કે કોઈને પણ કલ્પના નહોતી એવી રીતે ચંપારણમાં સત્યાગ્રહનો પહેલવહેલો પદાર્થપાઠ આખા હિન્દુસ્તાનને મળ્યો. અહિંસા અને સત્યના એ મોટા પ્રયોગ વિશે ગાંધીજીએ 'સત્યના પ્રયોગો'માં વીસેક પાનાનું બયાન આપ્યું છે અને તેની વધારે વિગતો બાબુ રાજેન્દ્ર પ્રસાદના એ લડતના ઇતિહાસમાંથી વાચકને મળી શકે, એમ જણાવ્યું છે.

રાજેન્દ્રબાબુના હિન્દી પુસ્તકનો કરીમભાઈ વૉરાએ કરેલો અનુવાદ 'બાપુને પગલે પગલે' નામે નવજીવન પ્રકાશન મંદિર તરફથી બહાર પડેલો. તેમાંથી ચંપારણની લડત વિશેનું તેમનું બયાન થોડું સંપાદિત કરીને અહીં રજૂ કરીએ છીએ. સાથે સાથે 'સત્યના પ્રયોગો'માંથી ચંપારણની લડત વિશેના કેટલાક અંશો ગાંધીજીના શબ્દોમાં યથાસ્થાને અહીં ઉમેરેલા છે. રાજેન્દ્રબાબુના લખાણથી તેને અલગ પાડવા માટે ગાંધીજીનું લખાણ જરા વાંકા અક્ષરોમાં અહીં છાપ્યું છે.

રાજેન્દ્રબાબુએ કહ્યું છે તેમ "એ થોડા દિવસોમાં ગાંધીજીએ ચંપારણમાં જે કર્યું, તેનો જ વિસ્તાર આગળ જતાં તેમણે અસહકારની ચળવળ મારફત આખા દેશમાં કર્યો. ચંપારણમાં તેમણે પીપળાનું એક બીજ રોપ્યું – જે ત્યારે કોઈની નજરે પણ ન પડ્યું. પણ સમય જતાં એ બીજ અંકુરિત થઈને એક વિશાળ વૃક્ષ બન્યું. તેની છાયામાં આપણા દેશે વિદેશી શાસનમાંથી મુક્તિ મેળવી."

ચંપારણની લડત પછી આજે ઘણા દાયકા વીતી ગયા છે. દેખીતી રીતે દેશમાંથી વિદેશી શાસનનો અંત આવ્યાને દાયકાઓ થઈ ગયા છે. પણ સામ્રાજ્યવાદે આજે નવો લેબાશ ધારણ કર્યો છે અને સાગરપારથી અનેક દેશોને પોતાની આર્થિક નાગચૂડમાં એ ભીંસી રહેલ છે. તેની સામે, અને એ વિદેશી સામ્રાજ્યવાદીઓના હાથા સમા આંતરિક રાજકીય-આર્થિક બળો સામે, શોષણ અને અન્યાય સામે, હજી પણ પ્રજાએ લડતો આપતાં જ રહેવું પડશે. એવી લડતને અંતે બકરું કાઢતાં ઊંટ ન પેસી જાય તે માટેની તકેદારી રાખીને પ્રજાને જાગ્રત કરવી પડશે. અહિંસક લડત અને લોક-કેળવણીના બેવડા મોરચે કામ કરીને જેણે સફળતા મેળવવાની છે એવી આજની નવી પેઢીને ચંપારણની લડતના બયાનમાંથી ભરપૂર પ્રેરણા અને માર્ગદર્શન મળી રહે તેમ છે.

સંપાદક
❀

ચંપારણમાં ચિનગારી

ગાંધીજી દક્ષિણ આફ્રિકાથી પાછા આવ્યા પછી હિંદુસ્તાનનાં મુખ્ય મુખ્ય સ્થળોની મુલાકાત લેતા લેતા કલકત્તા આવ્યા હતા. તેમના સ્વાગત માટે ત્યાં સભા રાખવામાં આવી હતી. એ વખતે લોકો તેમને 'કર્મવીર ગાંધી' કહેતા. તે કસવાળું સફેદ અંગરખું અને ધોતિયું પહેરતા, માથે સફેદ ફેંટો બાંધતા, ખભે ખેસ રાખતા, પણ પગરખાં નહોતા પહેરતા. તેમના દક્ષિણ આફ્રિકાના કાર્ય વિશે મેં છાપામાં વાંચેલું, એટલે એમની સ્વાગત-સભામાં હું ગયેલો. આ 1915ની વાત છે. ગોખલેએ ગાંધીજી પાસેથી વચન લીધેલું કે પોતે હિંદુસ્તાનમાં ફરીને દેશની સ્થિતિ જાતે નિહાળશે, પણ એક વરસ સુધી કોઈ પણ પ્રકારની ચળવળમાં ભાગ નહીં લે – અને ભાષણ પણ નહીં કરે. આ સમારંભ એ એક વરસ દરમિયાન થયેલો એટલે, ઘણું કરીને, તેઓ તેમાં કાંઈ બોલ્યા નહોતા.

1916ના ડિસેમ્બરમાં કૉંગ્રેસનું અધિવેશન લખનૌમાં ભરાયું, ત્યાં ગાંધીજી આવ્યા હતા. બિહારના ચંપારણ વિસ્તારના રાજકુમાર શુક્લ વગેરે ખેડૂત આગેવાનો કૉંગ્રેસ આગળ પોતાનું દુખ રડવા આવ્યા હતા. તેઓ ગાંધીજીને પણ મળ્યા અને ચંપારણના ખેડૂતોની વિટંબણાની વાત કરી.

*

ચંપારણમાં જેમ આંબાનાં વન છે, તેમ 1917માં ત્યાં ગળીનાં ખેતરો હતાં. ચંપારણના ખેડૂતો પોતાની જ જમીનના 3/20 ભાગમાં ગળીનું વાવેતર તેના મૂળ [ગોરા] માલિકો સારુ કરવા કાયદેથી બંધાયેલા હતા. આનું નામ 'તીન કઠિયા' કહેવાતું હતું. વીસ કઠાનો ત્યાંનો એકર ને તેમાંથી ત્રણ કઠાનું વાવેતર, એનું નામ તીન કઠિયાનો રિવાજ.

હું ચંપારણનાં નામનિશાન જાણતો નહોતો. ગળીનું વાવેતર થાય છે એ ખ્યાલ પણ નહીં જેવો જ હતો. ગળીની ગોટી જોઈ હતી, પણ એ ચંપારણમાં બનતી હતી ને તેને અંગે હજારો ખેડૂતોને દુખ વેઠવું પડતું હતું એની કશી ખબર નહોતી.

રાજકુમાર શુક્લ ઉપર દુખ પડેલું. એ દુખ તેમને કઠતું હતું. આ ગળીનો ડાઘ બધાને સારુ ધોઈ નાખવાની ધગશ તેમને થઈ આવી હતી. લખનૌની મહાસભામાં હું ગયો ત્યાં આ ખેડૂતે મારો કેડો પકડ્યો.

ત્યારે બાબુ બ્રીજકિશોરપ્રસાદે ગાંધીજીને કહેલું કે, ચંપારણને લગતો એક ઠરાવ આપ કૉંગ્રેસમાં રજૂ કરો. પણ ગાંધીજીએ પોતે ઠરાવ મૂકવાની ના પાડી. તેમણે કહ્યું કે, હું પોતે જોઈ કરીને બધી બાબતોથી માહિતગાર ન થાઉં ત્યાં સુધી ઠરાવ રજૂ ન કરી શકું; પણ અલબત્ત તમે કહો છો તે કેટલું સાચું છે તે જોવા માટે ચંપારણ જરૂર આવું. પછી બ્રીજકિશોરબાબુએ ઠરાવ મૂક્યો અને તે પસાર થયો.

*

રાજકુમાર શુક્લને તેટલેથી જ સંતોષ ન થયો. તે તો મને જાતે ખેડૂતોનાં દુખ દેખાડવા માગતા હતા. મેં કહ્યું, “મારા ભ્રમણમાં હું ચંપારણને પણ લઈશ, ને એક-બે દિવસ આપીશ.”

હું [અમદાવાદ] આશ્રમમાં ગયો, તો રાજકુમાર શુક્લ મારી પૂઠે જ હતા: “અબ તો દિન મુકરર કીજિયે.” મેં કહ્યું, “જાઓ, મારે ફલાણી તારીખે કલકત્તા જવું છે, ત્યાં આવજો ને મને લઈ જજો.” ક્યાં જવું, શું જોવું, શું કરવું, એની મને કશી ખબર નહોતી. કલકત્તામાં હું ભૂપેનબાબુને ત્યાં પહોંચું તેના પહેલાં એમણે તેમને ત્યાં ધામો નાખ્યો જ હતો. આ અભણ, અણઘડ પણ નિશ્ચયવાન ખેડૂતે મને જીત્યો.

1917ના આરંભમાં કલકત્તાથી અમે બે જણ રવાના થયા. બંને સરખી જોડી. બંને ખેડૂત જેવા જ લાગીએ. પટણા ઊતર્યા. પટણાની આ મારી પહેલી મુસાફરી હતી. ત્યાં હું કોઈને ઘેર ઊતરી શકું એવી ઓળખાણ કોઈની સાથે મને નહોતી. મારા મનમાં એમ હતું કે, રાજકુમાર શુક્લને કંઈ વગવસીલો તો હશે જ. પણ પટણામાં પોત કળાઈ ગયું. તેમણે જેમને મિત્ર માન્યા હતા, તે વકીલો તેમના મિત્ર નહોતા. ખેડૂત અસીલ અને વકીલોની વચ્ચે તો ચોમાસાની ગંગાના પહોળા પટ જેટલું અંતર હતું.

મને તે રાજેન્દ્રબાબુને ત્યાં લઈ ગયા. રાજેન્દ્રબાબુ પુરી કે [બીજે] ક્યાંક ગયા હતા. બંગલે એકબે નોકર હતા. બિહારમાં તો છૂતાછૂતનો રિવાજ સખત હતો. મારી ડોલના પાણીના છાંટાં નોકરને અભડાવે. અંદરના પાયખાનાનો ઉપયોગ કરવાનું રાજકુમારે બતાવ્યું. નોકરે બહારના પાયખાના તરફ આંગળી ચીંધી. મને આમાં ક્યાંયે મૂંઝાવાનું કે રોષનું કારણ નહોતું. આવા અનુભવોમાં હું રીઢો થયો હતો. નોકર તો પોતાનો ધર્મ પાળતો હતો. આ રમૂજી અનુભવોથી રાજકુમાર વિશે મારું જ્ઞાન વધ્યું. પટણાથી મેં લગામ મારે હાથ કરી.

*

ત્યાંથી ચંપારણ જતાં રસ્તામાં મુજફ્ફરપુર આવે છે, ત્યાં તિરહુત વિભાગના કમિશનર રહેતા. ચંપારણના ગળીના છોડના બગીચાના ગોરા માલિક નીલવરોની સંસ્થા બિહાર પ્લેન્ટર્સ એસોસીએશનની ઑફિસ પણ ત્યાં હતી, ને તેના મંત્રી ત્યાં રહેતા હતા. આથી ગાંધીજીએ વિચાર કર્યો કે ચંપારણ પહોંચતાં પહેલાં એ બંનેને મળી લેવું સારું.

*

મારે તો ખેડૂતોની હાલતની તપાસ કરવી હતી. ગળીના માલિકોની સામે જે ફરિયાદો હતી, તેમાં કેટલું સત્ય છે તે જોવું હતું. આ કામને અંગે હજારો ખેડૂતોને મળતાં પહેલાં ગળીના માલિકોની વાત સાંભળવાની ને કમિશનરને મળવાની મેં આવશ્યકતા જોઈ.

આચાર્ય કૃપાલાની ત્યારે મુજફ્ફરપુર રહેતા હતા. તેમને હું ઓળખતો હતો.

મેં તેમને તાર કર્યો. મુઝફ્ફરપુર ટ્રેન મધરાતે પહોંચતી હતી. પોતાના શિષ્યમંડળને લઈને તે હાજર થયા હતા. પણ તેમને ઘરબાર નહોતાં. તે અધ્યાપક મલકાનીને ત્યાં રહેતા હતા, ત્યાં મને લઈ ગયા. કૃપાલાનીજીએ બિહારની દીન દશાની વાત કરી ને મારા કામની કઠણાઈનો ખ્યાલ આપ્યો. એમણે પોતાના સંબંધી બિહારીઓને મારા કામની વાત કરી મૂકી હતી. સવારે નાનકડું વકીલ મંડળ મારી પાસે આવ્યું.

"તમે જે કામ કરવા આવ્યા છો તે માટે તમારે અમારા જેવાને ત્યાં રહેવું જોઈએ. ગયાબાબુ અહીંના જાણીતા વકીલ છે. તેમને ત્યાં ઊતરવાનો આગ્રહ હું તેમની વતી કરું છું. અમે બધા સરકારથી ડરીએ તો છીએ જ. પણ અમારાથી બને તેટલી મદદ અમે તમને દઈશું. મહેરબાની કરીને તમે ગયાબાબુને ત્યાં ચાલો." આ ભાષણથી હું લોભાયો; ગયાબાબુને ત્યાં ગયો. મને સંઘરવાથી ગયાબાબુની સ્થિતિ કફોડી થાય, એવા ભયથી મને સંકોચ હતો. પણ ગયાબાબુએ મને નિશ્ચિંત કર્યો. બ્રીજકિશોરબાબુ અને રાજેન્દ્રબાબુ બહારગામ ગયેલા ત્યાંથી આવ્યા. તેમનામાં બિહારીની નમ્રતા, સાદાઈ, ભલમનસાઈ, અસાધારણ શ્રદ્ધા જોઈને મારું હૈયું હર્ષથી ઊભરાઈ ગયું. બિહારી વકીલમંડળ ને મારી વચ્ચે જન્મની ગાંઠ બંધાઈ.

*

મુજફ્ફરપુરમાં કમિશ્નરે તેમ જ નીલવરોના મંડળના મંત્રીએ ગાંધીજીને કહ્યું કે, "તમે ચંપારણ ન જશો. ખેડૂતોની ફરિયાદો વિશે સરકાર પોતે તપાસ કરે છે અને તે બાબતમાં વિચાર કરીને યોગ્ય પગલાં લેશે. તમારા ત્યાં જવાથી ખેડૂતો ઉશ્કેરાશે અને અત્યારે યુરોપમાં મહાયુદ્ધ ચાલી રહ્યું છે ત્યારે એ લોકો ધાંધલ કરે તે બિલકુલ ઇચ્છવા જેવું નથી. વળી ઘણાખરા નીલવરો લડાઈમાં ભાગ લેવા ગયા છે અને તેમની ગેરહાજરીમાં કોઈ ચળવળ ઉપાડવી યોગ્ય નથી." ખેડૂતોની ફરિયાદો અતિશયોક્તિભરી ને ખોટી છે વગેરે વાતો કરીને એમણે જેમ જેમ ગાંધીજીને આગળ જતાં અટકાવવાનો પ્રયત્ન કર્યો, તેમ તેમ ગાંધીજીનો સંદેહ વધતો જતો હતો કે દાળમાં કાંઈક કાળું છે. છેવટે એ લોકોને બેત્રણ વાર મળ્યા પછી તેમણે ચંપારણ જવાનો નિર્ણય કર્યો.

*

માલિકોના મંડળના મંત્રીની મુલાકાત વખતે તેણે સાફ જણાવ્યું કે, તમે પરદેશી ગણાઓ, તમારે અમારી ને ખેડૂતોની વચ્ચે નહીં આવવું જોઈએ. છતાં તમારે કંઈ કહેવાનું હોય તો મને લખી જણાવજો. મેં મંત્રીને વિવેકપૂર્વક કહ્યું કે, હું મને પોતાને પરદેશી ન ગણું, ને ખેડૂતો ઇચ્છે તો તેમની સ્થિતિની તપાસ કરવાનો મને પૂરો અધિકાર છે. પછી કમિશ્નર સાહેબને મળ્યો. તેમણે તો ધમકાવવાનું જ શરૂ કર્યું ને મને તિરહુત છોડવાની ભલામણ કરી.

*

દરમિયાન, ગાંધીજી પોતાની વહારે આવે છે અને મુઝફ્ફરપુર સુધી પહોંચી ગયા છે એમ સાંભળીને ચંપારણના ઘણા ખેડૂતો મુઝફ્ફરપુર આવી લાગ્યા. આમ તો, એ ખેડૂતોને એટલા લાંબા સમયથી કનડવામાં આવતા હતા કે તેઓ ડરપોક બની ગયા હતા અને નીલવરો સામે કાંઈ બોલવાની હિંમત તેમનામાં રહી નહોતી. સરકારમાં નીલવરોની ખૂબ લાગવગ હતી. તેમના જુલમના સમાચાર અમલદારોને મળતા, છતાં તેઓ ખેડૂતોને ખાસ કશી મદદ કરી શકતા નહોતા. કોઈ કોઈ નેક અમલદાર સરકારને ગુપ્ત અહેવાલ મોકલતા, અને મામલો બહુ બગડે ત્યારે સરકાર કાંઈક નામજોગાં પગલાં ભરતી; પણ તેનું ખાસ કશું પરિણામ આવતું નહીં. તેથી કોઈવાર ખેડૂતો ઉશ્કેરાઈને તોફાને ચડતા. એકાદ નીલવરને એમણે મારી નાખેલો અને તેમની બેએક કોઠીઓ પણ બાળી મૂકેલી. પણ આવાં તોફાનોને અંતે તેમના પર વધારે જુલમ થતા. કોર્ટ મારફત કેદની ને ફાંસીની પણ સજા થાય તે ઉપરાંત તેમનાં ઘર-ખેતર લૂંટી લેવામાં આવતાં, ઢોરઢાંખર ભગાડી જવામાં આવતાં, ઘર સળગાવી મુકાતાં, માર મારવામાં આવતો અને ઘણાની તો વહુદીકરીની લાજ પણ લુંટાતી.

કોઈ પણ તોફાન થયા પછી નીલવરો અને અમલદારો ખેડૂતોને એવા તો કચડી નાખતા કે આખો જિલ્લો દિવસો સુધી મસાણ જેવો થઈ જતો. જ્યાં જ્યાં તોફાન થતાં ત્યાં વધારાની પોલીસ મૂકવામાં આવતી અને તે પાછી ખેડૂતોને લૂંટતી ને કનડતી. ઉપરાંત એ પોલીસનો બધો ખર્ચ સરકાર ખેડૂતો પાસેથી જ વસૂલ કરતી. પરિણામે ખેડૂતો એટલા ભયભીત થઈ ગયા હતા કે નીલવરો કે તેના માણસો સામે ફરિયાદ કરવા પણ કચેરીમાં કોઈ જતું નહીં. કાઉન્સિલમાં તેમની ફરિયાદો રજૂ થાય ત્યારે સરકાર તરફથી એક જ જવાબ મળતો કે, ખેડૂતોને ફરિયાદ હોત તો તેઓ પોતે જ કોર્ટમાં જાત; પણ એવું કાંઈ તે કરતા નથી તે પરથી જણાય છે કે આ બધું બહારના ચળવળિયાઓનું કારસ્તાન છે. કોઈક ખેડૂત હિંમત કરીને ફરિયાદ કરવા કોર્ટમાં જતો, તો ત્યાં નીલવરના માણસો હાજર હોય અને તેને કોર્ટ બહાર ઘસડી જઈને મેજિસ્ટ્રેટની નજર સામે જ ખૂબ ટીપે.

ગાંધીજી વિશે બેચાર જણાએ કાંઈક સાંભળ્યું હોય, તે સિવાય ખેડૂતો ભાગ્યે જ કશું જાણતા. મારા જેવો ભણેલોગણેલો અને જાહેર પ્રશ્નોમાં કાંઈક રસ લેનારો માણસ પણ એમને વિશે ઝાઝું જાણતો નહોતો, તો પછી બિચારા ગામડિયા ખેડૂતોની શી વાત કરવી ? છતાં એમણે એટલું સાંભળ્યું હતું કે એમની વહારે કોઈક માણસ બહારથી આવેલ છે અને મુજફ્ફરપુર સુધી પહોંચી ગયો છે. એ માણસ પોતાનો ઉદ્ધાર કરશે એવી શ્રદ્ધા એમને, કોણ જાણે ક્યાંથી, બેસી ગઈ હતી ! એમનો હંમેશનો ડર પણ ત્યારે કોણ જાણે કયાં ભાગી ગયો ! એટલે ઘણા ખેડૂતો પોતપોતાને ગામથી મુજફ્ફરપુર આવીને ગાંધીજીને મળ્યા.

તેમાં એક મુશ્કેલી એ હતી કે ત્યાંની ગામઠી ભોજપુરી બોલી ગાંધીજી સમજી

શકતા નહોતા; હિન્દી પણ તેમને થોડીક જ આવડતી. અને ખેડૂતો પોતાની બોલી સિવાય બીજી કોઈ ભાષા સમજી શકતા નહોતા. આથી બ્રીજકિશોરબાબુએ પોતાના બે વકીલ મિત્રોને દુભાષિયાનું કામ કરવા ગાંધીજી પાસે મોકલ્યા.

*

બ્રીજકિશોરબાબુએ મને બધી હકીકતથી વાકેફ કર્યો. તેઓ ગરીબ ખેડૂતોને સારુ લડતા હતા તેવા બે કેસ ત્યારે ચાલી રહ્યા હતા. ત્યાગી છતાં તેઓ આ ભોળા ખેડૂતો પાસેથી ફી લેવામાં સંકોચ ન રાખતા. ફી ન લે, તો તેમનું ઘરખર્ચ ન ચાલે ને તેઓ લોકોને મદદ પણ ન કરી શકે, એ દલીલ હતી. તેમની ફીના આંકડા સાંભળી હું ગૂંગળાઈ ગયો. હજારો સિવાય તો વાત જ મેં ન સાંભળી. આ બાબતનો મારો મીઠો ઠપકો આ મિત્રમંડળે હેતપૂર્વક સાંભળ્યો; તેનો ખોટો અર્થ ન કર્યો.

મેં કહ્યું: "આ કેસો વાંચ્યા પછી મારો અભિપ્રાય તો એવો છે કે આપણે આ કેસો કરવાનું હવે માંડી જ વાળવું. જે રૈયતવર્ગ આટલો કચરાયેલો છે, જ્યાં સહુ આટલા ભયભીત રહે છે ત્યાં કોર્ટકચેરીઓ મારફતે ઇલાજ થોડો જ થઈ શકે. લોકોનો ડર કાઢવો, એ તેમને સારુ ખરું ઔષધ છે. આ તીનકઠિયા પ્રથા ન જાય ત્યાં લગી આપણે સુખે બેસી નથી શકતા. હું તો બે દિવસ જોવા આવ્યો છું, પણ હવે જોઉં છું કે આ કામ તો બે વર્ષ પણ લે. એટલો સમય જાય તોપણ હું આપવા તૈયાર છું. આ કામમાં શું કરવું જોઈએ તેની મને સૂઝ પડે છે. પણ તમારી મદદ જોઈએ." બ્રીજકિશોરબાબુએ શાંતિથી જવાબ આપ્યો: "અમારાથી બનશે તે મદદ અમે આપીશું. પણ તે કેવા પ્રકારની એ અમને સમજાવો."

આ સંવાદમાં અમે રાત ગાળી. મેં કહ્યું, "તમારી વકીલાતની શક્તિનો મારે ઓછો ઉપયોગ પડશે. તમારા જેવાની પાસેથી તો હું લહિયાનું ને દુભાષિયાનું કામ માગું. આમાં જેલમાં જવાપણું પણ જોઉં છું. તે જોખમમાં તમારે ન ઊતરવું હોય તો ભલે ન ઊતરો; પણ વકીલ મટી લહિયા થવું ને તમારો ધંધો તમારે અનિશ્ચિત મુદતને સારુ પડતો મૂકવો, એ કાંઈ હું ઓછું નથી માગતો. અહીંની હિંદી બોલી સમજતાં મને મુસીબત પડે છે. કાગળિયાં બધાં કૈથી કે ઉર્દૂમાં લખેલાં હોય એ હું ન વાંચી શકું. આના તરજુમાની તમારી પાસેથી આશા રાખું. આ કામ પૈસા આપીને કરીએ તો પહોંચાય નહીં. આ બધું સેવાભાવથી થવું જોઈએ."

બ્રીજકિશોરબાબુ સમજ્યા. પણ તેમણે મારી તેમ જ પોતાના સાથીઓની ઊલટતપાસ ચલાવી. મારાં વચનોના ફલિતાર્થો પૂછ્યા. વકીલોને તેમની ત્યાગની શક્તિ કેટલી હતી તે પૂછ્યું. છેવટે તેમણે આ નિશ્ચય જણાવ્યો: "અમે આટલા જણ તમે જે કામ સોંપશો તે કરી દેવા તૈયાર રહીશું. એમાંના જેટલાને જે વખતે માગશો, તેટલા તમારી પાસે રહેશે. જેલ જવાની વાત નવી છે. તે વિશે અમે શક્તિ મેળવવા કોશિશ કરશું."

*

મુજફ્ફરપુરમાં ગાંધીજી બેત્રણ દિવસ રોકાયા તે દરમિયાન આસપાસનાં થોડાંક ગામડાં તે જોઈ આવ્યા. બિહારની જમીન બહુ ફળદ્રૂપ હોવા છતાં ત્યાં ગરીબી ઘણી છે. ગામડાંની ગરીબી ને ગંદકી જોઈને, ખાસ કરીને સ્ત્રીઓની દુર્દશા નિહાળીને ગાંધીજીને પારાવાર દુખ થયું. તે બોલી ઉઠ્યા કે, આ ગરીબોની અને ગામડાંની હાલત સુધરે નહીં ત્યાં સુધી હિંદુસ્તાનનું શું ભલું થવાનું હતું ? એ બેત્રણ દિવસમાં જ ગાંધીજીની વાતચીત સાંભળીને અને તેમને કામ કરતા જોઈને લોકો આશ્ચર્યચક્તિ થઈ ગયા. ચંપારણના મુખ્ય શહેર મોતીહારીમાં ગાંધીજી પહોંચ્યા ત્યારે તેમનું સ્વાગત કરવા સેંકડો ખેડૂતો સ્ટેશને આવી પહોંચ્યા હતા. ઉતારે પહોંચતાં વેંત ખેડૂતોનાં ટોળાં ત્યાં આવવા લાગ્યાં અને દરેક જણ પોતાનાં વીતક ગાંધીજીને સંભળાવવા લાગ્યો. આ બધાંની અસર ગાંધીજી પર થઈ તો ખરી, પણ પોતે જાતે બધું જુએ નહીં ત્યાં સુધી એમને ખાતરી થાય નહીં.

જોગાનુજોગ એવું બનેલું કે ગાંધીજી ત્યાં પહોંચ્યા તે પહેલાં બેચાર દિવસે જ કોઈ નીલવરે એક પ્રતિષ્ઠિત ખેડૂત પર બહુ ત્રાસ ગુજાર્યો હતો. પોલીસની મદદથી એનું ઘર લુંટાવ્યું હતું, એના ખેતરના ઊભા મોલમાં ઢોર છોડી મૂક્યાં હતાં, તેની વાડીના કેળના રોપા હાથીઓ પાસે ઉખેડી નખાવ્યા હતા. આ અત્યાચારનાં ચિહ્નો હજી તાજાં જ હતાં. એ ખેડૂતે ગાંધીજી પાસે આવીને બધું બયાન આપ્યું, એટલે જાતે જઈને એ જુલમની નિશાનીઓ જોવાનું ગાંધીજીએ વિચાર્યું. અને બીજે જ દિવસે, એપ્રિલ મહિનાની બપોરના સખત તડકામાં દસ-બાર માઈલ દૂર આવેલા એ ગામે જવા ગાંધીજી નીકળી પડ્યા.

*

અમે હાથી પર સવારી કરીને નીકળી પડ્યા. ગુજરાતમાં ગાડાનો ઉપયોગ થાય છે, લગભગ એમ ચંપારણમાં હાથીનો થાય છે. અર્ધે રસ્તે પહોંચ્યા ત્યાં પોલીસ સુપરિન્ટેન્ડેન્ટનો માણસ આવી પહોંચ્યો ને મને કહ્યું: "સાહેબ તમને સલામ દેવડાવે છે." હું સમજ્યો. ધરણીધરબાબુ વકીલને મેં આગળ જવાનું કહ્યું. હું પેલા જાસૂસની સાથે તેની ગાડીમાં બેઠો. તે મને ઘેર લઈ ગયો ને ચંપારણ છોડવાની નોટિસ આપી.

*

ચંપારણના જિલ્લા મેજિસ્ટ્રેટે ફોજદારી કાયદાની 144મી કલમ હેઠળ નોટિસ કાઢી. તેનો લેખિત જવાબ ગાંધીજીએ તરત મોકલ્યો કે, હું ચંપારણ છોડવા માગતો નથી; તમારે જે પગલાં લેવાં હોય તે ખુશીથી લો. એટલે મેજિસ્ટ્રેટે જણાવ્યું કે હુકમભંગ માટે તમારી સામે કેસ ચલાવવામાં આવશે. સાથોસાથ તેમણે વિનંતી કરી કે, કેસ પૂરો થાય ત્યાં સુધી આપ ગામડાંની મુલાકાતે જશો નહીં. એ વિનંતી ગાંધીજીએ કબૂલ રાખી. તે જ દિવસે ગાંધીજીને સમન્સ મળ્યો તેમાં બીજા જ દિવસની મુદત આપવામાં આવી હતી.

એ રાત્રે ગાંધીજીએ તનતોડ મહેનત કરી. પહેલાં તો તેમણે પોતાના સહુ સાથીઓને તથા મિત્રોને તાર કરીને કેસની ખબર આપી. તે વખતે લૉર્ડ ચેમ્સફર્ડ હિંદના વાઇસરૉય હતા. બ્રિટિશ સંસ્થાનોમાં વસેલા હિંદીઓના પ્રશ્ન અંગે તેમની સાથે ગાંધીજી અગાઉ પરિચયમાં આવેલા; તેમને પત્ર લખ્યો. તેમાં પરિસ્થિતિ સમજાવીને બ્રિટિશ સરકાર સાથેના પોતાના જૂના સંબંધોનો ઉલ્લેખ કર્યો, અને છેવટમાં લખ્યું કે, "આ જ સરકારે મારી જાહેર સેવા માટે મને સોનાનો કૈસરે હિન્દ ચાંદ એનાયત કર્યો છે – જેની હું ઘણી કદર કરું છું. પણ હવે સરકારને મારામાં વિશ્વાસ નથી રહ્યો અને તે મને જાહેર સેવા પણ કરવા દેવા માગતી નથી, ત્યારે એ ચાંદ રાખવો મારે માટે યોગ્ય ન ગણાય. આથી તે જેની પાસે છે તેને મેં એ આપને પાછો મોકલવાને લખી દીધું છે." બીજા ઘણા મિત્રોને પત્રો લખીને તેમણે બધી બાબતોની જાણ કરી. ઉપરાંત વળતી સવારે કોર્ટમાં રજૂ કરવા માટે એક નિવેદન પણ એમણે રાતમાં જ લખી કાઢ્યું.

આ બધું કરતાં મધરાત વીતી ગઈ. તમામ તાર, પત્રો, નિવેદન – બધું તેમણે સ્વહસ્તે લખ્યું એટલું જ નહીં, બધાંની નકલો પણ કરી લીધી. પછી દુભાષિયા તરીકે તેમની મદદમાં આવેલા વકીલો ધરણીધરબાબુ અને રામનવમીબાબુને એમણે કહ્યું, "કેસમાં મને સજા થશે, એટલે હું તો જેલમાં જવાનો; પણ પછી તમે શું કરશો ?" એ સજ્જનો માટે તે સવાલનો એકાએક જવાબ આપવાનું મુશ્કેલ હતું. ગાંધીજી પાસે આવ્યા ત્યારે એમને સ્વપ્ને પણ ખ્યાલ ન હતો કે આવી પરિસ્થિતિ ઊભી થશે. પોતે જેની સલાહ લઈ શકે તેવું કોઈ ત્યાં હતું નહીં. અને જવાબ આપ્યા સિવાય પણ ચાલે તેમ નહોતું. એટલે ધરણીધરબાબુએ કહ્યું, "આપ અમને દુભાષિયા તરીકે અહીં લાવ્યા હતા. હવે આપ જેલમાં જશો એટલે એ કામ પૂરું થશે અને અમે અમારે ઘેર જઈશું."

એટલે ગાંધીજીએ પૂછ્યું, "અને આ ગરીબ ખેડૂતોને આ જ દશામાં છોડી જશો ?"

પેલા લોકોએ કહ્યું, "અમે બીજું શું કરી શકીએ ? કંઈ સમજણ પડતી નથી. પણ આપ કહેતા હો તો, આપ એમની ફરિયાદોની ને એમની સ્થિતિની જેવી તપાસ કરવા માગતા હતા તેવી તપાસ અમારાથી થઈ શકે ત્યાં સુધી અમે કરીએ. પરંતુ સરકાર અમને પણ જિલ્લો છોડી જવાનો હુકમ આપશે, તો એ હુકમનો ભંગ ન કરતાં અમે છાનામાના ચાલ્યા જઈશું, અને કામ ચાલુ રાખવા માટે અમારા બીજા સાથીઓને સમજાવીને મોકલશું." આ સાંભળીને ગાંધીજી રાજી તો થયા, પણ તેમને પૂરો સંતોષ ન થયો. છતાં તેમણે કહ્યું, "વારુ, એમ કરજો અને બને ત્યાં સુધી કામ ચાલુ રાખજો." આ પ્રમાણે નક્કી કરીને સહુ સૂઈ ગયા. રાત હવે થોડી જ બાકી રહી હતી.

એ બે વકીલોએ ગાંધીજીને જવાબ તો આપી દીધો, પણ તેનાથી એમને પોતાને પણ સંતોષ નહોતો. પથારીમાં પડ્યા પડ્યા એ વાતોએ વળગ્યા કે, આપણે

અહીંના રહેવાસી અને ખેડૂતોને મદદ કરવાની ડંફાશ મારનારા, તે બેચાર દિવસ પછી પોતાને ઘેર ચાલ્યા જઈને વકીલાત કરી પૈસા કમાઈએ ને મોજ કરીએ, જ્યારે આ અજાણ્યો માણસ, જેને આપણા પ્રદેશ સાથે કશી લેવાદેવા નથી કે અહીંના ખેડૂતો સાથે કશો જ પરિચય નથી, તે આ ગરીબો માટે જેલમાં ગોંધાઈ રહે – એ તો, માળું, ભારે વિચિત્ર કહેવાય !

ગાંધીજી પાસે આવતાં પહેલાં જેલ જવા વિશે તો એમણે વિચાર સરખો કરેલો નહોતો, એટલે ઘરનાં માણસો કે મિત્રો સાથે તે અંગે મસલત કરવાની તો વાત જ ક્યાંથી ઊભી થાય ? વળી, પોતે જેલમાં જાય તો બાળ-બચ્ચાંનું શું થાય ? અને અદાલતમાં સજા થયા પછી સરકાર તેમની વકીલાતની સનદ ખૂંચવી લે તો ? એવી બધી ભાંજગડમાં બાકીની રાત પણ વીતી ગઈ ને બીજા દિવસની સવાર પડી ગઈ.

ગાંધીજીની કામ કરવાની રીત બિહાર માટે જ નહીં, આખા દેશને માટે નવી હતી. આવી રીતે કામ કરવાનું પહેલાં કોઈએ બતાવ્યું નહોતું. તેમ કરતાં શું પરિણામ આવે તેની કોઈને કલ્પના પણ નહોતી. ગાંધીજીની મહેનત કરવાની શક્તિ પણ અજબ હતી. આખી રાત જાગીને આટલું બધું લખવું અને બીજા દિવસ માટે બધું તૈયાર કરવું, એ એક એવી અદ્ભુત બાબત હતી જે અહીંના લોકોએ અગાઉ કદી જોયેલી નહીં.

વહેલી સવારે તૈયાર થઈને ગાંધીજી પોતાના બંને સાથીઓ જોડે ઘોડાગાડીમાં બેસીને કોર્ટમાં જવા નીકળ્યા. પેલા બે તો રાતે સૂતા સૂતા જે વિચાર કરતા હતા તેના તે વિચારોમાં અત્યારે પણ હતા. પણ હવે તેમનાથી રહેવાયું નહીં અને તેમણે ગાંધીજીને કહ્યું : “અમે, જોકે, આવી બાબતનો અગાઉ કદી વિચાર કરેલો નથી. પણ આટલે બધે દૂર છેક ગુજરાતથી આવીને આપ આ ગરીબો માટે જેલ વેઠવા તૈયાર થયા છો, ત્યારે અહીના જ રહેનારા અમે આપને સાથ આપ્યા વગર કેમ રહી શકીએ ? એટલે અમે હવે નિશ્ચય કર્યો છે કે આપ જેલમાં જશો પછી અમે એ કામ ચાલુ રાખશું, અને જરૂર પડે તો અમે પણ જેલમાં જઈશું.” આ સાંભળતાં જ ગાંધીજીનો ચહેરો ખીલી ઊઠ્યો.

ન્યાયકચેરીનો તે દિવસનો દેખાવ અનેરો હતો. ગાંધીજીના કેસની ખબર ચારેકોર ફેલાઈ ગઈ હતી અને ઘણા ખેડૂતો ત્યાં આવી પહોંચ્યા હતા. પોતાની વહારે ધાનારા એક સાવ અજાણ્યા મનુષ્યનાં દર્શન કરવા તેઓ ગામેગામથી આવ્યા હતા. બીકના માર્યા, નીલવરોના જુલમ સામે ફરિયાદ કરવાયે જે કચેરી પાસે ઢૂંકતા નહોતા, તે ખેડૂતો આજે સરકારના હુકમનો ભંગ કરનારનો કેસ જોવા હજારોની સંખ્યામાં ઊમટી પડ્યા હતા. મેજિસ્ટ્રેટ આવ્યા ને કેસ શરૂ થયો એટલે અદાલતના ઓરડામાં પેસવા માટે ધક્કામુક્કી થઈ. પોલીસ બહાવરી બનીને આ બધું જોઈ રહી ! ખેડૂતોનો સદાનો ડર કોણ જાણે ક્યાં જતો રહ્યો, ને તેમનામાં આટલાં ઉત્સાહ ને હિંમત ક્યાંથી આવી ગયાં !

કેસમાં અમારે ગાંધીજીનો બચાવ કરવો પડશે, એવું માનવાની ભૂલ અમે એકલાએ જ નહોતી કરી. સરકારી વકીલે પણ ધારેલું કે ગાંધીજી તરફથી મોટા વકીલ બેરિસ્ટરો હાજર થશે. ગાંધીજી પોતે પણ બેરિસ્ટર છે, એટલે તેઓ પણ કાયદાનાં થોથાં ઊથલાવીને તૈયાર થઈ કચેરીમાં આવશે. પણ કેસ શરૂ થતાં ખબર પડી કે એવી બધી અટકળો ખોટી હતી. સરકારી વકીલે આરંભમાં જ એક સાક્ષી રજૂ કર્યો અને તેને એવા સવાલો પૂછવા માંડ્યા કે જેમાંથી સાબિત થાય કે જે હુકમના ભંગ માટે કેસ ચાલતો હતો તે ગાંધીજી ઉપર બરાબર બજાવાયેલો હતો. પણ ત્યાં જ ગાંધીજીએ મેજિસ્ટ્રેટને કહ્યું: "આ પુરાવાની કશી જરૂર નથી. એમાં આપનો ને મારો સમય શા માટે બગાડવો? હું પોતે કબૂલ કરું છું કે એ મનાઈ-હુકમ મને મળેલો હતો અને તે માનવાનો મેં ઇન્કાર કરેલો. મારું નિવેદન હું લખી લાવ્યો છું તે, આપની રજા હોય તો, વાંચું."

મેજિસ્ટ્રેટ, સરકારી વકીલ અને કોર્ટમાં જે બીજા હાજર હતા તે સહુને માટે બચાવ કરવાની આ રીત સાવ નવી જ હતી. સહુ અજાયબ થયા અને વિચાર કરવા લાગ્યા કે જોઈએ – હવે શું થાય છે. મેજિસ્ટ્રેટે રજા આપી, એટલે ગાંધીજીએ નિવેદન વાંચી સંભળાવ્યું:

"ફોજદારી કાયદાની 144મી કલમ મુજબ કરવામાં આવેલા હુકમનો દેખીતો અનાદર કરવાનું ગંભીર પગલું મારે કેમ લેવું પડ્યું, તે વિશે ટૂંકું બયાન હું અદાલતની પરવાનગીથી રજૂ કરવા ઇચ્છું છું. મારા નમ્ર અભિપ્રાય મુજબ, તેમાં અનાદરનો સવાલ નથી પણ સ્થાનિક સરકાર અને મારી વચ્ચે મતભેદનો સવાલ છે. જનસેવા અને દેશસેવા કરવાના હેતુથી જ હું આ પ્રદેશમાં દાખલ થયો. અહીંના નીલવરો રૈયત સાથે ન્યાયથી વર્તતા નથી એ કારણે લોકોને મદદ કરવા આવવાનો મને આગ્રહ થયો, એટલે જ મારે આવવું પડ્યું છે. પણ આખા પ્રશ્નના અભ્યાસ વિના હું તેમને મદદ શી રીતે કરી શકું? એટલે એવો અભ્યાસ કરવા, બની શકે તો સરકાર અને નીલવરોની મદદ લઈને અભ્યાસ કરવા, હું આવ્યો છું. બીજો કોઈ પણ ઉદ્દેશ મેં રાખ્યો નથી; અને મારા આવવાથી જાહેર શાંતિનો ભંગ થશે એવું હું માની શકતો નથી. આવી બાબતમાં મને ઠીક ઠીક અનુભવ છે, એવો મારો દાવો છે. પણ સરકારનો ખ્યાલ મારાથી જુદો છે. એમની મુશ્કેલી હું સમજી શકું છું. કાયદાને માન આપનાર નાગરિક તરીકે તો મને આપવામાં આવેલા હુકમને માન્ય રાખવાનું મને સ્વાભાવિક રીતે મન થાય – અને થયું પણ હતું. પણ તેમ કરવામાં, જેમને માટે હું અહીં આવ્યો છું તેમના પ્રત્યેના મારા કર્તવ્યનો હું ઘાત કરું, એમ મને લાગ્યું. મને લાગે છે કે મારાથી તેમની સેવા આજે તેમની મધ્યમાં રહીને જ થઈ શકે. એટલે હું સ્વેચ્છાએ ચંપારણ છોડી શકું તેમ નથી. આવા ધર્મસંકટમાં, મને ચંપારણમાંથી ખસેડવાની ફરજ સરકાર ઉપર નાખ્યા વિના હું રહી શક્યો નહીં.

"હિંદના લોકજીવનમાં જેની પ્રતિષ્ઠા હોય તે મારા જેવા માણસે અમુક પગલું ભરીને દાખલો બેસાડવામાં ભારે કાળજી રાખવી જોઈએ, તે હું બરાબર સમજું છું. પણ મારી દૃઢ માન્યતા છે કે આજની પરિસ્થિતિમાં મારા જેવા સંજોગોમાં મુકાયેલા સ્વાભિમાની માણસની પાસે બીજો એકે સલામત અને માનભર્યો રસ્તો નથી – સિવાય કે હુકમનો અનાદર કરી, તે બદલ જે સજા થાય તે મૂંગે મોઢે ખમી લેવી.

"આપ મને જે સજા કરવા ધારો તે હળવી કરાવવાના હેતુથી આ બયાન હું નથી રજૂ કરતો. પણ હુકમનો અનાદર કરવા પાછળ, કાયદેસર સ્થપાયેલી સત્તાનું અપમાન કરવાનો મારો ઉદ્દેશ ન હોવાથી, મારું અંતર જે વધારે ઊંચો કાયદો સ્વીકારે છે તેને – એટલે કે અંતરાત્માના અવાજને – અનુસરવાનો મારો હેતુ છે, એટલું જ મારે જણાવવું હતું."

નિવેદન સાંભળતાંવેંત સહુ સ્તબ્ધ થઈ ગયા. હિંદુસ્તાનની કોઈ પણ કોર્ટમાં અગાઉ કદી આવું નિવેદન કોઈએ કરેલું નહોતું, કે સાંભળ્યું નહોતું. મેજિસ્ટ્રેટ પણ મૂંઝાઈ ગયા. તેમણે માનેલું કે બીજા કેસોની માફક આમાં પણ સાક્ષી-પુરાવા થશે, દલીલો થશે અને તેમાં ઘણો વખત જશે; તે દરમિયાન શો ચુકાદો આપવો, કેટલી સજા કરવી વગેરે બાબત અંગે પોતે જિલ્લા મેજિસ્ટ્રેટને પુછાવી શકશે. પણ ગાંધીજીના આવા નિવેદન પછી તો પુરાવાની કે દલીલોની કશી જરૂર ન રહી; કેટલી સજા કરવી એ એક જ બાબત હવે બાકી રહી હતી. પણ તેને માટે મેજિસ્ટ્રેટ હજી તૈયાર થયેલા નહોતા. એટલે તેણે કહ્યું: "આપે નિવેદન તો વાંચ્યું, પણ આપે ગુનો કર્યો છે કે નહીં તે તો એમાં ચોખ્ખું કહ્યું નથી. તેથી મારે પુરાવા નોંધવા પડશે અને દલીલો સાંભળવી પડશે."

પણ ગાંધીજી એમ ચૂકે એવા ક્યાં હતા ? તેમણે તરત જવાબ આપ્યો કે, એમ હોય તો લો – હું આ કબૂલ કરું છું કે હું ગુનેગાર છું.

હવે મેજિસ્ટ્રેટ પાસે સમય વિતાવવાનો કોઈ રસ્તો રહ્યો નહીં. તેણે કહ્યું કે, હું ચુકાદો થોડા કલાક પછી આપીશ; એ દરમિયાન આપ જામીન આપીને જઈ શકો છો.

જવાબમાં ગાંધીજીએ કહ્યું કે, અહીં મારી પાસે જામીન આપનારું કોઈ નથી – અને હું જામીન આપવા માગતો પણ નથી. એટલે મેજિસ્ટ્રેટ વળી મૂંઝાયા. તેમણે કહ્યું કે, જામીન ન આપવા હોય તો જાતમુચરકો આપો. પણ ગાંધીજીએ જવાબ આપ્યો કે, હું એ પણ નહીં આપી શકું. છેવટે મેજિસ્ટ્રેટે જણાવ્યું કે હું ત્રણ વાગ્યે ચુકાદો આપીશ; તે વખતે આપ હાજર થજો.

પણ પછી ત્રણ વાગવા આવ્યા ત્યારે મેજિસ્ટ્રેટે ગાંધીજીને કહેવડાવ્યું કે, આજે ચુકાદો આપી શકાય તેમ નથી; અને તે માટે પાંચ-સાત દિવસ પછીની મુદત આપી.

*

સમનની વાત એક ક્ષણમાં બધે ફેલાઈ ગઈ અને, લોકો કહેતા હતા કે, કદી

નહીં જોયેલું એવું દશ્ય મોતીહારીમાં જોવામાં આવ્યું. ગોરખબાબુનું ઘર અને કચેરી લોકોથી ઊભરાઈ ઊઠ્યાં. સારે નસીબે મેં મારું બધું કામ રાતના આટોપી લીધું હતું, તેથી આ ભીડને હું પહોંચી વળ્યો. લોકોને નિયમમાં રાખવામાં સાથીઓ ગૂંથાઈ ગયા. કચેરીમાં જ્યાં જાઉં ત્યાં ટોળેટોળાં મારી પાછળ આવે. કલેક્ટર, મેજિસ્ટ્રેટ, સુપરિન્ટેન્ડેન્ટ વગેરે અને મારી વચ્ચે પણ એક જાતની ગાંઠ બંધાઈ. સરકારી નોટિસો વગેરેની સામે કાયદેસર વિરોધ કરવો હોત તો હું કરી શકતો હતો. તેને બદલે તેમની બધી નોટિસોના મારા સ્વીકારથી ને અમલદારો સાથેના અંગત પરિચયમાં વાપરેલી મીઠાશથી તેઓ સમજી ગયા કે, મારે તેમનો વ્યક્તિગત વિરોધ નથી કરવો પણ તેમના હુકમનો વિનયી વિરોધ કરવો છે. તેથી તેમને એક પ્રકારની નિર્ભયતા મળી. મારી કનડગત કરવાને બદલે તેમણે લોકોને નિયમમાં રાખવા સારુ મારી ને સાથીઓની મદદનો ખુશીથી ઉપયોગ કર્યો. પણ સાથે તેઓ સમજી ગયા કે તેમની સત્તા આજથી અલોપ થઈ છે. લોકો ક્ષણભર દંડનો ભય તજી તેમના આ નવા મિત્રની પ્રેમની સત્તાને વશ થયા.

યાદ રાખવાનું છે કે ચંપારણમાં મને કોઈ ઓળખતું નહોતું. ખેડૂતવર્ગ સાવ અભણ હતો. ચંપારણ ગંગાને પેલે પાર છેક હિમાલયની તળેટીએ નેપાળની નજીકનો પ્રદેશ, એટલે નવી દુનિયા જ. અહીં મહાસભાનું નામ ન મળે. જેમણે નામ સાંભળ્યું હોય તે નામ લેતાં ડરે. આ પ્રદેશમાં મહાસભાનો અર્થ વકીલોની મારામારી, કાયદાની બારીઓથી સરકી જવાના પ્રયત્નો, મહાસભા એટલે કહેણી એક ને કરણી બીજી. આવી સમજણ સરકારમાં અને સરકારનીયે સરકાર ગળીના માલિકોમાં હતી. સાથીઓની સાથે મસલત કરીને મેં નિશ્ચય કર્યો હતો કે મહાસભાને નામે કંઈ જ કામ કરવું નથી. ટપટપનું નહીં પણ મમમમનું કામ છે. મહાસભાનું નામ અળખામણું છે. પણ મહાસભા એ નથી, મહાસભા બીજી જ વસ્તુ છે, એમ અમારે સિદ્ધ કરવાનું હતું. તેથી અમે મહાસભાનું નામ જ ક્યાંયે ન લેવાનો નિશ્ચય કર્યો હતો. લોકો તેના અક્ષરને ન જાણતાં તેના આત્માને જ જાણે ને અનુસરે તે જ ખરું છે, એમ અમે વિચારી મૂક્યું હતું.

ચંપારણનો આ દિવસ મારા જીવનમાં કદી ન ભુલાય એવો હતો. મારે સારુ ને ખેડૂતોને સારુ એ એક ઉત્સવનો દિવસ હતો. કાયદા પ્રમાણે મુકદ્દમો મારી સામે ચાલવાનો હતો. પણ ખરું જોતાં તો મુકદ્દમો સરકારની સામે હતો.

*

કેસનો ચુકાદો થોડા દિવસ પછી આવવાનો હતો. એટલામાં ચાર્લી એન્ડ્રુઝ મોતીહારી આવી પહોંચ્યા.

ભારતીય વસાહતીઓ દુનિયામાં જ્યાં જ્યાં ગયેલા ત્યાં લગભગ દરેક જગાએ તેમની બૂરી દશા હતી. તેમને કોઈ પણ પ્રકારના હક નહોતા. તેમને જંગલી ગણવામાં

આવતા. આ જાતની ખરાબ વર્તુણૂક સામે દક્ષિણ આફ્રિકામાં ગાંધીજીએ પોકાર ઉઠાવ્યો અને સત્યાગ્રહ કર્યો. હિન્દીઓ સાથે ચલાવવામાં આવતી આવી ખરાબ વર્તુણૂકથી ચાર્લી એન્ડ્રુઝ જેવા અંગ્રેજ અને સાચા ખ્રિસ્તીને દુખ થતું હતું. પરદેશમાં હિન્દીઓ જ્યાં હાડમારી ભોગવતા હોય ત્યાં બધે જઈને તેમને બનતી મદદ કરવી, તેમની પર થતા જુલ્મો અટકાવવા, ઇંગ્લૅન્ડમાં તે બાબત લોકમત જાગ્રત કરવો વગેરે કામને તેમણે પોતાનું બનાવ્યું હતું. તેને અંગે તેમને દક્ષિણ આફ્રિકામાં ગાંધીજીને મળવાનું થયેલું અને એમની સાથે ગાઢ સંબંધ બંધાયો હતો. અંગ્રેજોમાં એન્ડ્રુઝનું ઘણું માન હતું, અને હિંદમાં તેઓ વાઇસરોય સુધી પહોંચી શકતા હતા. ફીઝીમાંના હિંદી વસાહતીઓએ એન્ડ્રુઝને બોલાવ્યા હતા, અને ત્યાં જતા પહેલાં ગાંધીજી સાથે મસલત કરવા તે ચંપારણ આવ્યા હતા.

એન્ડ્રુઝ સાથે અમારી આ પહેલી મુલાકાત હતી. આવો અંગ્રેજ અમે પહેલાં જોયો નહોતો. તેમણે કપડાં તો અંગ્રેજી ઢબનાં પહેર્યાં હતાં, પણ તે ઢંગધડા વગરનાં લાગતાં હતાં. આખી દુનિયામાં તે કેટલીયે વાર ફરી વળ્યા હતા, છતાં સાવ સીધાસાદા જણાતા હતા. એન્ડ્રુઝે બે-ત્રણ દિવસ અમારી વચ્ચે ગાળ્યા, પછી એમના જવા વિશે વાત નીકળી ત્યારે અમને થયું કે હજી થોડા દિવસ એ રોકાય તો સારું. અમે એમને રોકાવાનો આગ્રહ કર્યો ત્યારે એમણે કહ્યું કે, ફીજીમાં મારે જરૂરી કામ છે, ત્યાં જવા માટે સ્ટીમર પર જગાનો બંદોબસ્ત થઈ ગયો છે; છતાં તમારો આગ્રહ છે તો હું રોકાઈ જાઉં – પણ ગાંધીજી રજા આપે તો. પરંતુ ગાંધીજી સંમત ન થયા. અમે બહુ આગ્રહ કર્યો ત્યારે એ બોલ્યા: તમે જેમ જેમ આગ્રહ કરો છો તેમ તેમ મારો વિચાર દૃઢ થતો જાય છે કે એન્ડ્રુઝે ચંપારણમાં ન રોકાતાં ફીજી જવું જોઈએ. તેમણે અમને બેધડક કહ્યું કે, "એન્ડ્રુઝને રોકવા તમે આટલી જીદ કેમ કરો છો તે હું સમજી ગયો છું, અને જે કારણે તમે એમને રોકવા માગો છો તે જ કારણે હું એમને અહીંથી જલદીમાં જલદી રવાના કરવા માગું છું. તમારા મનમાં એમ છે કે અહીં અંગ્રેજ નીલવરો સાથે આપણો ઝઘડો ચાલે છે. અહીંના મોટા અમલદારો પણ અંગ્રેજ છે. એન્ડ્રુઝ પણ અંગ્રેજ છે, અને ગવર્નર સુધીના સહુ અંગ્રેજો પર સારો પ્રભાવ છે. સરકાર જુલમ કરે ત્યારે એન્ડ્રુઝ અહીં હોય તો સારું; આપણને તેમની મદદ મળે. તમારા મનમાં સરકારનો ડર છે અને તેમાં તમારે એન્ડ્રુઝનું રક્ષણ મેળવવું છે. એ ડર હું તમારા મનમાંથી કાઢવા માગું છું. જો આપણે નીલવરો સામે લડવાનું આવે, તો તેમાં કોઈ અંગ્રેજની મદદથી – ખુદ એન્ડ્રુઝની મદદથી પણ – આપણે ક્યાં લગી ફાવવાના હતા ? આપણે તો નીડર થઈને, આપણી જ શક્તિ પર વિશ્વાસ રાખીને, કામ કરવાનું છે; તો જ આપણે ફાવીશું. માટે હું કહું છું કે એન્ડ્રુઝે અહીંથી જવું જોઈએ. કાલે સવારની ગાડીમાં જ તે અહીંથી રવાના થાય. વળી ફીજીનું કામ પણ તેમનાથી કેમ છોડી શકાય ?"

આથી અમે થોડા નિરાશ તો થયા; પણ અમે જોયું કે અમારા મનની અંદર શું રહેલું છે તે ગાંધીજી બરાબર કળી ગયા હતા. એમની વાતની અમારા મન પર બહુ અસર થઈ. નિર્ભયતાનો આ પદાર્થપાઠ અમને આરંભમાં જ મળી ગયો.

✳

સજાને સારુ કોર્ટમાં જવાનો સમય આવ્યો તેના પહેલાં મારી ઉપર મેજિસ્ટ્રેટનો સંદેશો આવ્યો કે ગવર્નર સાહેબના હુકમથી કેસ પાછો ખેંચી લેવામાં આવ્યો છે, ને કલેક્ટરનો કાગળ મળ્યો કે મારે જે તપાસ કરવી હોય તે કરવી, ને તેમાં જે મદદ અમલદારો તરફથી જોઈએ તે માગવી. આવા તાત્કાલિક ને શુભ પરિણામની આશા અમે કોઈએ નહોતી રાખી.

કલેક્ટર મિ. હેકોકને હું મળ્યો. તે પોતે ભલા ને ઇન્સાફ કરવા તત્પર જણાયા. જે કાગળિયાં કે બીજું કંઈ જોવું હોય તે માગી લેવાનું ને જ્યારે તેને મળવું હોય ત્યારે મળવાનું તેણે જણાવ્યું.

✳

ગાંધીજી પરનો કેસ પાછો ખેંચી લેવામાં આવ્યો છે અને તેઓ ખેડૂતોનાં બયાન સાંભળે છે, એવી ખબર બધે ફેલાઈ ગઈ. ખેડૂતો એટલી મોટી સંખ્યામાં આવવા લાગ્યા કે અમે સવારથી સાંજ સુધી લખ્યા કરતા છતાં એ બધાનાં નિવેદનો લઈ શકતા ન હતા.

ગાંધીજીએ અમને ચેતવ્યા કે, "તમને એ લોકો નિવેદનો લખાવશે તેમાં કેટલુંક અસત્ય અને કેટલીક અતિશયોક્તિ પણ હશે. તમે સહુ વકીલ છો, એટલે દરેકની ઊલટતપાસ કરી તમને સાચું લાગે તેટલું જ લખજો."

અમે એ રીતે બયાન લખતા થયા, તેટલામાં અમને બીજો પદાર્થપાઠ મળ્યો. તપાસ કરવાની રજા અમને મળી, તેમ પોલીસને પણ ફરમાન થયું હતું કે તેમણે અમારી બધી કાર્યવાહી પર નજર રાખવી અને ઉચ્ચ અમલદારોને તેની ખબર આપતા રહેવું. પરિણામે પોલીસનો એક ફોજદાર લગભગ આખો દિવસ અમારી આસપાસ ભમ્યા કરતો. એક દિવસ ધરણીધરબાબુ આઠ-દસ ખેડૂતો વચ્ચે બેઠા બેઠા તેમનાં નિવેદનો લખતા હતા. પેલો ફોજદાર પણ પાસે આવીને બેઠો. ધરણીધરબાબુને તે ન ગમ્યું; પણ એ કાંઈ બોલ્યા નહીં અને ત્યાંથી ઊઠીને બીજી જગ્યાએ બેસી નિવેદનો લખવા લાગ્યા. ફોજદાર પણ તે જગ્યાએ જઈ બેઠો. ધરણીધરબાબુ ઊઠીને ત્રીજી જગાએ ગયા; પેલો ત્યાં પણ પહોંચી ગયો. હવે ધરણીધરબાબુથી રહેવાયું નહીં અને તેમણે કડક અવાજે પેલાને કહ્યું, "તમે આમ માથા પર આવીને કેમ બેસો છો ? તમારે જે કાંઈ જોવું-સાંભળવું હોય તે જરા દૂર રહીને જુઓ-સાંભળો !" પેલાએ એટલો જ જવાબ આપ્યો કે, અમને એવો હુકમ છે. પછી ફોજદારે ગાંધીજી પાસે જઈને ફરિયાદ કરી.

ગાંધીજીએ અમને સહુને બોલાવીને પૂછપરછ કરી. ધરણીધરબાબુએ બધી વાત કહી. ગાંધીજીએ એમને પૂછ્યું કે, "લખતી વેળા તમે એકલા હતા, કે તમારી

આસપાસ બીજા કોઈ હતા ?" એમણે જવાબ આપ્યો કે, "ઘણા ખેડૂતો મારી આજુબાજુ ઊભા હતા." એટલે ગાંધીજીએ સવાલ કર્યો કે, "આ ફોજદાર ત્યાં આવ્યા, એ તમને કેમ ન ગમ્યું ?" તેમણે જવાબ આપ્યો, "એમની હાજરીથી અમારા કામમાં અડચણ થતી હતી."

એટલે ગાંધીજી કહે, "બીજા ખેડૂતોની હાજરીથી તમને કશી અડચણ ન પડી, પણ આમના આવવાથી પડી; તેનો અર્થ એ કે આ પોલીસના માણસ છે તેથી અડચણ પડે છે. એમની ને બીજાઓની વચ્ચે તમે ભેદ કેમ રાખ્યો ? હજી પણ તમારા મનમાં પોલીસનો ડર હોય એમ લાગે છે. એ ડર કાઢવો જોઈએ. આપણે છુપાઈને કોઈ બૂરું કામ તો કરતા નથી. તો પછી પોલીસનો કોઈ પણ માણસ ત્યાં હાજર રહે તેથી ડરવાનું શું છે ? ખેડૂતોના મનમાંથી પણ એ ડર કાઢવો જોઈએ. તેમણે જે કાંઈ કહેવાનું હોય તે પોલીસ, મેજિસ્ટ્રેટ અને નીલવરોની સમક્ષ નિર્ભયતાપૂર્વક સાફ કહેવું જોઈએ."

ગાંધીજીની વાત તો સાચી હતી. પોલીસનો થોડોઘણો ડર હજી સહુને રહેતો જ હતો. મનમાં એમ થતું કે, આપણી વાત પોલીસ જાણી જશે, તો કોણ જાણે તેનું શું યે પરિણામ આવશે ! પણ હવે ફોજદારે જોયું કે અમારી નજરમાં તેની અને ખેડૂતોની હાજરીમાં કશો ફરક રહ્યો નથી; એ બેઠો હોય કે કોઈ ખેડૂત તે અમારે મન સરખું જ હતું. એથી ફોજદારનો રુઆબ સાવ ઊતરી ગયો !

*

થોડા દિવસ પછી ગાંધીજી કહે, આ કામમાં થોડો વખત જશે એમ લાગે છે, એટલે એકલા ગોરખબાબુ પર આટલો બોજો નાખવો ઠીક નથી. વળી એમના મકાનમાં જગા પણ બહુ નથી. એટલે બીજું મકાન શોધી કાઢીને ત્યાં પડાવ નાખીએ. શહેરના ભાઈઓએ નજીકમાં જ એક મકાન શોધી કાઢ્યું. ગાંધીજીએ કહ્યું કે, મકાન સાફસૂફ કરાવી નાખીને આજે જ ત્યાં ચાલ્યા જઈએ. તે સાફ થતાં–કરતાં સાંજ પડી ગઈ. અમને થયું કે હવે રાત વખતે ત્યાં ન જતાં કાલે સવારે જઈશું. ગાંધીજીને તેની જાણ કરી નહોતી, કારણ કે અમને એમ કે આવી નાની વાતમાં ગાંધીજીને શું જણાવવું હતું ? પણ રાતના આઠ-નવ વાગ્યે ગાંધીજીએ પૂછ્યું કે, આપણે નવા ઘરમાં જવાના હતા તેનું શું થયું ? – ક્યારે નીકળવું છે ?

કોઈએ જણાવ્યું કે સાફસૂફીમાં મોડું થઈ ગયું, એટલે હવે કાલે જવાનું રાખ્યું છે. એ સાંભળીને ગાંધીજી બોલ્યા, "એમ ન થાય. એક વાર નિશ્ચય કર્યો કે અમુક કરવું છે, તો પછી એ કરવું જ જોઈએ. આમ નિશ્ચય બદલવો સારો નહીં. અને સફાઈ કરવી એમાં શી મોટી વાત છે ? આપણું રહેવાનું ઘર પણ આપણે જાતે સાફ ન કરી શકીએ ? સફાઈ ન થઈ હોય તો આપણે પોતે જઈને કરી લેવી જોઈએ."

ગાંધીજીનો પોતાનો સામાન તો થોડોક જ હતો. એમના કપડાં એક નાનકડા બિસ્તરામાં જ બાંધેલાં રહેતાં. એ બિસ્તરો રાતે સૂતી વખતે તેઓ ખોલતા, અને સવારે ઊઠીને વ્યવસ્થિત બાંધીને મૂકી દેતા. આમ એમનો બિસ્તરો તો જ્યારે જોઈએ ત્યારે

બાંધેલો તૈયાર જ હોય. બીજો એક પતરાનો ડબ્બો હતો. વાત પૂરી કરતાં કરતાં તો તેઓ ઊઠીને ઊભા થયા અને પોતાનો બિસ્તરો ઉઠાવીને, "હું તો જાઉં છું; ત્યાં જ સૂઈશ," કહેતા ચાલવા મંડ્યા. અમે બધા ગભરાઈ ગયા, અને તેમની પાછળ દોડીને કોઈકે જેમ તેમ કરીને તેમનો બિસ્તરો લઈ લીધો ને કોઈકે ડબો ઉપાડી લીધો. અમે પણ આવીએ છીએ, કહીને સહુ તેમની સાથે ચાલ્યા.

નવા મુકામ પર પહોંચતાં જ, ગાંધીજીએ આંગણામાં એક સાવરણી પડી હતી તે ઉઠાવીને વાળવા માંડ્યું. એ જોઈને તો અમે લોકો ડઘાઈ જ ગયા. જેમ તેમ કરીને સાવરણી એમના હાથમાંથી લઈ લીધી. અમારા સહુના બિસ્તરા પણ જ્યાં ત્યાં પથરાઈ ગયા. પોતાનું બચકું પોતાને હાથે ઊંચકવું, જાતે ઝાડુ વાળવું – એ અમારા બધા માટે સદંતર નવી વાત હતી; કારણ કે અત્યાર સુધી અમે જુદી જ રીતે જીવન ગાળતા હતા. અમે અથવા અમારા વર્ણના લોકોએ, ઓછામાં ઓછું બિહારમાં તો, આ જાતનું કામ કદી કરેલું નહોતું.

પણ આવા પદાર્થપાઠ તો અમને રોજેરોજ મળતા ગયા.

મોતીહારીમાં અમે મુકામ નવા મકાનમાં ફેરવ્યો અને ખાવાપીવાનો બંદોબસ્ત કરવાનું અમારે માથે આવ્યું ત્યારે સવાલ એ થયો કે રસોઈ કોણ કરે, અને વાસણપાણી કોણ કરે? અમારામાંના લગભગ બધા જ ન્યાતજાતમાં માનનારા હતા. હું તો તેમાંયે વિશેષ કટ્ટર હતો. નાનપણથી જ ઘરના એવા સંસ્કાર હતા. જ્યારે પણ મારે પટના-કલકત્તા વગેરે જગ્યાએ જવાનું થતું ત્યારે અમારી જ્ઞાતિના અથવા તો બ્રાહ્મણ રસોઈયાના હાથની જ રસોઈ જમતો. કલકત્તામાં એક વાર અમે હિન્દુ હોટલમાં ઊતરેલા, ત્યારે ત્યાં પણ બિહારી બ્રાહ્મણ રસોઇયો રાખીને અમારે માટે જુદી રસોઈનો બંદોબસ્ત કરાવેલો, કારણ કે અમારામાં ન્યાતજાતની એટલી તો કટ્ટરતા હતી કે એક-બે જણ સિવાયના બાકીના બિહારીઓ તો બંગાળી બ્રાહ્મણના હાથની પણ રસોઈ જમવા તૈયાર નહોતા!

એટલે મોતીહારીમાં અમારે બ્રાહ્મણ રસોઇયો શોધવાની જરૂર ઊભી થઈ. ગાંધીજીએ અમને સમજાવ્યું કે, "આમ નાતજાતના વાડા રાખવાથી આપણા કામમાં નડતર થશે, દરેક જણ માટે જુદા ચૂલા કરવા પડશે અને ખર્ચ પણ વધારે આવશે. સાર્વજનિક કામ એ રીતે ન ચાલી શકે. આપણે આ બધું હવે છોડવું પડશે. આપણે સહુ જો એક જ કામમાં પડ્યા છીએ, તો પછી આપણા સહુની એક જ જ્ઞાતિ કેમ ન માનવી?" આમ કહીને એમણે મોતીહારીમાં જ ન્યાતજાતના વાડા તોડાવી નાખ્યા. અમારામાંથી જ એક જણે રસોઈ કરી, અને તે અમે સહુ સાથે બેસીને જમ્યા. આમ, કોઈ બીજી ન્યાતના માણસે બનાવેલી રસોઈ જિંદગીમાં પહેલી વાર હું મોતીહારીમાં જમ્યો!

થોડા દિવસ પછી ગાંધીજીનું ધ્યાન ગયું કે અમારી સાથે કેટલાક નોકરો પણ છે. પહેલાં તો ઘણા લોકો રાતદિવસ હાજર રહેતા, અને સહુ કાંઈ ને કાંઈ સેવા આપવા

તત્પર રહેતા; એટલે નોકર કોણ છે ને સ્વયંસેવક કોણ છે તેની ખબર પડતી નહીં. મારી સાથે કોઈ આબરૂદાર ખેડૂતના જેવા દેખાવવાળો એક નોકર મોતીહારીમાં હતો. પછી અમે બેતિયા ગયા ત્યાં પણ એ સાથે જ હતો. મોતીહારીમાં ને બેતિયામાં બેય સ્થળે આટલી સેવા કરનાર આ માણસ કોણ છે તે ગાંધીજીની સમજમાં હવે ઊતર્યું. પછી એમને ખબર પડી કે એવા બીજા પણ કેટલાક સ્વયંસેવક જેવા લાગતા માણસો ખરેખર તો નોકરો છે. એટલે વળી એમણે અમને સમજાવ્યું કે આમ નોકર રાખીને પોતાનું કામ કરાવવું, એ કાંઈ દેશસેવકને શોભે નહીં. જેણે દેશની સેવા કરવી હોય તેણે પ્રથમ તો આ બધી બાબતમાં સ્વાવલંબી થવું જોઈએ. પરિણામ એ આવ્યું કે એકેએકે બધા નોકરોને વિદાય આપવામાં આવી. કેવળ એક માણસ રહ્યો તે વાસણ માંજતો ને રસોડું સાફ કરતો. પોતાનું કામ જાતે કરવાનું અમે ધીરે ધીરે શીખી લીધું. ત્યારે અમને ખ્યાલ આવ્યો કે તે અમે ધારતા હતા તેટલું મુશ્કેલ નહોતું !

કસ્તૂરબા ચંપારણ આવ્યાં, પછી ગાંધીજીએ રસોઇયાને રજા આપી અને કહ્યું કે, બા જ બધાની રસોઈ કરશે. અમને એ ગમતું નહોતું, પણ અમારું કાંઈ ચાલ્યું નહીં. ચૂલામાં લાકડાં બરાબર સળગતાં નહીં, ધુમાડાથી બાની આંખો લાલ થઈ જતી ને તેમાંથી પાણી ગળતું, ત્યારે એમને બહુ દુખ થતું. અમે ગાંધીજીને વાત કરતા, તો તેઓ “આવા જાહેર કાર્યમાં ઓછામાં ઓછું ખર્ચ કરવું જોઈએ. નોકર ને રસોઇયાનું ખર્ચ બને ત્યાં સુધી બચાવવું જોઈએ. બાને તો રસોઈ કરવાનો મહાવરો છે...” એવું બધું કહીને અમારી વાત ટાળતા.

પ્રજાનો પૈસો તેઓ કેટલી કરકસરથી વાપરે છે અને એક એક પાઈ બચાવવા કેટલી મહેનત કરે છે, તે અમે સમજી ગયા. અમે જોયું કે પોસ્ટકાર્ડથી ચાલતું હોય તો તેઓ પરબીડિયાનો ઉપયોગ કરતા નહીં; એમના ઘણાખરા મહત્ત્વના લેખો, કૉંગ્રેસ તથા બીજી સંસ્થાઓના અગત્યના ઠરાવો વગેરે આપણે કચરાની ટોપલીમાં ફેંકી દઈએ એવા કાગળના ટુકડાઓ પર લખવામાં આવેલા છે. પરબીડિયાને ઉખેળીને તેની અંદરનો ભાગ અંને બીજા એક બાજુ વપરાયેલા કાગળોની કોરી બાજુ તેઓ હંમેશાં લખવાના કામમાં લેતા. સાર્વજનિક કામમાં પૈસા ખર્ચવાની બાબતમાં કેટલી હદ સુધી સાવધાન રહેવું જોઈએ, તે અમને ત્યારે શીખવાનું મળ્યું.

દક્ષિણ આફ્રિકામાં તો ગાંધીજી પાયખાનાં પણ જાતે સાફ કરતા. પરંતુ ચંપારણમાં તેમણે સ્વાવલંબનનો સંપૂર્ણ કાર્યક્રમ અમારી સમક્ષ મૂક્યો નહોતો. તેઓ જાણતા હતા કે કુમળી ડાળ આસ્તે આસ્તે જ વાળી શકાય; વધારે પડતું જોર કરવા જતાં કદાચ એ બટકી જાય.

રાજેન્દ્ર પ્રસાદ (અનુ૦ કરીમભાઈ વોરા) : મો૦ ક૦ ગાંધી

['બાપુને પગલે પગલે' અને 'સત્યના પ્રયોગો' પુસ્તકો]

❀

જગાડું ?

ચાલ્યો જઉં ચૂપચાપ ? – કે હું સાદ પાડું ?
ચાલ્યા જતા ચૂપચાપ સૌ રસ્તે જનારા;
હારી ગયા બૂમ પાડી પાડી કૈં બિચારા;
હાલે નહિ ઘોરંત પથના બેય આરા !
ના કોઈએ પંથી તણી બૂમ સાંભળી;
થોડાં જરી હાલી જતાં પડખું વળી –
સેર ઊંઘની તૂટી એવી જતી મળી
બમણે બળે લાગે: ન શું ઊઠશે ફરી ?
જગાડું ?

સંતોષના, આનંદના ખ્યાલો જૂઠા મારી ભગાડું ?
સદીઓ લગી અન્યાયનું શાસન સહી,
એને ખરો વ્યવહાર, આલંબન લહી,
આ જંજીરોને ઝાંઝરો માની લઈ,
આ જાળને ચાદર ગણી ઓઢી લઈ,
જનતા બધી ટૂંટિયું વળી પોઢી ગઈ !
જગાડું ?

ચિત્કારમાં સર્જેલ છે ગીત તે બગાડું ?
મણબંધ માથે બોજ લઈને વેઠિયાઓ ગાય છે !
શી ટીપણી-ગીતે ઊંચી આ મંજિલો બંધાય છે !
શી વાવણીની લાવણીથી પરધરા ય વવાય છે !
એને કહું ? – તું વેઠિયો, એ શેઠિયો શાને, ભલા ?
એને કહું ? – તું મ્હેલ બાંધે તોય તારે આભલાં ?
એને કહું ? – તું વાવતો, પણ પારકાં આખર ખળાં ?
જગાડું ?
ના'નંદ તો આપી શકું: ગીત બંધ પાડું ?

હા, ગીત બંધ કરી શકું;
આરામની એ ઊંઘનેય હરી શકું;
પણ પૃથ્વી લૈ અમરાપુરીની ભેટ ના જ દઈ શકું;
હું નયન એ લોકને આંજું સુપંન,
હું તો હૃદય એ લોકને સ્થાપું અગંન;
પછી તો ક્ષણે ક્ષણ આગ ને, બસ, આગ છે,
બુંગિયો વાગ્યો પછી તો લોહીની, બસ, માંગ છે;
આ પેઢીએ ખુદ ના પછી રે માણવું,

આપણા બલિદાનનું ને ખૂનનું ખાતર થવું,
આવતી પેઢી તણા નસીબે લખ્યો, હા, બાગ છે.
એ આવતી પેઢી તરફ મારી નજર,
જોઈ શકું હું દૂરથી બડી એ ફજર!
મધરાતના અંધારમાં જરી કોઈને વ્હેલો ઉઠાડું?
ચાલ્યો જઉં ચૂપચાપ? – કે હું સાદ પાડું?

'ઉશનસ્'

કોણ?

કોણ રે પાંગળું, ભાઈ?
હાથવિહોણું? – પાયવિહોણું?
નહિ રે, એ જન પાંગળું નાહીં:
હાથ છતાં નહિ વિક્રમશ્રાન્તિ,
પાય છતાં નિત નહિ નવ કાન્તિ,
અંગ બનાવટ, અંગની ભ્રાન્તિ –
એ જન પાંગળું, ભાઈ!
એ જન પાંગળું, ભાઈ!

કોણ રે આંધળું, ભાઈ?
આંખવિહોણું? – ધૂંધળુંજોણું?
નહિ રે, એ જન આંધળું નાહીં:
આંખની આગળ રાસ, ન જુવે;
દોહ્યલા જાગવા ટાણેય સૂવે;
કોડી શી અન્ય દુ:ખે નવ રુવે –
એ જન આંધળું, ભાઈ!
એ જન આંધળું, ભાઈ!

કોણ રે મૂંગું, ભાઈ?
જીભ ન જેને પ્રગટે વેણે?
નહિ રે, એ જન મૂંગું નાહીં:
રૂપ જોઈ જે ગાઈ ન ઊઠે,
જીવન જવ મૂર્છિત જડ મૂંઠે,
રુદ્ર થવા ટાણે નવ રૂઠે –
એ જન મૂગું, ભાઈ!
એ જન મૂંગું, ભાઈ!

'ઉશનસ્'

આનું નામ તે ધણી !

દિવાળીના નવા દિવસો હતા : વડોદ ગામની ખળાવાડમાં ખળાં મસળી-ઊપણીને તૈયાર થાતાં હતાં. જગા પટેલની વહુ-દીકરીઓ દાણા વાવલતી નવાં લૂગડાં અને ઘરેણાંના મનોરથમાં મહાલતી હતી. ટાઢા-ટાઢા વાવડા વાતા હતા. તેમાં મોતી જેવા દાણા ભોં માથે વરસતા હતા અને વાવલનારીઓની ચૂંદડીઓના છેડા ફરકતા હતા.

શિયાળાની તડકીમાં ચળકતો, મૂઠી ફાટે તેવો બાજરો ખળામાં પડ્યો છે. જગો પટેલ પોતાના બાજરાના ગંજ સામે મીટ માંડીને જોઈ રહ્યા છે. લીલવણી બાજરો એની નજરમાં સમાતો નથી. પ્રભાતને પહોર એને પાપનો મનસૂબો ઊપડ્યો છે. એ વિચાર કરે છે કે 'ઓહોહો ! મહેનત કરી-કરીને તૂટી ગયા મારા ભાઈયું : આ બાજરો પાક્યો અમારે પરસેવે : અને હવે ઠાલા મફતના દરબાર પોતાનો રાજભાગ લઈ જશે !'

વળી થોડીક વાર થંભી ગયા, બાજરા સામે ટાંપી રહ્યા. ફરી વાર પેટમાંથી કૂડ બોલ્યુંઃ 'રાતમાં એકાદ ગાડી બાજરો ભરીને ઘરભેળો કરી દઉં તો એટલો મારો સુવાંગ રે'શે, રાજભાગમાં નહિ તણાઈ જાય.'

અરધી રાતનો ગજર ભાંગ્યો એટલે પોતાના ભાઈ તથા સાથીને લઈને પટેલે ખળામાંથી બાજરાનું ગાડું ભર્યું. ભૂદેવો જેમ તરપિંડી જમતી વખતે પોતાની હોજરીનું ભાન રાખતા નથી, તેમ જગા પટેલે પણ લોભે જઈ ગાડામાં હદ ઉપરાંત બાજરો ભર્યો અને પાછલી રાતના ગાડું જોડી ઘર ભણી ચાલ્યા. સાથી ગાડું હાંકતો હતો; પોતે ગાડાની આગળ ચાલતા હતા; અને તેમના ભાઈ ગાડાની પાછળ ચાલતા હતા.

ગામનાં પાદર ઢૂકડાં આવતાં હદ ઉપરાંત ભારને લીધે ગાડાની ધરી ગુડિયામાંથી નીકળી ગઈ; અને ગાડાનું પૈડું ચાલતું અટકી પડ્યું. જગો પટેલ મૂંઝાણા. ત્રણેય જણાએ મળી મહેનત તો કરી, પણ ગાડું ઊંચું થયું નહિ. ધણીની ચોરી એટલે કોઈને મદદે બોલવવા જાય તો છતરાયું થઈ જાય; તેમ પાછળ ખળું પણ છેટું ગયું એટલે ગાડું પાછું ખાલી પણ કરી શકાય નહિ. આમ જગા પટેલને સાપે છછુંદર ગળ્યા જેવું થયું. સવાર પડશે — અજવાળું થશે — તો ફજેતો થશે, એવી બીકમાં હાંફળાફાંફળા થતા જગો પટેલ કોઈ વટેમાર્ગુની વાટ જોવા મંડ્યા. એવામાં ઇશ્વરને કરવું તે એના જ દરબાર — જેની ચોરી હતી તે — ગજાભાઈ ગોહિલ જ પરોઢિયામાં પોતાના હંમેશના નિયમ પ્રમાણે જંગલ જવા સારુ હાથમાં પાણીનો કળશિયો લઈ નીકળ્યા. ટાઢ પડતી હતી એટલે દરબારે મોઢે બોકાનું બાંધેલું હતું. ફક્ત દરબારની આંખો જ બહાર તગતગતી હતી.

જેવા દરબાર જગા પટેલના ગાડા પાસેથી નીકળ્યા તેવા જ પટેલે, ગરજવાનને અક્કલ ન હોય એ હિસાબે, દરબારને કોઈ વટેમાર્ગુ ધાર્યા અને મનમાં વિચાર્યું કે, આ આદમી અજાણ્યો હોવાથી ગામનાને ખબર નહિ પડે કે હું બાજરો છાનોમાનો

લઈ જાઉં છું. એવું ધારીને પોતે ઉતાવળા ઉતાવળા બોલ્યા કે, "એ જુવાન! જરાક આ ગાડું સમું કરાવતો જા ને!"

અંધારું, ગભરામણ અને દરબારે મોઢે બોકાનું બાંધેલ; એટલે જગા પટેલે તો દરબારને ન ઓળખ્યા; પણ દરબારે જગા પટેલને ઓળખી લીધા. દરબાર સમજી ગયા કે 'મારા રાજભાગનો બાજરો આપવો પડે એ ચોરીએ પટેલ છાનુંમાનું ગાડું ભરી લઈ જાય છે.' પરંતુ દરબારે વિચાર કર્યો કે હું ઓળખાઈ જઈશ તો જગા પટેલ જેવો માણસ ભોંઠો પડશે – શરમાશે.. માટે પટેલ પોતાને ન ઓળખે એવી રીતે નીચું જોઈ ગાડાને કેડનો ટેકો દઈ પૈડું ઊંચું કરાવ્યું, એટલે પટેલ ધરી નાખી ગાડું ચાલતું કરી રાજી થતા ઘર ભણી હાંકી ગયા.

'હશે! હોય! બિચારા રાતદિવસ ટાઢતડકો વેઠી મહેનત કરીને કમાય અને સારો દાણો ભાળીને એનું મન કદીક બગડે તોય શું થઈ ગયું! એ પણ આપણી વસ્તી છે ને!' આમ વિચારતા વિચારતા દરબાર ચાલ્યા ગયા.

આ વાત બન્યાને આશરે છએક માસ થયા હશે. દરબારના દરિયાવ દિલમાં ઉપરની વાતનું ઓસાણ પણ નથી. એવે સમયે દરબારમાં મહેમાનો આવેલા. હવાલદાર મહેમાનો સારુ ખાટલા-ગોદડાં લેવા જગા પટેલને ત્યાં ગયો. પટેલે હા-ના કરવાથી હવાલદારે જગા પટેલને કાંઈ કડવું વચન કીધું, એટલે પટેલને રીસ ચડી. પોતે બોલ્યા કે "મારે આવા દરબારના ગામમાં રહેવું જ નથી."

હવાલદારે પણ તોછડાઈથી કીધું કે "ત્યારે શીદને પડ્યો છો? તને ક્યાંય બીજે મળતું નથી? હાલ્યો જા ને!"

એટલે જગા પટેલને પગથી માથા સુધી ઝાળ લાગી ગઈ. દુભાઈને રાતે ગાડામાં ઉચાળા ભર્યા. દરબારને આ વાતની કશી ખબર પણ નથી. પણ વળતે દિવસે સવારે દરબાર ડેલીએ ડાયરો કરી બેઠા છે, ત્યાં જગા પટેલ પોતાના બાળબચ્ચાં, રાચરચીલું અને ઢોરઢાંખર લઈ ગાડાં ભરી ડેલી પાસેથી નીકળ્યા. ગામનાં માણસો એમને વારવા-મનાવવા મંડ્યાં, પણ પટેલ તો વધારે જોર કરવા મંડ્યા. દરબારને ખબર પડી, એટલે દરબારે પણ ચોપાટમાંથી નીચે ઊતરી જગા પટેલને ખૂબ સમજાવ્યા અને કારણ પૂછ્યું. જગા પટેલે ખિજાઈને કહ્યું કે "દરબાર! અમારી વહુઓ આણામાં બે સારાં ગોદડાં લાવી હોય છે તેય અમે વેઠે કાઢી દઈએ, અમે ગાભા ઓઢીને આવી ટાઢમાં સૂઈ રહીએ, તોય તમારો ત્રણ દોકડાનો હવાલદાર અમને હડબડાવે! ફફડાવે! એ અમને નથી પરવડતું."

દરબારે સબૂરીથી આખી વાત જાણી લીધી. ઘણા દિલગીર થયા. હવાલદારને સજા કરી, અને પટેલને કહ્યું કે "બાપ! તમે મારાં સોનાનાં ઝાડવાં છો. માફ કરો અને પાછા વળો."

પરંતુ જગો પટેલ કોઈ રીતે સમજ્યા નહિ. એટલે દરબારે જગા પટેલના પડખે ચડી કાનમાં કીધું કે "પટલ ! જાવ તો ભલે જાવ; પણ જે ધણી કેડનો ટેકો દઈ બાજરાનું ભરતિયું વળાવે, તેવો ધણી ગોતજો, હો !"

આટલું કહી દરબાર તો ચાલ્યા ગયા. પણ આંહીં પટેલના હાડોહાડમાં ધ્રુજારો છૂટ્યો. પટેલથી કાંઈ બોલાયું નહિ. મનમાં એક જ વાત બોલાઈ ગઈ કે 'આનું નામ તે ધણી ! જે ધણીની મેં ચોરી કરી હતી, તે જ ધણી ચોરીમાં મદદ કરે અને મારી આબરૂને ખાતર મને તો માફ તો કરે, પરંતુ એ વાતમાંયે હું ભોંઠો પડું એ દયાથી મને ખાનગીમાં પણ ઠપકો દે નહિ ! અરે, આવો ધણી મને બીજે ક્યાં મળે ?' એમ વિચારીને પટેલે ગાડાં ફેરવ્યાં.

ઝવેરચંદ મેઘાણી

['સૌરાષ્ટ્રની રસધાર' ભાગ 1 પુસ્તક : 1923]

❀

રામની વાડીએ

રામની ભોંયમાં, રામની ખેતરવાડીએ જી,
આપણા નામની અલગ છાપ ન પાડીએ જી.

જગને ચોક-ચબૂતરે વેરી રામધણીની જુવાર;
તે પર પાથરી બેઠો તું તો ઝીણી પ્રપંચની જાળ:
ધર્માદા ચણથી પંખી ન ઉડાડીએ જી. – રામની૦

રામની વાડી ગામ આખાની, હોય ન એને વાડ;
બાંધ જો તારું ચાલતું હોય તો આભને આડી આડ !
વાડ કરી આ ક્ષિતિજ ના વણસાડીએ જી. – રામની૦

રામની વાડી ભોગવવી, ભાઈ, હક્કનાં પાઈ નીર;
સૌને વ્હેંચી ચાખવી આપણે રામના ફળની ચીર:
આપણા ભેગાં સૌનાં ભાણાં માંડીએ જી. – રામની૦

'ઉશનસ્'

❀

બાળકો પાસે મૂકવા લાયક

હમણાં મેં મૈથિલીશરણ ગુપ્તનું [નાટક] 'અનઘ' વાંચ્યું, એ બહુ સારું છે અને બાળકો પાસે મૂકવા લાયક છે. તેની હિંદી સરળ અને અત્યંત મીઠી છે, ભાવ ઉત્તમ છે.

મો૦ ક૦ ગાંધી

[યરવડા જેલમાંથી લખેલા પત્રમાં]

હેતે ઝાલ્યો હાથ

1848માં ગુજરાત વર્નાક્યુલર સોસાયટીની સ્થાપના પછી ફોર્બ્સે આયુષ્યના અંત લગી ગુજરાતની પ્રજાને અન્ય અનેક અર્વાચીન સંસ્થાઓ અને પ્રવૃત્તિઓની ભેટ ધરી હતી. 1849માં અમદાવાદમાં 'નેટિવ લાઇબ્રેરી'ની સ્થાપના કરી હતી. 1849માં ગુજરાતી ભાષાનું પ્રથમ સાપ્તાહિક 'અમદાવાદ વર્તમાનપત્ર'નું પ્રકાશન કર્યું હતું. (દર બુધવારે પ્રગટ થતું હોવાથી એનું લોકપ્રિય નામ હતું 'બુધવારિયું'. એનું 6 રૂપિયા વાર્ષિક લવાજમ હતું, એના 125 ગ્રાહકો હતા, એ સ્વનિર્ભર હતું. 1864 લગી એ અસ્તિત્વમાં હતું.) 1850માં હરકુંવરબાઈના સહકારમાં એક કન્યાશાળાનું સંચાલન કર્યું હતું. 1854માં 'બુદ્ધિપ્રકાશ'નું પ્રકાશન કર્યું હતું.

1850માં ફોર્બ્સ સુરતમાં શહેર સુધરાઈના અમલદાર તરીકે નિયુક્ત થયા હતા. અહીં એમણે 'એન્ડ્રુસ લાઇબ્રેરી'ની સ્થાપના કરી હતી. એમાં દર બુધવારે સભાનું આયોજન થતું હતું અને વ્યાખ્યાન થતું હતું. વળી દર બુધવારે 'સુરત સમાચાર' વર્તમાનપત્રનું પ્રકાશન કર્યું હતું.

1851માં ફોર્બ્સ અમદાવાદમાં આસિસ્ટંટ કલેક્ટર તરીકે નિયુક્ત થયા હતા. એમણે ગુજરાતના ઇતિહાસમાં માટે સામગ્રી એકત્ર કરવા માટે ગુજરાત–સૌરાષ્ટ્રનાં અનેક સ્થળે પ્રવાસ કર્યો હતો.

1852માં ફોર્બ્સ મહીકાંઠા એજન્સીમાં પોલિટિકલ એજન્ટ તરીકે નિયુક્ત થયા હતા. આ વર્ષમાં દીપોત્સવી પ્રસંગે ઈડરમાં અનેક કવિઓને પોતાના નિવાસસ્થાને નિમંત્રણ આપીને 'કવિ મેળો' યોજ્યો હતો.

1854માં ફોર્બ્સ ત્રણ વર્ષની રજા પર હતા અને 'રાસમાળા' લખવા અને એનું ઇંગ્લૅન્ડમાં જ પ્રકાશન કરવા ઇંગ્લૅન્ડમાં રહ્યા હતા અને 1856માં 'રાસમાળા : ભાગ 1,2'નું ઇંગ્લૅન્ડમાં પ્રકાશન કર્યું હતું.

1862માં ફોર્બ્સ મુંબઈમાં હાઈકોર્ટમાં ન્યાયાધીશ તરીકે નિયુક્ત થયા હતા. મુંબઈમાં એ અતિ લોકપ્રિય હતા. એમને એશિયાટિક સોસાયટીનું પ્રમુખપદ અર્પણ કરવામાં આવ્યું હતું. એનો એમણે વિનયપૂર્વક સ્વીકાર કર્યો ન હતો, પણ એ એના ઉપ-પ્રમુખપદે રહ્યા હતા. મુંબઈ સરકારે એમને મુંબઈ યુનિવર્સિટીના વાઇસચાન્સેલર તરીકે નિયુક્ત કર્યા હતા. 1865માં મુંબઈમાં મુંબઈના નગરજનો અને સૌરાષ્ટ્રના મહારાજાઓનાં મોટી રકમોનાં દાનની સહાયથી 'શ્રી ગુજરાતી સભા' સ્થાપી હતી. ફોર્બ્સના અવસાન પછી એમની સ્મૃતિમાં, એમના સ્મરણાર્થે 'શ્રી ગુજરાતી સભા'નું 'શ્રી ફોર્બ્સ ગુજરાતી સભા' એવું નવીન નામકરણ કરવામાં આવ્યું હતું.

1865માં 44 વર્ષની અતિકાચી વયે 'બહુ વિચાર કરવાથી, અને ઘણાં કામ સાથે લેવાથી મગજમાં રોગ થયો' એથી એમનું અવસાન થયું હતું.

ફોર્બ્સની જન્મભૂમિ ભલે ઇંગ્લૅન્ડ હોય, પણ એમની કર્મભૂમિ તો ગુજરાત જ. 21 વર્ષની વયે આ સાહિત્યપ્રિય ઇતિહાસવિદ્ એવા એક અંગ્રેજ અમલદાર તરીકે

ભારત આવ્યા હતા. 44 વર્ષની વયે એમનું અવસાન પૂનામાં ભારતમાં જ થયું હતું. 23 વર્ષ લગી એમણે ગુજરાત, ગુજરાતી ભાષા અને ગુજરાતની પ્રજા જ્ઞાનસમૃદ્ધ થાય એ માટે ભારે પરિશ્રમ અને પુરુષાર્થ કર્યો હતો. 1856માં 'રાસમાળા'નું પ્રકાશન થયું ત્યારે નર્મદે એની પ્રશંસા રૂપે લખ્યું હતું, "ઓ દેશીઓ ! આ શાં તમારાં નૂર ! તમે કેવા ઊંઘતા અને આળસુ છો કે તમારી પાસે પડેલી તમારી જ ચીજનું તમે બરાબર ભાન નથી રાખી શકતા ! પરદેશીઓ એ વસ્તુઓનું ચોખ્ખું ભાન ધરાવે છે, તોપણ એ ઉપર તમે નિઘા નથી કરતા." તેઓ અંગ્રેજ અમલદાર હતા. છતાં અંગ્રેજી અમલ દરમિયાન જ 1857ના બળવા અંગે એમણે નિર્ભીક અને નિષ્પક્ષ નિવેદન કર્યું હતું: 'લોકોના ઉપર અનેક પ્રકારના અન્યાય થાય તેથી જ બળવો થયો.' નર્મદે ફોર્બ્સની મૃત્યુનોંધમાં 'દાંડિયા'માં લખ્યું હતું, "'મુંબઈ ક્વાર્ટરલી રીવ્યુ'માં આર્ટિકલો લખીને પોતાના વિચાર તે વખતના તપેલા અંગ્રેજોનાથી જુદા હતા તે બતાવ્યા હતા. ભાંગના ક્યારામાં કોઈ વખત તુલસીનો છોડ ઊગી નીકળે છે. તેમ હાલ બેત્રણ વર્ષ થયા ઘણી ચવાયલી અને સઉની દાઢે ચડેલી 'સિવિલ સર્વિસ'માં પણ જૂના ટોપીવાલાઓમાંના કોઈ બડા અચ્છા સાહેબો નીવડેલા છે. તેવા મરનાર એલેકઝાંડર કી॰ ફોર્બ્સ સાહેબ થયા. ફક્ત એમણે સાહેબી ભોગવી જાણી નથી. એમણે તો ગુજરાતને જ પોતાનું વતન જાણ્યું છે."

આમ, આ ગુજરાતપ્રેમી અંગ્રેજે ગુજરાતને, ગુજરાતના ભાષાસાહિત્યને, ગુજરાતની પ્રજાને અનેક અર્વાચીન સંસ્થાઓ અને પ્રવૃત્તિઓની ભેટ ધરી હતી. પણ એમની સર્વશ્રેષ્ઠ ભેટ તો હતી દલપતરામ, દલપતરામની અર્વાચીનતા.

દલપતરામે નાનપણમાં ગામઠી પ્રાથમિક શાળામાં નહિવત્ ઔપચારિક અભ્યાસ કર્યો હતો. એ અનેક કવિઓની જેમ સ્વશિક્ષિત હતા. એમણે કિશોરવયે જ ઉખાણાં, હડૂલા આદિ કાવ્યસ્વરૂપોમાં કવિતા રચવાનો આરંભ કર્યો હતો. શામળ એમનો પ્રિય કવિ હતો. પછીથી એમણે ફોર્બ્સના સાન્નિધ્યમાં ઉચ્ચ કક્ષાનું અનૌપચારિક શિક્ષણ પ્રાપ્ત કર્યું હતું. દલપતરામના જીવનમાં અને કવનમાં જે નૈતિક મૂલ્યોનો, નૈતિકતાનો આગ્રહ છે એમાં સ્વામિનારાયણ સંપ્રદાયની પ્રેરણા હતી. પછી એને બૌદ્ધિકતાનું, અર્વાચીનતાનું એક નવું પરિમાણ પ્રાપ્ત થયું એમાં ફોર્બ્સની પ્રેરણા હતી.

દલપતરામે 'રાસમાળા' માટે ગુજરાતના ઇતિહાસની સામગ્રી-હસ્તપ્રતો, કંઠસ્થ લોકગીતો અને લોકકથાઓ આદિ-એકત્ર કરવા ફોર્બ્સની સાથે ગુજરાતમાં સ્થળે સ્થળે પગપાળા પ્રવાસો કર્યા હતા. આ પ્રવાસો દરમિયાન દલપતરામને લોકમાનસનો પ્રત્યક્ષ અનુભવ થયો હતો. એમનાં પદ્ય અને ગદ્ય લખાણોમાં – સવિશેષ હાસ્યનાં કાવ્યો અને નાટકોમાં – એ પ્રગટ થયો છે.

ફોર્બ્સ દ્વારા એમને પશ્ચિમનો અને પશ્ચિમનાં અર્વાચીન જીવનમૂલ્યોનો ગાઢ પરિચય થયો હતો અને એમની ઇતિહાસ-દૃષ્ટિ ખૂલી-ખીલી હતી.

ફોર્બ્સે દલપતરામને નિબંધો લખવાનો આગ્રહ કર્યો હતો. 1850માં એમણે

ઇનામી સ્પર્ધા માટે ભૂત-પ્રેત આદિનો ભ્રમ ભાંગવા માટેનો 'ભૂતનિબંધ' લખ્યો હતો અને એ ઇનામ જીતી ગયા હતા. ગુજરાતી ભાષાનો આ પ્રથમ નિબંધ હતો. પછીથી ફોર્બ્સે એનો અંગ્રેજીમાં અનુવાદ કર્યો હતો. દલપતરામને સહજાનંદ સ્વામીની 'શિક્ષાપત્રી'નો અનુભવ તો હતો જ. પછીથી એમણે જીવનભર ગુજરાતના સમાજનાં દોષો અને દૂષણો – મદ્યપાન, બાળલગ્ન, જ્ઞાતિ, કુસંપ, કુટેવ આદિ – વિશે અનેક નિબંધો લખ્યા હતા. આ નિબંધોની અનેક આવૃત્તિઓનું પ્રકાશન થયું હતું. પછીથી દલપતરામે બે દાયકા લગી ગદ્યમાં માત્ર નિબંધના સ્વરૂપમાં જ નહિ પણ વાર્તા અને સંવાદ તથા નાટકનાં સ્વરૂપોમાં પણ અઢળક સર્જન કર્યું હતું. દલપતરામના આ ગદ્યગ્રંથોનું અનેક આવૃત્તિઓમાં પ્રકાશન થયું હતું. એમાં એમનું હાસ્યપ્રધાન નાટક 'મિથ્યાભિમાન' મુખ્ય છે. રમણભાઈએ ગુજરાતી ભાષામાં પ્રથમ હાસ્યપ્રધાન નવલકથા 'ભદ્રંભદ્ર' રચી તે પૂર્વે 1869માં દલપતરામે આ નાટક રચ્યું હતું. ગુજરાતી ભાષાનું આ પ્રથમ નાટક છે. જેમાં મૂર્ખતા અને ધૂર્તતાનું વિચિત્ર અને અદ્ભુત મિશ્રણ છે એવું જીવરામ ભટ્ટનું પાત્ર એ દલપતરામનું એક ચિરંજીવ સર્જન છે.

નિરંજન ભગત

['ગુજરાત સમાચાર' દૈનિક : 2006]

❀

મિત્ર પ્રતિ ઉક્તિ

વા'લા, તારાં વેણ સ્વપનામાં પણ સાંભરે;
નેહ ભરેલાં નેણ ફરી ન દીઠાં, ફારબસ.૦૦૦

દિલ ન થશો દિલગીર, વેલેરા મળશું વળી:
વદીને એવું વીર, ફરીને મળ્યો ન ફારબસ.

ઉચર્યો કદી ન એક જૂઠો દિલાસો જીભથી;
છેલ્લી વારે છેક ફોગટ બોલ્યો ફારબસ.

હેતે ઝાલ્યો હાથ, છેક કદી નહિ છોડતો;
મળ્યે સ્વરગનો સાથ, ફંટાયો તું, ફારબસ !૦૦૦

તારા બોલ તણા જ ભણકારા વાગે ભલા;
ઉપજે ઘાટ ઘણા જ, ફરી ક્યાં દેખું, ફારબસ.

નેણે વરસે નીર સ્નેહી જ્યારે સાંભરે;
વે'લો આવી વીર, ફરીને મળજે, ફારબસ !

દલપતરામ કવિ

['દલપત ગ્રંથાવલિ' પુસ્તક : 2001]

❀

સંસ્કૃત કવિતા

પુષ્પદન્ત-વિરચિત 'શિવમહિમ્નઃ સ્તોત્ર' એક લોકપ્રિય સ્તોત્ર છે. એમાંનું એક પદ્ય તો શિવભક્તોના નિત્યપાઠનો અંશ બની ગયું છે :

અસિતગિરિસમં સ્યાત્કજ્જલં સિન્ધુપાત્રે
સુરતરુવરશાખાં લેખિની પત્રમુર્વીમ્,
લિખતિ યદિ ગૃહીત્વા શારદા સર્વકાલં,
તદપિ તવ ગુણાનામીશ પારં ન યાતિ.

શ્યામગિરિ સમુ કાજળ સમુદ્રના પાત્રમાં કાલવીને, કલ્પવૃક્ષની ડાળીને કલમ બનાવીને, પૃથ્વી જેવડા વિશાળ કાગળ પર સ્વયં શારદા સદાકાળ લખ્યા કરે, તોપણ હે ઈશ ! તમારા ગુણોનો પાર ન આવે.

ભર્તુહરિના 'વૈરાગ્યશતક'માં તીવ્ર વિરાગની ભાવના આલેખતાં પદ્યો છે, વૈરાગ્યની ભાવના વિના બધા ભોગવિલાસ નિરર્થક છે, એવો ભાવ સૂચવતું આ પદ્ય જુઓ :

"બધી ઇચ્છાઓ પૂરનારી લક્ષ્મી પ્રાપ્ત થઈ, તેથી શું ? દુશ્મનોને વશ કરી લીધા, તેથી શું ? વૈભવના પ્રભાવથી સ્નેહીજનો આવી મળ્યા, તેથી શું ? દેહધારીઓના દેહ અમર થઈ ગયા, તેથી શું ?"

વિશ્યોપભોગ અને મનુષ્યજીવનની નશ્વરતાને વેધક રીતે વર્ણવતું આ પદ્ય જુઓ :

ભોગા ન ભુક્તાઃ વયમેવ ભુક્તાઃ
તપો ન તપ્તં વયમેવ તપ્તાઃ
કાલો ન યાતો વયમેવ યાતાઃ
તૃષ્ણા ન જીર્ણા વયમેવ જીર્ણાઃ

ભોગો નથી ભોગવાયા, આપણે જ ભોગ બની ગયા. તપ નથી તપાયું, આપણે જ સંતાપ પામ્યા. કાળ નથી વીત્યો, આપણે જ (મૃત્યુ તરફ) ગતિ કરી છે. તૃષ્ણા જીર્ણ નથી થઈ, આપણે જ જીર્ણ થયા છીએ.

નીના ભાવનગરી

['સંસ્કૃત ઊર્મિકાવ્યો' પુસ્તિકા : 2006]

❀

અગર

શું કામ બાગમાં પછી આવે વસંત પણ,
વેણી અગર અંબોડલે એ બાંધશે નહીં.

છે કોણ ? કોના વાસતે ખોલે કોઈ કમાડ,
દિલ પર ટકોરા કોઈ અગર મારશે નહીં.

દીપક બારડોલીકર

['તડકો તારો પ્યાર' પુસ્તક : 2006]

બાપૂ: મેરી નજર મેં

સન 1916: મૈંને પહલે-પહલ બાપૂકો જબ દેખા થા. તબ સે એક જમાના બીત ગયા. મુડકર દેખતા હૂં, તો યાદોં કે બાદલ ઉભડતે હૈં. ભારત કે ઇતિહાસકી યહ અવધિ, ઇસ સમય કે ઉતાર-ચઢાવ કી કહાની પુરાને જમાને કી કિસી ચારણગાથા કી તરહ અદ્‌ભુત હૈ.

ભારત કી ઇસ અવધિકે બારે મેં તાજ્જુબકી બાત સિર્ફ યહ નહીં હૈ કિ તમામ મુલ્કને એક ઊંચાઈસે કામ કિયા, બલ્કિ યહ ભી હૈ કિ ઉસ ઊંચાઈસે કાફી લંબે અરસે તક કામ કિયા.

*

હમ બાપૂકે લિએ આંસૂ બહાતે હૈં ઔર મહસૂસ કરતે હૈં કિ હમ અનાથ હો ગયે. લેકિન અગર હમ ઉનકી શાનદાર જિંદગીકો મુડકર દેખેં તો હમે ઉસમેં દુખી હોને કી કોઈ બાત દિખાઈ નહીં દેતી. સચ પૂછો તો ઇતિહાસમેં ઐસે બહુત હી કમ લોગ હુએ હૈં જિન્હેં અપને જીવનકાલમેં ઐસી સફલતા પાનેકા સૌભાગ્ય મિલા હો. ઉન્હોંને જિસ ભી ચીજકો છૂ દિયા, ઉસીકો કીમતી બના દિયા. ઉન્હોંને જો કુછ કિયા ઉસીકે નતીજે ઠોસ નિકલે – ભલે હી વે નતીજે ઉતને જબરદસ્ત ન નિકલે હોં જિતના વે સોચતે થે.

ઉનકી મૃત્યુમેં ભી એક દિવ્યતા ઔર પરિપૂર્ણ કલા થી. ઉન્હોંને જો જીવન જિયા ઉસકી સબસે મહાન ઘટનાકી તરહ, હર તરહ ઉનકે યોગ્ય યહ મૃત્યુ હુઈ. ઇસને ઉનકે જીવનકી સીખકો ઔર ભી ઊંચા ઊઠા દિયા. જૈસી મૌત હર આદમી ચાહતા હૈ, વૈસી મૌત ઉન્હેં મિલી. ઉનકા શરીર ધીરે-ધીરે ગલકર નહીં ગયા, ન ઉમ્રકે કારણ ઉનકા દિમાગ કમજોર પડા. શરીર ઔર મનકી કોઈ ભી કમજોરી ઉનકી યાદકે સાથ નહીં જુડતી. વે અપની સમૂચી તાકતકે સાથ જિયે, ઔર વૈસી હી હાલતમેં ઉનકી મૃત્યુ હુઈ. ઉન્હોંને હમારે મન પર એક ઐસી છાપ છોડ દી હૈં, જો કભી ફીકી નહીં પડ સકતી.

વે હમારી આત્મા કે કણ-કણમેં પ્રવેશ કર ગયે થે, ઔર ઇસ તરહ ઉન્હોંને હમારે આત્મા કો બદલ દિયા હૈ. ઠીક ઉસ સમય જબ હમ અપની આત્માકી તાકત ખો રહે થે, બાપૂ હમેં બલવાન કરનેકે લિએ આયે; ઔર ઉન્હોંને હમેં જો તાકત દી વહ બરસ-દો બરસ રહને વાલી તાકત નહીં હૈ, વહ તો હમારી પરંપરા કા અંગ બન કર રહ જાને વાલી ચીજ હૈ.

*

ઇસ કમજોર શરીર વાલે છોટે-સે આદમી કી આત્મામેં ચટ્ટાનોં જૈસી મજબૂતી પડી હુઈ થી, જો બડી-સે-બડી શક્તિ કે સામને ઝુકતી નહીં થી. યદ્યપિ ઉનકી શકલ અત્યંત સાધારણ થી, ફિર ભી એક તરહ કી બાદશાહી શાન ઉનકી થી, જિસ કે

સબબ લોગ ખુશી-ખુશી ઉનકે સામને ઝુક જાતે થે. વે સોચ-સમઝકર વિનમ્ર રહતે થે, કિન્તુ ફિર ભી વે સત્તાસે ભરે હુએ થે, ઔર કભી-કભી શહનશાહોંકી તરહ ઐસે હુકમ ફરમાતે થે જિન્હેં બજા લાના હર એક કા ફરજ હો જાતા થા. ઉનકી શાંત, ગહરી નજર આદમી કો પકડ લેતી થી. ઉનકી પાનીકી તરહ તરલ આવાજ કલકલ કરતી હ્રીદય તક જા પહુંચતી થી, ઔર આદમી ભાવના સે ભરકર ઉસકે ઇશારે પર ચલ પડતા થા.

ગાંધીજી અપને વિરોધિયોં કો આસાની સે જીત લેતે થે. વે નમ્ર થે, કિન્તુ સાથ હી હીરે કી તરહ સખ્ત થે. વે મીઠા બોલતે થે ઔર હંસમુખ થે, કિન્તુ સાથ હી અપની બાત કે બારે મેં બહુત દઢ થે. ઉનકી આંખો મેં કોમલતા થી, કિન્તુ ઉનમેં સે સંકલ્પ કી જ્વાલા નિકલતી રહતી થી. ઉનકી આવાજ શાંત થી, કિન્તુ જાન પડતા થા જૈસે ઉસકી તહમેં કહીં લોહા પડા હૈ. વહ સુજનતાસે ભરી હુઈ થી, કિન્તુ ફિર ભી ઉસમેં એક સખ્તી થી. વે જો શબ્દ કામમેં લાતે થે, વહ અર્થસે ભરા હુઆ હોતા થા. ઉનકી શાંત વાણી કે પીછે સદા શક્તિ ઔર કર્મઠતાકી છાયા લરજતી રહતી થી, ઔર કિસી ગલત બાતકે સામને ન ઝુકનેકા નિર્ણય સ્પષ્ટ દિખાઈ દેતા રહતા થા. વે કિસી અજીબ-ઓ-ગરીબ ધાતુસે ઢલે હુએ થે, ઔર અક્સર ઉનકી આંખોં સે હમેં ગૈબ ઝાંકતા હુઆ દિખાઈ દેતા થા.

*

ભારત કે લિએ ગાંધીજીને જો કુછ કિયા, કિતના જબરદસ્ત હૈ ઉસકા ફૈલાવ ! ઉસને ઇસ દેશ કે લોગોંમેં હિમ્મત, જવાંમરદી, અનુશાસન, સહનશીલતા, કિસી ઉદ્દેશ્યકે લિએ હંસતે-હંસતે મરનેકી શક્તિ – ઔર ઇન સબસે બડી બાત, વિનમ્રતા ઔર આત્માભિમાન જૈસે ગુણોંકો ભર દિયા. ઉન્હોંને કહા કિ સાહસ ચરિત્ર કી નીંવ હૈ; બિના સાહસ કે ન સદાચાર સંભવ હૈ, ન ધાર્મિકતા, ન પ્રેમ.

યહ દેખકર આશ્ચર્ય હોતા હૈ કિ વે ભારત કે કિતને બડે પ્રતિનિધિ થે ! વે કરીબ-કરીબ સ્વયં ભારત હી થે. ઉનકી જો કમિયાં થીં વે ભી ભારતીય થીં. વે ભારત કે કિસાનોં કે સચ્ચે પ્રતિનિધિ થે, વે ઇસ દેશ કે કરોડોં લોગોંકી જાની ઔર અનજાની ઇચ્છાઓંકી તસવીર થે. કહ સકતે હૈં કિ વે પ્રતિનિધિ સે ભી કુછ બહુત જ્યાદા થે – વે ઇન લાખોં આદમિયોંકે આદર્શોંકે અવતાર થે. યહ તો ઠીક હી હૈ કિ વહ હર તરહસે વૈસે નહીં થે જૈસા કોઈ ઔસત કિસાન હોતા હૈ. ઉનકી બુદ્ધિ બહુત પૈની થી, ઉનકી ભાવના સૂક્ષ્મ થી, રુચિ સંસ્કરીત થી ઔર દષ્ટિકોણ વિશાલ થા. ઇસ સબકે બાવજુદ વે બડે-સે-બડે કિસાન થે, હર મામલે પર ઉનકા દષ્ટિકોણ કિસાન-જૈસા થા. ભારત કિસાનોં કા ભારત હૈ ઇસલિએ વે અપને દેશકો ખૂબ જાનતે થે, ઉસકી હલ્કી-સે-હલ્કી હરકત ઉન્હેં હિલાતી થી, વે પરિસ્થિતિકો બિલકુલ સહી રૂપમેં સમઝ લેતે થે.

ઉન્હોંને દેશકા ચહેરા બદલ દિયા, ઉન્હોંને એક ટૂટી હુઈ હીન જનતા કો આત્માભિમાન દિયા ઔર ઉસકા ચરિત્ર બદલ દિયા, લોગોંમેં ચેતના જાગ્રત કી. ઉન્હોંને ભારત કો જૈસા હિલાયા, વૈસા કભી કોઈ ક્રાંતિકારી નહીં હિલા સકા.

*

યદ્યપિ ગાંધીજી કુછ સિદ્ધાંતોં કે મામલેમેં ચટ્ટાનકી તરહ અડિગ થે, લેકિન ફિર ભી અધિકતર જનતાકી તાકત યા કમજોરીકા વિચાર કરકે બદલતી હુઈ પરિસ્થિતિયોં કે મુતાબિક સમઝૌતા કરનેકી ઉનમેં જબરદસ્ત સામર્થ્ય થી. વે હમેશા ઇસ બાતકા વિચાર કરતે થે કિ લોગ કિસ હદ તક, જિસ સત્યકો ઉન્હોંને દેખા-સમઝા ઉસે અપનાને કે લાયક હૈં.

દેશકે લાખોં લોગોં કે નિકટ વે ભારતકે સ્વતંત્ર હોને કે દૃઢ સંકલ્પ ઔર શક્તિકે સામને ન ઝુકને કે નિશ્ચય કી મૂર્તિ થે. ભલે હી બહુત-સે લોગ સૈંકડોં બાતોં મેં ઉનસે મતભેદ રખેં, ઉનકી આલોચના કરેં. કિન્તુ સંઘર્ષકી ઘડી મેં સબ ઉનકે આસપાસ ઘિર જાતે થે ઔર ઉનકે ઇશારે કા રાસ્તા દેખતે થે. આજ યા બીતે જમાનેમેં હિંદુસ્તાનકી જનતાકો ઔર કિસીને ઉતના નહીં જાના-સમઝા જિતના ગાંધીજીને સમઝા થા.

ગાંધીજીને જો શક્તિશાળી આંદોલન ચલાએ, ભારતકી જનતાકો વે ગાંધીજીકી મુખ્ય દેન હૈ. દેશવ્યાપી આંદોલન કે દ્વારા ઉન્હોંને લાખોં લોગોં કો નયે સાંચે મેં ઢાલને કી કોશિશ કી. એક ગિરી હુઈ, ડરપોક ઔર લાચાર જનતા કો – જો હર તાકતવર સ્વાર્થ દ્વારા સતાયી ગઈ થી ઔર કુચલી ગઈ થી ઔર કિસી ભી તરહકા પ્રતિકાર કરને કે યોગ્ય નહીં બચી થી – ઉન્હોંને એક બડે ઉદ્દેશ્યકે લિએ આત્મ-ત્યાગ કરકે સંગઠિત પ્રયત્નોં કે યોગ્ય બનાયા, ઉસે અત્યાચાર કા મુકાબિલા કરના સિખાયા તથા ઉસમેં આત્મ-નિર્ભરતા: કી ભાવના ભરી.

ગાંધીજી એક કિરણ-સમૂહ કી તરહ થે જિસને અંધેરે કો ચીરકર હમારી આંખોં પર છાયી હુઈ ધુન્ધકો હટા દિયા થા. વે એક તૂફાન કી તરહ થે જિસને બહુત-સી ચીજોંકો, ઔર સબસે જ્યાદા લોગોં કે સોચને કે ઢંગકો, ઉલટ-પુલટ કર દિયા થા. ગાંધીજી અજીબ-સે શાંતિવાદી થે. વે શાંતિપ્રિયતા ઔર સંઘર્ષશીલતાકે અનોખે સમન્વય થે. કર્મઠતા કે વે વિરાટ થે. મૈં કિસી દૂસરે ઐસે આદમી કો નહીં જાનતા જિસને નિષ્ક્રિયતાસે ઐસી લડાઈ લી હો ઔર ભારતીય જનતાકો ઉસમેંસે ઇતના અધિક બાહર ખીંચા હો. પચાસ વર્ષસે ભી અધિક સમય તક ગાંધીજી હિમાલયસે પશ્ચિમોત્તર સીમાપ્રાંત તક ઔર બ્રહ્મપુત્રસે સુદૂર દક્ષિણમેં કન્યાકુમારી તક હમારે વિશાલ દેશમેં ઘૂમતે રહે, ભારતકે લોગોં કો સમઝને ઔર ઉનકી સેવા કરનેકે લિએ. શાયદ તવારીખમેં કોઈ દૂસરા ભારતીય ઐસા નહીં મિલતા, જિસને ભારતમેં ઇતના અધિક ભ્રમણ કિયા હો ઔર દેશકી જનતા કી ઐસી સેવા કી હો.

*

ઉનકે સંદેશોં કે મુતાબિક ચલ કર હી હિન્દુસ્તાનકી ઉન્નતિ હો સકતી હૈ ઔર ઉસકા સિર ઊંચા હો સકતા હૈ. મૈં જાનતા હૂં કિ મૈં કમજોર હૂં. મૈંને ભારત કી સેવા કરને કી બારબાર પ્રતિજ્ઞા કી, ઔર અયોગ્ય સિદ્ધ હુઆ. લેકિન હમ ચાહે જિતને કમજોર હોં, ફિર ભી હમમેં વે જો શક્તિ દે ગયે ઉસકા કુછ અંશ બચા હૈ.

આજ સંસારમેં ભારતકા બડા નામ હો ગયા હૈ ઇનમેં સબસે મહત્ત્વપૂર્ણ કારણ ઇસ દેશમેં મહાત્મા ગાંધીકા હોના હૈ. ઇસલિએ લોગ ભારત કે બારે મેં નૈતિક દૃષ્ટિ સે ઊંચા ખ્યાલ રખને લગે – ભલે હી હમ લોગોં મેં સે જ્યાદાતર લોગ ક્ષુદ્ર હૈં, ઔર ગાંધીકે પીછે ચલને કે ભી લાયક નહીં હૈ.

ગાંધીજી મેં આશ્ચર્યજનક ગુણ થે, ઉનમેં સે એક ગુણ યહ થા કિ વે સામને વાલેકી અચ્છાઈ કો ઉબાર દેતે થે. વહ વ્યક્તિ બુરાઈ કા પુતલા હી ક્યોં ન હો – ગાંધીજી ઉસકે ભીતર કી અચ્છાઈ કો ખોજ નિકાલતે થે ઔર ઉસી અચ્છાઈ પર જોર દેતે થે. નતીજા યહ હોતા થા કિ ઉસ બેચારે કો અચ્છા બનને કી કોશિશ કરની પડતી થી. સિવાય ઇસકે ઉસે કોઈ ચારા નહીં બચતા થા. અગર વહ કુછ બુરી બાત કરતા, તો કુછ-ન-કુછ શરમાતા થા.

થોડે મેં હમ યહ કહ સકતે હૈં કિ ભારત કી ધરતી પર એક ભગવાન કા બંદા ઉતરા, ઔર ઉસને અપની તપસ્યા સે ઇસ ધરતી કો પવિત્ર બનાયા. ઉસને સિર્ફ હિંદુસ્તાન કી ધરતી કો હી નહીં, યહાં કે લોગોં કે હૃદય કો ભી પવિત્ર બનાયા. લોગોં મેં ભી જો અપને કો ચતુર સમઝતે થે ઉનસે જ્યાદા ઉન લોગોં કે મન જ્યાદા પવિત્ર હુએ જો નમ્ર, દરિદ્ર ઔર દુખી થે.

જવાહરલાલ નેહરુ

['બાપૂ: મેરી નજર મેં' પુસ્તક]

❀

ગાંધીજી

ગીત તુમ્હારે ગાતે-ગાતે હમ તુમકો હી ભૂલ ગએ!
યાદ હમેં જયનાદ તુમ્હારા, પર હમ તુમકો ભૂલ ગએ,
શપથ તુમ્હારી ખાતે-ખાતે હમ તુમકો હી ભૂલ ગએ.

પૂજા કા પાષાણ બનાકર હમને તુમકો રખ છોડા,
મંદિર મેં અગણિત પથ્થર થે, એક અધિક ઉનમેં જોડા;
મંદિર મેં ઠહરાયા તુમકો, હમ પાપોં મેં ઝૂલ ગએ;

સાથ તુમ્હારે સત્ય-અહિંસા કે દો જીવન-મૂલ ગએ.
ગીત તુમ્હારે ગાતે-ગાતે હમ તુમકો હી ભૂલ ગએ!

'અંચલ'

[સોહનલાલ ત્રિવેદી-સંપાદિત 'ગાંધી-શતદલ' પુસ્તક: 1969]

કર્નલ સાહેબ

વાત 1929ની સાલની. પરદેશથી ભણીગણીને આવેલો એક યુવાન સાબરમતી આશ્રમમાં મહેમાન બનીને આવ્યો. યુવાને 'ઇન્ડિયન પબ્લિક ફાઇનાન્સ' વિશે અભ્યાસનિબંધ તૈયાર કર્યો છે. એ લખાણ ગાંધીજીને બતાવવા અને તે પછી છપાયેલું જોવાને ઉત્સુક છે. મુલાકાતનો દિવસ, સમય બધું અગાઉથી નક્કી કરીને એ ગાંધીજીને મળવા આવ્યો છે.

યુવાનને આશ્રમના જે અતિથિગૃહમાં ઉતારો આપવામાં આવ્યો છે તેમાં છે એક ખાટલો અને દેશી ઢબનું શૌચાલય. આવી સગવડથી છળી ઊઠીને, મુલાકાત સુધીનો સમય સાબરમતીને તટે પસાર કરવા એણે નક્કી કરી લીધું છે. મુલાકાતની વેળા નજીક આવતાં એ પાછો ફરે છે ત્યારે સાફસૂથરી ભોંય પર બેસીને રેંટિયો કાંતતી એક વ્યક્તિ નજરે પડે છે. યુવાન તે વ્યક્તિની સામે જઈ ઊભો રહે છે. રેંટિયો કાંતતી પ્રૌઢ વ્યક્તિ, સામે જોઈને પૂછે છે: "કુમારપ્પા ?"

પૂછનાર વ્યક્તિ ગાંધીજી જ હશે એવું યુવાનને સમજાઈ જાય છે તેથી વળતા ઉત્તરમાં એ પૂછે છે, "ગાંધીજી ?" જવાબ માથું નમાવીને હકારમાં મળે છે એટલે રેશમી સૂટ-બૂટધારી એ યુવાન ભોંય પર બેસી જાય છે. આવા પોશાકમાં ભોંય પર બેસવામાં તેને પડતી અગવડ જોઈને કોઈક એને માટે ખુરશી લઈ આવે છે. પરંતુ યુવાન ખુરશી પર બેસતો નથી. કેમ કે યજમાન જમીન ઉપર બેઠા હોય ત્યાં મહેમાનથી ખુરશી પર કેમ બેસાય ?

વાતનો આરંભ કરતાં ગાંધીજી કુમારપ્પાને કહે છે કે તેમણે લખેલા નિબંધમાં એમને રસ પડ્યો છે અને તેઓ તેને કટકે કટકે 'યંગ ઇન્ડિયા'માં પ્રગટ કરવા ઇચ્છે છે. તે પછી ગાંધીજીએ કુમારપ્પાને ગુજરાતનાં ગામડાંનો સર્વે કરવા વિશે પૂછ્યું ત્યારે કુમારપ્પાએ ભાષાની મુશ્કેલી આગળ ધરી. ગાંધીજી પાસે એનો પણ જવાબ રોકડો હતો – "ભાષાનો સવાલ તમને નડશે નહીં કેમ કે ગૂજરાત વિદ્યાપીઠના શિક્ષકો તથા વિદ્યાર્થીઓને હું તમારે હવાલે મૂકી દઈશ. તમે અહીંથી જઈ વિદ્યાપીઠના કુલનાયકને, કાકા કાલેલકરને, મળજો. તમને બેસવા માટે ખુરશી લાવેલા તે હતા કાકા કાલેલકર."

કુમારપ્પા વિદ્યાપીઠમાં જઈ કાકા સાહેબને મળ્યા. પશ્ચિમી ઢબનો પહેરવેશ પહેરેલો આ માણસ શું કરી શકશે ? એવા ભાવથી કાકાસાહેબે કુમારપ્પાને ઝાઝું કોઠું ન આપ્યું. એમના ઠંડા આવકારથી અકળાઈ કુમારપ્પા ગાંધીજીનેય મળ્યા વિના મુંબઈ રવાના થઈ ગયા અને મુંબઈ પહોંચી ગાંધીજીને લખ્યું કે, કાકાસાહેબને હું ઉપયોગી થાઉં એવું લાગ્યું નથી.

વળતી ટપાલે કાકા કાલેલકરનો પત્ર કુમારપ્પાને મળ્યો. તેમાં લખ્યું હતું કે, ગાંધીજીએ ચીંધેલું કામ કુમારપ્પા કરશે તો પોતે અત્યંત રાજી થશે. કુમારપ્પા

આવ્યા અને કામે લાગી ગયા. એ જ ટાંકણે ગાંધીજીની દાંડીકૂચનો આરંભ થયો, પરંતુ કુમારપ્પાના લેખો 'પબ્લિક ફાઇનાન્સ ઍન્ડ અવર પોવર્ટી' મથાળા હેઠળ 'યંગ ઇન્ડિયા'માં છપાવા માંડ્યા. ગાંધીજીની ઇચ્છા બધા લેખો ભેગા કરીને પુસ્તિકા છાપવાની હતી એટલે તેને વિશે વાત કરવા તેમણે કુમારપ્પાને કરાડી બોલાવ્યા.

બીજી બાજુએ કુમારપ્પા પણ લખાણને ગાંધીજીની પ્રસ્તાવના મળે તેવું ઇચ્છતા હતા. તેથી કર્મકુશળ માણસની જેમ પ્રસ્તાવના એમણે જાતે લખી, ટાઇપ કરાવી અને પહોંચ્યા ગાંધીજી પાસે. હવે તો ગાંધીજીની સહી જ બાકી ! ગાંધીજીએ એ કાગળો જોયા અને હસીને બાજુએ મૂકતાં કહ્યું, "મારી પ્રસ્તાવના મારી હોય, કુમારપ્પાની નહીં !" અને પછી કહ્યું કે, "મેં તમને આને માટે તેડાવ્યા નથી. મારે તો જાણવું છે કે સરકાર મહાદેવને અને મને પકડી લે તો તમે 'યંગ ઇન્ડિયા'માં નિયમિત લખતા રહેશો ?" કુમારપ્પાએ જવાબમાં કહ્યું કે પત્રકાર તરીકે લખવાનું સાહસ તેમણે કદી કર્યું નથી.

કુમારપ્પાએ લેખણ હાથમાં ઝાલી અને બદલામાં મળ્યો કારાવાસ ! જેલમાંથી છૂટ્યા તે પછી ગાંધીજી–મહાદેવભાઈ ગોળમેજી પરિષદ માટે લંડન ગયા ત્યારે 'યંગ ઇન્ડિયા'નું તંત્રીપદ કુમારપ્પાને ભળાવ્યું. તેમાં તેમણે લખેલાં ધારદાર લખાણોને કારણે તેમને અઢી વર્ષની સખત કેદની સજા થઈ.

જેલમાંથી હજુ માંડ છૂટ્યા ત્યારે એક જુદા પ્રકારની કાગીરી માથે આવી. 1934માં બિહારમાં થયેલા ધરતીકંપે ભારે તારાજી સર્જી હતી. રાહતકામનો બધો ભાર રાજેન્દ્રપ્રસાદને માથે હતો. એમનો ભાર ઓછો કરવા ગાંધીજીએ જમનાલાલ બજાજને બિહાર જવા કહ્યું. જમનાલાલે નાણાંના વ્યવહારમાં સલાહ આપવા કુમારપ્પાની માગણી કરી, એટલે કુમારપ્પાને બિહાર જવાનું કહેણ આવ્યું.

કુમારપ્પા શિસ્તપાલનના ચુસ્ત આગ્રહી હતા. બિહારમાં રાહતના કામે લાગેલા કાર્યકરોને ભોજનખર્ચ માટે રોજના ત્રણ આનાનું ભથ્થું એમણે નક્કી કર્યું અને આ મર્યાદામાં ખાણું મળે તે માટે સમૂહરસોડાની વ્યવસ્થા કરવામાં આવી. મોટરગાડીની વપરાશ માટે પણ તેમણે કરકસરિયો નિયમ બનાવેલો.

બન્યું એવું કે રાહતનિધિના કામ માટે મળેલી એક બેઠકમાં હાજર રહેવા ગાંધીજી પટણા આવ્યા. એમના રસાલા માટે ખોરાક, ફળ, દૂધ જેવી જરૂરિયાતો પેલી ત્રણ આનાની સીમા વટાવી જતી હતી. કુમારપ્પાએ નક્કી કરેલા ભથ્થા કરતાં વધારે ખર્ચ મંજૂર કરવા વિશે પોતાની મુશ્કેલી મહાદેવભાઈને સમજાવી અને ગાંધીજીની મોટરના પેટ્રોલખર્ચની બીજેથી વ્યવસ્થા કરવા સૂચવ્યું. આ વાત ગાંધીજી પાસે ગઈ. ગાંધીજીએ કુમારપ્પાને બોલાવી કહ્યું કે તેઓ ખાસ રાહત સમિતિના કામ માટે જ આવ્યા છે, તો પછી ખર્ચ નકારવાનું કારણ શું ? કુમારપ્પાએ જાહેર નાણાંના સાદગીભર્યા ખર્ચ

માટે કરેલા નિયમોની માહિતી તેમને આપી અને કહ્યું કે ધોરણોમાં અપવાદ કરવો ઠીક નથી. ગાંધીજીએ ખર્ચનું બિલ રાહત સમિતિ પાસેથી લેવાનું માંડી વાળ્યું.

બીજા એક પ્રસંગે ગાંધીજીએ કુમારપ્પાને તાર કર્યો કે તેમની સાથે વિચારણા કરવા તેઓ પટણા આવે છે. એક રાત્રે દસેક વાગ્યાની આસપાસ ગાંધીજી પટણા પહોંચ્યા અને એ ખબર કુમારપ્પાને પહોંચાડવા તેમણે રાજેન્દ્રબાબુને જણાવ્યું. કંઈક અવઢવ સાથે રાજેન્દ્રબાબુએ કહ્યું કે રાહતકામના હિસાબમાં થોડાક આનાની ભૂલ આવે છે અને એ ભૂલ શોધી કાઢવા કુમારપ્પા બે જુવાનો સાથે ઓરડીમાં પુરાઈ બેઠા છે, અને રાતભર જાગીને મેળ મેળવવાનો તેમનો નિર્ણય છે. આવી સ્થિતિમાં એ સિંહ જેવા હોય છે ત્યારે સિંહની બોડમાં સહેલાઈથી જવાતું નથી. "ઠીક છે, તો પછી સવારે હું મળી લઈશ." કહીને ગાંધીજી તેમના ઉતારે ગયા. બીજે દિવસે તેઓ કુમારપ્પાને મળ્યા અને મળવાના સમયની માગણી કરી. કુમારપ્પાએ કહ્યું, "આજે નહીં, કદાચ કાલે મળી શકાય." જવાબ વાળતાં ગાંધીજીએ કહ્યું કે રાત્રે તો તેઓ વર્ધા જવા નીકળી જવાના છે. કુમારપ્પાએ કહ્યું, એમ જ હોય તો તેમને મળ્યા વિના જ વર્ધા જવાનું થશે. ગાંધીજીએ કહ્યું, "હું છેક બનારસથી આવ્યો છું છતાં તમે સમય કાઢી શકતા નથી ?" કુમારપ્પા કહે, "તમે મળવાનો સમય ફાળવવા અગાઉથી જણાવ્યું ન હતું. હું નવરો હોત તો તમને સામે લેવા આવત પણ રાહત સમિતિની બેઠક માટે હું ખૂબ કામમાં છું." ગાંધીજીએ મહાદેવભાઈને કુમારપ્પા માટે જોઈ જવાના કાગળોની સોંપણી કરવા જણાવ્યું. પંદરેક દિવસ પછી કુમારપ્પાએ વર્ધા જઈ એ કાગળો વિશે ચર્ચા કરી. કુમારપ્પાના આવા લશ્કરી શિસ્તને કારણે, ગાંધીજીના અંતરંગ વર્તુળમાં કુમારપ્પાને 'કર્નલ સાહેબ'ના નામથી ઓળખવામાં આવતા.

ગાંધીજી કડવો ઘૂંટડો ગળી જઈને કુમારપ્પા માટે અભાવ સેવતા નથી, બલકે જે જે કામ માટે કુમારપ્પા લાયક હોય તે તે કામ તેમને સોંપતા રહે છે. તો બીજી તરફ કુમારપ્પાને પણ ગાંધીજી માટે ઓછી મમતા કે ઓછો આદર નથી.

1934માં કૉંગ્રેસે અખિલ હિંદ ગ્રામોદ્યોગ સંઘની રચના કરવાનો ઠરાવ કર્યો, અને તેના મંત્રી તરીકે કુમારપ્પાનું નામ મૂક્યું. આ કામ તેમણે ગાંધીજીના હાથ નીચે કરવાનું હતું.

1937માં જવાહરલાલે રાષ્ટ્રીય આયોજન સમિતિ બનાવી. જવાહરલાલની ઇચ્છા પ્રમાણે ગાંધીજીએ કુમારપ્પાને એ સમિતિમાં જોડાવા કહ્યું, પરંતુ થોડા વખત પછી પોતાના સમયનો વ્યય થાય છે એવી લાગણીથી કુમારપ્પાએ રાજીનામું આપ્યું.

1942માં 'સ્ટોન ફૉર બ્રેડ' (રોટીને બદલે પથ્થર) નામનો લેખ લખવા માટે તેમને જેલભેગા કરવામાં આવ્યા. કારાવાસમાં એમણે 'પ્રૅક્ટિસ ઍન્ડ પ્રિસેપ્ટ્સ ઑફ જિસસ' અને 'ધ ઇકોનૉમિ ઑફ પરમેનન્સ' એમ બે પુસ્તકો લખ્યાં. 1945માં એમનો

છુટકારો થયા પછી તે પુસ્તકો તેમણે ગાંધીજીને જોવા માટે મોકલી આપ્યાં. પણ કુમારપ્પાને આશ્ચર્ય એ વાતનું થયું કે ગાંધીજીએ વણકહ્યે બંને પુસ્તકોનો આમુખ લખ્યો અને તેમાં કુમારપ્પાને 'ડી. ડી.' (ડૉક્ટર ઑફ ડિવિનિટિ) અને 'ડી. વી. આઈ.' (ડૉક્ટર ઑફ વિલેજ ઇન્ડસ્ટ્રી) કહીને પ્રમાણ્યા.

1948માં ગાંધીજીની હત્યા થઈ તે પછી રાજેન્દ્રપ્રસાદે તેમને દિલ્હી બોલાવ્યા અને ગાંધીસ્મારક નિધિનો હવાલો સંભાળી લેવા કહ્યું. કુમારપ્પાએ જણાવ્યું કે, ખરી જરૂર તો ગાંધીજીએ સૂચવેલા કાર્યક્રમોના અમલ માટે એક લાખના માનવભંડોળની છે. એમાં પહેલાં ત્રણ નામમાં હોય જવાહરલાલ નેહરુ, સરદાર પટેલ અને રાજકુમારી અમૃતકૌર. જવાહરલાલ યુવાનોને દીક્ષા આપે, સરદાર વિદ્યાપીઠ જેવી સંસ્થાઓનું નિર્માણ કરે અને રાજકુમારી નારીસમૂહને રાષ્ટ્રનિર્માણના કામ માટે નિમંત્રે. કુમારપ્પાની આ યોજનાને દાદ ન મળી એટલે તે પાછા ફર્યા.

તે પછીના દિવસોમાં ઇંગ્લૅન્ડ, સોવિયેટ યુનિયન, જર્મની, જાપાન, ચીન આદિ દેશોમાં જુદી જુદી કામગીરી માટે ગયા. દોડધામ અને કાર્યભારથી તેમની શક્તિ ઓસવાઈ ગઈ, તેથી જાહેર જીવનમાંથી નિવૃત્તિ લઈ મદુરાઈ જિલ્લાના ગાંધીનિકેતનમાં એમણે વસાવટ કર્યો.

એમનું પૂરું નામ જોસેફ કૉર્નેલિયસ કુમારપ્પા. 1892માં એમનો જન્મ થયો હતો. એમના ઘડતરમાં મુખ્ય ફાળો તેમની માતા એસ્થરનો. એમને દેશસેવામાં જોતરવાનું ગાંધીજીને હાથે થયું.

1956ની સાલમાં ભૂદાનયાત્રા વેળા વિનોબાજી નિવૃત્ત જીવન ગાળતા કુમારપ્પાને મળવા ગયેલા. કુમારપ્પાની ઝૂંપડીમાં ગાંધીજીનું ચિત્ર વિનોબાજી વત્સલ નજરે જોઈ રહ્યા હતા ત્યારે કુમારપ્પાએ કહ્યું, "એ છે મારા ગુરુ." પછી બીજું એક ચિત્ર બતાવીને કહ્યું, "પેલા છે મારા ગુરુના ગુરુ." એ બીજું ચિત્ર હતું એક ગરીબ ખેડૂતનું.

1957 પછી કુમારપ્પાને ઘણો સમય માંદગીને કારણે હૉસ્પિટલોમાં ગયેલો. એ ગાળામાં જવાહરલાલ એક વાર તેમની ખબર કાઢવા ગયેલા. પ્રારંભિક વાતચીતમાં જવાહરલાલે કુમારપ્પાને કહેલું: જુઓ, આપણે બંને ગરમ મિજાજના છીએ. એટલે ચર્ચા નહીં કરીએ, પરંતુ તમારે જે કહેવું હોય તે બધું એકે અક્ષર બોલ્યા વિના હું સાંભળી લઈશ અને જેટલું થઈ શકશે તે કરીશ.

જયન્ત પંડ્યા

['અખંડ આનંદ' માસિક: 2006]

❀

સંગમ

1

સખી, આપણો તે કેવો સહજ સંગમ!
ઊડતાં ઊડતાં વડલા-ડાળે,
આવી મળે જેમ કોઈ વિહંગમ –
એમ મળ્યાં ઉર બે અણજાણ;
વાર ન લાગી વહાલને જાગતાં:
જુગજુગની જાણે પૂરવપિછાણ!

પાંખને ગૂંથી પાંખમાં ભેળી,
રાગની પ્યાલી રાગમાં રેડી,
આપણે ગીતની બંસરી છેડી.

રોજ પ્રભાતે ઊડતાં આઘાં,
સાંજરે વીણી વળતાં પાછાં:
તરણાં, પીછાં, રેશમી ધાગા;
શોધી ઘટાળી ઊંચેરી ડાળો,
મશરૂથી યે સાવ સુંવાળો
આપણે જતને રચિયો માળો.

એકમેકમાં જેમ ગૂંથાઈ
વડલાની વડવાઈ, રૂપાળી
તેજ-અંધારની રચતી જાળી,
રોજિંદી ઘટમાળમાં તેવાં
હૂંફભર્યા સહવાસથી કેવાં
આપણાં યે સખી, હોય ગૂંથાયાં! –
અંતર પ્રેમને તંત બંધાયાં!

ઋતુઋતુના વાયરા જોયા,
ભવના જોયા તડકા-છાંયા;
ભાગ્યને ચાકડે ઘૂમતાં ઘૂમતાં
જિંદગીના કેવા ઘાટ ઘડાયા!

આપણે એમાં સાવ નિરંજન,
સુખને, દુખને ભોગવે કાયા;
જે જે, સખી, દીનાનાથે દીધું,
આપણે તે સંતોષથી પીધું;
સંગ માણી ભગવાનની માયા!

2

જોને, સખી, જગવડલા હેઠે
ઋણસંબંધે આવી ચડેલો
કેવો મળ્યો ભાતભાતનો મેળો!
કોક ખૂણે સંસારિયાં ઋણી:
કોક ખૂણે અવધૂતની ધૂણી!
કોક પસંદ કરે સથવારો:
કોક વળી નિઃસંગ જનારો!
ભોર ભઈ તોય ઘોરતો ગાફલ:
કોક સચેત અખંડ જ જાગે!
કોક ઉતારી બોજની ભારી,
ખાઈ પોરો પલ ચાલવા લાગે!

અમલકસૂંબા ઘોળતી પેલી
જામતી રાતે જામતી ડેલી;
કરમી, ધરમી, મરમી વચ્ચે
ગ્યાનની કેવી ગોઠ મચેલી!

ઢળતી ઘેઘૂર છાંયડી હેઠી
ભજનિકોની મંડળી બેઠી;
ઉરને સૂરના સ્નેહથી ઊંજે,
ઘેરો ઘેરો રામસાગર ગુંજે!

3

વગડાના સૂનકારને માથે
તડકો કેવો ઝાપટાં ઝીંકે!
આવી જાણે પ્રલ્લેકાળની વેળા:
જીવ ચરાચર કંપતા બીકે!
તો ય જોને પેલું ધણ રે ધ્યાની:
નિજાનંદે જાણે ડોલતો જ્ઞાની!
હોલા ભગતને ધૂન શી લાગી!
તૂહી તૂહી કેવો ગાય વેરાગી!

ચોખૂણિયા પેલી ચોતરી વચ્ચે
કોક અનામી સતીમાની દેરી;
પાસે ઊભો પેલો પાળિયો ખંડિત
શૌર્યકથાઓનાં ફૂલડાં વેરી.
એક કોરે પેલી પરબવાળી

તરસ્યા કંઠની આરત જાણી,
કોરી માટીની મટકી માંહી
સંચકી બેઠી શીતલ પાણી.

મટકીનું પીને ઘૂંટડો પાણી,
ભવનો મેળો ભાવથી માણી,
આપણે યે વિશરામ કરી ઘડી
ઊડશું મારગ કાપતાં આગે;
થોભશું ક્યાંક જરી પથમાં વળી
પાંખને થાક જ્યહીં, સખી, લાગે.

આંખ ભરી ફરી નીરખી લેશું,
આપણે સંગ જે યાતરા ખેડી;
પાંખમાં વેગ ભરી નવલા, ફરી
કાપશું કોટિક તેજની કેડી...
તેજની કેડી... તેજની કેડી...

બાલમુકુન્દ દવે

❀

ઓ મારી જન્મભૂમિ !

∘∘∘ બારડોલી !

ઓ મારી જન્મભૂમિ !

હું અકસર

રાતોનો સન્નાટો ઓઢીને

તારી નમણી ગલી ગલીમાં

ખોવાયેલી

સોનકણી-શી

મારા માસૂમ બચપન કેરી

ફૂલગુલાબી યૌવન કેરી

ગોતવા એક એક ક્ષણ આવું છું

તવ માટી માથે ચઢાવું છું

દીપ કણેકણ પેટાવું છું.∘∘∘

દીપક બારડોલીકર

['તડકો તારો પ્યાર' પુસ્તક : 2006]

❀

કાંધલજી મેર

ચારસો વરસની જૂની એક વાત છે, તે વખતે હજુ ઢાંક અને ઘૂમલી નગરની દેવભોમકા જેઠવા રાણાઓના હાથમાં હતી.

રાણાના દરબારમાં કાંધલજી નામે બરડાના ગામ ઓડદરનો એક મેર અમીર હતો. કાંઈક કારણથી કાંધલજીનું મન જેઠવાની સાથે દુખાયેલું, તેથી પોતે જૂનાગઢના રા'ના દરબારમાં જઈને રિસામણે રહ્યા હતા.

રા'ના ઘરમાં તે વખતે જેઠવા રાણાની કન્યા હતી. એ રાણીને એક કુંવર અવતર્યો. રા'એ તો હઠ લીધી કે જેઠવાની પાસેથી કુંવરપછેડામાં ઢાંક શહેર લેવું. જેઠવો વિચારમાં પડ્યો. પોતાની પુરાતન રાજધાની ઢાંક કેમ અપાય? જેને ભીંતડે ભીંતડે નાગાજણ બાપુએ શાલિવાહનની સતી રાણીના હાથની સોનાની ગાર કરાવેલી, એ દેવતાઈ નગરી ઢાંક કેમ દેવાય? જ્યાં પૂર્વજદેવે ભાટને માથાનું દાન દીધું, જ્યાં મસ્તક વિનાનું ધડ લડ્યું, મૂંગીપુરનો ધણી શાલિવાહન જ્યાંથી ભોંઠો પડીને ભાગ્યો, એ અમરભૂમિ ઢાંક કેમ અપાય? પાંચસો વરસની બંધાયેલી માયામમતા તોડવાનો વિચાર કરતાં જ જેઠવાની નસો તૂટવા લાગી. બીજી બાજુ જમાઈના રિસામણાનો ડર લાગ્યો, દીકરીના દુ:ખની ચિંતા જાગી. રા'ના હુમલાની ફાળ પેઠી.

આખરે જેઠવાને બારી સૂઝી. એને લાગ્યું કે કાંધલજી મારી આબરૂ રાખશે; રિસાયો છે તોય ઢાંકની બેઆબરૂ એ નહિ સાંખે. માતાની લાજ જાય ત્યારે દીકરો રિસાઈને બેઠો નહિ રહે. એણે રા'ને કહેવરાવ્યું: "અમારા કાંધલજીભાઈ ત્યાં છે. આ બાબતમાં એ જે કરે તે અમારે કબૂલ રહેશે."

રા'ને તો એટલું જ જોતું હતું. કાંધલજી તો આપણો આશ્રિત છે: એ બીજું બોલે નહિ. એવો વિચાર કરીને કચેરીમાં કાંધલજીભાઈને રાણાનો કાગળ વંચાવ્યો. વાંચીને ગર્વથી, પ્રેમથી, ભક્તિથી, કાંધલજીની છાતી એક વેંત પહોળી થઈ, અને એના અંગરખાની કસો કડડ કડડ તૂટવા લાગી. અંતર્યામી અંતરમાં બોલી ઊઠ્યો: "વાહ, મારા ધણી! તેં તો મને ગિરનારને આંગણે ઊજળો કરી બતાવ્યો."

"કેમ, કાંધલજીભાઈ!" રા'એ હસીને પૂછ્યું: "જોયાં તમારા જેઠવાનાં જોર?"

ધોળી ધોળી સાગરના ફીણ જેવી દાઢી ઝાપટીને કાંધલજી બોલ્યા: "બાપ! મારો ધણી તો ગાંડિયો છે. ઢાંક તો અમારી મા કહેવાય. એને જવાબ દેતાં ન આવડ્યું. દીકરીનાં માગાં હોય, પણ માનાં માગાં ક્યાંય દેખ્યાં છે?" એટલું બોલતાં તો એની આંખમાં અંગારા મેલાઈ ગયા.

રા'નું રૂંવાડે રૂંવાડું ખેંચાઈને ઊભું થઈ ગયું. એણે કહ્યું: "કાંધલજી, જૂનાગઢના રોટલા બહુ દી ખાધા. હવે ભાગવા માંડ્ય. ત્રણ દિવસની મહેતલ આપું છું. ચોથે દિવસે તું જ્યાં હોઈશ ત્યાંથી ઝાલીને તારા પ્રાણ લઈશ."

કાંધલજી ઊભો થયો. ભેટમાં તરવાર હતી તે ખેંચી કાઢીને એની પીંછીથી ત્યાં ને ત્યાં ભોંય ઉપર ત્રણ લીટા કર્યા. અક્કેક લીટો કરતો ગયો અને રા'ની સામે જોઈ બોલતો ગયો : "આ એક દિવસ, આ બે દિવસ અને આ ત્રીજો દિવસ. જૂનાગઢના રા'! તારી મહેતલના ત્રણ દિવસ પૂરા થઈ ગયા. લે હવે, આવ પડમાં, કર ઘા. મેરને મરતાં કેવુંક આવડે છે તે જોઈ લે."

"હાં ! હાં ! હાં ! કાંધલજી !" બોલતી આખી કચેરી ઊભી થઈ ગઈ.

રા'એ કહ્યું : "તુંને એમ મારું તો તો જગત કહેશે કે આશ્રિતને ઘરમાં ઘાલીને માર્યો, માટે ભાગવા માંડ્ય."

ઘોડી ઉપર ચડીને કાંધલજી ચાલી નીકળ્યો. સાથે પોતાનો જુવાન ભાણેજ એરડો હતો. ચાલતાં ચાલતાં, ઘોડીઓ વણથળી ગામને પાદર નીકળી.

તે દિવસે ગામમાં નવસેં નાઘોરી વરો પરણવા આવેલા. અત્યારે વરરાજા અને જાનૈયાઓ ગામ બહાર દિશા-દાતણ કરવા નીકળેલા છે. ઢોલ ધ્રબૂકે છે ને કેટલાક જાનૈયાઓ પટ્ટાબાજી ખેલે છે. ગામને ગોંદરે રમાતી આ વીર-રમતો સહુના કાળજામાં શૌર્યનાં સરણાં વહાવી રહી છે. માર્ગે નીકળેલા સેંકડો વટેમાર્ગુ એ રમતો નીરખવા થંભી ગયા છે. એવે ટાણે આ ચાર-પાંચ ઘોડેસવારો કાં ઝપાટાભેર ભાગ્યા જાય છે ? ઘોડીઓનાં મોઢાંમાં ફીણ છૂટ્યાં છે, ઘોડીઓ પરસેવે નીતરી રહી છે, તોય કાં અસવાર એના ડેબામાં એડી મારતાં આવે છે ? પાંચેય આદમીના હાથમાં ઉઘાડાં ખડગ કેમ છે ?

દોડી જઈને નવસો નાઘોરી વરરાજા આડા ફર્યા. ઘોડીની લગામો ઝાલી રાખી. ચમકીને કાંધલજી બોલ્યા : "તમે મને ઓળખો છો ?"

નાઘોરી કહે : "ઓળખીએ છીએ. તમે અમારા મહેમાન એ જ મોટામાં મોટી ઓળખાણ. ગામને પાદરથી આજ તો તમ જેવો મહેમાન કસુંબો લીધા વિના ન જઈ શકે."

કાંધલજીએ કહ્યું : "ભાઈ ! તમે તમારી મેળે જ હમણાં ના પાડશો. મારી વાંસે જૂનાગઢની વહાર ચડી છે."

"ત્યારે તો, ભાઈ, હવે રામરામ કરો ! હવે તો જઈ રહ્યા ! જાવા દઈએ તો નાઘોરીની જનેતામાં કંઈક ફેર પડ્યો જાણજો."

"અરે બાપુ ! તમારે ઘેર આજ વિવા છે. ગજબ થાય."

"વિવા છે માટે જ ફૂલદડે રમશું. કંકુના થાપા તો વાણિયા-બ્રાહ્મણના વિવાહમાંયે હોય છે. આપણને તો લોહીના થાપા જ શોભે."

નાઘોરીઓએ આખી વાત જાણી લીધી. કાંધલજીને કોઠાની અંદર પૂરી દીધા. અને નવસેં મીંઢળબંધા નાઘોરીઓ ગામને પાદર તરવાર ખેંચીને ખડા થઈ ગયા. જૂનાગઢની ફોજ આવી પહોંચી. સંગ્રામ મચ્યો. સાંજ પડી ત્યાં નવસોયે મીંઢળબંધા

વરરાજાઓ લોહીની કંકુવરણી પથારી કરીને મીઠી નીંદરમાં પડ્યા. કોઈ કદીયે ન જગાડે એવી એ નીંદર, એવી નીંદર તો નાઘોરણોની સુંવાળી છાતી ઉપરેય ન આવત.

કોઠા ઉપર બેઠાં બેઠાં કાંધલજીએ કસુંબલ ઘરચોળાવાળી જોબનવંતી નાઘોરણોને હીબકાં ભરતી ભાળી, મોડિયાનાં મોતી વીંખતી વીંખતી તરુણીઓનાં વેણ સાંભળ્યાં: "આપણા ધણીઓનો કાળ હજી આંહીં બેસી રહ્યો છે !" એ સાંભળીને કાંધલજીએ કોઠા ઉપરથી પડતું મેલ્યું. તરવારની ગાળાચી કરી, પોતાનું માથું ઉતારીને નીચે મૂક્યું. બે ભુજામાં બે તરવારો લીધી: અને ધડ ધીંગાણામાં ઊતર્યું. લશ્કરને એક ગાઉ સુધી તગડ્યું.

એ ધીંગાણા પછી નાઘોરીઓ અને મેરો બન્ને 'લોહીભાઈઓ' કહેવાય છે.

ઝવેરચંદ મેઘાણી

['સૌરાષ્ટ્રની રસધાર' ભાગ 2 પુસ્તક: 1924]

❀

મા

પ્રેમઅમી છલકાવે મા
ઘરમાં સ્વર્ગ ઉતારે મા

મા વૃક્ષોની મીઠી છાંય
સૌની ખાતર દાઝે મા

વન, વસતી, ડુંગર, રણવાટ
સંતાનો સંગ ચાલે મા

આફતનોયે તૂટે તોર
આફતને પડકારે મા

આખું ઘર ખાબે ગુલતાન
એક ફિકરમંદ જાગે મા

ગ્રંથો પણ જ્યાં ગોથાં ખાય
અણસારે સમજાવે મા

મા રાજી તો રાજી ઈશ
ઈશ તણી ઇચ્છાયે મા

દીપક બારડોલીકર

['તડકો તારો પ્યાર' પુસ્તક: 2006]

❀

એક પત્ર

લાઠી, 14-1-[18]98

દેશહિત ! દેશહિત શું ? મારા હૃદયની પહેલી જ ચિનગી એ હતી. કાંઈ જોયું, કાંઈ નિરાશા આવી. એ બધું કિસ્મતને જ સોંપી દેવા જેવું લાગ્યું. હું કે આપણી કૉંગ્રેસ પણ થોડું જ કરી શકે તેમ છે. કાંઈ પણ સંગીન કાર્ય થાય તેને માટે તો કોઈ મધુર પક્વતાને સમયે કોઈ મહાવીર કે મહાત્મા જાગી આવશે. અને તે જ સર્વ કરશે. અત્યારે જે કોઈ મહાપુરુષો દેખાય છે, તે માત્ર તે મહાત્માનાં અપક્વ અંગો, જેવાં ગર્ભાશયમાં હોય તેવાં જ છે; કોઈ એકાદ આંગળીનું પોચું ટેરવું છે, તો કોઈ હજુ નહીં ઊઘડેલી એવી આંખ છે. એ એક પૂર્ણ શરીર બંધાયું નથી ત્યાં સુધી કશું જ થવાનું નથી. મને પોતાને તો આ દુનિયા પર આવવાનું ગમતું નથી. જે કોઈ હવાઈ મહેલમાં મારો વાસ છે ત્યાં જ મારું જીવિત છે. હું એથી પણ વધારે જાણું છું અને તે નક્કી જાણું છું કે મારા જેવાં એ હવાઈ મહેલ છોડી દુનિયા પર આવવાથી પણ કશું શુભ કરી શકવાનાં નથી. મેં માત્ર જોયા કર્યું છે, જે કાંઈ લાગે તે લાગવા દીધું છે. અને હવે તો બહુ લાગતું પણ નથી. મારો આ નિર્વેદ કશાથી ખસી શકતો નથી. હું સુખી છું કે દુઃખી એ ઘણી વખત. હું સમજી શકતો નથી. અને સમજવા યત્ન કરતો નથી. હું કસરત કરું છું, હું ખાઉં છું, હું આ શરીરને પુષ્ટ રાખું છું તે માત્ર સારી રીતે રોઈ શકાય તેટલા માટે જ. મારી બધી આશા ઊડી ગઈ છે. કોઈ પણ આશા મેળવવા મથવું એ વ્યર્થ ભાસે છે. હું જન્મ્યો અને મરી જઈશ એટલું જ હું જાણું છું. અને એટલું માનું છું કે તેમાં કશી અયોગ્યતા નહીં જ હોય. આખું બ્રહ્માંડ એથી વિશેષ કાંઈ પણ કરતું હોય એમ મને લાગતું નથી.

કવિતા ! મારી કવિતાને હું કવિતા કહેતો નથી. હું કવિ છું એવું હું માની જ શક્યો નથી. ફરીથી કહેવા દો કે મિલ્ટન કે શેક્સ્પિયર હિંદુસ્તાનમાં હમણાં નથી. અને બહુ કાલ સુધી આવવાના નથી. અહીં કોઈને કવિ કહેતાં તે શબ્દને જ હલકો કરવા જેવું છે. મને વિચારો ગોઠવતાં આવડતું નથી. મારા જીવનમાં કલા નથી, માત્ર લાગણીઓ છે. અને મારી કવિતા પણ તેવી જ છે. હું જે કાંઈ લખું તે મને જ આનંદ આપી શકે તેવુંયે થતું નથી. હું શેલી કે શેક્સ્પિયર વાંચતો હોઉં છું ત્યારે ઘણી વખત મન થઈ જાય છે જાણે મારી કવિતાને, એ કાગળોને બાળી નાખું.

'કલાપી'
['કલાપીના 144 પત્રો' પુસ્તક]
❀

બેતાલીસ વરસની મજલ

જે સામયિકોએ વર્ષો સુધી પ્રતિષ્ઠાપૂર્વક ટકી રહી સાહિત્યના જે તે તબક્કામાં વિશિષ્ટ પ્રદાન કર્યાં હોય તેની ફાઇલમાંથી પસાર થવું અત્યંત રોમાંચક હોય છે. જે સર્જકો આજે તેમની જે કૃતિઓથી ખૂબ પ્રતિષ્ઠિત થયા હોય, જે વિવેચકની પ્રતિભા આજે સાહિત્યજગતમાં નિર્ણાયક મૂલ્ય ધરાવતી થઈ હોય તેમના વિકાસકાળને સામયિકોમાં જોતાં જાણે ફરી એક નવી ઓળખ રચાતી હોય છે. તેમણે જે સામયિકને કૃતિપ્રાગટ્ય માટે પસંદ કર્યું હોય તેનાથી તે સામયિક અને તેના સંપાદકની તે કાળની પ્રતિષ્ઠાનો પણ સહજ ખ્યાલ તેમાં સમાઈ જતો હોય છે.

બેતાલીસ વર્ષ સુધી પ્રગટ થતા રહેલા 'કંકાવટી'ના લગભગ 460-70 અંકોના સંપાદક રતિલાલ 'અનિલ' મુશાયરાપ્રવૃત્તિમાં વર્ષો સુધી સંકળાયેલા લોકપ્રિય ગઝલકાર, ચળવળકાર. સ્વાતંત્ર્ય આંદોલનમાં જેલવાસ ગુજારી ચૂકેલા અને પછી પત્રકારત્વ વડે જીવનનિર્વાહ ચલાવતા હોય એવા પત્રકાર. એમના અંતિમ વર્ષ સુધી તેમાં લખતા રહ્યા.

'કંકાવટી'માં આરંભથી જ કવિતા, વાર્તા, નિબંધ, વિવેચન, આસ્વાદ સ્વરૂપે સામગ્રી પ્રગટ થતી રહી – મૌલિક અને અનૂદિત રૂપે. 'અનિલે' સ્વયં કોઈ 'સંપાદકીય' લખ્યું નથી. પોતાની ગઝલો, ગઝલવિષયક લખાણો અને નિબંધો તેમણે 'હું સંપાદક છું' એવો કોઈ વિશેષ ભાવ રાખ્યા વિના સહજક્રમે જ હંમેશ પ્રગટ કર્યાં છે.

રતિલાલ 'અનિલ' પાસે સામયિક ટકાવી રાખવા માટે કદીય સારા આર્થિક સંજોગો નથી રહ્યા તોપણ તેને ચલાવવા કોઈ નુસખા અજમાવ્યા વિના, પોતે નિશ્ચિત કરેલા ધોરણના આગ્રહ સાથે સક્રિય રહી સામયિક ટકાવતા રહ્યા છે.

બકુલ ટેલર

['કંકાવટી' માસિક : 2006]

❀

હોય છે

ભલે ઊતરો, મગર સમજી વિચારીને –
ઝરણમાં હોય છે ક્યારેક દરિયા પણ.૦૦૦

બુઝેલાને બુઝેલા ના ગણો 'દીપક',
બુઝેલી આગમાં તો હોય તણખા પણ.

દીપક બારડોલીકર

['તડકો તારો પ્યાર' પુસ્તક : 2006]

❀

એક ઓલિયો

એક દિવસ અચાનક પ્રણવ (સુરેશ જોષીનો મોટો પુત્ર) મને પૂછી બેઠો: તમને અનિલનાં ચાંદરણાં કેવાં લાગે છે? મારો પ્રતિભાવ આપતાં પહેલાં મેં એને જ પૂછ્યું: તને કેવાં લાગે છે? એ કહે: મને, અમને તો બહુ ગમે છે. મારા મિત્રોને પણ બહુ ગમે છે. હું આનંદિત થઈને બોલી ઊઠ્યો, તમને ગમે છે એ જાણીને આનંદ થયો, ખૂબ આનંદ થયો. અનિલનું 'ચાંદરણાં' તો ગુજરાતનું ઘરેણું છે. જો મારી પાસે પૈસા હોય તો એક સુંદર નમણી રોજનીશી છપાવી અને એના પાને પાને ઉપરનીચે ચાંદરણાંની પંક્તિઓ છાપું. ઉમાશંકર જોશીએ લખ્યું છે કે કવિ જ્યારે પરિપક્વ થાય, ઘણુંબધું આત્મસાત્ કરીને બેસે ત્યારે તેની ઉક્તિ સૂક્તિનું રૂપ લે. અનિલ આવા એક ઉત્તમ સૂક્તિકાર પણ છે. ક્યારેક એ સૂક્તિ સ્વતંત્ર રૂપે, ક્યારેક ગઝલના કોઈ શે'ર રૂપે તો ક્યારેક નિબંધના ભાગ રૂપે જોવા મળે. આવો સૂક્તિસંચય 'ધૂમકેતુ'એ એક જમાનામાં કર્યો હતો અને એના વિશે રામનારાયણ પાઠકે કહ્યું હતું કે 'ધૂમકેતુ' ઉત્તમ વાર્તાઓ કેમ ન લખી શક્યા તેનું કારણ આ સૂક્તિસંચયમાંથી મળી રહે છે. જીવનદર્શન જ જ્યાં આટલું પાંગળું હોય ત્યાં વાર્તાઓ ક્યાંથી સમર્થ રૂપ પ્રગટાવે? ઉત્તમ સર્જન માટે હૃદય અને મગજના કોષો જીવંત રહેવા જોઈએ. અનિલે લખ્યું છે કે ગુજરાતી સર્જકે થોડા સમય માટે લખવાનું બંધ કરીને વાંચવું જોઈએ. પરંતુ આ સમય લેખિનીબ્રહ્મચર્યનો છે જ નહીં. કોઈને વાચક થવું નથી, કોઈને શ્રોતા થવું નથી તેનું શું? પેલા બુદ્ધદેવ બસુએ સૂઝપૂર્વક કહેલું કે 'મહાભારત'માં યુધિષ્ઠિરનું વધારે મહત્ત્વ એટલા માટે કે એ ઉત્તમ શ્રોતા હતા. એક વનમાંથી નીકળીને બીજા વનમાં જાય અને સાંભળ્યા જ કરે, બસ સાંભળ્યા જ કરે.

*

1970 પછી અનિલનો પરિચય થયો. તે ગાળામાં તો હું સાવ ઓછોબોલો, કોઈને સામે ચાલીને મળવા જતાંય ભારે સંકોચ અનુભવું. હા, જેની સાથે સંવાદ શક્ય બનવાનો લાગે એવી વ્યક્તિઓ આંખમાં વસી જાય. અનિલ પણ એવી રીતે આંખોમાં વસી ગયા. 1975-76નાં વરસોમાં એમ.એ.ના થોડા વિદ્યાર્થીઓને લઈને અમે સુરત ગયા. સાવ શહેરી વિદ્યાર્થીઓએ દોઢ કલાક સુધી અનિલને એમની વિલક્ષણ વાણીમાં ચોક પાસેની ચોપાટીમાં બેસીને સાંભળ્યા. ગુજરાતી સાહિત્યની આજકાલ વિશે સાંભળીને બધા દંગ રહી ગયા અને વધુ તો આનંદાશ્ચર્ય ત્યારે થયું જ્યારે મેં કહ્યું કે અનિલને અંગ્રેજી આવડતું નથી અને માત્ર ગુજરાતીની બે ચોપડી જ પાસ કરી છે.

ચોપાટી પરના એ અવાજના રણકા હજુ આજે પણ ફોન કરે ત્યારે પ્રગટ થાય છે. હા, આજે ઉંમરને કારણે અવાજ વચ્ચે વચ્ચે હાંફતો ખાંસતો રહે છે અને છતાં આજે પણ તમને બોલવાની તક ન આપે. એમને એટલું બધું કહેવાનું છે અને

સાંભળનાર જો મળે તો એ અધીરા થઈ જાય છે.

એકદમ શરૂઆતમાં હું અ-સામાજિક હતો એટલે મારાથી કામ પુષ્કળ થતું હતું, છેલ્લાં વર્ષોમાં સામાજિક બનવા મથ્યો એટલે ઓછું લખાય છે. પણ પહેલાં કે પછી, મોટે ભાગે તો મેં 'એતદ્' કે 'કંકાવટી'માં જ લખ્યું છે. (કેટલાક મિત્રો કહે પણ ખરા કે 'કંકાવટી'માં શું લખ્યા કરો છો, કોઈ ઓળખશે નહીં. આજે થાય છે કે આમેય કોણ કોને ઓળખવા નવરું છે ! સાચો વ્યક્તિરાગ આધુનિક કાળમાં નહીં, આજે આપણા સમયમાં આવ્યો છે. દરેક પોતાના કોશેટામાં.) જાણીતાઓનું કોઈ વાંચવા તૈયાર નથી હોતું, તો સાવ અજાણ્યાનું કોણ વાંચવા નવરું હોય ?

આમ છતાં અનિલ માટે સૌથી મોટો સધિયારો શબ્દનો. દુણાયેલા, દુભાયેલા, દાઝેલા અનિલ ટકતા જ રહ્યા, ટકતા જ રહ્યા.

1969ના સમયગાળામાં 'કંકાવટી'નો કાયાકલ્પ રતિલાલ અનિલ કરી રહ્યા હતા. અંગ્રેજી ભાષા દ્વારા આવેલા યુરોપના કળાસાહિત્યનો અનિલને પ્રત્યક્ષ પરિચય નહીં. પરંતુ સહજ કોઠાસૂઝ એવી કે અનુવાદ દ્વારા આવેલા સાહિત્યને પ્રમાણી શકે. અણઘડિયો માણસ ઘડાયેલાઓને જાણે ફરી સંસ્કારવાનું બીડું ઝડપી બેઠો ! આસપાસ ભણેલા પંડિતોનો દરબાર અને વચ્ચે બે ચોપડી ભણેલો કારીગર. એમના સદ્ભાગ્યે જે લેખકવૃંદ સાંપડ્યું તે નિષ્ઠાવાન, વિશ્વસનીય હતું. એટલે જે અનુવાદો આવતા હતા તે ઉત્તમ કૃતિઓના. આમ દર મહિને ઝીણી ઝીણી ચદરિયાનું સૂતર ખૂણે બેસીને કંતાતું ગયું અને એ ચાદર વણાતી પણ ચાલી. દર મહિને ભાવકો આનંદ અને અચરજથી એ રચનાઓના તાણાવાણા નિહાળતા રહ્યા.

અનિલમાં જીવનની અપરોક્ષાનુભૂતિ પ્રગટી છે, ખાસ કરીને તો એમના નિબંધોમાં. આ નિબંધોમાં તો ભરી ભરી ચેતના હતી, જગતને જોવા-જાણવા માટે પ્રકૃતિએ આપેલી આ પાંચ ઇન્દ્રિયો જાણે ઓછી પડતી હતી. અનિલ કંઈ નિરંજન નિરાકાર કે લક્ષ્યાલક્ષ્યની વાત માંડવા બેઠા ન હતા. એને તો જગતનો કોઈ પણ પદાર્થ પોતાની ચેતનાને કેવી રીતે સ્પર્શે છે એ વાત કરવી હતી. તલખોળ ભરપટ્ટે ખાઈ ચૂકેલા બળદના છાણની કશાય છોછ વિના વિશિષ્ટ ગંધ, એનો ચમકદાર રાતો કથ્થઈ રંગ અને એની પહેલદાર આકૃતિનું વર્ણન કરશે. બોદલેરની વાત આ માણસ સાચી પાડવા માગતા હતાઃ તમે મને મળ આપો અને હું તમને સુવર્ણ આપીશ. અનિલે માત્ર સુવર્ણ નહીં સુવાસિત સુવર્ણ, રસદાર સુવર્ણ, રણકદાર સુવર્ણ, ઝગમગ ઝગમગ થતું સુવર્ણ આપ્યું.

'કંકાવટી'ની બટર તૈયાર કરવાની જવાબદારી તેમણે મારા દીકરા યુયુત્સુને પાછળથી સોંપી હતી. ખૂટતુંવત્તું મારે સાચવી લેવું એવી સૂચના આપી હતી. પરંતુ કેટલીક વખત એટલી બધી નબળી કૃતિઓ મારા પર આવી ચઢતી કે હું દુઃખી દુઃખી થઈ જતો હતો.

વાર્તાઓના અનુવાદમાં બીજા પ્રશ્નો પણ છે. પશ્ચિમની ટૂંકી વાર્તાઓ આપણી ટૂંકી વાર્તાઓ જેવી ટૂંકી હોતી નથી. ઘણી પ્રશિષ્ટ વાર્તાઓ બહુ લાંબી હોય છે. આવી લાંબી વાર્તાઓ આપણું કયું સામયિક છાપે ? ક્યારેક કોઈ પ્રશ્ન પૂછે છે કે આ અનુવાદો કોણ વાંચવાનું છે ? હા, વાત સાચી છે. તો બીજા એક સત્યનો પણ સ્વીકાર કરી લેવાનો કે આપણો ભદ્ર અધ્યાપકીય વર્ગ જેટલું સાહિત્ય વાંચે છે તેના કરતાં વિશેષ સામાન્ય માણસો સાહિત્ય વાંચે છે. સુરતની પોસ્ટઑફિસમાં કામ કરતા ચીમનભાઈ મકવાણા સાર્ત્ર, કાફકા, કેમ્યૂ વાંચીને બેઠેલા છે. કહેવાતા આપણા સાક્ષરોએ 1950 સુધીનું અર્વાચીન સાહિત્ય પણ ક્યાં પૂરું વાંચ્યું છે ? મારા મિત્રોના હાથમાં જ્યારે અનિલના નિબંધો આવી ગયા ત્યારે ઉત્સવ ઉત્સવ થઈ ગયો, “હેં, આવું બધું તમારા સાહિત્યમાં લખાય છે ?”

દેશીવિદેશી સાહિત્યવાચનના મારા દીર્ઘ અનુભવને અંતે પ્રતીતિપૂર્વક કહી શકું છું કે અનિલના લલિત નિબંધો ગુજરાતી સાહિત્યની મોંઘી મિરાત છે. નિજી અનુભૂતિ, પ્રત્યક્ષ રીતે જિવાતા જીવનનો મહિમા, ખોવાઈ ગયેલી ભૂતકાલીન દુનિયાને ચિત્તના નેપથ્યે આકારિત કરતાં કરતાં તેમણે અસામાન્ય કૃતિઓ ગુજરાતને નૈવેદ્ય રૂપે ધરી. પણ કૃતક નિબંધકારો આગળ નીકળી ગયા અને અનિલ પાછળ રહી ગયા. મધુસૂદન ઢાંકીએ એક પ્રચલિત સુભાષિત કહ્યું હતું : બંગાળમાં બુદ્ધિ પૂજાય છે, પંજાબમાં બળ પૂજાય છે, મહારાષ્ટ્રમાં પાંડિત્ય પૂજાય છે અને ગુજરાતમાં ઢોંગ પૂજાય છે. કંઈ નહીં, આ ઓલિયો તો કહેશે : યે મહલોં, યે તખ્તોં, યે તાજોં કી દુનિયા, મેરે સામને સે હટા લો યે દુનિયા, તુમ્હારી હૈ તુમ હી સંભાલો યે દુનિયા !

શિરીષ પંચાલ

[‘કંકાવટી’ માસિક : 2006]

❀

ખોલાય ના

પીઓ એમ, છાંટોય ઢોળાય ના:
નશો પણ ચડે, જામ છલકાય ના.૦૦૦

દરદ છે તો રાખો દરદની અદબ,
દરદ ગામભરમાં વહેંચાય ના.

ફક્ત એક જણથી કરું ગોઠડી
કે દિલ શેરી શેરી તો ખોલાય ના.

દીપક બારડોલીકર

[‘તડકો તારો પ્યાર’ પુસ્તક : 2006]

❀

સાર્થક્યનાં કંકુછાંટણાં

સ્વ. ઉમાશંકર જોશીએ, તેઓ વિદ્યમાન હતા ત્યારે જ, પોતાના સાહિત્ય-સંતાન સમા 'સંસ્કૃતિ'નું પ્રકાશન બંધ કરી દીધું હતું. તે સમયે એ ઘટનાના ખાસ્સા પ્રત્યાઘાતો પડ્યા હતા. તેનો મુખ્ય સૂર વિષાદનો હતો. મહેન્દ્ર મેઘાણીએ તેમનું 'મિલાપ' બંધ કર્યું ત્યારેયે આવા પ્રત્યાઘાતો પડ્યા હતા; જોકે મહેન્દ્રભાઈ હજી અતિ વૃદ્ધ વયે પણ સદ્વાચનપ્રસારનું ઋષિકાર્ય કરી રહ્યા છે. આવી ગતિ બીજાં કેટલાંક સાહિત્ય-સામયિકોની પણ થઈ છે. કોને કોને સંભારીશું ? યશવંત દોશીનું 'ગ્રંથ' અને મડિયાનું 'રુચિ' અને સુરેશ જોષીનું 'ક્ષિતિજ' તો ખરાં જ. થોડાંક નવાં પ્રગટ્યાં છે. જૂનાં કાળના ગર્ભમાં વિલીન થયાં છે. હવે તેમાં 'કંકાવટી' સાહિત્યસામયિકનો ક્રમ આવી રહ્યો છે. તેના વયોવૃદ્ધ તંત્રી-માલિક શ્રી રતિલાલ 'અનિલ'ની નાદુરસ્ત તબિયતને કારણે 'કંકાવટી'ને તેની લીલા સંકેલવાની ફરજ પડી છે.

અનેકાનેક પ્રતિકૂળતાઓ વચ્ચે શુદ્ધ સાહિત્યનું આ સામયિક નિતાન્ત વ્યક્તિગત સાહસ લેખે અડધી સદી સુધી ટક્યું અને પોતાના અસ્તિત્વને સાર્થક કરતું રહ્યું, એ ગુજરાતી સાહિત્યની એક વિરલ ઘટના છે. નહીંવત્ વિજ્ઞાપન, નહિ કોઈ સંસ્થા કે સંપત્તિવાનનો સાથ, ન પોતાનું કશું આર્થિક ગજું. માત્ર ફકીરી ધૂન. 'કંકાવટી' ઘણી રીતે રતિલાલ 'અનિલ'નો 'વન મૅન શો.' ધોરણ વિશેના ઊંચા, અકાટ્ય આગ્રહો, સમાધાન કરવાનું વલણ જ નહિ, કોઈનું વાજિંત્ર બનવાની લેશમાત્ર વાત નહિ. અને તેમણે 'કંકાવટી' ચલાવ્યું – પૂરાં પચાસ વર્ષ સુધી ! એ જ નાનકડું કદ, એ જ સુઘડ મુદ્રણ, એ જ મર્યાદિત પાનાં, સાદગીનું એ જ શુચિસૌંદર્ય, સાહિત્યના નિકષ પર ચકાસાયેલી વાચનસામગ્રી અને સામયિક પર અથેતિ પથરાયેલી તેના તંત્રીની એ જ અમુખર મુદ્રા. અડધા સૈકામાં 'કંકાવટી' ન બદલાયું, ન તેણે પોતીકું નૂર બદલ્યું. તેના સંપાદનમાં ધ્રુવતારક સમાન લક્ષ્ય તો એક જ : ઊંચું, સાહિત્યિક સ્તર.

'કંકાવટી' મૂળ તો 'અબીલગુલાલ'ની સાથે લોકપ્રિય સામયિકના સ્વરૂપમાં સુરતની પ્રકાશન સંસ્થા 'સાહિત્યસંગમ'ના માલિક-લેખક નાનુભાઈ નાયકે પ્રસિદ્ધ કરેલું. પણ પછી 'અનિલે' તે લીધું અને તેનું વ્યક્તિત્વ આમૂલાગ્ર બદલી નાખ્યું. તેઓ દીર્ઘકાળ પર્યંત દૈનિક પત્રકારત્વ સાથે જીવનનિર્વાહ પૂરતા સંકળાયેલા રહ્યા, પણ તેમનું હૃદયદ્રવ્ય સાહિત્યિક પત્રકારત્વને વરેલું હતું, જે 'પ્યારા બાપુ' જેવા સામયિકમાં સુપેરે વ્યક્ત થયા પછી 'કંકાવટી'માં સકળપણે ઢોળાયું.

વ્યક્તિની કે સામયિકની ચિરવિદાય અવસાદપ્રેરક જ હોય, પરંતુ વ્યક્તિ અને સામયિક પોતાના અસ્તિત્વની સાર્થકતાનાં થોડાંક કંકુછાંટણાં છાંટી જાય તો તે પર્યાપ્ત છે. 'કંકાવટી' એવા સદ્ભાગ્યને વર્યું હતું.

ભગવતીકુમાર શર્મા

❀

હરિનાં લોચનિયાં

એક દિન આંસુભીનાં રે
હરિનાં લોચનિયાં મેં દીઠાં!
પચરંગી ઓચ્છવ ઊછળ્યો'તો અન્નકૂટની વેળા:
ચાંદીની ચાખડીઓએ ચડી ભક્ત થયા'તા ભેળા!
શંખ ઘોરતા, ઘંટ ગુંજતા, ઝાલરું ઝણઝણતી:
શત શગ કંચન આરતી હરિવર-સંમુખ નર્તન્તી.
દરિદ્ર, દુર્બળ, દીન અછૂતો અન્ન વિના રડવડતા,
દેવદ્વારની બહાર ભટકતા ટુકડા કાજ ટટળતા,
તે દિન આંસુભીનાં રે
હરિનાં લોચનિયાં મેં દીઠાં!
લગ્નવેદિ પાવક પ્રજળ્યો'તો, વિપ્ર વેદ ઉચ્ચરતા,
સાજનમહાજન મૂછ મરડતા પોરસફૂલ્યા ફરતા!
જીર્ણ, અજીર્ણુ, પામર, ફિક્કું, માનવપ્રેત સમાણું,
કૃપણ કલેવર કોડભર્યું જ્યાં માંડવડે ખડકાણું!
'બ્રાહ્મણવચને સૂરજસાખે' કોમળ કળી ત્યાં આણી:
ભાવિની મનહર પ્રતિમાની જે દિન ઘોર ખોદાણી!
તે દિન આંસુભીનાં રે
હરિનાં લોચનિયાં મેં દીઠાં!
ભય થરથરતા ખેડૂત ફરતા શરીફ ડાકુ વીંટાયા:
વરુનાં ધાડાં મૃત ઘેટાંની માંસ-લાલચે ધાયાં!
થેલી, ખડિયા, ઝોળી, તિજોરી: સૌ ભરચક્ક ભરાણાં:
કાળી મજૂરીના કરતલને બે ટંક પૂગ્યા ન દાણા!
ધીંગા ઢગલા ધાન્ય તણા સો સુસ્તો માંહીં તણાણા:
રંક ખેડુનાં રુધિરે ખરડ્યાં જે દિન ખળાં ખવાણાં!
તે દિન આંસુભીનાં રે
હરિનાં લોચનિયાં મેં દીઠાં!
હૂંફાળાં રાજવીભવનોથી મમત-અઘોર નશામાં
ખુદમતલબિયા મુત્સદ્દીઓએ દીધા જુદ્ધ-દદામાં!
જલથલનભ સૌ ઘોર અગનની ઝાળ મહીં ઝડપાયાં:
માનવી માનવીનાં ખૂન પીવા ધાયા થઈ હડકાયા!
નવસર્જનના સ્વપ્નસંગી ઉપર ઉછરંગે ઊભરાણાં:
લખલખ નિર્મળ નવલકિશોરો ખાઈઓમાં ખોવાણા!
તે દિન આંસુભીનાં રે
હરિનાં લોચનિયાં મેં દીઠાં!

ખીલું ખીલું કરતાં માસૂમ ગુલ સૂમ શિક્ષકને સોંપાણાં,
કારાગાર સમી શાળાના કાઠ ઉપર ખડકાણાં!
વસંત વર્ષા ગ્રીષ્મ શરદના ભેદ બધાય ભુલાણા:
જીવનમોદ તણા લઘુતમમાં પ્રગતિપદ છેદાણા!
હર્ષઝરણ લાખો હૈયાનાં ઝબક્યાં ત્યાં જ ઝલાણાં:
લાખ ગુલાબી સ્મિત ભાવિનાં વણવિકસ્યાં જ સુકાણાં:
તે દિન આંસુભીનાં રે
હરિનાં લોચનિયાં મેં દીઠાં!

કરસનદાસ માણેક

['આલબેલ' પુસ્તક : 1935]

❀

આ અંધકાર શો મહેકે છે!

આ અંધકાર શો મહેકે છે!
આ મત્ત મોર ઘનશોર કરી
શો આજ અષાઢી ગહેકે છે!
આ અંધકાર શો મહેકે છે!
આ કામણ કાજળનાં વરસે,
ના નયન શકે નીરખી હરસે,
ના અંગ શકે પુલકી સ્પરશે;
પણ આતમની રજનીગંધા
ઉત્ફુલ્લ અલક્ષ્યે બહેકે છે!
આ અંધકાર શો મહેકે છે!
આ ભીની હેત ભરી હલકે,
શી મીઠી મંદ હવા મલકે!
છાની છોળે અંતર છલકે;
આ ગહન તિમિરની લહેરો પર
કોઈનાં લોચન લહેકે છે!
આ અંધકાર શો મહેકે છે!
આ શ્યામ સઘન ઉલ્લાસ ધરી
કો' જાતું જાદુઈ હાસ કરી;
શી રાત બિછાત સુવાસ ભરી!
હું અંધ ભલેને દેખું ના –
મીત મને તો દેખે છે!
આ અંધકાર શો મહેકે છે!

મકરન્દ દવે

જનની

મીઠાં મધુ ને મીઠા મેહુલા રે લોલ,
એથી મીઠી તે મોરી માત રે,
જનનીની જોડ સખી! નહીં જડે રે લોલ.

પ્રભુના એ પ્રેમ તણી પૂતળી રે લોલ,
જગથી જુદેરી એની જાત રે. – જનનીની૦

અમીની ભરેલી એની આંખડી રે લોલ,
વ્હાલનાં ભરેલાં એનાં વેણ રે. – જનનીની૦

હાથ ગૂંથેલ એના હીરના રે લોલ,
હૈયું હેમંત કેરી હેલ રે. – જનનીની૦

દેવોને દૂધ એનાં દોહ્યલાં રે લોલ,
શશીએ સિંચેલ એની સોડ્ય રે. – જનનીની૦

જગનો આધાર એની આંગળી રે લોલ,
કાળજામાં કૈંક ભર્યા કોડ રે. – જનનીની૦

ચિત્તડું ચડેલ એનું ચાકડે રે લોલ,
પળના બાંધેલ એના પ્રાણ રે. – જનનીની૦

મૂંગી આશિષ ઉરે મલકતી રે લોલ,
લેતાં ખૂટે ન એની લ્હાણ રે. – જનનીની૦

ધરણીમાતાયે હશે ધ્રૂજતી રે લોલ,
અચળા અચૂક એક માય રે. – જનનીની૦

ગંગાનાં નીર તો વધે-ઘટે રે લોલ,
સરખો એ પ્રેમનો પ્રવાહ રે. – જનનીની૦

વરસે ઘડીક વ્યોમવાદળી રે લોલ,
માડીનો મેઘ બારે માસ રે. – જનનીની૦

ચળતી ચંદાની દીસે ચાંદની રે લોલ,
એનો નહીં આથમે ઉજાશ રે.
જનનીની જોડ સખી! નહીં જડે રે લોલ.

દામોદર ખુ૦ બોટાદકર

['રાસતરંગિણી' પુસ્તક : 1928]

❀

નદીનાં મૂળ જમીનમાં નીચે નહીં, ઊંચા પહાડ પર હોય છે.

❀

ચમારને બોલે

વાંકાનેરના દરબારગઢમાં આજ રંગરાગની છોળો ઊડે છે. ગઢના માણસો તો શું, પણ કૂતરાં-મીંદડાંયે ગુલતાનમાં ડોલે છે. ઓરડામાં વડારણોનાં ગીતો ગાજે છે, અને દોઢીમાં શરણાઈઓ પ્રભાતિયાંના સૂર છેડીને વરરાજાને મીઠી નીંદરમાંથી જગાડે છે. દરબારના કુંવર પરણે છે. વાંકાનેરની વસ્તીને ઘેર સોનાનો સૂરજ ઊગ્યો છે.

આખું ગામ જ્યારે હરખમાં ગરકાવ હતું ત્યારે એક જ માનવીના હૈયામાંથી અફસોસના નિસાસા નીકળી રહ્યા છે. આખી રાત એણે પથારીમાં આળોટી આળોટીને વિતાવી છેઃ મટકુંયે નથી માર્યું. જાગીને મનમાં મનમાં ગાયા કર્યું છે કે —

વીરા ચાંદલિયો ઊગ્યો ને હરણ્યું આથમી રે,
વીરા, ક્યાં લગણ જોઉં તમારી વાટ રે,
મામેરા વેળા વહી જાશે રે.

ડેલીએ જરાક કોઈ ઘોડા કે ગાડાનો સંચાર થાય ત્યાં તો આશાભરી ઊઠી ઊઠીને એણે ડેલીમાં નજર કર્યા કરી છે. પણ અત્યાર સુધી એ જેની વાટ જોતી હતી તે મહેમાનના ક્યાંયે વાવડ નથી.

એ શોકાતુર માનવી બીજું કોઈ નહિ, પણ વરરાજાની ખુદ જનેતા છે. જેનું પેટ પરણતું હોય એને અંતરે વળી હરખ કેવા ? એને તો કંઈક કંઈક રિસામણાંનાં મનામણાં કરવાનાં હોય, સંભારી સંભારીને સહુ સગાંવહાલાંને લગ્નમાં સોંડાડવાનાં હોય.

એ બધું તો હોય, પણ વાંકાનેરના રાજકુંવરની માતાને હૈયે તો બીજી વધુ અણીદાર બરછી ખટકતી હતી. રાજાજી આવી આવીને એને મે'ણાં મારતા હતાઃ “કાં ! કહેતાં'તાં ને કુંવરના મામા મોટું મોટું મોસાળું કરવા આવશે ! કાં – ગાંફથી પહેરામણીનું ગાડું આવી પહોંચ્યું ને ? તમારાં પિયરિયાંએ તો તમારા બધાય કોડ પૂર્યા ને શું !”

ઊજળું મોં રાખીને રાણી મરકતે હોઠે ઉત્તર દેતાં હતાં કે “હા ! હા ! જોજો તો ખરા, દરબાર ! હવે ઘડી-બેઘડીમાં મારા પિયરનાં ઘોડાંની હણહણાટી સંભળાવું છું. આવ્યા વિના એ રહે જ નહિ.”

પહેરામણીનું ચોઘડિયું બેસવા આવ્યું. ગોખમાં ડોકાઈ ડોકાઈને રાણી નજર કરે છે કે ગાંફને માર્ગે ક્યાંય ખેપટ ઊડે છે ! ક્યાંય ઘોડાના ડાબા ગાજે છે ! પણ એમ તો કંઈ કંઈ વાર તણાઈ તણાઈને એ રજપૂતાણીની આંખો આંસુડે ભીંજાતી હતી. એવામાં ઓચિંતો મારગ ઉપરથી અવાજ આવ્યોઃ “બા, જે શ્રીકરશન !”

સાંભળીને રાણીએ નીચે નજર કરી. ગાંફના ચમારને ભાળ્યો — કેમ જાણે પોતાનો માનો જણ્યો ભાઈ આવીને ઊભો હોય, એવો ઉલ્લાસ પિયરના એક ચમારને

દેખીને એના અંતરમાં ઊપજવા લાગ્યો; કેમ કે એને મન તો આજ આખું મહિયર મરી ગયું લાગતું હતું. એ બોલ્યાં : "ઓહોહો ! જે શ્રીકરશન, ભાઈ ! તું આંહીં ક્યાંથી, બાપુ ?"

"બા, હું તો ચામડાં વેચવા આવ્યો છું. મનમાં થયું કે લાવ ને, બાનું મોઢું તો જોતો જાઉં. પણ ગઢમાં તો આજ લીલો માંડવો રોપાતો હોય, ભામણબામણ ઊભા હોય, એટલે શી રીતે જવાય ? પછી સૂઝ્યું કે પછવાડેને ગોખેથી ટૌકો કરતો જાઉં !"

"હેં ભાઈ ! ગાંફના કાંઈ વાવડ છે ?"

"ના, બા ! કેમ પૂછ્યું ? વીવાએ કોઈ નથી આવ્યું ?"

રાણી જવાબ વાળી ન શક્યાં. હૈયું ભરાઈ આવ્યું. ટપ ટપ આંખોમાંથી પાણી પડવા લાગ્યાં. ચમાર કહે : "અરે, બા ! બાપ ! ખમ્મા તમને. કાં કોચવાવ ?"

"ભાઈ ! અટાણે કુંવરને પે'રામણીનો વખત છે. પણ ગાંફનું કોઈ નથી આવ્યું. એક કોરીય મામેરાની નથી મોકલી. અને મારે માથે મે'ણાંના મે' વરસે છે. મારા પિયરિયાં તે શું બધા મરી ખૂટ્યાં ?"

"કોઈ નથી આવ્યું ?" ચમારે અજાયબ બનીને પૂછ્યું.

"ના, બાપ ! તારા વિના કોઈ નહિ."

ચમારના અંતરમાં એ વેણ અમૃતની ધાર જેવું બનીને રેડાઈ ગયું. મારા વિના કોઈ નહિ ! — હાં ! મારા વિના કોઈ નહિ ! હુંય ગાંફનો છું ને ! ગાંફની આબરૂના કાંકરા થાય એ ટાણે હું મારો ધરમ ન સંભાળું ? આ બે'નડીનાં આંસુડાં મારાથી શે દીઠાં જાય ? એ બોલી ઊઠ્યો : "બા ! તું રો, તો તને મારાં છોકરાંના સોગંદ. હમણાં જોજે, ગાંફની આબરૂને હું જાતી રોકું છું કે નહિ ?"

"અરેરે, ભાઈ ! તું શું કરીશ ?"

"શું કરીશ ? બા, બાપુને હું ઓળખું છું. આજ એની કોણ જાણે કેમ ભૂલ થઈ હોય ! પણ હું એને ઓળખું છું. હવે તું હરમત રાખજે હો, મા ! શું કરવું તે મને સૂઝી ગયું છે."

એમ કહીને ચમાર ચાલ્યો. દરબારગઢની દોઢીએ જઈને દરબારને ખબર મોકલ્યા : "ગાંફથી ખેપિયો આવ્યો છે અને દરબારને કહો, ઝટ મોઢે થાવું છે."

દરબાર બહાર આવ્યા. તેમણે ચમારને દેખ્યો; મશ્કરીનાં વેણ કાઢ્યાં : "કાં, ભાઈ ! મામેરું લઈને આવ્યા છો કે ?"

"હા, અન્નદાતા ! આવ્યો છું તો મામેરું લઈને જ."

"એમ ! ઓહો ! કેમ, તમને મોકલવા પડ્યા ! ગાંફના રજપૂત ગરાસિયા શું દલ્લીને માથે હલ્લો લઈને ગયેલ છે ?"

"અરે, દાદા ! ગાંફના ધણીને તો પોતાની તમામ વસ્તી પોતાના કુટુંબ જેવી છે. આજ મારા બાપુ પંડે આવતા હતા, પણ ત્યાં એક મરણું થઈ ગયું. કોઈથી નીકળાય તેવું ન રહ્યું, એટલે મને દોડાવ્યો છે."

"ત્યારે તો મામેરાનાં ગાડાંની હેડ્ય વાંસે હાલી આવતી હશે, કાં ?"

"એમ હોય, બાપા ! ગાંફના ભાણેજનાં મોસાળાં કાંઈ ગાડાંની હેડ્યુંમાં સામે ?"

"ત્યારે ?"

"એ અમારું ખસતા ગામ કુંવરને પે'રામણીમાં દીધું."

દરબારે મોંમાં આંગળી નાખી: એને થયું કે આ માણસની ડાગળી ખસી ગઈ હશે. એણે પૂછ્યું: "કાંઈ કાગળ દીધો છે ?"

"ના, દાદા ! કાગળ વળી શું દેવો'તો ! ગાંફના ધણીને એમ ખબર નહિ હોય કે જીવતાજાગતા માનવીથીયે કાગળની કટકીની આંઈ વધુ ગણતરી હશે !"

ચમારના તોછડા વેણની અંદર વાંકાનેરના રાજાએ કંઈક સચ્ચાઈ ભરેલી ભાળી. આખા ગઢમાં વાત પ્રસરી ગઈ કે ગાંફનો એક ઢોર ચીરનારો ઢેઢ આવીને ખસતા ગામની પહેરામણી સંભળાવી ગયો. રાણીને માથે મે'ણાંના ઘા પડતા હતા તે થંભી ગયા. અને બીજી બાજુએ ચમારે ગાંફનો કેડો પકડ્યો. એને બીક હતી કે જો કદાચ વાંકાનેરથી અસવાર છૂટીને ગાંફ જઈ ખબર કાઢશે તો ગાંફનું ને મારું નાક કપાશે. એટલે મૂઠીઓ વાળીને એ તો દોડવા માંડ્યો. ગાંફ પહોંચીને ગઢમાં ગયો, જઈને દરબારને મોઢામોઢ વેણ ચોડ્યાં: "ફટ્ય છે તમને, દરબાર ! લાજતા નથી ? ઓલી બોનડી બચારી વાંકાનેરને ગોખે બેઠી બેઠી પાણીડાં પાડે છે. એને ધરતીમાં સમાવા વેળા આવી પહોંચી છે. અને તમે આંહીં બેઠા રિયા છો ? બાપુ ! ગાંફને ગાળ બેસે એનીય ખેવના ન રહી ?"

"પણ છે શું, મૂરખા ?" દરબાર આ મીઠી અમૃત જેવી ગાળો સાંભળીને હસતા હસતા બોલ્યા.

"હોય શું બીજું ? ભાણેજ પરણે છે ને મામા મોસાળાં લઈને અબઘડી આવશે એવી વાટ જોવાય છે."

"અરરર ! એ તો સાંભર્યું જ નહિ: ગજબ થયો ! હવે કેમ કરવું ?"

"હવે શું કરવાનું હતું ? ઈ તો પતી ગયું. હવે તો મારે જીવવું, કે જીભ કરડીને મરવું, એ જ વાત બાકી રઈ છે."

"કાં એલા ! તારું તે શું ફટકી ગ્યું છે ?"

"હા બાપુ ! ફટકી ગ્યું'તું એટલે જ તમારા થકી મામેરામાં ખસતા ગામ દઈને આવ્યો છું."

"શી વાત કરછ ? તું આપણું ખસતા દઈ આવ્યો ?"

"હા, હા ! હવે તમારે જે કરવું હોય તે કહી નાખો ને એટલે મને મારો મારગ સૂઝે."

દરબારનું હૈયું ભરાઈ આવ્યું: 'વાહ ! વાહ, મારી વસ્તી ! પરદેશમાંય એને મારી આબરૂ વહાલી થઈ. ગાંફનું બેસણું લાજે એટલા માટે એણે કેટલું જોખમ ખેડ્યું ! વાહ ! મારી વસ્તીને મારા ઉપર કેટલો વિશ્વાસ !'

"ભાઈ ! ખસતા ગામ તેં તારા બોલ ઉપર દીધું એ મારે અને મારી સો પેઢીને કબૂલ મંજૂર છે. આજ તારે મરવાનું હોય ? તારા વિના તો મારે મરવું પડત !"

ચમારને દરબારે પાઘડી બંધાવી, અને ડેલીએ ભાણેજનાં લગ્ન ઊજવવાં શરૂ થયાં. ચમારવાડે પણ મરદો ને ઓરતો પોરસમાં આવી જઈ વાતો કરવા લાગ્યાં: "વાત શી છે ? આપણા ભાણુભા પરણે એનાં મોસાળાં આપણે ન કરીએ તો કોણ કરે ? ધણી ભૂલ્યો, પણ આપણાથી ભુલાય ?"

વાંકાનેરના અસવારે આવીને ખબર કાઢ્યા. ગાંફના ધણીએ જવાબ મોકલ્યો: "એમાં પૂછવા જેવું શું લાગ્યું ? ગાંફની વસ્તીને તો મેં કોરે કાગળે સહિયું કરી આપી છે."

વરની માતા હવે દાઝ કાઢી કાઢીને વાંકાનેરના દરબારગઢમાં લગનગીત ગજવી રહ્યાં છે કે —

તરવાર સરખી ઊજળી રે ઢોલા !
તરવાર ભેટમાં વિરાજે રે વાલીડા વીરને,
એવી રે હોય તો પ્રણજો રે ઢોલા
નીકર સારેરી પરણાવું રે વાલીડા વીરને.

ઝવેરચંદ મેઘાણી

['સૌરાષ્ટ્રની રસધાર' ભાગ 3 પુસ્તક: 1925]

❀

પ્રશ્ન

કે'શો મને ? સામે ખીલ્યાં તે ફૂલ છે કે હું ?
કો'તો ખરા, ભોંકાય છે તે શૂળ છે કે હું ?

કે'શો મને ? ખોળે રમે એ બાળ છે કે હું ?
કો'તો ખરા, આ જાય છે તે કાળ છે કે હું ?

કે'શો કંઈ, આ ઝાડ નીચે મૂળ છે કે હું ?
કો'તો ખરા, પગલાં પડે તે ધૂળ છે કે હું ?

કે'શો ? વિહંગોને ફૂટે તે પાંખ છે કે હું ?
કો'ને, ખૂલે જે જીવને તે આંખ છે કે હું ?

કે'શો ? નિરાશા, એ નર્યો અંધાર છે કે હું ?
કો'તો ખરા, મંદર તળે આધાર છે કે હું ?

કો'તો ખરા, અનુભવતણો કૈં સાર તો બોલો,
બધું દેખાય સામે તે ખરેખર કોક છે કે હું ?

મુકુન્દરાય વિ. પારાશર્ય

['મનડામાં મોતી બંધાણું' પુસ્તક: 2005]

❀

શાની પ્રતીક્ષા કરીએ છીએ ?

શું કોકાકોલા-પેપ્સી હાનિકારક અને માંસાહારી પીણું છે ? અમેરિકાના 'ધી અર્થ આઇલૅન્ડ જર્નલ'માં પ્રસિદ્ધ થયેલી માહિતી :

1. કોકાકોલા કે પેપ્સીની પ્રત્યેક બૉટલમાં 40થી 72 મિલીગ્રામ સુધીનાં નશીલાં તત્ત્વો ગ્લિસરીલ, આલ્કોહોલ, ઇસ્ટરગમ અને પશુઓમાંથી મળતાં ગ્લિસરીન મળે છે. શાકાહારીઓ ભ્રમમાં ન રહે કે આ માંસાહારી નથી.

2. એમાં સાઇટ્રિક એસિડ છે. શૌચાલયમાં આ ઠંડા પીણાને 1 કલાક માટે રેડી દો, તો ફિનાઈલની માફક શૌચાલયને સાફ કરી દેશે.

3. ક્યાંક કાટ લાગ્યો હોય તો આ પીણામાં કપડું પલાળો. પછી જ્યાં કાટ લાગ્યો હોય ત્યાં એ ઘસો, કાટ નીકળી જશે.

4. કપડાં ઉપર ગ્રીઝ લાગ્યું હોય તો સાબુ અને આ પીણાંમાં કપડાં પલાળો. થોડા વખતમાં ગ્રીઝના ડાઘા નીકળી જશે.

5. માણસનાં હાડકાંને ઓગાળી નાંખતાં જમીનને એકાદ વર્ષ લાગે છે, પણ આ પીણાંમાં એકાદ હાડકું બોળી રાખો અને દસ દિવસ પછી જોશો તો તે ઓગળી ગયું હશે.

6. દિલ્હીના મોહન ભટનાગર એક ચોંકાવનારો કિસ્સો કહે છે. દિલ્હી વિશ્વવિદ્યાલયમાં એક સ્પર્ધા યોજાઈ. સ્પર્ધા હતી ઠંડાં પીણાં કોણ વધુમાં વધુ પી શકે ? એક વિદ્યાર્થીએ આઠ શીશી પીધી. અને શરીરમાં કાર્બનડાયોક્સાઈડનું પ્રમાણ એટલું વધી ગયું કે એ જ સ્થળે એનું મૃત્યુ થયું.

આવાં ઠંડાં પીણાં નાનાં બાળકો, મહેમાનો અને આપણી જાતને પીવડાવી આપણે શાની પ્રતીક્ષા કરી રહ્યા છીએ ?

❀

કારણ કે –

તમાકુ મહા ઝેર છે, અનેક રોગ પેદા કરે છે. જનતાને જેનાથી નુકસાન થાય છે તેવી તમાકુનો વપરાશ બંધ કરવો હોય તો તેનો ધરમૂળથી નાશ થવો જોઈએ. આપણા દેશમાં, ખાસ કરીને ગુજરાત-તમિલનાડુ-આંધ્રમાં, તમાકુનું વાવેતર મોટા પાયા પર થાય છે. પણ અફીણના વાવેતર પર પ્રતિબંધ છે તેમ તમાકુના વાવેતર પર પણ મૂકવાનો અથવા સિગારેટ બનાવનાર કંપનીઓ બંધ કરવાનો કાયદો ઘડાતો નથી. કારણ કે માલેતુજાર ખેડૂતો અને સિગારેટના કારખાનેદારો સરકારને નચાવી શકે છે.

નગીનદાસ સંઘવી

['દિવ્ય ભાસ્કર' દૈનિક : 2005]

❀

અવિરત જ્ઞાનયાત્રા

1931માં પ્રારંભાયેલી મુંબઈ જૈન યુવક સંઘની પર્યુષણ વ્યાખ્યાનમાળા 2006માં પંચોતેરમા વર્ષમાં પ્રવેશ કરે છે. વચ્ચે 1933–34–35 અને '42માં આ વ્યાખ્યાનમાળાનું આયોજન થઈ શક્યું ન હતું, એ ધ્યાનમાં લઈએ તો, એ ચાર વર્ષને બાદ કરતાં, આ વર્ષની વ્યાખ્યાનમાળાનો મણકો 71મો થયો. વૈચારિક સમાજે આ પ્રવૃત્તિને આવકારી એટલું જ નહિ, તેની પ્રેરણા લઈ દર વરસે ભારતના અન્ય પ્રદેશોમાં આવી વ્યાખ્યાનમાળાનું આયોજન થવા લાગ્યું. આવો ઉત્તમ વિચાર કે કલ્પના જેમને આવી એ મહાનુભાવ છે પ્રજ્ઞાચક્ષુ પંડિત સુખલાલજી. સૌ પ્રથમ 1930માં આવી વ્યાખ્યાનમાળાનું આયોજન એમની પ્રેરણાથી અમદાવાદમાં થયું. ત્યાર પછી 1931માં આ વ્યાખ્યામાળાનો આરંભ મુંબઈમાં મુંબઈ જૈન યુવક સંઘ દ્વારા થયો.

આ વ્યાખ્યાનમાળાને દશ વર્ષ પૂરાં થયાં પછી 1940માં 'પ્રબુદ્ધ જૈન'માં 'પર્યુષણ વ્યાખ્યાનમાળા શા માટે' શીર્ષકથી પ્રગટ થયેલા પંડિત સુખલાલજીના લેખના કેટલાક શબ્દો જોઈએ:

"આ વ્યાખ્યાનમાળાનો ઉદ્દેશ ગુરુપદ મેળવવાનો અગર તો કોઈનું વાસ્તવિક ગુરુપદ નષ્ટ કરવાનો નથી. એ જ રીતે આનો ઉદ્દેશ પૂજા-પ્રતિષ્ઠા મેળવવાનો અગર અર્થપ્રાપ્તિનો પણ નથી. જે લોકો શ્રદ્ધાળુ છે અને આદરભક્તિથી પજુસણની ચાલતી પરંપરામાં રસ લે છે તેમને ક્રિયાકાંડથી અથવા તો વ્યાખ્યાન-શ્રવણમાંથી છોડાવવાનો પણ આ વ્યાખ્યાનમાળાનો ઉદ્દેશ નથી. ત્યારે આનો ઉદ્દેશ શો છે ?

"આજે વિશ્વ સાથેના સંબંધની દૃષ્ટિએ, રાષ્ટ્રીય દૃષ્ટિએ અને સમાજ તેમજ કુટુંબની દૃષ્ટિએ કેટલાય પ્રશ્નો ઊભા થયા છે અને ઊભા થતા જાય છે અને એ પ્રશ્નો ધાર્મિક સંબંધ વિનાના પણ નથી. એટલે તેની વ્યવહારુ દૃષ્ટિએ અને ધાર્મિક દૃષ્ટિએ ચર્ચા કરવી પ્રાપ્ત થાય છે. આ માટે વિચારજાગૃતિ જોઈએ. વિવિધ જાતનું વાચન અને મનન જોઈએ. નિર્ણયશક્તિ જોઈએ. આ પ્રશ્નો તરુણ અને વૃદ્ધ વર્ગમાં આજે ચર્ચાઈ રહ્યા છે. જમાનો જ્યારે વિચારજાગૃતિ અને જ્ઞાનનું ખેડાણ માંગે ત્યારે એને યોગ્ય રીતે એ વસ્તુ પૂરી પાડવામાં જ લાભ છે."

1931થી 1960 સુધી આ વ્યાખ્યાનમાળાના પ્રમુખસ્થાને સતત 30 વર્ષ પંડિત સુખલાલજી બિરાજ્યા, ત્યાર પછી 1961થી 1971 પ્રમુખસ્થાન પ્રાધ્યાપક ગૌરીપ્રસાદ ઝાલાએ શોભાવ્યું, ત્યાર બાદ એમના જ શિષ્ય રમણલાલ ચી. શાહ 1972થી 2005 સુધી સતત તેત્રીશ વર્ષ પ્રમુખસ્થાને બિરાજ્યા. પ્રથમ બે પ્રમુખના સમયકાળમાં વિદ્વાન વ્યાખ્યાતાઓને શોધવાનું અને પસંદ કરવાનું પરમાણંદ કુંવરજી કાપડિયાએ પાર પાડ્યું. રમણભાઈએ તો પ્રમુખસ્થાન અને વક્તા-આયોજનની બેઉ જવાબદારી સ્વીકારી.

પ્રારંભથી અત્યાર સુધીના ચિંતક વ્યાખ્યાનકારોનાં નામોની સૂચિ લખવા બેસું તો પાનાનાં પાનાં ભરાય, છતાં કેટલાંક નામોનો ઉલ્લેખ કરવાની ઇચ્છા રોકી શકતો નથી :

પંડિત સુખલાલજી, કાકા કાલેલકર, કનૈયાલાલ મુનશી, જગદીશચંદ્ર જૈન, સરલાદેવી સારાભાઈ, સ્વામી અખંડ આનંદ, મોતીલાલ કાપડિયા, મોરારજી દેસાઈ, ઉષા મહેતા, દલસુખભાઈ માલવણિયા, હરિભાઈ કોઠારી, મોરારિબાપુ, સ્વામી આનંદ, જિનવિજયજી, ઝવેરચંદ મેઘાણી, મહાસતી ઉજ્જ્વળકુમારી, કિશોરલાલ મશરૂવાળા, કેદારનાથજી, બ૦ ક૦ ઠાકોર, ઉમાશંકર જોશી, ભદંત આનંદ કૌશલ્યાયન, મૌલવી મકબુલ અહમદ, ભોગીલાલ સાંડેસરા, પુરુષોત્તમ માવળંકર, જ્યોતીન્દ્ર દવે, વિમલાતાઈ, મુનિ સંતબાલજી, પાંડુરંગ શાસ્ત્રી, જયપ્રકાશ નારાયણ, ઉછરંગરાય ઢેબર, વિજયાલક્ષ્મી પંડિત, ગુરુદયાલ મલ્લિક, સ્વામી રંગનાથાનંદ, એરચ જહાંગીર, ન્યાયમૂર્તિ હિદાયતુલ્લા, મધર ટેરેસા, ફાધર વાલેસ, ચં૦ ચી૦ મહેતા, વિજય મર્ચન્ટ, મુનિ પુણ્યવિજયજી, નારાયણ દેસાઈ, 'દર્શક', સુરેશ જોષી, અગરચંદજી નાહટા, કુમારપાળ દેસાઈ.

આજ સુધી 500થી વધુ વ્યાખ્યાતાઓએ લગભગ 1,000થી વધુ વ્યાખ્યાન આ વ્યાખ્યાનમાળામાં આપ્યાં. ચીમનલાલ ચ૦ શાહનાં કુલ 44 વ્યાખ્યાનોનો અને રમણલાલ ચી૦ શાહનાં લગભગ 40 વ્યાખ્યાનોનો લાભ આ વ્યાખ્યાનમાળાને મળ્યો. 1959માં માત્ર સ્ત્રી વ્યાખ્યાતાઓએ જ વ્યાખ્યાન આપ્યાં. આ રીતે 16 સ્ત્રી વ્યાખ્યાતાઓનો એક સાથે લાભ મળ્યો. 1957માં એક જ વિષય 'અહિંસાની વિકાસશીલતા' ઉપર દાદા ધર્માધિકારીએ છ વ્યાખ્યાનો આપ્યાં.

1985માં રમણભાઈને એક વિચાર આવ્યો. ગુજરાતના પછાત વિસ્તારમાં અનેક એવી ઉત્તમ સામાજિક સંસ્થાઓ છે જે ધનના અભાવે આગળ વધી શકતી નથી. આવી સંસ્થાના કાર્યકરો સરકાર કે અન્ય સ્થળે દાનની વિનંતી કરવામાં સંકોચ અનુભવતા હોય છે. રમણભાઈને વિચાર આવ્યો કે પર્યુષણ પર્વ દરમિયાન જ્ઞાન ઉપાર્જન સાથે આવી સંસ્થા માટે દાનની ટહેલ નાંખવી, જેથી મધ્યમવર્ગ પણ યથાશક્તિ દાન આપી પોતાની કરુણાની ભાવનાને સંતોષી શકે. આ હેતુ માટે સંઘની કારોબારી સમિતિના સભ્યો સાથે રમણભાઈ એવી સંસ્થાની મુલાકાત લેતા. ખૂબ ઝીણવટપૂર્વક તપાસ કરી સંસ્થાની યોગ્યતાની ખાતરી કરી આવી સંસ્થા માટે શ્રોતાઓને દાનની વિનંતી કરાતી અને એકઠી થાય એ રકમ આપવા દાતાઓ અને સંઘના સભ્યો સાથે જતા. સર્વ પ્રથમ ધરમપુર આદિવાસી વિસ્તાર કેન્દ્રને 1985માં રૂ. 2,80,000ની રકમ અપાઈ અને આજ સુધી 21 સંસ્થાઓને કુલ લગભગ ત્રણ કરોડ રૂપિયા જેટલી રકમ આ વ્યાખ્યાનમાળાના માધ્યમથી પહોંચી છે.

હીરાબાગમાં પ્રારંભાયેલી આ વ્યાખ્યાનમાળા જેમ જેમ શ્રોતાઓની સંખ્યા વધતી ગઈ તેમ તેમ કાંદાવાડી દશાશ્રીમાળી વણિક વાડી, આનંદ ભુવન, ભાંગવાડી થિયેટર, મહાવીર જૈન વિદ્યાલય, ભારતીય વિદ્યા ભવન, બ્લેવેટસ્કી હૉલ, બિરલા ક્રીડા કેન્દ્ર, પાટીદાર વાડી અને આજે પાટકર હૉલમાં સ્થિર થઈ છે.

વ્યાખ્યાનમાળા પ્રગતિ કરતી ગઈ તેની સાથોસાથ મોંઘવારી વધતાં ખર્ચા પણ વધ્યા. પ્રવૃત્તિથી પ્રભાવિત થઈ 1982માં સેવંતીલાલ કાંતિલાલ ટ્રસ્ટના પ્રતિનિધિ જયંતીલાલ શાહે એ ટ્રસ્ટમાંથી માતબર રકમ આપી સંઘને ચિંતામુક્ત કર્યો. ત્યાર પછી પણ દર વરસે મોંઘવારી વધે એમ ખોટ વધે, પણ આજ સુધી આ ટ્રસ્ટ સંઘને ચિંતામુક્ત કરતો રહ્યો છે.

વ્યાપકપણે જીવનને સ્પર્શે એવા વિષયોની તલસ્પર્શી છણાવટ કરે, વિવિધ વિષયોને પૂરો ન્યાય આપે અને વિચારપ્રેરક ચિંતન પ્રસ્તુત કરે એવા વિદ્વાન વ્યાખ્યાતાઓને કારણે આ વ્યાખ્યાનમાળાની ઊંચી પ્રતિષ્ઠા સ્થાપિત થઈ. આ વ્યાખ્યાનમાળામાં વક્તવ્ય આપવું અને વ્યાખ્યાનમાળામાં શ્રોતા તરીકે જવું એ પણ એક મોભારૂપ બની ગયું.

વ્યાખ્યાતાની પસંદગી માટે રમણભાઈએ એક વિશેષ વિચારને કેન્દ્રમાં રાખ્યો. દર વર્ષે પ્રસિદ્ધ વ્યાખ્યાતાઓની સાથોસાથ નવા અભ્યાસી વ્યાખ્યાતાઓને પણ નિમંત્રણ આપવું, જેથી સમાજને નવા વ્યાખ્યાતાઓ પ્રાપ્ત થાય. રમણભાઈના આ આદર્શને કારણે સમાજને ઘણા વ્યાખ્યાતાઓ મળ્યા છે.

એક સમય એવો હતો કે શ્રોતાઓથી સભાગૃહ છલકાઈ જતું, બહાર ક્લોઝ સરકીટ ટી.વી. મૂકવું પડતું, પણ આજે એ પરિસ્થિતિ નથી. પ્રૌઢ વર્ગ કાળને અર્પણ થતો જાય છે અને અન્ય મનોરંજન માધ્યમો તેમજ અંગ્રેજી માધ્યમોને કારણે થોડો યુવાવર્ગ જ આવી વ્યાખ્યાનમાળા તરફ પગલાં ભરે છે.

ધનવંત શાહ

['પ્રબુદ્ધ જીવન' માસિક: 2006]

❀

સરકારને ન સંડોવીએ

આપણે જુગાર રમવો છે કે નહિ, ગુનાખોરી કે વાસનાને ઉત્તેજતી ફિલ્મો આપણે જોવી છે કે નહિ, એ જાતની ઉશ્કેરણી કરતાં છાપાં વાંચવાં કે નહિ, એવા બધા નિર્ણયો આપણે જાતે જ કરી લઈએ ને સરકારને તેમાં ન સંડોવીએ, એ જ ઉત્તમ છે. વ્યક્તિ-વ્યક્તિ કે વ્યક્તિ અને સમૂહ વચ્ચે સ્વેચ્છાએ ને સમજણપૂર્વક ચાલતા વહેવારોમાં સરકાર જેવી સત્તા જેટલી ઓછી વચ્ચે પડે તેટલું સારું. એ સત્તા તો ત્યારે જ વપરાવી ઘટે જ્યારે કોઈ કોઈની ઉપર બળજબરી કરે.

❀

દાદીમા

દાદી, તારી ગોદમાં મોઢું ઘાલી જોરશોરથી રડનારું
મારું બાળપણ ચાલ્યું ગયું, તારી સાથે જ સૃષ્ટિની પેલે પાર.૦૦૦

તું જ દાયણ હતી મારા જન્મ વખતે.
તેં જ મારા મ્હોમાં શ્વાસ આપીને ફૂંક્યું'તું
જીવતરનું રણશિંગું.૦૦૦

દાદીમા, તું મરી ત્યારે કોઈ રડ્યું નહીં,
કોઈનુંય ગળું ભરાયું નહીં.
દેખાઈ તારી તૂટેલી ખાટલી, ઘાઘરો-પોલકું, જસતનો તાટ –
જેમાંથી ભાખરી ખેંચી મિંદડી ખાઈ લેતી બિનધાસ્ત,
અને
ગોખલામાં અનેક વર્ષોના વૈધવ્ય સાથે મેળ ખાતો
તૂટેલા દાંતાવાળો લાકડાનો દાંતિયો,
જેમાંના ન નીકળનારા ધોળા વાળ મારાં આંગળાંને બરાબ્બર વળગ્યા.
દાદીમા, એકાણું વર્ષનાં તારાં છાણાં રાખ થયાં
અમારા બળબળતા કુટુંબના ચૂલામાં – ૦૦૦

ભાલચંદ્ર નેમાડે (અનુ૦ ઉર્વશી મ૦ પંડ્યા)

['રામણદીવાના ઉજાસે' પુસ્તક: 2001]

❀

અનુવાદકની નિષ્ઠા

ઉર્વશી પંડ્યાએ મારી મરાઠી કવિતાનો ગુજરાતી અનુવાદ દ્વારા કરાવેલો પરિચય તટસ્થ અને સંતુલિત છે.

1997-98ના શૈક્ષણિક વર્ષ દરમિયાન અમે મુંબઈ યુનિવર્સિટીમાં સહકાર્યકર્તા હતા. આ એક વર્ષના સમયગાળામાં ઉર્વશીએ ઘણી જહેમત અને નિષ્ઠાથી આ અનુવાદો કર્યા છે. બધી કવિતામાંથી વારંવાર પસાર થઈ કોઈ એક કવિતાની પસંદગી કર્યા બાદ થોડા દિવસો પછી ઉર્વશી મારી પાસે તે કવિતાની સંપૂર્ણ સમજ અને તૈયારી સાથે આવતાં અને એ વખતે તેમની પાસે મરાઠી કવિતાનો અનૂદિત પાઠ પણ તૈયાર રહેતો. એ પછી અમે મૂળ મરાઠી કવિતા અને તેના ગુજરાતી પાઠની પંક્તિએ પંક્તિ સાથે વાંચતાં-ચર્ચતાં. જરૂર લાગે ત્યાં મઠારીને અનુવાદને ક્ષતિ-રહિત બનાવતાં. ક્યારેક ઉર્વશી મરાઠીના દુર્બોધ અને ગહન અર્થને સારી રીતે સમજી શકવા છતાં અનુવાદ સંતોષકારક ન બનતો. તેથી ઘણાબધા નવા પાઠ તૈયાર કરી, અનેક ફેરફારો કરી આખરે ગુજરાતી કાવ્યબાનીમાં જે તે કવિતાને યોગ્ય આકાર ને ઓપ આપી શકાતાં.

હું શ્રદ્ધાપૂર્વક કહી શકું કે બધા જ અનુવાદો મૂળ કૃતિને વફાદાર રહીને થયા છે. ભાષાકીય પ્રયોગોમાં પ્રાંતીય બોલી, કહેવતો અને રૂઢિપ્રયોગો અથવા લોકગીતો જેવા અત્યંત મહત્ત્વનાં પરિમાણોનું ઉર્વશીએ અત્યંત ધીરજપૂર્વક સફળતાથી કાવ્યાંતર કર્યું છે. ઉર્વશીના શબ્દભંડોળમાં મરાઠી શબ્દોના ગુજરાતી પર્યાયોથી હું ઘણો જ પ્રભાવિત થયો છું. મારી કવિતાનાં મૂળિયાં લોકગીતો અને અમૂર્ત વિષયોમાં હોવાથી તેને માટે ગુજરાતીમાં સંબંધિત પર્યાયો અને યોગ્ય લય શોધવાનું કામ ઘણું કપરું છે. ઉર્વશી ગુજરાતી અનુવાદમાં પણ મરાઠી કવિતાનો લય અને સંગીત સાહજિકતાથી લાવી શક્યાં છે.

ભાલચંદ્ર નેમાડે

['રામણદીવાના ઉજાસે' પુસ્તક : 2001]

❀

મંઝિલ કોઈ મળે!

ઝંખું છું આભ-સમંદરમાં અણબૂઝ્યો કંદિલ કોઈ મળે!
માપું છું કાળ તણા કેડા આતમની મંજિલ કોઈ મળે!

માટીમાં રગદોળાયો છું એવો કે માટી હું જ બન્યો,
ભીતરની જ્યોત જગાડે એ કીમિયાગર કામિલ કોઈ મળે!

રખવાળી જીવનની કરતાં તો જીવન આખું હાર્યો છું,
મૃત્યુમાં શ્વાસ ભરી દેતા કરુણાળુ કાતિલ કોઈ મળે!

દુનિયાના દોરંગી મેળાનાં શરબત લાગ્યાં સૌ મોળાં,
ફાટેલ પિયાલાના પ્રેમી મસ્તોની મહેફિલ કોઈ મળે!

આસાની કેરા ઉંબરમાં આગળ વધવાનું શું, બાબા!
ચડવાને તારો હાથ ગ્રહી હેમાળા મુશ્કિલ કોઈ મળે!

ધોળા દિવસે ધોરી મારગની મેં તો મેલી રાહબરી,
કાળી ઝેબાન નિશામાં હું ગોતું છું ગાફિલ કોઈ મળે!

સાજી તબિયતવાળા જીવો, શું જાણે મારી ઘોર વ્યથા?
આ વાત હૃદયની કહેવાને ઘાયલ કેરું દિલ કોઈ મળે!

ખંડેરો સ્વપ્નોનાં ભેદી ગાતા જે ગાણું રોજ નવું,
સૂતી કબરોથી સાદ કરે એ બંદા બિસ્મિલ કોઈ મળે!

મકરન્દ દવે

❀

સત્યને એક માણસ મળતો નથી, અફવાને ટોળાં મળે છે.

❀

ગાંધી-હૃદયમાં પડેલી છબીઓ

ઉમાશંકર જોશીનું સ્મરણ કરતાં જ એમનું કવિ-સ્વરૂપ ચિત્ત સમક્ષ આવે. કવિતા એમને કદાચ સહજ હતી. પણ ગદ્યને એમણે આહ્વાનરૂપ વસ્તુ ગણી હતી. દેશપરદેશની, પ્રત્યક્ષ કે પરોક્ષ પરિચયમાં આવેલી, વિશિષ્ટ વ્યક્તિઓ વિશેનાં કેટલાંક અવિસ્મરણીય શબ્દાંકનો એમની પાસેથી આપણને મળેલાં છે. તે આલેખતી વખતે એમને સતત અનુભવ થયા કરેલો કે શબ્દોથી ચિત્રની રેખાઓ ઉપસાવવી, એ કેટલું વસમું અને આહ્લાદજનક છે. કવિએ કરેલાં આવાં શબ્દાંકનો પુસ્તકરૂપે 'હૃદયમાં પડેલી છબીઓ'ના બે ભાગ રૂપે પ્રગટ થયેલા છે. ચરિત્રસંકીર્તનના ત્રીજા ભાગનું નામ છે 'ઈસામુ શિદા અને અન્ય.' ત્રણેયમાં મળીને નાનાંમોટાં 188 શબ્દાંકનો છે.

ગાંધીજી જેવા કઠોર વ્રતધારીએ લખ્યું છે કે, "એકલાં વ્રતો પાળ્યે પાર નથી ઊતરી શકાતું. સતત કીર્તન ચાલે ત્યારે વ્રતો ફળે. સારાં સારાં જીવનચરિત્રો આપણે વાંચતા રહીએ તો બળ મળે."

1869માં ગાંધીજી આ જગતમાં આવ્યા અને લગભગ પળેપળના કર્મયોગથી ભરેલા 28,000 જેટલા દિવસ અહીં ગાળી, પોતાના તપોમય જીવન અને અમીભરી વાણીથી ખંડેખંડમાં કરોડો માનવીઓનાં જીવન પર અનેરો પ્રભાવ પાડી, 1948માં સ્વર્ગે સિધાવ્યા.

આવા એ મહાપુરુષના પોતાના હૃદયમાં કેવાં કેવાં નર-નારીઓની છબીઓ પડેલી હશે તેની તારવણી 'અક્ષરદેહ'ના એંશી જેટલા ખંડોમાંથી કોઈ કરે, તો ઘણા મોટા વાચક-સમુદાયને તેમાં રસ પડે અને બળ મળે. પણ અત્યારે ગાંધીજીની 'આત્મકથા'માં છૂટીછવાઈ પડેલી એવી કેટલીક છબીઓ પર આપણે નજર નાખીએ.

✴

બાળકને જગતમાં પ્રથમ પરિચય માતાનો થાય. એવાં માતા પૂતળીબાઈનું ચિત્ર ગાંધીજીએ બે વાક્યમાં આપ્યું છે : "માતા સાધ્વી સ્ત્રી હતી. તે બહુ ભાવિક હતી. કઠણમાં કઠણ વ્રતો તે આદરતી અને લીધેલાં વ્રત માંદી પડે તોપણ ન જ છોડે."

કરમચંદ ગાંધી વિશે એ કહે છે : "પિતા કુટુંબપ્રેમી. સત્યપ્રિય, શૂરા, ઉદાર પણ ક્રોધી હતા. કંઈક વિષયને વિશે આસક્ત પણ હશે. પિતાની કેળવણી કેવળ અનુભવની હતી. આમ છતાં વ્યવહારુ જ્ઞાન એવા ઊંચા પ્રકારનું હતું કે ઝીણામાં ઝીણા પ્રશ્નોના ઉકેલ કરવામાં કે હજારો માણસોની પાસે કામ લેવામાં તેમને મુશ્કેલી ન આવતી."

બાળક મોહન ઉપર પ્રભાવ પાડનારી કદાચ ત્રીજી જ વ્યક્તિ રંભાબાઈ નામનાં એનાં દાઈ જોવા મળે છે. મોહન ભૂતપ્રેતથી ડરતો. તેનું ઔષધ રામનામ છે, એમ રંભાએ સમજાવ્યું. મોહનને તો રામનામ કરતાં રંભા ઉપર વધારે શ્રદ્ધા હતી. પણ જે

બીજ બચપણમાં રોપાયું તે બળી ન ગયું. રામનામ જીવનભર ગાંધીજી સારું અમોઘ શક્તિ બની રહ્યું, તેનું કારણ રંભાબાઈએ રોપેલું એ બીજ હતું.

તેર વર્ષના મોહનનાં કસ્તૂરબાઈ સાથે લગ્ન થયાં. 1943માં કસ્તૂરબાનું કારાવાસમાં અવસાન થયું ત્યાં સુધીમાં સાઠ વરસના બા-બાપુના ઘરસંસાર વિશે એક સ્વતંત્ર લેખ તૈયાર થાય તેમ છે.

લગ્ન થયાં ત્યારે હાઈસ્કૂલમાં ભણતા મોહનને અંગત મિત્રો થોડા જ હતા. એવા એક મિત્રનું નામ આપ્યા વિના તેની સાથેના ઘણાં વર્ષોના સંગના પ્રસંગો ગાંધીજીએ 'આત્મકથા'માં વિસ્તારથી આપેલા છે. માંસાહાર અને વ્યભિચારને આરે એમને પહોંચાડનાર એ મિત્રના કેટલાક દોષો ત્યારે પણ એ જોઈ શકતા હતા. પણ પોતાનો તેની સાથેનો સંબંધ કેવળ તેને સુધારવાને ખાતર છે, એમ માનતા હતા. એમની એ ગણતરી બરાબર નહોતી, એમ તે પાછળથી જોઈ શક્યા. એમને ત્યારે સમજાયું કે સુધારો કરવા સારુ પણ માણસે ઊંડા પાણીમાં ઊતરવું નહીં જોઈએ. અંતે ગાંધીજી એવા અભિપ્રાય પર આવ્યા કે અંગત મિત્રતા અનિષ્ટ છે, કેમકે મનુષ્ય દોષને ઝટ ગ્રહણ કરે છે. જેને આત્માની, ઈશ્વરની મિત્રતા જોઈએ છે તેણે એકાકી રહેવું ઘટે છે.

*

બૅરિસ્ટર બનવા ઇંગ્લંડ ગયેલા ગાંધીજી ત્યાં હતા તે અરસામાં નારાયણ હેમચંદ્ર પણ ત્યાં આવેલા. લેખક તરીકે તેમનું નામ ગાંધીજીએ સાંભળેલું. એક અંગ્રેજ મહિલાને ત્યાં એમની ઓળખાણ થઈ. નારાયણ હેમચંદ્રને અંગ્રેજી નહોતું આવડતું. તેમનો પોશાક વિચિત્ર હતો. બધા ફૂલફટાક લોકો વચ્ચે એ નોખા પડી જતા. એમને અંગ્રેજી શીખવું હતું, તેમાં ગાંધીજીએ મદદ કરી. બેઉની વચ્ચે ભારે સ્નેહગાંઠ બંધાઈ. નારાયણ હેમચંદ્રને વ્યાકરણ ન આવડે તેની શરમ પણ નહોતી.

"મને મારા વિચારો જણાવવામાં વ્યાકરણની જરૂર નથી જણાઈ. મહર્ષિ દેવેન્દ્રનાથ ટાગોરનાં પુસ્તકોનો તરજુમો તો ગુજરાતી પ્રજાને મેં જ આપ્યો છે ના? મારે તો ઘણી ભાષાઓમાંથી ગુજરાતી તરજુમા આપવા છે. ભાવાર્થ આપું એટલે મને સંતોષ થાય. મારી પછી બીજાઓ ભલે વધારે આપે. હું તો વગર વ્યાકરણે મરાઠી જાણું, હિંદી જાણું ને હવે અંગ્રેજી જાણતો થવા લાગ્યો. મારે તો શબ્દભંડાર જોઈએ. મારે ફ્રાંસ જવું છે ને ફ્રેંચ પણ શીખી લેવું છે. બનશે તો જર્મની જઈશ ને જર્મન પણ શીખી લઈશ."

ભાષાઓ જાણવા ને મુસાફરી કરવાનો તેમનો લોભ અપાર હતો. પણ નારાયણ હેમચંદ્રની સાદાઈ તો તેમની પોતાની જ હતી. તેમની નિખાલસતા પણ તેટલી જ. અભિમાનનું નામ નહોતું.

*

ઇંગ્લંડમાં બેરિસ્ટર બન્યા ને ત્રીજે જ દિવસે ગાંધીજી સ્વદેશ તરફ પાછા વળ્યા. મુંબઈ ઊતર્યા ત્યાં કવિ રાયચંદ અથવા રાજચંદ્રની ઓળખાણ થઈ. તેમની ઉંમર તે વેળા પચીશ વર્ષ ઉપરની નહોતી. છતાં તે ચારિત્રવાન અને જ્ઞાની હતા, એ તો ગાંધીજી પહેલી જ મુલાકાતે જોઈ શક્યા. તે શતાવધાની ગણાતા હતા. એ શક્તિની ગાંધીજીને અદેખાઈ થઈ, પણ જેના ઉપર એ મુગ્ધ થયા તે વસ્તુનો પરિચય એમને પાછળથી થયો. એ હતું એમનું બહોળું શાસ્ત્રજ્ઞાન, તેમનું શુદ્ધ ચારિત્ર અને આત્મદર્શન કરવાની તેમની ભારે ધગશ. પોતે હજારોના વેપાર ખેડતા, હીરામોતીની પારખ કરતા, વેપારના કોયડા ઉકેલતા. પણ એ વસ્તુ તેમનો વિષય નહોતી. તેમનો પુરુષાર્થ તો આત્મઓળખ – હરિદર્શન હતો. તેમના અતિ નિકટના સંબંધમાં ગાંધીજી રહ્યા. જ્યારે એ તેમની દુકાને પહોંચે ત્યારે ગાંધીજી સાથે ધર્મવાર્તા સિવાય બીજી વાત જ ન કરે. ઘણા ધર્માચાર્યોના પ્રસંગમાં ત્યાર પછી ગાંધીજી આવ્યા. દરેક ધર્મના આચાર્યોને મળવાનો પ્રયત્ન એમણે કર્યો, પણ જે છાપ એમની ઉપર રાયચંદભાઈએ પાડી તે બીજા કોઈ ન પાડી શક્યા. તેમનાં ઘણાં વચનો એમને સોંસરાં ઊતરી જતાં. પોતાની આધ્યાત્મિક ભીડમાં ગાંધીજી તેમનો આશ્રય લેતા.

રાયચંદભાઈને વિશે એમનો આટલો આદર છતાં તેમને ગાંધીજી પોતાના ધર્મગુરુ તરીકે હૃદયમાં સ્થાન ન આપી શક્યા. એમની એ શોધ કદાચ છેવટ લગી ચાલુ રહી. હિંદુ ધર્મે ગુરુપદને જે મહત્ત્વ આપ્યું છે તેને ગાંધીજી માનનારા હતા. ગુરુ વિના જ્ઞાન ન હોય, એ વાક્યને તેઓ ઘણે અંશે સાચું માનતા. પણ કહેતા કે ગુરુપદ તો સંપૂર્ણ જ્ઞાનીને જ અપાય. એટલે, જોકે રાયચંદભાઈને ગાંધીજી પોતાના હૃદયના સ્વામી ન બનાવી શક્યા, તોપણ પોતાના જીવન ઉપર ઊંડી છાપ પાડનાર ત્રણ આધુનિક મનુષ્યોમાં તેમની ગણના એમણે કરી છે. રાયચંદભાઈએ એમના જીવંત સંસર્ગથી, ટોલ્સટોયે તેમના 'વૈકુંઠ તારા હૃદયમાં છે' નામના પુસ્તકથી ને રસ્કિને 'અન ટુ ધિસ લાસ્ટ' નામના પુસ્તકથી એમને ચકિત કર્યા હતા.

*

ગાંધીજી દક્ષિણ આફ્રિકામાં હતા ત્યારે વકીલાત સાથે જાહેર કામ કરતા. જોહાનિસબર્ગમાં એમની ઑફિસમાં એક શોર્ટહેન્ડ લખનાર અને ટાઇપ કરનારની જરૂર હતી. મિસ સ્લેશિન નામની સત્તર વર્ષની બહેન તેમની પાસે આવી. તે કંઈ નોકરી કરવા નહોતી આવી. તેને તો અનુભવો મેળવવા હતા. તેના હાડમાં ક્યાંય રંગદ્વેશ નહોતો જ, નહીંતર દક્ષિણ આફ્રિકામાં 'કાળા' માણસને ત્યાં ગોરાં તે નોકરી કરે ? આ બહેનનું અંગ્રેજી જ્ઞાન ગાંધીજી જેવાએ પણ પોતાના કરતાં ઊંચા પ્રકારનું માન્યું હતું તેથી, ને તેની વફાદારી ઉપર પૂર્ણ વિશ્વાસ હોવાથી, તેણે ટાઇપ કરેલા ઘણા કાગળોમાં ગાંધીજી ફરી તપાસ્યા વિના સહી કરતા.

મિસ સ્લેશિનની ત્યાગવૃત્તિનો પાર નહોતો. તેણે ગાંધીજી પાસેથી ઘણા

કાળ લગી તો દર માસે છ જ પાઉન્ડ લીધા. (અગાઉનાં એક બહેન સાડા સત્તર લેતાં.) ને છેવટ લગી દસ પાઉન્ડ કરતાં વધારે લેવાની તેણે ચોખ્ખી ના જ પાડી. ગાંધીજી જો વધારે લેવાનું કહેતા તો તેમને ધમકાવતી: "હું કંઈ પગાર લેવા નથી રહી. મને તો તમારી સાથે કામ કરવું ગમે છે ને તમારા આદર્શો ગમે છે તેથી રહી છું."

તેની ત્યાગવૃત્તિ જેવી તીવ્ર હતી તેવી જ તેની હિંમત હતી. સ્ફટિકમણિ જેટલી પવિત્રતાવાળી અને ક્ષત્રીને અંજાવે એવી વીરતાવાળી જે બહેનોને મળવાનું સદ્ભાગ્ય ગાંધીજીને પ્રાપ્ત થયું હતું, તેમાંની એક એ બાળા હતી. તેનો અનુભવ એમને સારુ હંમેશાં પુણ્યસ્મરણ બની રહ્યો. તેણે કામ કરવાનો રાતનો કે દિવસનો ભેદ નહોતો જાણ્યો. તે અધરાત મધરાત એકલી ગમે ત્યાં જવાનું હોય તોયે ચાલી જાય, ને ગાંધીજી જો કોઈને તેની સાથે મોકલવા ધારે તો તેમની સામે રાતી આંખ કરે. દાઢીવાળા હજારો હિંદીઓ પણ તેને માનની નજરથી જોતા ને તેનું વચન ઝીલતા. ગાંધીજી અને બધા સાથીઓ જેલમાં ગયા, જવાબદાર પુરુષ ભાગ્યે કોઈ બહાર હતો, ત્યારે તે એકલી આખી લડતને સંભાળી રહી હતી. લાખોના હિસાબ તેના હાથમાં, બધો પત્રવ્યવહાર તેના હાથમાં, ને 'ઇન્ડિયન ઓપીનિયન' પણ તેના હાથમાં, એવી સ્થિતિ હતી. પણ તેને થાક નહોતો લાગ્યો.

આ બધું જણાવ્યા પછી ગાંધીજી કહે છે કે: "મિસ સ્લેશિનને વિશે લખતાં હું થાકું તેમ નથી." પણ અંતે ગોખલેનું પ્રમાણપત્ર ટાંકીને તેઓ અટકે છે. ગોપાલ કૃષ્ણ ગોખલે આફ્રિકા આવ્યા ત્યારે ગાંધીજીના બધા સાથીઓનો પરિચય કર્યો હતો. તેમને બધાંના ચારિત્રના આંક મૂકવાનો શોખ હતો. બધાં હિંદી ને યુરોપિયન સાથીઓમાં મિસ સ્લેશિનને તેમણે પ્રધાનપદ આપ્યું હતું. "આટલો ત્યાગ, આટલી પવિત્રતા, આટલી નિર્ભયતા અને આટલી કુશલતા મેં થોડામાં જોઈ છે. મારી નજરે તો મિસ સ્લેશિન તારા સાથીમાં પ્રથમપદ ભોગવે છે."

*

દક્ષિણ આફ્રિકામાં ત્રણ વરસ રહ્યા પછી 1896માં ગાંધીજી દેશની મુલાકાતે આવેલા. દક્ષિણ આફ્રિકાના હિંદીઓની લડત અંગે મુખ્ય શહેરોમાં ફરીને લોકમત કેળવવાનો ઇરાદો હતો. તેને અંગે મુંબઈમાં ફીરોજશા મહેતાને એ મળ્યા. 'મુંબઈના સિંહ', 'મુંબઈના બાદશાહ'થી અંજાવાને તો ગાંધીજી તૈયાર હતા જ. પણ 'બાદશાહે' એમને ડરાવ્યા નહીં. વડીલ જે પ્રેમથી પોતાના દીકરાને મળે તેમ તે મળ્યા.

મુંબઈથી ગાંધીજી પુણે ગયા, ત્યાં લોકમાન્ય ટિળકને મળ્યા. પ્રથમ દર્શને જ લોકમાન્યની લોકપ્રિયતાનું કારણ એ તરત સમજી શક્યા.

ત્યાંથી એ ગોખલે પાસે ગયા, તે ફરગ્યુસન કૉલેજમાં હતા. ખૂબ પ્રેમથી ગાંધીજીને ભેટ્યા ને પોતાના કરી લીધા. ફીરોજશા મહેતા ગાંધીજીને હિમાલય જેવા

લાગ્યા. લોકમાન્ય સમુદ્ર જેવા લાગ્યા. ગોખલે ગંગા જેવા લાગ્યા. તેમાં પોતે નાહી શકે. હિમાલય ચડાય નહીં. સમુદ્રમાં ડૂબવાનો ભય રહે, ગંગાની ગોદમાં રમાય. રાજ્યપ્રકરણી ક્ષેત્રમાં જે સ્થાન ગોખલેએ જીવતાં ગાંધીજીના હૃદયમાં ભોગવ્યું ને દેહાંત થયા પછી પણ ભોગવતા રહ્યા, તે કોઈ ભોગવી શક્યું નથી.

દક્ષિણ આફ્રિકાના કામને અંગે ગાંધીજી કલકત્તામાં એક મહિનો રહેલા. ત્યારે ગોખલેએ ગાંધીજીને પોતાની સાથે રહેવા આમંત્રણ આપ્યું. પહેલે જ દહાડેથી ગોખલેએ ગાંધીજીને એ મહેમાન છે એવું ન ગણવા દીધું. પોતાના સગા નાના ભાઈ હોય એમ રાખ્યા. એમની હાજતો જાણી લીધી ને તેને અનુકૂળ થવાની તજવીજ કરી. સારે નસીબે ગાંધીજીની હાજતો થોડી હતી. બધું જાતે કરી લેવાની ટેવ એમણે કેળવેલી હતી. તેમની આ ટેવની, તેમની તે કાળની પોશાક વગેરેની સુઘડતાની, તેમના ઉદ્યમની, ને તેમની નિયમિતતાની ગોખલે ઉપર ઊંડી છાપ પડી, ને તેની ગાંધીજી અકળાય એટલી સ્તુતિ કરવા લાગ્યા.

ગોખલેની કામ કરવાની પદ્ધતિથી ગાંધીજીને જેટલો આનંદ થયો તેટલું જ શીખવાનું મળ્યું. તેઓ પોતાની એક પણ ક્ષણ નકામી ન જવા દેતા. તેમના બધા સંબંધો દેશકાર્યને અંગે જ હતા. બધી વાતો પણ દેશકાર્યને ખાતર. વાતોમાં ગાંધીજીએ ક્યાંય મલિનતા, દંભ કે જૂઠ ન જોયાં. હિંદુસ્તાનની કંગાલિયત અને પરાધીનતા તેમને પ્રતિક્ષણ ખૂંચતી. અનેક માણસો તેમને અનેક બાબતોમાં રસ લેવડાવવા આવે. તેમને ગોખલે એક જ જવાબ દેતા : "તમે એ કામ કરો. મને મારું કરવા દો. મારે તો દેશની સ્વાધીનતા મેળવવી છે. તે મળ્યા પછી મને બીજું સૂઝશે. અત્યારે તો એ વ્યવસાયમાંથી મારી પાસે એક ક્ષણ પણ રહેતી નથી."

*

આવાં શબ્દાંકનો તે તે વિશિષ્ટ વ્યક્તિની ને સમગ્ર જમાનાની તસવીર ઓળખવામાં કાંઈક અંશે ઉપકારક નીવડશે એવી આશા રાખતાં ઉમાશંકર જોશીએ કહેલું કે : "પ્રજાની વીરપૂજાની ભાવનાને જાગ્રત કરી, તેની કાર્યશીલતાને એક વધુ વળ આપવાનું પૂર્વજોના નામસંકીર્તનથી વધારે સુકર બને છે. પણ પ્રજામાં વીરપૂજાની ભાવના કેળવવી જ હોય તો ધ્યાનમાં રાખવું જોઈએ કે ઉત્તમોત્તમ પૂજ્યોને જ વીરપૂજાના અર્ઘ્ય અર્પવામાં આવે. જે પ્રજા સાચા પૂજાર્હોને ઓળખી શકતી નથી, તે ક્રમેક્રમે પૂજ્ય પુરુષોને પેદા કરવાની શક્તિ પણ ગુમાવી બેસે છે. પ્રથમ કક્ષાનાઓને પડતા મૂકી, ઊતરતી કક્ષાના ઠિંગુજીઓને જે પ્રજા પૂજે તે પોતાના આદર્શોને પણ એ ધોરણ પર લાવી મૂકે છે."

મહેન્દ્ર મેઘાણી

['પરબ' માસિક : 1990]

❀

મને સાંભરે રે

1979માં બી૦એ૦ના છેલ્લા વરસનું પરિણામ આવ્યું. પાસ થઈ ગયો. [ત્યારે હું ગોધરામાં ટેલિફોન ઑપરેટર હતો.] મિત્રોએ કહ્યું: બાબુ, એમ૦એસ૦માં ભણવા જા, ત્યાં સુરેશ જોષી ભણાવે છે. સુ૦જો૦નાં લગભગ બધાં પુસ્તકો મેં વાંચેલાં હતાં. કેટલાંક તો ચાર કે પાંચ વખત. એટલે એમના હાથ નીચે ભણવાની ઇચ્છા તો બહુ હતી પણ, નોકરી કરવા ગોધરા રહેવાનું અને ભણવા વડોદરા જવાનું જરા અઘરું લાગતું હતું. પણ એટલામાં જ બીજા બેચાર ટેલિફોન ઑપરેટરો આવી ચડ્યા. કહેવા લાગ્યા: બી૦કે૦, તું એમ૦એસ૦માં જ ભણવા જા. અમે અમારી રાતપાળી તને આપીશું. [ગોધરાના ટેલિફોન ઑપરેટરો ત્યારે મને બી૦કે૦ કહેતા.] અમારી નોકરીનો સમય દર અઠવાડિયે બદલાયા કરતો. ક્યારેક સવારે આવતો તો ક્યારેક બપોરે તો ક્યારેક સાંજે તો ક્યારેક રાતે. જો કે, અમે એકબીજા સાથે અમારી પાળી બદલી શકતા. પરણેલા ઑપરેટરો ભાગ્યે જ રાતપાળી કરતા. મને એનો લાભ મળી જતો. પછી મેં વડોદરા ભણવા જવાનું નક્કી કર્યું.

બીજા દિવસે સવારે આવ્યો વડોદરા. આર્ટ્સ ફેકલ્ટીની ઑફિસમાંથી એમ૦એ૦નું પ્રવેશપત્ર લીધું, ભર્યું.

[રોજ રાતપાળી કરવાની. પછી સવારે ગોધરાથી વડોદરા આવવાનું, ક્લાસ ભરવાના. પછી સાંજે વડોદરાથી ગોધરા જવાનું. થોડો આરામ કરું ન કરું અને રાત પડી જાય. એટલે ફરી પાછા નોકરીએ જવાનું. આ બધું ખૂબ જ અઘરું લાગતું હતું. હું રાતપાળી કરીને સવારે સાડાસાતે રૂમ પર આવતો. તે વખતે નાનો ભાઈ (ભીખો) મારી સાથે રહેતો હતો. એ વહેલો ઊઠીને ખીચડી બનાવી દેતો. હું નાહી-ધોઈ, ખીચડી ને છાસ કે ખીચડી ને દહીં ખાઈ સાડા આઠ વાગે સાઇકલ લઈને રેલવે સ્ટેશને જતો. સાઇકલ ક્યારેક સ્ટેશન પર તો ક્યારેક એક વરલીમટકાવાળાને ત્યાં મૂકતો. અઠવાડિયામાં ત્રણ દિવસ હું ડિલક્સ લેતો અને બે દિવસ પશ્ચિમ એક્સપ્રેસ. ડિલક્સમાં પાસ ન ચાલે. એમાં ભીડ પણ એટલી. એટલે ઘણી વાર હું એના છાપરે બેસીને મુસાફરી કરતો. સમલાયાના ઓવરબ્રિજ પર માથું ન અફળાય એની ખાસ કાળજી રાખતો. પછી વડોદરા આવે ત્યારે બે ડબ્બાની વચ્ચે આવી જતો. જેથી ઇલેક્ટ્રિક વાયરો જીવ ન લે. ઘણી વાર આખો પ્રવાસ બે ડબ્બા વચ્ચે ઊભા રહીને કરતો. ક્યાંય જગ્યા ન હોય તો ક્યારેક ટોઇલેટમાં પણ ઘૂસતો. તે પણ પાછો એકલો તો નહીં, ચૌદ-પંદર જણ સાથે. પછી વડોદરા આવે એટલે ટિકિટ કલેક્ટર જોઈ ન જાય એમ ચોરીછૂપીથી અલકાપુરીવાળા રસ્તે નીકળી જતો. એકાદ-બે વાર તો અમે પાસવાળાઓએ ફાળો કરીને ટિકિટ ચેકરને દક્ષિણા પણ આપેલી. બદલામાં એ અમને ડીલક્સમાં પ્રવાસ કરવા દેતો. જો ઉપરથી ટિકિટ ચેકરોની ટુકડી આવવાની

હોય તો એ અમને અગાઉથી ચેતવી દેતો, એટલે અમે ટિકિટ ખરીદી લેતા. ક્યારેક હું બસ લેતો. જોકે, મને બસ ખૂબ મોંઘી પડતી. સાંજે પાછા આવવા ક્યારેક જનતા એક્સપ્રેસ, ક્યારેક ડિલક્સ / પશ્ચિમ એક્સપ્રેસ લેતો.]

એક દિવસે સુ૰જો૰એ મને પૂછ્યું કે તમે ગોધરાથી આવનજાવન કઈ રીતે કરો છો ? મેં એમને મારાં આ પરાક્રમો કહેલાં. દેખીતી રીતે એમને મારાં પરાક્રમો ન'તાં ગમ્યાં. પછી એમણે પૂછેલું : શું બીજો કોઈ જ વિકલ્પ નથી ? મેં કહ્યું : છે, મારે બસમાં આવવું પડે. જે મને ન પરવડે. અથવા તો વડોદરા બદલી કરાવવી પડે. અરજી કરી છે પણ ક્યારે બદલી મળશે કંઈ કહેવાય નહીં.

*

એક દિવસે એમની ઑફિસમાં અમે બે જ જણ બેઠા હતા. વાતમાંથી વાત નીકળી. સુ૰જો૰એ મને મારા પગાર વિશે, હું ઘર કઈ રીતે ચલાવું છું એ વિશે, મારાં માબાપને કેટલા પૈસા મોકલું છું એ વિશે પણ પૂછ્યું. મેં એમને બધી વાત કરી. પછી એ કહે: તમે આટલા બધા પૈસા તો માબાપને મોકલી આપો છો, તો પછી અહીં આવવા-જવાના પૈસા ક્યાંથી કાઢો છો ? મારી પાસે સાચું બોલવા સિવાય બીજો કોઈ વિકલ્પ ન હતો. મેં ડરતાં ડરતાં કહ્યું: સુરેશભાઈ, મારું ભણવાનું ગોધરાના એક બે વરલીમટકાવાળા સ્પોન્સર કરે છે. એ લોકો મને ખુશ રાખવા દર અઠવાડિયે 'બક્ષિસ' આપ્યા કરે છે. હું એમાંથી પુસ્તકો ખરીદું, બસનું ભાડું પણ આપું અને પાસના પૈસા પણ કાઢું.

સુ૰જો૰ સાથેના મારા સંબંધના ઇતિહાસમાં આ એક અત્યંત મહત્ત્વની ક્ષણ હતી. એ જરા વિચારમાં પડી ગયા. કહેવા લાગ્યા : આ તો અપ્રમાણિકતા થઈ. તમે સાહિત્યની વાત કરો છો, કળાની વાત કરો છો અને જીવનમાં અપ્રમાણિક બનો છો એ તે કેમ ચાલે ? હું જવાબમાં કેવળ મૌન રહેલો. છેલ્લે, હું હવે એવું નહીં કરું, કહીને ઑફિસમાંથી બહાર નીકળી ગયેલો.

*

મેં ક્યારે એમના ઘેર જવાનું શરૂ કર્યું યાદ નથી આવતું. પણ, એમ૰એ૰ થઈ ગયો ત્યાં સુધીમાં ભાગ્યે બેએક વાર એમને ત્યાં ગયો હોઈશ. મારું એમ૰એ૰નું છેલ્લું વરસ. યોગાનુયોગ એમનું પણ ડિપાર્ટમેન્ટમાં છેલ્લું વરસ હતું.

એ નિવૃત્ત થયા પછી, મેં Diploma in Linguisticsમાં પ્રવેશ લીધો. ક્લાસ બપોરે હોય. એટલે લગભગ રોજ સવારે નવ સાડા નવની આસપાસ એમના ઘેર જતો. સુ૰જો૰ મોટે ભાગે તો આગળ બેઠકરૂમમાં બેઠા બેઠા કંઈક વાંચતા હોય. એમણે મોટે ભાગે બંડી, લેંઘો પહેર્યો હોય. એક હાથમાં દમનો પંપ પકડ્યો હોય. ત્યારે પ્રણવભાઈ અને કલ્લોલભાઈ વડોદરામાં ન હતા રહેતા. એટલે સુ૰જો૰નું નાનુંમોટું કામ ઘણી વાર હું કરતો. એ કામ સોંપતા નહીં, પણ મને એમનું કામ કરવાની મજા આવતી

હતી. કારણ એક જ કે એ કોઈ પણ કામ સોંપતા ત્યારે એ કામને વિશે કંઈક ને કંઈક ટીપ્પણી કરતા. તે પણ સાહિત્યમાંથી સંદર્ભ લઈ આવીને. જો બૅંકમાં ચેક જમા કરાવવાનું કામ સોંપતા તો રશિયન વાર્તાકાર ઝોશેન્કોની વાત કાઢતા અને કહેતા કે ભારતમાં આટલી નોકરશાહી છે તો પણ કેમ કોઈ ઝોશેન્કો પાકતો નથી ? ક્યારેક પોસ્ટઑફિસના કારકુનની વાત કાઢતા, પછી એ કારકુનને એ કાફકાના કારકુનો સાથે જોડતા. ક્યારેક એ પોતાના બૅંકના કે પોસ્ટઑફિસના અનુભવની વાત કરતા. એ પુસ્તકોની વાત કરતા, પ્રકૃતિની વાત કરતા, રોજબરોજના બનાવોની વાત કરતા, એમના પર પોતાની ટિપ્પણી પણ કરતા. એ બધાંમાંથી મને કંઈક ને કંઈક શીખવા મળતું. એટલે જ મારી એમની એકેએક મુલાકાતને હું ક્લાસમાં જવા બરાબર ગણતો.

ઘણી વાર સવારે જાઉં ત્યારે એ એમના બગીચામાં ફરતા હોય. હું પણ એમની સાથે જોડાઈ જાઉં. એ એકેએક ફૂલછોડને જાણે કે સંજ્ઞાવાચક નામથી ઓળખતા ન હોય એમ જાળવતા. ઘણી વાર એ એકાદ છોડના પાનને સ્પર્શીને મને પૂછતા : આ શાનો છોડ છે તમને ખબર છે ? હું ગામડાનો જીવ. બાજરીના ડૂંડાને કે મકાઈના ડોડાને જેટલો સરળતાથી ઓળખતો એટલી સરળતાથી સોનચંપો કે મોગરો ન'તો ઓળખતો. એટલે હું કહેતો કે મને ખબર નથી. તો એ કહેતા : ભલાદ'મી, એટલી ખબર નથી ? આ તો બટમોગરો છે. જુઓ સૂંઘી જુઓ. પછી, બટમોગરાનું ફૂલ સૂંઘાડે. તોડ્યા વગર. એ જ રીતે રાતરાણીનો પરિચય કરાવે. મને ઘણી વાર એ શહેરી ફૂલોમાં રસ ન'તો પડતો. પણ, એ જે રીતે ફૂલછોડનો પરિચય કરાવતા તે ગમતું.

*

ઋચાનાં લગ્ન વખતે ઘર સાચવવાની જવાબદારી મારા માથે હતી. લગ્નસ્થળે જતાં અગાઉ સુ૰જો૰એ બધું જ બતાવી દીધેલું. નળ કઈ રીતે ચાલુ કરવો, કઈ રીતે બંધ કરવો, બગીચામાં છોડને પાણી પાઈને પાઇપ વાળીને ક્યાં મૂકવી, પાણીની ટાંકી ભરાઈ કે નહીં તેની ખાતરી કઈ રીતે કરવી વગેરે.

લગ્ન પતી ગયાં. પછી સુ૰જો૰, ઉષાબહેન અને કુટુંબીજનો ઘેર આવ્યાં. હું મારી રૂમ પર આવ્યો. બીજા દિવસે સવારે મને થયું કે લાવ, સુ૰જો૰ને જરા હલો કરી આવું. હું અસ્મદીયમ્ પર આવ્યો. જોઉં છું તો સુ૰જો૰ હાથમાં દમની દવાનો પંપ લઈને બગીચામાં આંટાફેરા મારી રહ્યા હતા. એ જરા અસ્વસ્થ લાગતા હતા. મને જોઈને તેમણે રાબેતા મુજબ આવો કહ્યું. પણ, એ આવોમાં કોણ જાણે કેમ રોજના જેવાં ઉષ્મા અને ઉત્સાહ દેખાતાં ન હતાં. મને થયું કે સુ૰જો૰ને કદાચ ઋચા યાદ આવતી હશે. હું એમને કારણ પૂછવાની પરવા કર્યા વગર જ ઘરમાં ગયો. ઉષાબહેન સાથે થોડીક વાતો કરી. પછી બહાર આવ્યો. જોઉં છું તો સુ૰જો૰ હજી પણ બગીચામાં આંટાફેરા મારી રહ્યા હતા. છેવટે મને થયું : લાવ, પૂછવા તો દે. કંઈ ગરબડ તો નથીને ? મેં કહ્યું : સુરેશભાઈ, કેમ તમે મૂડમાં નથી લાગતા ? જવાબમાં એ મને ગુલાબના એક

છોડ પાસે લઈ ગયા અને કહેવા લાગ્યા: આ છોડ પર એક ફૂલ હતું તે ક્યાં ગયું? મેં કહ્યું: એ તો પેલી ધોબીની છોકરી આવી હતી તે ચૂંટી ગઈ. મને કહે કે, અંકલ, બગીચામાંથી એક ફૂલ લઉં? મેં હા પાડી. એટલે એ લઈ ગઈ. એ બોલ્યા: અરે ભલાદમી, એમ કોઈને ફૂલ અપાતું હશે? પૈસા આપી દેવાના હોય. એમ કહી એ ચૂપ થઈ ગયા. મને લાગ્યું કે હું એમનું ઘર બરાબર સાચવી શક્યો નથી. હું કરું પણ શું? આઠદસ વરસની કોઈ છોકરી આપણને પૂછે કે અંકલ હું એક ફૂલ લઉં? તો આપણે કેમ કરીને ના પાડી શકીએ? હું આમ વિચારતો હતો ત્યાં જ એ બોલ્યા: નાનકડી કળી હતી ત્યારનો હું એ ફૂલનો વિકાસ જોતો આવ્યો હતો.

હું કંઈ પણ બોલ્યા વગર ચૂપચાપ ત્યાંથી નીકળી ગયો.

નવું ઘર બાંધ્યું. પછી એ અધ્યાપક કુટિરમાંથી નવા ઘરમાં રહેવા આવ્યા. કહે, ચાલો ઘર બતાવું: આ બેઠકરૂમ, આ બેડરૂમ. આ બેઝમેન્ટ. અહીં પુસ્તકો રહેશે. પુસ્તકોનો ઘોડો બનાવવા સુથાર શોધવો પડશે. ચોપડીઓ ગોઠવવામાં તમારી મદદની જરૂર પડશે.

બહાર એક સીડી હતી. એ બતાવતાં એ બોલ્યા: આ સીડીની મદદથી ઉપર મહેમાનોની રૂમમાં જઈ શકાય. એ જ રીતે ઘરમાંથી પણ મહેમાનોની રૂમમાં જઈ શકાય. મેં પૂછ્યું: આ બહારની સીડી શા માટે રાખી છે?

એમણે હસતાં હસતાં જવાબ આપેલો: આ મુંબઈવાળા આવેને. બહાર પાર્ટીમાં ગયા હોય. જરાક પીને આવે તો સીધા જ એમની રૂમમાં જઈ શકે.

પછી જ્યારે પુસ્તકો ગોઠવવાનાં આવ્યાં ત્યારે મને કહે: હવે તમે સાંભળી લો. કવિતા એક બાજુ, નવલકથા એક બાજુ, ફિલસૂફી એક બાજુ, બંગાળી પુસ્તકો જુદાં કાઢજો. જે પુસ્તકો પર બીજા કોઈનું નામ હોય એ પણ બાજુ પર રાખજો. આપણે એ પુસ્તકો જે તે માલિકને પાછાં આપી દઈએ. મને તો મજા પડી ગઈ. પુસ્તકો ગોઠવવાને બહાને એમનાં પુસ્તકો જોવા મળ્યાં.

એક દિવસે એ કહે: પુસ્તકો ગોઠવવાનું કામ ખૂબ મુશ્કેલ છે હોં. આપણને ખબર હોય કે આ પુસ્તક હું કદી વાંચવાનો નથી, પણ એને કાઢી નાખવાનો જીવ ન ચાલે. તે દરમિયાન મેં થોડાંક પુસ્તકો બાજુ પર કાઢી રાખ્યાં હતાં તે બતાવીને કહ્યું: આ બધાં ગુજરાતી પુસ્તકો છે. લેખકોએ તમને મોકલાવ્યાં હોય તેવાં. આમાં કોઈ જાણીતી કૃતિ નથી. કોઈ જાણીતો લેખક પણ નથી. મોટા ભાગનાં પુસ્તકો ચીલાચાલુ છે. આ કાઢી નાખું ને? સુ૰જો૰ કહે: અરે હોય? કોઈ આપણને પુસ્તક આપે એ કેમ કાઢી નંખાય? ભલેને એ પુસ્તક કચરા જેવું હોય!

હું પુસ્તકો ગોઠવતો હોઉં ત્યારે એ આવે અને એમને ગમતું પુસ્તક જો એ જોઈ જાય તો કહે: લાવોને જરા. આ કવિ તો સરસ લખે છે. પછી એ કવિની અડધી જીવનકથા કહી નાખતા અને મૂડમાં હોય તો કવિતાની પંક્તિઓ વાંચી બતાવતા.

એક દિવસે પુસ્તકો ગોઠવીને થાકી ગયો, એટલે બેઠકરૂમમાં જઈને બેઠો. એટલામાં સુ૰જો૰ આવ્યા. કહેવા લાગ્યા: શું થાકી ગયા ને? ભલા’દમી, ઉતાવળ કરવાની જરૂર નથી. પછી કહે: તમે વોલ્ટર બેન્જામીનનો લેખ Unpacking my library વાંચ્યો છે? મેં કહ્યું: ના. એમણે કહ્યું: Illuminationsમાં છે. વાંચજો. પુસ્તકો વસાવવાં, ગોઠવવાં, સાચવવાં ખરેખર અઘરું કામ છે.

મારું પુસ્તકો ગોઠવવાનું કામ પંદરેક દિવસ ચાલ્યું. ત્યાર પછી ક્યારેક એમને કોઈ પુસ્તક ન જડે તો મને કહેતા: બાબુભાઈ, તમને યાદ આવે છે પેલું ઉનામૂનોનું પુસ્તક. ઘેર આવો તો જરા શોધી આપજોને, વગેરે.

*

પ્રણવભાઈને ત્યાં પારણું બંધાવાનું હતું. સુ૰જો૰ અને ઉષાબહેનને હરખનો પાર ન હતો. એક દિવસે સાંજે એમને મળવા ગયો. થોડી વાતો કરી. પછી હું ઊભો થવા ગયો ત્યાં એ કહે: જમીને જજોને. સુ૰જો૰ને ત્યાં જમવાની હું ક્યારેક જ ના પાડતો. એક તો હોસ્ટેલનો ખોરાક ખાઈ ખાઈને કંટાળો આવતો હતો. બીજું, એમની સાથેનું જમણ એક મીની ક્લાસ બની રહેતું.

જમ્યા પછી અમે રસોડામાં તગારામાં તાપણું કરીને બેઠાં. સુ૰જો૰ એક ડાયરી જેવું લઈને અમારી સાથે બેઠા. મેં ડાયરી જોઈ કૌતુકથી પૂછ્યું: આ શું છે? સુ૰જો૰ કહે: હવે પ્રણવ બાપ બનશે. એના બાળકને કવિતા તો જોઈશે ને? આપણે જાતે કવિ હોઈએ તો પછી કવિતા બહારથી શા માટે ખરીદવાની? મેં કહ્યું: અમને સંભળાવોને. એમણે સાત-આઠ બાળકાવ્યો વાંચી બતાવેલાં.

બાબુ સુથાર

['સોનગઢનો કળાધર સુરેશ જોષી' પુસ્તક: 2003]

❀

દુલ્હનિયા

પી કે ઘર આજ પ્યારી દુલ્હનિયા ચલી,
રોએ માતાપિતા ઉનકી દુનિયા ચલી;૦૦૦
ભૈયા બાબાને સુખ મોહે સારે દિયે,
મોરે ગૌને મેં ચાંદ ઔર તારે દિયે,
સાથ લેકે મૈં સારા ગગનવા ચલી.
પી કે ઘર આજ પ્યારી દુલ્હનિયા ચલી.

શકીલ બદાયૂની

['મધર ઇન્ડિયા' ફિલ્મ': 1957]

❀

જટો હલકારો

બાયલા ધણીની ઘરનારી સમી શોકભરી સાંજ નમતી હતી. આવતા જન્મની આશા જેવો કોઈ કોઈ તારલો તબકતો હતો. અંધારિયાના દિવસો હતા.

એવી નમતી સાંજને ટાણે, આંબલા ગામના ચોરા ઉપર ઠાકરની આરતીની વાટ જોવાય છે. નાનાં નાનાં, અરધાં નાગાંપૂગાં છોકરાંની ઠઠ્ઠ જામી પડી છે. કોઈના હાથમાં ચાંદા જેવી ચમકતી કાંસાની ઝાલરો ઝૂલે છે; ને કોઈ મોટા નગારા ઉપર દાંડીનો ઘા કરવાની વાટ જુએ છે. સાકરની અક્કેક ગાંગડી, ટોપરાની બબ્બે કરચો અને તુળસીના પાનની સુગંધવાળા મીઠા ચરણામૃતની અક્કેક અંજળિ વહેંચાશે એની આશાએ આ ભૂલકાં નાચી રહ્યાં છે. બાવાજીએ હજી ઠાકરદ્વારનું બારણું ઉઘાડ્યું નથી. કૂવાને કાંઠે બાવોજી સ્નાન કરે છે.

મોટેરાંઓ ધાવણાં છોકરાંને તેડી આરતીની વાટે ચોરાની કોર ઉપર બેઠાં છે.

ચોરામાં ધીરે સાદે ને અધમીંચી આંખે બુઢ્ઢાઓ વાતે વળગ્યા છે, તે ટાણે આંબલા ગામની બજાર સોંસરવાં બે માનવી ચાલ્યાં આવે છે: આગળ આદમી ને પાછળ સ્ત્રી છે. આદમીની ભેટમાં તરવાર અને હાથમાં લાકડી છે, સ્ત્રીના માથા ઉપર મોટું એક પોટકું છે. પુરુષ તો એકદમ ઓળખાય તેવો નહોતો; પણ રજપૂતાણી એના પગની ગતિ ઉપરથી ને ઘેરદાર લેંઘાને લપેટેલ ઓઢણા ઉપરથી અછતી ન રહી.

રજપૂતે જ્યારે ડાયરાને રામરામ ન કર્યા ત્યારે ગામલોકોને લાગ્યું કે કોઈ અજાણ્યા પંથકનો વટેમાર્ગુ હશે. ડાયરે એને ટપાર્યો કે “બા, રામરામ !”

“રામ !” તોછડો જવાબ દઈને મુસાફર ઝટપટ આગળ ચાલ્યો. પાછળ પોતાની પેનીઓ ઢાંકતી રજપૂતાણી ચાલી જાય છે.

એકબીજાનાં મોં સામે જોઈને દાયરાના માણસોએ સાદ કર્યો: “અરે ઠાકોર, આમ કેટલેક જાવું છે ?”

“આઘેરાક.” જવાબ મળ્યો.

“તો તો, ભાઈ, આંહીં જ રાત રોકાઈ જાવ ને !”

“કાં ? કેમ તાણ કરવી પડે છે, બા ?” મુસાફરે કતરાઈને વાંકી જીભ ચલાવી.

“બીજું તો કાંઈ નહિ, પણ અસૂર ઘણું થઈ ગયું છે, ને વળી ભેળાં બાઈ માણસ છે. તો અંધારાનું ઠાલું જોખમ શીદને ખેડવું ? વળી, આંહીં ભાણે ખપતી વાત છે: સહુ ભાઈયું છીએ. માટે રોકાઈ જાવ, ભા !”

મુસાફરે જવાબ દીધો: “બાવડાનું બળ માપીને જ મુસાફરી કરું છું, ઠાકોરો ! મરદોને વળી અસૂર કેવાં ! હજી તો કોઈ વડિયો દેખ્યો નથી.”

તાણ કરનારા ગામલોકોનાં મોં ઝંખવાણાં પડી ગયાં. રજપૂત ને રજપૂતાણી ચાલી નીકળ્યાં.

*

વગડા વચ્ચે ચાલ્યાં જાય છે. દિવસ આથમી ગયો છે. આઘે આઘેથી ઠાકરની આરતીના રણકાર સંભળાય છે. ભૂતાવળો નાચવા નીકળી હોય એમ દૂરનાં ગામડાંના ઝુંડમાં દીવા તબકવા લાગ્યા. અંધારે જાણે કાંઈક દેખતાં હોય અને વાચા વાપરીને એ દીઠેલાંની વાત સમજાવવા મથતાં હોય તેમ પાદરનાં કૂતરાં ભસી રહ્યાં છે.

મુસાફરોએ ઓચિંતાં પછવાડે ઘૂઘરાના અવાજ સાંભળ્યા. બાઈ પાછળ નજર કરે ત્યાં સણોસરાનો હલકારો ખભે ટપાલની થેલી મૂકી, હાથમાં ઘુઘરિયાળું ભાલું લઈને અડબૂથ જેવો ચાલ્યો આવે છે. કેડમાં નવી સજાવેલી, ફાટેલા મ્યાનવાળી તરવાર ટીંગાય છે. દુનિયાના શુભ-અશુભનો પોટલો માથે ઉપાડીને જટો હલકારો ચાલી નીકળ્યો છે. કેટલાય પરદેશ ગયેલા દીકરાની ડોશીઓ અને કેટલાય દરિયો ખેડતા ધણીઓની ધણિયાણીઓ મહિને-છ મહિને કાગળના કટકાની વાટ જોતી જાગતી હશે એવી સમજણથી નહિ, પણ મોડું થશે તો પગાર કપાશે એવી બીકથી જટો હલકારો દોડતો જાય છે. ભાલાના ઘૂઘરા એની અંધારી એકાંતના ભેરુબંધ બન્યા છે.

જોતજોતામાં જટો પછવાડે ચાલતી રજપૂતાણીની લગોલગ થઈ ગયો. બેય જણાંને પૂછપરછ થઈ. બાઈનું પિયર સણોસરામાં હતું, એટલે જટાને સણોસરાથી આવતો જોઈને માવતરના સમાચાર પૂછવા લાગી. પિયરને ગામથી આવનારો અજાણ્યો પુરુષ પણ સ્ત્રીજાતને મન સગા ભાઈ જેવો લાગે છે. વાત કરતાં કરતાં બેય જણાં સાથે ચાલવા લાગ્યાં.

રજપૂત થોડાં કદમ આગળ ચાલતો હતો. રજપૂતાણીને જરા છેટી પડેલી જોઈને એણે પછવાડે જોયું. પરપુરુષ સાથે વાતો કરતી સ્ત્રીને બે-ચાર આકરાં વેણ કહી ધમકાવી નાખી.

બાઈએ કહ્યું: “મારા પિયરનો હલકારો છે, મારો ભાઈ છે.”

“હવે ભાળ્યો તારો ભાઈ ! છાનીમાની ચાલી આવ ! અને મા’રાજ, તમે પણ જરા માણસ ઓળખતા જાવ !” એમ કહીને રજપૂતે જટાને તડકાવ્યો.

“ભલે બાપા !” એમ કહીને જટાએ પોતાનો વેગ ધીરો પાડ્યો. એક ખેતરવાનું છેટું રાખીને જટો ચાલવા લાગ્યો.

જ્યાં રજપૂત જોડલું આઘેરાક નહેરામાં ઊતરે છે, ત્યાં તો એકસામટા બાર જણાએ પડકારો કર્યો કે “ખબરદાર, તરવાર નાખી દેજે !”

રજપૂતના મોંમાંથી બે-ચાર ગાળો નીકળી ગઈ. પણ મ્યાનમાંથી તરવાર નીકળી ન શકી. વાટ જોઈને બેઠેલા આંબલા ગામના બાર કોળીઓએ આવીને એને રાંઢવાથી બાંધ્યો, બાંધીને દૂર ગબડાવી દીધો.

“એ બાઈ, ઘરેણાં ઉતારવા માંડ.” લૂંટારાએ બાઈને કહ્યું.

અનાથ રજપૂતાણીએ અંગ ઉપરથી એક એક દાગીનો કાઢવાનું શરૂ કર્યું.

એના હાથ, પગ, છાતી વગેરે અંગો ઉઘાડાં પડવા લાગ્યાં. એની ઘાટીલી, નમણી કાયાએ કોળીઓની આંખોમાં કામના ભડકા જગાવ્યા. જુવાન કોળીઓએ પહેલાં તો જીભની મશ્કરી શરૂ કરી. બાઈ શાંત રહી. પણ જ્યારે કોળીઓ એના અંગને ચાળો કરવા નજીક આવવા લાગ્યા, ત્યારે ઝેરીલી નાગણ જેમ ફૂંફાડો મારીને રજપૂતાણી ખડી થઈ ગઈ.

"અલ્યા, પછાડો ઈ સતીની પૂંછડીને !" કોળીઓએ અવાજ કર્યો.

અંધારામાં બાઈએ આકાશ સામે જોયું. ત્યાં જટાના ઘૂઘરા ઘમક્યા. એ જટાભાઈ !" બાઈએ ચીસ પાડી: "દોડજે !"

"ખબરદાર એલા ! કોણ છે ત્યાં ?" એવો પડકાર કરતો જટો તરવાર ખેંચીને જઈ પહોંચ્યો. બાર કોળી લાકડી લઇને જટા ઉપર તૂટી પડ્યા. જટે તરવાર ચલાવી, સાત કોળીના પ્રાણ લીધા. પોતાને માથે લાકડીઓનો મે વરસે છે, પણ જટાને એ ઘડીએ ઘા કળાયા નહિ. બાઈએ બુમરાણ કરી મૂક્યું. બીકથી બાકીના કોળી ભાગી છૂટ્યા, તે પછી જટો તમ્મર ખાઈને પડ્યો.

બાઈએ જઈને પોતાના ધણીને છોડ્યો. ઊઠીને તરત રજપૂત કહે છે કે "હાલો ત્યારે."

"હાલશે ક્યાં ? બાયલા ! શરમ નથી થાતી ? પાંચ ડગલાં હારે હાલનારો ઓલ્યો બ્રાહ્મણ ઘડીકની ઓળખાણે મારા શિયળ સાટે મરેલો પડ્યો છે; અને તું — મારા ભવ બધાનો ભેરુ — તને જીવતર મીઠું થઈ પડ્યું ! જા ઠાકોર, તારે માર્ગે. હવે આપણા — કાગ ને હંસના — સંગાથ ક્યાંથી હોય ? હવે તો આ ઉગારનાર બ્રાહ્મણની ચિતામાં જ હું સોડ્ય તાણીશ."

"તારા જેવી કૈંક મળી રહેશે." કહીને ધણી ચાલી નીકળ્યો.

જટાના શબને ખોળામાં ધરીને રજપૂતાણી પરોઢિયા સુધી અંધારામાં ભયંકર વગડે બેઠી રહી. પ્રભાતે આજુબાજુથી લાકડાં વીણી લાવીને ચિતા ખડકી, શબને ખોળામાં લઈને પોતે ચડી બેઠી; દા પ્રગટાવ્યો. બન્ને જણાં બળીને ખાખ થયાં. પછી કાયર ભાયડાની સતી સ્ત્રી જેવી શોકાતુર સાંજ જ્યારે નમવા માંડી ત્યારે ચિતાના અંગારા ધીરી ધીરી જ્યોતે ઝબૂકતા હતા.

આંબલા અને રામધરી વચ્ચેના એક નહેરામાં આજ પણ જટાનો પાળિયો ને સતીનો પંજો હયાત છે.

ઝવેરચંદ મેઘાણી

['સૌરાષ્ટ્રની રસધાર' ભાગ 1 પુસ્તક: 1923]

❀

મૂળ વાત

બાળસાહિત્યની આપણે ત્યાં એક સમૃદ્ધ પરંપરા છે. પહેલું નામ તો દલપતરામનું જ યાદ આવે. એ પછી ગિજુભાઈ અને નાનાભાઈએ, મેઘાણીએ, ત્રિભુવન વ્યાસે તથા પછી હરિપ્રસાદ વ્યાસ, રમણલાલ સોની, જીવરામ જોશી વગેરેએ ઘણી પેઢીઓ સુધી બાળકોનાં રસકલ્પના-જાણકારીને પોષ્યાં ને ઉત્તેજ્યાં. 'બાલમિત્ર', 'ચાંદામામા', 'ઝગમગ', 'રમકડું' વગેરે સામયિકોએ વિસ્મયરુચિ-સંવર્ધન કર્યું. 'રામાયણ'-'મહાભારત'નાં પાત્રો (નાનાભાઈ) અને બકોર પટેલ (હરિપ્રસાદ વ્યાસ), મિયાં ફૂસકી (જીવરામ જોશી), ગલબો શિયાળ (રમણલાલ સોની) જેવી વિવિધ-રસિક પાત્રસૃષ્ટિ ઊભી થઈ. અનુવાદોથી ઇસપ, ગુલિવર, એલિસની અજાયબ દુનિયા પણ ખૂલી ને ગ્રીમબંધુઓની અને વિશ્વની બાળકથા-લોકકથાના ભંડાર ઠલાવાયા. એમાંનું કેટલુંક આજે જૂનું પણ થયું લાગે; એવું કેટલુંક ખરી પડવાનું.

આ બધા લેખકો પાસે બાળકના મન-સરસા રહીને કથા કહેવાનાં, કાનમાં સરી જતાં કાવ્યો આપવાનાં કુનેહ અને શક્તિ હતાં. બાળકોનો, મોટેરાંનો પણ, વાચનરસ છલોછલ હતો. પણ છેલ્લા થોડાક દાયકાનું ચિત્ર જુદું છે. દૃશ્ય માધ્યમો આગળ આવી ગયાં છે. બાળપણથી અભ્યાસમાં અંગ્રેજી માધ્યમ પણ ગુજરાતી વાચનની આડે આવેલું છે. પણ મૂળ વાત તો એ કે, આ સમયમાં બાળસાહિત્યની ટકોરાબંધ નીવડે એવી કૃતિઓ કેટલી મળે છે?

લખાય છે ને પ્રકાશિત થાય છે તો ઘણું, પણ મહદંશે એ પુસ્તકો કશો આનંદ આપનારાં થયાં છે ખરાં? લથડતા લયવાળાં, ઢંગધડા વિનાના કથા-સંકલનવાળાં, કલ્પનાના વિત્ત વિનાનાં, બાળકોને સમજાય નહીં ને (એથી) એ વિમુખ થઈ રહે એવાં અપારદર્શક શબ્દ-ચોસલાંવાળાં પુષ્કળ કાવ્યો-વાર્તાઓનો કમનસીબ સામનો આપણે કરવાનો આવે છે.

સુઘડ ને આકર્ષક મુદ્રણ-નિર્માણ એ પણ બાળસાહિત્યના પ્રકાશન માટેની અગત્યની જરૂરિયાત છે. છેલ્લાં કેટલાંક વર્ષોથી આની સભાનતા વધી છે ખરી. પણ એમાંય ચતુરંગી મુદ્રણ રુચિર ને કલાત્મક ન રહેતાં વૈભવી ચતુરાઈવાળું નર્યું ભપકારૂપ બની રહે છે. (એટલે હવે કેટલાક તો, કોઈ પણ પુસ્તકના આવા ચતુરંગી મુદ્રણથી ઓચાઈ ગયા છે.) નબળી સામગ્રી રંગવૈભવથી આકર્ષક – ને મોંઘી – કરી મૂકવાનું વલણ વધ્યું છે. પ્રકાશનોનું બેહદ વેપારીકરણ થયું છે. બાળસાહિત્યના આકરા પરીક્ષણની જરૂર છે.

રમણ સોની

['પ્રત્યક્ષ' માસિક: 2006]

❀

લીલાવતી જીવનકલા

'સરસ્વતીચંદ્ર' – સર્જક શ્રી ગોવર્ધનરામ ત્રિપાઠીએ પોતાની વ્હાલી પુત્રી લીલાવતી ક્ષયરોગમાં ન્હાની ઉંમરે ગત થતાં, એનાં ટૂંકા આયુષ્યને લગતી મુખ્ય હકીકતો આ ન્હાની ચોપડીમાં બહુ સાદી રીતે વર્ણવી છે.

કુલીન કુટુંબોની ગૃહિણીઓમાં કર્તવ્યભાવના અને ધર્મભાવના આપણા સમાજનું મહામોટું ધારણાબલ છે. એવા ધારણાબલવાળી ગૃહિણીઓ સ્થળે સ્થળે, શેરીએ શેરીએ, ગામેગામ હશે ત્યાં લગી જ હિંદુત્વ, હિંદુધર્મ, હિંદુસંસ્કૃતિ અને હિંદુસમાજ – સંપત્તિવિપત્તિની ગમે તેવી લીલી સૂકીમાં પણ – ભૂતકાલના આસમાની સુલતાનીના અનેકાનેક સૈકા વટાવીને જીવંત રહ્યાં છે, તેમ હજી પણ ભાવિમાં સૈકાઓ લગી જીવંત રહેવાને સમર્થ છે. દુઃખના અસહ્ય બોજા તળે ચંપાયેલી તથાપિ લીલાવતી આ ધારણાબલે સંસાર તરી ગઈ છે, જીવી ગઈ છે; એનું જીવન ગમે તેટલું દુઃખી તોપણ સાચા મનુષ્યત્વના પ્રકાશે વિજયી, યશસ્વી જીવન હતું. આ ધારણાબલ દરેક હિંદુ બાલકબાલિકા પામે તેની આસપાસ કેવા સંસ્કાર અને તેને મળતી કેળવણી કેવી હોય ? એ સવાલનો જવાબ પણ કર્તા આ ચોપડીમાં જ ગૂંથી લે છે.

બળવંતરાય ક૰ ઠાકોર

*

'લીલાવતી જીવનકલા' પ્રસિદ્ધ થયા બાદ સંસ્કારી માબાપો પોતાની પુત્રીઓને માર્ગદર્શક બનવા એ પુસ્તક વારંવાર વાંચવા-વંચાવવાનો આગ્રહ સેવતાં, અને પરણ્યા પછી પોતાની જાતને આદર્શ ગૃહિણી બનાવવા સંસ્કારી નવોઢાઓ પણ આ પુસ્તકનું પરિશીલન કરી પ્રેરણા મેળવતી.

ભૂપેન્દ્ર ત્રિવેદી

*

લીલાવતીના જીવનપ્રવાહોનાં મૂલસ્થાન

લીલાવતીનું વય વર્ષ 10-11. મારી પાસે આવી પૂછવા લાગી: "મોટા કાકા, આ પરણવાનું શું કારણ હશે ? લોક ન પરણે ને કુંવારા રહે તો ન ચાલે ?"

આ પ્રશ્ને મને વિચારમાં નાખ્યો. લીલાવતી વર્ષ બે વર્ષની હતી ત્યારે ભાવનગરમાં ખોળામાં લઈ નિદ્રામાં નાખવા તે કાળે રચાતી 'સ્નેહમુદ્રા' હું ગાતો હતો, તેમાં હિંદુ પુત્રીએ વિદ્વાન પિતાને પ્રશ્ન પૂછ્યા છે તે કંઈક આવા જ હતા. તેનો પ્રતિધ્વનિ આ શું લીલાવતીએ આજ કર્યો ? લગ્નથી એનું ભાગ્ય કેવું બંધાશે ? આ દેશમાં આ વર્ણમાં તો એ ભાગ્ય બાંધવાનો ધર્મ મને પ્રાપ્ત થાય છે અને જેવું નીવડે તેવું એ ભાગ્ય સ્વીકારવાનો ધર્મ લીલાવતીનો થશે ! આ વિચારો પૂરા થતાં પહેલાં લીલાવતીએ વળી

ફરી પ્રશ્ન પૂછ્યો ને કંઈક શરમાતી શરમાતી ઊભી રહી. “આ બાળકને શો ઉત્તર આપું ?” મને ચિંતા વધી ને એને આતુરતા વધી. અંતે ઉત્તર દેવો પડ્યો ને એને પાસે લઈ, વાંસે હાથ ફેરવી દીધો.

“બહેન, આપણે ત્યાં તું જન્મી અને આપણે આપણા લોકના વ્યવહારમાં છીએ, માટે તારે પરણ્યા વિના ન ચાલે. માબાપ જન્મારો ન પહોંચે, માટે દીકરીઓને માબાપ ન હોય ત્યારે કોઈ છત્ર જોઈએ.”

તે બોલી નહીં ને સંતુષ્ટ દેખાઈ ચાલતી થઈ. મારા હૃદયમાં ઉદ્‌ગાર થયો : “બહેન, આપણા લોકમાં હું છું અને મને સંસાર ફળ્યો છે તે જેવી ઈશ્વરની કૃપા થઈ છે તેવી જ કૃપા તારા ઉપર તેની થાઓ !”

લીલાવતી ! મારા હૃદયમાં ઊઠેલો આશીર્વાદ તારા હૃદયમાં કેવી રીતે ફળ્યો એ દર્શનનો પ્રભાવ હું આજ જોઉં છું. તારા જીવનમાં સુખવાસનાને સ્થાને ધર્મમયી, તપોમયી, પાતિવ્રત સ્નેહમયી ભાવના વિના અન્ય વાસનાનો અંકુર કદી સ્ફુર્યો નથી. આ લેખ હું કાંઈ સ્તુતિગાનને માટે લખતો નથી, પણ તારા જીવનમાં સંસારને માટે કંઈક બોધ રહેલો છે એવી ભાવનાથી આ લેખને હું પ્રયોજું છું. તારા અવસાન પછી જગતમાં તારા જેવી અનેક પુત્રીઓ અનેક માતાપિતાને પેટ અવતરી જીવતી હશે, સર્વના હૃદયસત્ત્વમાં તારું જ સત્ત્વ હું જોઉં છું, અને તે સર્વને લીલાવતીઓ જ ગણું છું. તો પ્રિય વાંચનાર ! આ લેખમાં હું ‘લીલાવતી’ શબ્દથી અનેક સંબોધન યોજું, ત્યાં તે આ સર્વ લીલાવતીઓને ઉદ્દેશી કહેલાં સમજજે; અથવા આ લેખની વાસ્તવિક કર્ત્રી લીલાવતીને આ સર્વ લીલાવતીઓના ધર્મપિતારૂપે સંબોધું છું એમ સમજજે.

*

શ્વશુરગૃહ ભણી કન્યાને વળાવતાં તેનાં માતાપિતાનાં હૃદયોમાં જે વિકાર થાય છે તે કન્યાનું ભાગ્ય કેવું રચાવાનું હશે તેના વિચારોનું ફળ છે. અનેક વર્ષને અંતે, કન્યાનું પાણિપીડન કરનાર અને તેનું કુટુંબ આ કન્યાને કેવી રીતે સ્વજન કરી જાળવી લે છે એ અનુભવમાં આવે છે ત્યાંસુધી, આ ચિંતાનો અંત આવતો નથી. લીલાવતીએ તે સંબંધે પ્રશ્ન પૂછી એ ચિંતાનો અનુભવ લગ્ન પહેલાં કરાવ્યો હતો, અને ચિંતાની શાંતિ કરવાનો પ્રયત્ન તેના અવસાનકાળ સુધી બંધ ન કર્યો.

તે ચિંતાને શાંત કરવાનો પ્રથમ પ્રસંગ તેણે તેના શ્વશુરગૃહમાં પગ મૂકીને તરત જ શોધ્યો. 1895ના મધ્યભાગમાં હું પોરબંદર હતો અને લીલાવતી તેના શ્વશુરગૃહમાં પેટલાદ ગામમાં હતી, તેના વિષયની કાંઈ કિંવદન્તીથી ચિંતા ઉત્પન્ન થતાં તેનાં આરોગ્યાદિક જાણવા તેને મેં પોરબંદરથી પત્ર લખ્યો તેનો ઉત્તર તેણે લખ્યો કે :

“મને નડિયાદમાં એક દિવસ અને પેટલાદમાં એક દિવસ તાવ આવ્યો હતો, પણ હવે ઠીક છે. તમે જ ‘સ્નેહમુદ્રા’માં પહેલી કવિતામાં કહ્યું છે કે –

તજી કોષ દ્વિજ[1] અવનિમાં ધરે નવો અવતાર,
ખાતાં ઊડતાં શીખીને તજે જનકનો સાથ.

તે જ પ્રમાણે 'શકુંતલા'ના ચોથા અંકનો છેલ્લો શ્લોક ખબર છે. તમને પણ ઘણુંખરું વા આવે છે તે કેમ છે તે લખશો. ફિકરચિંતા કરશો નહીં. ઈશ્વર સૌ સારું જ કરશે."

ચૌદ વર્ષની વયે તેણે આ વિષયમાં આ પ્રથમ ઉદ્‌ગાર કર્યો. શાસ્ત્રીજી જીવરામના હાથમાં તેનું વિદ્યાદાન સોંપતાં આ લેખકે એવો ઉદ્દેશ દર્શાવ્યો હતો કે "શાસ્ત્રીજી, લીલાવતી પરદેશ જવાને નિર્મેલી છે ત્યાં મારાથી કે એની માતાથી એનાં સુખદુઃખપ્રસંગે સદ્વિચાર આપવા નહીં જવાય. તમે આને વિદ્યા આપો તે એવી આપો કે તે એની બુદ્ધિના સન્મિત્રનું કામ એ જ્યાં જાય ત્યાં કરે અને લીલાવતી પોતાની બુદ્ધિ વડે સનાથ રહે." શાસ્ત્રીજીએ આ સૂચના પાળવાની કૃપા કરી અને તે કૃપાને લીલાવતીએ સફળ કરી ઉપરના પત્રમાં 'શાકુન્તલ'ના ચતુર્થ અંકના છેલ્લા શ્લોક ઉપર આ લેખકનું ધ્યાન ખેંચ્યું. તે શ્લોકમાં શકુંતલાના ધર્મપિતા તેને શ્વશુરગૃહે વળાવી કહે છે કે –

अर्थो हि कन्या परकीय एव तमद्य निक्षिप्य करे गृहीतुः ।
जातः प्रकामं विशदो ममायं प्रत्यर्पितन्यास इवान्तरात्मा।।

કન્યા તો પારકું જ દ્રવ્ય છે. તેના ગ્રહણ કરનારના હાથમાં આજ તેને આપી દઈને તેને સાચવવાની ચિંતાથી મુક્ત થયેલા પુરુષનું ચિત્ત જેવું ચિંતામુક્ત થાય, તેવો આજ મારો આ અંતરાત્મા અત્યંત વિશદ થયો.

આ શ્લોકની સંખ્યા દર્શાવી લીલાવતીએ તેના પિતાનું સ્નેહવૈકલ્ય શમાવવા કણ્વમુનિનું આ દૃષ્ટાંત આપ્યું, "તમે તમારો ધર્મ કરી ચૂક્યા અને હવે મારી ચિંતા કરો છો તે અયોગ્ય છે" એવો બોધ આપ્યો. ઐહિક સંબંધમાત્ર ક્ષણિક છે અને પિતાપુત્રીનો સંબંધ તો ઈશ્વરની રચનાના ક્રમથી જ આવો છે તેનું ભાન મારી રચેલી કવિતાના અક્ષરો સ્પષ્ટ લખીને જ મારો કરેલો ઉદ્‌ગાર મને પોતાને સંભળાવ્યો.

લીલાવતી ! અમે તને અનેક પત્ર લખ્યા હશે, તેં અમને લખ્યા હશે, પણ કાંઈ સહુ પત્ર સાચવી રાખ્યા નથી. તારો પ્રથમ પત્ર ઉપર લખેલો, અને છેલ્લો પત્ર આપણા છેલ્લા યોગ પહેલાંનો, કાંઈ દૈવેચ્છાથી મારી પાસેથી નીકળ્યો. તારા અવસાન પછી તારી પેટીમાંથી શું નીકળ્યું ? જે જે પત્રોમાં વ્યવહારની વાત હતી તે તેમાં નથી, પણ તને ઉપદેશ હતા તે સર્વ પત્ર તેં જાળવી રાખ્યા છે. તો તને શું પ્રિય હતું તે પ્રકટ કરવાને તેમાંના બે નમૂના ઉતારું છું.

તારી માતા તારા શ્વશુરગૃહારંભે તને લખે છે કે "જેમ પિયરમાં માબાપ, તેમ સાસુસસરા પણ માબાપ કહેવાય ને જેવાં ભાઈ-ભોજાઈ તેમ જેઠ-જેઠાણી; એવી

1. દ્વિજ એટલે પક્ષી. કોષમાંથી એટલે ઈંડામાંથી નીકળી બીજો અવતાર ધરે છે.

રીતે બધાં ઉપર વહાલ રાખી પોતાનાં ગણી વર્તવું. તે સર્વને ઈશ્વરતુલ્ય ગણી કોઈને દુભાવાં દેવાં નહીં. સાસરિયામાં બધાંની જોડે મન ખુશીમાં રાખી મળી જવું તથા નાનાં છોકરાં પર્યંત સહુની સાથે નમ્રતાથી વર્તવું ને એની સેવા કરવી. તો ઈશ્વર આપણા ઉપર રાજી રહે. એ બધું તું ક્યારે શીખીશ ને બધાંને સંતોષ આપીશ તેની હું રાહ જોઉં છું. આપણામાં કહેવત છે કે ઉદ્યમે દરિદ્ર નાસ્તિ, તેમ નવરાં ના બેસી રહેવું ને કંઈ કંઈ કામનો ઉદ્યમ કરવો. એવું પેટ મોટું રાખીએ કે મનનો મર્મ કોઈને કહીએ નહીં. જગત તો એવું છે કે ખોટી વાત બનાવટની આપણને કહે ને આપણી પાસે વાત લે ને છાશમાં પાણી ઉમેરીને જ્યાં પોલું દેખે ત્યાં સહુ પગ ઘાલે. માટે એવાંને ધ્યાન ન દેવું. ન બોલ્યામાં નવ ગુણ ને બોલ્યામાં બાર અવગુણ છે. કહેવત છે કે ઘર ભાંગવા સર્વ આવે પણ બાંધવા કોઈ ન આવે. માટે જેને સાસરામાં સંપી રહેવું હોય તેણે ગમે તેમ કહે પણ સાંભળ્યા કરવું ને હેત વધે તેમ પ્રયત્ન કરવો ને સહુને રાજી રાખવાં ને રહેવું. તું આ બધું લખ્યા પ્રમાણે વર્તીશ ત્યારે મારા મનને સંતોષ મળશે.”

લીલાવતી ! આ શિખામણો તેં એવી માની અને આ સંતોષ તેં એવો વાળ્યો કે તે જ વાતનું સ્મરણ એ શિખામણ આપનારીને અને સંતોષ પામનારીને આજ અત્યંત શોકમાં નાંખે છે, અને એ શોકશમનને માટે તેને હું આજ આપું છું તે ઉપદેશ કેવળ નિષ્ફળ થાય છે. કહેનારે કહ્યું છે કે –

न रम्यं नारम्यं प्रकृतिगुणतो वस्तु किमपि
प्रियत्वं वस्तूनां भवति खलु तद्ग्राह्कवशात् ।।

કોઈ પણ વસ્તુ પોતાની પ્રકૃતિથી રમ્ય કે અરમ્ય નથી, પણ તે પ્રિય કે અપ્રિય લાગે છે તે તેના ગ્રાહકના ગુણને લીધે. જે ગ્રાહકને એક કાળે પ્રત્યક્ષરૂપે તું પ્રિય હતી તે પરોક્ષરૂપે થઈ ને તે જ ગ્રાહકને દુઃખનું કારણ થાય છે. આ વિયોગ કેમ અપ્રિય થાય છે ? સર્વથા તને જ ઉપદેશ દેનારીને દુઃખ થવાનું મુખ્ય કારણ એ જ છે કે તેં એ ઉપદેશ પાળ્યો છતાં, તેથી તને સુખ પામતી જોવી જોઈએ તે પામતાં પહેલાં તું ચાલી ગઈ !

તું ચાલી ગઈ, પણ ઉપર કહેલું શાસ્ત્રવચન સર્વથા સત્ય છે એવું સિદ્ધ કરતી ગઈ. તારી માતાનો ઉપદેશ પાળનારી તું જાતે ફળની ઉદાસીન રહી સ્વસ્થ રહી, અને એ ઉપદેશ પળાવનારી તારી માતા એ ફળકામનાથી આજ દીન બની શોક કરે છે. તારું સર્વ જીવન તપોમય અને અધ્યાત્મ હતું તેના મર્મસ્થાનમાં હું દષ્ટિ કરું છું ત્યારે તારી નિષ્કામના, સ્વસ્થતા, અને સંતુષ્ટતા ઉપરાંત બીજું કાંઈ પણ દષ્ટિગોચર થતું નથી.

આબુ પર્વત ઉપર તને તારા જેવી એક દુઃખી બહેનનો અનુભવ થયો; પાલણપુરમાં બીજી એવી બહેનનો થયો. તારા વાતોન્માદ હિસ્ટીરિયાને પ્રસંગે તું તેમને જ સંબોધી લવતી હતી કે, “બહેન, તમે આવો. આપણે ત્રણ જણીઓ દુઃખી

છીએ. પણ હું તમને રસ્તો બતાવું છું કે આપણે દુઃખને ગાંઠીએ શું કરવાને જે ? દુઃખને કહીએ કે તમારે જેટલું આવવું હોય તેટલું આવો, પણ અમે તો સુખી જ રહીશું.''

લીલાવતી ! શોકને તરી જતાં તને આવડ્યું. તારી આ બે બહેનો જેવી અનેક બહેનો આ ભવસાગરમાં દુઃખના અસંખ્ય તરંગોને ધક્કે ચડે છે અને મનુષ્ય કે ઈશ્વર તેમને તારવાને આવતો હોય એવું જણાતું નથી, તેમ તને પણ થયું. પણ એ અનાથતામાંથી મનુષ્યને ઉગારનાર એક જ વસ્તુ છે અને તે તેમના પોતાના સંસ્કાર છે, તેમનો ઈશ્વર ઉપરનો વિશ્વાસ છે. જે ઈશ્વરને નથી દેખતા તે અનાથ થઈ રુએ છે, અને ઈશ્વરને દેખે છે તે જ સુખના તેમ દુઃખના ભોગથી મુક્ત થાય છે. મારા કરેલા ઉપદેશના પત્ર તેં જાળવી રાખ્યા તે તારી પેટીમાં તારા પ્રિયતમ 'સાવિત્રીચરિત' નાટક સાથે તેં રાખેલા મળ્યા. તેમાંના એક પત્રમાં લેખ છે કે –

''તને વિદ્યાભ્યાસ કરાવ્યો તથા ઘરકામ શીખવ્યું તે પ્રસંગે તારી મા, હું તથા શાસ્ત્રી મહારાજ તે સૌએ તારા જીવને ક્લેશ કરાવેલો તે તારા કલ્યાણને માટે હતો. તેમ જ હાલ તને કોઈ જાતની હરકત પડે કે જીવને દુઃખ થાય ત્યારે એમ જાણવું કે એ રસ્તે આપણો સહુનો પિતા ઈશ્વર તારા ભવિષ્યના કલ્યાણને વાસ્તે તને કસે છે અને રાત પછી દિવસ આવે છે તે આખરે તને સુખ આપશે. ઈશ્વરના ઉપર વિશ્વાસ રાખ્યો ક્યારે કહેવાય કે તેનાં આપેલાં કષ્ટ વખતે ધૈર્ય રાખીએ તો. મોડુંવહેલું તારું કલ્યાણ થશે એવું ઈશ્વર કરશે એટલો વિશ્વાસ રાખી આનંદમાં રહેજે.

''તું અમારાથી છૂટી પડે ત્યારે તને કામમાં લાગે એવી સુશિક્ષિત બુદ્ધિ તને આપી છે. તે બુદ્ધિ અને વિદ્યા તને પરદેશમાં સુખ આપશે. તારા મનને કાંઈ ગૂંચવાડો પડે કે કાંઈ ગભરામણ થાય ત્યારે તારી માની જોડે વાતો કરે તેમ તારી મેળે તારી બુદ્ધિ ચલાવજે. તે તારા ગૂંચવાડા છોડાવશે અને તને સવળો રસ્તો દેખાડશે. ગમે તે થાય તોયે રજ ગભરાવું નહીં ને મનને આનંદમાં રાખી આપણા કુળનો ને ઈશ્વરનો વિચાર કરી ધીરજ રાખવી. આસપાસ કોઈ માણસમાં અસત્ય કે અપવિત્રતા જોવામાં આવે ત્યારે તેને બિચારાને ઈશ્વરે સારું જ્ઞાન આપેલું નથી તે આપ્યું હોત તો આવા અવળા માર્ગ ઉપર જાત નહીં, એમ ગણી તેની દયા આણવી. તને એવે રસ્તેથી બચાવવા જેટલું જ્ઞાન તને ઈશ્વરે આપ્યું માટે ઈશ્વરનો ઉપકાર માનવો.

''ગુણસુંદરીની આસપાસ કેવાં કેવાં માણસ હતાં અને તે સૌને ગુણસુંદરીએ પોતાની જ નીતિથી અને કળાથી કેવાં પોતાનાં કરી લીધાં અને કેવાં વશ કર્યાં, તે સરત રાખી તે પ્રમાણે કરજે. સામું માણસ ગમે તેવું હશે પણ આપણે સારાં અને પવિત્ર હોઈશું તો અંતે ધર્મનો જય છે, એમ જાણવું.

''તારી સાથે કોઈ કઠોર વાક્ય બોલે તો મનને દુઃખ કરીશ નહીં, પણ સામું એવું મધુર અને કોમળ વચન બોલજે કે તે માણસ આખરે કોઈ દિવસ પસ્તાશે અને તારું સારું બોલશે. કોઈનો દોષ દેખે તો ક્ષમા રાખજે ને તે દોષ કોઈની પાસે

ઉઘાડા ન પાડતાં મનમાં સંજી મનમાં જ રાખજે, અને એવા દોષમાં જાતે તું ન પડે એટલી સાવચેતી રાખજે.

"તને હાલ વાંચવાનો વખત મળતો ન હોય તો તે બાબત ઊંચો જીવ નથી. પુસ્તક વાંચવાથી જે લાભ તને થવાનો તે લાભ તને હું મારા પત્રોમાં આપીશ, એટલે એ જ તને અભ્યાસ થશે."

બીજો પત્ર : "વધારે લખવાનું એ કે તને વાંચવાનો વખત ન મળતો હોય તોયે જ્યારે પા ઘડી નવરાશ મળે ત્યારે તને જે જે પુસ્તકો વંચાવ્યાં છે તેમાંથી નીતિની કે જ્ઞાનની વાતો વાંચી હોય તેનો વિચાર કરવો ને તે સંભારવાનું રાખવું. તારી બાને જ્ઞાનમાર્ગે ચડાવી છે તો એના જીવને કેટલું સુખ થયું છે ને એનો વખત કેવા કેવા ઈશ્વરના વિચારમાં જાય છે તે સંભારવું ને તેવું સુખ તારે પામવું. બહેન, તું હવે અમારાથી છૂટી પડી અને પરદેશી થઈ ત્યાં અમારાથી તને શિખામણ કે જ્ઞાન આપવા નહીં અવાય; પણ જેટલી થોડી વિદ્યા તને આપવાની બની છે તે વિદ્યાના બળથી તારા મનને બળવાળું કરવું તે એવી રીતે કે આ સંસારનાં દુ:ખ તને શોક ઉત્પન્ન કરે નહીં."

લીલાવતી ! તેં મારા આ પત્રોમાંના અક્ષરેઅક્ષર તારા જીવનમાં એવા તો વણી દીધા કે અત્યારે તારા હૃદયનું અને સદ્વર્તનનું વર્ણન કરવા બેસું છું ત્યારે એટલું જ સૂઝે છે કે, બોલવે સહેલી પણ ચાલવે કઠણ એવી મારા પત્રોમાંની અને તારી માતાના પત્રોમાંની એકેએક વાત તેં તારા અંતકાળ સુધી ઉત્સાહથી સત્ય ગણીને પાળી; અને તેમાંની કઈ વાત તેં ન પાળી એ શોધવાને માટે ઊંચા આકાશ ભણી દૃષ્ટિ કરું છું ત્યારે મારા નેત્ર સામી તારી મુખછબી દેખું છું, અને મારા અને તારી માતાના આયુષ્યને અંતકાળે એ છબી જીવતી જોવાની અમારી ઇચ્છાને તું અનુસરી શકી નહીં એટલી જ વાતમાં તેં અમારી ઇચ્છાને સફળ કરી નહીં, એ વિના બીજું કાંઈ સૂઝતું નથી. આ અમારી ઇચ્છાને સફળ થઈ નહીં ગણી શોક કરીએ તે અમારા ઉપરના મોહના આવરણનો દોષ. તારા વાતોન્માદમાં તું લવતી હતી અને ઈશ્વર સાથે વાતો કરતી હતી : "હે ઈશ્વર, તારી ઇચ્છા હોય તેટલું દુ:ખ આપજે. હું તને તેની ના કહેતી નથી. તારા આપેલા દુ:ખનો તિરસ્કાર કરી આ આંખોમાંથી મેં કોઈ દિવસ આંસુ પાડ્યું છે ? હું તે વાતમાં તારો દોષ કાઢતી નથી, કારણ તું જે કરતો હોઈશ તે કોઈ મોટા સારા વિચારથી જ કરતો હોઈશ. પણ એક વાતમાં તને પૂછવાનું કે જગતને માથે આ મરકી, આ દુકાળ વગેરે આપત્તિઓને તું વર્ષાવે છે અને સર્વ પ્રજાને રિબાવી રિબાવી મારે છે; તેનો નાશ તારી દૃષ્ટિમાં યોગ્ય હોય તો આમ સહુને રિબાવવા કરતાં એકદમ ધરતીકંપ આણી પ્રલયકાળ વર્ષાવી એક ક્ષણમાં સહુનો એકદમ તું નાશ કરે, તો નાશના બે માર્ગમાંથી આ બીજો માર્ગ વધારે સારો નથી ?"

લીલાવતી ! જે નમ્રતાથી ને મધુરતાથી તું જાગ્રત અવસ્થામાં મને વાતો પૂછતી હતી તેવી જ રીતે મૂર્છાકાળે તું ઈશ્વરને આમ પૂછતી હતી. તું જગતને માટે, અન્ય જીવોને માટે, દયા આણી ઈશ્વરને આમ પ્રશ્ન કરી વિજ્ઞપ્તિ કરે છે, ને પોતાને માટે સર્વ દુઃખ સહેવામાં શાંતિને, સ્વસ્થતાને અને શ્રદ્ધાને જ ધર્મરૂપ ગણે છે. તે ધર્મ જેવો તેં પાળ્યો તેવો અન્ય જીવોએ પણ પાળવાનો આ તારો ધ્વનિત ઉપદેશ છે, મધુર રીતે કરેલો ઉપદેશ છે તે સ્મરી હું શોકમુક્ત બનું છું ને એ ઉપદેશ લેવાનું તારી માતાને અને સર્વ પુત્રીદુઃખથી દુઃખી માતાઓને સૂચવું છું.

એક કોમળ વયની બાળા પણ મનોબળની સીમાને પહોંચેલી અને આર્યસંસ્કારોમાં – જળમાં મત્સ્ય પેઠે – જીવેલી લીલાવતી આવી અકળ કળા કેવી રીતે ખેલતી ખેલતી અદૃશ્ય થઈ ગઈ, તે સ્વપ્નનો સાક્ષી આ લેખક થયેલો છે. એ સ્વપ્નનું શુદ્ધ ચિત્ર દર્શાવવું તો અનેક કારણોથી અશક્ય છે, અને એ ચિત્રનાં રહસ્ય વિચારતાં આ લેખક પોતાના વિષયમાં એટલો જ ઉદ્ગાર કરે છે કે –

મૂગેકુ સુપનો ભયો, સમજ સમજ પસ્તાય !

તોપણ, આ લેખકના કાલ્પનિક લેખનું અભિનંદન કરનાર વાચકવર્ગને એ જ લેખકના અનુભવચિત્રની પણ કાંઈક રેખાઓ પ્રિય અને બોધક થશે એ જાણીને જ, આ છિન્નભિન્ન લેખનો આદર કરેલો છે.

ગોવર્ધનરામ મા૰ ત્રિપાઠી

['લીલાવતી જીવનકલા' પુસ્તક: 1905]

❀

ફૂંક નમણી

૦૦૦ વહે મખમલી કંઠથી ફૂંક નમણી,
નસેનસમાં વ્યાપી રહે ઝણઝણાટી,
અલૌકિક સૂરો ઝળહળે સૂર્ય થઈને,
પરમ તેજ પ્રગટે સઘન પોહ ફાટી.૦૦૦

મયૂરો તણી મુગ્ધ ગહેકાર એમાં,
કદી બુલબુલોની મધુર કિલકિલાટી;
બધું લાક્ષણિક – મસ્ત બાંકી અદાઓ,
આ ટોપી, આ મુસકાન, આ તરવરાટી !૦૦૦

'મુસાફિર' પાલનપુરી

['અહીં જ ક્યાંક આપ છો' પુસ્તક]

❀

ગાંધીજીએ ઘડેલ ઉત્તમોત્તમ વ્યક્તિ

"જેને મારા સર્વસ્વના વારસ તરીકે મેં ચૂંટી કાઢ્યો હતો, તે ચાલ્યો ગયો. મારામાં જો ઈશ્વર ઉપર જીવતી શ્રદ્ધા ન હોત તો પોતાના પુત્ર કરતાંયે વધારે વહાલો, જેણે મને કોઈ કાળે દગો દીધો નહોતો, જે ઉદ્યોગની મૂર્તિ હતો, વિશ્વાસુ કૂતરાની પેઠે જેણે આશ્રમની આર્થિક અને આધ્યાત્મિક ચોકીદારી કરી, તેને ખોઈને હું તો ગાંડો થઈને બરાડા પાડતો હોત."

મહાત્મા ગાંધીએ આ શબ્દો 1928માં જેમના અવસાન પછી લખેલા તે મગનલાલ ગાંધી વિશેની સોએક પાનાંની ચોપડી 'આશ્રમનો પ્રાણ'માં મગનલાલભાઈનો પરિચય કરાવતાં લખાણો ગાંધીજી ઉપરાંત વિનોબા ભાવે, મહાદેવ દેસાઈ, કાકા કાલેલકર વગેરેનાં પણ છે. 'મારો સર્વોત્તમ સાથી' નામના ઉપર ટાંકેલા લેખમાં ગાંધીજી વિશેષમાં કહે છે:

"આશ્રમમાં મારા હાથ, પગ, આંખો બધું મગનલાલ જ હતા. દુનિયાને ક્યાં ખબર છે કે મારું કહેવાતું મહાત્માપણું પવિત્ર, બાહોશ અને એકનિષ્ઠ એવા સાથીઓના મૂક વૈતરાને જ આભારી છે. અને આવા સાથીઓમાં મારે મન સૌથી શ્રેષ્ઠ, પવિત્ર અને ઉત્કૃષ્ઠ તે મગનલાલ હતા."

પુસ્તકના પ્રવેશક સમા 'આશ્રમનો પ્રાણ' નામે બીજા લેખમાં ગાંધીજીએ લખ્યું છે:

"જો કોઈની ને મારી વચ્ચે અભેદ હતો, તો તે મગનલાલ અને મારી વચ્ચે. જો મારામાં કોઈના ગુરુ થવાની લાયકાત હોત, તો હું તેને મારા પ્રથમ શિષ્ય તરીકે ઓળખાવત.

"કોઈ પણ સરદારને મગનલાલ કરતાં વધારે સારો સેવક ન મળે. મારાં સદ્‌ભાગ્ય એવાં છે કે મને હંમેશાં શ્રદ્ધાવાન, નીતિવાન, બુદ્ધિશાળી અને કાર્યદક્ષ સખા મળ્યા છે. પણ આ બધામાં મગનલાલ સર્વોપરી હતા.

"મગનલાલમાં જ્ઞાન, ભક્તિ અને કર્મની ત્રિવેણી વહેતી હતી. તેમનું જીવન સંન્યાસની પરાકાષ્ઠાએ પહોંચ્યું હતું. નિસ્વાર્થ, નિષ્કામ કર્મ એ જ ખરો સંન્યાસ છે, એમ તેમણે ચોવીસ વર્ષ લગી અખંડિત રીતે બતાવી આપ્યું હતું. વિચાર ને આચારની સમાનતા સાધવામાં મગનલાલે ચોવીસે કલાક જાગૃતિ રાખી હતી.

"દેશસેવા, જગતસેવા, આત્મજ્ઞાન, ઈશ્વરદર્શન – એ નોખી વસ્તુઓ નથી, પણ એક જ વસ્તુનાં જુદાં જુદાં સ્વરૂપ છે. આનું દર્શન મગનલાલે કરાવ્યું. જે દેશમાં ધર્મ આમ મૂર્તિમંત થઈ શકે, તે દેશનો જય જ છે."

*

'પૂજ્ય મગનલાલભાઈ' નામના લેખમાં વિનોબા જેવા ગાંધીજીના બીજા વારસદારે જે અંજલિ આપી છે તે જોઈએ:

"મગનલાલભાઈના જીવનની મારા હૃદય પર થયેલી અસર અક્ષય છે. તેમનો મને હંમેશાં એક જાતનો પાવક ધાક લાગ્યા કરતો. એમના મારા પર અનંત ઉપકારો થયા છે, અને તે કદી ફેડી શકાય એવા નથી.

"મગનલાલભાઈનો સ્વભાવ નાળિયેરના જેવો હતો – ઉપરથી જોતાં કઠોર, પણ અંતર બહુ પ્રેમાળ. આવા બન્યા વિના સાધકના ભુક્કેભુક્કા થઈ જાય. નાળિયેર જો ઉપરથી કઠણ ન હોય, તો જલદી કોહી જાય. બહારના વાતાવરણની પ્રતિકૂળ અસર ન થાય એ સારુ વૈરાગ્યના કઠોર કવચની અત્યંત જરૂર રહે છે, અને એ અંતરમાં પ્રેમ ભરપૂર ભર્યો હોવો જોઈએ. પ્રેમાળ માણસો વૈરાગ્ય વિનાના હોવાથી સંસારમાં તણાઈ ગયા જાણ્યા છે. મંગલ કાર્યોમાં નાળિયેરની પૂજા કરવાનો હિન્દુઓમાં રિવાજ છે. કઠોર વ્રતના કવચથી પ્રેમાળપણું રક્ષાયેલું હોય તો જ મંગલ કાર્યો પાર પડે છે, એ એનું રહસ્ય છે. મગનલાલભાઈનું જીવન મંગલ નીવડ્યાનું કારણ એમનો નાળિયેર જેવો સ્વભાવ.

"પણ આવા મૃદુ-કઠોર સ્વભાવને કારણે ઘણા લોકો સાધકોને વિશે ગેરસમજ કરી લે છે. અને તેથી સાધકોને સહેવું પણ ખૂબ પડે છે. પણ એમાં સાધકોને કશું નુકસાન નથી. ગેરવર્તણૂક સિવાય બીજા કોઈ કારણે થયેલી ગેરસમજ સાધનાના રોપાને ખાતર જેવી પોષક થઈ પડે છે. મગનલાલભાઈને વિશે અનેક લોકોની ગેરસમજૂતી થયેલી. અને તેને પરિણામે તેમણે આત્મપરીક્ષા વધારે ઊંડી કરી.

"સ્વકર્મરૂપ પુષ્પોથી ઈશ્વરની પૂજા કરવાનો 'ગીતા'નો ઉપદેશ મગનલાલભાઈએ આચારમાં ઉતાર્યો હતો. 'ગીતા'ના તેઓ ભક્ત હતા. 'રામાયણ'માં ભરત અને હનુમાન તેમને ખૂબ ગમતા. 'રામાયણ'માં હનુમાનનું જે સ્થાન છે, તે ગાંધીજીના જીવનમાં મગનલાલભાઈનું હતું. તુકારામ મહારાજના અભંગો તેમને બહુ મધુર લાગતા. 'જેથે જાતો તેથેં તૂં માઝા સાંગાતી' – એ અભંગ ગાતા ગાતા તેઓ તલ્લીન થઈ જતા.

"હિંદુસ્તાન એ સંતોની ભૂમિ છે. એ ભૂમિમાં અનાદિકાળથી સંતો પાકતા આવ્યા છે. આજના આપણા પતિત કાળમાં પણ માતાએ હજી પોતાનું બિરુદ છોડ્યું નથી. હજી પણ 'જગાચા કલ્યાણા સંતાંચા વિભૂતિ' તે નિર્માણ કર્યે જાય છે. આવી 'સંતાંચા વિભૂતિ'માં મગનલાલભાઈને ગણવામાં મને જરાયે સંકોચ થતો નથી."

*

'તપસ્વી જીવન' નામના લેખમાં કાકા કાલેલકરે લખ્યું છે :

"આશ્રમમાં જે કંઈ સારું છે તે ગાંધીજીને નહીં, પણ મગનલાલભાઈને આભારી છે; મગનલાલભાઈના સદ્ગુણો ભલે ગાંધીજીને આભારી હોય. શરૂઆતથી આખર સુધી એવા એવા વિચિત્ર લોકોને ગાંધીજીએ આશ્રમમાં ભેગા કર્યા અને એ લોકોએ એવો તો કડવો અનુભવ મગનલાલભાઈને ચખાડ્યો, કે બીજો કોઈ હોત તો ભાગી જ જાત.

"મગનલાલભાઈનો ક્રોધ ઘણા જોતા. પણ એ ક્રોધ પાછળ ચારિત્ર્યની સાત્ત્વિકતા, આશ્રમ પ્રત્યેની નિષ્ઠા અને ઉજ્જ્વળ દેશભક્તિ હતી. ન્યાયાધીશને જેમ અખંડ કડવાં કામો જ કરવાં પડે છે, તેમ આ ચારિત્ર્યશિથિલ અને પ્રમાદી સમાજમાં દેશસેવકને હરક્ષણે કોઈ ને કોઈ માણસને દુભવ્યા વગર છૂટકો નથી થતો. મગનલાલભાઈને હંમેશાં પોતાના જમાના સામે લડવું જ પડ્યું. આધ્યાત્મિક અને દેશસેવાની સંસ્થા ચલાવવી એ કંઈ રમત વાત નથી. ખાંડાની ધારની ઉપમા સાચે જ આવે ઠેકાણે લાગુ પડે છે."

અન્યત્ર કાકાસાહેબે કહ્યું છે કે: "આશ્રમ ચલાવવાની જવાબદારી મગનલાલભાઈને માથે હતી. તેઓ પરિશ્રમી હતા, કર્મનિષ્ઠ પણ હતા. હું કેટલેક અંશે અવ્યવસ્થિત હતો. અમે બંને પોતપોતાના દૃષ્ટિકોણના અતિઆગ્રહી. તેથી વચમાં વચમાં અમારી વચ્ચે મતભેદ ફૂટી નીકળતો. પણ એમને માટે મારા મનમાં કેટલો પ્રેમ છે, એની કલ્પના મને પણ ન હતી. બિહારમાં એમના મૃત્યુ થયાના ખબર આવ્યા ત્યારે હું ગાંધીજી પાસે ગયો અને એક નાના બાળકની જેમ રડવા લાગ્યો. તે સોમવાર હતો. પણ તે દિવસે હું એટલો રડ્યો કે પોતાનું મૌન તોડીને બાપુજીને મારું સાંત્વન કરવું પડ્યું."

'અધ્યાપક મગનલાલભાઈ' નામના બીજા લેખમાં કાકાસાહેબ પોતાની પાસે કોક કોક વાર સ્વાર્થની વાતો કરતા મગનલાલભાઈની વાત કહે છે:

"[પુત્ર] કેશુ આદર્શ બ્રહ્મચારી, દેશસેવક બને અને [પુત્રી] રાધાબહેન પણ તેજસ્વી બ્રહ્મચારિણી બની હિન્દુસ્તાનની સ્ત્રીઓના ઉદ્ધારમાં પોતાનું જીવન અર્પણ કરે, એ જ એમની જિંદગીનો એક સ્વાર્થ હતો. આના કરતાં વધારે ઉજ્જ્વળ સ્વાર્થ મનુષ્યજાતિમાં કયા પિતાએ બતાવ્યો છે? કોઈ પણ બાળકે પિતા માટે ઈશ્વર પાસે પ્રાર્થના કરવી હોય તો તેણે એમ જ કહેવું જોઈએ કે, મગનલાલભાઈ જેવા પિતા અમને મળજો."

મગનલાલભાઈને આદર્શ વિદ્યાર્થીના રૂપમાં ઓળખાવતાં કાકાસાહેબ ઉમેરે છે:

"જિજ્ઞાસા, ઉત્સાહ અને સંયમ આ ત્રણેય વસ્તુ વિદ્યાર્થીમાં આવશ્યક છે. દરેક વસ્તુનું રહસ્ય જાણવાની જિજ્ઞાસા એમનામાં પૂરેપૂરી હતી. મનુષ્યપ્રયત્નને કશું અશક્ય નથી, એ જ એમનો જીવનમંત્ર હતો. આ બંને ગુણો સાથે સંયમ ન હોય, તો વિદ્યાર્થીઓમાં ઊંડાણ ન આવી શકે. જે વસ્તુ જાણવાની પોતાને જરૂર નથી, તેને પણ જરા ચાખી જોવાની વૃત્તિ વિદ્યાર્થીઓમાં હોય છે. મગનલાલભાઈ રસ માટે નહીં, પણ કાર્યને માટે જીવતા. જે વસ્તુની આપણને જરૂર નથી, તેમાં વખત બગાડવો એ એમને ગુના જેવું લાગતું. મગનલાલભાઈએ જાણે અપ્રમાદવ્રત જ લીધું હતું.

"બુદ્ધ ભગવાન કહે છે : 'અપ્રમાદી લોકો જ અમર છે. પ્રમાદી લોક તો મૂઆ જેવા છે.' મરણ લગી અપ્રમાદ કેળવી મગનલાલભાઈએ અમૃતપદ મેળવ્યું."

✳

સરદાર વલ્લભભાઈ અમદાવાદમાં ગાંધીજીના આશ્રમમાં આવતા થયા ત્યારથી જ એમની વિચક્ષણ આંખ મગનલાલભાઈ ઉપર ઠરી હતી. અને મગનલાલભાઈના દેહાંતના ખબર મળતાં એમણે ગાંધીજીને તાર કરેલો કે, "આશ્રમનો પ્રાણ ચાલ્યો ગયો." પછી ગાંધીજીને એ લખે છે :

"આશ્રમ તો એમણે જ ઊભું કરેલું છે. આપનો બધો જ બોજો એ પોતે ઉઠાવી અથાગ મહેનત કરતા હતા. આપનું તો સૌ માન પણ રાખે, કોઈ વાત ગમે કે ન ગમે તોપણ બધા કબૂલ રાખે, પરંતુ આપની ગેરહાજરીમાં આશ્રમનો બોજો ઉઠાવનારને કાંટાની પથારીમાં સૂવાનું હતું. અને એ તો મગનલાલ જેવા ઉગ્ર તપશ્ચર્યા કરનારનું જ કામ, બીજાનું ગજું નહીં. આશ્રમમાં એમના જેટલું તપ કોઈએ કર્યું નથી, અને આપના સિદ્ધાંતોનો સર્વાંશે અમલ કરવાનો સતત પ્રયત્ન તો એમણે જ કરેલો છે.

"મને લાગે છે કે આપના સાથીઓ બધા અપૂર્ણ છે, અને તેથી હિન્દુસ્તાનમાં આજે આપના સિદ્ધાંતોનો અમલ થતો નથી. એટલે ઈશ્વરની ઇચ્છા જ એવી હશે કે બધા અપૂર્ણ સાથીઓ સાથે, આપે ફરીથી જન્મ લેવો અને દેશનો ઉદ્ધાર કરવો; અને તેની ભૂમિકા તૈયાર કરવાને મગનલાલભાઈને આગળ મોકલ્યા હોય તો કોને ખબર છે ?"

✳

1916ની સાલમાં મહાદેવભાઈ ગાંધીજીની સેવામાં જોડાયા અને પછી એમના પડછાયા સમા બનીને જીવ્યા, તે કહે છે :

"ગાંધીજીની ઉત્તમોત્તમ કૃતિ આશ્રમ એમ ગાંધીજી અનેક વાર કહે છે; તો ગાંધીજીએ ઘડેલ ઉત્તમોત્તમ વ્યક્તિ મગનલાલભાઈ એમ હું કહું. 'ગાંધીજીએ ઘડેલ' એમ કહેવામાં હું મગનલાલભાઈની તપશ્ચર્યાની જરાય ઓછી કિંમત નથી કરતો. સૌ જોઈ શકતા હતા કે મગનલાલભાઈનું જીવન કેટલા પુરુષાર્થ ઉપર ઘડાયેલું હતું. તીવ્ર આત્મપરીક્ષા અને ઉગ્ર પુરુષાર્થ, એ તેમના જીવનના વાણા અને તાણા હતા. ગાંધીજીના સિદ્ધાંતોની સમજ અને પાલનના પ્રયાસમાં ગાંધીજીની બરોબરી કરનાર કોઈને કલ્પી શકીએ તો તે મગનલાલભાઈ હતા. આશ્રમમાં ગાંધીજી પછી કોઈ વ્યક્તિ પોતાનાં બધાં વર્ષોના ચોવીસે કલાકનો હિસાબ આપી શકે તો તેઓ હતા.

"એમની અસાધારણ જાગૃતિ અને આશ્રમનિષ્ઠાની જ્યોત અખંડ રાખનારી એમની ધાર્મિકતા હતી. એમનું ધાર્મિક સાહિત્યનું વાચન તો અલ્પ હશે, પણ એમનો સત્ય વિશેનો પ્રેમ અને એમની ભક્તિ – એક શબ્દમાં એમની ધાર્મિકતા – મોટા જ્ઞાનીઓને લજવે તેવી હતી. નિત્ય નવા પ્રયોગ કરનાર ગાંધીજીના પ્રતિક્ષણના ભાવોને

ઝીલવાની તેમની તત્પરતા, તેમના સિદ્ધાંતોનો અમલ કરવામાં તેમણે વેઠેલાં કષ્ટો,
બળાપા અને ત્યાગો – આ બધી સાધના કરી તેઓ ગાંધીજીના અપ્રતિમ ભક્ત
બન્યા હતા; પણ તેમની ભક્તિમાં વેવલાપણું નહોતું. ગાંધીજી આશ્રમમાં હોય તોપણ
દહાડાના દહાડા સુધી તેમને મળવાની મગનલાલભાઈને ફુરસદ જ ન મળી હોય,
એવું બન્યું છે. તેમને ગાંધીજીની પાસે રહી તેમના શરીરની સેવા કરવી નહોતી,
તેમને તો તેમના સિદ્ધાંતની, તેમના કાર્યની ઉપાસના કરવી હતી. 'વણાટશાસ્ત્ર'ના
તેમના પુસ્તકના સમાપ્તિના બે બોલ હંમેશને સારુ સ્મરણમાં અંકિત રાખવા જેવા છે :
'રેંટિયાની સ્થાપનામાં રહેલી ધાર્મિકતા વિશે કંઈ કહેવું, એ આ પુસ્તકનો વિષય
નથી. પણ એક લેખકની કવિતાની બે લીટીઓ વિના પ્રયત્ને હજી યાદ રહી ગઈ છે,
તે અહીં મૂક્યા વિના રહી શકાતું નથી. તે લેખકનું નામઠામ યાદ નથી, પણ તેની
લીટીઓ ભુલાય તેમ નથી :

> મારો વીરો પસલીએ ચીર પૂરતો રે લોલ,
> તારો રેંટિયો બારે માસ જો.

એ લીટીઓ યાદ રહી ગઈ છે તેનું કારણ રેંટિયાને કવિએ અદ્વિતીય સ્થાન
આપ્યું છે તે છે. બહેનને ભાઈથી વહાલું શું હોય ? એવા ભાઈ કરતાં પણ રેંટિયાની
અનન્ય વિશેષતા ઉપલી લીટીમાં એ અપ્રખ્યાત કવિએ બતાવી છે. કેવો કોમળ ભાવ
એમાં તરી રહે છે ! બહેનના ભાઈઓ આપણે સહુ છીએ, અને જો વફાદાર ભાઈ
હોવાનો દાવો કરીએ તો રેંટિયાના કાંતેલા સૂતરના વસ્ત્ર સિવાય એકેય વસ્ત્ર આપણને
ખપી શકે ખરું ? હિંદુસ્તાનની અસંખ્ય બહેનો ભાઈ વિના ટળવળતી સાંભળીએ
છીએ. રેંટિયાનું સૂતર પહેરીને આપણે તેમના પરોક્ષ રીતે ભાઈ બની શકીએ છીએ.
દ્રૌપદીને જેવા કૃષ્ણ, તેવો હિંદની ગરીબ બહેનોને રેંટિયો.'

"આ ઉદ્ગારો ગાંધીજીના ઘેલા ભક્તના નથી, પણ ગાંધીજીની સેવકાઈ દ્વારા
ભારતની સેવા કરનારના છે. એ સેવકાઈની સાધનામય મગનલાલભાઈની જિંદગી
હતી. એ સાધનામાં તેમની તોલે આવનાર સેવક કોઈ જાણ્યા નથી."

*

બિહારના પ્રવાસ દરમિયાન મગનલાલભાઈ માંદા પડ્યા અને ત્યાં જ તેમણે
દેહ છોડ્યાના સમાચાર આશ્રમમાં આપ્યા, ત્યારે ગાંધીજી તુરત મગનલાલભાઈને
ઘેર જઈ બાળકોને સોડમાં લઈ બેઠા, તે પ્રસંગનું વર્ણન પણ મહાદેવભાઈએ
આપેલું છે :

"આશ્રમ આખું હાંફળુંફાંફળું વીંટળાઈ વળ્યું. 'બધાંને ભેગાં થવાની જરૂર નથી,
જે કામ ચાલે છે તે બંધ પાડવાની જરૂર નથી' – એ આજ્ઞા થઈ. ભડ કર્મવીરના
અવસાનનો શોક કર્મ કરીને જ મનાવાય ના ! ગાંધીજીએ પ્રાર્થના પછી આશ્વાસન
આપ્યું. ચોવીસ ચોવીસ વર્ષના સંબંધ ક્રૂર કાળે તોડ્યા, જિંદગીમાં કદી ન લાગેલો

એવો કારી ઘા લાગ્યો, છતાં છાતી કઠણ કરી વિયોગવેદના હળવી કરવાની ખાતર જ જાણે ઉદ્‌ગારો કાઢ્યા: 'હું મીરાંબાઈની જેમ ઝેરના પ્યાલા પી શકું એમ છું, સરપ કોઈ ગળે વીંટાળે તો તે સહન કરી શકું એમ છું, પણ આ વિયોગ એ કરતાં વધારે આકરો છે.'

"આ ઉદ્‌ગારો જાણે ચિરકાલ સુધી સ્મૃતિમાં જાગતા જ રહેશે."

*

1902ની આખરમાં દક્ષિણ આફ્રિકાની ત્રીજી સફરે ગાંધીજી ઊપડ્યા ત્યારે પોતાની સાથે ચાર-પાંચ જુવાનોને લઈ ગયેલા. કુટુંબમાં જેટલા સદાચરણી જુવાનિયા હોય, તેને ચોરી લેવાની ઇચ્છા એમને રહ્યા કરતી. તેમના આદર્શોને વાળવાનો પ્રયત્ન એ કરવાના હતા, અને તેમાં મગનલાલભાઈને દોરવામાં પોતે બહુ સફળતા પામ્યાનું એમણે 'આત્મકથા'માં નોંધેલું છે. 1914માં ગાંધીજીએ કાયમ માટે દક્ષિણ આફ્રિકા છોડ્યું, ત્યારે એમને ઇંગ્લંડ થઈને હિંદ જવાનું હતું. પણ ફિનિક્સના આશ્રમવાસીઓની એક ટુકડી મગનલાલભાઈની આગેવાની હેઠળ સીધી હિંદ ગયેલી.

લગભગ એક દાયકા સુધી મગનલાલભાઈએ દક્ષિણ આફ્રિકામાં ગાંધીજીની સાથે રહીને જે કામ કર્યું તેનો થોડોક ખ્યાલ એમના ભત્રીજા પ્રભુદાસ ગાંધીએ 'જીવનનું પરોઢ' પુસ્તકમાં આપેલો છે. તેનો એક અંશ આ સાથે જ જોઈ લઈએ:

"મારા પિતા અને કાકાના જીવનના કર્ણધાર શરૂથી આખર સુધી એમના મોહનદાસ કાકા રહ્યા અને મારી કેળવણીના પાયા મારા મગનલાલકાકાને હાથે નખાયા.

"બાળવયથી જ મગનકાકા તીખા સ્વભાવના તેમજ હાલતાંચાલતાં કંઈ ને કંઈ નવું તોફાન જગાવનારા તથા કોઈના હાથમાં ઝાલ્યા ન રહે એવા હતા. નિશાળમાંથી આવ્યા પછી મગનકાકા હુતુતુતુ, આંબલીપીપળી વગેરે રમતો રમતા અને પછી રબારીવાડે જઈ શેડકઢું દૂધ પીતા. એમનું શરીર કસાયેલું જોદ્ધા જેવું હતું.

"1901ની આખરમાં ગાંધીજીએ દક્ષિણ આફ્રિકાથી આવીને હિંદમાં વકીલાત જમાવવાનો પ્રયાસ કર્યો. 1902ના અંતમાં તેઓ મુંબઈ હતા ત્યારે, અમદાવાદમાં મૅટ્રિકની પરીક્ષા આપીને મગનકાકા એમને મળવા પૂરતા મુંબઈ ગયેલા. બરાબર એ જ વખતે ગાંધીજીને આફ્રિકા પાછા બોલાવતો તાર મળ્યો. અને એમણે મગનકાકાને અણધાર્યું કહ્યું, "ચાલો, મારી સાથે આવતા હો તો લઈ જાઉં." મગનકાકા તૈયાર થયા, એટલે ગાંધીજીએ રાજકોટ તાર કરીને મારા ખુશાલચંદ દાદાની રજા મેળવી લીધી. એટલે માતાપિતાને મળ્યા વગર જ મગનકાકા ગાંધીજીની સાથે દક્ષિણ આફ્રિકા ઊપડી ગયા. ત્યાં એક કસબામાં એ દુકાનદારી કરતા થયા. થોડા વખત પછી મારા પિતાશ્રી પણ આફ્રિકા ગાંધીજી પાસે પહોંચી ગયા.

264

"રસ્કિનનું 'અનટુ ધિસ લાસ્ટ' પુસ્તક વાંચીને 1904માં ગાંધીજીએ ખેડૂતનું શ્રમજીવન ધારણ કરવાનો નિશ્ચય કર્યો, અને ડરબન નજીક ફીનિક્સમાં 250 હેક્ટર જેટલી જમીન ખરીદી ત્યાં વસાહત શરૂ કરી. એમનું 'ઇન્ડિયન ઓપીનિયન' છાપું તથા તેનું છાપખાનું ડરબનથી ત્યાં ફેરવી નાખવામાં આવ્યાં. તેમાં કામ કરવા મગનકાકા અને મારા પિતાશ્રી પણ ફીનિક્સવાસી બન્યા. મગનકાકા છાપખાનાના કારીગરનું કામ કરવા માંડ્યા. તેમણે બહુ ઝડપથી બીબાં ગોઠવવાનું અને યંત્ર ચલાવવાનું હસ્તગત કર્યું. છાપખાનામાંથી છૂટીને સુથારો સાથે નવી વસાહતના મકાનો બાંધવાના કામમાં મગનકાકા પરોવાઈ જતા. એમ કરતાં ત્રણેક વરસ પછી મારાં કાકીને, મારાં બાને અને મને આફ્રિકા તેડી જવા મગનકાકા રાજકોટ આવ્યા.

"અમે ફીનિક્સ પહોંચ્યાં ત્યારે હું પાંચ વરસનો 'ઢાંઢો' થયો હતો, છતાં મને ભણતાં નહોતું આવડતું ! આથી આખા ઘરનો હું ગુનેગાર થઈ પડ્યો. ભણાવે ત્યારે મારી બા તો મને કડવી લાગતી જ; પણ પછી મગનકાકાએ મને હાથમાં લીધો ત્યારે તેઓ દુશ્મન સમા લાગવા માંડ્યા. એમના મારની બીકે મને રાતદહાડો ગભરાટ રહ્યા કરતો.

"પવન ઉગ્ર રૂપ ધારણ કરે ત્યારે તે મોટાં મોટાં વૃક્ષોયે સમૂળાં ઉખેડી નાખે છે, પણ એ જોશ શમ્યા પછી એ જ પવન જીવમાત્રને પ્રાણદાતા બને છે. એવી જ જાતનો સ્વભાવ મગનકાકાનો હતો. ગુસ્સામાં તેઓ જેટલા વિકરાળ હતા, તેટલા જ પ્રસન્ન હોય ત્યારે પ્રેમાળ હતા. મને ઘણું ઘણું શીખવી ખૂબ સારો બનાવવાના તેમને કોડ હતા. તેઓ મને કાંધે ચડાવીને માઈલો સુધી કુદરતનું દર્શન કરવા લઈ જતા. ઘેર પણ ઝીણી ઝીણી વાતની તાલીમ કાળજીથી આપતા.

"મગનકાકાએ પોતાના ક્રોધને અંકુશમાં આણ્યો હતો. પણ મારી જૂઠું બોલવાની ટેવને તેઓ શાંતિથી સહી શકે એમ ન હતા. હડહડતું જૂઠું બોલીને મેં તેમને એક વાર બહુ જ ઉશ્કેરી મૂક્યા હતા. મગનકાકાએ મને ખોટું બોલવાની ખો ભુલાવવાના ઉપાય આદર્યા. મને મારી મારીને પાયખાનામાં પૂર્યો. તેમાંથી કાઢી ફરી માર્યો. ફરી પૂર્યો. જ્યારે મારા પરનું આક્રમણ અત્યંત ત્રાસદાયક થઈ પડ્યું ત્યારે મારી બાથી ન રહેવાયું. ગુસ્સાભીની આંખે અને કઠોર અવાજે તેમણે કાકાને વાર્યા : 'તમારે છોકરાને જીવતો રહેવા દેવો છે કે નહીં ?' મારી બાનાં ગળગળાં વચનો સામે મગનકાકાએ માથું ઝુકાવી દીધું. પોતાની ભાભીને આટલું દુખ થયેલું જોઈને એ ખૂબ શરમાયા.

"હું ધારું છું કે ત્યાર પછી મારા પર હાથ ન ઉગામવાનો મગનકાકાએ મનોમન નિશ્ચય કર્યો. આ કિસ્સા પછી તેમના હાથનો એકેય તમાચો ખાવો પડ્યો હોય એવું સાંભરતું નથી. મગનકાકાની એ જ મહત્તા હતી. લાવા સમાન ઊકળતા ગુસ્સાવાળા

છતાં તેઓ પોતાના ઉપર આકરો અંકુશ રાખી શકતા અને લીધેલી પ્રતિજ્ઞા પાળી શકતા. એમના એ ગુણે એમને બાપુજીના સર્વપ્રથમ સેવકનું પદ અપાવ્યું.

"ઉત્તર વયમાં મગનકાકાને પોતાનો એ ક્રોધ યાદ આવતો ત્યારે તેઓ અત્યંત દુખી થઈ જતા. તેમનું રૂંવેરૂંવું ઊંડા પસ્તાવાથી રડી ઊઠતું. હું એમનો ભત્રીજો છતાં તેઓ પોતાની ભૂતકાળની એ ભૂલોની માફી માગતાં માગતાં ગદ્ગદ થઈ જતા.

"દક્ષિણ આફ્રિકાની સત્યાગ્રહની છેલ્લી લડાઈમાં જલદી સફળતા મળી એના મૂળમાં તપનો પ્રચંડ પ્રવાહ વહ્યો એ હકીકત હતી. જાલિમનું હૈયું પિગળાવવા માટે તપનો અતૂટ ધોધ વહેવો જોઈએ. તે વખતે મગનકાકાએ આકરું તપ આદર્યું હતું. નિસાસો નાખવામાંયે મોઢાની વરાળ વેડફી મારવા કરતાં, પોતાના અંતરની બધી વરાળ સેવાના કામમાં જ ખરચી દેવામાં તેઓ જીવ્યું ધન્ય સમજતા.

"ગાંધીજીને બાર મહિનાની જેલ મળી હતી ત્યારે હિંદી સત્યાગ્રહીઓનાં અપમાન અને ઉત્પીડનની ઉશ્કેરણીમાંયે મનને ટાઢુંબોળ રાખી, દર બુધવારે 'ઇન્ડિયન ઓપીનિયન' પ્રગટ કરી દક્ષિણ આફ્રિકાની હિંદી પ્રજાને માર્ગદર્શન આપવાનું કપરું કામ મગનકાકા ફીનિક્સથી કરી રહ્યા હતા.

"એ વેળાની મગનકાકાની દિનચર્યા તપસ્વીને હરાવે એવી હતી. મળસકે બે-અઢી વાગ્યે ઊઠી છાપા માટેનું લખાણ લખવા તેઓ બેસતા. 'ઇન્ડિયન ઓપીનિયન'નાં બધાં ગુજરાતી કોલમો એમને એકલે હાથે ભરવાનાં હતાં. પો ફાટ્યે અમે ઊઠીએ ત્યારે મગનકાકાની પથારી એમના લખેલાં અનેક કાગળિયાંથી ભરાઈ ગઈ હોય અને પોતાના સુંદર મરોડદાર અક્ષરે વધુ ને વધુ પાનાં તેઓ ભરતા જતા હોય. આઠ-સાડા આઠે લખાણો પૂરાં કરી તેઓ છાપખાને પહોંચી જતા. આખો વખત કામમાં જ તેઓ ડૂબેલા રહેતા. કેટલીક વાર બપોરે બે-ત્રણ વાગ્યે પોતાના મેજ પરથી ઊઠીને છાપખાનાથી થોડે દૂર લીલા ઘાસની અંદર તેઓ આળોટી આવતા. કહેતા, 'લખતાં લખતાં ઝોલાં આવવા લાગ્યાં, એટલે ધરતી પર આળોટી લીધું. માટી શરીરનો થાક બહુ જલદી ચૂસી લે છે. દસ મિનિટમાં જ ત્રણ કલાકની ઊંઘ જેટલા તાજા થઈ જવાય છે.'

"સત્યાગ્રહની લડતના ભાગરૂપે કોલસાની ખાણના હિંદી ગિરમીટિયા મજૂરો શાંતિમય હડતાલ પર ઊતરેલા હતા. ખાણના માલિકોનાં આપેલાં ઘરોમાંથી હિજરત કરીને નીકળેલાં ગિરમીટિયા ભાઈબહેનોનો પ્રવાહ ફીનિક્સ ભણી વહેતો હતો. શેરડીનાં ખેતરોના હજારો ગિરમીટિયાઓ પણ હડતાલ પાડી, પોતાનાં રહેઠાણ ખાલી કરી, ઘરવખરી તથા બાળબચ્ચાં સહિત બહાર નીકળી પડ્યા હતા. એમાંનાં સેંકડો અને હજારો આવ્યા અને ગિરમીટિયાંઓનો પ્રવાહ ફીનિક્સને ખૂણેખૂણે ફરી વળ્યો, ત્યારે

મગનકાકાના પરિશ્રમની પરાકાષ્ઠા થઈ. એક એક રાતમાં છસો-આઠસો માણસો આવે. દરેક ટોળું આશ્વાસન માગે, સૂવાની જગ્યા માગે, અને ખોરાક-પાણી માગે. એકને શાતા આપી અરધો કલાક ઊંઘ ન લીધી હોય, ત્યાં બીજું ટોળું આવીને મગનકાકાને જગાડે. દિવસ આખાની મહેનત પછી રાતનું આ કામ મૂંઝવી મારનારું હતું. પણ મગનકાકા ચોવીસેય કલાક એકસરખા શાંત, ગંભીર અને સામા માણસને સંતોષ આપવાને પ્રયત્નશીલ દેખાતા.

"ગાંધીજીએ જે ઉચ્ચવૃત્તિથી અહિંસાની લડત ઉપાડી હતી, એટલી જ ઊંચી ભૂમિકા ઉપર પહોંચી મગનકાકાએ તે અપનાવી હતી. પણ મગનકાકા ભારે કુશળ અને બહાદુર યોદ્ધા છતાં ઇતિહાસકારની કલમથી વેગળા રહેવામાં ફાવ્યા હતા. મૂંગું તપ એ એમના જીવનનું બિરુદ હતું."

મહેન્દ્ર મેઘાણી

❀

દીક્ષા સમાન

આશ્રમમાં મારા હાથ, પગ, આંખો બધું મગનલાલ જ હતા. દુનિયાને ક્યાં ખબર છે કે મારું કહેવાતું મહાત્માપણું પવિત્ર, બાહોશ અને એકનિષ્ઠ એવા સાથીઓના મૂક વૈતરાને જ આભારી છે? અને આવા સાથીઓમાં મારે મન સૌથી શ્રેષ્ઠ, પવિત્ર અને ઉત્કૃષ્ટ તે મગનલાલ હતા.

જેને મારા સર્વસ્વના વારસ તરીકે મેં ચૂંટી કાઢ્યો હતો, તે ચાલ્યો ગયો. મારામાં ઈશ્વર ઉપર જીવતી શ્રદ્ધા ન હોત તો પોતાના પુત્ર કરતાંયે વધારે વહાલો, જેણે મને કોઈ કાળે દગો દીધો નહોતો, જે ઉદ્યોગની મૂર્તિ હતો, વિશ્વાસુ કૂતરાની પેઠે જેણે આશ્રમની આર્થિક અને આધ્યાત્મિક ચોકીદારી કરી, તેને ખોઈ બેઠા પછી હું તો ગાંડો થઈને બરાડા પાડતો હોત. એનું જીવન મારે માટે દીક્ષા સમાન છે.

મો૰ ક૰ ગાંધી

['આશ્રમનો પ્રાણ' પુસ્તક]

❀

લગ્નને સફળ બનાવવા માટે અનેક વાર પ્રેમમાં પડવું જરૂરી છે – હંમેશાં એની એ વ્યક્તિ સાથે.

❀

એક વીસરાતી કળા

દાયકાઓ વીતવા છતાં નસેનસમાં સદાયે લહેરાતી રહેનારી એ લિજ્જત !

શરદીથી મૂંઝાતા ગળાને ગરમાટો આપી જનારી ઘઉંના લોટની સૂંઠ-ગંઠોડાવાળી એ હૂંફાળી રાબ, તાવથી તતડી ઊઠેલા મોંને સ્વાદ લગાડી જનારા હિંગ-જીરાથી વઘારેલા ખારભંજણ મમરા, દૂધવાળી તપેલીને લૂછીપૂસીને બંધાયેલા લોટની પોચી રોટલી. ઘીવાળી કડાઈમાં બંધાયેલ લોટની ફરસી ભાખરી, જીભને ચટકો લગાડી જનારો વાસી રોટલીનો ગળચટ્ટો લાડવો કે પછી તીખા-ગળ્યા પૂડલા સાથે ખીલતી ખવાતી ખીર. હમણાં જ ચાસણી રેડીને માંડ માંડ ઠરતો લસલસતો મોહનથાળ કે ઘઉં-ચણાના પોંકનું મોંમાં નાખતાં જ ઓગળી જાય એવું તાજેતાજું રેશમિયું જાદરિયું. જીભના ટેરવાથી મગજના છેડા સુધીના જ્ઞાનતંતુઓ 'સડાક' ઊભા થઈ જાય એવો અનેરો રસ કેરો ઝાટકો આપી જનારી આ રસોઈ.

કૃષ્ણકમોદની કણકીનું આદુ-મરચાં-જીરાથી ખદખદતું સુગંધીદાર ખીચું અથવા ઊકળતી દાળની મહોલ્લાભરમાં ફરી વળેલી ખટમીઠી સોડમ, સત્યનારાયણની કથાના ઘીમાં શેકાતા એ શીરાનો મઘમઘાટ કે સીઝતી-વીસમતી ખીચડીનો સુગંધાનંદ તો જાણે પરમાનંદ. ભૂંજાતાં શક્કરિયાં-બટાકાની ખરી ખરી ભૂંજાયેલી ગંધ એકાદા નાસ્તિકને શિવરાત્રી તો શું, અહોરાત્રી કરવા ફરજ પાડે તેનું નામ રસોઈ.

ચોમાસે ઊતરી રહેલાં ગરમાગરમ કેળાંમેથીનાં ભજિયાં. એની સાથે મહાલવા માટે સજીધજીને તૈયાર થઈ રહેલા ઘઉંના લોટમાં એક મધમીઠા ઝમ્મકારા સાથે રેડાતું ગોળનું ફફળતું પાણી. ચૂલે ચડેલી દાળમાં મેથીનો કે કઢીમાં મીઠા લીમડાનો વઘારાતો છમ્મકારો તો પરાણે નાક-કાનમાં પેસીને જ જંપે. લાંબી સોડ તાણીને સૂતેલી ભૂખ પણ તરાપ મારતી ઊભી થઈ જાય એવી હોય આ રસોઈ. નાક-કાન-આંખ વાટે સમગ્ર પાચનક્રિયાને ઢંઢોળી મૂકનારી પ્રક્રિયાનું નામ તે રસોઈ.

જગતનાં સુંદર સર્જનોમાંનું એક એટલે સ્ત્રી. સહુની આંખને ઠારે એવું સ્ત્રીસૌંદર્ય અને સહુની જીભને ઠારે એવું ઘરનું ભોજન તો આજે દુર્લભ જ. તો સામે સોળથી લઈને સાઠ સુધીમાં સ્નાયુબદ્ધ કે કસાયેલું, ખડતલ પુરુષત્વ નજરે પડવું એટલું જ વિરલ. નિસ્તેજ અને નિર્માલ્ય ચહેરાઓ પાછળ પોષક અને સાત્ત્વિક ખોરાકનો અભાવ એ એક મુખ્ય કારણ ખરું જ.

એટલે શું અમારે સ્ત્રીઓએ આખો વખત રસોડામાં પુરાઈ રહેવું ?

ગૃહિણીએ કુટુંબીજનોના આરોગ્યનું જણસની જેમ જતન કરવાનું રહે છે. ક્યારેક બેપાંચ હજારની લાયમાં આંધળી દોટ મૂકતી ગૃહિણી વળતર કરતાં કેટલાંયે ગણું નુકસાન વહોરી લેતી દેખાય છે. "...આજે હું થાકી ગઈ છું... બહાર જમી લઈએ / મંગાવી લઈએ, છોકરાઓનો નાસ્તો તૈયાર જ લઈ આવી... લે, આ પૈસા અને રિસેસમાં કેન્ટીનમાંથી નાસ્તો કરી લેજે."

કુશળ ગૃહિણી માટે તો રસોઈ એ ડાબા હાથનો ખેલ ગણાય. પહેલાંની સ્ત્રીઓ જોઈએ તો – દળણાં, દૂઝણાં, વલોણાં, કચરાપોતાં, કપડાંવાસણ, સાફસૂફી, સોવું-ઝાટકવું ઉપરાંત કેટકેટલાંયે બાળકોનું થતું સંગોપન અને આધુનિક સાધન-સગવડ વગર સાથે સાથે થતાં રહેતાં ઉત્તમોત્તમ રસોઈપાણી.

આજના કરતાં કેટલાંયે ગણાં કામ સાથે પણ પહેલાં ઘરોમાં લહેજતદાર રસોઈ થતી જ હતી. આજની નોકરિયાત બહેનોને વ્યવસાયાર્થે બહાર રહેવું પડે છે. પણ એની મદદે તો અલ્લાદીનનો ચિરાગ છે ને ? ચિરાગ ઘસતાંની વારમાં જ ગૅસ, પ્રેશર કૂકર, મિક્સર, ઓવન, જેવાં ઉપકરણોની ભરમાર હાજર.

એકવીસમી સદીમાં દોડતી ગૃહિણી માટે રસોઈ પરનાં પુસ્તકો તો ખરાં જ. પણ 'ઇન્ટરનેટ' પર તો એને જલસા જ છે. 'ફૂડ' નામની 'વેબસાઇટ' – ઉપવિભાગમાં પેસો એટલે 'ખૂલ જા સિમ સિમ' – એમ જુદીજુદી 'સાઇટ' ખૂલતી જાય. જીવનાવશ્યક દ્રવ્યો સાચવતો આહાર, શાકાહારના ફાયદા વગેરે બધું જ જાણવા મળે. સ્વાનુભવ અને સ્વૈર કલ્પનાના મિશ્રણથી શોધાતી જાય નાવીન્યપૂર્ણ પાકકૃતિઓ.

ચકોર ગૃહિણી તો વ્યવસાય સાથે ચપળતાથી સમતોલપણું સાધતી, પ્રસન્નપણે રસોડાનું કાર્યક્ષેત્ર પણ સંભાળતી જોવા મળે છે.

રસોઈ માત્ર રસોડા પૂરતી જ સીમિત નથી. એ તો કરિયાણાબજાર કે શાકમાર્કેટથી રસાવાની શરૂ થાય છે. રંગબેરંગી રત્નોની જેમ કુદરતે છૂટે હાથે વેરેલાં તકતકતાં તાજાં શાકભાજી જોઈને કોઈ પારખુ ગૃહિણી સુંદર દાગીનાને જોતી હોય તેમ લલચાઈ ઊઠે છે. દાણેદાણાથી માંડીને શાકપાંદડાં વીણી ચૂંટીને પૂરી પરખથી તે ખરીદે છે, ભારે જહેમત ઉઠાવે છે ત્યારે જઈને રસોઈની અનોખી લહેજત આપણે પામીએ છીએ. આથી જ તો એક અચ્છો ખાનારો, ખરો ભોક્તા, આ રસોઈકળા પાછળ થતાં કષ્ટો અને તેના ગુણોથી સુવિદિત હોય છે.

પોષણમૂલ્યોનું વિચારપૂર્વક આયોજન કરીને થતું પાકશાસ્ત્ર એ તો તપશ્ચર્યા છે. વળી રસોડું એટલે તો ઘરબેઠાં 'બ્યૂટી પાર્લર.' ટામેટા સમારતાં, લીંબુ નિચોવતાં, આમલી ચોળતાં, દહીં મેળવતાં કે દૂધની કોથળી ફોડતાં એ જ હાથ તમારી ત્વચા પર પણ ફેરવતાં જાઓ. રસોઈ સાથે ત્વચા પણ ઝગારા મારતી થઈ જશે.

તો આટઆટલા શુભલાભ કરાવનારી, ઘરે ઘરે મંગળ વરતાવનારી રસોઈથી શા માટે અતડા રહેવું ? આજના વૈશ્વીકરણના જમાનામાં આ આખીય ખાદ્યયાત્રા એક આનંદયાત્રા બની રહે છે. એક વાર આ રસસાધના સિદ્ધ થઈ જાય પછી તો એ આપમેળે રસાતી જાય એવી સ્વયંસિદ્ધા. પાછી એવી કાંઈ વખતખાઉ નથી. થોડીક મહેનત અને ખાસ્સો મહાવરો. થોડીક તત્પરતા અને એમાંથી નીપજતી ખાસ્સી તન્મયતા, થોડીક પારંપારિકતા અને ઘણી બધી પ્રયોગશીલતા. થોડીક ગુરુચાવીઓ અને ઘણીબધી કોઠાસૂઝ. સૂઝમાંથી સજ્જતા કેળવાતી જાય. દ્રૌપદીની થાળીમાંના

બચેલા કણમાંથી મણ કરી જાણે એ જ રસોઈકળા. ગરવી ગૃહિણી નરવી રસોઈ થકી સહુના પેટમાં પેસીને સહુના હૈયાને પોષતી-તોષતી જીતી લે છે.

સાહિત્ય, સંગીત કે નૃત્ય, ચિત્ર કે શિલ્પ, સીવણ કે ભરતગૂંથણ, લીંપણ કે ટીપણ જેવી અનેક કળાઓમાં સ્ત્રીઓની પારંગતતા પૂરબહારમાં ખીલેલી જોવા મળે છે. તો આજની સ્ત્રી ભૂલી રહી છે કે રસોઈ એ તો એક મૂળભૂત કળા છે. જીવનને રસબસતી કરવાનો કસબ આ કળામાં રહેલો છે. આવો, આ લુપ્ત થતી કળાને તૃપ્ત કરવાનો સંકલ્પ કરીએ.

અરુણા જાડેજા

['અખંડ આનંદ' માસિક: 2002]

❀

ઝંખના

ધોળિયું ધજાયું જ્યાં ફરફરે, ગરવા ગિરિવરની ટૂંક;
વાયુ રે ઢોળે વનના વીંઝણા, જાવું છે ત્યાં અચૂક:
એવા રે મારગ અમે સંચર્યા.

ઊંચે રે મઢીથી, ઊંચે મોલથી, ઊંચા ત્રોવરથી અપાર;
ઊંચે રે ઊભી ડુંગર-દેરડી, વાદળગઢની મોઝાર:
એવા રે મારગ અમે સંચર્યા.

ડાબે રે ઊંડી વનની ખીણ છે, જમણે ડુંગરની ભીંત;
કેડી રે વંકાણી વેલી સમી, કપરાં કરવાં ચિત્ત:
એવા રે મારગ અમે સંચર્યા.

પળમાં પડે ને પળમાં ઊપડે, વાદળ-પડદા વિશાળ;
પળમાં લોપાતી રે દેરડી, મળતી લેશ ન ભાળ:
એવા રે મારગ અમે સંચર્યા.

ખમા રે વાયુ, ખમા વાદળાં, ખમા ડુંગરના સ્વામ;
તમ્મારે દરશને ઝંખના, પૂરણ કરજો કામ:
એવા રે મારગ અમે સંચર્યા.

તનસુખ ભટ્ટ

❀

હું જે કાંઈ છું, તે માટે મારી માતાનો ઋણી છું. જીવનમાં જે કાંઈ સફળતા મને મળી તે એની પાસેથી મારા શરીરને, મનને અને આત્માને સાંપડેલી કેળવણીને જ આભારી છે.

❀

ઝૂમણાની ચોરી

પચાસ વરસ પહેલાં ખુમાણ પંથકના ખડકાળા ગામમાં કાળા ખાચર નામના એક કાઠી રહેતા હતા. આપા કાળાને ઘેરે આઠ સાંતીની જમીન હતી, પણ એંશી સાંતીના ધણીને પાલવે એવી પરોણાચાકરી પોતાને આંગણે રાખવાનું આપાને બંધાણ થઈ ગયું હતું, એટલે આપો આજ આધેડ અવસ્થામાં પૈસેટકે ડૂબી ગયા હતા. ડેલીએ બેઠાં બેઠાં કસુંબાની કેફ કરીને કાઠી પોતાનું દુઃખ વીસરતા હતા.

પણ ઓરડે બેઠેલી કાઠિયાણીને તો પોતાની આપદા વીસરવાનો એકેય ઉપાય નહોતો. મહેમાનોનાં ભાણાં સાચવવાં અને મોળપ કહેવાવા ન દેવી, એવી એવી મૂંઝવણો દિવસરાત આઈને ઘેરી લેતી. એમાંય સાત ખોટના એક જ દીકરા લાખાને હવે પરણાવ્યા વિના આરોવારો નહોતો. વેવાઈ ઘોડાં ખૂંદી રહ્યા હતા. વહુ મોટાં થયાં હતાં. પણ વેવાઈની સાથે કાંઈક રૂપિયા ચૂકવવાનો કરાર હતો તે વિઘ્ન હતું.

“કાઠી !” આઈએ આપા કાળા ખુમાણને ધધડાવ્યા. “કાઠી, આમ કાંઈ આબરૂ રે'શે ? તમારું તો રૂંવાડુંય કાં ધગતું નથી ? વેશવાળ તૂટશે તો શું મોઢું દેખાડશો ?”

“ત્યારે હું શું કરું ?”

“બીજું શું ? ભાઈબંધોને ઊભે ગળે ખવરાવ્યાં છે, તે આજ તો એકાદાને ઉંબરે જઈ રૂપિયા હજારનું વેણ નાખો ! આપણે ક્યાં કોઈના રાખવા છે ? દૂધે ધોઈને પાછા દેશું.”

આપા કાળાને ગળે ઘૂંટડો ઊતર્યો. એણે નજર નાખી જોઈ. મનમાં થયું કે, ‘વંડે પહોંચું. ભૂવો આયર તો મારો બાળપણનો ભાઈબંધ છે, ઘોડિયાનો સાથી છે. ભગવાને એને ઘરે માયા ઠાલવી છે. લાવ્ય, ત્યાં જ જાવા દે.’

વંડા એ ખુમાણ પંથકમાં એક ગામડું છે. ઘોડીએ ચડીને આપા વંડે ગયા. ભૂવો આયર મોટો માલધારી માણસ હતો. એના ઘરમાં લક્ષ્મીનો વાસ હતો. આપા કાળાને આવે વખતે એ ટેકો આપેય ખરો. પણ જઈને જુએ તો ભાઈબંધ ઘેર ન મળે. ગામતરે ગયેલા.

ઘરમાં આયરાણી હતાં. તેણે આપાને તાણ કરીને રાત રોક્યા. વાળુ કરતાં કરતાં આપાએ વાત ઉચ્ચારીઃ “બાપ ! બોન ! લાખાનો વિવા કરવાની ઉતાવળ છે. રૂપિયા હજાર સારુ થઈને મારે જમીન મેલવા ન જાવું પડે તેવી આશાએ હું આંહીં ભાઈને મોઢે થવા આવ્યો, પણ ભાઈ તો ન મળે.”

રસોડામાંથી આયરાણીએ કહેવરાવ્યુંઃ “આયર તો લાંબે ગામતરે ગયા છે.”

“હશે, બાપ, જેવાં મારાં તકદીર. સવારે તો હું વહેલો ઊઢીને ચડી નીકળીશ.”

રાતે બાઈએ વાળંદને કહ્યુંઃ “આપાને માટે હું વાપરું છું તે ગાદલું નાખજે. અને મારો ઓછાડ કાઢી લઈને નવો ઓછાડ પાથરજે.”

વાળંદ ગાદલું ઢાળીને ઓછાડ ઉપાડે, ત્યાં તો ગાદલાની અંદર સોનાનું એક ઝૂમણું દેખ્યું. સ્ત્રીઓનો નિયમ છે કે સૂતી વખતે ડોકનો દાગીનો ઉતારીને ઓશીકે મૂકે. બાઈએ આગલી રાતે ઝૂમણું કાઢીને ઓશીકે મૂકેલું, પણ સવારે ઝૂમણું સરતચૂકથી ગાદલામાં જ રહી ગયેલું. વાળંદે પથારી કરી. આપાને પોઢાડી, ઝૂમણું સંતાડીને પડખે જ પોતાનું ઘર હતું ત્યાં ચાલ્યો ગયો. જઈને બાયડીને કહ્યું: "આ લે, સંતાડી દે."

"આ ક્યાંથી લાવ્યા ? આ તો માનું ઝૂમણું !" બાઈ ચોંકી ઊઠી.

"ચૂપ રે', રાંડ ! તારે એની શી પંચાત ! ઝટ સંતાડી દે."

"અરે પીટ્યા, આ અણહકનું ઝૂમણું આપણને નૉ જરે."

હજામે બાયડીને એક થપાટ લગાવી દીધી. ઝૂમણું કઢીના પાટિયામાં નાખ્યું, અને આખો પાટિયો ચૂલાની આગોણમાં દાટી દીધો.

ભળકડું થયું એટલે કાળો ખુમાણ તો બાઈને મોઢે થયા વગર ઘોડીએ ચડીને ચાલી નીકળ્યા. ઘેર જઈને આઠ સાંતીમાંથી ચાર સાંતી જમીન વાણિયાને થાલમાં માંડી દીધી. જમીન માથે રૂપિયા હજાર લીધા અને દીકરાનાં લગ્ન કર્યાં.

*

આંહીં, વંડાના દરબારમાં શું બન્યું ? કાળા ખુમાણ સિધાવી ગયા ત્યાર પછી બાઈને પોતાનું ઝૂમણું સાંભર્યું. એણે ગાદલામાં તપાસ કરી, પણ ઝૂમણું ન મળે. વાળંદને બોલાવ્યો; પૂછ્યું: "એલા, ઝૂમણું ગાદલામાં જ હતું એ ક્યાં ગયું ?"

હજામ કહે: "માડી, મને ખબર નથી."

બાઈ સંભારવા લાગ્યાં: "તંઈ કોણે લીધું હશે ?"

વાળંદ બોલ્યો: "હેં મા, આપો કાળો ખુમાણ તો નહિ લઈ ગયા હોય ને ?"

"ઈ શું કામ લ્યે ?"

"રાતે વાત કરતા'તા કે દીકરાના લગનમાં એક હજાર રૂપિયાની જરૂર હતી."

"હા, વાત ખરી; પણ કાંઈ છાનામાના લઈ જાય ?"

"એમાં શું, માડી ? મારા બાપુ ને એને ભાઈબંધી ખરી ને ! પૂછીને લેતાં શરમ આવે. મનમાં એમ હોય કે પછી કાગળ લખી નાખીશ. બાપડાને જરૂર ખરીને ! એટલે બહુ વિચાર નયે કર્યો હોય !"

"હા, વાત તો ખરી લાગે છે." બાઈને ગળે ઘૂંટડો ઊતરી ગયો !

થોડે દિવસે ભૂવો આયર ગામતરેથી ઘેરે આવ્યા. બાઈએ એને બધી વાત કહી. ઝૂમણાની વાત એને પણ ગળે ઊતરી ગઈ. એના મનમાં મિત્રને માટે બહુ માઠું લાગ્યું. પણ રૂપિયા એક હજારનું ઝૂમણું ! કળવકળથી કઢાવી લેવું જોઈએ. એણે ખેપિયો કરીને કાગળ મોકલ્યો.

ધામધૂમથી દીકરાનાં લગ્ન પતાવીને, જાણે નવ ખંડની બાદશાહી સાંપડી હોય તેવા સંતોષથી કાળો ખુમાણ ડેલીમાં બેઠા બેઠા ડુંઘાની ઘૂંટ તાણતા હતા. દીકરાનાં

વહુ કોઈ સારા કુળમાંથી આવેલાં એટલે લગ્નની સુખડીમાંથી જે બાકી વધેલું તેમાંથી રોજ સવારે ને બપોરે સસરાજીને કસુંબા ઉપર ઢૂંગો કરવા માટે તાંસળી ભરી ભરી મોકલતાં અને સસરાજી બેઠા બેઠા સુખડી ચાવતા. ચાર સાંતીની જમીન ચાલી ગઈ તેનો કાંઈયે અફસોસ નથી રહ્યો — દીકરો પરણાવીને બાપ જે સંતોષ પામે છે, તેની જાણે જીવતી મૂર્તિ !

ખેપિયે ભરડાયરા વચ્ચે આવીને આપાના હાથમાં કાગળ મેલ્યો. અંદર લખ્યું હતું: "ગાદલામાંથી ઝૂમણું લઈ ગયા છો, તે હવે જરૂર ન હોય તો પાછું મોકલજો અને જો ખરચાઈ ગયું હોય તો એની કિંમતના રૂપિયા એક હજાર વેળાસર પહોંચાડજો."

ભરનીંદરમાં પોઢેલા કોઈ નિર્દોષ માણસને મધરાતે સરકારી સિપાઈ આવીને હાથકડી પહેરાવે, તેમ આપા કાળાને આ કાગળ વાંચીને થઈ ગયું. માનવીને માથે આભ તૂટી પડે એ વાત એને ખરી લાગી. ધરતી જાણે એની નજર આગળ ચક્કર ચક્કર ફરવા લાગી. પણ કાઠીનો દીકરો, ઘૂંટડો ગળતાં આવડે. ખેપિયાને જવાબ લખી આપ્યો — લખ્યું: "હા, ઝૂમણું લાવ્યો છું. ઘરેણે મુકાઈ ગયું છે. છોડાવીને થોડા વખતમાં આવું છું."

બાકીની જે ચાર સાંતીની જમીન રહી હતી તે માંડી કાઠીએ બીજા એક હજાર રૂપિયા ઉપાડ્યા. નવું સોળવલા હેમનું ઝૂમણું ઘડાવ્યું. ઝૂમણું લઈને ઘોડે ચડી એણે વંડાનો રસ્તો લીધો. રસ્તે ચાલતાં એને વિચાર આવે છે કે 'આ ઝૂમણું અમારું નહિ, એમ કહેશે તો ! ઝૂમણા ઉપરવટ કાંઈ રકમ માગશે તો ? તો આ ઘોડી આપીશ. અને એટલેથી પણ નહીં માને તો ? એથીય એના ઝૂમણાની વધારે કિંમત માગશે તો ? મરીશ !' પડખામાં તરવાર તૈયાર હતી.

ડેલીની ચોપાટમાં ભૂવો આયર બેઠા હતા, તેણે ઊઠીને હાથ લંબાવ્યા: "ઓહોહો ! આવો, આવો, કાળા ખુમાણ ! પધારો." એમ આવકાર દીધો, બેસાડ્યા.

ઉતાવળા થઈને કાળા ખુમાણે તો ફાળિયાની ગાંઠ છોડવા માંડી; બોલ્યા: "ભાઈ ! આ તમારું ઝૂમણું, સંભાળી લ્યો."

"ઊભા રહો, ઊભા રહો. ડાયરાને કસુંબા લેવા બોલાવીએ. ઝૂમણાની ક્યાં ઉતાવળ છે, આપા કાળા !"

કાળા ખુમાણના રામ રમી ગયા. એને પૂરેપૂરો ધ્રાસકો પડી ગયો કે ભાઈબંધ આજ ભરડાયરામાં મારું મોત ઊભું કરશે.

દરમિયાનમાં વાળંદ ત્યાંથી સરકી ગયો.

ડાયરો ધીમે ધીમે ભરાવા લાગ્યો. તેમ તેમ કાળા ખુમાણના ટાંગા તૂટવા મંડ્યા. હવે વાર નહોતી. ત્યાં ભૂવો આયર ઊભા થઈને પડખાની પછીતે નાડાછોડ કરવા બેઠા. અચાનક એના કાન ચમક્યા. પછીતની અંદર આ પ્રમાણે વાતો થતી હતી:

"કાં રાંડ ? કે'તી'તી ને કે નહીં જરે ?"

"શું છે ?"

"ઝૂમણું ઘડાવીને લાવ્યો."

"કોણ ?"

"તારો બાપ — કાળો ખુમાણ."

"અરરર ! પીટ્યા, કાઠીનું મોત ઊભું કર્યું !"

પેશાબ કરતો કરતો ભૂવો આયર ઠરી ગયો. 'હાય હાય ! હાય હાય !' — એવા ઊના હાહાકાર, ધમણે ધમાતી આગના ભડકાની માફક, એના હૈયામાં ભડભડી ઊઠ્યા. માથાની ઝાળ વ્રેહમંડે લાગી ગઈ. એ ઊભો થયો. પરબારો વાળંદના ઘરમાં ગયો. વાળંદ ઊભો ઊભો વાતો કરતો હતો, ત્યાં આયરે એના ગાલ ઉપર એક અડબોત લગાવી દીધી. પોતે પાંચ આંગળીએ સોનાના વેઢ પહેરેલ હતા એની વાળંદના ગાલ ઉપર છાપ ઊઠી આવી. વાળંદે ચીસ પાડી: "એ અન્નદાતા ! તમારી ગૌ !"

"કાઢ્ય, ઝૂમણું, કાઢ્ય, નીકર કટકા કરી નાખું છું."

આગોણમાંથી ખોદીને વાળંદે કઢીનો પાટિયો કાઢ્યો; અંદરથી ઝૂમણું કાઢ્યું. એ જ ઝૂમણું ! ખૂબ કાળું પડી ગયેલું હતું. ફાળિયામાં વીંટી બગલમાં દાબી, ભૂવો ડાયરામાં આવીને બેઠો. કસુંબો તૈયાર થયો એટલે નોકરને કહ્યું: "જા ઓરડે, ઓલ્યું જોડ્યવાળું ઝૂમણું લઈ આવ્ય."

કાળા ખુમાણનો શ્વાસ ઘૂંટાવા લાગ્યો. ઝૂમણું ગઢમાંથી આવ્યું, સામે મુકાણું. પછી મોં મલકાવીને ભૂવો આયર બોલ્યો: "આપા કાળા, લ્યો કાઢો ઓલ્યું, તમે લઈ ગ્યા'તા ઈ ઝૂમણું."

કાળા ખુમાણે ઝૂમણું કાઢ્યું. એના હાથ કંપતા હતા. ડાયરાના એક-બે ભાઈઓ બોલી ઊઠ્યા: "કાં આપા, અફીણનો બહુ ઉતાર આવી ગયો છે તે ધ્રૂજો છો ?"

ભૂવો આયર બોલ્યો: "હા, હા, આપાને મોટો ઉતાર આવી ગયો છે ! હમણાં કસુંબો પાઈએ."

કાળા ખુમાણની આંખે અંધારાં આવ્યાં. ભૂવો ઝૂમણું ઊંચું કરીને બોલ્યો: "ડાયરાના ભાઈઓ, અમારા ઘરમાં આવાં બે ઝૂમણાં હતાં. તેમાંથી એક આપો કાળો ઉપાડી ગયેલા."

ચમકીને ડાયરાએ પૂછ્યું: "હેં ! ક્યાંથી ?"

"ગાદલાના બેવડમાંથી. ...કેમ ખરું ને, આપા ?... અને ભાઈઓ, આપો અમારા બાળપણના ભાઈબંધ થાય છે, હો !"

"અરર !" ડાયરામાં ચીસ ઊઠી.

"આપાને ઉઘરાણી લખી એટલે આ હલકી કિંમતનું ઝૂમણું ઘડાવીને લઈ આવ્યા, ને ઓલ્યું હજાર રૂપિયાનું ઝૂમણું ગળત કરી ગયા."

"ભૂવા ભાઈ, આ મારી ઘોડી..." કાળા ખુમાણનો સ્વર તૂટી ગયો.

ધીરે રહીને ભૂવા આયરે પોતાની બગલમાંથી ફાળિયું લીધું, ઉખેળીને અંદરથી ઝૂમણું કાઢ્યું. ત્રણેય ઝૂમણાં ડાયરાની વચ્ચે ફગાવ્યાં; બોલ્યો : "લ્યો બા, હવે જોડ્ય મેળવો તો ?"

ડાયરો સજ્જડ થઈ ગયો : અખંડ જોડનાં બે ઝૂમણાં ને ત્રીજું નવીન ! શું થયું ?

આયરની આંખમાંથી આંસુની ધાર હાલી. હિમાલય રુએ ત્યારે એનાં નેત્રોમાંથી ગંગા ને જમના વછૂટે. કાળા ખુમાણના પગની રજ લઈને એ બોલ્યો : "કાઠી, ધન્ય હોજો તારી માને ! અને મારી માને માથે — ના, મારી માનો શો વાંક ? મારે પોતાને માથે એક હજાર ખાસડાં હોજો ! ડાયરાના ભાઈઓ, આજ આ લાખ રૂપિયાના ગલઢેરાનું મૉત બગાડવા હું ઊભો થયો'તો. મારી બાયડીએ એક વાળંદનું કહ્યું માન્યું ! પણ બાયડીને શું કહું ! મેં પોતે જ આવું કાં માન્યું ? પેશાબ કરવા હું ઊભો ન થયો હોત તો આજ આ કાઠીને અફીણ ઘોળવું પડત ને !"

પછી પોતે કાળા ખુમાણને બે હાથ જોડી કહ્યું : "ભાઈ ! નવું ઝૂમણું તો તમારું જ છે. અને આ બેમાંથી એક ઝૂમણું મારી બે'નને કાપડામાં : આ રૂપિયા એક હજાર ભાઈને વધાવવાના : ના પાડે એને જોગમાયાના સોગંદ છે."

ઝવેરચંદ મેઘાણી

['સૌરાષ્ટ્રની રસધાર' ભાગ 3 પુસ્તક : 1925]

❀

કોઈ ચાલ્યું ગયું

ખંડમાં આંખ છતની વરસતી રહી કોઈ ચાલ્યું ગયું
શૂન્યતા ખાલી ખીંટીને ડસતી રહી કોઈ ચાલ્યું ગયું

છાપરું શ્વાસ રૂંધી ધીમાં ધીમાં પગલાંઓ ગણતું રહ્યું
ભીંત ભયભીત થઈને કણસતી રહી કોઈ ચાલ્યું ગયું

બારીએ બારીએ ઘરના ટુકડાઓ બેસીને જોતા રહ્યા
સાંકળો બારણે હાથ ઘસતી રહી કોઈ ચાલ્યું ગયું

બે'ક પગલાંનો સંગાથ આપીને પડછાયા ભાંગી પડ્યા
શેરીનાકામાં બત્તીઓ ભસતી રહી કોઈ ચાલ્યું ગયું

રમેશ પારેખ

❀

સુલક્ષણી નાર પતિને તાબે થઈને પણ તેને વશ કરતી હોય છે.

❀

મંદિરને ખરો ભય

મંદિરમાં પાંચ વાતો હોવી જોઈએ :

મંદિરમાં ભલે અનેક દેવ-દેવીઓ પધરાવ્યાં હોય, પણ તે બધાં એક જ બ્રહ્મનાં માનવરુચિને પોષવા કરાયેલાં પ્રતીકો છે તેવું લોકોને ઠસાવવામાં આવે.

મંદિર આડંબર વિનાનું, સીધીસાદી પ્રાર્થના કરવાનું કેન્દ્ર બને.

મંદિરમાં દર્શનાર્થીઓ સાથે પૂરી સમાનતાનો વ્યવહાર થાય, ધન કે વર્ણના નામે ભેદભાવ કરવામાં ન આવે.

મંદિરો વ્યક્તિપૂજાથી મુક્ત થાય.

મંદિર માત્ર પ્રાર્થના કેન્દ્ર ન રહેતાં તે માનવતાવાદી પ્રવૃત્તિઓનું પણ કેન્દ્ર બને. અર્થાત્ લોકહિતની પ્રવૃત્તિઓને પરમાત્માની ઉપાસના માનવામાં આવે. મંદિરની આવક ગરીબ અનુયાયીઓનાં શિક્ષણ, આરોગ્ય તથા અન્ય કલ્યાણ પ્રવૃત્તિઓમાં વપરાય.

મઠો, મંદિરો, આશ્રમો, છપ્પનભોગ, સોનાના કળશો, સોના-ચાંદી મઢ્યાં બારણાં અને બારસાખો, સામૈયાઓ, ભવ્ય વરઘોડાઓ – આ બધું હોય પણ જો માનવતા ન હોય, તમારા જ ધર્મ તથા સમાજનાં અંગભૂત અનાથ બાળકો કે લાચાર વિધવાઓ માટે જો કાંઈ ન થતું હોય તો તે બધાં ધાર્મિક જડતાનાં ચિહ્નો છે.

આપણા ધર્મને ખરો ભય વિધર્મીઓથી નહિ પણ આપણી અવ્યવસ્થા, કુવ્યવસ્થા તથા દુકાનદારીપણાથી છે. ધર્મને બચાવવો હોય તો મંદિરો આ દૂષણથી મુક્ત થવાં જ જોઈએ.

હે પ્રભો ! અમારાં મંદિરો હવે દુકાનો બની રહ્યાં છે. કારણ કે ધર્મના વ્યાપારીઓના હાથમાં તે પડ્યાં છે. અન્ય વસ્તુઓની માફક તારો પણ વ્યાપાર થાય તે તને ગમે છે ?

સ્વામી સચ્ચિદાનંદ

*

પોતાના શિશુની પ્રથમ સેવા તરીકે એ જાણે કે મોતની છાયાની ખીણમાં પ્રવેશે છે, અને પોતાની કાયાની બાજી લગાવીને નવશિશુનો પ્રાણ બચાવે છે ! જે સ્નેહનો પાયો આ રીતે નખાયેલો હોય, તે બીજા બધા કરતાં કેટલો અનોખો હશે !

પ્રેમ સુકાઈ જાય છે, મૈત્રીનાં પાન ખરી પડે છે; પણ માતાની મમતા એ બધાંથી દીર્ઘજીવી હોય છે.

❀

તમારી પાસે પારાવાર ધનદોલત હશે, ઝવેરાતના દાબડા ને સોનાના ચરુઓ હશે; તે છતાં મારા કરતાં વધુ ધનવાન તમે કેદી નહિ બની શકો – મારે એક માતા હતી જે મને પુસ્તકોમાંથી વાંચી સંભળાવતી.

જાગતાં જણ કેટલાં ?

ગુજરાતના જાહેર જીવનના સ્વાસ્થ્યની સાથે જેમને જરા સરખી પણ નિસ્બત હોય એમણે અત્યારે ચૂપ રહેવાનું જોખમ લેવા જેવું નથી. હા, અત્યારે ચૂપ રહેવું એ એક જોખમ છે. ગુજરાત અસહિષ્ણુ બનતું જાય છે, કહો કે બની ગયું છે. તમારે નામે, આપણે નામે, લોકશાહીને લજવે એવી ટોળાંશાહી ગુજરાતને પગ તળે કચરી રહી છે. પરિણામે સમગ્ર પ્રજા ઝનૂની, નાદાન, વિચારવિહોણી અને ભયજનક રીતે અસહિષ્ણુ હોવાની છાપ દેશભરમાં ઊપસી રહી છે, જે વાસ્તવમાં સાચી નથી. જેમને આ બેફામ વર્તનનો વિરોધ હોય તેમણે મૌન તોડવું પડે, અને સ્પષ્ટ બોલવું પડે. મૌનને પણ સંમતિલક્ષણ ગણવામાં આવે છે, તે યાદ રહે.

ગુજરાતના આ વલણ સામે સોલી સોરાબજીએ જે જોખમોનો નિર્દેશ કર્યો છે તેની સામે આપણે લાપરવાહ રહેવા જેવું નથી. એમનો મુદ્દો એકદમ સંગીન છે. સમજદાર અને અભિવ્યક્તિ-સ્વાતંત્ર્યમાં વિશ્વાસ રાખનારી પ્રજા જો નાનાં-નાનાં જૂથોની જોહુકમી સ્વીકારી લેશે તો ભવિષ્યમાં ટોળાંની સંમતિ વગર કોઈ પણ કલાકાર, લેખક યા જાહેર જીવનમાં પડેલી વ્યક્તિ પોતાના વિચારો વ્યક્ત નહીં કરી શકે. જો તમે અમારી સાથે નથી, તો અમારી વિરુદ્ધમાં છો અને તેથી માર ખાવાને પાત્ર છો, એવો ઉદ્દંડ અભિગમ વિચાર-શૂન્યતાનું સીધું પરિણામ છે. વર્ષો પહેલાં એક તમિલ ફિલ્મની રજૂઆત સમયે કંઈક આવો જ વિવાદ ઊભો થયો હતો. તે વખતે સુપ્રીમ કોર્ટે આપેલો ચુકાદો પણ સોલી સોરાબજીએ યાદ દેવડાવ્યો છે. આ ચુકાદા મુજબ અભિવ્યક્તિની સ્વતંત્રતા જળવાય તે જોવાની રાજ્ય સરકારની ફરજ છે. આ સંદર્ભે રાજ્ય સરકાર પોતાની અશક્તિ જાહેર કરી શકે નહીં. આ સ્વતંત્રતા સચવાય એ જોવાનું સરકાર માટે ફરજિયાત છે.

જે ફિલ્મ પાસે સેન્સર બોર્ડનું પ્રમાણપત્ર છે, એ કોઈને પણ જોવી હોય તો એ જોવાનો તે વ્યક્તિને અધિકાર છે. ધાકધમકીથી, ટોળાંના દબાણથી, દેખાવોના ડરથી, કે કાયદા-વ્યવસ્થાના પ્રશ્નો ઊભા થશે એવી દહેશતથી સરકાર આવી પરિસ્થિતિમાં દરમિયાનગીરી ન કરે, તો એ અપરાધ છે. ફિલ્મના કલાકારે કે ફિલ્મ સાથે સંકળાયેલા અન્ય કોઈએ પ્રજાની લાગણીને ઠેસ પહોંચાડી છે, એમ જો કોઈકને લાગતું હોય તોપણ એ પ્રજા અને ફિલ્મની રજૂઆતની વચ્ચે આવી ન શકે. જો પ્રજાને એવો મોટો આઘાત લાગ્યો હોય તો એ સ્વયં ફિલ્મનો બહિષ્કાર કરી જ શકે છે. આ એની સ્વતંત્રતા છે. જેમ ફિલ્મ ન જોવી એ એની મરજીની વાત છે, તેમ ફિલ્મ જોવી એ પણ એની મરજીની જ બાબત છે. ફિલ્મ પાસે સેન્સરનું પ્રમાણપત્ર છે, ત્યાં જ પૂર્ણવિરામ આવી જાય છે. ફિલ્મ ન જોવા અંગે અનુરોધ કરી શકાય, લેખો લખી શકાય, ચર્ચા કરી શકાય, પણ થિયેટર પર તોડફોડ કરીને આતંક ફેલાવી ન જ શકાય. અભિનેતાએ

વ્યક્ત કરેલા વિચારો એના પોતાના છે, એને ફિલ્મ સાથે બિલકુલ સંબંધ નથી, ત્યારે કોઈ પણ જૂથનું આવું દબાણ શી રીતે ચલાવી લેવાય ?

ગુણવંતી ગુજરાત – ગાંધી-સરદાર, નર્મદ-મેઘાણીની ગુજરાત પાસે જે કંઈ ડહાપણ બચ્યું હોય, અને હજી સુધી રાજકીય હઠાગ્રહ કે સંકુચિતતાની ઝાળ એને ન લાગી હોય, એ ડહાપણનો વ્યવહારમાં ઉપયોગ કરવાનો આ સમય છે. સાહિત્યની ઉપાસના, કલાની સાધના, કાવ્યતત્ત્વનું સેવન, રંગભૂમિનો ભેખ, સેવાનું તપ, આમાંનું કશું જ ગુજરાતને અજાણ્યું નથી. પણ અત્યારે તો ગુજરાત એટલે ઝનૂન અને ટોળાંશાહી, વિચારહીન વર્તન અને અપરિપક્વતા, અસહિષ્ણુતા અને નિરંકુશ વ્યવહાર, એવો જ સંદેશ ફેલાવવામાં આપણે સહુ જવાબદાર છીએ. ગુજરાતની પ્રજાનું આ ચિત્ર ઊભું કરવામાં પાંચ કરોડમાંથી કેટલાં ગુજરાતીઓને રસ છે એ તો જાણીએ ! ‘ફના’ કે ‘રંગ દે બસંતી’ ફિલ્મના વિરોધ નિમિત્તે તો અભિવ્યક્તિની સ્વતંત્રતા વિશે આપણે કેટલાં જાગ્રત છીએ એટલું જ બહાર આવ્યું છે. આપણે ઉઘાડાં પડ્યાં છીએ. વાત સીધી અને સાફ છે. જેને આમીરખાનની ફિલ્મ ન જોવી હોય તે ન જુએ, એ એની સ્વતંત્રતા છે. આખીયે પ્રજા વતી જેમ ફાવે તેમ બોલવા-વર્તવાનો હક કોઈ જૂથને ન અપાય. આજે જે વ્યક્તિની બાબતમાં બની રહ્યું છે તે કાલે કોઈ સંસ્થા, કાર્યક્રમ, સાહિત્યકૃતિ, નાટક કે કાવ્ય સંદર્ભે પણ બની જ શકે. પ્રશ્ન ન્યાય અને કાયદાનો છે, અભિપ્રાય-સ્વાતંત્ર્યનો છે. સર્જકો, ચિંતકો, વિચારકો, સંસ્કારધારકો અને શાણા નાગરિકોએ પોતાના અભિગમ વિશે મુખર થવાની આ ક્ષણ છે. આપણું અસ્તિત્વ કયાં મૂલ્યોના પ્રસાર-પ્રચાર માટે છે ? એવો સવાલ ગુજરાતની કલા-સાહિત્ય સાથે સંકળાયેલી સર્વ સંસ્થાઓએ કરવો પડશે. ખરેખર તો આ અસ્મિતાની કટોકટી છે. જોઈએ કે જાગતાં જણ કેટલાં છે !

હિમાંશી શેલત

[‘ખોજ’ બેમાસિક : 2006]

❀

ઓ અજનબી !

એમ લાગે છે મને, ઓ અજનબી –
ગીત, ગઝલો, મારી મ્હેફિલ તું જ છે...

હમસફર તારો બનાવી લે મને,
યા જવું ક્યાં એ બતાવી દે મને.

દીપક બારડોલીકર

[‘તડકો તારો પ્યાર’ પુસ્તક : 2006]

❀

દીકરી

શૈશવમાં સપનામાં જોયેલી પરી,
સદેહે અવતરી...
થઈ દીકરી.

દીકરી...
જુઇની નાજુક કળી,
પ્રભુજીને
ચડાવેલાં ફૂલોની અવેજીમાં મળી.

દીકરી...
દાદાની આંખો પર
કૂણા કૂણા હાથ દાબે,
જાણે પોપચાં પર પવન મૂક્યો
ફૂલોની છાબે,
શીતળ, સુગંધિત,
તાજ્ગી ભરી લ્હેરખી
મીંચાયેલી આંખોથી
પણ ઓળખી.

દીકરી...
બારમાસી વાદળી,
ઝરમરતી ઝરમરતી
રાખે સઘળુંય લીલુંછમ
....બારેય માસ.

દીકરી...
પતંગિયું
ફળિયામાં ઊડાઊડની રંગોળી પૂરે.
શરણાઈ કોઈ વગાડે...
એ તો ચૂપચાપ ઊડી જાય...
ને પાછળ રહી ગયેલા રંગો ઝૂરે.

દીકરી...
ચાંદરડું.
દિવસ આખો ઘરમાં તેજ પાથરે,
પકડ્યું પકડાય ના,
ઊંમરે ને ઓરડે દોડાદોડી કરે...
દાદર ચડે ઊતરે...
સૂરજ સાથે ચાલ્યું જાય. આખરે
વિદાય લીધેલી માની જગ્યા
દીકરીએ
ક્યારે લઈ લીધી
તે ખબરેય ના પડી.

હર્ષદ ચંદારાણા

❀

કહી દે છે

ગંધની લહેરો સૌ વારતા કહી દે છે,
શહેરમાં થયું છે શું એ હવા કહી દે છે.ooo

હામ હોય તો વાંચો ભીની આંખ અબળાની
ઊજળા જનોની એ સભ્યતા કહી દે છે

દીપક બારડોલીકર

['તડકો તારો પ્યાર' પુસ્તક : 2006]

❀

ચમેલીને ઠપકો

ચટકીલી મોરી ચમેલડી રે,
લૂમે લૂમે લટક્યાં ફૂલ, 'લી ચમેલડી !
ઝાઝાં ઉછાંછળાં ના થૈએ જી રે.
ચટકીલી મોરી ચમેલડી રે,
માનભર્યાં મોઘમમાં રૈએ 'લી ચમેલડી !

ગોપવીએ ગોઠડીને હૈયે જી રે.
ખીલે સરવર પોયણી, રમે ચન્દ્ર-શું રેન:
પરોઢનો પગરવ થતાં, લાજે બીડે નેન.
ચટકીલી મોરી ચમેલડી રે,
ઝાઝાં ના ગંધ ઢોળી દૈએ, 'લી ચમેલડી !

જોબનને ધૂપ ના દૈએ જી રે.
ચટકીલી મોરી ચમેલડી રે,
વાયરાના વાદ ના લૈએ, 'લી ચમેલડી !
ઘેર ઘેર કે'વા ના જૈએ જી રે.
સ્વાતિમાં સીપોણીએ જલબિન્દુ ઝિલાય:
વિશ્વ ભેદ જાણે નહીં, મોતી અમૂલખ થાય !

ચટકીલી મોરી ચમેલડી રે,
ભમરાની શી ભૂલ, 'લી ચમેલડી !
પોતે જો ઢંગે ના રૈએ જી રે ?
ચટકીલી મોરી ચમેલડી રે,
રૂપનાં રખોપાં શીખી લૈએ, 'લી ચમેલડી !
દૂજાંને દોષ ના દૈએ જી રે.

બાલમુકુન્દ દવે

❀

માંગલ્યને ગાતી કવિતા

વાસ્તવ ધરતીથી બહુ ઊંચે ભાવના કે આદર્શના આકાશમાં ઊડ્યા વગર અને ચિંતનના ગહનમાં બહુ ઊંડે ઊતર્યા વગર, જીવનની ઝંઝા-થપાટો ખાવા છતાં આશા કે પુરુષાર્થનો સૂર છોડ્યા વગર, જીવનના આનંદ, ઉલ્લાસ અને માંગલ્યને ગાતી શ્રી બાલમુકુન્દ દવેની કવિતા પોતાની નિર્વ્યાજ મનોહરતાને કારણે આકર્ષણ કર્યા વગર રહેતી નથી. પોચટ લાગણીવેડા કે પોકળ શબ્દાડંબર ક્યાંય નથી. હૃદયની સાચી લાગણીઓ સચ્ચાઈપૂર્વક, સંયમ અને મિતભાષિતાથી, અહીં વ્યક્ત થયેલી જોવા મળે છે.

નગીનદાસ પારેખ

વેળુ-કણે દર્શન વિશ્વનું

એક વિધવા માતા સેવાગ્રામ આશ્રમમાં જોડાયાં હતાં. તેમના નવ વરસના તેજસ્વી દીકરાને આશ્રમની બુનિયાદી શાળાના છાત્રાલયમાં મૂકવામાં આવ્યો હતો. ગાંધીજી પોતાને મળવા છાત્રાલયમાં આવે, એ શરતે તે છોકરો શાળામાં જવા તૈયાર થયો હતો.

એ શરત પ્રમાણે ગાંધીજીએ તેમના બાળમિત્રના છાત્રાલયની ઓચિંતી મુલાકાત લીધી. ઓરડામાં દાખલ થતાંની સાથે જ તેમની નજર વચ્ચોવચ સાદડી પર પડેલાં ખડિયા-કલમ પર પડી. ખડિયો ગંદો દેખાતો હતો. કલમની ટાંક તેમણે તપાસી, તો તે ફાટેલી જણાઈ. પથારીના ગાદલાનું રૂ ગડગૂમડ થઈ ગયેલું હતું. ફાટેલી ચાદર જેમ તેમ સાંધેલી હતી. આ મુલાકાતમાં પાંચ મિનિટથી વધારે વખત આપવાનું તેમણે ધાર્યું નહોતું. તેને બદલે, વસ્તુઓ તપાસવામાં ને તેને વિશે સમજૂતી આપવામાં ગાંધીજીએ પોણો કલાક ગાળ્યો. પછી પોતાના અવલોકન વિશે તેમણે નોંધ લખી:

"ફાટેલી ચાદરો કાં તો બરાબર સાંધી લેવી જોઈતી હતી, અથવા તેને બેવડાવીને ગોદડી બનાવી લેવી જોઈતી હતી. [દક્ષિણ આફ્રિકામાં] ટ્રાન્સવાલમાં હું જેલમાં હતો ત્યારે ફાટેલા કામળાની ગોદડીઓ બનાવવાનું ઘણું કામ મેં કર્યું હતું. ફાટેલાં ચીંથરાં ધોઈને ગડી કરીને રાખવાં જોઈએ; ફાટેલાં કપડાંને થીંગડાં મારવામાં તેનો ઉપયોગ કરી શકાય."

નોંધમાં તેમણે વધુમાં જણાવ્યું: "આ બધી વસ્તુઓ તમને ક્ષુલ્લક લાગશે. પણ તમામ મોટી વસ્તુઓ આવી ક્ષુલ્લક વસ્તુની જ બનેલી હોય છે. મારું સમગ્ર જીવન ક્ષુલ્લક લાગતી વસ્તુઓના પાયા પર જ રચાયું છે. આપણા છોકરાઓના મન પર નાની નાની વસ્તુઓનું મહત્ત્વ ઠસાવવાનું આપણે જેટલા પ્રમાણમાં ચૂક્યા છીએ, તેટલા પ્રમાણમાં આપણે નિષ્ફળ નીવડ્યા છીએ, અથવા કહો કે હું નિષ્ફળ નીવડ્યો છું. કારણ કે નયી તાલીમનો પ્રયોગ શરૂ કરનાર હું છું. પરંતુ એ પ્રયોગ આગળ ચલાવવા માટે હું પોતે સમય કાઢી શક્યો નથી, અને એ કામ મારે બીજાઓ ઉપર છોડવું પડ્યું. સ્વચ્છતા અને સુઘડતાની દૃષ્ટિ, મારા અભિપ્રાય પ્રમાણે, નયી તાલીમનું હાર્દ છે. એ કેળવવા માટે કશો ખર્ચ કરવો પડતો નથી. એને માટે જરૂર માત્ર સૂક્ષ્મ અને નિરીક્ષક નજરની અને કળાની દૃષ્ટિની હોય છે."

નોંધના છેવટના ભાગમાં તેમણે જણાવ્યું: "તમે મને એમ કહો કે, આ રીતે તો અમે એકાદ-બેથી વધુ છોકરાઓને ન્યાય ન આપી શકીએ, તો હું કહીશ કે તમે વધારે નહીં પણ એક કે બે છોકરાઓ જ ભલે લો. આપણે યોગ્ય રીતે પાર પાડી શકીએ તેના કરતાં વધારે ભાર માથે લેવાથી આપણે આપણા આત્મામાં અસત્યનું કલંક દાખલ કરીએ છીએ."

ગાંધીજીની એ એક વિશિષ્ટ ખાસિયત હતી:

વેળુ-કણે દર્શન વિશ્વનું અને
નિહાળવું સ્વર્ગ જ વન્ય પુષ્પે,
આનંત્યને ધારવું હસ્તરેખમાં,
ક્ષણે વળી શાશ્વતતા...

તે દિવસે પાછળથી એ પ્રસંગનો ઉલ્લેખ કરીને ગાંધીજીએ કહ્યું, “આજે મેં સ્વરાજની ઇમારતમાં બીજી એક ઈંટનું ચણતર કર્યું છે.”

પ્યારેલાલ નય્યર (અનુ૰ મણિભાઈ ભ૰ દેસાઈ)
[‘મહાત્મા ગાંધી: પૂર્ણાહુતિ’: પહેલો ભાગ પુસ્તક]

❀

ગુલમ્હોર મો’ર્યા એટલે

છાપરાં રાતાં થયાં ગુલમ્હોર મો’ર્યા એટલે
માર્ગ મદમાતા થયા ગુલમ્હોર મો’ર્યા એટલે

આંખની તો વાત ના પૂછો કે એને શું થયું
દશ્ય સૌ ગાતાં થયાં ગુલમ્હોર મો’ર્યા એટલે

બાંધી ના બંધાઈ કંચુકીમાં એની પોટલી
દેહ ચડિયાતા થયા ગુલમ્હોર મો’ર્યા એટલે

વાયુ અણિયાળો બન્યો એનીય ના પરવા કરી
મન ઉઝરડાતાં થયાં ગુલમ્હોર મો’ર્યા એટલે

આ ગલીમાં, ઓ ગલીમાં, આ ઘરે, ઓ મેડીએ
જીવ વહેરાતા થયા ગુલમ્હોર મો’ર્યા એટલે

શબ્દકોશો ને શરીરકોશોની પેલે પારના
પર્વ ઊજવાતાં થયાં ગુલમ્હોર મો’ર્યા એટલે

કઈ તરફ વહેવું અમારે, કઈ તરફ રહેવું, રમેશ
ભાન ડહોળાતાં થયાં ગુલમ્હોર મો’ર્યા એટલે

રમેશ પારેખ

❀

રહેંગે

ગિર ગિર કે મુસીબત મેં સંભલતે હી રહેંગે,
જલ જાયેં મગર આગ મેં ચલતે હી રહેંગે.

શકીલ બદાયૂની
[‘મધર ઇન્ડિયા’ ફિલ્મ: 1957]

જાતને દોર બાંધીને ઉડાડવી છે !

મારાં બા (નર્મદાબહેન) ધાણીફૂટ કાઠિયાવાડી બોલી બોલતાં. અમરેલી મૂળે તો ખોબા જેવડું. પણ ગાયકવાડી સૂબાની કચેરી અહીં રહેતી થઈ ત્યારથી વિકસતું ગયું. 1947 પછી તો તેનું રીતસરનું શહેરીકરણ થતું રહ્યું છે. લોકોની જીભ પર 'સુધારુ' ભાષાનો 'ગિલેટ' ચડતો રહ્યો છે. મારી બા જેવાં કેટલાંકની વાણી 'શુદ્ધ' રહી ગયેલી. આ વાણી, આ ભાષામાંથી મારી જીભના માપનો જોડો સિવાયો છે. મારી ભાષામાં, બોલચાલની લઢણમાં જે ખરબચડાપણું છે તે અસલમાં કાઠિયાવાડી વળોટનું છે.

મારી સાત પેઢીમાં કોઈ સાહિત્યકાર જન્મ્યાની માહિતી નથી. મને હસવું આવે છે કે તો પછી, તેલ, પળી ને ત્રાજવું મૂકી હું કવિતા 'જોડતો' કેમ થયો ? ઘરમાં પણ સાહિત્યનું ખાસ કોઈ વાતાવરણ નહીં ! ગામમાંય નહીં અને આગળ વધીને કહું તો આખા અમરેલી જિલ્લામાં નહીં ! મોટાભાઈ કાંતિભાઈ ભાવનગરની શામળદાસ કૉલેજમાં બે વર્ષ ભણ્યા, આ અરસામાં તેમની આગળના ક્લાસમાં હરીન્દ્ર દવે હતા. તેઓ કૉલેજના મેગેઝિનમાં લેખો લખતા એ મેં વાંચેલા, પણ કાંઈ ચાંચ બૂડી નહોતી. મોટાભાઈ હાઈસ્કૂલમાં હતા ત્યારથી તેમને હસ્તલિખિત અંકો તૈયાર કરવાનો શોખ, અહીંતહીંથી ગમેલી સામગ્રીને પોતાના હસ્તલિખિત અંકમાં ઉતારતા. એમને કૉલેજના અભ્યાસક્રમમાં 'કાન્ત'નો 'પૂર્વાલાપ' ભણાવાતો. એમાંના 'વસંતવિજય' કાવ્યથી પ્રભાવિત થઈ મોટાભાઈએ 'પ્રકૃતિવિજય' શીર્ષકવાળું, સળંગ અનુષ્ટુપમાં દીર્ઘકાવ્ય લખી 'કુમાર'ને મોકલ્યું હતું. બચુભાઈ રાવતે એ ફરી ફરી સુધારવા માટે પાછું મોકલ્યા કર્યું હતું. આ બધું હું સાક્ષીભાવે જોતો. આ વખતે હું દસેક વર્ષનો હોઈશ. એક દિવસે થયું કે ચાલ, હુંય આવું લખું ! ખૂબ મથામણને અંતે 'હે પ્રભુ તમને નમું છું હાથ જોડીને, અરે !' આવી બેચાર પંક્તિઓ લખી. હરિગીત ! આ છંદ કેવી રીતે આવડ્યો ? તો કે, અમારા ઘરમાં 'મણિકાન્ત કાવ્યમાલા' નામની એક ચોપડી હતી. તેમાં શશિકાંતની પ્રણયકરુણ કહાણી સળંગ હરિગીતમાં હતી. તેમાંથી મારી મોટી બહેન સવિતાબહેન હીંચકે બેસી – 'શશિકાંત, મારાં લગ્નની કંકોતરી વાંચજો... કંકુ નથી મમ રક્તના છાંટા પડ્યા અવલોકજો...' ગાતી. એના કરુણાલાપથી હૈયું ભરાઈ આવતું. ખબર પડે નહીં કે સાલું, આવું આવું કેમ થાય છે ! બહેન હીંચકતી હીંચકતી મને ખોળામાં સૂવડાવી થાબડે ને ઊંઘાડી દે. એ હરિગીત છંદ છે એની તો બહુ પાછળથી ખબર પડેલી. પણ કાનને હરિગીતનો પરિચય થઈ ગયો હતો. આ જ રીતે હું જે કાંઈ છંદ-લય શીખ્યો છું તે કાન દ્વારા શીખ્યો છું. હરિગીતની પેલી પાંચ પંક્તિઓ પછી પ્રભુજી પ્રસન્ન થયા નહીં એટલે પ્રભુજીને અને પદ્યને મૂક્યાં પડતાં અને વ્યાયામમંદિરમાં જવાનું શરૂ કર્યું ! અમરેલીમાં બાલપુસ્તકાલય પણ ખરું. 'બાલમિત્ર', 'બાલજીવન' અને 'ગાંડીવ' જેવાં બાળસામયિકો આવતાં તે વાંચવા જતો.

એક દિવસ ઓચિંતો ચિત્રો દોરવાનો ચસકો લાગ્યો. બકરીની પૂંછડીના વાળ કાપ્યા. દાતણ સાથે દોરાથી બાંધ્યા ને પીંછીં બની. ચાંદલા માટેનું કંકુ, હળદર ને આંજણની ડબ્બીમાંથી રંગો બનાવ્યા. એક ચિત્ર બનાવ્યું – 'શ્રી લક્ષ્મીજી'નું. એને મેં લક્ષ્મીજી તરીકે ઓળખાવ્યાં એટલું જ, ઘરના કોઈ તેમને ઓળખી શક્યા નહીં ને ગેરમાર્ગે દોરવાયા. કોઈએ 'રાક્ષસ', કોઈએ 'બિલાડું' તો કોઈએ જુદા નામે ઓળખ્યાં એમને. આ 'આઘાતજનક' ઘટના પછીય મારું ચિત્રકામ અટક્યું નહીં. પછી તો એવો હાથ બેસી ગયો કે પૂનાના પરીક્ષા બોર્ડ તરફથી ઇંટરમિડિયેટ ડ્રોઈંગની પરીક્ષામાં પ્રથમ ઇનામ મળ્યું. એ પછી રોજનાં ડઝન લેખે સ્વપ્ન આવતાં – મુંબઈની જે. જે. સ્કૂલ ઑફ આર્ટ્સમાં ભણવા જવાનાં. આર્થિક સ્થિતિ કંઈ એવી નહોતી. બાપુજીએ ના પાડી દીધી એટલું જ નહિ, કૉલેજમાં ભણવા જવાની ઉંમરે કમાવા માટે 1958માં નોકરીમાં જોડાઈ જવું પડ્યું. ઘરમાં ક્યારેક આવતાં ચોપાનિયાં વાંચતાં-વાંચતાં એકાએક લખવાની ઇચ્છા થઈ. બન્યું એવું કે ઈશ્વર પેટલીકરની [નવલકથા] 'તરણા ઓથે ડુંગર' વાંચી તેનાથી ખૂબ પ્રભાવિત થઈ ગયો. ને પેલી લખવાની ઇચ્છા અમલમાં મુકાઈ ગઈ. એ જ નવલકથાની અસરમાં 'કાળું ગુલાબ' વાર્તા લખાઈ. પછી 'ગુલાબનો છોડ' અને 'પ્રેતની દુનિયા' લખાઈ. 'ચાંદની' નામના સામયિકમાં સૌ પ્રથમ 'પ્રેતની દુનિયા' ફોટો અને પરિચય સાથે છપાઈ ત્યારે હું દસમા ધોરણમાં હતો – છપાયેલી વાર્તા વર્ગશિક્ષક સાહેબને બતાવી, તો તેમણે કહ્યું – "ડફોળ! વાર્તા તેં જ લખી છે કે કોઈની ચોરી લીધી છે?" તેમના આ પ્રતિભાવે એટલો મોટો હથોડો માર્યો કે તે પછી ક્યારેય કોઈના અભિપ્રાય માટે મેં ખેવના રાખી જ નહીં. એ માસ્તરને બતાવી આપવાના ઝનૂનથી મેં ધડાધડ વાર્તાઓ લખવા માંડી. છપાય ત્યારે નામદાર સાહેબને સળગાવવાના હેતુથી જ અચૂક બતાવતો અને વૈરતૃપ્તિ માણતો. આમ 1962 સુધી વાર્તાનો દોર ચાલ્યો. સોએક વાર્તાઓ ચારપાંચ વર્ષના ગાળામાં છપાઈ ગઈ. મુખ્યત્વે વાર્તાઓ જ લખતો. ક્યારેક ગીત કે ગઝલ જેવું પદ્ય પણ રચાતું.

પદ્યકૃતિઓ લખાતી ખરી, પરંતુ એમાં કશુંક ખૂટતું લાગે એટલે છાપવા મોકલવાનો ઉત્સાહ થતો નહીં. બધું નોટબૂકમાં જ ભંડારી રાખતો. ગાવાનો શોખ નાનપણથી જ. હાઈસ્કૂલમાં દાખલ થયો ત્યારે બે-ત્રણ સંગીતરસિયા દોસ્તો મળી ગયા. ઉત્સાહ જાગ્યો ને 'મોરલ મ્યુઝિક ક્લબ' નામે સંસ્થા શરૂ કરી. 1965 સુધી આ સંસ્થા ચાલી. અમે જાહેરમાં સંગીતના કાર્યક્રમો કરીએ. ગુજરાતી ગીતો અને ફિલ્મનાં ગાયનો ગવાતાં, હું પણ ગાતો. ઠોકપાંચમ કરતાં કરતાં તબલાં ને ઢોલક પર ખૂબ સારો હાથ જામી ગયો. આમ પ્રવૃત્ત તો ઘણો બધો રહેતો, પરંતુ કોઈ ચોક્કસ દિશા વિના આમતેમ ફંગોળાયા કરતો હતો.

1966/67ના ગાળામાં અનિલ [જોશી] અમરેલી આવ્યો. તેના પિતા રમાનાથભાઈ

જોશી અમારા બોસ, એટલે અનિલનો પરિચય થયો. એ પરિચય થયો ન હોત તો કદાચ હજુય હું વાર્તાઓ લખતો હોત – એ જ ચીલાચાલુ – અથવા તો કશું જ લખતો ન હોત. મારા જીવનમાં કવિતાનો પ્રવેશ અનિલરૂપે થયો. પહેલી મુલાકાતમાં અનિલે એનું 'કુમાર'માં છપાયેલું 'ગરિયો' કાવ્ય સંભળાવ્યું. મેં એ અરસામાં 'ચિત્રલેખા'માં છપાયેલી મારી વાર્તા 'બટ નેચરલ' વંચાવ્યાનું યાદ છે.

એ કાળે અમરેલીમાં સાહિત્યનું વાતાવરણ જ નહીં. જન્મ્યો, ભણ્યો, નોકરીએ રહ્યો અમરેલીમાં જ; તે બહારની દુનિયાથી હું સાવ અજ્ઞાત. સારી લાઇબ્રેરીયે નહીં. વાર્તા કે કાવ્ય લખવાની મારી મથામણના કાળમાં કોઈ સારું પુસ્તક કે કાવ્યો વાંચવા મળ્યાં નહીં. વિશ્વસાહિત્યનાં ઉત્તમ પુસ્તકો જોયાંય નથી, વાંચવાની વાત જ ક્યાં? સૌથી વધુ પુસ્તકો વાંચ્યાં હોય તો ડિટેક્ટિવ સાહિત્યનાં, કેમ કે એ જ સરળ રીતે ઉપલબ્ધ હતાં. આમ મારી સર્જનપ્રવૃત્તિ પેલા એકલવ્યની વિદ્યા જેવી છે. આ તેની વિશિષ્ટતાયે છે ને મર્યાદાયે છે.

અનિલની દોસ્તીએ મારા અભાવોનું થોડું વળતર આપ્યું. અનિલ સાહિત્યરસિક મિત્ર જ નહીં, મારા માટે જ્ઞાન અને માહિતીનો ખજાનો હતો. એ સાહિત્યની, સાહિત્યકારોની અનેક વાતો કરતો જે મેં ક્યારેય વાંચી કે સાંભળી ન હોત. મારા મનમાં સતત ખાલી રહેતો જિજ્ઞાસુ ખૂણો પુરાતો રહ્યો. મેં નોટબુકમાં સંતાડી રાખેલાં કાવ્યો અનિલને વંચાવ્યાં ત્યારે તે કાંઈ બહુ ખુશ થયો નહીં. કહ્યું કે, 'આ તો જૂની ઘરેડનાં કાવ્યો છે. કશુંક નવું લખ તો જામે."

"નવું એટલે કેવું?"

"આ 'કૃતિ' જેવા મેગેઝિનમાં છપાય છે તેવું." અનિલે તે અરસામાં છપાયેલા 'કૃતિ'ના એક-બે અંક આપ્યા. હું તેને નવાઈથી જોઈ રહ્યો – ફિલ્મી ગીતોની ચોપડી જેવું કદ!

"આવું લખતાં તને આવડે?" અનિલે પૂછ્યું.

"શા માટે ન આવડે?" મેં છાતી ફુલાવી ગર્વથી કહ્યું – "આવડે જ! એમાં કઈ ધાડ મારવાની છે?"

અનિલની વાત જાણે મને ચેલેંજ ફેંકતી લાગી. મેં એ ચેલેંજ ઉપાડી લીધી. કૉલેજ ખૂલતાં અનિલ અમદાવાદ ગયો. તરત ઝનૂનપૂર્વક લખી કાઢેલાં આઠદસ કાવ્યોનો થપ્પો મેં તેને પોસ્ટથી મોકલી આપ્યો. લાભશંકર ઠાકર, 'આદિલ', ચિનુભાઈ, મનહર મોદી, રાવજી, રાજેન્દ્ર શુક્લ વગેરે એ વખતે 'રે મઠ'માં મળતા. અનિલ પણ જતો. મેં મોકલેલાં કાવ્યોનો થપ્પો અનિલે એક બેઠકમાં મિત્રો સમક્ષ મૂક્યો. કાવ્યો વંચાયાં. કેટલાક મિત્રોને ગમ્યાં. 'કૃતિ'માં છપાયાં. "લ્યો, આ નવી રીતનાં કાવ્યો લખતાં આવડી ગયાં!"

અનિલ અમદાવાદથી અમરેલી અવારનવાર આવે, એટલે અમારી દોસ્તીને વળ ચડતા રહ્યા. એ થોડા સમય પછી અભ્યાસ પૂરો કરી અમરેલીમાં સ્થાયી થયો અને અમારી 'ફુલટાઇમ' મૈત્રી જામી. રોજરોજ અનિલ ને હું કંઈક નવું લખીએ, વાંચીએ, માથાફાડ ચર્ચા કરીએ, જીવલેણ ઝઘડીએ ને કાકી વઢે ત્યારે જમી લઈએ. (અનિલનાં બાને અમે કાકી કહીએ.) અનેક પ્રકારના આનંદો હતા – લખવાનો, વાંચવાનો, ચર્ચા કરવાનો, ઝઘડવાનો, મુક્ત રીતે રખડવાનો ને હસવાનો આનંદ. આ આનંદ અમારાં સર્જનોમાં પ્રાણ પૂરતો. 'કૃતિ' ઉપરાંત બીજાં મેગેઝિનોમાં, ખાસ કરીને સુરેશ દલાલ અને હરીન્દ્ર દવેના તંત્રીપદે પ્રકટતાં 'કવિતા' અને 'સમર્પણ'માં અનિલની અને મારી રચના પ્રકટ થતી. એ વખતે મને તો એક જબરો નશો હતો કવિતાનો, પ્રસિદ્ધિનો !

દિલ્હીમાં ભરાયેલી 1968ની ગુજરાતી સાહિત્ય પરિષદમાં પહેલી જ વાર ગયો, એ અનુભવ રોમહર્ષણ હતો. જિંદગીનો પહેલો જ સાહિત્ય અંગેનો મારો આ પ્રવાસ, ગુજરાત બહારનો પ્રવાસ. મેં જેમની વાર્તાઓ, નવલકથાઓ ને કાવ્યો વાંચ્યાં હતાં, જેમનાં કાવ્યો સાંભળ્યાં હતાં એ સૌ સાહિત્યકારોને પહેલી જ વાર પ્રત્યક્ષ ભાળ્યા – પન્નાલાલ પટેલ – ઓહોહોહો ! મડિયા...! ઉમાશંકર...! ઓહોહોહોહો...! ગુલાબદાસ બ્રોકર, પ્રિયકાન્ત, સુરેશ દલાલ, ઓહોહોહો ! જાણે વંડરલૅન્ડમાં આવી ચઢેલી પેલી ઍલિસ ! વળી સોનામાં સુગંધ ભળી તે એ કે ઉમાશંકર જોશીના વડપણ નીચે રાત્રે કવિસંમેલન થયેલું તેમાં એક ગઝલ પણ બોલ્યો – 'હવાઓ...'

વળી થોડા દિવસ પછી, 'નવચેતન'નો દિવાળી અંક અનિલે વાંચ્યો હશે તે તેણે કહ્યું, "હરીન્દ્ર દવેનો ઇન્ટરવ્યુ લીધો છે કોઈએ, વાંચજે."

વાંચ્યો ને સુન્ન થઈ ગયો ! નવી પેઢીના પ્રોમિસિંગ કવિઓ કોણ કોણ તે પ્રશ્નના ઉત્તરમાં હરીન્દ્રભાઈએ અનિલનાં ને મારાં નામો આપેલાં. એ ઘટના હતી મારા ઉપવિત સંસ્કારની. એ લેખ વાંચ્યો તે જ ક્ષણે હું દ્વિજ બન્યો; કવિરૂપે જન્મ્યો. થયું, હરીન્દ્રભાઈ જેવા ઉત્તમ પુરોહિત છે ને આપણુંય કિસ્મત બુલંદ ! બસ ત્યારથી ધડાધડ લખવા માંડ્યું. છપાવા માંડ્યું અને 1970માં પ્રથમ કાવ્યસંગ્રહ 'ક્યાં' પ્રકટ થયો. અનિલની 'કદાચ' અને મારી 'ક્યાં'ની સ્ક્રિપ્ટ તૈયાર થતી હતી તે અરસામાં અનિલે વસંતતિલકા છંદમાં લાંબું કાવ્ય લખ્યું. મને થયું – હું શા માટે ન લખું ? તાબડતોબ 'કુરુક્ષેત્રે' લખ્યું – વસંતતિલકામાં. પણ સાચું પૂછો તો સંસ્કૃત વૃત્તમેળ છંદોની મને ગતાગમ નહીં. ગીત અને ગઝલના વિવિધ લય પણ આમ તો કાન દ્વારા શીખ્યો હતો. છતાં આ વૃત્તમેળ છંદો ? ના રે ભાઈ ! એને તો સ્પર્શ કરવાની હિંમત નહોતી.

'કવિતા'નો સૉનેટ વિશેષાંક પ્રકટ થવાનો હતો તે માટે સૉનેટો મોકલવા સુરેશ દલાલે લખ્યું. બાપુ, આપણને પરસેવો વળી ગયો. છેવટ રજપૂત થયા તે યુદ્ધે ચડવું જ પડે ! કાનથી સાંભળેલા લયને સાબદા કરી, વૃત્તમેળ છંદમાં એક સૉનેટ ગબડાવ્યું.

પણ એ જ વખતે માંહ્યલાને કહ્યું કે મોટા ! આ બધા છંદો છે 'ચેલેજિંગ', આમાં તારું કાનવાળું જ્ઞાન નહીં ચાલે. તપ કર ! તપ કર ! નીચી મૂંડીએ, પ્રાણાયામપૂર્વક, પાકા ઘડે કાંઠા ચડાવવાના જીવલેણ પ્રયત્નો આદર્યા. અંતે છંદમાં ખંડકાવ્યો લખાયાં – 'આલા ખાચરની સવાર', 'આલા ખાચરની સાંજ', અને તે પછી 'આલા ખાચર' સિરીઝનાં કેટલાંક સૉનેટોનો ગુચ્છ, વિવિધ છંદોમાં ગઝલ...

મેં કદી પતંગ ઉડાડ્યો નથી. એમાં કદી રસ પડ્યો નથી, પરંતુ નાની વયથી તે આજ સુધી મનમાં એક 'બાલિશ' ઇચ્છા બળવત્તર બનતી રહી છે કે પતંગને નહીં, તેને બદલે મારી જાતને દોર બાંધીને ઉડાડવી છે. કાવ્યસર્જન એ જાતને દોર બાંધીને આકાશમાં ઉડાડવાની મથામણ છે કદાચ.

રમેશ પારેખ

[1978-82ના ગાળા દરમિયાન પ્રકટ થયેલા સર્વોત્તમ કાવ્યસંગ્રહ તરીકે 'ખડિંગ'ને અપાયેલ 'નર્મદ ચંદ્રક' સ્વીકારતાં કરેલ વક્તવ્ય.]

❀

રમેશમાં

શોધું છું પણ રમેશ મળે ક્યાં રમેશમાં
મળતા નથી રમેશના રસ્તા રમેશમાં.

ગુલમ્હોર પણ લટાર કદીક મારતા હશે
એનાં હજુયે ટમટમે પગલાં રમેશમાં.

ખોદો તો દટાયેલું કોઈ શહેર નીકળે
એમ જ મળે રમેશનાં સપનાં રમેશમાં.

અર્ધો રમેશ કાળા અનાગતમાં ગુમ છે
અર્ધા રમેશના છે ધુમાડા રમેશમાં.

આખ્ખુંય રાજપાટ હવે સૂમસામ છે
કારણ કે મૃત્યુ પામ્યો છે રાજા રમેશમાં.

ફરતું હશે કોઈક વસંતી હવાની જેમ
આજે ઝૂલે છે એકલાં જાળાં રમેશમાં.

ઈશ્વર, આ તારી પીળી બુલંદીનું શું થશે ?
ખોદ્યા કરે હમેશ તું ખાડા રમેશમાં.

જ્યારે રમેશ નામનો એક ખારવો ડૂબ્યો
ત્યારે ખબર પડી કે છે દરિયા રમેશમાં.

રમેશ પારેખ

❀

ઢેઢ કન્યાની દુવા

સિહોર ગામના દરબારગઢની ડેલીએ તે દિવસે બાપ-દીકરા વચ્ચે રકઝક થઈ રહી છે. સોળ વરસનો રાજબાળ આતોભાઈ ભાલે ને તરવારે તૈયાર થઈ ઘોડીના પાગડામાં પગ નાખી ચડવા જાય છે, અને બુઢ્ઢા બાપુ અખેરાજજી એનું બાવડું ઝાલી મનાવી રહ્યા છે: "ભાઈ, એમ ન ચડાય, તારાથી ન ચડાય. તું મારે એકનો એક છો. તું ગોહિલ-ગાદીનો રખેવાળ છો."

"બાપુ, બાવડું મેલી ઘો. હું પગે પડું છું, મેલી ઘો."

સોળ વરસની એની અવસ્થા હતી. પરણ્યા પછી પહેલી રાતે જેમ કન્યા શરમાતી શરમાતી કંથના ઓરડામાં આવતી હોય તેમ જુવાની પણ આતાભાઈના અંગમાં ધીરે ધીરે પ્રવેશ કરી રહી હતી. હજુ ઘૂંઘટ નહોતો ઉઘાડ્યો.

તે દિવસે બપોરે દરબારગઢની ડેલી ઉપરની મેડીમાં આતાભાઈની આંખ મળી ગઈ હતી. અચાનક ઊંઘમાંથી ઝબકી ઊઠ્યો, અને કઠોડામાં આવીને જોયું તો ડેલીએ એક બુઢ્ઢો અને એનાં બાળબચ્ચાં ધ્રુસકે ધ્રુસકે રોતાં હતાં. કુંવરે પૂછ્યું: "એલા કોણ છો ?"

"અન્નદાતા, ઢેઢ છીએ."

"કેમ રુવો છો ?"

"બાપુ, અમે આ નેસડા ગામમાં રહીએ છીએ. મારી દીકરીને ઘેલાશાના બરવાળે પરણાવી છે. બાઈ નાની છે, ને જમાઈ બહુ કપાતર મળ્યો છે. બાઈને મારી મારીને અધમૂઈ કરે છે. દુઃખની મારી દીકરી આંહીં ભાગી આવેલી. વાંસેથી એને તેડવા આવ્યાં તે અમે ન મોકલી, એટલે ઘેલાશાના કાઠી ઘોડે ચડીને આવ્યા, તે હમણાં જ દીકરીને ઘોડે નાખીને બરવાળે ઉપાડી ગયા. બાપુ ! મારી પારેવડી જેવી દીકરીનું શું થાશે ? અમારા ઢેઢુંનો કોઈ ધણી ન મળે ?"

'અમારા ઢેઢુંનો કોઈ ધણી ન મળે !' એ વેણ જુવાન આતાભાઈના કલેજા સોંસરું પેસી ગયું.

"તારા ધણી બાપુ છે, રો મા." એમ કહીને એણે નોકરોને હુકમ કર્યો: "મારી ઘોડી હાજર કરો."

પોતે હથિયાર ધરીને નીચે ઊતર્યો. ઘોડીને પલાણ નાખવાની વાટ ન જોઈ.

ઉપર ચડે, ત્યાં ગઢમાંથી બાપુ અખેરાજજીએ સાદ કર્યો: "ભાઈ, ઊભો રહે." આવીને બાપુએ ઘોડીની લગામ ઝાલી લીધી. દીકરાનું બાવડું ઝાલ્યું. અખેરાજજીને એ એકનો એક દીકરો હતો. દરબારનો બુઢાપો હતો.

કુંવર બોલ્યા : "બાપુ, અત્યારે મને રોકો મા, આ ઢેઢની છોકરીને અને મારે છેટું પડે છે. એ કહે છે કે અમારો કોઈ ધણી નથી !"

"બાપ, તુંથી જવાય નહિ, ફોજ મોકલું."

"ના બાપુ, મારે એકલાને જ જાવું છે."

"બેટા, એકલા ન જવાય; દુશ્મનો ક્યાંક મારી પાડે."

"બાપુ, છોડી દ્યો. આપણે રાજા : વસ્તીનું રક્ષણ કરવા આપણે જાતે જ ચડવું પડે."

"ના, મારા બાપ ! આખું કટક જાય, પણ તું નહિ. તું હજી બાળકો છો."

આતાભાઈને બાપની મરજાદની હદ આવતી હોય એમ થયું. એના હોઠ ફફડવા લાગ્યા, એના મોઢા ઉપર લાલ લાલ લોહી ધસી આવ્યું, તોય બાપુ સમજ્યા નહિ; ત્યારે એણે બાપનો હાથ ઝોંટી, ઘોડીને એડી મારી કહ્યું : "ખસી જા ભગતડા ! એમ રાજ ન થાય !"

બાપ જોતા રહ્યા, ડાયરો 'હાં હાં' કરતો રહ્યો. આતાભાઈની ઘોડીને જાણે પાંખો આવી.

જોતજોતામાં તો પંથ કાપી નાખ્યો. દૂર દુશ્મનોને દીઠા. બે અસવારો છે, એકની બેલાડ્યે બાઈ માણસ બેઠેલું છે. બાઈની ચૂંદડી પવનમાં ઊડતી જાય છે. વગડામાં અબળા ધા ઉપર ધા નાખી રહી છે. બીજો અસવાર એની પાછળ ઘોડી દોડાવતો પોતાની ઝગમગતી બરછી બતાવીને બાઈને ડરાવતો જાય છે. 'ઢેઢનું કોઈ ધણી નહિ' એવી ધા સંભળાય છે. વગડામાં કામ કરતાં લોકો ઊભાં થઈ રહે છે અને વીલે મોંએ વાતો કરે છે : 'બાઈ ભાગેડુ લાગે છે.'

સોળ વરસનો એકલવાયો આતોભાઈ આ ત્રાસ જોતો, ઘોડીને દબાવતો, વંટોળિયા જેવો વેગ કરતો, લાલચટક મોઢે લગોલગ આવી પહોંચ્યો. ખળખળિયા વોંકળાને વળોટી બરાબર સામા કાંઠા ઉપર ચડ્યો. હાક પાડી : "હાં કાઠીડાઓ ! હવે માટી થાજો : અબળાને ઉપાડી જનાર શૂરવીરો ! સૂરજના પોતરાઓ ! હવે માટી થાજો, હું આતોભાઈ !"

ત્યાં તો ઘોડાંનાં ભેટંભેટાં થઈ ગયાં. કાઠીડાઓ બરછીનો ઘા કરે તે પહેલાં તો આતાભાઈનો ભાલો એકની ઘોડીનાં તોરિંગનાં પાટિયાં વીંધીને પાર થઈ ગયો, અને બીજાનું બાવડું તરવારને એક ઝાટકે ઉડાવી નાખ્યું.

કાઠીઓને જીવ બચાવવાની બીજી બારી નહોતી રહી. પોતાની છાતી સાથે બાંધેલા બંધ છોડી નાખીને અસવારે ઢેઢ કન્યાને પડતી મૂકી દીધી. બેય જણા 'ભાગો ! ભાગો !' બોલતા નીકળી ગયા.

કન્યા થરથર ધ્રૂજે છે.

"બીશ મા હવે. હું આતોભાઈ, તારી ભેરે ઊભો છું. આવી જા મારી બેલાડ્યે !" એમ બોલીને આતાભાઈએ બાઈનું કાંડું ઝાલ્યું. પોતાના પગનો પોંચો ટટાર કરીને કહ્યું : "આના ઉપર પગ માંડીને આવી જા મારી વાંસે."

કન્યા ઊભી થઈ રહી: "બાપા, હું ઢેઢ છું. તમને આભડછેટ..."

"આભડછેટ કેવાની વળી ? તું તો અમારી બોન-દીકરી છો. આવી જા ઝટ ઘોડી માથે, નીકર આપણે બેય આંહીં ઠામ રહેશું. હમણાં કાઠીડાનું કટક આંબી લેશે."

આતાભાઈએ કન્યાને બેલાડ્યે લીધી. "હા, હવે મારા ડિલને બરાબર ઝાલી રાખજે, નીકર પડીશ નીચે ને મનેય પાડીશ. ઝાલ્ય, બરાબર ઝાલ્ય !" એવી બથ્થડ વાણી બોલતો આતોભાઈ ઉઘાડી સમશેરે વગડો ગજવતો પાછો વળ્યો. ઘોડાના સફેદ દૂધિયા પૂછનો ઝંડો, કન્યાની ઓઢણી અને જુવાન આતાભાઈની પાઘડીનું છોગું હવામાં ફરકતાં ગયાં.

માર્ગે એને પોતાના પિતાનું મોકલેલ કટક મળ્યું. કટકને મોખરે ઢેઢકન્યાને બેલાડ્ય લઈને ઉઘાડી સમશેરે જ્યારે આતોભાઈ સિહોરની બજારે નીકળ્યો, ત્યારે હજારોની આંખોનાં તોરણ થઈ રહ્યાં હતાં. આતાભાઈના આ પહેલા પરાક્રમ ઉપર એ હજારો નેત્રોની અંજળિઓ છંટાતી હતી. બાઈઓ આ વીરનાં વારણાં લેતી હતી. ઢેઢકન્યા તો એ નાટારંભ કરતી ઘોડી ઉપર બાપુને જોરથી ઝાલીને જ બેઠી રહી.

ડેલીએ ઊતરીને એણે કન્યાનાં રોતાં માવતરને દીકરી સુપરત કરી. બાપુ અખેરાજજીને બાળોરાજા પગે લાગ્યો. ગદ્‌ગદ કંઠે ઢેઢ કન્યાએ કહ્યું: "બાપુ ! હું નીચ વરણની નાર ઠરી. હું તુંને તો શું આપું ? આંતરડીની આશિષ આપું છું કે તું જ્યાં ચઢીશ ત્યાં તારી આવી જ ફતેહ થાશે."

ઝવેરચંદ મેઘાણી

['સૌરાષ્ટ્રની રસધાર' ભાગ 2 પુસ્તક: 1924]

❀

હજી પણ

કહ્યું કોણે, વિપદના દિવસો વીતી ગયા, યારો !

હજી પણ પુષ્પ-શા ચહેરા ઉપર અંકિત છે ચિંતાઓ
હજી પણ વેદનાઓની જલે ચોમેર જ્વાલાઓ
છવાઈ છે ઉદાસીની ઘટાઓ જિંદગી ઉપર
અને દરરોજ નીકળે છે તમન્નાના જનાઝાઓ...

ગુલાબોની જવાનીનું હજી લિલામ થાએ છે
અને મગરૂર થૈ મ્હાલે છે રંગો લૂટનારાઓ...

દીપક બારડોલીકર

['તડકો તારો પ્યાર' પુસ્તક: 2006]

❀

જીવન પર પ્રભાવ પાડનારાં

પોતાના જીવન ઉપર કયાં પુસ્તકોનો પ્રભાવ પડ્યો તેનું આલેખન કરતા લેખો મેળવીને પ્રીતિબહેન શાહે 'પીધો અમીરસ અક્ષરનો' પુસ્તકનું સંપાદન કર્યું છે. આ પુસ્તક અપરંપાર સમૃદ્ધિથી સભર છે. માત્ર આ એક જ પુસ્તકના વાચનથી બીજાં અનેક પુસ્તકોનો પરિચય મળી જાય છે. સૌથી મૂલ્યવાન તો છે કેટલાંક પુસ્તકોમાંથી ટાંકેલાં મધુર અવતરણો.

લાભશંકર ઠાકરે ઇબ્સનના 'એ ડૉલ્સ હાઉસ'ની વિસ્તારથી વાત કરી છે. તમે જો આ નાટ્યકૃતિ વાંચવાના ન હો તો આ લેખ અચૂક વાંચજો. લા૦ ઠા૦એ એનો મર્મ અને એનું રહસ્ય એટલાં ઉત્કૃષ્ટ રીતે પ્રકટ કર્યાં છે કે જાણે આપણી સમક્ષ એ ભજવાતું હોય એવો આસ્વાદ મળે છે. નોરાનું પાત્ર સજીવન થઈ જાય છે. નોરા [તેના પતિને] કહે છે: "પાપા મને તેમની 'ડૉલ-ચાઇલ્ડ' કહેતા અને મારી સાથે રમતા. જેમ હું મારી ઢીંગલીઓ સાથે રમતી. અને હું તમારી સાથે રહેવા આવી ત્યારે, પાપાના હાથમાંની ઢીંગલી તમારા હાથમાં ટ્રાન્સફર થઈ. હું તમારી ઢીંગલી-વહુ બની રહી અને બાળકો મારી ઢીંગલીઓ. આ છે આપણો લગ્નસંસાર." નોરા ઘર છોડીને ચાલી જાય છે, નીચેથી બારણું બંધ થવાનો ધમ અવાજ આવે છે. કહે છે કે રંગમંચ પર આ બારણું બંધ થવાથી આખું યુરોપ કંપ્યું હતું.

હરિભાઈ કોઠારીનો 'ગીતા પંથપ્રદીપ' આ સંકલનના ઉત્તમ લેખોમાંનો એક છે. શંકરાચાર્યથી ગુણવંત શાહ સુધીના 'ગીતા'નાં ભાષ્યો અને 'ગીતા'વિષયક અનેક છૂટાછવાયા લેખો વાંચ્યા પછી પણ આના જેવો સંક્ષિપ્ત, સરળ અને વિશદ લેખ મેં ભાગ્યે જ વાંચ્યો છે.

સુસ્મિતા મ્હેડ આનંદશંકર ધ્રુવનો એક પ્રસંગ ટાંકે છે કે તેમના ઘરમાં એક વખત આગ લાગી. તે સમયે આચાર્યશ્રીએ ગર્ભશ્રીમંત કુટુંબની માલમત્તા, તિજોરી કે ઝવેરાતને બદલે ઝપાટાભેર પોતાનાં બધાં જ પુસ્તકો ખસેડાવી બીજા ઘરમાં મૂકી દીધાં. ઉત્તરવયે તે પરિમલ સોસાયટીના 'વસન્ત' બંગલામાં રહેતા હતા. અંતિમ દિવસોમાં પોતાના મિત્રવત્ શિષ્ય રતિલાલ ત્રિવેદી પાસે તેમણે એક અભિલાષા વ્યક્ત કરી: "રતિભાઈ! મને એવો વસન્તોત્સવ ઊજવવાનું મન થાય છે કે પોળના ઘરનાં બધાં જ પુસ્તકો ગોઠવી, નમસ્કાર કરી એક પાટિયું મુકાવું કે These have made me. રાધેશ્યામ શર્મા આનંદશંકર ધ્રુવના વિષાદને મૂર્ત કરે છે: "આનંદશંકર ધ્રુવ જેવા ગંભીર પંડિતે એક મોટા ગ્રંથાલયમાં ઊભા રહી, પુસ્તકો સામે હાથ લંબાવી, શકુન્તલાને નીરખી દુષ્યંતે કાઢ્યા હતા તેવા રસિક શ્લોક-ઉદ્ગારથી ચિંતા વ્યક્ત કરી હતી: ન જાને ભોક્તારમ્: આ સર્વને કોણ ભોગવશે? ન જાણે!"

આ સંકલનમાં સંપાદકના લક્ષ્યને સંપૂર્ણ વફાદાર રહીને લખાયેલો લેખ છે તે તખ્તસિંહ પરમારનો: 'સંસ્કારબીજનું વાવેતર.' કૉલેજકાળ દરમિયાન વાંચેલાં અનેક

ઉત્તમ પુસ્તકોની માત્ર યાદી જ આપીને, એના પ્રભાવનો સહેજ ઉલ્લેખ કરીને, લેખક ઉમેરે છે: "સંસ્કાર-બીજ-નિક્ષેપ તો બાળપણમાં જ થાય છે. આપણે ફળઝાડ વાવ્યાં હોય તેની માવજત કરવી જોઈએ. બીજ રોપ્યા પછી અંકુર ફૂટે તેને સાચવવા વાડોલિયું કરવું જોઈએ, જલસિંચન કરતા રહેવું જોઈએ. સારો ફાલ મેળવવા ખાતર આપતા રહેવું જોઈએ. યુવાવસ્થા-પ્રૌઢાવસ્થા-વૃદ્ધાવસ્થામાં વાંચેલું સાહિત્ય એ વાડોલિયા-જલસિંચન ને ખાતરનું કાર્ય કરે છે. બીજનિક્ષેપ તો થાય છે નાનપણમાં વંચાયેલા સાહિત્યથી."

અને પછી લેખક આપણને બાળપણનાં પ્રિય કાવ્યો ને કથાઓની સહેલગાહે લઈ જાય છે. ન્હાનાલાલનું 'સાચના સિપાઈ', "મને તો ગમે મારી સારી કુહાડી, ભલાં માત દો પાણી માંહેથી કાઢી"નો ભુજંગી છંદ. આવી બાળપણમાં વાંચેલી બીજી અનેક કૃતિઓની સ્મૃતિને તખ્તસિંહ પરમારે મધુર રીતે નિરુપી છે.

છેલ્લે, પુસ્તકો માટેના વર્ષા અડાલજાના શબ્દો રત્નચિંતામણિ જેવા છે:

"...જીવનના આરંભકાળમાં આ પુસ્તકોએ ખૂબ આનંદમાં સમય ગુજારવામાં સાથ આપ્યો. બસ એટલું જ? ના. જીવનની દરેક સ્થિતિને સ્વીકારીને હસતાં શીખવ્યું. 'ખૂલ જા સિમસિમ' કહેતાં એક અદ્ભુત નિરાળી દુનિયામાં પુસ્તકોએ મારો પ્રવેશ કરાવ્યો. ન વીસા, ન પાસપૉર્ટની જરૂરત. બેરોકટોક ગમે ત્યારે ગમે ત્યાં જઈ આનંદથી વિહરી શકાય. પુસ્તકપ્રેમે એકાંતને ચાહતાં શીખવ્યું. પુસ્તકોએ ઘણું ઘણું આપ્યું છે. એકાદ પાનામાં સમાઈ જતા કાવ્ય માટે ક્યારેક આખું હૃદય નાનું પડતું હોય છે. પુસ્તકો માનવજાતની શ્રેષ્ઠ શોધ છે. એણે બાંધેલા ભવ્યાતિભવ્ય પ્રાસાદો જમીનદોસ્ત થઈ ગયા, પરંતુ આ સર્જન કાળની થપાટો ખાઈને અડીખમ ઊભું છે. એના ગઢની એક કાંકરી પણ ખરી નથી."

મધુસૂદન કાપડિયા

['ફાર્બસ ગુજરાતી સભા ત્રૈમાસિક': 2005]

❀

તબ –

આંચલ મેં સજા લેના કલિયાં,
જુલ્ફોં મેં સિતારે ભર લેના,
ઐસે હી કભી જબ શામ ઢલે
તબ યાદ હમેં ભી કર લેના.

મજરુહ સુલતાનપુરી

['ફિર વોહી દિલ લાયા હૂં' ફિલ્મ]

❀

"વલ્લભભાઈનો જય હો !"

સરદાર વલ્લભભાઈની સત્તાવાર જન્મતારીખ 31મી ઑક્ટોબર, 1875 ગણવામાં આવે છે, પણ સરદારે 1934માં એક સાથીદારને પત્રમાં લખ્યું હતું, "તમે ભાગ્યશાળી છો કે જન્મદિવસ ચોક્કસ યાદ છે. મને તો વરસ કેટલાં થયાં તે વિષે પણ અટકળથી જ ગપ્પું મારવું પડે છે. સોગંદ પર કહેવાનો વખત આવે ત્યારે તો આશરે આટલાં એમ જ લખાવું છું. કારણ કે મારી માને પેટ પાંચ પથ્થર પડેલા. તે પથરા કેવા નીકળશે અને શા કામમાં આવશે, એનો કશો ખ્યાલ ન હોવાથી કોઈએ દિવસની કે વરસની કશી નોંધ કે યાદી રાખી જ નથી."

ઝવેરભાઈ અને લાડબાઈનાં છ સંતાનો – પાંચ પુત્રો, એક પુત્રી – માં વલ્લભભાઈનો નંબર ચોથો હતો. તેમનું લગ્ન 17મા વર્ષે થયું, પછી વલ્લભભાઈએ અભ્યાસ ચાલુ રાખ્યો અને ઝવેરબા આઠેક વર્ષ સુધી તેમના પિયર રહ્યાં.

વલ્લભભાઈએ પ્લીડરની પરીક્ષા પાસ કરી અને ગોધરામાં વકીલાત શરૂ કરી, એ વખતે તેમણે ઝવેરબાને તેડાવી લીધાં. આર્થિક તંગી એવી હતી કે ઉછીની રકમ વડે ગુજરી બજારમાંથી સસ્તા ભાવની ઘરવખરી ખરીદી. વલ્લભભાઈ એ વખતે 25 વર્ષના તરવરિયા, જોશીલા યુવાન હતા. વર્ણ શ્યામ, મોટું કપાળ અને ગાઢી મૂછો.

બે વર્ષ ગોધરામાં વિતાવ્યા પછી વલ્લભભાઈ-ઝવેરબા બોરસદ આવ્યાં. 1904માં મણિબહેનનો અને 1905માં ડાહ્યાભાઈનો જન્મ થયો. મોટા ભાઈ વિઠ્ઠલભાઈ બૅરિસ્ટર થવા ઇંગ્લૅન્ડ ગયા, પછી ભાભીની સારસંભાળ રાખવા માટે વલ્લભભાઈ તેમને પોતાના ઘરે લઈ આવ્યા. ટૂંક સમયમાં દેરાણી-જેઠાણી દિવાળીબહેન અને ઝવેરબા વચ્ચે કંકાસ શરૂ થયો. તેના ઉકેલ માટે વલ્લભભાઈએ ઝવેરબાને પિયર મોકલી આપ્યાં. વિઠ્ઠલભાઈ ભણીને બે-અઢી વર્ષે પાછા આવ્યા, ત્યાં લગી પતિ-પત્ની અલગ રહ્યાં.

જાહેર જીવનમાં કડક છાપ ધરાવતા વલ્લભભાઈમાં માતૃત્વના ગુણો ગાંધીજીએ જેલવાસ દરમિયાન પારખ્યા, પણ તેનું પ્રાગટ્ય વર્ષો પહેલાં થઈ ચૂક્યું હતું. નડિયાદમાં અભ્યાસ વખતે વલ્લભભાઈ તેમના મિત્ર કાશીભાઈના ઘરે રહેતા. એ ઘરમાં ઊછરતા કાશીભાઈના સ્નેહીના પુત્રની વલ્લભભાઈએ માતૃવત્ સંભાળ લીધી હતી. તેમના ચરિત્રકાર નરહરિ પરીખની નોંધ પ્રમાણે, "સરદાર તે છોકરાને પડખે જ સુવડાવતા અને રાત્રે ઊઠીને એને બે-ત્રણ વાર દૂધ પાતા. રાતે છોકરો ઝાડો-પેશાબ કરે તો એનાં બાળોતિયાં બદલાવતા અને બધું સાફસૂફ કરીને પાછા પોતાની પાસે સુવાડતા. આ છોકરાને ત્રણેક વર્ષનો થયો ત્યાં સુધી ઉછેરવામાં વલ્લભભાઈએ ખૂબ પરિશ્રમ ઉઠાવેલો."

છ ભાઈભાંડુમાંથી વિઠ્ઠલભાઈ અને વલ્લભભાઈ કરમસદ-બોરસદ છોડીને જાહેર જીવનમાં પડ્યા, એટલે કુટુંબ-સમાજ સાથેનો સક્રિય નાતો છૂટી ગયો. એ

હકીકતનો ઉલ્લેખ કરતાં ડાહ્યાભાઈ પરના એક પત્રમાં સરદારે લખ્યું હતું, "મને લાગે છે કે આપણે કુટુંબથી અલગ રહ્યા છીએ એથી મહાખટપટોમાંથી છૂટી ગયા છીએ." કૌટુંબિક ઝઘડા પ્રત્યે કેવો અભિગમ રાખવો, એ વિશે તેમણે ડાહ્યાભાઈને લખ્યું હતું: "કોનો કેટલો દોષ છે અને કોનો વધારે કે ઓછો છે, એ આપણને જાણવાની જરૂર નથી. સૌનો ઓછોવધારે હશે, પણ આપણે અલગ રહ્યા છીએ એથી સુખી છીએ. છતાં આપણો ધર્મ સૌને જેટલી મદદ થાય એટલી કરવાનો તો છે જ. એ ન કરીએ તો આપણે આપણો ધર્મ ચૂકીએ, ભલે એમણે આપણી કોઈ દિવસ ભાળ ન રાખી હોય. આપણે પણ કોઈ દિવસ એવી અપેક્ષા રાખી જ નથી. વળી કરમસદ ગામની રીતે આપણે વિચાર ન કરી શકીએ. એ તો ખટપટ અને પ્રપંચનું સ્થાન છે. આપણે ઉદારતાથી વિચાર કરવો જોઈએ."

કરમસદ માટે સરદારે વાપરેલા વિશેષણની સાર્થકતાનો ખ્યાલ એ હકીકત પરથી આવી શકશે કે ત્યાં સરદારને નાત બહાર મૂકવામાં આવ્યા હતા. સરદારનો એક ભત્રીજો ગોળની બહાર, વીરસદ પરણેલો અને એક ભત્રીજાના દીકરાને આણંદમાં પરણાવેલો. કરમસદના લોકોને આ પગલું ગમેલું નહીં.

વલ્લભભાઈની પ્રકૃતિમાં દઢતા અને વ્યવહારુપણાનો અજબ સંગમ થયો હતો. અમેરિકા જઈ આવેલા તેમના પૌત્ર બિપિને ખાદીને બદલે મિલનાં કપડાં પહેર્યાં, ત્યારે પિતા ડાહ્યાભાઈ ખીજાઈ ગયા હતા. "આપણે કોણ? તું મિલની બનાવટનાં કપડાં પહેરે? શરમ નથી આવતી? દાદાને કેવું લાગશે?" બિપિન એ જ કપડાંમાં દાદા પાસે પહોંચ્યો, ત્યારે મણિબહેને ઠપકાના સૂરમાં કહ્યું, "જોઈ લો, આ કેવાં કપડાં પહેરીને આવ્યો છે!" એ વખતે સરદારે ટાઢકથી કહ્યું હતું, "ખાદી એ ભાવના છે. શ્રદ્ધા ન હોય તો ન પહેરે."

વિઠ્ઠલભાઈ નિઃસંતાન હતા, જ્યારે સરદારને એક દીકરી મણિબહેન અને તેમનાથી દોઢેક વર્ષ નાના પુત્ર ડાહ્યાભાઈ. સરદારના જીવનકાળ દરમિયાન મણિબહેન તેમનો પડછાયો બનીને રહ્યાં. તેમણે પોતાનું આખું વ્યક્તિત્વ વિરાટ પિતાની સેવામાં ઓગાળી દીધું હતું. પિતાના ફાટી ગયેલા પહેરણમાંથી પોતાના માટે થિગડિયો સાડલો બનાવતાં મણિબહેનનું ભણતર ઇંગ્લિશ મિડિયમની સ્કૂલમાં થયું હશે, એવી કલ્પના પણ ક્યાંથી આવે? મણિબહેન અને ડાહ્યાભાઈ વચ્ચેનો પત્રવ્યવહાર ગુજરાતીને બદલે અંગ્રેજીમાં થતો.

મહિને 10-15 રૂપિયાનો પગાર સુખેથી જીવવા માટે પૂરતો ગણાય, એ કાળે વલ્લભભાઈ પોતાનાં સંતાનોના અભ્યાસ અને હૉસ્ટેલ પાછળ મહિને રૂ. 100 ખર્ચી કાઢતા હતા. અમદાવાદના મોંઘાદાટ વકીલોમાં ગણતરી પામતા વલ્લભભાઈને એ રકમ પોસાતી હતી. ગાંધીજીના સંસર્ગ પછી તેમણે સાહજિકતાથી સાદગી અપનાવી. ડાહ્યાભાઈ મુંબઈમાં ઓરીએન્ટલ ઇન્સ્યોરન્સ કંપનીમાં નોકરી કરતા હતા. તેમનો

સ્વભાવ થોડો આકરો; એટલે કામમાં ચડભડ ચાલ્યા કરતી. તે વખતે, એક સામાન્ય પિતા પોતાના પુત્રને શિખામણ આપે એ રીતે સરદાર ડાહ્યાભાઈને સમજાવતા હતા. યરવડા જેલવાસ દરમિયાન 6-12-32ના એક પત્રમાં સરદારે તેમને લખ્યું હતું, "તમે ઑફિસના કાગળો લખો છો તેમાં ભાષા ઉગ્ર અને સામાવાળાને માઠું લાગે એવી હોય છે... એ સારું ન ગણાય. તેથી આપણા ભવિષ્યની ઉન્નતિમાં વાંધો આવે. એટલું જ નહીં, આપણી આબરૂ પણ બગડે... આપણે જે કરવું હોય તે કરીએ, પણ આપણી સ્વતંત્રતાનો અર્થ એ નથી કે આપણે બીજાનો તિરસ્કાર કરીએ. આ વિશે વિચાર કરી જ્યાં જ્યાં ભૂલ થતી હોય ત્યાં સુધારજો. કોઈને માઠું લાગવા જેવું લખ્યું હોય તો તેની માફી માગી પ્રેમ સંપાદન કરજો. મારો સ્વભાવ પણ એક વખત કડક હતો પણ મને એ વિશે ખૂબ પસ્તાવો થયેલો છે. અનુભવથી તને લખું છું."

ડાહ્યાભાઈથી માંડીને તમામ સગાંવહાલાં માટે સરદારની કડક સૂચના હતી, "હું સત્તા પર છું ત્યાં સુધી દિલ્હીમાં ફરકવું પણ નહીં. બને તો વિંધ્ય (મધ્યપ્રદેશ) પાર ન કરવો." આ સૂચનાનો અમલ સરદાર કેવી કડકાઈથી કરતા, તેનો એક પ્રસંગ યાદ કરતાં ડાહ્યાભાઈના પુત્ર ગૌતમભાઈએ કહ્યું, "મારાથી બારેક વર્ષ મોટા બિપિનભાઈ અને બીજા કેટલાક પિતરાઈઓને વૅકેશનમાં દિલ્હી જવાનું મન થયું. ફરતા આવીશું અને દાદાને પણ મળી લઈશું – એમ વિચારીને એ લોકો દિલ્હી ઊપડ્યા. રોજના નિયમ પ્રમાણે દાદા સવારે ફરીને ઘરે આવ્યા. ત્યારે છોકરાઓને જોયા. ચા-પાણી થયાં, એટલે દાદાએ પૂછ્યું, "શું થયું ? કોઈ માંદું-બાંદું છે ?" છોકરાઓ કહે, "ના, અમે તો અમસ્તા જ આવ્યા હતા. મળવા માટે." તરત દાદા કહે, "મળી લીધું ને ? હવે પહેલી ટ્રેનમાં પાછા જતા રહો. પૈસા જોઈતા હોય કે કંઈ કામ હોય તો કહો. બાકી તમારે અહીં પગ મૂકવાનો જ નહીં. તમારો ઇરાદો ખરાબ નહીં હોય તોપણ લોકો તમારો ગેરલાભ લેવાનો પ્રયત્ન કરશે અને આપણા લોકો જ આપણને ઊંધા રસ્તે ચડાવશે."

*

ગાંધીજીને મળતાં પહેલાં વલ્લભભાઈ બૅરિસ્ટર અમદાવાદમાં ફોજદારી વકીલાત કરીને ધૂમ રૂપિયા રળતા હતા. તેમના મોટા ભાઈ વિઠ્ઠલભાઈ પટેલ 1913માં મુંબઈ ધારાસભાના સભ્ય બન્યા, પણ આ નાના ભાઈ રાજકારણથી અળગા રહ્યા. એ સમયની પોતાની મનોદશા ગૂજરાત વિદ્યાપીઠના વિદ્યાર્થીઓ સમક્ષ સરદારે આ શબ્દોમાં વર્ણવી હતી: "વિલાયતથી પાછા આવ્યા પછી [હું] વકીલાતમાં ને પૈસા કમાવામાં ગૂંથાયો. દેશના રાજકારણનું નિરીક્ષણ કરતો હતો, પણ ધ્યેય સુધી પહોંચે એવો કોઈ નેતા જોવામાં આવતો નહોતો. જે હતા તે બધા ખાલી બકવાદ કરનારા હતા. એટલે હું રોજ સાંજે વકીલોની ક્લબમાં જતો ને પાનાં ટીચતો. સિગારેટનો ધુમાડો કાઢવો એ જ મારી તે વખતની મોજ. દરમિયાન કોઈ વક્તા આવી પહોંચતો તો તેની ઠેકડી ઉડાડવામાં પણ મજા આવતી."

1915માં ગાંધીજી દક્ષિણ આફ્રિકાથી ભારત પાછા ફર્યા, ત્યારે રાજકારણમાં નવી તરાહનાં એંધાણ વર્તાવા લાગ્યાં. બીજા લોકોની જેમ વલ્લભભાઈને પણ લાગ્યું કે અત્યાર સુધીના નેતાઓ કરતાં આ મૂર્તિ કંઈક જુદી છે. તેમણે વિદ્યાપીઠના વિદ્યાર્થીઓ સમક્ષ કહ્યું હતું: "એક દિવસ અમારી ક્લબમાં ગાંધીજી આવ્યા. એમને વિશે કંઈક વાંચ્યું હતું ખરું. એમનું ભાષણ મેં કંઈક ગમ્મતથી સાંભળ્યું. એ વાત કરતા હતા ને હું સિગારેટના ધુમાડા કાઢતો હતો. પણ અંતે જોયું કે આ માણસ વાતો કરીને બેસી રહે એવો નથી, કામ કરવા માગે છે. પછી વિચાર થયો કે જોઈએ તો ખરા, માણસ કેવો છે. એટલે હું તેમના સંપર્કમાં આવ્યો. તેમના સિદ્ધાંતોનો વિચાર મેં નહોતો કર્યો. હિંસા-અહિંસા સાથે મારે કંઈ લેવાદેવા નહોતી. માણસ સાચો છે, પોતાનું જીવનસર્વસ્વ અર્પણ કરીને બેઠો છે, દેશની આઝાદીની એને લગની લાગી છે અને પોતાનું કામ જાણે છે, આટલું મારે માટે પૂરતું હતું."

કાકાસાહેબ કાલેલકરે સરદારની વ્યવહારુતા વિશે લખ્યું હતું: "કહેવાય છે કે જ્યારે સોનામાં થોડું ત્રાંબું ભળે છે ત્યારે સોનું મજબૂત થાય છે. એનો ચળકાટ પણ વધે છે અને એના રણકામાં પણ ફેર પડે છે. ગાંધીજીમાં તત્ત્વનિષ્ઠાનું સોનું હતું. એમનામાં વહેવારકુશળતા ઓછી ન હતી, પણ એ રહ્યા ક્રાન્તદર્શી. આજે ભેળવેલું તાંબું આગળ જતાં કોક દિવસે નુકસાન કરવાનું જ એ વિચારે તેઓ બનતાં સુધી ત્રાંબાથી દૂર રહેતા. વલ્લભભાઈ કદર તો સોનાની જ કરતા. સોના પાસેથી જ એ કામ લેવા ઇચ્છતા હતા, પણ સોનામાં વહેવારદૃષ્ટિનું ત્રાંબું મેળવવામાં એમને કશો સંકોચ થતો ન હતો."

વલ્લભભાઈ પર મુકાતો એક આરોપ એવો છે કે ગાંધીજીના અંધ અનુયાયી હતા. ગાંધીજીના 'યસમૅન' તરીકેની તેમની છાપ એટલી વ્યાપક હતી કે જીવનના અંતિમ તબક્કામાં ખુદ ગાંધીજીએ કહ્યું હતું, "સરદાર હવે મારા 'હા જી હા' કરનારા (યસમૅન) રહ્યા નથી. તે એટલા સમર્થ છે કે કોઈનાય હા જી હા કરનારા તે બની શકે નહીં. હું જે કંઈ કહેતો, એ તેમને સહેજે અપીલ કરતું હતું એટલે તે પોતાની જાતને મારા 'હા જી હા' કરનાર તરીકે ઓળખાવા દેતા હતા."

સરદાર કહેતા, "લોકો મને [ગાંધીજીનો] અંધ અનુયાયી કહે છે તેથી હું શરમાતો નથી. એમની આગેવાની સ્વીકારી ત્યારે વિચાર કરી લીધેલો કે આ માણસની પાછળ ચાલતાં કોઈ દિવસ લોકો મારા મોં પર થૂંકવાના છે ને એ માટે પણ તૈયાર રહેવું." 1929માં તેમણે કહ્યું હતું, "મને ઘણા ગાંધીજીનો આંધળો ભક્ત કહે છે. હું ઇચ્છું છું કે સાચે જ મારામાં અંધ ભક્ત થવાની શક્તિ હોય. પણ તે નથી. હું તો સામાન્ય બુદ્ધિનો દાવો કરનારો છું. મારામાં સમજશક્તિ પડેલી છે; મેં જગત પણ ઠીકઠીક જોયું છે. એટલે સમજ્યા વિના, એક હાથની પોતડી પહેરીને ફરનારાની પાછળ ગાંડો થઈને ફરું એવો હું નથી. મારી પાસે ઘણાને ઠગીને ધનવાન થાઉં

એવો [વકીલાતનો] ધંધો હતો, પણ તે છોડ્યો, કારણ હું એ માણસ [ગાંધીજી] પાસે શીખ્યો કે ખેડૂતનું કલ્યાણ એ ધંધો કરીને ન થાય, એને [ગાંધીજી] માર્ગે જ થાય. એઓ હિંદુસ્તાનમાં આવેલા ત્યારથી જ હું એમની સાથે છું અને આ ભવમાં તો એમની સાથેનો સંબંધ છૂટે એમ નથી."

પાંચમી કાઠિયાવાડ રાજકીય પરિષદમાં વલ્લભભાઈએ કહ્યું હતું, "આપણામાં તાલીમ અને વ્યવસ્થાની ખામી છે, સિપાઈગીરીની ખામી છે. આપણને હુકમ ઉઠાવવાની ટેવ નથી પડી. આપણે સ્વચ્છંદને સ્વતંત્રતા માનીને બેઠા છીએ. હિંદુસ્તાનનું દુઃખ આગેવાનના અભાવનું નથી, આગેવાનો અનેક થઈ પડ્યાનું છે. સિપાઈગીરીના અભાવનું છે." સરદારની શક્તિઓ અને સ્વતંત્ર વ્યક્તિત્વ વિશે ગાંધીજી જરાય ભ્રમમાં ન હતા. તેમણે અંગ્રેજ પત્રકાર પેટ્રિક લેસીને 1931માં કહ્યું હતું, "વલ્લભભાઈ પટેલ તો સૈનિક છે. એ પોતાની જાતને ભૂંસી નાખવામાં માને છે. એમ નથી કે એમને પોતાના વિચારો નથી; પણ એ માને છે કે મૂળભૂત બાબતોમાં જ્યારે સંપૂર્ણપણે સંમતિ છે ત્યારે વિગતોના પ્રશ્નો ઉઠાવવાનો કંઈ અર્થ નથી."

જવાહરલાલ નેહરુએ 1935-36માં લખેલી આત્મકથામાં જણાવ્યું હતું, "ગાંધીજી અને તેમના આદર્શો-કાર્યપદ્ધતિઓ પ્રત્યે અત્યંત આદરભક્તિ ધરાવનાર વલ્લભભાઈની જોડનો ગાંધીજીનો બીજો વફાદાર સાથી હિંદભરમાં નહીં હોય."

ગાંધીજી એક વાર બારડોલીના મહેમાન બન્યા ત્યારે, સરદાર અને રવિશંકર મહારાજ વચ્ચે ચાલેલો આ સંવાદ યાદ રહી જાય એવો છે :

"અલ્યા મહારાજ ! મોડી રાત સુધી ક્યાં ગયેલો ?"

"હું તો [ગાંધીજીની સૂચનાથી] લગ્ન કરાવવા ગયેલો, પણ તમારે મોડી રાતે શું ધાડ પડી હતી ?"

"બાપુએ નવો પ્રોગ્રામ ઘડ્યો છે. તેમણે મને તે કહી સંભળાવ્યો. મેં એક કલાક સુધી મારા ઓરડામાં આંટા મારતાં મારતાં તેને પચાવવા મહેનત કરી. છતાં બરાબર બેઠું નહીં. તેથી ફરી પાછા બાપુને ઉઠાડીને તેમની પાસે સમજવા ગયો હતો. બાપુએ પાંથી પાડીને સમજાવ્યો. હવે ગેડ બેઠી. પણ મહારાજ, બાપુની શી વાત કરું ? આપણે તો જીવતાં જ આ શરીરની ખાલ ઉતારીને એનાં કપડાં સિવડાવીએ તોયે બાપુનો બદલો વાળી શકાય તેમ નથી."

ગાંધીજીના આશીર્વાદથી વલ્લભભાઈએ બારડોલી સત્યાગ્રહની સરદારી લેતાં પહેલાં, લડતના મૂળ મુદ્દાનું વાજબીપણું ચકાસી લીધું. તકરારના કેન્દ્રસ્થાને હતો નવો મહેસૂલવધારો. અંગ્રેજી રાજમાં દર ત્રીસ વર્ષે મહેસૂલના નવા દર નક્કી થતા હતા. એ રિવાજ મુજબ, 1927માં બારડોલી તાલુકાનાં ગામો માટે 22 ટકાનો વધારો જાહેર થયો. વાંધો મહેસૂલ સામે નહીં, પણ તેમાં થયેલા આડેધડ વધારા સામે હતો. સરદારે કહ્યું હતું, "આપણે સરકાર જોડે કજિયો બાંધવાની ખાતર આ લડત માંડી

નથી. તેનું વાજબી લહેણું આપણે દૂધે ધોઈને ચૂકવી આપવું છે."

12મી ફેબ્રુઆરી, 1928થી સત્યાગ્રહ શરૂ થયો. તેમાં વલ્લભભાઈની સંગઠન ઊભું કરવાની તાકાત જણાઈ આવી. બારડોલી તાલુકાનાં સ્ત્રી-પુરુષોએ ભારે હિંમત અને ધીરજ બતાવ્યાં. ખેડૂત માટે સ્વજનથી પણ વધીને ગણાય એવાં જમીન અને ઢોરઢાંખર જપ્ત થયા પછી પણ તે ઢીલા પડ્યા નહીં. એટલે જ વલ્લભભાઈ કહી શકેલા કે, "હું કાયરોને લઈને લડવા નીકળ્યો નથી; હું તો સરકારનો ડર છોડીને બહાદુર બન્યા છે તેમની સાથે ઊભો રહીને લડવા માગું છું."

સત્યાગ્રહની અસરકારકતા અને લોકોની ઠંડી તાકાતનું પ્રતીક બન્યું હતું બારડોલી. મુન્શી પ્રેમચંદે તેને "વીરભૂમિ બારડોલી" તરીકે ઓળખાવીને 'હંસ'ના નવેમ્બર 1930ના અંકમાં લખ્યું હતું: "ધન્ય છે તમને, બારડોલીના વીરો! સશસ્ત્ર સંગ્રામમાં એક સમયે જેમ ચિત્તોડે યશ મેળવીને ભારતનો ચહેરો ઉજાળ્યો હતો, એવો જ યશ બારડોલીના લોકોએ અહિંસક સંગ્રામ દ્વારા હાંસલ કર્યો છે. સિદ્ધાંત ખાતર સર્વસ્વનું બલિદાન આપવાના આવા દાખલા ઇતિહાસમાં ભાગ્યે જ મળે."

લગભગ છ મહિનાની લડત પછી, અંગ્રેજ સરકારને નમતું જોખવું પડ્યું. કેદી સત્યાગ્રહીઓને છોડી મૂકવાની, મહેસૂલવધારા માટે તપાસસમિતિ નીમવાની, જપ્ત કરેલી મિલકતો પાછી આપવાની અને સત્યાગ્રહના ટેકામાં રાજીનામાં આપનારા પટેલો–તલાટીઓને પાછા નોકરી પર લેવાની શરતો સરકારે માન્ય રાખી. તો 'બારડોલીનો ચમત્કાર' કેવી રીતે શક્ય બન્યો? ગાંધીજીએ આપેલી સમજૂતી પ્રમાણે, "જો આપણે અભણ પ્રજામાં કામ કરવું હોય, તેમને સ્વરાજ્યવાદી એટલે કે રામરાજ્યવાદી બનાવવા હોય તો તે ધર્મજાગૃતિની મારફતે જ થઈ શકશે, એમ એમણે [વલ્લભભાઈએ] જોયું. વલ્લભભાઈએ બારડોલીમાં આપેલાં વ્યાખ્યાનોનો સંગ્રહ કરીને જો કોઈ છપાવે તો તે ધર્મનાં વ્યાખ્યાનોનો સંગ્રહ થઈ જશે."

વિજયી નેતા અને 'ખેડૂતોના સરદાર' વલ્લભભાઈ સત્યાગ્રહ પછી અમદાવાદ આવ્યા, ત્યારે આશ્રમમાં તેમના સ્વાગત વેળા મહાદેવ દેસાઈએ રચેલું એક ગીત ગવાયેલું:

ત્રાસ અન્યાયના અમલ ઊતરી ગયા
અભયથી ફૂલતી છાતી ખેડુ તણી...
નિબિડ નૈરાશ્યનાં તિમિર તો ઢળી ગયાં,
આશથી ઝળકતી આંખ ભારત તણી.

કૉંગ્રેસના કલકત્તા અધિવેશનમાં વલ્લભભાઈને અભિનંદન આપતો ઠરાવ પસાર થયો. આ અધિવેશનમાં એક વાર પ્રવેશપાસ ઉતારે ભૂલી ગયેલા વલ્લભભાઈને સ્વયંસેવકે અંદર દાખલ થતા અટકાવ્યા હતા. તેમની સાથે રહેલા આચાર્ય કૃપાલાનીએ 'સરદાર'ની ઓળખાણ આપી, પણ વ્યર્થ! સ્વયંસેવકે બારડોલી કે તેના સરદાર વિશે

કંઈ સાંભળ્યું હોય એવું લાગ્યું નહીં. તેને આબરૂ કે અપમાનનો પ્રશ્ન બનાવવાને બદલે, સરદાર ચૂપચાપ ઉતારે પાછા જતા રહ્યા.

*

સરદારના પિતા ઝવેરભાઈ સ્વામિનારાયણ સંપ્રદાયના અનુયાયી. તેમના આરાધ્ય યજ્ઞપુરુષદાસ સ્વામીએ વડતાલ ગાદીથી અલગ થઈને બોચાસણમાં અક્ષર પુરુષોત્તમ સંસ્થા સ્થાપી. બે ફાંટા વચ્ચેના વિખવાદોમાં સ્વામી યજ્ઞપુરુષદાસ પર વૉરંટ નીકળ્યું છે, એવી વાત ઝવેરભાઈને મળી. એ પહોંચ્યા વલ્લભભાઈ પાસે. ફોજદારી વકીલ તરીકે તેમની બોરસદમાં ધાક હતી, પણ સ્વામીની ધરપકડ રોકવાની રજૂઆત સાંભળીને વલ્લભભાઈની પહેલી પ્રતિક્રિયા : “મહારાજ પર વળી વૉરંટ કેવું ? એ તો પુરુષોત્તમ ભગવાનનો અવતાર કહેવાય ! આપણને સૌને આ ભવમાંથી છોડાવનારા ! એમને પકડનારા કોણ હોય ?”

પણ પિતા ઝવેરભાઈ ગંભીર હતા : “તારે આ વૉરંટ રદ કરાવી આપવું જોઈએ. મહારાજની ધરપકડ થાય તો આપણી આબરૂને ધક્કો પહોંચે.”

“આપણી આબરૂને ધક્કો શાને લાગે ?” વલ્લભભાઈએ કહ્યું, “વૉરંટ નીકળ્યું છે તેનું કારણ પણ હશે. મોટા કાકા, તમારે હવે આ સાધુઓને પડતા મૂકવા જોઈએ. ખટપટ ચલાવે, ઝઘડા કરે અને અદાલતે ચડે તેવા સાધુઓ આ લોકમાં કે પરલોકમાં આપણું કશું ભલું કરવાના નથી.”

‘બાવા-બિઝનેસ’ વિશે તેમના મનમાં કેવી લાગણી હતી, તેનો ખ્યાલ અમદાવાદના વિદ્યાર્થીઓ સમક્ષ 1920માં તેમણે આપેલા એક પ્રવચનમાંથી પણ મળી રહે છે. વિદ્યાર્થીઓને શાળા-કૉલેજો છોડવા માટે પાનો ચડાવતાં તેમણે કહ્યું હતું, “તમે સરકારી શાળાઓમાંથી ઊઠી જશો તો તમારી શી વલે થશે, એવી શંકાને પણ સ્થાન નથી. દેશમાં છપ્પન લાખ નિરક્ષર બાવાઓ ભૂખે નથી મરતા; તો તમે એવી શંકા શું કરવા કરો ?”

ત્રણ વર્ષ પહેલાં બારડોલી સત્યાગ્રહ પર વારી જનારા મુન્શી પ્રેમચંદે પોતાના સામયિક ‘હંસ’ના એપ્રિલ, 1931ના અંકમાં ‘હમારે નેતાઓં કી બહકી બાતેં’ શીર્ષક હેઠળ લખ્યું હતું :

“ગુજરાતમાં સરદાર પટેલે એક ભાષણમાં કહ્યું, ‘ભારતમાં ઘોર સંગ્રામ થવાનો છે. જેમને પોતાનો જીવ વહાલો હોય, તેમણે ભારત છોડીને જતા રહેવું જોઈએ.’ સરદાર પટેલને ભલે જીવ વહાલો ન હોય, પણ આપણને જીવ વહાલો છે એટલે તો સ્વરાજ્ય લેવા માટે લડીએ છીએ. અને સરદારને પોતાનો જીવ વહાલો નથી એવું કોણ કહી શકે ? બે વર્ષ પહેલાં તો એ વકીલાત કરતા હતા અને કાયદાના અભ્યાસ માટે વિલાયત ગયા હતા; એટલા માટે કે જીવ વહાલો હતો. બે વર્ષથી તેમનામાં વિશેષ જાગૃતિ આવી હોય, તો એવું ન બને કે આજે એ જેમને લાંછન લગાડી રહ્યા છે એવા લોકોમાં પણ જાગૃતિ આવે ? જે પરિસ્થિતિમાં તમારું [સરદારનું] મોટા ભાગનું જીવન

વીત્યું છે, એ જ સ્થિતિમાં બીજા ઘણા લોકો જીવી રહ્યા છે. તમે એમનાથી વહેલા જાગ્યા, એટલે તેમને મહેણાંટોણાં મારવાથી તેમને દુઃખ પહોંચાડવા સિવાય બીજું કંઈ થવાનું નથી. તમારી જેમ બીજા લોકો પણ સ્વરાજ્ય ઇચ્છે છે. ભાગ્યે જ એવું કોઈ અધમ પ્રાણી હશે જે સ્વરાજ્યનું પ્રેમી ન હોય. તમારામાં વધારે શક્તિ અને સાહસ છે, એટલે તમે શસ્ત્રો સજીને મેદાનમાં ઊતર્યા છો, પણ જે માણસો તમારી મદદ કરે છે, તેમની કોઈ ગણતરી જ નહીં? કૉંગ્રેસે આ સંગ્રામમાં કરોડો રૂપિયા ખર્ચ્યા હશે. એ રૂપિયા પ્રજાએ આપ્યા છે. એ રૂપિયા વિના સ્વરાજ્યનું આંદોલન એક દિવસ પણ ન ચાલી શકે. નમ્રતા યોદ્ધાઓનું ભૂષણ છે. ડીંગો મારવામાં અને બીજાને ટોણા મારવામાં તેમની શોભા નથી."

પ્રેમચંદજીએ સરદારનાં બીજાં પ્રવચનો વાંચ્યાં હોત તો તેમની પ્રતિક્રિયા કેવી ઉગ્ર હોત, એ કલ્પી શકાય છે. ઉદાહરણ તરીકે, 1929માં બિહારની મુલાકાત વખતે ચંપારણના ખેડૂતોને સરદારે કહ્યું હતું, "તમારી મા, બહેન, પત્ની – એમને પડદામાં રાખીને તમે માનો છો કે તમે એમના શિયળની રક્ષા કરી શકશો? કે તમારી ગુલામી એઓ બહાર આવીને જુએ એથી તમે ભડકો છો? મારું જો ચાલતું હોય તો બધી બહેનોને કહું કે આવા બીકણ અને બાયલાઓની સ્ત્રીઓ બનવા કરતાં એમને છેડા ફાડી આપોની!"

મુંબઈની એક સભામાં તેમણે કહ્યું, "સ્વરાજ જોઈતું હોય તો ખુવારી માટે તૈયાર રહેવું પડશે... મુંબઈમાં આવી ધગશ ના હોય તો મુંબઈને દરિયો વિશાળ છે. દસ લાખ માણસ માટે તે પૂરતો છે. તેમાં ડૂબી મરીને પણ મુંબઈ પોતાનું નાક ન ખૂવે એમ હું આજે અંતરથી ઇચ્છી રહ્યો છું."

બિહારમાં તેમણે કહેલું: "જે બ્રાહ્મણ ઢીંગલા-ઢીંગલીના વિવાહ [બાળલગ્નો] માટે સ્મૃતિ ટાંકે છે, તે બ્રાહ્મણ નથી પણ રાક્ષસ છે અને જે માબાપો એ બ્રાહ્મણનું માનીને છોકરાંને લગ્નની કાળીમાતાને વધેરે છે, તેઓ પોતે પશુ છે. મારા હાથમાં કાયદો હોય તો હું તો એવાંઓને ગોળીથી ઠાર કરવાની સજા ઠરાવું."

સરદારની આરોગ્યપ્રદ કડવી દવાઓનો ડોઝ દેશવાસીઓને આઝાદી પછી પણ મળતો રહ્યો. નાયબ વડાપ્રધાન સરદારે આણંદ કૃષિ વિદ્યાલયનું ખાતમુહૂર્ત કરતાં કહ્યું, "જુવારના ખેતરમાં તાળીઓ પાડી ચકલાં ઉડાડીએ તેમ ધાંધલ કરી સરકારને ભગાડી છે, પણ ખરી મહેનત હવે કરવાની છે. તો જ આપણી સ્થિતિ સુધરશે."

સરદારની રમૂજવૃત્તિને પ્રશંસીને ગાંધીજી ઘણી વાર કહેતા, "સરદાર મરશે તો એ કંઈક વિનોદ કરીને હસતે મોંએ મરશે. એના વિનોદી સ્વભાવથી જ એ ટકી રહ્યા છે." ભાગલાના દોઢેક મહિના પછી, ગાંધીજીની 78મી વર્ષગાંઠ પ્રસંગે તેમને થેલી અર્પણ કરવાનો કાર્યક્રમ દિલ્હીના ગુજરાતી લોકોએ ગોઠવ્યો. ગાંધીજીને સખત ઉધરસ થઈ હતી, છતાં એ સમારંભમાં જવા તૈયાર થયા. એટલે સરદારે તેમને મીઠો ઠપકો આપતાં કહ્યું, "આવી ઉધરસમાં ગુજરાતીઓની સભામાં જવાનું કેમ કબૂલ્યું?

પણ તમે તો એવા લાલચુ અને લોભી છો કે, જો સાંભળશો કે ફલાણી જગ્યાએથી ફંડ માટે થેલી મળે છે તો મરણપથારીએથી ઊઠીને જશો !" ગાંધીજી પર આવા ઠપકાની શી અસર થાય ? તેમણે પોતે પાછા વળવાને બદલે, સરદારને પોતાની સાથે લીધા અને કહ્યું, "તમે હશો તો કંઈક વધારે મળશે, માટે ચાલો !"

આઝાદી પછી હૈદ્રાબાદનો પ્રશ્ન ઝળૂંબતો હતો, ત્યારે ચર્ચિલે બ્રિટિશ સંસદમાં ભાષણ કરી આઝાદ ભારતની સરકારની આકરી ટીકા કરેલી. સરદારે વિવેક ચૂક્યા વિના ચર્ચિલને જવાબ આપ્યો. પછી ચર્ચિલના વારસ સમાન એન્થની ઈડન ભારતના પ્રવાસે આવ્યા ત્યારે સરદારને તેમણે કહ્યું, "તમારો જવાબ ચર્ચિલે બરાબર માણ્યો છે અને ખાસ કહ્યું છે કે સરદારે તેમનું કાર્યક્ષેત્ર ભારત પૂરતું મર્યાદિત રાખવાની જરૂર નથી; દુનિયાને પણ તેમની ઝમક જોવા-સાંભળવા મળવી જોઈએ."

ઇંદુલાલ યાજ્ઞિક 'ગુજરાતના શ્રેષ્ઠ યુવાધન'માં ગણતરી પામતા હતા. સરદાર સાથે મતભેદોના પગલે ઇંદુલાલે 1921માં કૉંગ્રેસમાંથી રાજીનામું આપવાનું નક્કી કર્યું, ત્યારે ગાંધીજીએ, 'સ્વભાવફેરને કારણે સાથે કામ કરવું અશક્ય હોવાથી, ઘણા દુઃખની સાથે ભાઈ ઇંદુલાલનું રાજીનામું સ્વીકારવું' એવી સલાહ આપી. એ પ્રસંગે વલ્લભભાઈએ એવું લાગણીસભર પ્રવચન કર્યું કે ઇંદુલાલની આંખમાં ઝળઝળિયાં આવ્યાં. તેમણે કહેલું, "રાજીનામું આપવું, આપી છૂટી જવું, તેના કરતાં રાજીનામું આપ્યા સિવાય અંદર રહેવું વધારે દુઃખદ છે. ઇંદુલાલ મારા નાના ભાઈ છે. અમે આજ સુધી એ રીતે જ રહ્યા છીએ અને આજે આ પ્રસંગ આવે છે. હું શું કહું ? મારાથી નથી બોલાતું. હું વધારે નહીં બોલી શકું." ઇંદુલાલ સાથે તેમનો સંઘર્ષપૂર્ણ સ્નેહસંબંધ પછીનાં વર્ષોમાં જળવાઈ રહ્યો. બીજા વિરોધીઓ પ્રત્યે પણ સરદાર ડંખ રાખતા ન હતા.

સરદાર વિશેની સૌથી ચિંતાજનક ગેરમાન્યતા એટલે સરદારનો માની લેવાયેલો મુસ્લિમદ્વેષ. સરદાર માનતા હતા કે "રાષ્ટ્રને વફાદાર મુસ્લિમને કોઈ પણ હિંદુના જેટલું જ સંરક્ષણ ભોગવવાનો અને હિંદુના જેવા જ અધિકારો ભોગવવાનો હક છે." છતાં મુસ્લિમ નેતાઓને ઠપકો આપતાં સરદાર કદી ખચકાટ અનુભવતા નહીં.

ઠપકા જેટલા હકથી તે મુસ્લિમોને સંરક્ષણ પણ આપતા હતા. પાકિસ્તાનમાં હિંદુઓ-શીખોની મોટા પાયે કતલ થતી હતી ત્યારે મુસ્લિમ નિરાશ્રિતોના એક કાફલાને અમૃતસરમાંથી પસાર થવા દેવાનો સ્થાનિક શીખોએ ઇન્કાર કર્યો. તેમને સમજાવવા માટે ખુદ સરદાર અમૃતસર પહોંચી ગયા હતા. જાહેર સભામાં તેમણે શીખોને કહ્યું હતું, "નિર્દોષ અને રક્ષણ વગરનાં પુરુષો-સ્ત્રીઓ-બાળકોની કતલ કરવી તે શૂરવીરોને છાજતું નથી. આ શહેરમાંથી જઈ રહેલા મુસલમાન નિરાશ્રિતોની સલામતીની પ્રતિજ્ઞા તમારે લેવી જોઈએ." તેમની સાથે મોજુદ અંગત સચિવ વી. શંકરે નોંધ્યું છે કે, "જે પ્રેક્ષકોની આંખમાં ખૂન નીતરતું હતું, તે જ પ્રેક્ષકોએ પાકિસ્તાન જઈ રહેલા મુસ્લિમ કાફલાને શાંતિથી નીકળી જવા દેવાની તેમની વિનંતીને ઉત્સાહપૂર્વક ટેકો આપ્યો."

પૂર્વ પંજાબમાં નિરાશ્રિતોની ટ્રેનો પર થતા હુમલા અટકાવવા માટે સરદારનો હુકમ હતો: "દિવસે અને રાત્રે પહેરો ભરવા માટે ગામડાના લોકોની ચોકિયાત ટુકડીઓ ઊભી કરવી. જે ગામના સીમાડામાં રેલવેના પાટાને નુકસાન થશે અથવા ટ્રેનો પર હુમલા થશે તેમના પર સામુહિક દંડ નાખવામાં આવશે, એવી ચેતવણી આપવી. દરેક વખતે હુમલા થાય કે તરત જ આવો દંડ નાખવો."

'મુસ્લિમો તરફથી ખતરો' સૂચવતા પત્રો પર સરદાર હોંશે હોંશે ભરોસો મૂકી દેતા નહીં. રાજેન્દ્રપ્રસાદે એક પત્રમાં મુસ્લિમધર્મી મેયો લોકો દ્વારા દિલ્હીમાં થયેલા દેખાવો અને તેનાથી બિનમુસ્લિમોમાં ફેલાયેલા ભય વિશે લખ્યું, ત્યારે સરદારે વળતી ટપાલે જવાબ આપ્યો હતો, "દિલ્હીની દૈનિક પરિસ્થિતિના અહેવાલની નકલ આ સાથે મોકલી છે. તમે જોઈ શકશો કે લગભગ તમામ હુમલા એકતરફી છે. તેમાં હિંદુઓ અને શીખો હુમલાખોર છે. હિંદુઓમાં સેવાતો ભય અને આ બાબતમાં તમને અપાયેલી ખબર ખોટી ઠરાવવા માટે આ અહેવાલ પૂરતો છે."

મુસ્લિમ લીગે હિંસાનો રસ્તો લીધો ત્યારે સરદારે કૉંગ્રેસના મેરઠ અધિવેશન (1946)માં "તલવારનો સામનો તલવારથી કરો", એવું વિધાન કર્યું હતું. સરદારની ગૂજરાત વિદ્યાપીઠની મુલાકાત વખતે કોઈએ "તલવારનો સામનો તલવારથી કરો"નો અર્થ પૂછ્યો, ત્યારે સરદારનો જવાબ હતો, "ગાંધીજીની મુખ્ય વાત અહિંસાની છે; પણ એની તૈયારી ન હોય તો રોતા રોતા, દોડતાદોડતા પોલીસચોકી પાસે ન જાઓ, એ એનો અર્થ છે. આપણા પર જે માણસોના રક્ષણની જવાબદારી હોય, એમના પર જોખમ આવતાં ખાટલા તળે ભરાઈ જવું, એના કરતાં તો રક્ષણ માટે લડતાંલડતાં મરી જવું સારું. આપણામાંથી કાયરતા કાઢી નાખવી જોઈએ, એ એનો અર્થ છે."

1948માં લખનૌની એક સભામાં સરદારે કહ્યું, "મને મુસ્લિમોનો કટ્ટર શત્રુ ચીતરવામાં આવે છે, પણ હું તેમનો સાચો મિત્ર છું. મને ગોળગોળ વાત કરવાનું ફાવતું નથી. હું સીધી વાત કરવામાં માનું છું. હું તેમને નિખાલસતાથી કહેવા માગું છું કે એ લોકો ભારત પ્રત્યે ફક્ત વફાદારી જાહેર કરે એટલું પૂરતું નથી. હું તેમને પૂછું છું કે પાકિસ્તાને ભારત પર કરેલા આક્રમણને શા માટે એક અવાજે વખોડી કાઢ્યું નહીં? ભારત પર થતા કોઈ પણ આક્રમણને વખોડી કાઢવાની ભારતના મુસ્લિમોની ફરજ નથી? જે મુસ્લિમો બેવફા છે, તેમને પાકિસ્તાન જવું પડશે. જે લોકો હજુ બે ઘોડે સવારી કરી રહ્યા છે, તેમણે હિંદુસ્તાન છોડવું જ રહ્યું."

*

ઉદ્યોગપતિઓ સાથે સરદારને ગાઢ સંબંધો હતા. તેમનું એક કામ કૉંગ્રેસ માટે ભંડોળ એકઠું કરવાનું હોવાથી પણ મૂડીવાદીઓ સાથે તેમને સીધો પનારો પડતો. એકવાર તેમણે કહ્યું હતું, "ક્યારેક મને 'રાજાઓનો પિટ્ઠુ' કહેવામાં આવે છે, તો ક્યારેક 'ધનિકો અને જમીનદારોનો પિટ્ઠુ'. અસલમાં હું સૌનો પિટ્ઠુ છું. ઘણા કહે છે, આ તો મૂડીવાદીઓનો મિત્ર છે. પણ ગાંધીજી સાથે જોડાયો ત્યારથી મેં પ્રતિજ્ઞા

લીધી હતી કે હું સંપત્તિ નહીં રાખું. આ ચીજ હું એમની પાસેથી શીખ્યો છું અને એનાથી મોટા બીજા કોઈ સમાજવાદમાં હું માનતો નથી ગાંધીજી સાથે રહીને હું એ પણ શીખ્યો છું કે રાજાઓ, મૂડીવાદીઓ કે જમીનદારો – કોઈ સાથે દુશ્મની કરવાની જરૂર નથી. દેશના હિતમાં બધા પાસેથી કામ લેવું."

ગાંધીજીએ 1921માં 'ટિળક સ્વરાજ ફંડ' પેટે એક કરોડ રૂપિયાનો ફાળો ઉઘરાવવાનું નક્કી કર્યું અને તેમાંથી ગુજરાતની પ્રાંતિક સમિતિના ભાગે રૂ. 15 લાખ ઉઘરાવવાના આવ્યા, ત્યારે સરદારની આગેવાની હેઠળ એ લક્ષ્યાંક સિદ્ધ થઈ શક્યો હતો. તેમની કાર્યપદ્ધતિ વિશે ઇંદુલાલ યાજ્ઞિકે નોંધ્યું છે, "ઠેકઠેકાણેથી નાના-મોટા વેપારીઓ અને કૉંગ્રેસના કાર્યકર્તાઓ સમિતિની કચેરીએ ઊભરાતા ગયા. વલ્લભભાઈની આસપાસ મિજલસ જામે. કોઈને હસાવે, કોઈકને તતડાવે. કોઈને સલાહ તો કોઈને ચીમકી આપે. જે આવે તેને ફાળો ઉઘરાવવાની તાકીદ કરે. સાથે સાથે રેંટિયો ફેરવતા જાય."

પક્ષ માટે તેમણે લાખો રૂપિયાનો વહીવટ કર્યો, કરોડપતિઓ સાથે તેમનો ઘરોબો રહ્યો, પણ અંગત જીવનમાં તે ગાંધીવાદી સાદગીનું પ્રતીક બની રહ્યા.

✳

સરદાર ભારતના રાજકારણમાં મહત્ત્વના પરિબળ તરીકે ઊભરી રહ્યા હતા, ત્યારે પણ વતનમાં તેમના માટે ગૌરવની લાગણી ન હતી. ઘણાખરા જ્ઞાતિબંધુઓ તેમને જ્ઞાતિની સંકુચિત ફૂટપટ્ટીથી જ માપતા હતા અને તેમના પ્રત્યે કંઈક અંશે રોષ પણ ધરાવતા હતા.

પરંપરાગત સ્વરૂપની ધાર્મિક આસ્થા નાનપણમાં કૌટુંબિક સંસ્કારોને લીધે વલ્લભભાઈના મનમાં હતી. છતાં ધર્મને પોતાની લોકપ્રિયતા વધારવાના માધ્યમ તરીકે તેમણે ક્યારેય ન જોયો. તેમનાં પ્રવચનોમાં ઈશ્વરેચ્છાની વાત આવતી હોવા છતાં, તેમણે ઈશ્વરના નામે અકર્મણ્યતાને કદી પ્રોત્સાહન ન આપ્યું. મરણપથારી પર અંતિમ ઇચ્છા તરીકે તેમણે ધાર્મિક પાઠ-સ્તુતિને બદલે વીણાવાદન સાંભળવાની ઇચ્છા વ્યક્ત કરી. કર્ણાટકી સંગીતમાં મોટું નામ ધરાવતા વી. કે. નારાયણ મેનને સરદારના સરી જતા શ્વાસમાં વીણાના સૂર વહેતા કર્યા.

1950ની 15મી ડિસેમ્બરે સરદારની આંખ મીંચાઈ. એ ન હોત તો પોતાનાથી જે કામ થઈ શક્યું તે ન થયું હોત, એવું વિધાન કરનારા ગાંધીજીના આ શબ્દોના પડઘા હજી સંભળાય છે:

"સરદાર વલ્લભભાઈનો જય હો !"

ઉર્વીશ કોઠારી
['સરદાર: સાચો માણસ, સાચી વાત' પુસ્તક: 2006]
✺

અડધો કલાક બીજા માટે જીવીએ !

વાત અગત્યની હતી, મોટા સોદાની હતી. ત્યાં અનિલભાઈ ઊઠ્યા અને બોલ્યાઃ "ટપુભાઈ, તમે થોડી વાર વિચારો. એટલી વારમાં એક કામ કરીને આવું છું."

"પણ આપણું હવે પતવામાં જ છે ને તમે ક્યાં જાઓ છો...? તમારે માટે આ કામ અગત્યનું નથી..?"

"અગત્યનું છે... પણ હું જે કામ માટે જઈ રહ્યો છું તે એના કરતાં પણ મહત્ત્વનું છે."

અનિલભાઈ તો વધુ વાત કરવા રોકાયા વિના સડસડાટ ત્યાંથી ચાલ્યા ગયા, અને ટપુભાઈ જમીનનો નકશો જોતા જ રહ્યા. પૂરા પોણા કલાક પછી અનિલભાઈ પાછા ફર્યા ત્યારે ટપુભાઈનું મોઢું ચઢેલું જ હતું.

અનિલભાઈએ ખુરશીમાં જગ્યા લેતાં કહ્યુંઃ "બોલો, પછી તમે શું નક્કી કર્યું ?"

ખીજવાયેલા ટપુભાઈએ કહ્યુંઃ "હું અહીંથી ચાલ્યો ગયો હોત તો સોદો સોદાને ઠેકાણે રહ્યો હોત."

"પણ આ સોદો તો થવાનો છે, એ વાત ઈશ્વરને મંજૂર છે એટલે તમે ગયા નહીં. નહીં તો હું અહીં હાજર હોત તોપણ સમજૂતી ન થઈ શકી હોત."

તે પછી થોડી જ મિનિટોમાં ટપુભાઈ અને અનિલભાઈ વચ્ચે એક જમીનનો સોદો નક્કી થઈ ગયો. ટપુભાઈ જમીન લે-વેચ કરતા અને અનિલભાઈ મોટાં બાંધકામ કરતા.

બધું પતી ગયા પછી ટપુભાઈએ પૂછ્યુંઃ "અનિલભાઈ, એવું તે શું હતું કે, તમે સોદો થવાની તૈયારીમાં હતો છતાં મને મૂકીને ચાલ્યા ગયા ?"

"એ મારી અંગત બાબત છે. જાણીને શું કરશો ?"

"તમને વાંધો ન હોય તો કહો. મને જાણવાની જિજ્ઞાસા છે."

"વાત મારા બાપાજીથી શરૂ થાય છે. એમનો પણ મારી માફક બાંધકામનો જ ધંધો. કામ ખૂબ રહે, પણ રોજ રાતે બીજાઓ માટે ટિફિન ભરીને ભાખરી ને મગ લઈ જાય. રિક્ષામાં જાય ને રિક્ષામાં આવે. લગભગ એકાદ કલાકે ઘેર આવે, પછી જ શાંતિથી જમે. એક વાર તેઓ ટિફિન ભરીને રિક્ષામાં બેઠા ત્યાં સિમેન્ટનો એક વેપારી આવ્યો. તે વખતે સિમેન્ટની ખૂબ તંગી હતી. મારા બાપુજીએ સિમેન્ટના વેપારીને કહ્યુંઃ તમે બેસો, હું હમણાં આવું છું. અથવા તમારે બીજું કોઈ કામ હોય તો પતાવીને આવો. હું કલાકમાં તો પાછો આવી જઈશ.

'મારે બીજે કશે જવાનું નથી.'

'તો થોડી વાર બેસો... ચા-નાસ્તો કરો. હું આવી પહોંચું છું.' સિમેન્ટના એ વેપારી પણ મારા બાપુજી પર ધુંઆપુંઆ થતા બેસી રહ્યા. પોણા કલાક પછી બાપુજી

પાછા આવ્યા અને બંને વચ્ચેની સિમેન્ટની ખરીદી પૂરી થઈ.

"સિમેન્ટના એ વ્યાપારી ગયા પછી મેં મારા બાપુજીને કહ્યું: 'બાપુજી, તમે જાણો છો કે આપણને સિમેન્ટની કેટલી જરૂર છે, છતાં તમે એમને બેસાડી રાખીને ગરીબોને રોટલા આપવા ગયા ?'

" 'દીકરા, ચોવીસ કલાક – આખો દિવસ તો હું મારા માટે જ જીવું છું. પણ એ ચોવીસ કલાકમાંથી માત્ર અડધો કલાક શું બીજાઓ માટે ન રાખું ? વેપાર-ધંધો તો આખી જિંદગી થવાનો છે ! આપણા નસીબમાંથી કોઈ ચોરી જવાનું નથી ! હવે એક વાર નિયમ બનાવ્યો એટલે બનાવ્યો. આપણા સ્વાર્થ ખાતર એમાં વિલંબ કે બાંધછોડ ન ચાલે ! તને પણ કહું છું કે, ધંધામાં ભલે લાખો રૂપિયા કમાય, પણ ચોવીસ કલાકમાં ચોવીસ મિનિટ તો એવી નક્કી કરી રાખજે કે જે બીજાઓ માટે હોય ! એ ચોવીસ મિનિટને કારણે જ આપણે ચોવીસે કલાક ઊજળા ફરી શકીશું...' ટપુભાઈ, મારા બાપુજીએ મને વારસામાં તો ઘણું બધું આપ્યું છે, પણ આ જે વાત વારસામાં આપી છે એનું મારે મન મોટું મૂલ્ય છે. અત્યારે પણ હું ટિફિન લઈને ભૂખ્યાંને ભોજન આપવા જ ગયો હતો. મારા બાપુજી રિક્ષામાં જતા હતા, ઈશ્વરકૃપાથી હું કારમાં જાઉં છું. અને એક સાચી વાત કહી દઉં: આ બધું ભૂખ્યાને ભોજન આપવાનું, વસ્ત્રો આપવાનું, ક્યારેક પૈસા કે બીજી વસ્તુ આપવાનું, એ હું પરલોકનું પુણ્ય કમાવા નથી કરતો, કે મારા ધંધાનાં કાળાં-ધોળાં ધોવા નથી કરતો, પણ માત્ર મારા જીવના આનંદ ખાતર કરું છું. એટલે મહેરબાની કરીને મારી આ અંગત ટેવની વાત તમે કોઈને કહેશો નહીં. એને લીધે કીર્તિનો ખોટો ફુગાવો થાય છે."

એટલામાં અનિલભાઈનાં પત્ની આવી ચડ્યાં. જ્યારે એમણે ચર્ચાની વાત જાણી ત્યારે કહ્યું: "ટપુભાઈ, તમે હજુ આમને ઓળખતા નથી, એ પણ મારા સસરાજી જેવા જ છે. નિયમ માટે તો લાખો રૂપિયાનો સોદો પણ જવા દે. એ તો ઠીક છે, પણ અમારા લગ્નની રાતે પણ તે વરાનું જમવાનું માણસો પાસે ઊંચકાવીને જાતે જ વહેંચવા ગયા હતા. એટલું સારું હતું કે એમણે એમના આ નિયમની વાત મને પહેલેથી કહી રાખી હતી; એટલે એ બાબતમાં ગેરસમજ થઈ નહિ. અને ખરું કહું ? શરૂઆતમાં તો મને આ કામમાં કંઈ ખાસ રસ નહોતો. પણ આજે મને પણ એ કામ ગમવા માંડ્યું છે, એટલે ટિફિન ભર્યા વગર મને ચેન પડે જ નહીં."

ટપુભાઈ જમીનનો સોદો પાકો કરીને અનિલભાઈને ત્યાંથી નીકળ્યા તો ખરા, પણ અનિલભાઈનું પેલું વાક્ય: 'આખા દિવસમાંથી ખાલી અડધો કલાક પણ બીજાઓ માટે ન રાખી શકીએ તો જીવ્યાનો શો અર્થ ?' – મનમાં ઘૂંટાતું ગયું... ઘૂંટાતું જ ગયું.

લલિતકુમાર શાસ્ત્રી

['સુવિચાર' માસિક]

❀

વડોદરા નગરી

વડોદરા શે'ર સાથે પુરાણી છે પ્રીત મારે,
સાત વર્ષ લગી મારો અહીં વસવાટ છે;
આજવાનાં પાણી હજી ઊછળે છે અંગઅંગ,
માંડવીની ધજાનો આ ઉરે ફરકાટ છે.

પાણી દરવાજો, ગેંડી, ચાંપાનેર, લે'રીપુરા,
એટલો આ શહેરનો અસલ વિસ્તાર છે;
અલકાપુરી ને બીજાં એવાં એવાં ઝૂમખાંઓ
પાછળથી વસેલાં તે બાવનની બા'ર છે.

માંડવીથી ડાબે હાથ ચોકસીની ઓળ, પછી
ઘડિયાળી પોળ-નાકે અંબાજી હજૂર છે;
નાકની દાંડીની સામે સીધેસીધા ચાલ્યા જાઓ,
સયાજી ઈસ્કૂલ ત્યાંથી જરાયે ના દૂર છે.

સયાજી ઈસ્કૂલ, ભાઈ, સંભારું છું સકારણ,
ભણ્યો છું હું એમાં, એનું ઋણ તો અપાર છે;
કુંભકાર જેમ જેણે ટીપણાથી ટીપી ટીપી
ઘડ્યો મારો ઘાટ, એને વંદન હજાર છે.

ભૂલું શેં શુક્કરવારી? દશેરાની ભવ્ય સ્વારી?
અગ્ગડ, અખાડા અને સંગીતની ગુંજને?
બળતા બપોર સમી ભવરણવાટ વિષે
સદાય હરિત રાખે હૈયાકેરી કુંજને.

નગર પિયારા! તારે પ્રાણ હજી સ્ફુરી રહ્યા
પ્રેમાનંદી માણતણા રમ્ય રણકાર છે,
દયારામ-નગરી ડભોઈ નથી દૂર, એની
ગરબીના સૂર ઉર પૂરે ઝણકાર છે.

શરદની રાતે અહીં પોળતણા ચોકઠામાં
સરખી સાહેલીઓએ કંઠ જ્યારે ખોલ્યો છે,
કાયાના કરંડિયામાં પોઢેલો આ પ્રાણ મારો
મોરલીના નાદે ત્યારે નાગ જેમ ડોલ્યો છે.

નાગરવેલીના જેવી નાજુકડી નાર વાંકી,
વાંકો એનો અંબોડો ને વાંકાં એનાં વેણ છે;
સભાની અદબ રાખી, વાણીને લગામ કરું,
કે'તો નથી એટલું કે કેવાં એનાં નેણ છે.

લલિત લાજાળુ નાર તણાં શાં કરું વખાણ?
રસોઈની વાનીમાંયે એવી હોશિયાર છે,
અરધીક પોળ લગી મચી જાય છીંકાછીંક
એવો એનો ટેસદાર દાળનો વઘાર છે!

અહીંની અનેક પોળ મહીં ઘર ભાડે રાખી,
ખટ માસે બદલતા, રસિક એ વાત છે;
મંડળી અમારી ઘર ગોતવાને ઘૂમે ત્યારે
ગુસપુસ બોલે લોક: 'જુદી આ જમાત છે!'

'ખાલી ઘર છે કે અહીં?' પૂછતાંની વાર, જોઈ
દીદાર અમારા સામો સવાલ પુછાય છે:
'કુંવારા કે પરણેલા?' ઠેર ઠેર એની એ જ
શંકાભરી નજરોની મોકાણ મંડાય છે!

નાયક ટોળીનો થઈ ઠાવકો ભજાવે વેશ:
'ઘરવાળાં પિયરમાં, થોડા દીની વાર છે.'
લખ્ખણ અમારાં જોઈ, ગાજી ઊઠે લોકનાદ:
પોળમાંથી કાઢો, આ તો વાંઢાની લંગાર છે!

રાજમે'લ જોવા જતાં પાવલી ખટાવી અમે
પલંગમાં પોઢવાની કરી લેતા પેરવી;
મ્યુઝિયમ જોવા જતાં નજર ચુકાવી અમે
આરસની સુંદરીને હાથ લેતા ફેરવી.

કાચના પિયાલા અમે રોશનીમાં ચોરી લીધા,
ગ્રંથાલયે ઘૂસી જઈ ફોટા ફાડી લીધા છે;
થાંભલે ચડીને ગોળા વીજળીના ગેપ કીધા,
એવાં એવાં કામ અમે બાહોશીનાં કીધાં છે.

કોને યાદ કરું? કોને વિસારું? કિતાબ થાય
એકથી સવાયા એક એટલા પ્રસંગ છે;
અધ્યયનકાળ મારો વીત્યો જે લાખેણો અહીં,
નમૂનાનાં બતાવ્યાં મેં એક-બે આ નંગ છે.

[ટૂંકાવીને]

બાલમુકુન્દ દવે

❀

માતાને હંમેશાં બે વાર વિચાર કરવો પડે છે – એક વાર પોતાની જાત માટે અને બીજી વાર પોતાના બાળક માટે.

❀

ગાંધીને અન્યાય : આંબેડકરને પણ અન્યાય

1930માં [લંડનમાં બ્રિટિશ સરકારે બોલાવેલી] ગોળમેજી પરિષદમાં ગાંધીજીએ જાહેર કરેલું કે અંત્યજ કોમોનાં અલગ મતદારમંડળો બનાવી બાકીના હિંદુ સમાજથી તેમને અળગા પાડવામાં આવશે, તો તેનો વિરોધ તેઓ પ્રાણાર્પણથી કરશે.

એ નોબત આખરે આવી પહોંચી. તા. 20-9-1932ના દિવસે [યરવડા જેલમાં] ગાંધીજીના ઉપવાસ શરૂ થયા. ઉપવાસને આગલે દિવસે ડૉ. આંબેડકરનું સ્ટેટમેન્ટ વંચાતું હતું ત્યારે બાપુએ કહ્યું : "મને એથી જરાય ક્રોધ નથી થતો. એને એ બધું કહેવાનો અધિકાર છે. આજે અંત્યજો ચિડાઈને જે કરી રહ્યા છે તેને હું લાગનો છું ! આપણે બધા એ જ લાગના છીએ."

ઉપવાસને ત્રીજે દિવસે ડૉ. આંબેડકર ગાંધીજીને મળ્યા ત્યારે ખૂબ ઉગ્રતાથી બોલ્યા. ગાંધીજીએ જવાબ આપ્યો : "મારે અસ્પૃશ્યોની સેવા કરવી છે, તેથી જ તમારી સામે મને જરાયે રોષ નથી. તમે કોઈ અપમાનજનક કે ક્રોધજનક શબ્દ વાપરો છો ત્યારે મારા દિલને તો હું એમ જ કહું છું કે, તું એ જ લાગનો છે ! તમે મારા ઉપર થૂંકો તોપણ હું ગુસ્સો ન કરું. ઈશ્વરને સાક્ષી રાખીને હું આ કહું છું, એટલા જ માટે કે તમને જીવનમાં બહુ કડવા અનુભવો થયા છે તે હું જાણું છું. પણ મારો દાવો અસાધારણ છે. તમે તો અસ્પૃશ્ય જન્મેલા છો, પણ હું સ્વેચ્છાથી અસ્પૃશ્ય બનેલો છું અને એ કોમમાં નવા દાખલ થયેલા તરીકે કોમના હિત માટે એના જૂના માણસોને લાગે તેના કરતાં મને વધારે લાગે છે."

અસ્પૃશ્યો પ્રત્યે આવી લાગણી બતાવવા બદલ અને એમની વચ્ચે જઈને એમની સેવા કરવા બદલ ગાંધીજીએ કટ્ટર સનાતની હિંદુઓની કેટલી ગાળો ખાધી અને કેટલી વાર સનાતનીઓએ એમને મારવા લીધા, એ વાતનો ખ્યાલ આજના દલિત યુવાનોને આવવો મુશ્કેલ છે. દલિતોમાં જ આજે તો એક એવો બોલકણો વર્ગ ઊભો થયો છે જે દલિતોને નામે બરાડા તો બહુ નાખે છે, પરંતુ છેક છેવાડે આવેલા ગરીબડા દલિતો માટે ખાસ કશું નક્કર કરવા માટે તૈયાર નથી. આવા આગળ વધેલા, ભણેલા દલિતો, ડૉ. આંબેડકર પણ ન સ્વીકારે તેવા આક્ષેપો ગાંધીજી પર મૂકે છે.

આમ ગાંધીજીને આજકાલ બેવડો લાભ મળી રહ્યો છે ! સવર્ણ હિંદુઓ હજી કહે છે : ડોસાએ આ કોમને બહુ ચડાવી મારી. દલિત વર્ગના બોલકણા આંબેડકરવાદીઓ કહે છે : ગાંધીજીએ અમને પછાત રાખ્યા.

ડૉ. આંબેડકર દલિતો માટે રાજદ્વારી સત્તા પ્રાપ્ત કરવા માગતા હતા. તેઓ સવર્ણો પાસે સદ્વ્યવહારની ભીખ માગવા તૈયાર ન હતા. હરિજનોના રાજકીય ઉદ્ધારથી બધું બરાબર થઈ જશે, એમ ગાંધીજી માનતા ન હતા. એમના શબ્દોમાં આ દલીલ સમજી લઈએ :

"તમે અસ્પૃશ્યોને ગમે તેટલી રાજદ્વારી સત્તા આપો, તેથી શું થાય ? એ તો કોઈ ચંગીઝખાન આવે અને બધા સવર્ણ હિંદુઓને એમના ઘરમાંથી કાઢી તેમાં હરિજનોને વસાવે; પણ તેથી શા દહાડા વળે ? આ તો ચાર કરોડ ગુલામોનું સ્વરાજ છે. ગુલામો કરતાંય ખરાબ – એ લોકોને જાનવર બનાવ્યા અને એનો આપણે ધર્મ બનાવ્યો કે એ લોકો એમનાં કર્મનાં ફળ ભોગવે છે ! આ તો ધર્મનું રાક્ષસી સ્વરૂપ છે. હિંદુ ધર્મનો અર્થ જો આ હોય, તો હું પણ 'ગીતા', 'મનુસ્મૃતિ' બધાંને બાળું."

આજે સ્વરાજ્ય મળ્યાના દાયકાઓ બાદ પણ હજી દલિતોની સ્થિતિ બહુ સુધરી નથી. અધિકારો તો મળ્યા પરંતુ શિક્ષણ ન મળ્યું, તેથી ખરેખર અધિકારો પામવાનું ન બન્યું. દલિત નેતાઓએ નક્કર સેવાકાર્ય કરીને દલિતોમાં શિક્ષણનો પ્રસાર કરવામાં જાત ઘસી નાખવાનું ટાળ્યું. દલિતોના બોલકણા નેતાઓએ ડૉ॰ આંબેડકરની પ્રતિમાઓ રચાવીને, કડવી અને બોલકી દલિત કવિતાઓ રચીને અને ચૂંટણીનાં ગણિતો રચીને પ્રેશર-જૂથો જમાવ્યાં, પણ છેક છેવાડે પડેલા ભંગીને ભણાવીને એને નવજીવન આપવાનું રચનાત્મક કામ ટાળ્યું. આમ ડૉ॰ આંબેડકરને પણ તેમણે અન્યાય જ કર્યો છે. કોઈ મહાનુભાવને અન્યાય કરવાની એક રીત એમની ઝનૂની પ્રશંસા કરીને નક્કર કામો ટાળવાં તે છે.

ગાંધીજીએ હરિજનોના ઉદ્ધાર માટે ખૂબ મોટું પાયાનું કામ સવાત્રણ દાયકા સુધી કર્યું. એ કામને પરિણામે દેશમાં જે હવા પેદા થઈ તેથી જ ડૉ॰ આંબેડકર [ભારતના] બંધારણના ઘડતરમાં પોતાનું યોગદાન કરી શક્યા. ગાંધીજીને અનુસરનારા કેટલાય સવર્ણ લોકોએ હરિજનોની સેવા એવી નિષ્ઠાથી કરી કે અસ્પૃશ્યતા કલંક ગણાવા લાગી. આવું ન બન્યું હોત તો આંબેડકર પ્રધાન ન બની શકત, એમની શક્તિનો લાભ દેશને ન મળ્યો હોત.

ગુણવંત શાહ

['ગાંધીનાં ચશ્માં' પુસ્તક : 2006]

❀

ઈક દિન

માના આજ કી રાત હૈ લંબી, માના દિન થા ભારી;
પર જગ બદલા, બદલેગી ઈક દિન તકદીર હમારી;
ઉસ દિન કે ખ્વાબ સજાઓ, મૈં ગાઉં, તુમ સો જાઓ.

શૈલેન્દ્ર

['બ્રહ્મચારી' ફિલ્મ : 1968]

દીકરાનો મારનાર

અંબા મોરિયા જી,
કે કેસું કોરિયા,
ચિત્ત ચકોરિયાં જી,
કે ફાગણ ફોરિયા.

ફોરિયા ફાગણ, પવન ફરહર, મહુ અંબા મોરિયા,
ધણ રાગ ગાવે ફાગ ઘરઘર, ઝટે પવ્વન જોરિયા,
ગુલ્લાલ ઝોળી રંગ હોળી રમત ગોપ રમાવણા,
આખંત રાધા નેહ બાધા વ્રજ્જ માધા આવણા !

દેવળિયા ગામના ઝાંપામાં ફાગણ વદ એકમને પ્રભાતે ધૂળેટી રમાઈ રહી છે. વચ્ચે દરબાર મંદોદરખાનનો આઠ વરસનો દીકરો, અને કોરેમોરે ગામ આખાના હેડીહેડીના જુવાનો છે. આગલે દિવસે હુતાશણીનું પરબ હતું એટલે લીલા, પીળા ને કેસરિયા રંગમાં સહુ ગરકાવ હતા. તમામને અંગે પચરંગી છાંટણાં દીપતાં હતાં. પણ આજ તો પડવો એટલે ઘેરૈયા માઝા છાંડી ગયા છે: ગાંડાતૂર બનીને ગારો, માટી, છાણ જેવી ગંદી વસ્તુઓ એકબીજાને રોળવામાં ગુલતાન છે. ધૂળેટીનું તો પરબ જ મૂળ ગાંડું — અને એમાંય ગામડાની ધૂળેટી: કાળો કોપ !

“એલા ભાઈઓ ! કો’ક ઊજળે લૂગડે મે’માન વયો આવે.” એક ઘેરૈયાએ પાદરમાં નજર નાખીને ચસકો કર્યો. ત્યાં તો સહુ ઘેરૈયાની મીટ મહેમાન પર મંડાઈ.

“એલા, મે’માનને કોઈ છાંટશો મા !” બીજાએ મર્મમાં કહ્યું.

“અરે, મે’માનને તે કાંઈ રોળ્યા વગર રહેવાય ! મે’માન ક્યાંથી હાથ આવે ?”

“સાચું ! સાચું !... મે’માનને રોળો !... ગોઠ્ય માગો !... રોળો !” એવા રીડિયા ઊઠ્યા, અને ઘેરૈયાએ મુસાફર સામે દોટ દીધી.

ધોળું બાસ્તા જેવું પાસાબંધી કેડિયું: પગને કાંઠે ત્રણ-ત્રણ ડોરણાંવાળી પકતી ચોરણી: ઉપર બગસરાની ગરેડી કોરની પછેડીની ભેટ: અને બગલમાં દબાવેલી એક ફાટેલતૂટેલ મ્યાનવાળી તરવાર: કેડે કોઈક કાળાંતરની જૂની કટારી: એવો દાઢીમૂછના ઘાટા કાતરાવાળો મહેમાન ચાલ્યો આવે છે. વસંત ઋતુમાં વનવગડે આંબાના મૉરમાંથી વછૂટતી ફોરમો લેતો લેતો, કેસૂડાંનાં ફૂલની ચૂંદડી જાણે વનરાઈએ ઓઢી લીધી હોય એવા શણગાર જોતો, છતાં પોતાને તો હુતાશણીનો જરાય હુલ્લાસ નથી એવો એ આદમી જે ઘડીએ ઘેરૈયાની લગોલગ આવ્યો તેવી જ ચીસ પાડી ઊઠ્યો કે, “મને રોળશો મા ! ભલા થઈને મને છાંટશો મા ! તમારે પગે લાગું !”

પરોણે ના પાડી તેમ તો ઘેરૈયાઓને ઊલટાની વધુ ચાનક ચડી. બમણાત્રમણા ચડે ભરાઈને સહુ બોકાસાં પાડવા લાગ્યાં: “હાં ખબરદાર ! મે’માનને ઓળખાય જ નહિ એવા વહરા ચીતરી મેલો ! લાવો મશ ને ગારો.”

જોતજોતાંમાં તો ધૂળ ઊડવા મંડી. ઘૈરેયાએ એકસામટી ઝપટ કરી. મહેમાન તો 'જાળવી જાવ !' 'જાળવી જાવ !' કરતો પાછો હઠવા લાગ્યો. પણ જુવાનો 'આંબું આંબું !' થઈ રહ્યા, એટલે એ ગાંડા ટોળાને પોતાનાથી છેટું રાખવા મહેમાને પોતાની તરવાર કાખમાં દબાવી હતી તે એમ ને એમ મ્યાન સોતી આડી વીંઝવા માંડી. ઘેરૈયા ચસકા કરતા ઉપર પડવા જાય : પોતે બબ્બે કદમ પાછો હઠતો જાય ને "રે'વા દ્યો !" "રે'વા દ્યો !" કરતો જાય. ધૂળની ડમરી ઊડે છે એટલે પોતે કાંઈ જોઈ શકતો નથી. એ રીડિયારમણ, એ ચસકા, એ કાલાવાલા, એ તરવારનાં ઝાવાં અને એ ધૂળની આંધીનો કોઈ અનોખો જ મામલો જામી પડ્યો. એમાં અચાનક ધબ દઈને કોઈક પડ્યું.

"અરે, ગઝબ થયો !... કુંવર પડ્યા ! કુંવરને વાગ્યું !... કુંવર જોખમાણા !" એવી બૂમ ઊઠી.

"મહેમાને કુંવરને તરવાર મારી !... પકડજો !... ઝાલજો ! ઝાલજો !" એવી બીજી ચીસ પડી.

મુસાફર ચોંક્યો. એ ભાન ભૂલી ગયો અને ભાગ્યો. ઊભી વાટે સીમાડે હડી કાઢી. શું થયું એ જોવા કે પૂછવાની વેળા ન રહી. પાછું વાળીને નજર નાખવાની પણ હામ નહોતી. પોતાના હાથમાં તરવાર પકડી છે એની શી દશા થઈ છે તે નીરખવાનું પણ ભાન નથી. ગાંડો માણસ, કોઈ ખૂની જાણે દોડ્યો જાય છે.

આંહીં ઝાંપામાં તો કેર થઈ ગયો છે. મંદોદરખાન દરબારના નવ વરસના કુંવરને બરાબર ગળાની ભૂંગળી ઉપર તરવારનો વાઢ પડ્યો છે. લોહીનું ખાબોચિયું ભરાઈ ગયું, અને ઘડી-બે ઘડીમાં તો એની નાડ રજા લેશે એવું થઈ ગયું.

પણ આ થયું શું ? થયું એમ કે ઘેરૈયાથી બચવા માટે એ બધાને પોતાનાથી છેટા રાખવા માટે, મહેમાન જે મ્યાન સોતી તરવાર આડી વીંઝતો હતો તેનું મ્યાન દૈવગતિએ એ ધૂળની આંધીમાં કોણ જાણે ક્યારે નીકળી પડ્યું; કોઈને ખબર નહિ, અને તરવારની પીંછી અકસ્માત્ કુંવરના જ ગળાની ભૂંગળી પર લબરકો લેતી ગઈ. કુંવર એક તો કુમળી વયનો, અને વળી નસીબદારનું બચ્ચું, એટલે તો બગીચાનું ફૂલ : તરત એના પ્રાણ નીકળી ગયા.

પલકમાં તો માણસો ડેલીએ દોડ્યા. કાવા કસુંબામાં આખો દાયરો ઘેઘૂર છે. દરબાર મંદોદરખાન જાતના હતા મોલેસલામ, પણ અસલ તો રાઠોડ રજપૂતની ઓલાદ. એક જ ગામડાનો ધણી; વાટકીનું શિરામણ કહેવાય; પણ પેટ બહુ મોટું; એટલે ફૂલની સુવાસ પામીને જેમ ભમરા વીંટાય, તેમ કારીગરો, નટવાઓ, કવિઓ, ગાવણાં-બજાવણાં કરનારાઓ તમામ મોટી આશાએ આજ વરસ દિવસના ઊજળા પરબ ઉપર દેવળિયાની ડેલીએ સમાતા નથી. ત્યા રંગમાં ભંગ પડ્યો : રાડ ગઈ કે કુંવરને માર્યો.

"અરે કોણે ?"

"કો'ક મુસાફરે."

"ખોટી વાત. આજ કોનો દી ફર્યો છે?"

"અરે, બાપુ, આ મારીને જાય ઊભે માર્ગે — ઉઘાડી તરવારે!"

"હાં! લાવો મારી ઘોડી!"

રોઝડી ઘોડી: હાથીના કુંભાથળ માથે જાતી ડાબા માંડે તેવી: ભાગતાં હરણાંની સાથે ભેટા કરનારી. એને ફક્ત ચોકડાભર મંદોદરખાને રાંગમાં લીધી; સાથળ હેઠે તરવાર દબાવી અને રોઝડીને ડચકારી: જાણે તીર છૂટ્યું.

ઝમ! ઝમ! ઝમ! આંખના ત્રણ પલકારા ભેળી તો ઘોડી સીમાડે પહોંચી. સમથળ ધરતીમાં સામે જુએ ત્યાં તો આદમી ભાગતો ભાળ્યો. હાથમાં ઉઘાડી તરવાર પિયાલા જેવી ચકચકે છે. સમજી લીધું કે એ જ ખૂની. મંદોદરખાને ઘોડીને ચાંપી.

મહેમાન દોડ્યો જાય છે ત્યાં ડાબા સંભળાણા; થંભી ગયો. પાછો ફરીને જોતાંની વાર જ જાણી લીધું કે પોતાનો કાળ આવી પહોંચ્યો. હવે પોતે પગપાળો તે ભાગીને કેટલેક જશે? આમેય મરવું તો છે જ, માટે હવે ચીંથરાં શીદ ફાડવાં?

ઊભો રહ્યો. બોલીને તો કાળને અટકાવાય એવું રહ્યું નથી. ખુલાસો કરવાનો વખત નથી રહ્યો. એટલે સામા ઊભા રહીને આ મુસાફરે પોતાની તરવાર પોતાને જ ગળે માંડી.

અસવાર એ સમસ્યાને સમજી ગયો; જાણ્યું કે કોઈ ત્રાગાળું વરણ લાગે છે અને હું આગળ વધીશ તો એ તરવાર ગળામાં પરોવીને મારે સીમાડે લોહી છાંટશે. એમ સમજી એણે રોઝડીને થંભાવી. આઘેથી પૂછ્યું: "કોણ છો?"

"ચારણ."

"શા માટે આવ્યો'તો?"

"કાળનો બોલાવ્યો. ભેંસ્યું બધી મરી ખૂટી... છોકરું છાશરાબ વગર રોવે છે... નો'તો આવતો. પણ ચારણ્યે ધકેલ્યો — મંદોદરખાનની વાસના માથે." અવાજ તૂટક તૂટક નીકળે છે.

"કુંવરને તેં માર્યો?"

"ઈશ્વર જાણે!" ચારણે આભ સામો હાથ કર્યા: "મને ખબર નથી. હું તો એટલું જ જાણું છું કે મારે ડેલીએ આવવું હતું. ચીંથરાં પહેર્યાં હશે તો ભૂંડો દેખાઈશ એમ માનીને ભેળી લૂગડાંની એક કોરી જોડ્ય હતી તે ગામ બહાર બદલાવી. ઘેરૈયા મને રોળવા આવ્યા. મેં એમાંથી ઊગરવા મ્યાનમાં બીડેલી તરવાર વીંઝી. મ્યાન ક્યારે નીકળી પડ્યું તેની મને એ ધૂળની આંધીમાં ખબર નથી રહી."

આટલી વાત થાય છે ત્યાં તો પછવાડે ગોકીરા સંભળાયા. કાળી ચીસો પાડતું ગામ આખું હલકીને ચાલ્યું આવે છે. કોઈના હાથમાં તરવારો, તો કોઈના હાથમાં સાંબેલાં. ધ્યો! ધ્યો! ધ્યો! એવો દેકારો બોલતો આવે છે.

ભાળતાં જ ચારણે ફાળ ખાધી. મંદોદરખાને રોઝડીને માથેથી રાંગ છાંડી, પોતાની તરવાર આઘેરી ફગાવી દીધી અને પછી સાદ કર્યો: "ગઢવા, આંહીં આવ. આ લે."

"શું ?"

"આ મારી ઘોડી આપું છું. ચડીને ભાગવા માંડ."

"શું બોલો છો ?"

"ગઢવા, વાત કરવાની વેળા નથી. જોયું ? આ ગામ હલક્યું છે, અને તેં એના કુંવરને મારી નાખ્યો છે. આવ્યા ભેળા તારી કાયાના રાઈ રાઈ જેવા કટકા જાણજે —"

"અરે, પણ ભાઈ — તમે !"

"હું ! મારી ઓળખાણ અટાણે નહિ, પછી. અટાણે તો ભાગી નીકળ, નીકર તારાં છોકરાં રઝળી પડશે અને ગામલોકો તામાં ને તામાં રોક્યાં રહેશે નહિ."

"પણ, બાપ, તારું નામ —"

"અરે નામ ખુદાનું !" કહીને મંદોદરખાન દોડ્યો. ચારણને બાવડે ઝાલીને રોઝડી પર બેસાર્યો, ચોકડું હાથમાં આપીને વાંસેથી રોઝડીને ડચકારી.

પૂંછનો ઝુંડો માથે કરતી ઘોડી ગઈ. જોતજોતામાં તો અલોપ થઈ.

મંદોદરખાન અડવાણા પગે પાછા ચાલ્યા આવે છે. રાંગમાં રોઝડી નથી, કાખમાં તરવાર નથી. ગામલોકોએ દોડીને પૂછ્યું: "કાં, બાપુ ?"

"માળો લોંઠકો આદમી ! મને જીતવા ન દીધો, ને તરવાર ને ઘોડી બેઉ લઈ ગયો !"

"અરે, રાખો રે રાખો, બાપુ !" વસ્તીએ ખિજાઈને કહ્યું: "ફણિધરને માથેથી મણિ લઈ જાય તો જ મંદોદરખાનની રાંગમાંથી રોઝડી લેવાય. ઠાલા મૂરખ શું બનાવો છો અમને ? સાત ખોટનો એક દીકરો — એના મારાને ઊલટો ભગવ્યો ?"

"લ્યો, હવે જાતી કરો." દરબારે શાંતિથી જવાબ વાળ્યો.

"જાતી શું કરે ! એને પાતાળમાંથી પણ ગોતી કાઢશું."

"ભાઈ !" મંદોદરખાન બોલ્યા: "તમે તે કાંઈ દીવાના થયા ? એણે શું મારા દીકરાને જાણીબૂજીને માર્યો'તો ? એને ઘેર એવા કેટલા દીકરા ભૂખે મરે છે, જાણો છો ? કોડભર્યો એ મારે ઉંબરે આવ્યો. અને દૈવગતિએ દીકરો મર્યો એ તો ખુદાતાલાની મરજી ! આપણા કિસ્મતમાં નહિ હોય એટલે ખડી ગયો. પણ એટલા સારુ હું આજ ઊજળે દિવસે મારા સીમાડા માથે સામી હત્યા વહોરું ? હાલો, બેટાની મૈયત કાઢીએ."

હસતે મુખે બાપે દીકરાને દફનાવ્યો.

ઝવેરચંદ મેઘાણી

['સૌરાષ્ટ્રની રસધાર' ભાગ 5 પુસ્તક: 1927]

માધવબાગમાં સભા

સભામંડપમાં લોકો ખુરશીઓ અફાળતા હતા, અને પાટલીઓ પછાડતા હતા; તે દુંદુભિનાદ રણમાં ચઢવા તત્પર થયેલા આર્યભટોને પાનો ચઢાવતો હતો. પાછળથી આવ્યા જતા ટોળાના ધક્કાથી આગલી હારમાં ઊભેલા લોકો ખુરશીઓ પર બેઠેલા લોકો પર તૂટી પડી તેમને સ્થાનભ્રષ્ટ કરતા હતા; તે વ્યૂહરચના આર્યસેનાની સંગ્રામ આરંભ કરવાની ઉત્સુકતા દર્શાવતી હતી. ભીડમાં કચરાઈ જવાની બીકથી અને સભાના સર્વ ભાગનું દર્શન કરવાની ઇચ્છાથી થાંભલા પર ચઢી ગયેલા લોકો એક હાથે પાઘડી ઝાલી રહેલા હતા; તે યુદ્ધમાં અદ્ભુત શૌર્ય દર્શાવી, પ્રાણવિસર્જન કરનારને વરવા વિમાન ઝાલી ઊભી રહેલી અપ્સરાઓની ઉપમા પામતા હતા.

આ ભીડમાં અને ઘોંઘાટમાં સભાના અગ્રેસરનું દર્શન કરવાની કે ભાષણમાંનો એક શબ્દ પણ સાંભળવાની આશા મૂકી ઓટલા નીચે અમે ઊભા હતા, એવામાં રામશંકર અને શિવશંકર આવી પહોંચ્યા. તે કહે કે, “અહીં કેમ ઊભા છો ? ચાલો, રસ્તો કરીશું.” તેમની સાથે અમે ભીડમાં ઘૂસ્યા. કેટલાકને ધક્કા લગાવ્યા, કેટલાકના ધક્કા ખાધા, કેટલાકને અગાડી હડસેલ્યા, કેટલાકને પછાડી હઠાવ્યા, કેટલાકની વચ્ચે પેઠા. હું આ ધમાધમથી કંટાળી પાછા ફરવાનું કરતો હતો, પણ તેમ કરવું એ મુશ્કેલ હતું. ભદ્રંભદ્ર કહે કે, “આપણે ધૈર્ય રાખવું જોઈએ. જો, સભામાં ચારે તરફ આવો મહાભારત પ્રયત્ન લોકો કરી રહ્યા છે, તે સિદ્ધ કરે છે કે આ સંસારનો પંથ સરલ નથી.”

રામશંકર કહે, “વાતો કરવા રહેશો તો કચડાઈ જશો, અગાડી વધો.”

જેમ તેમ કરતા અમે એક પાટલી આગળ આવી પહોંચ્યા. પાટલી તો ખીચોખીચ ભરાઈ ગયેલી હતી. તેના અઢેલવાના કઠેરા પર પણ લોકો ઊભેલા હતા. તેમાંના કેટલાકને રામશંકરે ઝાલી નીચે પાડ્યા. તેમની જોડે સહેજ યુદ્ધ કરીને અમે પાટલીના કઠેરા પર ચઢીને ઊભા. ઊભા રહીને જોતાં સભામંડપની સર્વ રચના નજરે પડી. સભાપતિની બેઠક આસપાસની થોડીક જગા સિવાય બધે લોકો જગા મેળવવાના પ્રયાસમાં ગૂંથાયેલા હતા. સદાવ્રતમાં ખીચડી વહેંચાતી વખતની ગોસાંઈઓની ધમાચકડી પણ આની આગળ શાંત અને નિયમસર હોય છે. સર્વ સભાજનો અગાડી આવવાના પ્રયત્નમાં મચેલા હતા. ભાષણ સાંભળવા તેમને ઇચ્છા કે આશા હોય તેમ લાગતું નહોતું. સાંજ લગીમાં પણ અગાડી આવી પહોંચાય તો બસ. એ ધીરજથી છેક પાછળનું ટોળું પણ મહેનત જારી રાખી રહ્યું હતું. કેટલાક કહે કે સભાનું કામ શરૂ થઈ ચૂક્યું છે. કેટલાક કહે કે હજી શરૂ થવાનું છે.

જેમને અગાડી આવી પહોંચ્યા પછી પોતાની જગા જાળવવાનો જ પ્રયત્ન કરવાનો હતો, તેઓ ટોળાનું જોર નરમ પડે ત્યારે વિશ્રામ લઈ ચિંતા દૂર કરવા વિવિધ વાતો કરતા હતા. કોઈ કહે કે, “આજની સભામાં એવો ઠરાવ કરવાનો છે

કે બ્રાહ્મણને રૂપિયાથી ઓછી દક્ષણા આપવી નહિ." કોઈ કહે કે, "બધી રાંડીરાંડોને પરણાવી દેવી એવો સરકારે કાયદો કર્યો છે, તે માટે અરજી કરવાની છે કે સહુ સહુની નાતમાં જ પરણે." કોઈ કહે કે, "એવી અરજી કરવાની છે કે ગાયનો વધ કરે તેને મનુષ્યવધ કરનાર જેટલી સજા કરવી, કેમકે અમારા ધર્મ પ્રમાણે ગૌમાતા મનુષ્યથી પણ પવિત્ર છે." કોઈ કહે કે, "નાતના મહાજન થવાના કોના હક્ક છે તેની તપાસ કરવા એક કમિશન નીમવાનું છે."

આઘે ખુરશી ઉપર બેઠેલા બે જણાને રામશંકરે સલામ કરી તેથી ભદ્રંભદ્રે પૂછ્યું, "એ કોણ છે ?"

રામશંકર કહે, "પેલા ઠીંગણા ને જાડા સરખા છે ને ચારે તરફ જુએ છે તે આ ઘોરખોદીઆના ભાઈબંધ કુશલવપુશંકર અને તેમની જોડે બેઠા છે તે તેમના કાકા પ્રસન્નમનશંકર."

પાસે ઊભેલો એક આદમી બોલી ઊઠ્યો, "એ કુશલવપુનું જ નામ લોકોએ ઘોરખોદીઓ પાડેલું છે. એ નામ પડી ગયાં છે તે ભુલાવવા એ લોકોએ આ બે બ્રાહ્મણોને પૈસા આપી એ નામે પોતાને ઓળખાવવાને રાખ્યા છે. પૈસાની રચના કરનાર લોકો એવામાંયે પૈસાથી પોતાનું કામ સાધવા મથે છે."

આ ખુલાસો શિવશંકરને બહુ ગમ્યો હોય એમ જણાયું નહિ. કેમકે તેણે આડા ફરીને કહ્યું, "સમાલીને બોલજે."

પેલાએ કહ્યું કે, "જા, જા; સાળા હજામગોર, તું શું કરવાનો છે ?"

શિવશંકરે ઉત્તરમાં મુક્કી બતાવી. પેલાએ પ્રત્યુત્તરમાં મુક્કી લગાવી. આમ સભ્યતા આપ-લે કરતાં બન્ને નીચે ખસી પડ્યા. કેટલાક બન્ને પક્ષની મદદમાં શામિલ થઈ ગયા. કેટલાક તેમની ખાલી પડેલી જગ્યાએ ચઢી ગયા.

હો-હો ચાલતી હતી તેવામાં સભાના મધ્ય ભાગમાં તાળીઓ પડવા લાગી. અમે પણ તાળીઓ પાડતા ઊંચા થઈ એ તરફ જોવા લાગ્યા. કોઈ ચકરી પાઘડીવાળો લાંબા હાથ કરી મરાઠીમાં બોલતો હતો. તે શું કહે છે તે પૂરું સંભળાયું નહિ. સંભળાયું તેટલું સમજાયું નહિ. તે બેસી ગયા પછી એક ગુજરાતી બોલવા ઊઠ્યો. બધે સંભળાય માટે તે ખુરશી પર ઊભો થઈ ગયો. તેણે પાઘડી જરા વધારે વાંકી મૂકેલી હતી. મૂછના આંકડા ચઢાવેલા હતા. કલપ લગાવવો રહી ગયો હશે ત્યાં કોઈ મૂછના વાળ સહેજ ધોળા જણાતા હતા. પાનથી હોઠ લાલ થયેલા હતા. બાંહ્યો ચઢાવી તેણે બોલવા માંડ્યું :

"ગૃહસ્થો ! આજની સભા શા માટે મળી છે તે આપણી ભાષામાં કહેવાનું માન મને મળ્યું છે. એ માનથી હું ઘણો મગરૂર થાઉં છું. એ માન કંઈ જેવુંતેવું નથી. આજકાલ યુરોપની ભાષામાં બોલવું એ મોટું માન ગણાય છે. પણ હું સમજું છું કે હું કેવો ગધેડો (હર્ષના પોકાર) કે મેં યુરોપનું નામ પણ સાંભળ્યું. હું સમજું છું કે હું

કેવો અભાગીઓ કે મેં યુરોપની ચોપડીઓનો અભ્યાસ કર્યો. (તાળીઓ.) હું સમજું છું કે હું કેવો મૂરખો કે મેં યુરોપની રીતભાતો જાણી. (હસાહસ.) માટે પ્રમુખસાહેબ, હું આપનો ઉપકાર માનું છું કે, આપણી ભાષામાં ભાષણ કરવાનું માનવંતું કામ મને સોંપ્યું છે. તે માટે ગૃહસ્થો, હું તમને મગરૂરીથી કહું છું કે મારા જેવા સાદા આદમીને આવું માન વગર માગ્યે મળ્યું નહિ હોત તો હું તે લેત નહિ. હવે આજની સભામાં શું કરવાનું છે તે મારે તમને કહેવું જોઈએ. તમે સહુ જાણો છો કે સુધારાવાળાઓ લોકોની ગાળો ખાય છે તોપણ સુધારો કરવા મથે છે. મારા જેવા આબરૂદાર માણસો સુધારાવાળાના સામા પક્ષમાં દાખલ થઈ બહુમાન પામે છે, તે પરથી સાફ જણાશે કે સુધારાવાળા થવું ફાયદાકારક નથી. સુધારાવાળાના આગેવાન મલબારી છે, તેને લોકો શું કહે છે તે પરથી સાફ જણાશે કે એ કામમાં લોકપ્રિય થવાનું નથી. તોપણ તે સરકારને અરજી કરવા માગે છે કે બાળલગ્ન અટકાવવાનો કાયદો કરવો. આપણા ધર્મશાસ્ત્રમાં બાળલગ્ન કરવાનું લખેલું છે. એટલે તે માટે હું વધારે બોલવાની જરૂર ધારતો નથી. શું આપણે ધર્મ વિરુદ્ધ જવું? શું આપણો ધર્મ ચૂકવો? કદી નહિ, કદી નહિ. (તાળીઓ.) વળી, સરકારને વચ્ચે નાખવાની શી જરૂર છે? બાળલગ્નનો રિવાજ શો ખોટો છે કે સુધારો કરવાની જરૂર પડે? અને જરૂર પડે તો શું આપણે નહિ કરી શકીએ? આપણે આટલી બધી કેળવણી પામ્યા ને સરકારની મદદ લેવી પડે? આપણા બધા રિવાજ બહુ લાભકારક છે. તે બતાવી આપે છે કે આપણા જેવા વિદ્વાન, આપણા જેવા ડાહ્યા, આપણા જેવા હોશિયાર બીજા કોઈ નથી. તો પછી આપણા જેવા લોકોના રિવાજ ખોટા કેમ હોય? તેમાં સુધારો કરવાની શી જરૂર હોય? પ્રમુખસાહેબ છે, હું છું, એવા મોટા માણસો આપણા લોકોના આગેવાન છે, તો પછી સરકારને વચમાં નાખવાની શી જરૂર છે? જુઓ, આપણે ખાઈ રહીને કોગળા કરી મોં સાફ કરીએ છીએ: અંગ્રેજ લોક તેમ નથી કરતા. તે સાબિત કરે છે કે આપણા બધા રિવાજ અંગ્રેજ લોકના રિવાજ કરતાં ઘણા જ સારા છે. માટે સરકારને અરજી કરવી જોઈએ કે આ બાબતમાં કાયદો ન કરે. બીજા બોલનારા છે, માટે હું વધારે વખત રોકતો નથી." (પાંચ મિનિટ લગી તાળીઓ ચાલી રહી.)

ટેકો આપવાને એક બીજા ગૃહસ્થ ઊઠ્યા. તેમણે કહ્યું, "સરકારને અરજી શા માટે કરવી જોઈએ, એ બહુ છટાથી કહેવામાં આવ્યું છે, અને ઘણી હુશિયારીથી સાબિત કરવામાં આવ્યું છે, માટે મારે વધારે કહેવાની જરૂર નથી. કેટલાક અંગ્રેજો પણ આપણા રિવાજ વખાણે છે, તેથી સાબિત થાય છે કે આપણા રિવાજ ઘણા જ સારા છે. દુનિયામાં એવા કોઈના નથી. તો પછી સુધારો શું કામ કરવો જોઈએ? સરકારને શું કામ વચમાં નાખવી જોઈએ? આપણા રિવાજની સરકારને શી ખબર પડે? પરદેશી લોકોને આપણા રિવાજમાં હાથ ઘાલવા દઈ શકાય નહિ. તેમના હેતુ ગમે તેટલા સારા હોય તોપણ આપણી રૂઢિઓ કેવી સારી છે તે તેઓ ન સમજે.

માટે હું આ દરખાસ્તને ટેકો આપું છું."

એમના બેસી ગયા પછી કુશલવપુશંકર બોલવા ઊભા થયા. તેમને ઊભા થયેલા જોઈને લોકોએ તાળીઓ પાડવા માંડી. 'ઘોરખોદીઓ', 'બાઘો', 'શાસ્ત્રી મહારાજ' એવાં વિવિધ નામે લોકો તેમને બોલાવવા લાગ્યા. પ્રમુખે તાળીઓ પાડી લોકોને શાંત થવા કહ્યું. ટેબલ પર લાકડી ઠોકી, ઊભા થઈ મૂગા થવા હાથે નિશાની કરી. કેટલીક વારે આગલી હારવાળા શાંત થયા ત્યારે પાછલી હાર લગી તાળીઓ જઈ પહોંચી હતી. ત્યાંના લોકો શું ચાલે છે, તે જાણ્યા વિના તાળીઓ પાડવા લાગ્યા. કંઈક શમ્યા પછી પ્રમુખે કુશલવપુશંકરને ભાષણ શરૂ કરવાનું કહ્યું. લોકોના આવકારથી તે બેબાકળા થઈ ગયા હતા. પણ કંઈ જાણતા જ ન હોય, એમ સ્વસ્થ રહેવા પ્રયત્ન કરતા હતા. ચારે તરફ નજર ફેરવી, મારો ગભરાટ કોઈ જોતું નથી, એમ મનથી માની લઈ તેમણે બોલવું શરૂ કર્યું:

"શ્રીવેત્રાસનાધિકારિન્ તથા શ્રીસભામિલિત શ્રોતૃજનાઃ આપણો વેદધર્મ શ્રેષ્ઠ છે, કારણ કે વેદ ઈશ્વરપ્રણીત છે. પૂછશો કે શા પ્રમાણથી ઈશ્વરપ્રણીત છે? તો શું બાલક છો? બાલકો જ એવાં પ્રમાણ માગે છે. વેદાધ્યયનને અભાવે બ્રહ્મે પોતાનો પરિમાણ વેદમય કર્યો તેથી. કારણ કે વેદ અનાદિ છે. શબ્દ નિત્ય છે. ઈશ્વરપ્રણીત પ્રમાણજન્યનિત્યત્વઇતરદેશશાસ્ત્રકારાસિદ્ધત્વથી. માટે સુધારો અનિષ્ટ છે. વેદવિરુદ્ધ તેથી. વેદવિરુદ્ધત્વ હોય ત્યાં ત્યાં અનિષ્ટત્વ વ્યાપક છે, તે માટે. જેમ ચાર્વાકાદિમાં. ઇતિ સિદ્ધમ્."

આમ અજય્ય શાસ્ત્રીય પ્રમાણથી આર્યપક્ષ સિદ્ધ કરી સર્વજનોને ન્યાયબલથી વિસ્મય પમાડી અને વિરોધીઓને સર્વકાલ માટે નિરુત્તર કરી નાખી કુશલવપુશંકર બેસી ગયા. આ પરાક્રમથી એમના કાકાના ગંભીર મુખ પર પણ મગરૂરી તથા હર્ષ પ્રસરી રહ્યાં. સભામાં હર્ષનાદ ગાજી રહ્યો. સુધારા વાળાનાં મોં ફિક્કાં પડી ગયાં. સર્વાનુમતે દરખાસ્ત મંજૂર થઈ. પછી સરકારમાં મોકલવાની અરજી વાંચવામાં આવી. તે અરજીને ટેકો આપવા શંભુ પુરાણીના ભાણેજ વલ્લભરામ ઊઠ્યા, અને બોલ્યા:

"આજકાલ સુધારાના નામે પાષંડવાદ ચાલે છે. આપણા આર્યશાસ્ત્રમાં શું નથી કે પાશ્ચાત્ય સુધારો આણવાની અગત્ય હોય! આપણાં શાસ્ત્રો જોયા વિના જ સુધારાવાળા એવા ખાલી બકબકાટ કરે છે. તેઓ પૂછે છે કે આગગાડી, તાર, સાંચાકામ, એવું ક્યાં આપણા શાસ્ત્રકારોને ખબર હતું? આ કેવું મોટું અજ્ઞાન છે! યુરોપી ભાષાંતરકારો અને યુરોપીય કોષલેખકોના અર્થ પ્રમાણે તો શાસ્ત્રમાંથી એવી વાતો નહિ જડે. પણ તેમને શાસ્ત્રના રહસ્યની શી ખબર હોય? એવું શું છે કે જે યોગ્ય અર્થ કરતાં શાસ્ત્રમાંથી ન જડે? આપણા શાસ્ત્રકારોને ત્રિકાળનું જ્ઞાન હતું, માટે તેમના જાણવામાં કંઈ ન આવ્યું હોય, એમ હોય જ નહિ. શાસ્ત્રના ખરા અર્થ ન સમજતાં સુધારાવાળા તેને વહેમ વહેમ કહે છે. જુઓ, બ્રાહ્મણથી જનોઈ વિના

બોલાય નહિ, એને એ લોકો વહેમ કહે છે. પણ શાસ્ત્ર કહે છે, ગાયત્રીમંત્રના ધ્વનિથી જનોઈના તાંતણા ફૂલે છે; ને તેમાં વિવિધ જાળાં બંધાય છે. તેથી તેમાં પ્રાણવાયુ રહી શકે છે. એ પ્રાણવાયુ શરીરની સ્વેદાદિ અશુદ્ધિને સૂકવી નાખી આવરણ બની આકાશમાં ભમતા ભૂતદેહોના શરીરને સ્પર્શ થવા દેતો નથી. જનોઈ વિના શબ્દોચ્ચાર થાય તો તે ધ્વનિ પ્રાણવાયુનું આવરણ ખસેડી નાખે, ભૂતોને સ્પર્શ કરવાનો લાગ આપે અને તેઓ મનુષ્યનું ચિત્ત ભ્રમિત કરી નાખે. તો શું આ શાસ્ત્રાજ્ઞા વહેમ છે? મોન્ટ ગુફ્ર, સિકા વગેરે યુરોપના જગતપ્રસિદ્ધ વિદ્વાનોએ આ વાત કબૂલ કરેલી છે. મેં હજારો વાર પ્રયોગ કરી એ અજમાયશથી સિદ્ધ કરેલું છે. સુધારાવાળા આપણા આર્યશાસ્ત્રોનાં આ રહસ્ય જાણતા નથી અને પાશ્ચાત્ય યાંત્રિક યુક્તિઓના મોહમાં ગૂંથાયા જાય છે. પાશ્ચાત્ય પદાર્થવિજ્ઞાન, યંત્રો, વીજળીનો પ્રયોગ, એ સર્વ માયાની વિવૃદ્ધિ કરે છે, ભ્રાંતિને પુષ્ટિ આપે છે, બ્રહ્મજ્ઞાનથી વિમુખ કરે છે. આપણા શાસ્ત્રકારોએ આવું પદાર્થવિજ્ઞાન મેળવવા યોગ્ય ધાર્યું નહિ, એ જ સિદ્ધ કરે છે કે તેમણે માયાની અવગણના કરી છે, ચૈતન્યને જ શ્રેષ્ઠ ગણ્યું છે. પાશ્ચાત્ય માયાવાદના મોહથી સુધારો થયો છે. પાશ્ચાત્ય અંશોથી આપણો આર્યદેશ આજ લગી અસ્પૃષ્ટ રહ્યો છે, તો હવે શું કામ તેથી આપણા દેશને દૂષિત કરવો? પાશ્ચાત્ય સુધારાના અંશો શું કામ આપણા દેશમાં દાખલ કરવા? હું રાજકીય સુધારા વિશે આ નથી કહેતો. પાશ્ચાત્ય રિવાજો આપણાં શાસ્ત્રોને આધારે નથી. તે ઘણા જ અનિષ્ટ છે. આપણા દેશને એ રિવાજો અધમ કરશે. આપણા દેશમાંનું તો સર્વ શ્રેષ્ઠ જ. જે તેથી જુદું તે તો તેથી ઊતરતું જ, અધમ જ, એ દેખીતું છે. માટે સિદ્ધ થાય છે કે આપણે સુધારા કરવા ન જોઈએ. પાશ્ચાત્ય રાજકર્તાને આપણા ગૃહસંસારમાં પાડી તેમના અંશ દાખલ કરવા દેવા ન જોઈએ. માટે આ અરજી મોકલવાની આવશ્યકતા સિદ્ધ થાય છે.”

આ ભાષણકર્તાના બેસી ગયા પછી, એક શાસ્ત્રી મહારાજે ઊભા થઈ કહ્યું:

“આ સભાની વ્યવસ્થા ઘણી જ અનિયમિત રીતે ચાલે છે. પ્રથમ વ્યાકરણના પ્રશ્નોનો વિવાદ થવો જોઈએ. હું એક પ્રયોગ આપું તે જેનામાં પાણી હોય તે સિદ્ધ કરે.”

એક બીજા શાસ્ત્રીએ ઊભા થઈ કહ્યું, “એવો ગર્વ ન કરવો જોઈએ. આ સભામાં ઘણા વિદ્વાન શાસ્ત્રી છે.”

પ્રથમ બોલનાર શાસ્ત્રીએ ઉત્તર દીધો, “એવા મૂર્ખોને શાસ્ત્રીની પદવી ઘટતી નથી.”

પ્રમુખે બન્ને શાસ્ત્રીઓને બેસાડી દીધા. તરત બીજા પાંચ-છ વક્તાઓ ઊભા થઈ સાથે બોલવા લાગ્યા, દરેકના પક્ષકાર સામાને બેસાડી દેવા તાળીઓ પાડવા લાગ્યા. ‘બેસી જાઓ’, ‘ચલાઓ’, ‘એક પછી એક’, એવી બૂમો પડી રહી. સભામાં ઘોંઘાટ થઈ રહ્યો. કંઈક શમ્યા પછી એક જણને બોલવા દીધો. તેણે હાથ લાંબા કરી કહ્યું:

"ગૃહસ્થો ! આવા સારા અને વખાણવા લાયક કામને મદદનીશ થવા એકઠા થયેલા તમો સહુની સામે મને ઊભેલો જોઈ હું પોતાને નસીબવાન ગણી અભિનંદન આપ્યા વિના મદદ કરી શકતો નથી. હું ન્યુસપેપરનો અધિપતિ છું. તે હોદ્દાના રાખનાર તરીકે મેં ઘણી વાર સુધારાની હિલચાલ પર ટીકા કરેલી છે. તેમાં મેં બતાવી આપ્યું છે કે, જોકે સુધારાવાળાઓએ એકે પથ્થર ફેરવવો બાકી રાખ્યો નથી, તોપણ હજુ લગી તેઓની ટીક્કી લાગી નથી. તે જ બતાવી આપે છે કે સુધારાની અગત્યતા સાબિત થયેલી બિના નથી. એ પણ એક સવાલ છે કે સુધારો ચહાવા લાયક છે ? આપણામાં લડવાનું ઐક્યત્વપણું હોય, આપણામાં સારાં સારાં બધાં કામની સામે થવાનો જુસ્સો હોય, આપણામાં અજ્ઞાન છતાં મોટા લોકો તરફ તોછડાઈ હોય, આપણામાં લોકપ્રિયતા એકઠી કરવાની ખપતી હિકમત હોય, તો પછી ગાંભીર્ય વિચારની શી ખોટ છે ? વિદ્વાનતાની શી જરૂર છે ? સુધારાની શી માગવા લાયકતા છે ? કંઈ જ નહિ, અરે ! હું પગ ઠોકીને કહું છું કે કંઈ જ નહિ. વળી આપણો અનુક્રમ લીટીઓ પર કરવો, તે બાબતમાં પારસીઓને અને ઇંગ્રેજોને શું કામ નાક મૂકવા દેવા...?'

એવામાં એક ચકરી પાઘડીવાળો ઊભો થઈ બોલ્યો, "પણ લોકો અઘરણીની નાતો નથી કરતા તેનું કેમ ?"

પ્રમુખે તેને બેસાડી દઈ, ભાષણકર્તાને અગાડી ચલાવવા કહ્યું. તે બોલ્યા :

"આ સ્વદેશાભિમાની બંધુએ ઇશારો કર્યો છે, તેવા આપણા દેશના મહાન કલ્યાણના મહાભારત અગત્યના ધર્મ સંબંધી સવાલોમાં પરદેશજન-નિવાસીઓ શી રીતે આરપાર જઈ શકે ! આપણાં કામ સમજવાને આપણે અશક્ય થતા જણાઈએ અને પરકીય મુલકના દેશીઓ પોતાનું કહેણ ચલાવવામાં, પોતાના રિવાજોને મજબૂત પગલું ભરાવવામાં ફતેહ પામે, એ કેવો દાર્શનિક નાટક છે ? આજકાલના સુધારાવાળાઓએ આર્ય લોકોને અણગમતી વાતો કહેવાનું હાથમાં લીધું છે. તેઓ કહે છે કે પાશ્ચાત્ય રિવાજો દાખલ કરવાલાયક ન હોય, તે શાસ્ત્રમાં ક્યાં પાર્લામેન્ટની હા કહી છે ? આ મોટી ભૂલમાં પડવા બરાબર છે. લોકોના રિવાજોને અને રાજ ચલાવવાની પદ્ધતિને કશો સંબંધ ગણવો એ મહા ભૂલ પર ચાલી જવાથી બને છે. દેશની વૃદ્ધિ અગાડી ચલાવવામાં વિચાર ફેરવવાની કશી જરૂર નથી. મારો જ દાખલો ધ્યાનમાં લેવાને ઘટતો છે. બે વરસ પર હું કંપોઝિટર હતો. તે પહેલાં છ મહિના પર હું અંગ્રેજી ત્રીજી ચોપડીમાં મૉનિટર હતો. તે છતાં આજે હું એક ઍડિટર થઈ પડ્યો છું. ગ્રેજ્યુએટો મારી ખુશામત કરવા આવે છે. પૈસાદાર લોકો મને મદદમાં લે છે. મારે જ્ઞાન મેળવેલા હોવાની જરૂર પડી નથી. મારે નહિ સમજાય એવા વિષયોનો અભ્યાસ કરવાની ફરજ આવી પડી નથી. તે છતાં અર્થશાસ્ત્ર, રાજ્યનીતિ, સાહિત્ય, સંસારસ્થિતિ વગેરે બાબતો પર હું બેધડક ચર્ચા કર્યે જાઉં છું. ગમે તે બાબતની માહિતી મેળવ્યા વિના તે વિશે મત જાહેરમાં મૂકતાં મને આંચકો ખાવો પડતો નથી. પણ જુસ્સાની જરૂર

છે. ઊંચુંનીચું જોવાની જરૂર નથી. સારું-ખોટું જોવાની જરૂર નથી, પણ તે પર હુમલો કરવાની જરૂર છે. ઍડિટરના હુન્નરથી અજાણ્યા લોકો આને ઉદ્ધતાઈ કહે છે. હું એને હિંમત કહું છું. એવી જુસ્સાવાળી હિંમત હોય, તો પછી રાજકીય હક્કો મેળવવામાં વિચારની વૃદ્ધિ રમતમાં લાવવાની શી જરૂર છે ? તો પછી સુધારાના અમલને કામનું ખેતર જ નથી. તે લાવવો જોઈતો છે નહિ."

દરેક ભાષણકર્તા ભાષણ પૂરું કરી રહે એટલે ભદ્રંભદ્ર બોલવાનો આરંભ કરવા જતા હતા, પણ બીજો કોઈ ઊઠી બોલવા માંડે એટલે રહી જતા. એક પછી એક ભાષણો થયાં જતાં હતાં. વચમાં કોઈ વખત મત લેવાતા હતા, પણ તે વખતે એટલો ઘોંઘાટ થતો કે ઘણી વાર શા માટે મત લેવાય છે તે સંભળાતું નહિ. ભદ્રંભદ્રે નિશ્ચય કર્યો કે, ગમે તેમ કરી ભાષણ કરવું તો ખરું. એક વાર મત લેવાઈ રહ્યા પછી 'હર હર મહાદેવ' કરી ખૂબ જોરથી બૂમો પાડી, બધાનું ધ્યાન પોતાની તરફ ખેંચી બોલવા માંડ્યું :

"શ્રી પ્રમુખદેવ અને શ્રીયુત આર્યજનો ! આ મંગલ સમયે શ્રીગણપતિ ગજાનનને નમસ્કાર કરો. શ્રીશંકરના પાદયુગ્મનું સ્મરણ કરો. શ્રીવિષ્ણુની કૃપાની યાચના કરો. શ્રીસરસ્વતીનું આવાહન કરો. શ્રીઅંબિકાને ભજો. શ્રીલક્ષ્મીને પ્રસન્ન કરો. શ્રીસૂર્યદેવનું સાન્નિધ્ય લક્ષમાં લ્યો. શ્રીવાસુદેવનો પ્રભાવ ઇચ્છો. શ્રીઅગ્નિદેવની સહાયતા માગો. શ્રીવરુણદેવને સંદેશો મોકલો. શ્રીરામકૃષ્ણાદિ અવતારોને, શ્રીવેદમૂર્તિને, શ્રીઇન્દ્રદેવોને, શ્રીગંધર્વોને, શ્રીકિન્નરોને, શ્રીગ્રહોને, શ્રીનક્ષત્રોને, શ્રીતારકોને, શ્રીપૃથ્વીમાતાને, શ્રી આર્યભૂમિને, શ્રીસનાતનધર્મને, શ્રીકાશીને, શ્રીપ્રયાગને, શ્રીમથુરાને, શ્રીજગન્નાથને, શ્રીદ્વારિકાને, શ્રીરામેશ્વરને, શ્રીતીર્થસમૂહને, શ્રીગંગાને, શ્રીસમુદ્રને પ્રીતિથી પૂજો. જય ! જય ! જય ! જય ! જય ! અહા ! ધન્ય તમને, ધન્ય મને ! ધન્ય આકાશને ! ધન્ય પાતાલને ! કીર્તિમંત થઈ છે આજ આર્યસેના, રણમાં રગદોળ્યો છે શત્રુના ધ્વજદંડને. સંહાર કર્યો છે સકલ અરિકટકનો. સનાતન ધર્મ સિદ્ધ થયો છે, આર્યધર્મ આગળ થયો છે. વેદધર્મ પૃથ્વીમાં પ્રસર્યો છે. આપણી રૂઢિઓ વિશ્વમાં સર્વથી ઉત્તમ ઠરી છે. ઉત્તમતાનું આપણું અભિમાન આપણે ક્યાં સમાવવું, એ કઠિન પ્રશ્ન થઈ પડ્યો છે. બ્રહ્માંડ તે માટે પર્યાપ્ત નથી. આત્મા તે માટે સાધન નથી. કાલ તે માટે દીર્ઘ નથી. અહો ! જે દેશમાં આજની સમસ્ત મંડળી જેવા દેવાંશી પુરુષો છે ત્યાં 'સુધારો' એ શબ્દને અવકાશ શો છે ? ન્યૂન શું છે કે અંશ માત્ર પણ સુધારવો પડે ? જ્ઞાનની અવધિ આ દેશમાં આવી રહી, તો પછી વધારે જ્ઞાનપ્રાપ્તિ કરવાનું સંભવે શી રીતે ! મનુષ્યજાતિમાં ભૂત, ભવિષ્ય, વર્તમાનકાળમાં જેટલા જ્ઞાનની શક્તિ છે, તેટલું જ્ઞાન વેદકાળથી આપણા ત્રિકાળજ્ઞાની પૂર્વજો પામી ચૂક્યા છે. બીજા દેશમાં કાળક્રમે જ્ઞાન વધતું જાય છે; પણ આપણા આર્યદેશમાં તેમ નથી, કેમકે યોગ દ્વારા આપણને કંઈ અજ્ઞાત છે જ નહિ. તો પછી પાશ્ચાત્ય રિવાજો આપણને શા કામના

છે ? એ સત્ય છે, રાજકીય રિવાજો સ્વીકારવામાં આ વાત ભૂલી જવાની છે, પણ તે વિના આપણને નવીન વિચાર જોઈતા નથી. સુધારાવાળા બાળલગ્ન અટકાવવા માગે છે. પણ, મોટી વયનાં લગ્ન પાશ્ચાત્ય પ્રમાણોને આધારે હોય તો તે અનિષ્ટ છે. દુષ્ટ આપણે વર્જ્ય છે. પાશ્ચાત્ય પ્રમાણોને આધારે ન હોય, તો તે આપણાં શાસ્ત્રોમાં છે જ તે માટે તે ઇષ્ટ છે. અને આપણાં શાસ્ત્રોની ઉત્તમતા સિદ્ધ કરે છે. એકે રીતે શાસ્ત્ર બહાર જવાની જરૂર નથી. માટે સુધારો અનિષ્ટ થાય છે, એ સિદ્ધ થાય છે. 'સુધારો' એ શબ્દથી હું ત્રાસ પામું છું. આખો દેશ ત્રાસ પામે છે. આખી પૃથ્વી ત્રાસ પામે છે. મનુષ્ય ત્રાસ પામે છે, દેવ ત્રાસ પામે છે, દાનવ ત્રાસ પામે છે, પશુઓ ત્રાસ પામે છે, પક્ષીઓ ત્રાસ પામે છે, વનસ્પતિઓ ત્રાસ પામે છે. એ ત્રાસનો સંહાર કરવા આજ આર્યસેના સજ્જ થઈ છે. ભટોએ અદ્દ્ભુત પરાક્રમ દર્શાવ્યાં છે. પ્રત્યેક વીર પોતાના કૌશલથી પ્રસન્ન થયો છે. પ્રત્યેક પોતાની પ્રશંસાના ઉપાય શોધે છે. તે પ્રશંસાને તે પ્રત્યેક પાત્ર છે. આપણા આર્યલોકોની સ્તુતિથી કોને લાભ ન થાય ? કોને લોકપ્રિયતા ન મળે ? લોકો અજ્ઞાન છે તેથી સ્તુતિ કરી તેમને પ્રસન્ન કરવા જોઈએ, તેમાં જ આપણું હિત છે. લોકો સત્ય ધર્મ સમજતા નથી. તેઓ જે ધર્મ હાલ પાળે છે તેની પ્રશંસા કરવી જોઈએ કે સત્ય ધર્મ પર તેમની પ્રીતિ થાય, સત્ય ધર્મ તે આપણો વેદધર્મ. આ સભામાં બિરાજમાન થયેલો અને નહિ થયેલો પ્રત્યેક આર્ય એક અખંડિત ધર્મ, ભેદરહિત એક જ વેદધર્મ, અક્ષરશઃ ચાર વેદમાંનો ધર્મ પાળે છે તે જ સિદ્ધ કરે છે કે, આપણો ધર્મ સનાતન છે, સત્ય છે. એ સનાતન ધર્મમાંથી જ આપણી સર્વ અનુપમ રૂઢિઓ ઉદ્દ્ભવી છે. અહા ! કેવી ઉદાર છે એ રૂઢિઓ ! એ જ રૂઢિઓએ બ્રાહ્મણને શ્રેષ્ઠ કરી, બીજા સર્વને અધમ, અજ્ઞાન, અધિકારરહિત, પરવશ, અનક્ષર કરી નાખ્યા છે. બ્રાહ્મણને રૂઢિનો લાભ વિદિત છે, એટલું જ નહિ પણ રૂઢિને બ્રાહ્મણનો લાભ વિદિત છે. એ જ રૂઢિઓએ માત્ર ક્ષત્રિયને યુદ્ધમાં જનાર કરી પૂર્વકાળના યવનોના ઉત્પાત સામે વિગ્રહ કરી દેશરક્ષણ કરવા જતાં અન્ય જાતિઓને અટકાવી, તે સર્વના પ્રાણનું રક્ષણ કર્યું. રૂઢિને ક્ષત્રિયનું હિત વિદિત હતું અને રૂઢિએ પક્ષપાતી થતાં યવનોનું અહિત થવા ન દીધું, એ જ રૂઢિએ વૈશ્યને વ્યાપારત્રસ્ત કરી પછી તેને પરદેશમાં વ્યાપારને મિષે દ્રવ્ય નાખી દેવા જતાં અટકાવી, તેના વ્યાપારને ઉત્તેજિત કર્યો. રૂઢિએ વૈશ્યનું હિત સાચવ્યું, સમુદ્રગમન નિષિદ્ધ કર્યું, અને દેશને પણ અનંતકાલ સુધીનો લાભ કર્યો. એ જ રૂઢિઓએ શૂદ્રને અમુક ધંધા વંશપરંપરા સોંપી લાભાલાભ પ્રમાણે સમયે સમયે ધંધા બદલવાના મોહમાંથી મુક્ત કર્યા – શૂદ્રોને ધનસંચયમાં નિઃસ્પૃહી કર્યા, અને અર્થશાસ્ત્રનો નિયમ સ્થાપિત કર્યો. રૂઢિના ગુણ ગાવા વાણી સમર્થ નથી, જગતની ભાષાઓમાં તે માટે જોઈતા શબ્દ નથી, મનુષ્યની બુદ્ધિમાં તે સમજવાની શક્તિ નથી, ત્યારે આપણી આર્યરીતિ કેવી ઉત્તમ ! ભીતિ

કેવી ઉત્તમ ! પ્રીતિ કેવી ઉત્તમ ! નીતિ કેવી ઉત્તમ ! જેમણે આ રીતિ, આ ભીતિ, આ પ્રીતિ, આ નીતિની રૂઢિઓ સ્થાપી તેમણે કેવો દીર્ઘ વિચાર કરી તે સ્થાપી હશે !...”

એવામાં એક સ્થળે શ્રોતાજનોમાં મારામારી થવાથી, બધા લોકો તે જોવા ઊઠ્યા. અમારી પાટલી પરના માણસો નીચે ઊતરી અગાડી વધ્યા, કઠેરા પર ઊભેલાના એક તરફના ભારથી પાટલી એકાએક ઊલળી પડી. ઊભેલા બધા ગબડી પડ્યા. ભદ્રંભદ્રની પાઘડી સૂર્યદેવનું દર્શન કરવા આકાશ ભણી ઊડી પછી પૃથ્વીમાતા તરફ નીચે વળી. ભદ્રંભદ્ર પણ તે જ દિશામાં પ્રથમ પગ ઊંચા કરી, અધ્ધર ચક્કર ફરી જમીન ભણી વળી નીચે આવ્યા. તેમની ઉપર બીજા પડ્યા. ઊભેલા પડી જવા લાગ્યા. પડી ગયેલા ઊભા થવા લાગ્યા. મારી પણ એ જ વલે થઈ. કચરાયેલા બૂમો પાડવા લાગ્યા. નહિ કચરાયેલા તાળીઓ પાડવા લાગ્યા. પાસેના હસવા લાગ્યા, આઘેના ધસવા લાગ્યા. ભીડ વધી ને નીચે પડેલાને ઊભા થવું વધારે મુશ્કેલ થવા લાગ્યું. ભદ્રંભદ્રની ગતિ પરવશ થઈ. જીવનાશા ભંગોન્મુખ થઈ, પણ એવામાં શિવશંકરે આવી કેટલાકને લાત લગાવી, આઘા ખેંચી કાઢ્યા. રામશંકરે પડ્યા પડ્યા કેટલાકને બચકાં ભરી બૂમો પાડતાં અને મહામહેનતે છૂટવા મથતાં ઉઠાડ્યા.

મને સહેજ અને ભદ્રંભદ્રને વધારે વાગ્યું હતું તેથી અમને ઘેર લઈ ગયા. છૂંદાઈ જવાની બીક સમૂળગી ગયા પછી ભદ્રંભદ્રમાં હિંમત આવી. આશ્વાસનથી અને ઉપચારથી કંઈક તાજા થયા પછી તેમણે કહ્યું, “હું લેશમાત્ર ગભરાયો નથી. રણમાં ઘવાયેલા યોદ્ધા વ્રણ માટે શોક કરતા નથી. પરાક્રમનાં ચિહ્ન ગણી તે માટે અભિમાન કરે છે. આર્યસેનાના નાયક થઈ સંગ્રામમાં અદ્‌ભુત શૌર્ય દર્શાવતાં, હું દુષ્ટ શત્રુના છલથી અશ્વભ્રષ્ટ થયો છું પણ તેથી પરાજય પામ્યો નથી. સેનાનો જય થયો છે. આર્યધર્મનો જય થયો છે. રૂઢિદેવીની કીર્તિ પ્રકટિત થઈ છે.”

રમણભાઈ નીલકંઠ

['ભદ્રંભદ્ર' પુસ્તક]

❀

ખીલે છે ગુલાબ !

કોણ મોહતાજી વસંતોની કરે
તમને સંભારું ને ખીલે છે ગુલાબ !

દીપક બારડોલીકર

['તડકો તારો પ્યાર' પુસ્તક : 2006]

❀

દેપાળદે

ઉનાળો આવ્યો છે. ધોમ તડકો ધખે છે. આભમાંથી જાણે અગ્નિ વરસે છે. ઊની ઊની લૂ વાય છે. પારેવાં ફફડે છે.

ચૈત્ર મહિનો ગયો. વૈશાખ ગયો. જેઠ આવ્યો. નદી-સરોવરનાં પાણી સુકાણાં, ઝાડવાંનાં પાન સુકાણાં, માણસોનાં શરીર સુકાણાં, પશુ-પંખી પોકાર કરવા લાગ્યાં.

રાજા દેપાળદે ભગવાનના ભક્ત છે; રાતે ઉજાગરા કરે છે, પ્રભુને અરજ કરે છે: "હે દયાળુ ! મે' વરસાવો ! મારાં પશુ, પંખી અને માનવી ભૂખ્યાં-તરસ્યાં મરે છે."

પ્રભુએ જાણે રાજાજીની અરજ સાંભળી. અષાઢ મહિનો બેઠો ને મેહુલા વરસવા લાગ્યા. ધરતી તરબોળ થઈ. ડુંગરા ઉપર ઘાસ ઊગ્યાં.

દેપાળદે ઘોડે ચડ્યા. રાજ્યમાં ફરવા નીકળ્યા. 'જોઉં તો ખરો, મારી વસ્તી સુખી છે કે દુઃખી ? જોઉં તો ખરો, ખેડૂત ખેતર ખેડે છે કે નહિ ? દાણા વાવે છે કે નહિ ? તમામનાં ઘરમાં પૂરા બળદ ને પૂરા દાણા છે કે નહિ ?'

ઘોડે ચડીને રાજા ચાલ્યા જાય: ખેતરે ખેતરે જોતા જાય. મોરલા ટૌકે છે, પશુડાં ચરે છે, નદીઓ ખળખળ વહે છે, અને ખેડૂતો ગાતા ગાતા દાણા વાવે છે. સહુને સાંતીડે બબ્બે બળદો: બળદો પણ કેવા ! ધીંગા અને ધફડિયા.

પણ એક ઠેકાણે રાજાજીએ ઘોડો રોક્યો. જોઈ જોઈને એનું દિલ દુભાયું. કળીએ કળીએ એનો જીવ કપાયો.

એક માણસ હળ હાંકે છે, પણ હળને બેંય બાજુ બળદ નથી જોતર્યા; એક બાજુ જોતરેલ છે બળદ, ને બીજી બાજુ જોતરેલ છે એક બાયડી.

માણસ હળ હાંકતો જાય છે, બળદનેય લાકડી મારતો જાય છે, બાયડીનેય લાકડી મારતો જાય છે. બાયડીના બરડામાં લાકડીઓના સોળ ઊઠી આવ્યા છે. બાઈ તો બિચારી રોતી રોતી હળ ખેંચે છે. ઊભી રહે તો માર ખાય છે.

રાજા દેપાળદે એની પાસે ગયા. જઈને કહ્યું: "અરે ભાઈ ! હળ તો ઊભું રાખ."

"ઊભું તો નહિ જ રાખું. મારે વાવણી મોડી થાય તો ? તો ઊગે શું, તારું કપાળ ? વાવણી ને ઘી-તાવણી ! મડું ઢાંકીનેય વાવણી કરવી પડે, ઠાકોર !"

એટલું બોલીને ખેડૂતે હળ હાંક્યે રાખ્યું. એક લાકડી બળદને મારી અને એક લાકડી બાઈને મારી.

રાજાજી હળની સાથે સાથે ચાલ્યા. ખેડૂતને ફરી વીનવ્યો: "અરેરે, ભાઈ ! આવો નિર્દય ? બાયડીને હળમાં જોડી !"

"તારે તેની શી પંચાત ? બાયડી તો મારી છે ને ? ધરાર જોડીશ. ધરાર મારીશ."

"અરે ભાઈ, શીદ જોડી છે ? કારણ તો કહે !"

"મારો એક ઢાંઢો મરી ગયો છે. હું તો છું ગરીબ ચારણ. ઢાંઢો લેવા પૈસા

ન મળે. વાવણી ટાણે કોઈ માગ્યો ન આપે, વાવું નહિ તો આખું વરસ ખાઉં શું? બાયડી-છોકરાંને ખવરાવું શું? એટલા માટે આને જોડી છે!"

"સાચી વાત! ભાઈ, સાચેસાચી વાત! લે, હું તને બળદ લાવી આપું. પણ બાયડીને તું છોડી નાખ. મારાથી એ નથી જોવાતું."

"પે'લાં બળદ મગાવી આપ, પછી હું એને છોડીશ; તે પહેલાં નહિ છોડું. હળને ઊભું તો જ નહિ રાખું. આ તો વાવણી છે, ખબર છે?"

રાજાએ નોકર દોડાવ્યો: "જા ભાઈ, સામાં ખેતરોમાં, મોં-માગ્યાં મૂલ દેજે. બળદ લઈને ઘડીકમાં આવજે."

તોય ખેડૂત તો હળ હાંકી જ રહ્યો છે. બાઈ હળ ખેંચી શકતી નથી. એની આંખોમાંથી આંસુ ઝરે છે. રાજા બોલ્યા: "લે ભાઈ, હવે તો છોડ. આટલી વાર તો ઊભો રહે."

ખેડુ બોલ્યો: "આજ તો ઊભા કેમ રહેવાય? વાવણીનો દિવસ; ઘડીકના ખોટીપામાં આખા વરસના દાણા ઓછા થઈ જાય!"

રાજાજી દુભાઈ ગયા: "તું પુરુષ થઈને આટલો બધો નિર્દય? તું તો માનવી કે રાક્ષસ?"

ખેડૂતની જીભ તો કુહાડા જેવી! તેમાંય પાછો ચારણ ખેડૂત! બોલે ત્યારે તો જાણે લુહારની કોઢનાં ફૂલડાં ઝરે! એવું જ બોલ્યો: "તું બહુ દયાળુ હો તો ચાલ, જૂતી જા ને! તને જોડું ને બાયડીને છોડું. ઠાલો ખોટી દયા ખાવા શા સારુ આવ્યો છો?"

"બરાબર! બરાબર!" કહીને રાજા દેપાળદે ઘોડા પરથી ઊતર્યા અને હળ ખેંચવા તૈયાર થઈ ગયા; કહ્યું: "લે, છોડ એ બાઈને અને જોડી દે મને."

બાઈ છૂટી. એને બદલે રાજાજી જુતાણા. માણસો જોઈ રહ્યાં.

ચારણ તો અણસમજુ હતો. રાજાને બળદ બનાવીને એ તો હળ હાંકવા લાગ્યો. મારતો મારતો હાંક્યે જાય છે.

ખેતરને એક છેડેથી બીજે છેડે રાજાએ હળ ખેંચ્યું. એક ઊથલ પૂરો થયો. ત્યાં તો બળદ લઈને નોકર આવી પહોંચ્યો. રાજા છૂટા થયા. ચારણને બળદ આપ્યો.

ચારણીની આંખમાંથી તો દડ દડ હેતનાં આંસુડાં દડ્યાં. એ તો રાજાનાં વારણાં લેવા લાગી: "ખમ્મા, મારા વીર! ખમ્મા, મારા બાપ! ક્રોડ દિવાળી તારાં રાજપાટ તપજો!"

દેપાળદે રાજા ભારે હૈયે ચાલ્યા ગયા.

*

ચોમાસું પૂરું થયું. દિવાળી ઢૂંકડી આવી. ખેતરમાં ઊંચા ઊંચા છોડવા ઊગ્યા છે. ઊંટ ઓરાઈ જાય તેટલા બધા ઊંચા! દરેક છોડની ઉપર અક્કેક ડૂંડું: પણ કેવડું મોટું? વેંત વેંત જેવડું! ડૂંડામાં ભરચક દાણા! ધોળી ધોળી જુવાર અને લીલા લીલા બાજરા!

જોઈ જોઈને ચારણ આનંદ પામ્યો.

પણ આખા ખેતરની અંદર એક ઠેકાણે આમ કેમ? ખેતરને એક છેડેથી બીજા છેડા સુધીની હાર્યમાં એકેય છોડને ડૂંડાં નીંઘલેલાં જ ન મળે! આ શું કૌતુક!

ચારણને સાંભર્યું: 'હા હા! તે દી હું વાવણી કરતો હતો ને ઓલ્યો દોઢડાહ્યો રાજા આવ્યો હતો. એ મારી બાયડીને બદલે હળે જૂત્યો'તો. આ તો એણે હળ ખેંચેલું તે જ જગ્યા. કોણ જાણે કેવોય પાપિયો રાજા! એનાં પગલાં પડ્યાં એટલી ભોંમાં મારે કાંઈ ન પાક્યું. વાવેલા દાણાય ફોગટ ગયા!'

ખિજાઈને ચારણ ઘેર ગયો, જઈને બાયડીને વાત કરી: "જા, જઈને જોઈ આવ ખેતરમાં. એ પાપિયાના પગ પડ્યા તેટલી ભોંયમાં મારું અનાજેય ન ઊગ્યું.!"

બાઈ કહે: "અરે ચારણ! હોય નહિ. એ તો હતા રામરાજા. સાચે જ તું જોતાં ભૂલ્યો."

"ત્યારે તું જઈને જોઈ આવ. ફરી મળે તો હું એને ટીપી જ નાખું. એણે મારા દાણા ખોવરાવ્યા. કેવા મેલા પેટનો માનવી!"

દોડતી દોડતી ચારણી ખેતરે ગઈ. પેટમાં તો થડક થડક થાય છે, સૂરજ સામે હાથ જોડે છે, સ્તુતિ કરે છે: "હે સૂરજ, તમે તપો છો, તમારાં સત તપે છે; તોય સતિયાનાં સત શીદ ખોટાં થાય છે? મારા રાજાના સતની રક્ષા કરજો, બાપ!"

જુએ ત્યાં તો સાચોસાચ એક ઊથલ જેટલા છોડવાનાં ડૂંડાં નીંઘલ્યાં જ નહોતાં, ને બીજા બધા છોડવા તો ડૂંડે ભાંગી પડે છે! આ શું કૌતુક!

પણ એ ગાંડા ચારણની ચારણી તો ચતુરસુજાણ હતી. ચારણી હળવે હળવે એ હાર્યના એક છોડવા પાસે ગઈ. હળવે હળવે છોડવો નમાવ્યો; હળવેક ડૂંડું હાથમાં લીધું. હળવે હાથે ડૂંડા પરથી લીલું પડ ખસેડ્યું.

આહાહાહા! આ શું? દાણા નહિ, પણ સાચાં મોતીડાં! ડૂંડે ડૂંડે મોતીડાં: ચકચકતાં રૂપાળાં: રાતાં, પીળાં અને આસમાની મોતીડાં. મોતી! મોતી! મોતી! રાજાજીને પગલે પગલે મોતી નીપજ્યાં!

ચારણીએ દોટ દીધી, ઘેર પહોંચી. ચારણનો હાથ ઝાલ્યો: "અરે મૂરખા, ચાલ તો મારી સાથે! તને દેખાડું કે રાજા પાપી કે ધર્મી હતો."

પરાણે એને લઈ ગઈ; જઈને દેખાડ્યું: મોતી જોઈને ચારણ પસ્તાયો: "ઓહોહો! મેં આવા પનોતા રાજાને — આવા દેવરાજાને — કેવી ગાળો દીધી!"

બધાં મોતી ઉતાર્યાં. ચારણે ફાંટ બાંધી, પરભાર્યો દરબારને ગામ ગયો.

કચેરી ભરીને રાજા દેપાળદે બેઠા છે. ખેડૂતોનાં સુખદુ:ખની વાતો સાંભળે છે. મુખડું તો કાંઈ તેજ કરે છે!

રાજાજીનાં ચરણમાં ચારણે મોતીની ફાંટ મૂકી દીધી. લૂગડું ઉઘાડી નાખ્યું, આખા ઓરડામાં મોતીનાં અજવાળાં છવાયાં.

રાજાજી પૂછે છે: “આ શું છે, ભાઈ?”

ચારણ લલકારીને મીઠે કંઠે બોલ્યો:

જાણ્યો હત જડધાર, નવળંગ મોતી નીપજે;
(તો) વવારત વડ વાર, દી બાધો, દેપાળદે!

[હે દેપાળદે રાજા! જો મેં પહેલેથી જ એમ જાણ્યું હોત કે તું શંકરનો અવતાર છે, જો મને પહેલેથી જ ખબર પડી હોત કે તારે પગલે પગલે તો નવલખાં મોતી નીપજે છે, તો તો હું તને તે દિવસ હળમાંથી છોડત શા માટે? આખો દિવસ તારી પાસે જ હળ ખેંચાવત ને! – આખો દિવસ વાવ્યા કરત તો મારું આખું ખેતર મોતી મોતી થઈ પડત!]

રાજાજી તો કાંઈ સમજ્યા નહિ. “અરે ભાઈ! તું આ શું બોલે છે?”

ચારણે બધી વાત કરી. રાજાજી હસી પડ્યા: “અરે ભાઈ! મોતી કાંઈ મારે પુણ્યે નથી ઊગ્યાં. એ તો તારી સ્ત્રીને પુણ્યે ઊગ્યાં છે; એને તેં સંતાપી હતી એમાંથી એ છૂટી. એનો જીવ રાજી થયો; એણે તને આશિષ આપી, તેથી આ મોતી પાક્યાં.”

ચારણ ચાલવા માંડ્યો. રાજાજીએ એને ઊભો રાખ્યો: “ભાઈ! આ મોતી તારાં છે. તારા ખેતરમાં પાક્યાં છે. તું જ લઈ જા!”

“બાપા! તમારા પુણ્યનાં મોતી! તમે જ રાખો.”

“ના, ભાઈ! તારી સ્ત્રીનાં પુણ્યનાં મોતી: એને પહેરાવજે. લે, હું સતીની પ્રસાદી લઈ લઉં છું.”

રાજાજીએ એ ઢગલીમાંથી એક મોતી લીધું, લઈને માથા પર ચડાવ્યું, પછી પરોવીને ડોકમાં પહેર્યું.

ચારણ મોતી લઈને ચાલ્યો ગયો; ઘેર જઈને ચારણીના પગમાં પડ્યો.

ઝવેરચંદ મેઘાણી

[‘સૌરાષ્ટ્રની રસધાર’ ભાગ 1 પુસ્તક: 1923]

❀

એક બાર

તુમ ઔર હમ જૈસે અનગિનત
એક બાર અગર મિલ જાયેં,
તોપોં કે મુહ ફિર જાયેં,
જુલ્મ કે સિંહાસન હિલ જાયેં.

શૈલેન્દ્ર

❀

ઉત્તમ વિવેચકો

આપણા વિવેચનસાહિત્યને સો વર્ષ થયાં. નવલરામનું થોડુંક વિવેચનકાર્ય બાદ રાખીએ, તો અત્યાર સુધીના ગુજરાતના ઉત્તમ વિવેચકો મારે મન ત્રણ છે: આનંદશંકર, બલવંતરાય અને રામનારાયણ. આમાંના પાછલા બે કવિઓ પણ છે. ગુજરાતી કવિતાની લખાવટ ઉપર બલવંતરાયની કવિતાનો પ્રભાવ એમના વિવેચન કરતાં પણ વધારે સૂક્ષ્મ અને સઘન છે. આનંદશંકર અને રામનારાયણભાઈનું એક સાથે સ્મરણ થાય છે એ તો એ કારણે કે શુદ્ધ કાવ્યપદાર્થમાં જ એમને રસ છે. કાવ્ય સિવાય કશાનો કક્કો એમને ખરો કરવાનો નથી. બલવંતરાયમાં કેટલીક વાર અતિઆગ્રહ વગેરેનો ભેળ વરતાશે. આનંદશંકર અને રામનારાયણભાઈનાં વિવેચન વખત જશે તેમ સુજ્ઞ અને સૂક્ષ્મદર્શી સાહિત્યસેવિઓ પર વધારે ને વધારે પકડ જમાવશે. 20મી સદીના અંત સુધીમાં એમના જેવા એકબે વિવેચકો ઉમેરાય તો હું ઘણો સંતોષ માનીશ. કવિતાલેખકો, લખતી વેળા, બલવંતરાયની અસર નીચે ગમે તેટલા હોય, રામનારાયણભાઈ સૌ કવિતાલેખકોના અંતરાત્માના રખેવાળ સમા હતા જ.

ઉમાશંકર જોશી

❀

'સ્ટોપ હીયર, ઓર જેન્ટલી પાસ'

અંગ્રેજી કવિ વર્ડ્ઝવર્થ પોતાની બહેન ડોરોથી સાથે સ્કોટલેન્ડ ગયા ત્યારે ફરવા નીકળ્યા. ખેતરમાં એક કિસાન કન્યા લણણી કરતી જાય અને ગીત ગાતી જાય. એ ગીતની ભાષા ગૈલિક ભાષા હતી, અંગ્રેજી નહોતી. સ્કોટલેન્ડમાં ગૈલિક ભાષા છે. એટલે વર્ડ્ઝવર્થને ગીત બિલકુલ સમજાયું નહીં. પણ જે મસ્તીથી એ કિસાન કન્યા ગીત ગાતી હતી એનાં સ્પંદનો કવિના સંવેદનશીલ ચિત્તને અસર કરી ગયાં ભાષાનો અંતરાય ખરી પડ્યો અને વર્ડ્ઝવર્થે એ લણણી કરનારી કન્યા ઉપર એક કવિતા લખી જે પ્રખ્યાત છે. એ કવિતાનું મથાળું છે: 'સોલિટરી રીપર.' એકલી કિસાન કન્યા, લણણી કરનારી કિસાન કન્યા. એમાં વર્ડ્ઝવર્થ કહે છે કે, એ કિસાન કન્યાની મર્યાદા જાળવજો, એને કોઈ ડિસ્ટર્બ કરતાં નહીં. એ એની મસ્તીમાં મસ્ત છે. ગાતી જાય છે, કામ કરતી જાય છે. એને તમારી હાજરીથી ખલેલ પહોંચાડશો નહીં. પછી વર્ડ્ઝવર્થ એમાં એક પંક્તિ લખે છે: "સ્ટોપ હીયર, ઓર જેન્ટલી પાસ. કાં તો અહીં થોભો અદબપૂર્વક, કાં તો શાંતિથી ખલેલ પહોંચાડ્યા વિના પસાર થઈ જાવ.'

ગુણવંત શાહ

['સામ્પ્રત' ત્રિમાસિક: 2006]

ઓથારિયો હડકવા

(એક ચર્ચાપત્ર)

શ્રી. 'ગુજરાત શાળાપત્ર'ના અધિપતિ સાહેબ,

આપણામાં હાલ જે નવો ભયંકર રોગ ચોતરફ ફાટી નીકળ્યો છે તે જોઈ સઘળે ત્રાહે ત્રાહે થઈ રહ્યો છે. એથી તે બાપડાં પોર્યાંઓની, તેનાં સગાંવહાલાંની, અને છેવટે બધા દેશની એવી ખરાબી થાય છે કે આ રોગનો ઇલાજ કોઈએ શોધી કાઢવો જોઈએ. એ કામ મહા વિકટ છે, અને તે વેળાએ દેશનું સમસ્ત વૈદ્યમંડળ ભેળું થઈ વિચાર કરે તોપણ તેનો પત્તો ન લાગે. પરંતુ પ્રયત્ન એ જ પુરુષનું કર્તવ્ય છે, તેથી મેં મારી અલ્પ જોગવાઈઓ પ્રમાણે એ રોગ સંબંધી જે કંઈ જૂજ તપાસો કરી છે તે નમ્રતાથી સર્વેની હજૂરમાં રજૂ કરું છું, કે વખતે કોઈ અપૂર્વ બુદ્ધિશાળીને આ મહાવ્યાધિના નિદાનાદિકનો ખરો માર્ગ સૂઝી આવે.

ચિકિત્સા : જેમ શીળીનો ઉપદ્રવ બહુધા બાળકોને જ થાય છે તેમ આ રોગમાં કિશોરાવસ્થાવાળા જ સપડાઈ પડે છે. મૂછનો દોરો ફૂટવા માંડ્યો કે આ દુષ્ટ મરજની પૂરેપૂરી વકી રાખવી, અને જ્યાં સુધી તે બરાબર ભરચક ઊગી નથી, ત્યાં સુધી તે ચેપ લાગવાની દહેશત એક ક્ષણ પણ દૂર થતી નથી. એટલે, આ રોગથી સંભાળ રાખવાનો ખરેખરો વખત 15થી 25ની ઉંમર સુધીનો છે. વખતે એથી મોટાને અને એકાદ બે ડોસાને પણ આ રોગ ભયંકર રૂપમાં થયેલો સાંભળ્યો છે, તથાપિ તે માત્ર અપવાદ જ કહેવાય. કિશોરાવસ્થામાં તો શીળીની પેઠે એ રોગ હાલ સર્વને જ થતો માલૂમ પડે છે, અને તેથી જ લોકમાં આટલો બધો ગભરાટ ઊઠ્યો છે.

આ રોગનું પૂર્વરૂપ બહુ જ ભૂલથાપ ખવડાવનારું છે. પ્રથમ તો બુદ્ધિ ને શરીરમાં ઘણી જ ચંચળતા દેખાય છે. કિંચિત્ જ્વર નાડીમાં તથા માથા પર રહે છે, તે કોઈના લક્ષ્યામાં આવતો નથી. અંતઃકરણમાં કોહવાણ શરૂ થાય છે, તે તો કોઈના દીઠામાં શી રીતે આવે ? તેથી તેનાં માબાપ તથા મહેતાજી તો છોકરો ખૂબ ખીલવા લાગ્યો છે એમ સમજી રાજી રાજી થતાં હોય છે. તે વેળા જ આ ભૂંડો રોગ તેના શરીરમાં ઘર ઘાલે છે. થોડા વખતમાં તે બાળકનો સ્વભાવ ખાટો ને તીખો થવા લાગે છે. બોલવું બહુ કમ થઈ જાય છે, અથવા બોલે છે તો તે મહા ધૂંધવાતું ને તિરસ્કારભર્યું. હજી પણ એના વાલીઓ ચેતી ઠાવકા ઉપાયો કામે લગાડતા નથી, તો પછી આ રોગ પોતાનું ભયંકર રૂપ એકાએક પ્રકટ કરે છે.

એકાએક દરદીની આંખો જતી રહે છે, અથવા યથાર્થતાથી બોલીએ તો એને એક એવો વિલક્ષણ નેત્રવિકાર થાય છે કે સૂક્ષ્મદર્શક ને દૂરબીનના વિરુદ્ધ ગુણો જ એની આંખમાં આવીને વસે છે. હવે એ પોતાનાં માબાપ, ગુરુ વગેરે પ્રાણી માત્રને માખી જેવડાં જ, અને પોતાને હાથી કરતાં પણ મોટો દેખે છે. હવેથી એ મદોન્મત્ત

હાથીના જેવો જ જગતમાં નિરંકુશ ફરે છે, અને પ્રાચીન કાળના સર્વમાન્ય અદ્ભુત પ્રચંડાંગી પુરુષોનાં નામ સાંભળી ચિડાઈ ઊઠે છે કે 'છિટ ! એ અલ્પ જંતુઓની મારી આગળ વાત ન કરો !'

કેટલાક ધારે છે કે આ નેત્રવિકાર નથી, પણ ભેજાનો વરમ છે. એમ પણ હોય. એના આ સમેના બખાળા બેશક ગાંડા કરતાં પણ વધારે છે. પણ આ તો હજી એ રોગની પાશેરામાં પહેલી પૂણી છે. હજી તો આ રોગને બહુ તો સનેપાત જ કહી શકાય, પણ થોડા વખતમાં તે હડકવાનું ત્રાસદાયક રૂપ ધારણ કરે છે.

હવે એ દરદીનું ડાચું ફાટેલું જ રહે છે, અને તેમાંથી ઝેરી મહા ગંધાતી લાળ નિરંતર વહ્યા કરે છે. એની વાણી એવી બદલાઈ જાય છે કે તેનું બોલ્યું માણસમાં તો કોઈ પણ સમજતું જ નથી. પણ હડકવા સાથે ઘણામાં ઘણું મળતાપણું તો આ વાતમાં છે. જે કૂતરાને હડકવા હાલ્યો હોય છે તે જેમ પાણીનું પ્યાલું જોતાં મહા આક્રંદે ચડે છે, તેમ આ અભાગિયાની નજરે શાહીનો ખડિયો પડતાં જ એનો જીવ ભેઉથલ થઈ જાય છે. જેમ હડકાયેલું કૂતરું પાણીના શોષથી વ્યાકુળ ચોતરફ દોડ્યા જ કરે છે, પણ તેને ગળે એક પણ ટીપું ઊતરી શકતું નથી, અને તેથી તે છેક બાવરું, ગાભરું, ને ગાંડું બની જાય છે, તેમ જ આ બાપડા દરદીની અવસ્થા છે. આઠે પહોર જાગતાં ને ઊંઘતાં એના મનમાં નિરંતર એમ જ થયા કરે છે કે હું કંઈ લખું, હું કંઈ લખું, અને લખવા જાય છે ત્યારે એક પણ અક્ષર લખી શકાતો નથી. આ સમે એનો જે પરિતાપ, એના જે પછાડા, ને એની જે વેદના તે તમે જોઈ હોય તો નિશ્ચય એમ જ કહો કે એ કરતાં હડકાયેલા કૂતરાની અવસ્થા સો દરજ્જે સારી છે.

ખડિયો દીઠો કે તેને એ ધાઈને બાઝે છે, અને પાસે કલમ તો મળે નહિ એટલે તેમાં દશે આંગળાં બોળી લખવાનું કરે છે. પણ જેના જીવનું જ ઠેકાણું નથી, તેના હાથપગ તે ધાર્યું શી રીતે કરી શકે ? કાગળ ક્યાંના ક્યાં રહી જાય છે, અને તે પોતાના શરીર ઉપર જ લીટા પાડવા મંડે છે. કંઈક ભાન આવે છે ત્યારે ચિડાઈને શાહીનો શીશો જ કાગળ ઉપર છૂટો ફેંકે છે, અને પછી પાછો જે શાહીનાં ખાબડાં ભરાય છે તેમાં હાથ બોળી પરવશપણે આડાઅવળા જેમ આવે તેમ પોતાના મોં ઉપર જ ફેરવવા મંડી જાય છે. આ સમે એ ભાઈનું સ્વરૂપ આફ્રિકાના ઉરાંગઉટાંગથી પણ વધારે વિચિત્ર દેખાય છે, પરંતુ એને મન તો એ કોટિકંદર્પતુલ્ય છે.

સારું છે કે હજી લોકોના જોવામાં એની ચેષ્ટાઓ નથી; નહિ તો એને બેશક ગાંડાની ઇસ્પિતાલમાં તેઓ પુરાવ્યા વિના રહે નહિ. હજી તો ફક્ત બિચારાં ઘરનાં કોઈક દેખે છે ને દાઝે છે. તે બાપડાં તો જ્યારથી એણે અધવચ નિશાળ છોડી દીધી, કોઈનું કહ્યું માન્યું નહિ, અને ધંધારોજગારની વાત એ કાને ધરતો નથી એવું જાણ્યું, ત્યારથી જ ગંભીર હૈયાશોકમાં પડ્યાં છે. એની તરફના લાભની આશા તો તેમણે સઘળી જ છોડી દીધી છે, પણ એનું આગળ શું થશે એ ચિંતામાં ને ચિંતામાં તેઓ રાતદહાડો બળીને ખાખ થઈ જાય છે. પણ તેમની ક્યાં જરાયે દાઝ છે આ મદે

ચડેલા હૃદયમૃત મૂર્ખાને ? એનો આત્મા તો અહંપદમાં તલ્લીન થઈ ગયો છે. માબાપ કરોડોબંધ નિસાસા મૂકે છે, અને બાયડી પાછલી રાતનો દરરોજ એના નામનો છેડો વાળે છે, તે વેળા એ ભાઈ પોતાની લહેરમાં કેવો આનંદે છે તે હવે આપણે જોઈએ.

પણ અધિપતિસાહેબ, આપ એક ચર્ચાપત્રને આપો તે કરતાં તો વધારે જગા રોકાઈ ગઈ, અને કહેવાનું તો હજી પાર વિનાનું છે. કરવું શું ? એ જ કે મારે મારી કલમ અટકાવવી, નહિ તો રખેને તમે એમ ધારો કે મને પણ આ ઑથારિયો રોગ જ થયો હશે. મને એ રોગ થયો તો નથી, પણ દહાડાની ચાલે કદાપિ થયો જ હોય એમ સાબિત થાય તોપણ તેમાં કંઈ અજબ થવા જેવું નથી, કેમકે હાલ આસપાસની તમામ હવામાં અણુએ અણુમાં એ ચેપ પ્રસરી રહ્યો છે. એની અસર આટલી તો મને પણ જણાય છે કે કેમે કરી આ કલમ મારા આંગળામાંથી હાલ છૂટતી જ નથી, માટે મને બેચાર બોલ તો વધુ લખવા દો.

આ રોગનું નામ ઑથારિયો હડકવા કેમ પડ્યું તે તો તમારે આ અંકમાં જણાવવું જ જોઈએ. ઠીક, ત્યારે સાંભળો. આ રોગની આખર અવસ્થામાં દર્દી ‘હું ઑથાર’ ‘હું ઑથાર’ એમ બરાડતો ગામમાં ફરે છે, તે ઉપરથી જ આ નામ નીકળ્યું છે એમાં જરાયે સંદેહ નથી. એમ બોલે છે એનો અર્થ શો એ તકરારની વાત છે. અમારા ગામમાં એકસો ને એક વરસની એક ડોશી છે તે તો કહે છે કે એને જે ઑથારે ચાંપ્યો છે તે જ આમ બોલે છે. આ વાત અંગ્રેજી ભણેલા હસી કાઢે છે. તેઓનું કહેવું એમ છે કે અંગ્રેજીમાં ‘ઑથાર’ શબ્દનો અર્થ ગ્રંથકર્તા થાય છે, અને ‘હું ઑથાર’ ‘હું ઑથાર’ એમ જે બરાડા પાડે છે તેની મતલબ તો એ છે કે હું મોટો ગ્રંથકર્તા થઈ ગયો. અંગ્રેજીમાં એમ અર્થ થતો હશે તેની હું ના કહી શકતો નથી, પણ આ છોકરા તેમ સમજીને બોલતા હોય એ તો મને જરા પણ સંભવિત લાગતું નથી, કારણ કે એમાંના ઘણા તો બાપજનમમાં અંગ્રેજીનો એકે અક્ષર ભણ્યા નથી એ હું ખાતરીથી જાણું છું. સાધારણ લોકો તો, ‘હું ઑથાર’, ‘હું ઑથાર’, એવા તેમના બોલ સાંભળી એટલું જ કહે છે કે ‘હા બાપુ, ખરું કહો છો. તમારા જેવા બીજા ‘ઑથાર’ જગતમાં શોધ્યા ક્યાં જડવાના હતા ?’ આ જવાબ બેશક મશ્કરીનો છે, પણ પંચ ત્યાં પરમેશ્વર એ ન્યાયે મને તો એ જ કારણ ખરું ભાસે છે. ગાંડાઈની પરિસીમા એ જ કે ગાંડાઈનું અભિમાન કરી ફુલાવું. એ વાત ખરી છે કે ગાંડાને પણ ગાંડો કહેતાં મહા દુઃખ લાગે છે, પણ આ રોગનું એ જ વિશેષ છે, અને તે માટે જ આ ઑથારિયો હડકવા સઘળી ગાંડાઈમાં પરમ ગાંડાઈ ગણાય છે.

બસ ! લો, આ કલમ ફેંકી દીધી ! મરજી હશે તો બાકીનું હવે પછી, ને નહિ તો રામ રામ.

લિ. વૈદ્ય નિર્દર્ભકર આનંદધરના યથાયોગ વાંચવા.

નવલરામ લ૰ પંડ્યા

['નવલગ્રંથાવલિ' પુસ્તક]

❀

જનસમૂહની આરસી

આખો જનસમૂહ, જ્ઞાન, વિચાર, તથા મનોવૃત્તિમાં કેવો છે તેની ખરેખરી આરસી તો નાટકશાળા જ છે. કેમ કે ત્યાં તો વાંચનાર ને ન વાંચનાર આખું આલમ વખતોવખત આવી જાય છે, અને તેથી તે બધાને ગમતાં, સમજાતાં અને સરસ લાગતાં નાટકો જ ત્યાં ભજવવામાં આવે છે. માટે જે દેશનાં નાટકો સુઘડ, સુરસ, સૂક્ષ્મ વિચારથી ભરેલાં, તે દેશના લોક પણ સુઘડ, સુરસ, સૂક્ષ્મ વિચાર કરવાની સ્થિતિએ પહોંચેલા છે એમ જે માનવામાં આવે છે તે સામાન્યપણે વાજબી જ છે.

એ જ કારણથી નાટકશાળા સર્વોત્તમ શિક્ષાગુરુ ગણાય છે. પાઠશાળા કે પુસ્તકશાળાથી પણ તેની સત્તાને પહોંચી શકાતું નથી. લોકનાં જ્ઞાન, નીતિ ને વિચાર ઉપર નાટકશાળા દ્વારા જેટલી અસર કરી શકાય છે તેટલી કોઈ પણ બીજે રસ્તે કરવી એ અશક્ય છે. નાટકશાળા તો જનસમૂહની વચ્ચે જ સાદ કરતી ઊભી રહે છે, અને તેનો મનોહર સાદ સાંભળી લોકો દોડ્યા આવે છે. આખા દેશની મનોવૃત્તિને નાટકશાળા જે માર્ગે વાળવા ચાહે, તે માર્ગે વાળી શકે. નાટકશાળાનો બોધ સારો કે નઠારો માણસના મનમાં ચોંટી બેસે છે તેવો તેને કોઈનો પણ બેસતો નથી. અલબત્ત, એ નાટકો તેવી રીતે ઉસ્તાદોના હાથથી લખાયેલાં જોઈએ જ. કહેવાની મતલબ એ છે કે દેશમાં સુબોધ કે કુબોધ ફેલાવવાનું નાટકશાળા જેવું એકે સાધન નથી. દેશને સુરસિક, શૂરવીર કે ફૂવડ ને બાયલો કરવો, એ નાટકશાળાના બોધની ઉપર જ બહુધા આધાર રાખે છે. નાટકશાળા એ સુધારા કે કુધારાનું એક જબરદસ્ત હથિયાર છે, અને વિચારવંત સુધારકો તેને પોતાના પક્ષમાં લેવા કદી ચૂકતા નથી.

નાટક લખનારે બોધ કરવા ઉપર લક્ષ રાખવું જોઈએ, એમ અમે કહેતા નથી. સુબોધ એ સારા નાટકનું સ્વાભાવિક ફળ છે, પણ તેનો ઉદ્દેશ નથી. શુદ્ધ ને ઊંચા રસમાં સ્વાભાવિકપણે જ સારો બોધ સમાયેલો છે, પણ તે બોધનરૂપે નથી તે માટે જ તે વધારે અસર કરે છે.

હાલ નઠારાં નાટકો થાય છે તેનો દોષ તો અમે નાટકટોળીઓ કરતાં નઠારા લોકમતને જ આપીએ છીએ. સભ્ય ગૃહસ્થો કંટાળીને કે ગમે તે કારણથી તેને પૂરું ઉત્તેજન આપતા નથી, અને તેથી તેનો મોટો આધાર નીચવર્ગના લોકોને જ રાજી કરવા ઉપર રહેલો છે. જો એ નાદાન શ્રોતાઓ વિદૂષકનું મૂર્ખાઈ કે બેહયાઈભર્યું બટકબોલું સાંભળીને જ રાજી થઈ તાબોટા પાડતા દેખાય, તો સ્વાભાવિક જ છે કે નાટકમંડળીઓ એવું બટકબોલું જ આખા નાટકમાં આણવાના. જો જોનારાને દાદરા, ઠુમરી કે ખ્યાલ ટપ્પા કે ગઝલ રેખ્તા પર વિશેષ ભાવ હોય છે, તો નાટકમાંના રાજા ને બુઢ્ઢા પંડિતો પણ ઠોળિયા બની ભરસભામાં કાને હાથ દઈ રાગોટા જ કાઢવા મંડી જાય છે. જો એવા લોકને બીભત્સ વાતના ઇશારા ગમે છે, તો સભ્ય નાટકમંડળી પણ તજવીજે તજવીજે તેમ જ કરવા દોરાવાની, ને દોરાય છે જ.

આવી હાલ આપણી નાટકશાળાઓની સ્થિતિ છે, અને તેને સુધારવાનો ખરો ઉપાય એ જ છે કે તેનું વિવેચન, નિરંતર વિવેચન, ખરા રસજ્ઞ પુરુષોની તરફથી થવું જોઈએ. નાટકનો શોખ એકવાર લોકમાં ઉત્પન્ન થયો છે તે જતો રહેવાનો નથી, અને નાટકટોળીઓ ગમે તેવી છે પણ તે દિન પર દિન વધતી જ જવાની એ નિશ્ચય કરીને જાણવું; માટે એને સુધારવી, સુમાર્ગે વાળવી, અને લોકની આંખ આગળ શુદ્ધ ને ઊંચા રસનાં નાટકો મૂકવાં કે સ્વાભાવિક રીતે જ તેઓ તેને પસંદ કરશે, અને હાલના કચરા કે ટાયલાંને ધિક્કારતાં શીખશે. બાળકના હાથમાંથી જોખમકારી રમકડું લઈ લેવું હોય, તો તેનો સર્વોત્તમ ઉપાય એ જ છે કે બીજું રમકડું નિર્દોષ પણ તેથીયે રઢિયાળું તેની આગળ ધરવું. અર્થાત્ નઠારાં નાટકને કાઢવાનો ઉપાય એ જ છે, કે સારાં નાટકને ઓળખી તેને ઉત્તેજન આપવું, અને તેના જે દોષ હોય તે વિવેકથી બતાવવા.

નવલરામ લ૰ પંડ્યા

['નવલગ્રંથાવલિ' પુસ્તક :]

❀

પારાવારના પ્રવાસી

આપણે તે દેશ કેવા?
આપણે વિદેશ કેવા?
આપણે પ્રવાસી પારાવારના હે...જી.
સંતરી સૂતેલા ત્યારે
આપણે અખંડ જાગ્યા;
કોટડાં કૂદીને ભાગ્યા:
આપણે કેદી ના કારાગારના હે...જી;
આપણે પ્રવાસી પારાવારના હે...જી.
આપણે પંખેરું પ્યાસી
ઊડિયાં અંધાર વીંઝી,
પાંખ જો પ્રકાશ-ભીંજી:
આપણે પીનારાં તેજલધારના હે...જી;
આપણે પ્રવાસી પારાવારના હે...જી.
આપણે ભજનિક ભારે:
આપણે તે એકતારે
રણકે છે રામ જ્યારે,
આપણા આનંદ અપરંપારના હે...જી;
આપણે પ્રવાસી પારાવારના હે...જી.

બાલમુકુન્દ દવે

ભારતસંતાનોનો નિત્યધર્મ

ભારતનાં સંતાનો !

સાગરને તીરે એક બંદર છે. બંદરમાંથી સેંકડો નૌકાઓ દિશદિશામાં સફર ખેડવા સંચરે છે. કોઈ માલ લઈને જાય છે, કોઈ માલ લઈને આવે છે. ભારતના બંદરેથી શો માલ લઈ જઈને જગ-બંદરોમાં આપશો ? નિકાસ ને આયાત તમે શેની કરશો ? કાળ ને અવકાળના મહાસાગરોને ખેડનારી તમે આત્મનૌકાઓ છો : શું લાવશો ? ને શું શું લઈ જશો ?

ભારતના આધ્યાત્મ-વહેવારિયાઓ ! ભારતની અધ્યાત્મ-સંસ્કૃતિનો વેપાર ખેડજો. હા, ભારતનો ભાર તમારે માથે છે; ભારતનું ભલું તમારા ભાગ્યમાં છે.

પણ ભારતનો ઉદ્ધાર ભારતવાસીઓને કાજે જ વાંછવો, તેયે શું એક સ્વાર્થ નથી ? ઉમદા સ્વાર્થ છે, પણ સ્વાર્થ જ છે.

શાણાઓ કહે છે કે આજ ભારત દુખી છે, તેમ જગતેય દુખી છે; આજ ભારત ભૂલું પડ્યું છે, તેમ જગતેય ભૂલું પડ્યું છે. જગતના ઉદ્ધારને કાજે, માનવજાતિનાં શુભને કાજે, ભારતનો ઉદ્ધાર વાંછજો !

*

જેવો વ્યક્તિધર્મ છે, નગરધર્મ છે, પ્રાંતધર્મ છે, દેશધર્મ છે, તેવો જ જીવનનો ‘જગત’ધર્મ પણ છે. જેવો કાળધર્મ છે, તેવો શાશ્વત ધર્મ છે. આપણો ભારતસંતાનોનો શાશ્વત ધર્મ કિયો ?

ભારતપ્રસાર એ જ સહુ ભારતવાસીઓનો શાશ્વત ધર્મ. ભારતની અધ્યાત્મવલ્લભ સંસ્કૃતિ આત્મામાં ભરવી, ભારતીય સંસ્કૃતિને પોશક અધ્યાત્મતત્ત્વ જગતસંસ્કૃતિઓમાંથી ભારતમાં આણવું, અને એ અધ્યાત્મસમૃદ્ધ ભારતસંસ્કૃતિ જડવલ્લભ જગતમાં વિસ્તરવી : ભારતીય હો તે સહુનો એ નિત્યધર્મ છે. ખંડખંડમાંથી યુગયુગમાંથી ભારતીય સંસ્કૃતિને પોશક અધ્યાત્મતત્ત્વનાં સાત્ત્વિક ધન નૌકાઓ ભરીભરી આણવાં, ભારતીય સંસ્કૃતિનાં સાત્ત્વિક ધન મહાનૌકાઓ ભરીભરી દેશદેશે પ્રજાપ્રજાને પાઠવવાં : એ જ ભારતવાસીઓનો શાશ્વત ધર્મ. ભારતભોમના વાસીઓ ! સુણશો ? – આતુર જગત આમંત્રે છે :

ઊઠ, ઓ ભરતગોત્ર ! તુજ વાટ
જુવે જો ! જગત કાળને ઘાટ.

ન્હાનાલાલ કવિ
[‘સંસારમંથન’ પુસ્તક]

❀

માતાનું હૈયું એ શિશુની શાળા છે.

ભાઈ !

ખાંભા ગામની એ આયરાણી હતી. આયરાણીને માથે બહુ વસમી વેળા આવી પડી. આયર મરી ગયો, અને દેશમાં દુકાળ પડ્યો. રાબ વિના છોકરાં રીડિયારમણ કરવા મંડ્યાં. દુખિયારી બાઈના મનમાં પોતાના ભાઈની એક જ ઓથ રહી હતી. પાડોશીને બે હાથ જોડી વિનવણી કરી: “બાપુ, બે દિવસ મારાં ગભરુડાંને ટીપું ટીપું રાબ પાજો, ત્યાં હું મારા ભાઈને ઘેર આંટો જઈને આવતી રહું છું.”

મિતિયાળા ગામમાં પોતાનો સગો ભાઈ રહે છે. ખાંભેથી પોતે હોંશે હોંશે મિતિયાળે ગઈ. ઘરના બારણામાં જ ભાઈને ઊભેલો ભાળ્યો; પણ ભાઈને તો કળજુગે ઘેરી લીધો હતો.

“આ લેણિયાત ક્યાંથી આવી ?” એટલું બોલીને આયર ઘરમાં પેસી ગયો. પાછલી છીંડીએ થઈને એણે પલાયન કર્યું. બહેને આઘેથી ભાઈને ભાગતો ભાળ્યો કે એના પગ ભારે થઈ ગયા. તોય દુ:ખની મારી બહેન પિયરની ઓસરીએ પહોંચી. ભોજાઈએ પણ મોંમાંથી ‘આવો’ એટલું ન કહ્યું. નેવાં ઝાલીને નણંદ ઊભી રહી, એણે ભાભીને પૂછ્યું: “ભાભી ! મારો ભાઈ ક્યાં ગયો ?”

“તમારા ભાઈ તો કાલ્યુંના ગામતરે ગયા છે.”

ધરતી મારગ આપે તો સમાઈ જવાનું બહેનને મન થયું. એણે નિસાસો મૂક્યો. એ પાછી વળી ગઈ. ભાભી કહે: “રોટલા ખાવા તો રોકાઓ.”

“ભાભી ! હસીને જો સોમલ દીધું હોત તોય પી જાત.” એટલું કહીને બહેન તો મૂંગી મૂંગી ચાલી નીકળી. પણ એની આંખમાં શ્રાવણ ને ભાદરવો વરસવા માંડ્યા. બોર બોર જેવાં પાણીડાં પાડતી ચાલી જાય છે. ઝાંપા બહાર ઢેઢવાડો છે. માથે લીંબડાની ઘટા ઝળૂંબી રહી છે અને છીંક આવે એવા ચોખ્ખાફૂલ ઓરડાની લીંપેલી ઓસરીએ જબ્બર ડિલવાળો જોગડો ઢેઢ બેઠો બેઠો હોકો પીએ છે. જોગડો બાઈને નાની હતી ત્યારથી ઓળખતો હતો. બહેનને જોતાં જ હરખમાં આવી જઈને રસ્તા ઉપર આડો ફર્યો; પૂછ્યું: “કાં, બાપ, આમ રોતી કાં જા ?”

“જોગડા ભાઈ ! મારે માથે દુ:ખના ડુંગરા થયા છે; પણ દુ:ખ મને રોવરાવતું નથી; મારો માનો જણ્યો ભાઈ મને દેખીને મોઢું સંતાડે છે, ઈ વાતનું મને રોવું આવે છે.”

“અરે, ગાંડી, એમાં શું રોવા બેઠી ? હુંય તારો ભાઈ છું ના ! ઊઠ, હાલ્ય મારી સાથે.”

જોગડો એ બાઈને જીભની બહેન કહી અંદર લઈ ગયો. એક કળશી જુવાર લઈને ગાડું ભર્યું; રોકડી ખરચી આપી; પોતાના છોકરાને કહ્યું: “બેટા, ફુઈને લઈને ખાંભે મૂકી આવ્ય, અને આ દાણા ફુઈને ઘેર ઉતારી મેલજે.”

ગાડું જોડીને છોકરો ફુઈની સાથે ચાલ્યો. વિધવા આયરાણી પોતાના મનમાં આ સંસારનાં સાચજૂઠ ઉપર વિચાર કરતી ચાલી ગઈ. તે દિવસથી જાણે એને પોતાનો

ખોવાઈ ગયેલો માજાયો મળ્યો. અંતરમાંથી સંસારનાં ઝેર ઊતરી ગયાં.

બહેન ગયા પછી જોગડાની બાયડી આવીને બોલી: "ભગત, મને લાગે છે કે તમારે ને મારે છેટું પડી જાશે."

"કેમ ?"

"જુઓ, ભગત ! છોકરો જો ખરેખર તમારા જ લોહીનો હશે, તો તો ગાડું ને બળદ એની ફુઈને આપીને આવશે; અને જો મારી જાતમાં કંઈ ફેરફાર હશે તો ગાડું-બળદ પાછાં લાવશે."

"અરે, મૂરખી ! એવા તે વદાડ હોય ! એ છોકરું, બાપડો એવી વાતમાં શું સમજે ? એ તો મોટેરાંએ કહ્યું હોય એટલું જ કરે ને ? અને આપણે કોઈ દી ક્યાં શીખવ્યું છે કે કહ્યું છે ?"

"ભગત, જો શીખવવું કે કહેવું પડે, તો પછી નવ મહિના ભાર વેંઢાર્યો તેનું મા'તમ શું ?"

બીજે દિવસે છોકરો હાથમાં એકલી રાશ ઉલાળતો ઉલાળતો ઘેર આવ્યો. સાંભળીને પૂછ્યું: "બેટા ! ગાડું-બળદ ક્યાં ?"

"ફુઈને દીધાં."

"કાં ?"

"બાપા, તમે એના ભાઈ થઈને એને કાપડું દીધું અને હું ફુઈને ફુયારું ન આપી આવું ?"

મા બોલી: "રંગ છે, બેટા ! હવે ભગતનો દીકરો સાચો !"

*

જે ભુજાએ જોગડે દાન દીધાં, તે જ ભુજામાં એક વાર એણે તરવારને રમાડી. તે દિવસ મિતિયાળામાં એભલ વાળાની ગાદી હતી. દુશ્મનોની ફોજે એક દિવસ મિતિયાળું ઘેર્યું અને જોગડો રણ ખેલવા ચડ્યો. મરવાની આગલી રાતે એની બાયડીએ કેવા કાલાવાલા કર્યા ! –

સારસ સાજી રાત, વલખે વલખે વાલમ જ્યું,
રહોને આજુ રાત, (અમારી) જોડ વછોડો મા, જોગડા !

[હે જોગડા, સારસી (ચક્રવાકી) પંખિણી જેમ આખી રાત પોતાના નરને નદીને સામે કાંઠેથી સાદ કરતી કરતી ઝૂરી ઝૂરીને રાત કાઢે, તેમ મારી ગતિ કાં કરો ? આજની રાત તો રહો ! આપણી જોડી કાં તોડો ?]

પણ જોગડાને તો સહુની મોખરે મરવું હતું — એ કેમ રોકાય ? ધીંગાણું કરીને સહુથી પહેલું એણે પોતાનું લોહી પોતાની જનમભોમને ઝાંપે છાંટ્યું.

ખાંભામાં જોગડાની જીભની કીધેલી આયર બહેન ખોરડાના કરા ઉપર નિસરણી માંડીને ગાર કરતી હતી. ત્યાં કોઈએ ખબર આપ્યા: "તારો ધરમનો માનેલો વીર જોગડો ધીંગાણામાં કામ આવ્યો."

સાંભળીને બાઈએ નિસરણીની ટોચથી પોતાના શરીરનો ઘા કર્યો; ધબ દેતી નીચે પડી; માથું ઢાંકીને મરશિયા માંડ્યા. માનવીની ને પશુની છાતી ભેદાય તેવા મરશિયા એના મીઠા ગળામાંથી ગળી ગળીને નીકળવા લાગ્યા :

વણકર અને વણાર, નાતે પણ નેડો નહિ,
(પણ) ગણને રોઉં ગજમાર, તારી જાત ન પૂછું, જોગડા !

[હે ભાઈ જોગડા, તું લૂગડાં વણવાનું કામ કરનારો ઢેઢ હતો અને હું તો વણાર શાખની આયરાણી છું. નાતજાતના હિસાબે તો આપણી વચ્ચે કાંઈયે સંબંધ નથી, પણ હું તારી હલકી જાત સામે શું જોઉં ? હું તો તારી ખાનદાનીને રડું છું, હે હાથીઓના હણનારા જોદ્ધા !]

આયરાણી ગાતી ગાતી રાતે પાણીએ રોવા લાગી. વિલાપ આગળ વધે છે :

આગે છેલ્લી ઊઠતો, પે'લી ઊઠ્યો પાંત,
ભૂપાંમાં પડી ભ્રાંત, જમણ અભડાવ્યું, જોગડા !

[હે જોગડા ભાઈ, તું તો ઢેઢ. જમણમાં તારે તો હંમેશાં સહુથી છેલ્લે બેસવાનો વારો આવે. પરંતુ આ જુદ્ધરૂપી જમણમાં તું તો પહેલી જ પંગતમાં બેસી ગયો. સહુથી પહેલવહેલો ત્રાટકીને મર્યો. તેં તો બીજા ભૂપતિઓનું ભોજન અભડાવી માર્યું, એટલે કે તેઓની કીર્તિને ઝાંખી પાડી.]

આયરાણીએ એના વીરને સંભારી સંભારી આંખોનાં આંસુ અને હૈયાના મરશિયા ઠાલવ્યે જ રાખ્યા. એની આંખોનાં પોપચાં ફૂલી ગયાં. એનું જગત ઉજ્જડ થઈ ગયું.

ઝવેરચંદ મેઘાણી

['સૌરાષ્ટ્રની રસધાર' ભાગ 3 પુસ્તક : 1925]

❀

અજીબ આદમી થા વો, મોહબ્બતોં કા ગીત થા, બગાવતોં કા રાગ થા,
કભી વો સિર્ફ ફૂલ થા, કભી વો સિર્ફ આગ થા, અજીબ આદમી થા વો.

[શાયર કૈફી આઝમીને અંજલિ]

જાવેદ અખ્તર

*

એક દુનિયા ઉજડ હી ગઈ હૈ તો ક્યા,
દૂસરા તુમ જહાં ક્યૂં બસાતે નહીં ?

ચાંદ મિલતા નહીં સબ કો સંસાર મેં,
હૈ દિયા હી બહોત રોશની કે લિયે.

ઇન્દીવર

['સરસ્વતીચંદ્ર' ફિલ્મ]

અનોખી પ્રભાતફેરી

અમારા ગામમાં શ્રીકાંત આપટે નામના સર્વોદય સેવક વર્ષોથી રહેતા હતા. મારા જેવા થોડાક જુવાનિયા એમના પ્રભાવ હેઠળ નાનીમોટી પ્રવૃત્તિઓ કરતા રહેતા. એમણે એક વાર રાંદેરનાં ખાનગી જાજરૂઓનો સર્વે કરવાનું શરૂ કર્યું. એ જમાનામાં માથે મેલું ઉપાડીને હરિજનો દરેક જાજરૂની નીચે રહેલી ડોલ ઠાલવતા. આપટેજી આ સર્વે કરવા માટે ઘરઘરનાં જાજરૂનું નીચેનું ઢાંકણ ખોલીને મેલાની ડોલ કેવી હાલતમાં છે તેની નોંધ કરતા. એક દિવસ આવો સર્વે કરીને આવ્યા પછી આપટેજી ધ્રુસકે ને ધ્રુસકે રડી પડ્યા. થોડીક વાતચીતને અંતે એક નિર્ણય લેવાયો.

થોડાક દિવસો બાદ ગાંધીજયંતી આવતી હતી. અમે નક્કી કર્યું કે માથે મેલાની ડોલ ઉપાડીને ગામમાં એક નાકેથી બીજા નાકે ચાલતા જવું. જેથી હરિજનોની વિટંબણાનો ખ્યાલ આવે. બીજી ઑક્ટોબર આવી પહોંચી. આવા કામમાં કોણ તૈયાર થાય ! આપટેજી, અંબુભાઈ પટેલ, રમણ પટેલ અને હું. એમ ચાર જણા તૈયાર થયા. હું આગલી રાતે પથારીમાં પડ્યો, પણ ઊંઘ જ ન આવે. આંખ આગળ દુર્ગંધ મારતું ગંદું, તૂટેલું ડોલચું જ દેખાયા કરે !

ગાંધીજયંતીને દિવસે સવારે અમે ચાર જણા અને ગોલવાડના બે હરિજનો બોરવાડે જવા ઊપડ્યા. એક હરિજનનું નામ હતું ગોવન અને બીજાનું કિશન. અમે પહોંચ્યા બોરવાડાના પબ્લિક જાજરૂ પાસે. જેમ તેમ મેલું ડોલમાં ઠાલવીને પછી ડોલ માથે મૂકીને અમે છ જણાએ ચાલવા માંડ્યું. રસ્તે લોકો કૌતુકથી જુએ અને દાંત કાઢે. મારે માથે વળી બીજી આફત આવી. આપટેજીએ આજ્ઞા કરી કે તું ગીત ઉપાડ અને અમે તે ઝીલીશું. એ દિવસોમાં મારી બા આગળ જૂઠું બોલીને છાનામાના સુરતની મોહન ટૉકિઝમાં 'સત્યવાદી હરિશ્ચંદ્ર' ફિલ્મ મેં જોયેલી. તેનું એક ગીત મેં ઉપાડ્યું, જે મને આજે પણ પૂરેપૂરું યાદ છે :

જગતપિતાની વિશ્વવાડી આ
માનવપુષ્પે ખીલી રહી;
માનવમાત્ર પ્રભુનાં બાળક,
ઊંચ નહીં કોઈ નીચ નહીં. – ઊંચ નહીં.૦

યમુનાતટ પર સૂર્ય પ્રકાશે
પ્રકાશતો અંત્યજ ઘર જઈ,
મેઘ વરસતો એક જ સરખો
વાડી કે વેરાન મહીં. – ઊંચ નહીં.૦

વાયુ સઘળે સરખો વાતો
સૂર્ય-કિરણમાં ભેદ નહીં,
એક જ પ્રભુની જ્યોત જગતમાં
વિવિધ રૂપે જલી રહી. – ઊંચ નહીં.૦

અરધી સદીની વાચનયાત્રા : 4 337

સંસ્કાર વિનાના વ્યર્થ જીવનમાં
સેવા વિણ સંસ્કાર નહીં;
કર્મ થકી જન મહાન બને છે,
જન્મ થકી કોઈ મહાન નહીં. – ઊંચ નહીં.

ચાલતા ચાલતા અમે બજારની મધ્યમાં આવેલી રાંદેર પીપલ્સ કો-ઑપરેટીવ બૅન્કના મકાન સુધી આવી પહોંચ્યા. ત્યાં મારા મનમાં એવો વિચાર આવ્યો કે મુસલમાન લત્તાઓમાં થઈને આપટેજીના ખેતરે પહોંચી જવાય તો સારું, જેથી પારેખ ફળિયાવાળા મારી આ 'ફજેતી' જાણી નહીં પામે. આપટેજીને વાત કરી ત્યાં તેઓ તડૂક્યા: "પારેખ ફળિયામાંથી જ જવાનું છે. તારે ગીત ગવડાવવાનું છે અને હિંમત ન હોય તો ડોલ મૂકીને ચાલવા માંડ." છ જણાનું સરઘસ વળ્યું પારેખ ફળિયા તરફ અને સૌ મિત્રોએ અને સ્વજનોએ અમારી અનોખી 'પ્રભાતફેરી' જોઈ અને અમારું ગીત સાંભળ્યું.

આ બધું વાંચતી વખતે પણ કોઈને કમકમાં આવે, તો જે આદમી જીવનભર આ જ કામ કરે તેની વેદનાનું શું? કિશન રોજ ખાડી ફળિયાની શેરીમાંથી મળનું ગાડું હાંકીને મોરા ભાગળ વટાવીને ડેપા સુધી જતો. એ ગાડું આસપાસના સો મીટરના વિસ્તારમાં દુર્ગંધનું ભયાનક આક્રમણ ફેલાવી દેતું. દુર્ગંધ એક મિનિટ માટે પણ અસહ્ય બની રહેતી. એ વખતે થતું: આ કિશન પર શી વીતતી હશે?

દબાયેલા-કચડાયેલા દલિતોની કેટલીક વ્યથાઓનો ખ્યાલ સવર્ણોને કદી આવી જ ન શકે. ગાંધીજીએ સવર્ણોને જાજરૂ-સફાઈ કરતા કર્યા અને કેટલાક સવર્ણ સેવકોએ લગભગ હરિજન બનીને હરિજનોની એટલી સેવા કરી કે જેટલી આજના કોઈ દલિતવર્ગના નેતાએ એના જ ભાઈભાંડુઓની ન કરી હોય. હવે હાલતમાં ઘણો સુધારો થયો છે, છતાંય હજી ઘણા ગાઉ કાપવાના બાકી છે. દલિતો હવે અવાજ ઉઠાવતા થયા છે. સદીઓથી જેમનો અવાજ રૂંધવામાં આવ્યો હોય તેઓ જ્યારે પહેલવહેલા બોલવા માંડે ત્યારે થોડુંક વધારે જોરથી જ બોલવાના. આ વધારે જોરથી બોલાતા ગરમ શબ્દોથી સવર્ણો અકળાય, તે કેમ ચાલે? જ્યારે પણ આવા કોઈ કારણે ગુસ્સો આવે ત્યારે સવર્ણ કોમના માણસે એક જ વાક્ય પોતાની જાતને સંબોધીને ઓચરવું: "હું એમની જગ્યાએ હોઉં તો શું કરું?"

ગુણવંત શાહ

['ગાંધીનાં ચશ્માં' પુસ્તક: 2006]

❀

એક કુટુંબનું જે નિર્માણ કરે છે ને તેને ટકાવી રાખે છે, અને જેના હાથ હેઠળ બાળકો ઊછરીને ખડતલ ને ચારિત્ર્યવાન નરનારીઓ બને છે, તે નારીનું સ્થાન એકમાત્ર ઈશ્વરની પછી આવે છે.

❀

સ્વદેશાભિમાન

પોતાનાં છોકરાંનું, કુટુંબનું કલ્યાણ ઇચ્છવું ને કરવું એ જેમ ઘરડાં વડીલોને સ્વાભાવિક છે, તેમ અમારા દેશમાં રૂડું કરનાર બહુ હોજો, અમને સારો રાજા મળજો, અમારા દેશમાં ભણેલા ઘણા થજો, અમારા દેશમાં પુણ્યાત્મા અવતરજો વગેરે પોકારો દેશદેશના માણસોને સ્વાભાવિક છે. પણ જે પ્રમાણે કુટુંબ અને ન્યાતની વાતમાં એ અભિમાન જણાઈ પડે છે, તે રીતે દેશની બાબતમાં દેખાતું નથી; માણસના દિલમાં તો છે, પણ બહાર પડતું નથી. જ્યારે સભામધ્યે ચાલતા પ્રકરણમાં કોઈની વિદ્યા, કોઈનું ઔદાર્ય, કોઈનું આચરણ, કોઈના પૈસા, કોઈનાં ભૂંડાં કર્મો આદિકનું વર્ણન થતું હોય તે વેળા, જે કુળના ને જે ન્યાતના પુરુષ વિષે બોલાયું હશે, તે કુળના અને તે ન્યાતના સભામાં બેઠેલા માણસોના દિલમાં ખુશીનો અથવા દિલગીરીનો જોસ્સો એકાએક પેદા થઈ આવે છે : હાશ ! આપણામાં પણ મોટમોટા થઈ ગયા છે; ધન્ય છે તેઓને; અથવા હાય રે ! આપણી ન્યાતનું નામ ફલાણાએ બોળ્યું જ જો, મુઓ એ; એમ અભિમાન અથવા ધિક્કાર થાય છે. હિંદુસ્તાન દેશમાં નાના પ્રકારના લોકો છે. જાતો ઘણી છે – ન્યાતો અગણિત છે – પોતપોતાની ન્યાત શ્રેષ્ઠ, એમ સર્વ ન્યાતના લોકો જાણે છે. જેમ માર ખાધાથી ચામડું બહેર મારી જાય, તેમ લોકો બહેર ખાઈ ગયેલા છે – અદેખાઈએ સજ્જડ મૂળ ઘાલ્યું છે – અને અદેખાઈથી કલહ, કંકાસ, નીચ-ઊંચ વગેરે કુસંપો થવા માંડ્યા છે. એકે એક કામ આરંભ્યું તો બીજો તોડી પાડે છે, એટલે શરૂ કરેલું પાર પડતું નથી.

ચાનક રાખી સર્વ ન્યાતના ગૃહસ્થોએ પોતપોતાના કુળનું, ન્યાતનું તથા શહેરનું ભલું કરવું અને છેવટે દેશમાં તવંગરને સુખ-યશ મળે, ગરીબ સુખે રોટલો પેદા કરે, દેશમાં મોટમોટાં કારખાનાં નીકળે, પૈસેટકે દેશ તાજો થાય, ઊપજ ઘણી અને સુંદર થાય, એવી ઉત્તમ જણસો પરદેશમાં વેચાય; વિદ્યા, હુન્નરો બહોળા લોકોમાં ફેલાય : તેમ કરવા મંડી પડવું, એનું નામ દેશાભિમાન. દેશને પરદેશીઓના હુમલામાંથી સંરક્ષવાને રાજા અને લશ્કરી શૂરા માણસો રણસંગ્રામમાં પડે છે, તેઓ જ ખરા અને માત્ર દેશાભિમાની છે એમ ન સમજવું. રે ! જે ગરીબ વિદ્વાન અરણ્યમધ્યે ઝૂંપડામાંના ખૂણામાં બેસી લોકોનું સારું થાય એવી વાતો અને તેનાં સાધનો ઝાડનાં પાંદડાં ઉપર લખી લોકોમાં આપી જાય છે, તે પણ ખરેખરો અને મોટો સ્વદેશાભિમાની છે એમ જાણો.

અસલ વેળા દેશની સ્થિતિ કેવી હતી ? લોકો સુખી હતા – ક્ષત્રી શૂરા હતા, બ્રાહ્મણો ધર્મોપદેશ અને ગ્રંથો કરતા, વૈશ્યો મોટા વ્યાપાર ચલાવતા, અને શૂદ્રો મન દઈ સેવા કરતા. તેઓ દેશાટન કરતા. નવા દેશની નવી વસ્તુઓ, નવો રિવાજ, વિલક્ષણ વિચારો લઈ આવી એઓથી સ્વદેશને શણગારતા. રાજા-રૈયત પરસ્પર એકબીજાનો ધર્મ જાણી વર્તતાં. લોકમાં સદાચાર હતા. છોકરાંઓની મા ભણેલી

હતી. ન્યાતિપ્રતિબંધ થોડા હતા. એ સર્વ હમણાં ક્યાં બળી ગયું છે? રાજા મનુને હજુ સંભારો, મહાત્ર્ઋષિઓના ચિરંજીવ ગ્રંથોનાં અવલોકન કરો. રે! તમારો મોટો જ્યોતિષી ભાસ્કરાચાર્ય, હિંદુનું નામ રાખી આખી પૃથ્વીમાં દીવા જેવો પ્રકાશે છે. વેદાંતશાસ્ત્ર અને કર્મમાર્ગમાં વ્યાસ અને જૈમિનિ એઓએ ખૂબ બુદ્ધિ પહોંચાડી છે. પતંજલિ, કશ્યપ અને ન્યાયશાસ્ત્રીઓ, તેમ પાણિનિ વગેરે વૈયાકરણીઓએ ઘણા શ્રમ લઈ ગ્રંથો રચ્યા છે. વાલ્મીકિ અને વ્યાસનાં કરેલાં 'રામાયણ' અને 'મહાભારત' પશ્ચિમના લોકો આતુરતાથી ભણે છે. ઉજ્જૈન નગરીના વિક્રમ, ધારાનગરના ભોજ અને પ્રતિસ્થાનના શાલિવાહન એઓનાં પરદુઃખભંજન રાજ્યો કહેવાયાં. શંકર, વલ્લભ, ગૌતમ આદિ પુરુષો ધર્મબોધ કરવાની કીર્તિ મેળવી ગયા છે. રામ, અર્જુન, પરશુરામ, ચંદ્રગુપ્ત, પોરસ, પૃથ્વીરાજ અને શિવાજી વગેરે લડાઈમાં શૂરા કહેવડાવી ગયા છે. નાના ફડનવીસ, સીંધીઆ, હોલકર એઓએ રાજખટપટમાં હોશિયારી બતાવી છે. આ વિષય બંધ કરવાને મારું મન થતું નથી, પણ આટલી સૂચનાથી આપણી હમણાંની અવસ્થામાં કેટલી ન્યૂનતા છે, તે સ્હેજ માલૂમ પડશે.

શૂરપણું તો બિલકુલ નથી. રાજાઓએ, ક્ષત્રિયનામ ધરાવી જનાનાના જ ખૂણાઓ ધરી અફીણ–કસુંબાના તોરમાં નામરદાઈ કરી એ શરમની વાત થઈ છે.

અરે, ઓ ભાટ ચારણો! તમારી કળા ક્યાં ગુમાવી નાખી છે? નીતિમાન લોકોના પ્રતિનિધિ થઈ, રાજાઓને ચેતવો કે, રાજા! અમે તમારા નેકીદાર કહેવાયા ને તમારી નેકી તો કંઈ જ નથી, માટે બદી છોડી દો ને અમને તમારી નેકીને જ પોકારવા દો. કવિઓ અને કારભારીઓ! રાજાઓની સુસ્તી, તેઓની નામરદાઈ, તેઓની અવિદ્વત્તા એ ઉપર ફરદુસીની પેઠે નિંદાયુક્ત કવિતા રચો, જેથી તેઓ દુખાઈને ચાનક રાખી કુળનામ બોળ્યાં છે તેને તારી લાવે. ઓ રજપૂતો! તમને મુસલમાનોએ, તમને પિંઢારાઓએ, તમને દેશની ચાર સીમાઓ તરફથી બળવાન લોકોએ, હેરાન હેરાન કર્યા છે. ચોરી, છિનાળી, લબાડી, સોદાઈ વગેરે દુર્ગુણોએ તમારા દેશની હાલત બૂરી કરી નાખી છે. છોકરા અને છોકરીઓને નિશાળે મૂકી ભણાવો. તેઓને સદા જ્ઞાનનું જ ખાજું આપો. રસ્તા ચોખ્ખા કરાવો. વ્યસનોથી દૂર રહો. ખેડૂતો હાલ ઘણા અજ્ઞાન છે. તેઓએ વિદ્યા શીખી ભૂમિસંબંધી રસાયનશાસ્ત્ર જાણી ખેતીનાં કામમાં સુધારો કરવો જોઈએ. છાપયંત્ર ઠામઠામ દાખલ કરો. જોતા જાઓ, વિદ્યાનાં ફળો વિલાયતમાં કેવાં થાય છે! જ્યારે એકેક માણસ છાતી તોડી કામ કરી, આ સંસાર લડાઈનું ઠેકાણું છે, એમ સમજી દેશને સારુ પોતપોતાની ફરજો બજાવશે, ત્યારે જ દેશનો જયજયકાર થશે. નાખુશ છું કે જુવાન સમજેલા તેઓ પણ જાણી જોઈને ખાડામાં પડ્યા છે. ન્યાત જમાડી, વરા, ફુલેકાં, વરઘોડા, બડુવા, સાબેલા, સરકસ, નાચરંગમાં ફુલાઈ ફુલાઈ પૈસો ઉડાડી દો છો તે તમને ઘડપણે ઘણો સાલશે. એ નાણાંઓનું અર્ધ ધર્મશાળાઓ, મુસાફરીનાં મકાનો, તરસ્યાને માટે કૂવા વાવ તળાવ,

થાક્યાને માટે ચોતરાઓ, એ સર્વ બાંધવામાં, આંધળા લૂલા વગેરે ગરીબ નિરાશ્રિતને ધર્મ કરવામાં તથા તેઓને કામે લગાડવામાં, બાળકોને સારુ મકતબો તથા લોકોને વાસ્તે કિતાબખાનાંઓ અને દવાખાનાંઓ વગેરે કારખાનાંઓ કાઢવામાં નાખ્યાં હોય, તો દેશમાં કેટલું પુણ્ય અને સુખ અને કેવી કીર્તિ સ્થિર રહે ! કહ્યું છે :

अस्थिरं जीवितं लोके अस्थिरे धनयौवने ।
अस्थिराः पुत्रदाराश्च धर्मकीर्तिद्वयं स्थिरम् ।।

પ્રાણી માત્રના જીવતરનો, પૈસાનો, જુવાનીનો, છોકરાંનો, બૈરીનો કોઈનો ભરોસો નથી; આજ છે ને કાલ નહીં. પણ ધર્મ અને કીર્તિ એ તો સ્થિર રહેવાનાં. માણસ મરી જાય છે, પણ તેનાં સુકૃત્યો વિસરાતાં નથી.

વરા, ઘરબારી, ન્યાતો અને વરઘોડા તો જે દિવસે હોય, તે જ દિવસોમાં યાદ રહે છે. પણ દેશને અર્થે પરોપકારબુદ્ધિથી કરેલાં કામો નિરંતર અમર રહે છે. જમશેદજી જીજીભાઈને અગાઉ એની ન્યાતીના જ ઓળખતા ને હવે જગ ઓળખે છે. ઓ ભગવાન ! આળસુ, અજ્ઞાન, દુરાચાર અને ફુવડાઈ દેશમાંથી ગયેલી કયે દિવસે દેખાડીશ ?

ગુજરાત અને એની પેલી બાજુ વર્તમાનપત્રો અને વિદ્યાજ્ઞાનપ્રસારકર્તા ગ્રંથો થોડા જ છે અને મંડળીઓમાં મળી ભાષણ વગેરેના વિચારો થોડા થાય છે. એ ઉપર સર્વે ધ્યાન પહોંચાડવું. શું સુરતનાં 'દર્પણ' અને 'જ્ઞાનદીપિકા' અને અમદાવાદનાં 'વર્તમાન' અને 'બુદ્ધિપ્રકાશ' આખા ગુજરાત અને કાઠિયાવાડને સુધારવાને બસ જાણો છો ? ઘણાં જ થોડાં છે. માટે એ પુસ્તકોમાં વધારો કરવો. ધીમે ધીમે નઠારી ચાલ કાઢી નાખતા જાઓ ને તેને બદલે તમારાં વિદ્યા, જ્ઞાન, અનુભવ અને બુદ્ધિ જેની સૂચના કરે, તે તે વાતો દેશમાં ઊભી કરો. હિંમત ! હિંમત ! હિંમત ધરો ! જેની પાસે સાધન ન હોય, તેને સઘળી વાતની વાર લાગે; પણ તમારી પાસે રસાળ જમીન છે, અમૂલ્ય ખાણો છે, જે જોઈએ તે તમારી પાસે જ છે. વિદ્યા અને શ્રમ એ પણ તમારા જ હાથમાં છે. ત્યારે કહો ભાઈ, હવે શા માટે ન મંડી પડીએ ? દેખીતી આંખે, કુમળી ચામડીએ અને નાજુક દિલે, દુઃખના બળાપા કેમ સહન કરીએ ? આવો, આપણે રણમાં શ્રમ અને બુદ્ધિની તલવાર ઉછાળીએ. હે પ્રભુ ! અમે નાચાર થઈ ગયા છીએ તેની તરફ જો, સન્માર્ગે ચાલવાની બુદ્ધિ આપ, તારે વિશે અમારું ચિત્ત રહે એમ કર, ને હિંદુસ્તાન દેશમાં દશે દિશાએથી, હું મારા દેશને માટે જાન ખોઈશ, હું મારા સ્વદેશીનું સારું કરીશ એવાં રૂડાં અને શુભ વેણો નીકળે એવો સમય જલદીથી આપ.

નર્મદાશંકર લા૦ દવે

['જૂનું નર્મગદ્ય' પુસ્તક]

❀

ધૂળિયો જોગી

એક ધૂળિયો જોગી રમે –
રમે એક ધૂળિયો જોગી રમે.

આભમંડલમાં ઊડે ઓડિયાં,
પગ ધરતી પર ભમે;
અંગન અંગન અલખ જગાવે,
કાયા કષ્ટે દમે:
હે જી એક ધૂળિયો જોગી રમે –
રમે એક ધૂળિયો જોગી રમે.

આંખ જોગીની અલખ વાંચતી,
વાણી વેદ ઓચરે;
એની ધૂળીના શીળા ધખારા
પ્રેમલ તણખા ઝરે:
હે જી એક ધૂળિયો જોગી રમે –
રમે એક ધૂળિયો જોગી રમે.

કંઠી બાંધી સોય નર જીત્યા,
નૂગરા હારે બાજી;
ભવનું ભાથું બાંધ લિયો, ભાઈ,
છોડ દિયો પતરાજી:
હે જી એક ધૂળિયો જોગી રમે –
રમે એક ધૂળિયો જોગી રમે.

ભૂમિ, દોલત, માલ, ખજાના –
સંગ ચલે ના કોડી;
મૂઠી, ટોપલે, ખોળે, ખોબલે
દૈ દેજો, ભાઈ, દોડી:
હે જી એક ધૂળિયો જોગી રમે –
રમે એક ધૂળિયો જોગી રમે.

જે દેશો તે થશે સવાયું:
કીમિયાગર ભિખારી;
ઓળખી લેજો, આયો સદાશિવ
ગોકુલમાં અલગારી:
હે જી એક ધૂળિયો જોગી રમે –
રમે એક ધૂળિયો જોગી રમે.

બાલમુકુન્દ દવે

મૂળમાં છે...

સમતા એ આજનો યુગધર્મ છે અને સર્વોદય આવી સમતા સાધવા માગે છે. સર્વોદયની આવી મહેચ્છાના મૂળમાં છે – માણસની માણસાઈમાં વિશ્વાસ.

જો આવો વિશ્વાસ ન હોય, તો ન તો કદી સર્વોદય આવી શકશે, ન સમાજવાદ સ્થાપી શકાશે કે ન કોઈ પણ જાતની સજ્જનતાભરી સમાજરચના ઊભી કરી શકાશે. આવા વિશ્વાસ વિના કોઈ પણ સારી રચના જ નહીં થઈ શકે.

તેથી સર્વોદયના કામમાં આપણને માણસની માણસાઈમાં મૂળભૂત વિશ્વાસ છે. સોક્રેટિસે કહ્યું છે કે માણસ મૂળતઃ સજ્જન છે, તેનામાં જે દોષો દેખાય છે તે અજ્ઞાનને કારણે છે તથા જ્ઞાન દ્વારા માણસના બધા દોષો, બૂરાઈઓ વગેરે દૂર કરી શકાય છે. આ બધાની પાછળ માણસની દુષ્ટતા નહીં અજ્ઞાન છે, માણસ મૂળતઃ સજ્જન છે.

માણસની માણસાઈમાં આવો વિશ્વાસ, એ સર્વોદયનો પાયો છે. ભૂદાનયજ્ઞમાં માણસના દિલમાંની પ્રેમ અને સદ્ભાવનાની વૃત્તિને કેળવવાનો પ્રયાસ થયો. જુઓ ને ! આટલાં વરસ હજારો લોકોએ મારાં ભાષણ અત્યંત શાંતિથી ને પ્રસન્નતાથી સાંભળ્યાં. હું એમને કાંઈ એમના સ્વાર્થની વાત નહોતો કરતો. હું એમને દાન આપવાનું કહેતો, બીજા માટે ઘસાવાનું કહેતો. એમને તે સાંભળવું સારું લાગતું, મીઠું લાગતું. એટલે કે અંદરથી તે ચીજ એમને પસંદ છે, પછી ભલે પોતે તે મુજબ ન પણ કરી શકતા હોય. આના ઉપરથી ખબર પડે છે કે માનવ-સ્વભાવ મૂળમાં કેવો છે.

ટૂંકમાં, પહેલી વાત એ કે માણસ સ્વભાવથી સ્વાર્થી, લોભી કે એકલપેટો નથી, પણ ખોટી સમાજરચનાને કારણે એમ વર્તતો થઈ ગયો છે. આપણે જો ઉચિત ને અનુકૂળ સમાજ-વ્યવસ્થા ઊભી કરી શકીએ, તો પ્રેમ કરવો, બીજા માટે ઘસાવું વગેરે તેની મૂળભૂત સ્વાભાવિક વૃત્તિઓને મ્હોરી ઊઠવા માટે પૂરતો અવકાશ મળે.

બીજી વાત એ છે કે માનવ-સ્વભાવ એ કોઈ નિયમિત ને સ્થિર વસ્તુ છે નહીં, એ તો બદલાતો આવ્યો છે, સતત વિકસિત થતો આવ્યો છે, અને હજીયે તે આવી જ રીતે બદલાતો રહેશે, વિકાસ પામતો રહેશે. તેનો સાચી દિશામાં વિકાસ થાય, તે આપણે જોવું જોઈએ.

વિનોબા ભાવે

['ભૂમિપુત્ર' પખવાડિક : 2006]

❀

સફળતાની સડક એવા પુરુષોથી ભરચક હોય છે – જેમને પીઠ પાછળથી એમની પત્નીઓ આગે બઢાવતી હોય.

❀

જો ઘર ફૂંકે આપના...

પરમેશ્વરે જો હરેકના દિલમાં બારી મૂકી હોત, તો મારા હૃદયમાં જે આગ ધીકી રહી છે, તે આપ ભાળી શકત. આજની સ્થિતિ એક મિનિટ માટે પણ સહન થઈ શકે એવી નથી. આજકાલ હું હસતો જ રહું છું. એટલા વાસ્તે હસતો રહું છું કે રોવાનું વાજબી નથી. જોકે હાલત તો રોવા લાયક જ છે. ચારે કોર કેવું કેવું થઈ રહ્યું છે! અન્યાય જ અન્યાય ચાલી રહ્યો છે. અંદરથી ભારે વેદના અનુભવાય છે.

આજનો 'સ્ટેટસ કો' – જૈસે કે તૈસે સ્થિતિ બિલકુલ બરદાસ્ત થઈ શકે તેવી નથી. આજે નીચેનાઓને સતત વધુ ને વધુ દબાવાઈ રહ્યા છે. એમનું બેફામ શોષણ ચાલી રહ્યું છે. એમની સાથે જે કાયમની હિંસા આચરાઈ રહી છે, તે હરગિજ સહન થઈ શકે તેવી નથી. આવું જ ચાલુ રહ્યું, તો તૂફાન આવશે અને લોહિયાળ ક્રાંતિમાં સહુને સમેટી લેશે. એવું થશે તો મને દુઃખ તો થશે, પણ આજની 'સ્ટેટસ કો' સ્થિતિથી થાય છે તેના કરતાં ઓછું જ થશે. જોકે તે જોવા માટે હું જીવતો નહીં રહું. અહિંસક ઢબે ક્રાંતિ થાય તે માટે હું મારો જાન આપી દઈશ. છતાં ઈશ્વર 'રુદ્ર' ને 'શિવ' બંને છે. તેને જો પોતાનું રુદ્ર સ્વરૂપ પ્રગટ કરવું હશે, તો તમારી ને મારી શી વિસાત છે તેને રોકવાની?

જ્યાં ગરીબોની કોઈ પૂછપરછ નથી, એમને રોજી-રોટી, કપડાં-મકાન મળે છે કે નહીં તેની કોઈને પરવા નથી, એવી હાલત તો કેમ સહન થાય? ગામડે-ગામડે હું જ્યારે ગરીબોની હાલત જોઉં છું, ત્યારે મારું દિલ રડી ઊઠે છે. હું ખાઉં છું ત્યારે કોળિયે-કોળિયે મને ગરીબોની યાદ આવે છે.

આ ચીજ જ મને સતત ચલાવી રહી છે, મને પગ વાળીને બેસવા દેતી નથી. લોકો મને પૂછે છે કે, તમે થાકતા નથી? હું જવાબ દઉં છું કે આ બૂઢાપામાં થાકવું તો સ્વાભાવિક છે. શરીર આરામ માગે છે, એ તેનો સ્વભાવ છે. પરંતુ હું થાકતો નથી, કેમ કે હું મારી આંખો સામે આટલો બધો અનર્થ જોઈ રહ્યો છું! હું જોઈ રહ્યો છું કે આપણે સહુ એકબીજાને મદદ નહીં કરીએ, શ્રમજીવીઓને અને ગરીબોને આપણા પરિવારમાં સામેલ નહીં કરીએ, તો સમાજનું ઘણું અઘટિત થવાનું છે. હું જોઈ રહ્યો છું કે આવું ને આવું ચાલુ રહે, તો આગળ શું થાય. એટલે સહુને સાવધાન કરવા હું એક પણ દિવસની ફુરસદ લીધા વિના અવિરત ઘૂમી રહ્યો છું અને મારો દુર્બળ અવાજ તમારા કાન સુધી પહોંચાડી રહ્યો છું. આગ લાગી છે, ત્યારે હું પગ વાળીને બેસી શી રીતે શકું? આગળ શું થશે, એ તો ઈશ્વરની ઇચ્છા ઉપર નિર્ભર છે. મેં મારી ફરજ બજાવી, તેના કરતાં વિશેષ હું શું કરી શકું? હું એટલું જોઉં છું કે મારા પરિશ્રમ ને પુરુષાર્થમાં કોઈ કસર ન રહી જાય.

આજની પ્રચલિત વ્યવસ્થાના મૂળ પર આપણે કુઠારાઘાત કરવો છે. આજના સમાજના ઢાંચાને આપણે જડમૂળથી બદલવો છે. આમ તો દુનિયામાં કરવાનાં સારાં કામો તો અનેક છે, પણ એવાં સામાન્ય સેવાનાં, રાહતનાં ને કલ્યાણનાં કામો અત્યારે નહીં. અત્યારે તો આપણે સમાજમાં સમૂળી ક્રાંતિ લાવવી છે. માણસ-માણસ વચ્ચે આજે જે સંબંધ છે, તે સંબંધોમાં જ આપણે ધરમૂળથી પરિવર્તન લાવવા માગીએ છીએ. આજે સમાજમાં જે મૂલ્યો છે, તેને આપણે બદલી નાખવા માગીએ છીએ. આને માટે આપણા અંતરનો અગ્નિ પ્રજ્વલિત જોઈએ.

એટલા વાસ્તે હું ગામડે-ગામડે અને ઘરે-ઘરે જઈને લોકોનાં દિલને ઢંઢોળું છું. ગરીબો જમીન-વિહોણાં જ નહીં, જબાન-વિહોણાં પણ છે. હું એ જબાન-વિહોણાંઓની જબાન બન્યો છું. હું ભીખ નથી માગતો, હું એ જબાન-વિહોણાંઓનો હક માગું છું. ઉત્પાદન વધારો, સમૃદ્ધિ વધારો, પછી એ બધું ઉપરના સ્તરેથી ધીરે ધીરે ઝમતું-ઝમતું નીચેના સ્તર સુધી પહોંચશે – એવી 'પરકોલેશન થિયરી' મને હરગિજ મંજૂર નથી. કોઈ માણસ ડૂબી રહ્યો છે, તો તત્કાળ એને ઉગારવાનો હોય, ડૂબતાને તુરત બચાવવાનો હોય. તેના ઉદ્ધારમાં ઉધારી નહીં ચાલે. આટઆટલાં વરસોની જાતજાતની યોજનાઓ છતાં ગરીબોને હજી જીવનની પ્રાથમિક જરૂરિયાતો જેટલુંયે ન મળતું હોય, તે કેમ ચાલે? હું તો કોઈ પણ યોજનામાં પહેલવહેલું એ જોઉં કે તેનાથી સૌથી પહેલો ગરીબોને લાભ મળે છે કે કેમ? અને મળે છે તો કેટલો મળે છે? આપણે આ ગરીબોની શૂન્ય આંખોમાં પુણ્ય-પ્રભા લાવવી છે. એ પુણ્ય-પ્રભા ત્યારે જ આવશે, જ્યારે આપણે લોકો કરુણાવાન બનીશું, એમના માટે કંઈક કરી શકીશું.

ગાંધીજી આવીને આ જ વાત કહી ગયા. એમણે અહિંસાની ક્રાંતિનો, પ્રેમની ક્રાંતિનો માર્ગ દાખવ્યો. મેં તે માર્ગે ચાલવાની પૂરેપૂરી કોશિશ કરી છે. તેમ કરતાં મેં મારા પ્રયત્નોની પરાકાષ્ઠા કરી દીધી. મને એવી એક ક્ષણ પણ યાદ નથી કે જ્યારે આ બાબતમાં હું અસાવધાન રહ્યો હોઉં. મારો અંતરાત્મા આનો સાક્ષી છે.

ક્રાંતિઓ ફુરસદથી નથી થતી. 'હંડ્રેડ ઇયર્સ વૉર' – યુરોપનું સો વરસનું યુદ્ધ ઇતિહાસમાં પ્રસિદ્ધ છે. સો વરસ સુધી લડાઈ ચાલતી રહી. એક પછી એક પાંચ પેઢીઓ થઈ ગઈ, એક લડાઈ લડતાં-લડતાં! આવી જ રીતે ક્રાંતિ માટે પણ અવિરત ઝઝૂમતા રહેવાનું છે.

આવા અહિંસક સમાજ-પરિવર્તનના આંદોલનમાં કોણ ટકી શકશે? જેનામાં ક્રાંતિની ભાવના હશે અને વૈરાગ્યની વૃત્તિ હશે. આ બેમાંથી એક નહીં હોય તો ટકાશે નહીં. ક્રાંતિની ભાવના હશે, પણ વૈરાગ્ય નહીં હોય, આધ્યાત્મિક વૃત્તિ નહીં હોય, તો પોતાનો માયાપાશ તોડી નહીં શકે. આજની સમાજવ્યવસ્થાને ગાળો દેતા

રહેશે, અસંતુષ્ટ રહ્યા કરશે, પણ સાતત્યપૂર્વક ક્રાંતિકાર્યમાં રચ્યોપચ્યો નહીં રહી શકે. આધ્યાત્મિક વૃત્તિ હશે તો જ અંદરથી શક્તિ મેળવી શકશે. બીજી બાજુ, આધ્યાત્મિક વૃત્તિ હશે, પણ ક્રાંતિની ભાવના નહીં હોય, તો મોડોવહેલો વ્યક્તિગત સાધનામાં સરી પડશે. માટે બેઉ વસ્તુ જોઈશે – ક્રાંતિની ભાવના તેમ જ આધ્યાત્મિક વૃત્તિ.

આને માટે સાધકોને ને સેવકોને આવાહન છે. કબીરે હાકલ કરેલી –

કબીરા ખડા બાજાર મેં લિયે લુકાટી હાથ,
જો ઘર ફૂંકે આપના ચલે હમારે સાથ !

અમારી સાથે આવવું છે, તો ઘર પણ રાખશો, માબાપ ને કુટુંબકબીલો રાખશો, તે નહીં બને. બધું છોડીને આવવું પડશે.

કબીરસાહેબ રાહ જોતા રસ્તા પર ખડા છે.

વિનોબા ભાવે

['ભૂમિપુત્ર' પખવાડિક : 2006]

❀

સચ્ચી સમાનતા

સમાજ ચાહે સામ્યવાદી હો યા સર્વોદયવાદી, જબતક બહુસંખ્યક શ્રમજીવી સમુદાય બુદ્ધિહીન બના રહેગા તબ તક અલ્પસંખ્યક બુદ્ધિજીવી વર્ગ ઉસે દબાયેગા હી.

માનવ કે અભ્યુદય કે લિયે સમાજ-સંગઠન કી મજબૂતી તથા વ્યક્તિ કી સાધના, યે દોનોં રાસ્તે પ્રમાણિત હૈં. દોનોં રાસ્તે એક-દૂસરે કે પૂરક હૈં.

કોઈ ભી સામાજિક સંગઠન અપને આપ મેં ઈતના પરિપૂર્ણ નહીં હો સકતા કિ ઉસ સંગઠન કે આધાર પર હી હર વ્યક્તિ પરિપૂર્ણ બન જાય, યા ઉસે અપની સાધના કરને કી જરૂરત ન રહે. અચ્છા સમાજ-સંગઠન વ્યક્તિ કી સાધના મેં સહાયક હો સકતા હૈ – સાધના કા સ્થાન નહીં લે સકતા.

ઉસી તરહ, યદિ કેવલ વ્યક્તિ કી સાધના અચ્છી ચલી, પર સમાજ-સંગઠન ખરાબ રહા, તો વહ સંગઠન સાધના મેં બાધક હો સકતા હૈ.

ઈસલિયે અચ્છા સમાજ ભી ચાહિયે, ઔર વ્યક્તિ કી ઉત્કટ સાધના ભી ચાહિયે. અચ્છે સમાજ સે કાનૂની સમાનતા આતી હૈ, ઔર વ્યક્તિ કી સાધના સે બૌદ્ધિક સમાનતા આતી હૈ. આર્થિક સમાનતા કુછ હદ તક કાનૂની નિયંત્રણ સે સ્થાપિત કી જા સકતી હૈ, પર બૌદ્ધિક સમાનતા હી અસલી સચ્ચી ઠોસ સમાનતા હૈ.

ઝવેરભાઈ પટેલ

❀

મુક્તિમિલન

[15 ઑગસ્ટ, 1950]

1

મુક્તિમિલન ?
આ તે, અહો !
આ તે, કહો, કેવું મિલન ?
જે જાગતાં ઝંખ્યું હતું
ને ઊંઘતાં સો સો અજંપે જે સદા ડંખ્યું હતું –
તે આજ જ્યારે આંખ સામે છે છતું
ત્યારે, અરે, સિદ્ધિ તણા આનંદથી
રૂંવું ય કાં ના ફરકતું ?

જે માગતા'તા તે મળ્યું,
ખોવાયલું મોતી જડ્યું,
સ્વપ્નું હતું તે સત્ય થઈ જ્યારે ફળ્યું –
ત્યારે, કહો, એવું કશું ઓછું પડ્યું
કે હર્ષથી ના લેશ રે ઉર ઊછળ્યું ?

સામે સમંદર ડોલતો
તે શું નર્યો ઝાકળ તણો ?
આ બાગ રૂપાળો ખીલ્યો
તે શું બન્યો કાગળ તણો ?
ચોપાસ માયાભાસ શો !
ચિતાર જાતો ના સહ્યો આંગળ તણો !

2

ઘેલી મિલનની ઝંખના !
રોળ્યાં રતન કૈં રંકનાં !
હસતે મુખે બેટો વળાવી માવડી
છાને ખૂણે જૈ બે ઘડી લેતી રડી !
પે....લી પડી –
ઠેબે ચડી !–
કો' કોડવંતી નારની નંદાયલી રે બંગડી !

કેવા હતા એ વાયરા !
વેદી પરે તાજા ઊના
શોણિતની ચાલી હતી કેવી સરા !
ભીની હજી તો છે ધરા !

3

શું એ બધી લીલા હતી એ એકની ?
ને એ જતાં –
નિસ્તેજ પાછાં રે બની
જોઈ રહ્યાં વિમૂઢ શાં સૌ એકબીજાંની ભણી !

પ્યારા વતન !
મૂંઝાયલું પૂછી રહ્યું છે આજ મન:
આ શું ઉદય છે ભાગ્યનો ? –
કે આવતું ઘેરું વધુ બીજું પતન ?
આરોહણે આ ઊર્ધ્વના
ઊભી થતી ને લથડતી શી ભારતી !
છૂટી જતાં રે ધર્મ કેરી આંગળી
જાણે હિમાળે દ્રૌપદી જાતી ગળી !

તાણી વિજયની સોડ, હા !
સામે પરાજયને ઉશીકે હાંફતું
કારુણ્યનું, રે, કાવ્ય કેવું છે ઢળ્યું !

4

– ને તે છતાં,
આરંભ કીધી છે હવે જે જાતરા,
સો સો વટાવીને મુસીબત-ડુંગરા
આગે બઢાવ્યે છે જવી.

જે આપણો છે સંઘવી,
તે શ્વાનને યે સાથમાં લીધા વિના
દાખલ થવાની સ્વર્ગમાં પાડી દિયે છે સાફ ના !
તેને વળી શું જંપ કે
પ્હોંચ્યા વિના મુકામ એનો સંઘ આ ?

શ્રદ્ધા ભરીને શ્વાસમાં,
આગે બઢીશું હાથ ગૂંથી હાથમાં;
બાહુ પસારીને ઊભો છે તેડતો
એની અનુકંપાભરેલી બાથમાં.

બાલમુકુન્દ દવે

❀

સ્વતંત્રતાનો દિવસ કે પરાધીનતાનો ?

15 ઑગસ્ટ એ આપણો સ્વાતંત્ર્ય-દિન છે. પરંતુ ઘણી વાર મને એમ થાય છે કે આ આપણો સ્વતંત્રતાનો દિવસ છે કે પરાધીનતાનો ?

સ્વરાજ એટલે શું ? સ્વરાજ આવતાં લોકોને એવી આત્મપ્રતીતિ થવી જોઈતી હતી કે હવે આપણું રાજ આવ્યું એટલે આપણો ઉદ્ધાર હવે આપણે જ કરવાનો છે. પણ આવું થયું ખરું ? આને બદલે સાવ ઊલટું જ થયું. લોકો બધી બાબતમાં સરકાર તરફ તાકીને બેઠા ! પ્રજાનું પોતાનું કર્તૃત્વ અને પુરુષાર્થ જ વિલાઈ ગયાં !

મારી યાત્રા બિહારમાં ચાલતી હતી. ત્યાં મોટી રેલ આવી. માઈલોના માઈલો સુધીનો વિસ્તાર પાણી હેઠળ આવી ગયો. મારી પદયાત્રા ત્યારે કમર સુધીનાં પાણીમાં ચાલતી હતી. ભાષણ સાંભળવા લોકો હોડીમાં આવતા. એક શહેરથી માત્ર ચારેક માઈલ છેટે સુધી રેલનાં પાણી આવી ગયેલાં. પણ શહેરવાળાઓ તરફથી રેલગ્રસ્તોની રાહત માટે કાંઈ જ થયું નહીં. હા, ત્યાં સિનેમા-નાટક બધું યથાવત્ ચાલતું હતું. મેં લોકોને પૂછ્યું તો કહે, અમે શું કરી શકીએ ? આ તો સરકારનું કામ છે.

સ્વરાજ મળ્યા પછી આપણે આવા પરાધીન બની ગયા. પ્રજાનો સ્વતંત્ર પુરુષાર્થ ન રહ્યો. બસ, સરકારે આ ન કર્યું ને પેલું ન કર્યું. સરકારની નિંદા-સ્તુતિ કર્યા કરવા સિવાય પ્રજા પાસે જાણે બીજું કોઈ કામ જ ન રહ્યું. સ્વરાજ એટલે શું લોકોનું આવી રીતે પરાધીન થવું ? બધું સરકાર કરશે એમ માનીને બેસી રહેવું ? આ તે સ્વાધીનતા કે પરાધીનતા ?

આજે લોકો પાસે જઈને કોઈ એમ નથી કહેતું કે તમારો ઉદ્ધાર તમારે જાતે કરવાનો છે, તમારું સુખ અને દુઃખ તમારા પોતાના પુરુષાર્થ પર નિર્ભર છે. બસ, અગાઉ જેમ પંડા-પુરોહિતો કહેતા કે અમને દક્ષિણા આપો તો તમને સ્વર્ગ મળશે, તેમ આજના આ આધુનિક પંડા-પુરોહિતો પણ લોકો પાસે જઈને કહે છે કે અમને મત આપો તો તમે સુખી થશો. અને લોકો પણ માને છે કે આ બધા દેવતા છે, એમને મત આપીશું તો તેઓ આપણને સુખ આપશે.

અસલમાં વાત એ સમજવાની છે કે સ્વરાજ મારો જન્મસિદ્ધ અધિકાર છે; પરંતુ તે મારો કેવળ અધિકાર જ નથી, મારું કર્તવ્ય પણ છે. સ્વરાજનો અર્થ છે, પોતાની જવાબદારી પોતે ઉપાડવી.

સ્વરાજની બીજી કસોટી છે, પ્રજાનો ગુણ-વિકાસ. શું સ્વરાજ મળ્યા પછી આપણો ગુણ-વિકાસ થયો છે ? શું પહેલાંના ઝઘડા હવે શમી ગયા છે ? પહેલાંની ભેદભાવની વૃત્તિ છોડીને શું હવે આપણે એકાત્મતાથી કામ કરવા લાગ્યા છીએ ? પહેલાંના આપણા સ્વાર્થ ને સંકુચિતતા ધોવાઈને શું આપણામાં ધૈર્ય, કરુણા, દયા, બીજાની ચિંતા વગેરે સદ્‌ગુણો વધ્યા છે ? શું આપણી સામાજિક ભાવના વ્યાપક ને

વિશાળ બની છે? સ્વરાજનાં આટલાં વરસોમાં જો આ રીતનો ગુણવિકાસ થયાનો અનુભવ થઈ રહ્યો હોય, તો સમજવું કે સ્વરાજ સંપન્ન થયું છે.

પરંતુ આને બદલે જો માત્ર એટલું જ થયું હોય કે સ્વરાજ પછી દેશમાં થોડું ધન વધ્યું, નદીઓ પર પુલ નહોતા તે બંધાયા, રેલવે લાઇનો નહોતી તે નખાઈ, જીવનધોરણ વધ્યું, ઉદ્યોગ-ધંધા વધ્યા વગેરે – તો એટલા ઉપરથી એમ ન કહી શકાય કે આપણી સ્વરાજ-શક્તિ વધી. બહુ બહુ તો એટલું કહી શકાય કે થોડુંક સુખ વધ્યું. પરંતુ આજે હજી દેશમાં જાતિભેદ, ઊંચનીચના ભેદ, ધર્મભેદ ઝઘડા વગેરે બધું કાયમ છે. ત્યારે સ્વરાજને બળ ક્યાંથી મળશે? આ આપણા બધાંની મોટી ચિંતાનો ને ચિંતનનો વિષય બનવો જોઈએ. સ્વરાજમાં આપણાં સુખ-સગવડ કેટલાં વધ્યાં એ મહત્ત્વનું નથી, પણ આપણામાં સ્વરાજની શક્તિનો કેટલો વિકાસ થયો તે મહત્ત્વનું છે. વળી, સ્વરાજની એક મુખ્ય કસોટી તો એ છે કે આપણને સ્વરાજ મળ્યું છે, તેની પ્રતીતિ દરેકે દરેક જણને થવી જોઈએ. સૂર્યોદય થાય છે, તો તેને કાંઈ ચીંધી બતાવવો પડતો નથી. સૂર્યનારાયણ ઘેર ઘેર પહોંચી જાય છે તેમ સ્વરાજ પણ ઘેર ઘેર પહોંચવું જોઈએ. દરેકને સ્વરાજનો પ્રત્યક્ષ અનુભવ થવો જોઈએ.

આજે આવો અનુભવ દેશમાં સહુ કોઈને થાય છે ખરો? ઘણા દુ:ખ સાથે કહેવું પડે છે કે હજી તો કેટલાયે લોકો ભારોભાર ગુલામીમાં સબડે છે. હરિજનો સવર્ણોના ગુલામ છે. ગામડાંના લોકો શહેરવાસીઓના ગુલામ છે અને શહેરવાસીઓ વિદેશીઓના ગુલામ છે. ઉપરથી નીચે સુધીની આ તરેહતરેહની ગુલામી નાબૂદ ન થાય, ત્યાં સુધી આપણને સ્વરાજ મળ્યું છે, એમ કઈ રીતે કહી શકાય?

એક ગામ હતું. ત્યાં કસાઈ લોકો રહેતા હતા. તેઓ બકરાને 'શેફીલ્ડ'ના છરાથી કાપતા હતા. પછી સ્વરાજ આવ્યું, તો નક્કી કરવામાં આવ્યું કે હવે 'શેફીલ્ડ'ના નહીં, અલીગઢના છરાથી બકરા કપાશે. તેમ છતાં બકરા તો ચિલ્લાતા જ રહ્યા. કસાઈ કહેવા લાગ્યા, 'મૂર્ખાઓ હવે કેમ બૂમો પાડો છો? હવે તો વિદેશના શેફીલ્ડના છરાથી નહીં. સ્વદેશના અલીગઢના છરાથી તમે કપાઈ રહ્યા છો.' આ સાંભળીને શું બકરા ખુશ થશે?

વિનોબા ભાવે

['ભૂમિપુત્ર' પખવાડિક: 2006]

❀

ઊંચે ચડેલા કોઈ પણ પુરુષને એવું માનવું બહુ ગમે છે કે પોતે એકલે હાથે એ બધી સિદ્ધિ મેળવેલી છે; ત્યારે પત્ની સ્મિત કરે છે, વાત પડતી મેલે છે.

❀

સદિચ્છાકા મતલબ નહીં

હમ યહાં આ રહે થે તો રાસ્તેમેં સુના કી લોગ બોલ રહે હૈં: 'હમારે દેશ મેં ભૂમિહીન કોઈ નહીં રહેગા!' હમ મનમેં સોચ રહે હૈં કી ઈસ તરહ બોલનેસે લોગોં કો ક્યા તકલીફ હોતી હૈ? 'હમારે દેશમેં' કહ દિયા, ઈસકે બદલે 'હમારે વિશ્વમેં' કહતે તો ભી ચલ જાતા! બડા મંત્ર બોલને મેં કિસીકો તકલીફ નહીં હોતી. 'હમારે ગાંવમેં' કહતે તો ઉન પર કરને કી જિમ્મેવારી આતી, ક્યોંકી અપને ગાંવ કે લીએ હમ જિમ્મેવાર હૈં. દુનિયા ઔર દેશ કે બારે મેં સોચને સે આજ બોલનેવાલોં પર જિમ્મેવારી નહીં આતી.

હમારે યહાં પ્રાર્થના મેં યહ કહને કા રિવાજ હૈં: 'સર્વત્ર સુખીનઃ સન્તુ. સર્વે સન્તુ નિરામયાઃ...' યહ આકાંક્ષા હૈ કી દુનિયા કા શુભ હો. લેકિન ઈસકે સાથ સાથ અગર શુભ કરનેકા કામ ન હો, તો ઐસી સદિચ્છા કા કોઈ ખાસ મતલબ નહીં હોતા.

યહાં દેશ કે લોગ ઇતને નિષ્ક્રીય હૈં કી બોલતે હૈં અદ્વૈત, ઈશ્વર કા ઔર અપના ભેદ મિટા દેતે હૈં; લેકિન જાતિ-ભેદ, ધર્મ-ભેદ, ઊંચ-નીચ ભેદ આદિ સભી ભેદ કાયમ હૈં. ઈસસે કુછ ભી બનનેવાલા નહીં હૈ. ઊંચે વિચારકે સાથ પ્રત્યક્ષ કાર્ય કરના ચાહીએ.

વિનોબા ભાવે

['ભૂદાનયજ્ઞ' અઠવાડિક: 1963]

❀

'જ્ઞાનેશ્વરી' અને 'કેન્ટરબરી ટેઇલ્સ'

આપણી બધી ભાષાઓ સેંકડો વરસથી ખેડાતી આવી છે અને સેંકડો વરસનું ઉત્તમ સાહિત્ય આપણી ભાષાઓમાં છે. એક દાખલો આપું. 'કેન્ટરબરી ટેઇલ્સ' અંગ્રેજીમાં બારમી સદીનો ગ્રંથ છે. એ જ અરસામાં લખાયેલો જ્ઞાનેશ્વર મહારાજનો 'જ્ઞાનેશ્વરી' ગ્રંથ મરાઠીમાં છે. આ બંને ગ્રંથો મેં વાંચ્યા છે, બંનેનો અભ્યાસ કર્યો છે. હવે, આ બે ગ્રંથોને તુલનાત્મક દૃષ્ટિએ જોઈએ તો જણાય છે કે 'જ્ઞાનેશ્વરી' પાસે જેટલા શબ્દો છે, તેના ચોથા ભાગના પણ શબ્દો 'કેન્ટરબરી ટેઇલ્સ'માં નથી. અને વળી 'જ્ઞાનેશ્વરી' કંઈ મરાઠીનો પહેલો ગ્રંથ નથી; તેની પહેલાં પણ મરાઠીમાં અનેક પુસ્તકો લખાયાં છે.

વિનોબા ભાવે

['ભૂમિપુત્ર' પખવાડિક: 2005]

❀

માટીના પિંડા જેવા નવજાત શિશુનો વિકાસ એક સામાજિક મનુષ્ય તરીકે થાય છે માતાના માધ્યમ મારફત.

❀

આ બધું એમનેમ બન્યું હશે ?

એ વાત નિશ્ચિત સમજી લેજો કે વિજ્ઞાન જ્યાં સુધી માતૃભાષામાં લોકો સમક્ષ નહીં મુકાય, ત્યાં સુધી તે વ્યાપકપણે ફેલાઈ શકશે નહીં. આજ સુધી વિજ્ઞાન બધું અંગ્રેજી ચોપડીઓમાં બંધ રહ્યું, તેને લીધે જ તે આપણા દેશમાં બહુ ઓછું ફેલાયું. વિજ્ઞાન તો ખેતીમાં હોઈ શકે, રસોઈમાં હોઈ શકે, સફાઈમાં હોઈ શકે. જીવનના એકએક ક્ષેત્રમાં વિજ્ઞાનની જરૂર છે, પરંતુ અંગ્રેજોના રાજમાં વિજ્ઞાનના પરિચય માટે અંગ્રેજીનું જ્ઞાન આવશ્યક હતું, અને અહીંના બહુજન સમાજને અંગ્રેજીનું જ્ઞાન હતું નહીં, તેથી કરોડો લોકોને વિજ્ઞાનનું જ્ઞાન મળી શક્યું નહીં.

અંગ્રેજીમાં વિજ્ઞાનનાં સારાં-સારાં પુસ્તકો છે, તે બધાં આપણી ભાષાઓમાં લાવવાં છે. તો જેમણે પોતે અંગ્રેજીનું જ્ઞાન મેળવ્યું, તેમણે વ્રત લેવું જોઈએ કે, હું મરતાં પહેલાં એક સારા અંગ્રેજી પુસ્તકનો અનુવાદ મારી માતૃભાષામાં કરીશ; એવો અનુવાદ કર્યા વિના મરવાનો મને અધિકાર નથી.

આજે ઘણાં ક્ષેત્રોમાં અંગ્રેજી વિના ચાલતું નથી એમ આપણે જ્યારે કહીએ છીએ, ત્યારે સાથે સાથે એટલો વિચાર નથી કરતા કે અંગ્રેજીને આવું સ્થાન મળ્યું શી રીતે ? કાંઈ આપોઆપ તો નથી મળી ગયું. તે માટે અંગ્રેજોએ કેટલો બધો પુરુષાર્થ કર્યો છે ! તેને લીધે આજે તો સ્થિતિ એવી છે કે આપણા પોતાના દેશની ભાષાઓ પણ જો આપણે શીખવી હોય, તો તે અંગ્રેજી મારફત જ શીખવી પડે છે ! ધારો કે મારે બાંગ્લા ભાષા શીખવી છે, તો શું હું તેને મરાઠી મારફત કે ગુજરાતી મારફત શીખી શકીશ ? નહીં, કેમ કે મરાઠી-ગુજરાતીમાં મને બાંગ્લાકોષ નહીં મળે; તે અંગ્રેજીમાં મળશે. એટલે પછી મારે અંગ્રેજી મારફત જ બાંગ્લા ભાષા શીખવી પડશે !

એવું જ બહારની ભાષાઓ માટે પણ. વચ્ચે હું ચીની ભાષા શીખતો હતો, તો તેને માટે મારી પાસે જે પુસ્તકો આવ્યાં તે અંગ્રેજીનાં જ આવ્યાં. એટલે આજે તો અહીંની ને બહારની ભાષાઓ અંગ્રેજી મારફત જ આપણે શીખી શકીએ એવી પરિસ્થિતિ છે, કેમકે અંગ્રેજી ભાષામાં દરેક ભાષા માટેના કોષ મળી શકે છે. આ કોષ બધા એમનેમ બન્યા હશે ? તેને માટે કેટલી બધી મહેનત એ લોકોએ કરી હશે ! ખૂબ ખૂબ મહેનત કરીને એમણે પોતાની અંગ્રેજી ભાષાને આટલી બધી સંપન્ન બનાવી છે, ત્યારે એમની પાસેથી બોધપાઠ લઈને આપણે પણ ખૂબ મહેનત કરવી જોઈએ અને આપણી ભાષાઓને આ દૃષ્ટિએ પણ સંપન્ન બનાવવી જોઈએ.

વિનોબા ભાવે

❀

પહેલવહેલાં

ભારતની સર્વોચ્ચ અદાલત સમક્ષ રજૂઆત કરવાનો અધિકાર 1950માં મેળવનાર પહેલવહેલાં મહિલા ધારાશાસ્ત્રી હતાં પારુબાલા દેવી.

શ્રાવણ નીતર્યો

આ શ્રાવણ નીતર્યો સરવડે કોઈ ઝીલો જી:
પેલાં રેલી ચાલ્યાં રૂપ, હો, કોઈ ઝીલો જી.
આ કપૂર-કાયા સરી જશે કોઈ ઝીલો જી:
પેલા ઊડી ચાલ્યા ધૂપ, હો, કોઈ ઝીલો જી.

આ જલધારામાં ઝૂલતી કોઈ ઝીલો જી:
પેલી તૂટે મોતનમાળ, હો, કોઈ ઝીલો જી.
આ લટ લહેરાતી લળી લળી કોઈ ઝીલો જી:
પેલું કોણ હસે મરમાળ? હો, કોઈ ઝીલો જી.

આ નથી ટપકતાં નેવલાં કોઈ ઝીલો જી:
આ વરસે અમરત-મેહ, હો, કોઈ ઝીલો જી.
આ શમણાં કેરા કરા પડે કોઈ ઝીલો જી:
આ નરદમ વરસે નેહ, હો, કોઈ ઝીલો જી.

આ ચળકે વાદળ-તલાવડી કોઈ ઝીલો જી:
એની તડકે બાંધી પાળ, હો, કોઈ ઝીલો જી.
આ દિન વહી ચાલ્યો સુહામણો કોઈ ઝીલો જી:
આ રાત ચલી રઢિયાળ, હો, કોઈ ઝીલો જી.

આ દૂધે ધોયા ડુંગરા કોઈ ઝીલો જી:
પેલી ઝરણાંની વણજાર, હો, કોઈ ઝીલો જી.
આ જતિ-સતીનાં તપ રેલે કોઈ ઝીલો જી:
પેલા શિવલોચન-અંબાર, હો, કોઈ ઝીલો જી.

બાલમુકુન્દ દવે

❀

તબ –

અભી તુમકો મેરી જરૂરત નહીં,
બહોત ચાહનેવાલે મિલ જાયેંગે,
અભી રૂપ કા એક સાગર હો તુમ,
કંવલ જિતને ચાહોગી ખિલ જાયેંગે;

દર્પન તુમ્હેં જબ ડરાને લગે,
જવાની ભી દામન છુડાને લગે,
તબ તુમ મેરે પાસ આના પ્રિયે,
મેરા સર ઝૂકા હૈ, ઝૂકા હી રહેગા.

ઇન્દીવર

રગ-રગમાં ભારતીયતા ભરી છે

આપણા ઋષિઓ અને મહર્ષિઓએ આખા ભારતને એક બનાવવા માટે યુક્તિ શોધી કાઢી. 'ભારતવર્ષ પુણ્યભૂમિ છે,' એમ કહીને એમણે લોકોને યાત્રા કરવાની પ્રેરણા આપી. 'કાશી મોટું તીર્થસ્થાન છે, રામેશ્વર પુણ્યધામ છે,' એમ કહીને લોકોને તીર્થાટનની પ્રેરણા આપી. તે જમાનામાં આવવા-જવાનાં સારાં સાધનો હતાં નહીં, યાત્રા કરવામાં ઘણું કષ્ટ પડતું; તેમ છતાં લોકો યાત્રા કરતા. આવી તીર્થયાત્રાઓના મૂળમાં ઉદ્દેશ ભારતદર્શનનો જ રહેતો. ઋષિઓના મનમાં રાષ્ટ્રીય એકતાનો ઉદ્દેશ હતો.

કાશીમાં ગંગાતટ ઉપર રહેનારો તડપે છે કે કાશીની ગંગાની કાવડ ભરીને ક્યારે રામેશ્વરને ચઢાવું? જાણે કાશી અને રામેશ્વર એના મકાનનું આંગણું અને પાછલો વાડો ન હોય! વાસ્તવમાં બંને વચ્ચે પંદરસો માઈલનું અંતર છે, પરંતુ આપણા શ્રેષ્ઠ ઋષિઓએ આપણને એવો વૈભવ આપ્યો છે કે આપણું આંગણું પંદરસો માઈલ સુધી વિસ્તરેલું છે! રામેશ્વરમાં રહેનારો તડપે છે કે રામેશ્વરના સમુદ્રનું જળ કાશી-વિશ્વેશ્વરના મસ્તક ઉપર ક્યારે ચઢાવું? કેટલી વ્યાપક અને પવિત્ર ભાવના છે આ!

1200 વરસ પહેલાં શંકરાચાર્ય દક્ષિણમાંથી યાત્રા કરતા કરતા છેક શ્રીનગર ગયા હતા અને ત્યાં પહાડ ઉપર ભગવાન શંકરની સ્થાપના કરી હતી. શંકરાચાર્યે બિલકુલ જુવાનીમાં પગપાળા યાત્રા કરી અને કેરલથી નીકળીને કાશ્મીર પહોંચ્યા. મલબારનો એક છોકરો, ભારતના ઠેઠ દક્ષિણ છેડાનો એક છોકરો, તે જમાનામાં કાશ્મીર સુધી પગે ચાલતો ચાલતો આવ્યો.

શંકરાચાર્યે સમાધિ પણ હિમાલયમાં જ લીધી. કેદારનાથમાં શંકરની સમાધિ છે. વળી, કેદારનાથના મંદિરમાં આજ સુધી એવી પરંપરા ચાલી આવે છે કે ત્યાંનો મુખ્ય પૂજારી કેરલનો નંબૂદ્રી બ્રાહ્મણ જ હોય. શંકરાચાર્યે ચાર દિશામાં ચાર આશ્રમ સ્થાપ્યા – દ્વારિકા, જગન્નાથપુરી, બદ્રીકેદાર અને શૃંગેરી. હજાર-હજાર માઈલનું અંતર આ મઠો વચ્ચે હતું. એ મઠોવાળાઓને એકબીજાને મળવું હોય તોયે વરસ-બે વરસ પગપાળા યાત્રા કરવી પડતી! મને એમ લાગ્યું છે કે શંકરાચાર્યમાં સમસ્ત ભારતીયતા મૂર્તિમંત થઈ ગઈ હતી.

આપણો ભારત દેશ મોટો છે, મહાન છે; પરંતુ આ મહાનતા એમની એમ નથી આવી ગઈ, તેની પાછળ દીર્ઘ કાળની વિચારપૂર્વકની મહેનત છે, સાધના છે. તેના પરિણામ સ્વરૂપ આવી એક મહાન સંસ્કૃતિ ઊભી થઈ છે. આ પ્રાચીન સંસ્કૃતિનો સંદેશ આ દેશના એક ખૂણાથી બીજા ખૂણા સુધી પહોંચાડવામાં આવ્યો છે. જ્યારે આજના જેવાં સંદેશવ્યવહારનાં કોઈ સાધનો નહોતાં, ત્યારે આવડું મોટું રાષ્ટ્રીય એકતાનું જે કામ થયું છે, તે અદ્ભુત જ છે!

અનેકાનેક ભેદ હોવા છતાં આપણા પૂર્વજોએ એક રાષ્ટ્રની ભાવના આપણા ચિત્તમાં એવી તો બેસાડી દીધી છે, તેના માટે એવી એવી પરંપરા ઊભી કરી દીધી છે કે આશ્ચર્ય જ થાય છે! તમિલનાડુ, કર્ણાટક કે મહારાષ્ટ્રનો માણસ સ્નાન માટે કાવેરી, તુંગભદ્રા કે ગોદાવરી જશે તોયે કહેશે કે, હું ગંગા-સ્નાન માટે જાઉં છું! આ રીતે આપણા પૂર્વજોએ આપણી રગ-રગમાં ભારતીયતા ભરી દીધી છે.

આવી એકતા એમનેમ ઊભી નથી થઈ ગઈ. અનેક સંતપુરુષો આ દેશની ધરતીને પગપાળા ખૂંદી વળ્યા છે, અને એમણે જ આ દેશને એક બનાવ્યો છે. ભારતના એક એક સંત-શિરોમણિ અહીં વરસો સુધી ઘૂમતા રહ્યા. શંકરાચાર્ય 15 વરસ, રામાનુજ 12થી 14 વરસ, વલ્લભાચાર્ય 18 વરસ, શંકરદેવ 12 વરસ, નામદેવ 13-14 વરસ, નાનક 18થી 20 વરસ અને કબીર 25થી 30 વરસ સુધી પગપાળા ફર્યા. આવો ઉજ્જ્વળ ઇતિહાસ આ ભારતીય સંસ્કૃતિ પાછળ છે.

હજારો વરસોના પ્રયત્ન બાદ માણસનો સદ્-અસદ્ વિવેક કેળવાયો છે, કેટલીક નિષ્ઠાઓ પાકી થઈ છે, ઉચિત-અનુચિતનો ખ્યાલ સ્થિર થયો છે. માણસની આ જે ઉચિત-અનુચિતની ભાવના બની છે, તે કોઈ રાજા-મહારાજાએ નથી બનાવી, સંતોએ બનાવી છે. આ સંત-મહાપુરુષો જો ન હોત, તો આપણે જાનવર જ રહી જાત. અહીંનું લોકમાનસ સંતો દ્વારા કેળવાયું છે.

રવીન્દ્રનાથ ઠાકુરે ગાયું, 'ભારતેર મહામાનવેર સાગરતીરે!' ભારત એક મહામાનવ–સમુદ્ર છે. જેમ સમુદ્રમાં ચારે કોરથી નદીઓ આવીને મળે છે, તેમ આ દેશમાં લોકો આવીને અહીંના માનવસાગરમાં સમાઈ ગયા છે. આપણે હવે આ સમાજને એકરસ બનાવવાનો છે. એકરસ સમાજ હશે, તે ષડ્રસયુક્ત સમાજ હશે. ભિન્ન-ભિન્ન જમાતોના ગુણોને કાયમ રાખીને એમને સહુને આપણે એકરસ કરવા પડશે. સંગીતકારની માફક સાત સૂરોને મેળવીને એક સુંદર સુસંવાદી 'ભારત-રાગ' આપણે નિપજાવવાનો છે.

વિનોબા ભાવે

['ભારતીય સંસ્કૃતિ' પુસ્તક: 2003]

સબક

દેખો યે રેલ, બચ્ચોં કા ખેલ, સીખો સબક જવાનોં –
સર પે હૈ બોજ, સીને મેં આગ, લબ પે ધુંઆ હૈ જાનો,
ફિર ભી વો ગા રહી હૈ, નગ્મે સુના રહી હૈ.

આનંદ બક્ષી

['દોસ્ત' ફિલ્મ]

ભારતીય સંસ્કૃતિની દેણ

દુનિયામાં સામાન્ય રીતે એમ જોવા મળે છે કે જ્યારે કોઈ દેશ પરાધીન બને છે, ત્યારે મોટે ભાગે તે દેશના લોકો કાં તો બિલકુલ દબાઈ જાય છે, ચૂં કે ચાં નથી કરતા અથવા પછી કોઈ ને કોઈ રીતે, ક્યાંક ને ક્યાંક કાંઈ ને કાંઈ બળવો કરતા રહે છે. પરંતુ ભારતમાં જ્યારે અંગ્રેજોનું સામ્રાજ્ય સ્થપાયું, ત્યારે એક ત્રીજી જ પ્રક્રિયા અહીં ઊભી થઈ. આ ગુલામીકાળમાં અહીં જે મહાપુરુષો પેદા થયા, તેમણે ન દબાઈ જવાનું પસંદ કર્યું કે ન શસ્ત્ર લઈને લડવાનું. એમણે તો આત્મસંશોધન કરવાનું શરૂ કર્યું. એમણે વિચાર્યું કે જ્યારે આટલી મોટી સંસ્કૃતિવાળો આટલો વિશાળ દેશ પરાધીન થઈ ગયો, તો તેનાં કારણો વિશે ગંભીરતાથી વિચાર કરવો જોઈએ. આપણી અંદર જે દોષ હોય, ન્યૂનતા હોય, તેનું નિરીક્ષણ, પરીક્ષણ, સંશોધન અને નિરાકરણ કરવું જોઈએ. આ રીતે આપણે ત્યાં આત્મશુદ્ધિ શરૂ થઈ ગઈ. આપણા લોકો પરાધીનતાથી ન તો દીન-હીન બન્યા, ન ક્ષોભના માર્યા એમણે નાના-નાના બળવામાં પોતાની શક્તિ ખર્ચી નાખી. તેઓ તો આંતરિક સંશોધનમાં લાગી ગયા.

આના પહેલા પ્રવક્તા રાજા રામમોહન રાય બન્યા. એમણે કહ્યું કે, કેમ નિદ્રામાં પડ્યા છો ? આજે સમાજમાં કેટલી બધી બૂરાઈઓ પેસી ગઈ છે, ધર્મમાં કેટલી બધી જડતા પેસી ગઈ છે ! ઉપનિષદનો ધર્મ કેટલો ઉજ્જ્વળ હતો ! તેથી આજે ધર્મમાં સુધારા કરવા પડશે. સમાજમાં સુધારા કરવા પડશે. એમણે સતીની પ્રથા સામે અવાજ ઉઠાવ્યો. ભારતીય સંસ્કૃતિમાં તો સ્ત્રીને કેટલું બધું ઉચ્ચ સ્થાન અપાયું છે ! તેણે સ્ત્રીને માટે ‘મહિલા’ શબ્દ પ્રયોજ્યો. તેની બરાબરીનો શબ્દ બહારની કોઈ ભાષામાં મને નથી મળ્યો. મહિલા એટલે સ્ત્રી તો ખરી જ, પણ મહિલા એટલે મહાન અને ભારતીય સંસ્કૃતિએ માતૃશક્તિને મુખ્ય સ્થાન આપ્યું છે.

મહારાષ્ટ્રમાં ન્યાયમૂર્તિ રાનડે થઈ ગયા. એમણે કહ્યું કે આ દેશ પરાધીન થયો છે, તેની પાછળ વિધિનો સંકેત છે. ભારતને ધક્કો લાગે તેની જરૂર છે અને યુરોપની સંસ્કૃતિ આજે ધક્કો દઈ રહી છે તે સારું જ છે. જે જડતા આવી ગઈ છે, એ તેને લીધે ચાલી જશે. આ પરાધીનતાના અગ્નિથી ભારત તપશે અને શુદ્ધ થશે. પુરાણા ગુણો ઉજ્જ્વળ થઈને બહાર આવશે, દોષો ઓછા થશે, અને પશ્ચિમની સંસ્કૃતિના કેટલાક ગુણ પણ આપણામાં આવશે. બંને સંસ્કૃતિઓનો સંગમ થશે અને બંનેનાં સુફળ ભારતને મળશે. આવું રાનડે સમજાવતા. અને થયું પણ તેવું જ.

શ્રી અરવિંદ આખી પશ્ચિમની સંસ્કૃતિને પી ગયા. વિજ્ઞાન, સાહિત્ય, કાવ્ય, રાજનીતિ, અર્થશાસ્ત્ર, તત્ત્વજ્ઞાન બધાંમાં પ્રવીણ થઈ ગયા. પરંતુ એમણે શું કર્યું ? ‘ઉપનિષદો’નું અધ્યયન કર્યું, ‘વેદ’ ઉપર ભાષ્ય લખ્યું, ‘ગીતા’ પર ચિંતન કર્યું, અને

એક નવું યોગશાસ્ત્ર દુનિયાને દીધું. આ રીતે એમણે ભારતીય સંસ્કૃતિને વધુ ઉજ્જ્વળ બનાવી. બે સંસ્કૃતિઓના સંગમથી પરિપક્વ ફળ નિર્માણ થયું.

સર્વધર્મ-સમન્વય અને સર્વ ઉપાસનાઓના સમન્વયની જે એક નવી દૃષ્ટિ ભારતમાં આવી, તેનો ઉદ્‌ગમ રામકૃષ્ણ પરમહંસથી થયેલો ગણાશે. એમણે વિભિન્ન ધર્મોની ઉપાસનાઓનું અધ્યયન કર્યું તથા પોતાના જીવનમાં એ બધી ઉપાસનાનો સમન્વય કર્યો. આમ, રામકૃષ્ણે દુનિયાને સંદેશ આપ્યો કે દુનિયામાં જેટલાયે ધર્મો છે, તે બધા એક જ પરમેશ્વર તરફ લઈ જનારા જુદા જુદા માર્ગ છે. એટલે એમની વચ્ચે કોઈ વિરોધ નથી. કોઈક મુકામે જવું હોય, તો ત્યાં પહોંચવા માટે એક જ નહીં, અનેક રસ્તા હોય છે, એવી જ રીતે ભગવાન સુધી પહોંચવા માટે પણ અનેક રસ્તા છે. માટે અમારા ગુરુએ જે શીખવ્યું, એ જ એકમાત્ર સાચો રસ્તો છે અને બીજા બધા રસ્તા ખોટા છે, એવો આગ્રહ રાખવો સાવ ખોટો છે. આપણે બધા એક જ મુકામે પહોંચવા માટેના જુદા જુદા રસ્તાના યાત્રીઓ છીએ.

મહાત્મા ગાંધી દ્વારા પણ બે સંસ્કૃતિઓના સંગમનું મધુર ફળ નિર્માણ થયું. ગાંધીજી એક વિરલ મહાપુરુષ હતા. પુરાતન પરંપરાનું ફળ અને નૂતન પરંપરાનું બીજ આપણને એમનામાં મળ્યું. ભૂતકાળમાં મહાપુરુષોએ આપણને જે કાંઈ આપ્યું, તેનો સાર આપણે ગાંધીજીમાં પામ્યા અને ભવિષ્યમાં આવનારા મહાપુરુષોનાં બીજ પણ ગાંધીજીમાં પામ્યા. પાછલા પ્રયત્નોનું ફળ મળ્યું અને આગલી આશાઓનું બીજ મળ્યું.

ભારત ફરી જાગી ગયું, અને તેણે આટલું બધું પ્રદાન કર્યું. આ એક બહુ મોટી વાત છે. આ કાળમાં રાજા રામમોહન રાય, રામકૃષ્ણ પરમહંસ, વિવેકાનંદ, સ્વામી દયાનંદ, રમણ મહર્ષિ, શ્રી અરવિંદ, લોકમાન્ય તિલક, રવીન્દ્રનાથ ઠાકુર, મહાત્મા ગાંધી આદિ અસંખ્ય ઉચ્ચ કોટિના સ્વતંત્ર વિચારક ભારતમાં થયા. એમણે વિચારમાં સંશોધન કર્યું અને દુનિયાના વિચારોમાં વૃદ્ધિ કરવામાં પોતાનું યોગદાન આપ્યું. પરાધીન દેશ પાસે આવી અપેક્ષા બિલકુલ નથી રખાતી કે તેનામાં આવી સ્વતંત્ર બુદ્ધિ હોઈ શકે કે તે દુનિયાના સામૂહિક વિચારમાં આવી રીતે યોગદાન આપે, પરંતુ આપણે ત્યાં આવું થયું. આધુનિક જમાનામાં ભારતીય સંસ્કૃતિની દુનિયાને આ દેણ છે.

વિનોબા ભાવે

['ભારતીય સંસ્કૃતિ' પુસ્તક: 2003]

❀

પોતે આતંક અને મોતનો સામનો કરેલો હોય, પોતાની શક્તિના અંતિમ બિંદુને એકત્ર કરીને ખરચી નાખવાની ઘોર મથામણ કરી હોય, ત્યાર પછી પુરુષ જાણી શકે છે કે સ્ત્રીની ભુજાઓમાં મધુર વિશ્રામ પામવો એ શું છે.

❀

સંસ્કૃતિ... પ્રકૃતિ... વિકૃતિ

પ્રકૃતિ એટલે સહજ સ્વભાવ. સંસ્કૃતિ એટલે સહજ સ્વભાવથી ઉપર ઊઠવું. વિકૃતિ એટલે સહજ સ્વભાવથી નીચે પડવું.

માણસની એક પ્રકૃતિ હોય છે, એક સંસ્કૃતિ અને એક વિકૃતિ. ભૂખ લાગે છે અને ભૂખ લાગતાં માણસ ખાય છે, તે એની પ્રકૃતિ છે. ભૂખ ન લાગવા છતાં માણસ ખાય છે, તે એની વિકૃતિ છે. અને ભૂખ લાગવા છતાં આજે એકાદશી છે એટલા વાસ્તે ભગવત્-સ્મરણ માટે માણસ ખાતો નથી, તે એની સંસ્કૃતિ છે. આમ, ઉપવાસ કરવો એ સંસ્કૃતિ છે. આપણે મહેનત કરીને ખાઈએ છીએ, તે આપણી પ્રકૃતિ છે. આપણે જાતે મહેનત કરવાનું ટાળીએ, બીજાની મહેનત લૂંટીને ભોગ ભોગવતા રહીએ, તે આપણી વિકૃતિ છે. આ વસ્તુ ભલે મોટા ભાગના માણસોમાં દેખાતી હોય, ભલે ને આ પ્રકારની વિકૃતિ પ્રાચીન કાળથી આજ સુધી દેખાતી હોય, તેમ છતાં આ કદાપિ સંસ્કૃતિ હોઈ શકે નહીં. પરંતુ આપણા શ્રમથી પેદા થયેલી ચીજ પણ બીજાને આપ્યા વિના ભોગવવી નહીં, આપીને અને વહેંચીને જ ભોગવવી, એ માણસની સંસ્કૃતિ છે. માણસ સુખ અને આનંદ શોધે છે, એ ખરું; પરંતુ કયો આનંદ વિકૃત છે, કયો પ્રાકૃત છે અને કયો સંસ્કૃત છે, તેનો ખ્યાલ રાખવો પડે. જે સુખ સહુને આનંદ આપી શકે તેવું હોય એ જ ખરું સુખ છે.

કાગડો કાળો છે, તેને આપણે ખરાબ ન કહી શકીએ કેમ કે તે એની પ્રકૃતિ છે. બગલો સફેદ છે, પણ તેટલા માત્રથી આપણે તેને સારો ન કહી શકીએ કેમ કે તે એની પ્રકૃતિ છે. સિંહ હરણને ખાય છે, તેને આપણે ખરાબ ન કહી શકીએ કેમ કે તે એની પ્રકૃતિ છે. ગાય માંસ નથી ખાતી, પણ તેટલાથી કાંઈ તેને બહુ સારી કહીને તેનો મહિમા ન કરી શકાય કેમ કે તે એની પ્રકૃતિ છે. પ્રકૃતિથી ઉપર ઊઠીને આગળ વધવું, એ જ સંસ્કૃતિ છે.

ઘણી વાર આપણે વિકૃતિને પણ સંસ્કૃતિ માની લેવાની ભૂલ કરી બેસીએ છીએ. આજે પશ્ચિમના લોકો વિજ્ઞાનમાં ઘણા આગળ વધ્યા છે. એમની પાસેથી આપણે લેવા લાયક ઘણું છે. પરંતુ એમનામાં ઘણો વિકૃતિનોયે અંશ પડ્યો છે, તેને સંસ્કૃતિ માની લેવાની ભૂલ આપણે ન કરીએ.

આની સાથોસાથ એ પણ ધ્યાનમાં રાખીએ કે આપણે ત્યાંની પણ ભલે હોય, વિકૃતિ આપણને ન ખપે. આપણે ત્યાં પ્રાચીન કાળથી કોઈ એક ચીજ ચાલી આવતી હોય, પણ તે જો વિકૃતિ હોય તો તેનો સ્વીકાર હરગિજ ન કરવો જોઈએ. વિકૃતિ બીજાઓની હોય કે આપણી હોય, સદંતર વર્જ્ય છે. અને પ્રકૃતિને સ્વીકારવી, પણ તેને હરહંમેશ સંસ્કૃતિનું રૂપ આપતા રહેવું. ખાવાનું આપણે ન છોડી શકીએ, કારણ કે તે પ્રકૃતિ છે, પણ માંસાહાર છોડી શકીએ. તે જરૂર છોડીએ, કેમ કે તે સંસ્કૃતિની દિશાનું આગળનું પગલું છે. ખાવામાં સંયમ રાખી શકીએ તો જરૂર રાખીએ, કારણ કે તેમ કરવાથી સંસ્કૃતિની દિશામાં એટલા આગળ વધીશું.

આપણો દેશ ભારે સુજલ ને સુફળ છે. પણ આપણા કરતાંયે વધારે સુજલ-સુફળ દેશો દુનિયામાં મોજૂદ છે. એટલે આ કાંઈ આપણી વિશેષતા ન કહેવાય. હા, અહીં જે વિચાર-સંપદા આપણને મળી છે, તે અદ્વિતીય છે. આ હું કોઈ અભિમાનથી નથી કહેતો. જો હું કોઈ બીજા દેશમાં જન્મ્યો હોત, તોપણ નિષ્પક્ષપણે તટસ્થતાથી ભારત વિશે આવું જ કહેત કે ભારતનો વિચાર-વૈભવ ખરેખર અદ્વિતીય છે. અને તે એટલા વાસ્તે નહીં કે અહીં નાટક વગેરે સાહિત્ય પુષ્કળ રચાયું છે, અહીંનાં સ્થાપત્ય બેનમૂન છે. એ બધું તો છે, પણ તે મામૂલી ચીજો છે. પરંતુ બુનિયાદી ચીજ 'આધ્યાત્મિક વિચાર-સંપદા' છે.

ભારતમાં વૈદિક ઋષિઓથી લઈને આજ સુધી શબ્દોની એક અખંડ પરંપરા ચાલી આવી છે. હું દુનિયામાં બીજો કોઈ દેશ એવો નથી જોતો, જ્યાંની ભાષામાં દસ હજાર વરસોથી એના એ શબ્દ ચાલ્યા આવતા હોય. ભારતમાં શબ્દશક્તિનું જેટલા ઊંડાણથી ચિંતન થયું છે, તેટલું બીજે ક્યાંય નથી થયું. ભારતે પોતાના પુરાણા શબ્દોને તોડ્યા નથી, નવા જરૂર બનાવ્યા છે. સાથે જ જૂના શબ્દોમાં નવા અર્થ નાખીને તેમનો વિકાસ કર્યો છે.

'અગ્નિમીળે પુરોહિતમ્' – આ વૈદિક મંત્ર હજારો વર્ષથી ચાલ્યો આવ્યો છે. તેમાંના અગ્નિ, દેવ, ઋત્વિજ, પુરોહિત, યજ્ઞ, રત્ન વગેરે બધા શબ્દો આજની આપણી ભાષાઓમાંયે કાયમ છે. તેને લીધે ભાષાઓ બદલાઈ, અપભ્રંશ થઈ, છતાં અહીંની જ્ઞાન-પરંપરા ખંડિત નથી થઈ.

આપણી ભીતર કોઈક શાશ્વત, સ્નિગ્ધ, ચવડ, કઠોર અને જીવતરવાળી વસ્તુ છે, જે બદલાતી નથી. 'યૂનાનો મિસ્ર રૂમા સબ મિટ ગયે જહાં સે, કુછ બાત હૈ કિ હસ્તી મિટતી નહીં હમારી' – યૂનાન, રોમ, મિસ્ર બધા ભૂંસાઈ ગયા, પણ કાંઈક એવું છે કે આ દેશની હસ્તી હજીયે કાયમ છે.

પ્રકૃતિથી ઉપર ઊઠીને આ સંસ્કૃતિ સધાઈ છે. એવી ભારતીય સંસ્કૃતિને આપણે જાળવવાની છે અને આગળ વધારવાની છે.

વિનોબા ભાવે

['ભારતીય સંસ્કૃતિ' પુસ્તક: 2003]

❀

સમજા નહીં

જિંદગી કા સફર, હૈ યે કૈસા સફર,
કોઈ સમજા નહીં, કોઈ જાના નહીં;
હૈ યે કૈસી ડગર, ચલતે હૈં સબ મગર,
કોઈ સમજા નહીં, કોઈ જાના નહીં.

ઇન્દીવર

['સફર' ફિલ્મ]

રવીન્દ્ર-જીવન

1861 : મે 8 (તા. 7ની મધરાત પછી અઢી વાગ્યે) કલકત્તામાં જન્મ. પિતા મહર્ષિ દેવેન્દ્રનાથ, માતા શારદા દેવીનું 14મું સંતાન.

1867 : અભ્યાસ શરૂ.

1868 : 7 વર્ષની વયે જોડકણાં બનાવતા થયા.

1873 : નાટક ‘પૃથ્વીરાજ પરાજય’; પિતા સાથે ઉત્તર ભારતનો પ્રવાસ.

1874 : ‘તત્ત્વબોધિની’ પત્રિકામાં પ્રથમ કવિતા પ્રકાશિત ‘એક વિદ્યાર્થી’ને નામે. શાળા છોડી દીધી, ખાનગી શિક્ષકો દ્વારા વિદ્યાભ્યાસ.

1875 : માતાનું અવસાન. ‘મેકબેથ’નું બંગાળી ભાષાંતર. ‘ભાનુસિંહ’ને નામે વૈષ્ણવ પદાવલિ જેવાં પદો રચ્યાં.

1877 : પોતાના નાટકમાં અભિનય. નિબંધો, સાહિત્યિક વિવેચનલેખો. મોટા ભાઈ સત્યેન્દ્રનાથ (અમદાવાદમાં જિલ્લા ન્યાયાધીશ) પાસે અંગ્રેજી સાહિત્ય ભણવા રહ્યા.

1878 : મોટા ભાઈ સાથે ઇંગ્લંડ; ત્યાં શાળામાં અભ્યાસ; પછી કૉલેજમાં. નાટકો, કાવ્યો, પત્રધારાનું લેખન.

1880 : ભારત પાછા. નાટકોનું લેખન તથા અભિનય. નિબંધો ને લેખો.

1882 : ખ્યાતિનો આરંભ (બંકિમચંદ્ર અને રોમેશચંદ્ર દત્ત દ્વારા પ્રશંસા), વિખ્યાત કાવ્ય ‘નિર્ઝરેર સ્વપ્નભંગ’.

1883 : મૃણાલિનીદેવી સાથે લગ્ન.

1884 : માતાસમી મોટી ભાભીનું અવસાન. યુરોપી કવિઓની કવિતાના અનુવાદો.

1885 : નવલકથા ‘રાજર્ષિ’.

1886 : કૉંગ્રેસની બીજી બેઠક (કલકત્તા) માટે ગીત.

1890 : ઇટલી-ફ્રાન્સ થઈને ઇંગ્લંડનો 10 અઠવાડિયાંનો પ્રવાસ. પાછા આવી કુટુંબની છએક સ્થળોની જાગીરનો કારભાર પ્રથમ વાર હાથ લીધો; કુશળ સંચાલન. કૉંગ્રેસની છઠ્ઠી બેઠક (કલકત્તા)માં ‘વંદેમાતરમ્’ ગાયું. ભત્રીજા સુધીન્દ્રનાથ સાથે મળી આરંભેલા ‘સાધના’ માસિકમાં અરધાંથી વધુ લખાણો. યુરોપયાત્રાની ડાયરી શરૂ.

1892 : ‘ચિત્રાંગદા’ (કાવ્ય-નાટક). જાગીરદારી અંગે ઉત્તર બંગાળ-ઓરિસ્સાના આંટાફેરા.

1893 : 362 ગીતોનો સંગ્રહ પ્રગટ.

1894 : ટૂંકી વાર્તાનો સંગ્રહ. શિક્ષણમાં વિશેષ રસ. ‘કાબુલીવાલા’ વાર્તા. બંગીય સાહિત્ય પરિષદના સ્થાપક ઉપપ્રમુખ.

1895 : ‘સ્વદેશી વસ્તુભંડાર’ની સ્થાપના.

1896: કૉંગ્રેસની 12 મી બેઠક (કલકત્તા) માટે 'અયી ભુવન મનમોહિની'નું ગીત.

1898-99: 'ભારતી' સાપ્તાહિકનું સંપાદન.

1900: 'ચિરકુમાર સભા' (કટાક્ષ-નાટક).

1901: સર્વપ્રથમ બંગાળી માનસ-વિશ્લેષણીય નવલકથા 'ચોખેર બાલી'નું સર્જન. ટાગોર કુટુંબની જાગીરદારીની વ્યવસ્થા છોડી દઈ, 1901માં શાંતિનિકેતન (પિતા મહર્ષિ દેવેન્દ્રનાથે સ્થાપેલ) ગયા; ત્યાં 'બોલપુર બ્રહ્મચર્યાશ્રમ' – પ્રાચીન ભારતીય પદ્ધતિની શિક્ષણપ્રથાનો આરંભ, દેશી-વિદેશી અધ્યાપકોવાળી સંસ્થાની સ્થાપના. આર્થિક સંકડામણ – અગાઉ ભાગીદારીમાં શણનો વેપાર કરેલો તેની મોટી ખોટ, અને આ નવી સંસ્થાનું ખર્ચ વગેરેને લીધે – પોતાની લાઇબ્રેરી વેચી નાખી; પત્નીએ પોતાનાં ઘરેણાં વેચીને સાથ આપ્યો.

1902: પત્નીનું અવસાન.

1903: પુત્રી રેણુકાનું અવસાન. 'નૌકાડૂબી' (નવલકથા).

1904: કવિતાના 9 ગ્રંથોનું પ્રકાશન. 'સ્વદેશી સમાજ' ઉપરના વિખ્યાત નિબંધનું જાહેર સભામાં વાચન અને ભારતીય સમાજના પુનર્ગઠન અંગેનો વિગતવાર કાર્યક્રમ. શાળાના અભ્યાસનાં પુસ્તકોનું લેખન.

1905: પિતાનું અવસાન. નવા સ્વદેશી આંદોલનના મુખપત્ર 'ભાંડાર'નું સંપાદન. બંગાળના ભાગલાની કર્ઝન-નીતિ સામે રાષ્ટ્રવ્યાપી 'સ્વદેશી આંદોલન'માં મુખ્ય હિસ્સો.

1906: બંગીય સાહિત્ય સંમેલનના પ્રમુખપદે; રાજકારણી ઝઘડા અને સંકુચિતતાથી ત્રાસીને તેમાંથી નિવૃત્ત.

1908: 'ગોરા' નવલકથાનો આરંભ. 'પ્રાયશ્ચિત્ત' નાટકમાં સત્યાગ્રહનું તત્ત્વજ્ઞાન. 'ગીતાંજલિ'નાં ગીતોનું સર્જન.

1911: 50મી વર્ષગાંઠનો ઉત્સવ. 'જીવન-સ્મૃતિ'નું પ્રકાશન. 'અચલાયતન' નાટક – જડ રૂઢિચુસ્તતા સામે પ્રહાર, તેથી બંગાળભરમાં ઊહાપોહ. 'ડાકઘર' નાટક. 'જનગણમન અધિનાયક' કૉંગ્રેસની 26મી બેઠક (કલકત્તા) માટે લખ્યું.

1912: યુરોપની ત્રીજી યાત્રા: પોતાનાં બંગાળી ગીતો-કાવ્યોનો જાતે અંગ્રેજી અનુવાદ કર્યો. ઇંગ્લંડમાં વિખ્યાત કલાકાર વિલિયમ રોધેનસ્ટાઇન દ્વારા કવિના અંગ્રેજી અનુવાદો કવિ યિટ્સ વગેરેને પહોંચ્યા; અંગ્રેજ કવિઓ સમક્ષ એ કાવ્યોનું વાચન યિટ્સે કર્યું. દીનબંધુ એન્ડ્રુઝ સાથે પ્રથમ મુલાકાત. કવિનાં 'રાજા', 'ડાકઘર' નાટકોના અંગ્રેજી અનુવાદો થયા. અમેરિકાની પ્રથમ યાત્રા. દરમિયાન ઇન્ડિયન સોસાયટી ઑફ લંડન તરફથી 'ગીતાંજલિ'નું અંગ્રેજી ભાષાંતર પ્રગટ: જબ્બર આવકાર. અમેરિકા પ્રવાસ દરમિયાન ભારતીય સંસ્કૃતિ ઉપર વ્યાખ્યાનો.

1913: અમેરિકાની હાર્વર્ડ યુનિવર્સિટીમાં 'સાધના'નાં વ્યાખ્યાનો; અંગ્રેજીમાં 'ચિત્રાંગદા' તથા 'ચિત્રા' પ્રગટ. નોબેલ પારિતોષિક કવિને એનાયત.

1914: પ્રથમ વિશ્વયુદ્ધ; કવિનું 'મા મા હિંસી' (દ્વેષ ન કરીશ)નું યાદગાર વ્યાખ્યાન. 46 દિવસમાં 108 ગીતો લખ્યાં – 'ગીતાલિ', જાતે તેના સૂર શીખવ્યા.

1915: ગાંધીજી સાથે પ્રથમ મુલાકાત (માર્ચ 6); ગાંધીજીની પ્રેરણાથી જાતે રાંધવું, જાતે સફાઈ કરવી-ના પ્રયોગો શાંતિનિકેતનમાં. 'ઘરે બાહિરે' નવલકથાનો આરંભ (પૂરી 1916). 'સર'નો ખિતાબ. સંગૃહિત કાવ્ય-ગીતો 10 ગ્રંથમાં.

1916: જાપાન-પ્રવાસ (એન્ડ્રુઝ, પીઅરસન સાથે); જાપાનની ચીન-વિરોધી શાહીવાદી નીતિની ટીકા; જાપાની અધિકારી મંડળમાં અસંતોષ-રોષ. બ્રિટિશ વસાહતોમાં ભારતીયો પ્રત્યેના અસમાન વર્તનના કારણે કેનેડાના આમંત્રણનો અસ્વીકાર. અમેરિકા-પ્રવાસ: 'રાષ્ટ્રવાદ' ઉપર વ્યાખ્યાનો.

1919: જલિયાંવાલાના અત્યાચારોની માહિતી મળતાં જ વાઇસરોયને પત્ર લખી 'સર'નો ખિતાબ પાછો વાળ્યો. 'લિપિકા'નું લેખન. 'શાંતિનિકેતન પત્રિકા'નો આરંભ, સંપાદન. 'વિદ્યાભવન'ની સ્થાપના – પ્રાચીન ભારતીય તથા તિબેટી અને ચીની સાહિત્યના અભ્યાસનું કેન્દ્ર. નૃત્ય કેન્દ્રની સ્થાપના.

1921: અમેરિકન યુનિવર્સિટીઓ અને સંસ્કાર-સંસ્થાઓમાં વ્યાખ્યાનો; પરંતુ 'વિશ્વભારતી' માટે ફંડ ભેગું કરવામાં સફળતા ન મળી (કવિ બ્રિટન-વિરોધી અને જર્મનતરફી છે, એવી લાગણી ફેલાયેલી હોઈ). વિશ્વભારતીનું ઉદ્‌ઘાટન; શાંતિનિકેતનની તમામ મિલકત તથા નોબેલ પારિતોષિકની રકમ અને પુસ્તકોની રોયલ્ટી કવિએ 'વિશ્વભારતી ટ્રસ્ટ'ને સુપ્રત કર્યાં.

1922: ગ્રામનવનિર્માણ માટે શ્રીનિકેતનની સ્થાપના. 'શિશુ ભોલાનાથ'નાં કાવ્યોનું સર્જન.

1923: 'વિશ્વભારતી' ત્રૈમાસિકનો આરંભ.

1924: ચીનનો પ્રવાસ. જાપાનનો પ્રવાસ; પ્રજા તરીકે પ્રેમ, છતાં તેના વિકૃત વિકાસની ટીકા. દક્ષિણ અમેરિકાનો પ્રવાસ.

1927: અમદાવાદમાં સાહિત્ય પરિષદ તરફથી સન્માન. મલાયા, જાવા, બાલી, સીઆમ (થાઇલૅન્ડ)નો પ્રવાસ – 'બૃહત્ ભારત'ની યાત્રા.

1929: કેનેડા, જાપાન, ચીનનો પ્રવાસ.

1930: 11મી વિદેશયાત્રાએ: પારિસમાં પોતાનાં 125 ચિત્રોનું પ્રદર્શન. રશિયાનો પ્રવાસ; રશિયાની સિદ્ધિઓથી અત્યંત પ્રભાવિત.

1931: કવિની 70મી જયંતી; 'ગોલ્ડન બુક ઑફ ટાગોર'નું પ્રકાશન.

1932: બિહારમાં ધરતીકંપથી વિનાશ; તે સમયે, અસ્પૃશ્યતાના પાપે ધરતીકંપ થયો છે, એ પ્રકારના ગાંધીજીના નિવેદનનો વિરોધ.

1936: શાંતિનિકેતનના નિભાવ માટે કવિનો પ્રવાસ; ગાંધીજીની પ્રેરણાથી તેમના એક અનુયાયી તરફથી રૂ. 60,000ની ભેટ.

1940: ઓક્સફર્ડ યુનિવર્સિટી તરફથી શાંતિનિકેતનમાં ખાસ પદવીદાન સમારંભ – કવિને પદવી આપવા સારુ. 'બાળપણ' (આત્મકથા).

1941 : 80મી જન્મતિથિ પ્રસંગે 'સંસ્કૃતિની કટોકટી'નું વ્યાખ્યાન. 7મી ઑગસ્ટે રાતના અંતિમ શ્વાસ – કલકત્તાના બાપીકા ઘરમાં, જ્યાં 80 વર્ષ અને 3 માસ અગાઉ જન્મ લીધો હતો તે જ ઘરમાં, કવિએ દેહ ત્યજ્યો.

['વિશ્વમાનવ' બેમાસિક : 1961]

❀

ગાંધીનિર્વાણ દિને

જે કાળ શા પ્હોળાઈને પથરાયલા પોતે હતા !
તે સમેટાઈ હવે 'ક્ષણ' ! બે મિનિટનું મૌન !

જે કાળ કેરો સાંઢ શૃંગેથી ગ્રહી હાંકી ગયા,
તે આટલે વર્ષે હવે ખુદ બે મિનિટનું મૌન !

એ કેટલી મોટી હતી ઘટના ઘટી ઇતિહાસમાં,
એ સ્વયં ઇતિહાસ-પાને બે મિનિટનું મૌન !

એ પ્હાડના જેવું ઊંચું, અંજાણ્યું પ્હોળું પ્રાણી કો,
તે સોયના નાંકેથી સરકે ! બે મિનિટનું મૌન !

કાળમાં ભરતી ચઢી કેવી હતી, ત્યારે અહો !
તે ઓટમાં ઓટાઈ થૈ લ્યો, બે મિનિટનું મૌન !

તે ત્રીસમી આજે હતી, અગ્યાર વાગ્યાનો સમય
ક્યારે ગયો વીતી, ન યાદે, બે મિનિટનું મૌન !

તે પછી તો કાળમોજાં કેટલાં ઉપરા'પરી
બે મિનિટ ગુજર્યાં ઉપર લ્યો, બે મિનિટનું મૌન !

'ઉશનસ્'

['છેલ્લો વળાંક' પુસ્તક : 2005]

❀

પ્રગતિશીલ કવિતા

સર્વ સાચી કવિતા પ્રગતિશીલ છે, કેમકે પ્રગતિશીલ અને સંસ્કારી જીવનને આવશ્યક માનસિક પરિસ્થિતિ તે સર્જે છે. પરંતુ વિશિષ્ટ રીતે આપણે એવી કવિતાને 'પ્રગતિશીલ' કહી શકીએ, જે વ્યક્તિ અને સમાજને, પરિસ્થિતિની ઊણપો ને મલિનતાઓ તરફ આંખ મીંચ્યા વિના, ઊર્ધ્વતાનો નિર્દેશ કરે અને તે સારુ પ્રેરે. શ્રી ઉશનસ્‌ની કવિતા આ વિશિષ્ટ અર્થમાં 'પ્રગતિશીલ' છે.

વિષ્ણુપ્રસાદ ત્રિવેદી

❀

ઘરે-બાહિરે

રવીન્દ્રનાથ ટાગોર દેશને ક્વચિત જ સાંપડે એવા યુગપુરુષ હતા. તત્કાલીન સાહિત્યકારોમાં ચિરકાલીન સાહિત્ય સૌથી વિપુલ પ્રમાણમાં તેમણે સર્જ્યું છે. ટાગોર એવા દેશભક્ત હતા કે જેમણે વિશ્વમાનવ બનવાનું સ્વપ્ન જોયું હતું. તેઓ પરદેશમાં ભારતના પ્રથમ સાંસ્કૃતિક પ્રતિનિધિ હતા અને વિશ્વનાગરિક હતા.

અનેક સ્વજનોથી ભર્યાભર્યા વિશાળ પરિવારમાં રવીન્દ્રનાથે તેમનું બાળપણ વિતાવ્યું હતું. એ સમયે પરિવારની સ્ત્રીઓના જીવનની તેમના પર ઘેરી અસર પડી હતી. જમીનદારોની વિશાળ હવેલીના અંતઃપુરમાં જીવન વિતાવી નાખતી સ્ત્રીઓને ધીમે ધીમે બુઝાતા દીપક જેવી તેમણે જોઈ હતી, અને એમના આંતરમનના કોઈ ખૂણામાં એ દીપકની વિલીન થયેલી જ્યોતિ સચવાઈ રહી હતી. એમની કથાઓની નાયિકાઓમાં વાસ્તવજગતની એ સ્ત્રીઓ પ્રગટી હતી.

ટાગોરે તેમની નવલકથા 'ઘરે-બાહિરે'માં લગ્નજીવનમાં પતિપત્નીના સંબંધો, નારીસ્વાતંત્ર્ય અને રાષ્ટ્રીય ચળવળ વિશેના તેમના વિચારો ગૂંથ્યા છે.

આખી કથા મુખ્ય પાત્રોને મોંએથી કહેવડાવી છે. પ્રથમ પ્રકરણ 'વિમલાની આત્મકથા'થી કથાનો ઉઘાડ થાય છે. વિમલા પોતાની વાત માંડે છે :

રાજા (જમીનદાર)ને ઘેર વિમલાનાં લગ્ન થાય છે. સસરાના કુટુંબમાં જૂના રીતરિવાજો ચાલ્યા આવતા હતા. પણ પતિ નિખિલેશ આધુનિક વિચારના છે. એ વંશમાં તેઓ પહેલા જ એમ૰ એ૰ થયા હતા. મોટા ભાઈઓ દારૂમાં ડૂબી મૃત્યુ પામ્યા હતા. વિધવા ભાભીઓ નિઃસંતાન હતી. વિમલાના પતિ ન દારૂ પીતા, ન બીજા જમીનદારોની જેમ સંગીતની મહેફિલમાં જતા. સૌ ખૂબ જ આશ્ચર્ય પામતા. નિખિલેશે મિસ ગિલ્બીને વિમલાનાં સાથી અને શિક્ષિકા તરીકે રાખ્યાં હતાં.

નિખિલેશના ભોગપરાયણ જમીનદાર કુટુંબમાં સ્ત્રીઓનાં આંસુ દારૂની પ્યાલીમાં ડૂબ્યાં છે. નિખિલેશની વિમલાને પડદા બહાર કાઢવાની તીવ્ર ઇચ્છા હતી. પણ તે પૂછતી : "મારે બહારની દુનિયાનું શું કામ ?"

નિખિલેશ જવાબ વાળતો : "બહારની દુનિયાને તારું કામ હોય તો ? આ ઘરમાં ગોંધાઈ રહેવા માટે તું કે હું જન્મ્યાં નથી."

ત્યાં આંધીની જેમ બંધનોને તોડતો સ્વદેશીનો યુગ બંગાળમાં ધસી આવે છે. વિમલાની આત્મકથામાં આ તબક્કે એક મહત્ત્વના પાત્રનો પ્રવેશ થાય છે, એ છે સંદીપ. સંદીપબાબુ જાતજાતનાં દેશહિતનાં કાર્યોને બહાને પતિના રૂપિયા પડાવી લેતા તેથી વિમલાને ખૂબ ચીડ ચડતી. તેના ઢગલાબંધ ખર્ચાઓ પણ પતિના માથે. નિખિલેશ પણ એક હરફ બોલ્યા વિના સામેથી બધા ખરચા પૂરા પાડતો. નવાઈની વાત એ હતી કે બંનેના વિચારોમાં કંઈ મેળ નહોતો.

દેશમાં જે આંધી ઊઠી તેના વાયરાની લહેરખી વિમલાનેય સ્પર્શી ગઈ. અત્યાર

સુધી જે વિલાયતી કર્પડાં એ હોંશથી વાપરતી તે બાળવા તત્પર થઈ. નિખિલેશ સાથે બહુ વાદવિવાદ થયો. પતિ સમજાવે છે કે તારી શક્તિ રચનાત્મક કાર્યમાં ખરચ, ભાંગફોડિયાં કામોમાં નહીં. વિમલાને વળી મિસ ગિલ્બીને રજા આપી દેવાનું ભૂત વળગ્યું. નિખિલેશ થોડો હતાશ થઈ જાય છે: "મિસ ગિલ્બી માત્ર અંગ્રેજ છે તેથી જ તું તેને રજા આપતી હોય તો એ ઠીક નથી. નામની વાડ તું મિટાવી શકતી નથી?"

સ્વદેશીની પ્રવૃત્તિ જોડે પતિને સંબંધ નહોતો તેમ તે તેની વિરુદ્ધ પણ ન હતા, તે વિમલા જાણતી હતી. તે હંમેશાં કહેતા: "દેશની સેવા કરવા હું તૈયાર છું. પણ વંદન તો હું એ સત્યને જ કરીશ, જે દેશ કરતાં ખૂબ ઊંચે આસને વિરાજે છે. દેશને જો હું દેવ માનીને વંદન કરું તો દેશનું સત્યાનાશ વાળ્યું કહેવાય."

આ અરસામાં સંદીપબાબુ પોતાની મંડળી સાથે સ્વદેશીનો પ્રચાર કરવા નિખિલેશને ત્યાં આવે છે. શરૂઆતમાં તો વિમલાને લાગે છે કે એ સ્વદેશીને નામે નિખિલેશને ઠગે છે. પણ પોતાના નાટ્યમંદિરમાં, ચકની પાછલ રહીને વિમલા સંદીપની આગઝરતી વાણીમાં ભાષણ સાંભળે છે અને મંત્રમુગ્ધ બની ક્યારે ચક ખસેડી નાખે છે તેનુંય ભાન તેને રહેતું નથી. 'ઘર'માં રહેતી સ્ત્રીનું આ હતું 'બહાર'ના જીવનમાં પ્રથમ વારનું ઝાંખવું. સંદીપે પણ વિમલાને જોઈ અને પછી તેના ભાષણમાં ઓર જુસ્સો પ્રગટ્યો.

વિમલા પતિને કહી સંદીપને ઘરે જમવા તેડવાનો આગ્રહ કરે છે. આજ સુધી આમ કોઈ બીજા પુરુષને સામે બેસાડી વિમલાએ કદી જમાડ્યા નથી, તેથી નિખિલેશ રાજી થાય છે. સંદીપ જમવા આવે છે અને તેની ચાતુરીભરી, થોડી ઉદ્દંડ વાણીથી વિમલા પર ઊંડો પ્રભાવ પાડે છે.

સંદીપબાબુ હવે એ હવેલીમાં જ નિવાસ કરે છે અને અવારનવાર સંદીપ અને નિખિલ વચ્ચે રાષ્ટ્રપ્રેમ વિશે ઉગ્ર ચર્ચાઓ થાય છે. બંનેના મત ભિન્ન છે. વિમલાનો સંકોચ રેશમી વસ્ત્ર પેઠે ધીમે ધીમે ક્યારે સરકી ગયો તેની સરત પણ તેને ન રહી અને એ પણ ચર્ચાઓમાં ભાગ લેવા લાગી.

નિખિલેશની દલીલ આવી રહેતી: "દેશથી પણ ઉચ્ચ સ્થાને ધર્મ રહેલો છે એમ જેઓ માનતા નથી તેઓ દેશને પણ માનતા નથી."

સામે પક્ષે વિમલા અને સંદીપની દલીલ આ રહેતી: "હું દેશને માટે લોભ કરીશ. મને કંઈક લેવાનું મન થાય છે તે હું ખૂંચવીને લઈ લઈશ. હું દેશને માટે ક્રોધ કરીશ, અપમાનનો બદલો લઈશ, મારીશ, એ લોકોને કાપી નાખીશ."

નિખિલેશ દૃઢપણે માને છે કે કોઈ પણ ઉત્તેજનાનો દારૂ પીને ઉન્મત્તની માફક દેશસેવામાં મચી ન પડવું. તેના આ વિચારોને વિમલા નબળાઈ ગણે છે. લોકો પણ એમ માને છે કે નિખિલેશને અંગ્રેજો પાસેથી ઇલકાબ જોઈએ છે, નક્કી તે પોલીસથી ડરી રહ્યો છે.

સંદીપ વિમલાને કહે છે: "ચારે કોર સ્વદેશીનો પ્રચાર કરતો ફરતો હતો, પણ હવે એમ લાગે છે કે એક જ કેન્દ્રમાંથી કામ કરવું વધુ સારું. મને પ્રેરણા મળે એવું શક્તિનું ઝરણું આજ સુધી ક્યાંયથી મળ્યું નહોતું. પણ આજથી તમે જ મારે મન દેશની વાણી છો. આવો અગ્નિ તો મેં પુરુષમાંય જોયો નથી. તમે અમારા મધપૂડાનાં રાણી છો. અમે તમને વચ્ચે રાખીને હવેથી કામ કરીશું." વિમલા લજ્જા અને ગૌરવ બંને અનુભવી રહી.

વિમલા અને સંદીપ એકમેક પ્રત્યે આકર્ષણ અનુભવે છે એ સૌના ધ્યાનમાં આવે એમ છે. વિમલા એ દિવસોમાં અજાણતાં જ ખૂબ ટાપટીપ કરે છે, અને સંદીપ તો નિખિલના દેખતા જ વિમલાને મધુરાણી કહીને સંબોધે છે, પોતાને સતત પ્રેરણા આપવાનો અનુરોધ કરે છે.

વિમલા આજ સુધી હતી ગામની એક નાની શી નદી. અચાનક એક દિન સમુદ્રમાંથી જુવાળ આવ્યો, એનું હૈયું ઝોલે ચડ્યું, કાંઠા છલકાઈ ગયા. અને એને થયું આજે વિધાતાએ મને નવેસરથી સરજી છે કે શું ? અચાનક તે સુંદર બની ગઈ. અચાનક તેનામાં જાણે કે દિવ્યશક્તિનો સંચાર થયો. સંદીપબાબુ દેશ સંબંધી નાની નાની વાતમાં પણ એની સલાહ લેતા.

આ બધી મસલતોમાં નિખિલેશને ક્યાંય સ્થાન નહોતું. જાણે એક નાના બાળકમાં વિવેકબુદ્ધિ ન હોય એમ સંદીપબાબુ નિખિલેશને કોઈ જવાબદારીવાળા કામમાં સંડોવતા નહીં.

એક દિવસ દરવાન સંદીપને અંતઃપુરમાં જતાં રોકે છે અને અત્યંત ક્રોધમાં આવી સંદીપ તેને મારી બેસે છે. સંદીપ વિમલાને ફરિયાદ કરે છે. વિમલા રીસથી નિખિલ પાસે હઠ લઈ બેસે છે કે દરવાનને રજા આપી દો. નિખિલ દરવાનને બોલાવી કારણ પૂછે છે ત્યારે દરવાન કહે છે કે મોટાં અને વચેટ રાણીમાએ જ એવી સૂચના આપી હતી. પણ વિમલાએ તો હઠ પકડી કે એને કાઢો જ.

નિખિલેશ ચૂપચાપ ઊઠીને ચાલ્યો જાય છે, પણ બીજા દિવસે દરવાન દેખાયો નહીં. નિખિલે તેને બીજે કશે કામ પર મોકલી આપ્યો છે. આખી વાતનું પરિણામ એ આવે છે કે વિમલા રોજ સંદીપને દીવાનખાનામાં તેડાવી હિંમતથી વાત કરવા લાગે છે. જેમ જેમ આકર્ષણ અને પરિચય વધતાં જાય છે તેમ અદશ્ય હવાની લહરી દ્વારા સંસ્કારના પડદા એક પછી એક ઊડતા જાય છે. આખરે પ્રકૃતિનું નગ્ન સ્વરૂપ એકદમ ખુલ્લું થઈ જાય છે.

સંદીપ પ્રત્યેનું તેનું ખેંચાણ વિમલા ધીમે ધીમે હવે સભાનપણે અનુભવી રહી છે. તેની વાતચીતનો સૂર સ્પર્શ બનીને એને અડી જાય છે, તેની આંખની દૃષ્ટિ જાણે ભિક્ષા બની તેને પગે પડે છે. આ દુર્દાન્ત ઇચ્છાની પ્રલયમૂર્તિ તેના મનને દિનરાત ખેંચતી રહે છે.

એક દિવસ સંદીપબાબુની ચિઠ્ઠી આવી પડે છે: તમારું કામ છે. દેશ માટે. સઘળું છોડીને વ્યાકુળ બનીને વિમલા બહાર દીવાનખાનામાં દોડી આવે છે. જુએ છે તો સંદીપ અને નિખિલ ઊંડી ચર્ચામાં પડેલા છે. વિમલાના મનની સ્થિતિ ભારે વિચિત્ર છે. સંદીપ ફરી તેની વાક્ચાતુરી વડે પ્રશંસાનો જાદુ વિમલા પર ચલાવે છે.

સ્વદેશીની ચળવળ થોડી વેગવંત બની કે સૌની નજરમાં એક વાત આવવા લાગી. નિખિલેશની જમીનદારીમાંથી હજી વિલાયતી મીઠાનો, વિલાયતી ખાંડનો અને વિલાયતી કાપડનો બહિષ્કાર થયો નથી. જમીનદારીમાં કામ કરતા કારકુનો પણ એ વિશે શરમાવા લાગ્યા હતા. આમ છતાં થોડા સમય પહેલાં નિખિલે અહીં સ્વદેશી માલ આણ્યો હતો ત્યારે નાનામોટા સહુ એ બાબતે મનમાં હસવા લાગ્યા હતા. દેશી માલની પાછળ જ્યારે આપણા અભિમાનનું જોર નહોતું ત્યારે આપણે તનમનથી તેની અવગણના કરતા હતા. નિખિલ તો હજી પણ દેશી પેનસિલ દેશી ચપ્પુ વડે છોલે છે, પિત્તળના લોટાથી પાણી પીએ છે. તેની જીવનશૈલી જ આવી આવી વાતો વડે ઘડાઈ હતી. પણ તેના એવા ભભકહીણા સ્વદેશીવ્રતમાં કોને રસ પડે ભલા ?

શુકસાયરનો હાટ બહુ મોટો હાટ ગણાતો હતો. ચોમાસા પછી જ હાટ જામે. તે વખતે સૂતર અને આવતા શિયાળાને માટે ગરમ કાપડ ખૂબ વેચાવા આવે. તે અરસામાં દેશી કાપડ અને દેશી ખાંડમીઠાના પ્રચારને અંગે બંગાળમાં હાટેહાટમાં ભારે ધમાલ મચી રહી હતી. સંદીપે તરત વિમલાને કહ્યું, “આટલો મોટો હાટ આપણા હાથમાં છે, એને પૂરો સ્વદેશી બનાવી દેવો જોઈએ. નિખિલ સાથે બહુ ટપાટપી થઈ પણ એ માનતો જ નથી.”

ગર્વથી વિમલાએ કહ્યું, “વારુ, હું જોઈ લઈશ.” એ ખૂબ સુંદર રીતે તૈયાર થઈને નિખિલ પર પોતાના પ્રેમની મોહિની અને શક્તિનો જાદુ ચલાવવા તેની પ્રતીક્ષા કરવા લાગી.

આ તરફ નિખિલ કોઈ બીજી જ વાતમાં ગૂંથાયો છે. પંચુની સ્ત્રી ક્ષયરોગથી પીડાઈને મૃત્યુ પામી, પ્રાયશ્ચિત્તનો ખર્ચ સાડા તેવીસ રૂપિયા આવીને ઊભો. એક તો બિચારો ગરીબીને લીધે સદાનો ઉપવાસી. તેમાં સ્ત્રીનાં દવાદારૂ અને અંત્યેષ્ટિને લીધે ખર્ચ થયો. આખરે એક દહાડો ચાર છોકરાં પડતાં મેલી વૈરાગી થઈને ચાલી નીકળ્યો. માસ્ટર ચંદ્રનાથબાબુ તેમને ઉછેરવા લાગ્યા. વૈરાગ્યનો નશો ઊતર્યો કે પંચુ પાછો આવ્યો. ફરી ધંધો શરૂ કરી આપવા માસ્ટરબાબુએ ખાતું પાડી પૈસા આપ્યા તેમાંથી પંચુ ધોતિયાં, સાડી અને થોડું ગરમ કાપડ ખરીદી લાવી ખેડૂતોને ઘેર ઘેર ફરી વેચવા લાગ્યો. થોડા વખતમાં તો માસ્ટરબાબુના થોડા પૈસાય એણે ચૂકવ્યા.

ત્યાં સ્વદેશીનો જુવાળ ખૂબ પ્રબળ થઈ ગયો. ગામના ને આસપાસના છોકરાઓ કલકત્તા ભણતા હતા તેઓ રજામાં ઘેર આવ્યા અને સંદીપને નાયક બનાવી સ્વદેશીની ચળવળમાં ગાંડાની જેમ મંડી પડ્યા. નિખિલના જ પૈસાથી ભણેલા આ છોકરાઓ

નિખિલને કહેવા લાગ્યા: "આપણા શુકસાયરના હાટમાંથી વિલાયતી સૂતર, કાપડ વગેરે બિલકુલ બંધ કરી દેવું જોઈએ."

ખૂબ ગરમાગરમીભરી ચર્ચા થઈ. નિખિલનું કહેવું હતું કે આમ કરવાથી મને નહીં પણ ગરીબોને ખૂબ નુકસાન થશે. આજ સુધી તમે એ લોકો માટે શું કર્યું છે કે આજે એકાએક એ લોકોએ શું ખાવુંપીવું, પહેરવું એવી જબરદસ્તી કરો છો?

સામે પક્ષે એ ટોળાએ કહ્યું, અમે પણ દેશી મીઠું, ખાંડ ને કપડાં વાપરવાં શરૂ કર્યાં છે.

નિખિલની દલીલ હતી કે, તમારી પાસે બે પૈસા છે ને તમે આનંદથી એમ કરો છો; પણ આ બિચારા લોકો તો જીવનમરણની ખેંચતાણમાં હોય છે, એમને બે પૈસાની કેટલી કિંમત છે તે તમને નહીં સમજાય. આજે તમારા જેવું જીવન ગુજારવાનો બોજો તેમના પર શી રીતે લદાય? તમે જો આ ગરીબોની સ્વતંત્રતા રોળી દેશની સ્વતંત્રતાનો ધ્વજ ફરકાવવા માગતા હો તો હું તમારી વિરુદ્ધ પડીશ. છો મૃત્યુ પામું. સ્વદેશીની ચળવળને મદદ તો હું પણ કરું જ છું. દેશી કાપડ, સૂતર અમારા હાટમાં વેચવા રાખ્યાં જ છે.

એક વિદ્યાર્થી રોષે ભરાઈ બૂમ પાડે છે, "પણ એ દેશી માલ કોઈ ખરીદતું નથી."

નિખિલ જવાબ વાળે છે કે તેમાં હાટનો કે મારો શો વાંક? આખા દેશે કંઈ તમારું સ્વદેશીનું વ્રત લીધું નથી. જબરદસ્તીથી તમે વણકરો પાસે કાપડ વણાવી, જબરદસ્તીથી એવા લોકોને પહેરાવશો કે જેમણે સ્વદેશીનું વ્રત લીધું નથી?

વંદેમાતરમ્‌ના નારા લગાવતા વિદ્યાર્થીઓ રોષમાં ચાલ્યા ગયા. થોડા દહાડામાં માસ્ટરબાબુ પંચુને નિખિલ પાસે લઈ આવ્યા અને કહ્યું:

"એ લોકોના જમીનદાર હરીશ કુંડુએ પંચુનો એકસો રૂપિયા દંડ કર્યો છે. વાંક એટલો જ કે એ વિલાયતી કાપડ વેચતો હતો. એણે ઘણું કહ્યું કે, દેવું કરીને રૂપિયા લાવી ધંધો કરું છું, આ ફેરે વેચાઈ જાય પછી નહીં કરું. પણ જમીનદાર તો પંચુનું કાપડ બાળવા જ બેઠો. પંચુએ કહ્યું કે, આપની પાસે પુષ્કળ રૂપિયા છે. ખરીદી લો ને પછી બાળો. મારાં છોકરાં ભૂખે મરશે. પણ ગરીબનું કોણ સાંભળે? કાપડ બાળી નાખ્યું."

નિખિલને પંચુ માટે બહુ જીવ બળ્યો, તેણે પંચુને ફોજદારી કરવાની સલાહ આપી. સંદીપને કહ્યું તું સાક્ષી પૂર. પણ સંદીપ જમીનદારનો પક્ષ લે છે.

નિખિલ પંચુને મદદ કરવા તેની જમીન ખરીદી લઈ તેને ત્યાં જ પોતાના ખેડૂત તરીકે રાખવાનું નક્કી કરે છે, એને કપડાની ગાંસડી પણ અપાવી દે છે. થરથર ધ્રૂજતા પંચુને આશ્વાસન આપે છે કે અન્યાયથી ડરીને ભાગી ન જા.

વિમલનું તેડું આવે છે અને નિખિલ સૂવાના ઓરડામાં આવે છે. ઘણા વખત પછી નિખિલને ઓરડો આજે વ્યવસ્થિત લાગે છે, અને વચ્ચે શણગાર સજીને બેઠી

છે વિમલ. વિમલ નિખિલને કહે છે, "આખા બંગાળમાં માત્ર આપણા હાટમાં જ વિલાયતી કાપડ આવે છે, એ માલ કાઢી નાખવાનું કહી દો."

નિખિલ સામી ચર્ચા કરવાનું ટાળે છે પણ વિમલ આગ્રહ કર્યા જ કરે છે કે, દેશને માટે જ જુલમ કરવાનો છે, તમારે માટે થોડો કરવાનો છે ?

"દેશને માટે જુલમ કરવો એટલે દેશ ઉપર જ કરવો. પણ તને નહીં સમજાય."

અને નિખિલ ત્યાંથી નીકળી જાય છે. સંદીપની સાથે દેશના પ્રશ્ને ઘડી ઘડી વિરોધ થાય છે.

વિમલા સંદીપને બોલાવે છે ત્યારે એની આંખો છલોછલ હોય છે. સંદીપ સમજી જાય છે કે પતિ પાસે ધાર્યું નહીં કરાવી શકવાથી તેનું અભિમાન ઘવાયું છે.

સંદીપ વિમલા પાસે પૈસા માગે છે. પણ કહે છે, "તમારાં ઘરેણાંનો ખપ પછી પડશે, અત્યારે નિખિલના પૈસામાંથી જ તમે આપો. આખરે તો એ દેશનાં જ નાણાં છે. તિજોરીમાંથી લઈ લો."

હવે નિખિલ વિરુદ્ધ વર્તમાનપત્રોમાં લેખો અને પત્રો પ્રગટ થવા લાગ્યા છે. લખે છે કે એના ઇલાકાના ગરીબોથી માંડીને બધા લોકો સ્વદેશી માટે ઉત્સુક છે, માત્ર નિખિલના ભયથી કંઈ કરી શકતા નથી. એટલું જ નહીં પણ જમીનદારની જેમ નિખિલ તેમની પર સખત જુલમ ગુજારે છે, પોલીસોને સાથ આપે છે અને ઇલકાબ મેળવવાની પેરવીમાં છે.

વ્યથિત હૃદયે નિખિલેશ એક સંધ્યાએ એના બાગમાં ચંદ્રમલ્લિકાનાં ફૂલો પાસે જાય છે. ત્યાં એનું ધ્યાન જાય છે કે ઘાસમાં વિમલ સૂતી છે. પતિને આવેલો જોઈ જલદી ઊઠી એ ઘર તરફ જવા લાગી. એ જરા જેટલા સમયમાં જ વિમલાના અસહ્ય દુઃખને નિખિલ અચાનક સમજી શક્યો. એણે તરત કહ્યું :

"તને જો આમ બળજબરીથી બાંધી રાખું તો તો મારું આખું જીવન એક લોઢાના પાંજરા જેવું બની જશે. તેમાં મને શો આનંદ ? હું તને છૂટી કરું છું. હું તારું બીજું કશું ન બની શકું તોયે મારે તારા હાથની હાથકડી તો નથી જ બનવું."

આટલું કહી નિખિલ ઘર તરફ ચાલી જાય છે, મનમાં વિચારે છે કે મિથ્યાને સત્ય તરીકે પકડી રાખવાનો પ્રયત્ન કરવો એ પોતાનું જ ગળું દબાવી દેવા બરાબર છે. મુક્તિ માણસની સૌથી મોટી વસ્તુ છે.

અચાનક સ્વામીએ આમ કહી દેતાં વિમલા સ્તબ્ધ થઈ જાય છે. સૂવાના ઓરડામાં જાય છે. સંદીપને રૂપિયા આપવાના છે, પણ રૂપિયા ક્યાં ? સૂવાના ઓરડાની જોડેની ઓરડીમાં જ તિજોરી છે. વર્ષોવર્ષ જમા થતા બે જેઠાણીઓના પૈસા આ વર્ષે હજી તિજોરીમાં પડ્યા છે, બૅન્કમાં ગયા નથી. એ રૂપિયા દેશના જ તો છે ! રાત્રે નિખિલનાં કપડાંમાંથી વિમલા ચાવી ચોરી લે છે અને તિજોરીમાંથી સોનાની મહોરો કાઢી લે છે. મન તો ખૂબ ડંખતું હતું. કળણમાં પગ મૂક્યો છે, હવે બહાર નીકળવાનો

કોઈ ઉપાય નથી. પૃથ્વીના ભાર જેવી ગીનીઓ આખી રાત છાતીએ બાંધી રાખી છે. સંદીપ દીવાનખાનામાં આવતાં એ જલદી ત્યાં જાય છે તો ત્યાં અમૂલ્ય પણ છે. શરમ અને લજ્જાની મારી અધમૂઈ થઈ વિમલા ટેબલ પર ગીનીઓનો ઢગલો કરે છે. સંદીપનું મોં ઝળહળી ઊઠે છે. તે દોડતો જેવો વિમલા પાસે આવે છે કે વિમલા તેને જોરથી ધક્કો મારે છે ને એ ગબડી પડે છે. ધ્રુસકે રડતી વિમલા જુએ છે તો સંદીપ નિરાંતે ગીનીઓ ગણતો હોય છે.

વિમલા સમજે છે કે તે હંમેશાં સંદીપથી ભોળવાતી આવી છે, તોય પાછી ભોળવાય તો છે જ. સંદીપ કહે છે: "હું તો તમને પ્રણામ કરવા દોડ્યો આવતો હતો, તમે ધક્કો માર્યો એ ધક્કો તો વરદાન આપ્યું તમે."

પણ વિમલા ગુનાહિત લાગણીથી પતિને મોં પણ બતાવી શકતી નથી. એવામાં નિખિલેશને જાસાચિઠ્ઠી મળે છે કે તમારી તિજોરી લૂંટાશે. હવે બંને જેઠાણીઓ ઉતાવળ કરે છે કે તિજોરીના પૈસા ઝટ બૅન્કમાં પહોંચાડો. વિમલા અમૂલ્યને ઘરેણાં વેચવા આપે છે. ફરી પૈસા પાછા મૂકી દેવા તેને છ હજાર રૂપિયાની સખત જરૂર છે. સંદીપ જોઈ જાય છે અને પૂછે છે કે અમૂલ્ય પાસે શેની પેટી હતી?

વિમલા કશું કહેતી નથી તેથી સંદીપ ખૂબ ચિડાય છે. પણ ફરી સંદીપ વિમલા પર ત્રાટક કરે છે અને વિમલા ઢીલી પડી જાય છે. સંદીપ વિમલા તરફ ધસવા જાય છે ત્યારે જ અચાનક નિખિલ ઓરડામાં પ્રવેશ કરે છે અને સંદીપને ચેતવે છે: "તારા ઉપર હુમલો થવાનો સંભવ છે, તું આ મારો ઇલાકો છોડીને ચાલ્યો જા. આમ પણ તું અને તારી ટોળકી મારી પ્રજાને ખૂબ કનડી રહ્યાં છો. પાંચેક દિવસ પછી હું કલકત્તા જઈશ. તું સાથે આવજે અને ત્યાં રહેજે."

ત્યાં સમાચાર આવે છે કે નિખિલેશની ચકુપાની કચેરીમાં લૂંટ થઈ ગઈ. અડધી રાત્રે લૂંટારાઓની ટોળીએ પિસ્તોલ સાથે તિજોરી લૂંટી. લૂંટારુઓ છ જ હજાર રૂપિયા લઈ ગયા, બાકીની નોટો ઓરડામાં વેરી નાખી. આ સમાચારથી જેઠાણીઓ ગભરાઈને નિખિલેશને કહેવા લાગી કે ઘરની તિજોરીમાં પડેલા રૂપિયા ઝટ બૅન્કમાં મૂકી આવો, તમારા દુશ્મનો તો ઘરમાંય ધાડ પાડશે. નિખિલેશ અને વહુરાણીઓ તિજોરીવાળા ઓરડા પાસે જાય છે. ઓરડો બંધ છે. અંદરથી વિમલાનો અવાજ આવે છે કે તે કપડાં બદલી રહી છે.

પોલીસ ઇન્સ્પેક્ટર આવીને ખબર આપે છે કે તમારી જ કચેરીના દરવાન કાસમ પર શક જાય છે, તેને થાણામાં પૂર્યો છે. નિખિલ તરત થાણે જાય છે. કાસમ પગ પકડી રોઈ પડે છે. કહે છે કે, મેં આ ચોરીનું કામ કર્યું નથી.

રાત્રે નિખિલ પોતાના ઓરડામાં પાછો ફરે છે. થોડા દિવસથી વિમલા બાજુના ઓરડામાં સૂએ છે. મેઘલી રાતના પવનના ઝપાટાની જેમ આંસુથી ભરેલો નિશ્વાસ નિખિલને સંભળાતો રહ્યો. બહાર વરંડામાં જઈને જુએ છે તો વિમલા રડી રહી છે.

નિખિલ ચૂપચાપ એને માથે હાથ ફેરવવા લાગે છે. અચાનક વિમલા તેના બંને પગ પકડી છાતીસરસા ચાંપી દે છે.

વિમલા આકળવિકળ બની અમૂલ્યની પ્રતીક્ષા કરે છે. તેને ઘરેણાં વેચવા મોકલ્યો છે, પકડાઈ તો નહીં જાય ને ? અચાનક દીવાનખાનામાં સંદીપ પ્રવેશે છે. ઘૃણાથી વિમલાનું મન ભરાઈ જાય છે. સંદીપ ઘરેણાંની પેટી ત્યાં મૂકે છે. વિમલા ચમકી ઊઠે છે : તો શું અમૂલ્ય ઘરેણાં વેચવા કલકત્તા ન ગયો ?

ત્યાં અમૂલ્ય પ્રવેશે છે. એક જ દિવસમાં એ બિચારાનું તારુણ્યનું લાવણ્ય ચહેરા પરથી ઊડી ગયું હતું. સંદીપને જોતાંવેંત તેની તરફ ધસી જઈને એ કહે છે કે, “મારી ટ્રંકમાંથી તમે દીદીની ઘરેણાંની પેટી શું કામ લાવ્યા ? મારે જ હાથે એમને પાછી આપવી હતી. આપી દો હવે.”

સંદીપ રોષમાં પેટી મૂકી જતો રહે છે. પછી અમૂલ્ય ચાદરમાંથી એક પોટલી કાઢી વિમલા સામે ધરે છે : “ગીની તો ન મળી, પણ છ હજાર રૂપિયા લાવ્યો છું. તમે કહેશો ખોટે રસ્તે લાવ્યો છું. ભલે તેમ.”

વિમલા તેને ખૂબ સમજાવે છે : “તેં જ્યાંથી લીધા ત્યાં પાછા મૂકી આવ, ભાઈ.”

પછી અમૂલ્ય વિમલાને બધી વાત કહે છે : “દીદી, તમારી પાસેથી લીધેલી ગીનીઓ સંદીપબાબુએ ક્યાંય વાપરી જ નથી. મેં બહુ કહ્યું કે ગીનીઓ દીદીને પાછી આપી દો. પણ સંદીપ જેનું નામ ! ગીનીઓ પાછી ન આપી. તમે ઘરેણાં વેચવા આપ્યાં ત્યારે સાંજના ફરી હું તેની પાસે ગયો. તેની ટ્રંક ને બધું ફેંદી વળ્યો, પણ ગીનીઓ મળી જ નહીં ! પછી આ છ હજારની નોટ બતાવી ગીની મેળવવાનો પ્રયત્ન કર્યો, તો એ મારી ટ્રંક તોડી, ઘરેણાંની પેટી તમારી પાસે લઈ આવ્યો. હવે એના મંત્રમી વાણીની અસર ઊડી ગઈ છે, દીદી.”

વિમલા અમૂલ્યને વીનવે છે કે, મારા પાપના પ્રાયશ્ચિત્ત માટે આ પૈસા તું પાછા મૂકી આવ. છેલ્લા થોડા દિવસથી અમૂલ્ય સાથેના વિમલાના સંબંધથી સંદીપ ભડકી ઊઠ્યો હતો. એ વિમલાને જેમતેમ ખૂબ સંભળાવે છે. પણ આજે વિમલા જરાય વિચલિત થતી નથી. સંદીપનું સાચું સ્વરૂપ એ સમજી શકી છે. જાણે આજે તેના મોહના નાગપાશમાંથી એ મુક્ત થઈ છે.

એ વખતે નિખિલેશ ઓરડામાં પ્રવેશ કરે છે અને સંદીપને એના ઇલાકામાંથી ચાલ્યા જવાનું કહે છે. સંદીપને લાગે છે કે હવે ગયા વિના છૂટકો નથી. ત્યાં વિમલા ઘરેણાંની પેટી તેને આપી દે છે : “મારાં આ ઘરેણાં તમારી મારફતે મેં જે માતૃભૂમિને દાન કર્યાં હતાં તેને ચરણે પહોંચાડજો.” સંદીપ ચાલ્યો જાય છે.

વિમલા અમૂલ્ય માટે ચિંતા કર્યા કરે છે. એ કોના હાથમાં રૂપિયા પાછા આપવા ગયો હશે ? ખરેખર તો આ અપરાધના મૂળમાં પોતે જ છે. પતિ પાસે એ સ્વીકારી લેવો છે. પણ ઘણા સમયથી જાણે સ્વામી સાથેનો સેતુ તૂટી ગયો છે. આવડી મોટી

વાત શી રીતે કરવી?

પોલીસો ઘરે આવે છે. ચારે તરફ ધાંધલધમાલ છે. વિમલા વિચારે છે કે પોતાને પકડાઈ જવાને હવે ઝાઝી વાર નથી. મોડી રાત સુધી તે રસોડામાં ગોંધાઈ રહીને બધાં જ નોકરચાકરને પ્રેમથી જમાડે છે. હવે ક્યાં આવો અવસર મળશે?

મોડી રાત્રે એ પતિના ઓરડામાં જાય છે. પતિ થાકીને સૂતા છે. એના ચરણમાં વિમલા માથું ઢાળી દે છે. રાતભર એ પશ્ચિમના વરંડામાંથી આકાશને તાકતી બેસી રહે છે. હૃદય પ્રાર્થી રહ્યું છે: "હે મારા પ્રભુ! મને આટલી એક વાર માફ કરો. જે જે કંઈ તમે મારા જીવનના ધન તરીકે મારા પાલવમાં આપ્યું તેને મેં જીવનમાં બોજ બનાવી મૂક્યું છે. મારા જીવનના ઉષ:કાલમાં તમે જે વાંસળી વગાડી હતી તે વાંસળી ફરી વગાડીને તમે મારા સંસારને નવેસરથી રચી આપો."

નિખિલ હવે વિમલા અને વચેટ રાણીને લઈ કલકત્તા જવાની તૈયારી કરે છે. ત્યાં ઇન્સ્પેક્ટર અમૂલ્યને પકડીને લાવે છે, પોટલીમાંથી છ હજાર રૂપિયા કાઢે છે. નિખિલને કહે છે કે, ચકુપાની કચેરીમાં આ પૈસા આપવા અમૂલ્ય ગયો કે તમારી ચોરાયેલી મતા મળી ગઈ છે. ઇન્સ્પેક્ટર એને સતત પૂછી રહ્યો છે કે ચોરાયેલા છ હજાર ક્યાંથી મળ્યા? પણ તે બતાવતો જ નથી.

આખરે ઇન્સ્પેક્ટર જાય છે પછી નિખિલ પૂછે છે કે આ રૂપિયા કોણે લીધા હતા તે હવે મને કહે, કોઈને નુકસાન નહીં કરું.

અમૂલ્ય કહે છે કે ચોરી તો મેં પોતે જ કરી હતી. બીજા કોઈને ગુનેગાર ગણશો નહીં.

નિખિલને નવાઈ લાગે છે કે તો એ પૈસા પાછા કેમ આપવા ગયો? અમૂલ્ય સત્ય કહે છે કે નાનાં રાણીની આજ્ઞાથી પાછા મૂકવા ગયો હતો.

વચેટ રાણીના કહેવાથી તિજોરીમાં પડેલા રૂપિયા બૅન્કમાં મૂકવા સારુ નિખિલ અને વચેટ રાણી તિજોરી ખોલવા જાય છે. પણ ચાવી ક્યાંથી મળે? એ તો ચોરી કરવા વિમલાએ લઈ લીધી હતી. વિમલા ત્યાં આવીને કહે છે કે ચાવી તેની પાસે છે અને તિજોરીમાંથી રૂપિયા કાઢી લઈ તેણે ખરચી નાખ્યા છે.

નિખિલ સ્તબ્ધ બની જાય છે. આજ સુધીના તેના વિમલા સાથેના વ્યવહારને જુદી જ દૃષ્ટિથી એ તપાસે છે. તેને થાય છે કે વિમલાને નવી રીતે ઘડવાની તેની આકાંક્ષા ખોટી હતી. વિમલા સાથેના તેના વ્યવહારને એક સુંદર સંગીન સ્વરૂપમાં ઢાળવાની ઇચ્છા હતી તેમાં એક જાતની જબરદસ્તી હતી. આ છ હજાર રૂપિયા એને ચોરીને લેવા પડ્યા, પણ એ માગી ન શકી.

શું પતિપત્નીના સંબંધની ફરી શરૂઆત ન થઈ શકે?

વિમલા ઓરડા બહાર મૂંગી મૂંગી ઊભી હતી. તે પાછી જવા પગ માંડતી હતી. તેને નિખિલ ઝટ દઈ પકડી લે છે. પણ વિમલા ધ્રુસકે ધ્રુસકે રડતી તેના પગમાં પડે છે:

વિમલા કલકત્તા જવાની તૈયારી કરી રહી છે. ત્યાં ખબર મળે છે, સંદીપ દીવાનખાનામાં તેમની રાહ જુએ છે. નિખિલ વિમલાને લઈને બહાર આવે છે, કે તરત સંદીપ રૂમાલની પોટલી બહાર કાઢી ટેબલ પર મૂકે છે અને કહે છે:

“નિખિલ, ભૂલમાં ન પડતો. એમ ન માનતો કે એકાએક તમારા સંસર્ગમાં આવીને હું સાધુ બની ગયો છું. આ છ હજાર રૂપિયાની ગીનીઓ અને ઘરેણાંની પેટી.”

નિખિલ તેને રોકવા મથે છે પણ મુસલમાનો તેની પાછળ પડ્યા છે તેથી સંદીપ તરત નીકળી જાય છે. એવામાં માસ્ટરમશાય આવીને ખબર આપે છે કે મુસલમાનો વીફર્યા છે, સ્ત્રીઓ પર અત્યાચાર કરવા માંડ્યા છે.

નિખિલ તરત જવા તૈયાર થાય છે. વિમલા તેનો હાથ પકડી રોકવાની કોશિશ કરે છે, પણ “ચિંતા નહીં કર, વિમલ”, કહેતો નિખિલ કશા જ હથિયાર વિના ઘોડો દોડાવી જાય છે.

સાંજ ઢળે છે. અંધારું ઘેરાય છે. દૂર દૂરથી અવાજોનાં મોજાં ઊછળી ઊછળીને આવે છે. રસ્તા પર પડતી બારીને અઢેલીને વિમલા નિષ્પલક નેત્રે મીટ માંડી રહી છે. મોડી રાત્રે રસ્તા પર પુષ્કળ દીવા અને માણસો દેખાય છે. અંધારામાં મોટું ટોળું ભેગું થઈ ગયું છે.

થોડી વારે એક પાલખી અને તેની પાછળ ડોળી દરવાજામાં પ્રવેશે છે. અમૂલ્ય મૃત્યુ પામ્યો છે, અને નિખિલને માથા પર ખૂબ વાગ્યું છે.

કથા અહીં પૂરી થાય છે.

*

‘ઘરે-બાહિરે’ના શ્રી નગીનદાસ પારેખે કરેલા અનુવાદની પ્રસ્તાવનામાં કાકાસાહેબ કાલેલકર લખે છે કે, “ ‘ઘરે-બાહિરે’ નવલકથા પર હું પ્રથમથી જ આફરીન છું. જ્યારે મેં એ પ્રથમ વાંચી, ત્યારે મારો દેશભક્તિનો આદર્શ બંગભંગ પછી દેશમાં જે રાષ્ટ્રીયતા જાગી તેને અનુસરીને જ ઘડાયેલો હતો. એ નવલકથા આ રાષ્ટ્રીયતાના દોષો બતાવવા માટે લખાયેલી છે. રવીન્દ્રે ‘ઘરે-બાહિરે’ લખીને હિંદુસ્તાનની, આપણા સમાજની અને આપણી રાષ્ટ્રીયતાની અસાધારણ અને ઉચ્ચ કોટિની સેવા કરી છે. આજે નિઃશંકપણે આપણે કહી શકીએ કે ‘ઘરે-બાહિરે’ દેશ બહારથી ઘેર આવીને દુનિયાની સેવા કરનાર મહાત્મા ગાંધીને અનુકૂળ વાતાવરણ કરી આપનાર મોટી સેવારૂપ છે.”

વર્ષા અડાલજા

[‘ઘરે-બાહિરે’ પુસ્તિકા: 1996]

❀

સર્જનહારની સમસ્ત સૃષ્ટિમાં સુંદરમાં સુંદર ને સૌથી વધુ દિવ્ય છે બાળકો.

❀

શ્રમ અને સૌંદર્ય

રવીન્દ્રનાથ પ્રવાસ-શોખીન જીવ હતા. યુરોપ, ઇંગ્લૅન્ડ અને અમેરિકા જોયા પછી જાપાનની સફર માટે તેમનો જીવ તલપાપડ હતો. 1916માં અચાનક સફરનો સંજોગ ઊભો થયો. વ્યાખ્યાનો આપવા અમેરિકાથી આમંત્રણ આવ્યું. આવવા-જવાના ખર્ચ ઉપરાંત પુરસ્કાર મળવાનો હતો. અમેરિકામાં રવીન્દ્રનાથનાં લખાણો માટે ઉત્સાહ હતો. તેમનાં પુસ્તકો સારાં વેચાતાં હતાં. મેકમિલન કંપનીએ અનુવાદોની માગણી કરી હતી. અમેરિકામાં રવીન્દ્રનાથનાં વ્યાખ્યાનો યોજવા આકર્ષક ઓફર આવી હતી. શાંતિનિકેતન માટે નાણાં એકઠાં કરવાની જરૂર પણ હતી. રવીન્દ્રનાથે પહેલાં જાપાન ને ત્યાંથી અમેરિકા જવાનું ગોઠવ્યું.

1916ના મેમાં રવીન્દ્રનાથ જાપાન જવા નીકળ્યા. વચ્ચે રંગૂનમાં બે દિવસનું રોકાણ થયું. બર્માનું જન-જીવન જોવા મળ્યું. રમતરમતમાં કેટલાંય કામોમાં ફરી વળતી બર્મી નારીઓ રવીન્દ્રનાથે નિહાળી. સતત કામ કરવાથી એ નારીઓનાં શારીરિક સૌષ્ઠવ અને સૌંદર્ય ખીલી ઊઠ્યાં હતાં. બર્મી પુરુષો કરતાં બર્મી સ્ત્રીઓ વધુ કામગરી હોય છે. બહારનાં કામો પણ સ્ત્રીઓ જ કરતી. રંગબેરંગી વસ્ત્રોમાં સજ્જ પતંગિયાં જેવી બર્મી નારીઓ ચારે બાજુ જોવા મળતી. રવીન્દ્રનાથે નોંધ્યું છે: “ભૂમિ ઉપર ને શાખાઓ પર – સમગ્ર દૃષ્ટિપથ પર પુષ્પ જેવી પ્રફુલ્લિત આ નારીઓ સિવાય જાણે બીજું કશુંય દેખાતું જ નથી.” બંગાળમાં ‘સાંથાલની નારી’ અંગે રવીન્દ્રનાથે જોયું હતું કે શારીરિક શ્રમ સ્ત્રીઓને સૌંદર્ય બક્ષે છે. અહીં બહારનાં કામો કરતી બર્મી નારીને જોઈ રવીન્દ્રનાથને લાગ્યું, “ઘરની બહાર નીકળતી નારી સ્વાશ્રય, પૂર્ણતા ને આત્મવિશ્વાસ પ્રાપ્ત કરે છે.”

હૉંગકૉંગના બંદરે રવીન્દ્રનાથને સખત મજૂરી કરતા ચીની કામદારો જોવા મળ્યા. જરાય ચરબી વગરનાં કસાયેલાં એમનાં શરીર તડકામાં ચમકતાં હતાં. તેમના સુદૃઢ – સ્નાયુબદ્ધ શરીરમાંથી અનેરું સૌંદર્ય પ્રગટતું હતું. રવીન્દ્રનાથને લાગ્યું કે વ્યવસ્થિત રૂપે થતો પરિશ્રમ માનવદેહને અનોખી આભા આપે છે. ચીની શ્રમિકોની લયબદ્ધ કામગીરી જોઈ રવીન્દ્રનાથે લખ્યું, “વાજિંત્રમાંથી નર્તન કરતો સૂર વહે, તેમ શ્રમિકોના શરીરમાંથી થનગન કરતો પરિશ્રમ સહજ રીતે વહી રહ્યો હતો. સ્ત્રીઓનું સૌંદર્ય પણ આ પુરુષોના સૌંદર્યની બરાબરી ન કરી શકે. કારણ કે પુરુષોના શરીરમાં બળ અને લાવણ્યની પૂર્ણ સમતુલા હોય છે. આ ગુણોની આવી સમતુલા સ્ત્રીઓને મળી નથી.” ચીની પ્રજાનાં શરીરબળ અને કાર્યકૌશલ તથા તેમનામાં જોવા મળતો કામ કરવાનો આનંદ નિહાળી રવીન્દ્રનાથ ખાસ્સા પ્રભાવિત થયા. તેમણે ભવિષ્યવાણી ભાખી: “પ્રજાના આ ગુણોમાં જ્યારે આધુનિક વિજ્ઞાનના આશીર્વાદ ભળશે ત્યારે આ પ્રજાના સામર્થ્યને કોઈ પડકારી નહીં શકે.”

29 મેના દિવસે રવીન્દ્રનાથ જાપાનના કોબે બંદરે ઊતર્યા. રવીન્દ્રનાથને જાપાનની પ્રજાનાં શિસ્ત અને આત્મસંયમ અદ્દ્‌ભુત લાગ્યાં. તેમનાં વાણી, વર્તન અને સંસ્કારોમાં શાંત સૌંદર્ય છલકાતું હતું. જાપાની સ્ત્રીઓનું સૌંદર્ય પણ અનાક્રમક અને શાંત જણાતું હતું. પ્રજામાં વાણી-વિલાસ ઓછો હતો. તેમની કવિતા પણ નાનાં-નાનાં લઘુકાવ્યો કે ઉક્તિઓમાં અભિવ્યક્તિ પામતી હતી. દાખલા તરીકે,

જૂનું તળાવ
ખાબકતાં દેડકાં
છલકે જળ.

આવું કાવ્ય અંધકારમાં બેઠેલા કોઈ શાંત પુરાણા સરોવરનું ચિત્ર આપણી સામે ખડું કરે છે. સરોવર આસપાસ કોઈ મનુષ્ય નથી. છે ફક્ત કૂદકા મારતાં દેડકાં. તેમના કૂદકાથી શાંતિમાં ખલેલ પહોંચતી નથી, બલકે સમગ્ર વાતાવરણની શાંતિ પાણીની છાલકોના અવાજથી છતી થાય છે. આ પ્રકારની કાવ્યરચનાઓથી રવીન્દ્રનાથ ખાસ્સા પ્રભાવિત. થયા. તેમના ‘સ્ટ્રે બર્ડ્ઝ’ અને ‘લેખન’ નામના સંગ્રહોમાં તેમણે આવા પ્રયોગો કર્યા પ.ણ ખરા.

મહેશ દવે

[‘કવિતાનો સૂર્ય : રવીન્દ્રચરિત’ પુસ્તક : 2004]

❀

વાઇસરોયની સવારી

તે વખતે લૉર્ડ ઇરવીન હિંદના અંગ્રેજ વાઇસરોય હતા. દીનબંધુ એન્ડ્રુઝને એમણે વાત કરેલી કે પોતાની મુદત પૂરી થયે હિંદુસ્તાન છોડતાં પહેલાં શાંતિનિકેતનની મુલાકાત લેવાની તક મળે, તો એમને બહુ ગમશે. એટલે ગુરુદેવે વાઇસરોયને નિમંત્રણ પાઠવ્યું. પછી તો વાઇસરોય-મુલાકાત દરમિયાન આશ્રમમાં ક્યાં ક્યાં પોલીસ-બંદોબસ્ત ગોઠવવો તેની ચર્ચા કરવા જિલ્લાના કલેક્ટર શાંતિનિકેતન આવી પહોંચ્યા. ગુરુદેવ કહે, મારા આશ્રમમાં પોલીસ ન હોય; કલેક્ટર કહે કે પોલીસ તો રાખવી જ પડશે. એટલે પછી કવિવરે નક્કી કર્યું કે વાઇસરોયને પત્ર લખીને પોતાનું નિમંત્રણ પાછું ખેંચી લેવાની રજા આપવાની વિનંતી કરવી, કારણ કે પોલીસને તો આશ્રમની તપોભૂમિમાં પ્રવેશવા દઈ શકાય જ નહીં. એ જાણીને કલેક્ટર મૂંઝાયા, ને બંગાળ સરકારના મુખ્ય સચિવ સાથે પોતે મસલત કરી લે ત્યાં લગી પત્ર ન લખવાની વિનંતી તેમણે ગુરુદેવને કરી.

અંતે, ઠરાવેલી તારીખે વાઇસરોયની સવારી શાંતિનિકેતનમાં આવી અને ગઈ – પોલીસની હાજરી વિના જ.

❀

રવીન્દ્રકલા અને રવીન્દ્રસંગીત

આઠ વર્ષની વયે રવીન્દ્રનાથે તેમની પ્રથમ કાવ્યપંક્તિઓ લખી ને પછી લખતા જ રહ્યા, નોટબુકો ભરાતી ગઈ. બાર વર્ષની ઉંમરે પ્રતિષ્ઠિત સામયિક 'તત્ત્વબોધિની પત્રિકા'માં તેમનું 'અભિલાષા' નામનું 156 પંક્તિનું કાવ્ય પ્રથમ વાર પ્રગટ થયું. સોળ વર્ષની ઉંમરે મોટા ભાઈ જ્યોતિરીન્દ્રનાથે લખેલા હાસ્યનાટકમાં રવીન્દ્રનાથે સફળતાથી મુખ્ય પાત્ર ભજવ્યું. તે પછી કેટલાંય નાટકોમાં અભિનય કર્યો. બાળપણથી જ રવીન્દ્રનાથ મીઠા કંઠે સૂર-તાલમાં ગાતા. સત્તર વર્ષની વયે તેમણે અમદાવાદમાં પહેલી વાર પોતાનાં બે ગીતોનું સ્વરાંકન પણ કર્યું.

લેખન, અભિનય, ગાયન અને સંગીતની કળાઓનો વિકાસ રવીન્દ્રનાથમાં આ રીતે નાનપણથી દેખાય છે, પણ ચિત્રકલાનો વિકાસ તેમનામાં છેક અડસઠ વર્ષની ઉંમરે જોવા મળ્યો.

રવીન્દ્રનાથ અતિસંપન્ન પ્રતિભાબીજ સાથે જન્મ્યા હતા. ભર્યાભર્યા ઠાકુરકુટુંબમાં સાહિત્ય, સંગીત, નાટક, ચિત્રકલા, ધર્મ અને અધ્યાત્મ-ચિંતનના સંસ્કાર. બડોદાદા [મોટા ભાઈ] દ્વિજેન્દ્રનાથની કવિતા અને કાવ્યપાઠ સાંભળેલા; મેજદાદા [વચેટ ભાઈ] જ્યોતિરીન્દ્રનાથ નાટકો લખતા, ભજવતા, ચિત્રો દોરતા, પિયાનો વગાડતા, સંગીતકારોના સ્વરો ઘરમાં ગુંજતા રહેતા. રવીન્દ્ર બધું આત્મસાત્ કર્યે ગયા, પોતાનું ઉમેર્યું અને વિપુલ સર્જન કર્યું. 1928માં છેક 68 વર્ષની ઉંમરે સમયનો અવકાશ અને અનુકૂળતા ઊભી થતાં તેમની અંદર પડેલાં ચિત્ર-સંસ્કારનાં બીજ અંકુરિત થયાં ને પાંગર્યાં. જીવનનાં છેલ્લાં બાર વર્ષમાં તેમણે અસંખ્ય ચિત્રો કર્યાં; તેમાંથી 2500 જેટલાં જ સચવાયાં છે.

રવીન્દ્રનાથ ચિત્રો કરતા થયા તેની કથા રસપ્રદ છે. રવીન્દ્રનાથ ભારે શોખીન અને વ્યવસ્થિત ભદ્રજન હતા. દેખાવ, વસ્ત્રપરિધાન, ઠાઠ-ઠસ્સો અને બધી વસ્તુઓમાં ખૂબ કાળજી રાખવાનો એમનો સ્વભાવ. સુંદર અને મરોડદાર હસ્તાક્ષર કાઢવાનું પણ એમણે કેળવ્યું હતું. એમની હસ્તપ્રતો પણ આગવી સુંદર રીતે બાંધતા. આ પ્રકારની ચીવટ રવીન્દ્રનાથને આનંદ આપતી. જોકે કાવ્યમાં થતા સુધારાઓને કારણે છેકછાક થતી. છેકછાકના લીટા રવીન્દ્રનાથને ગમતા નહીં. તેમણે લખ્યું છે: "હસ્તપ્રતોમાં વિખરાયેલા લીટા અને સુધારાઓથી મને ચીડ ચડે છે." આ કારણે છેદ અને લીટાઓમાંથી આંખને ગમે તેવું પોત સર્જવા તરફ એ વળ્યા.

રવીન્દ્રનાથે સાનંદાશ્ચર્ય નિહાળ્યું કે સુધારા કરવા માટે કરેલા લીટાઓને આમતેમ કરી જોડીએ તો તેમાંથી પણ એક લય અને સૌષ્ઠવ ઊભાં થાય છે, છેકછાકને આભૂષણમાં બદલી શકાય છે. રવીન્દ્રનાથની ચિત્રકલા આપસૂઝમાંથી પ્રગટી છે. પોતાનો રસ્તો એ આપમેળે કંડારે છે. લોકકલાનો વિકાસ આવી જ રીતે થતો હોય છે. સીવવાનું કામ લઈ બેઠેલી કોઈ સ્ત્રી કિનારને કે ફાટેલા ભાગને થીગડું મારવાનો પ્રયત્ન કરી રહી હોય તેમાંથી લોકસહજ સંવેદના અને સૂઝથી ભરતકામ

સર્જાય છે. ઊંડી સંવેદનશીલતા કામને કલાની પ્રવૃત્તિમાં બદલી નાખે છે.

રવીન્દ્રનાથની ચિત્ર દોરવાની પદ્ધતિ આગવી છે અને એવી જ છે એમની સાધનોની પસંદગી. મોટા ભાગે ચિત્રો દોરવા તેઓ કાગળનો ઉપયોગ કરતા. શાહી કે ઘટ્ટ રંગોથી એ ચિત્રો દોરતા. પેન, ક્રેયોન, કિત્તો, રૂ, ચીથરાં કે તેમની આંગળી સુધ્ધાંનો ચિત્રો દોરવા કે રંગ લગાડવા માટે એ ઉપયોગ કરતા.

રવીન્દ્રનાથનાં ચિત્રોમાં વિષયનું તેમજ પ્રકારનું અપાર વૈવિધ્ય છે. તેમણે દૃશ્યચિત્રો, રેખાચિત્રો ત્વરિતચિત્રો, મનુષ્યાકૃતિઓ, પ્રાણીઓ, પક્ષીઓ, ફૂલો, વનપ્રદેશો, ભૂમિદૃશ્યો, ચિત્ર-વિચિત્ર આકૃતિઓ એમ અનેક પ્રકારનું ચિત્રકામ કર્યું છે. પોતાનાં જ બાર જેટલાં રેખાચિત્રો તેમણે દોર્યાં છે. શાંતિનિકેતનનાં પ્રકૃતિદૃશ્યો, ગ્રામજનો, આસપાસનાં ગામો, સાંથાલની નારીઓ, કાળાં-ઘેરાં વાદળો પડછે વૃક્ષો અને વચ્ચે પીળાચટ્ટક પ્રકાશના ચમકારા – આવાં બધાં ચિત્રો બંગાળનું જીવનદર્શન કરાવે છે.

1930માં પહેલી વાર આ ચિત્રો પૅરિસમાં રજૂ થયાં ત્યારે કલાવિવેચકો અચંબો પામી ગયા. ત્યાર પછી જર્મની, બ્રિટન અને અન્ય સ્થળોએ રવીન્દ્રનાથનાં ચિત્રોનાં પ્રદર્શનો થતાં રહ્યાં છે.

*

રવીન્દ્રનાથનું સંગીત 'રવીન્દ્રસંગીત' તરીકે જાણીતું છે. બંગાળમાં આજે એ એટલું જ જીવંત છે. પ્રચલિત લોકપ્રિય ભારતીય સંગીત પર રવીન્દ્રસંગીતે તેની અમીટ છાપ મૂકી છે. પશ્ચિમના દેશોમાં રવીન્દ્રસંગીતનું મૂલ્ય વહેલું સમજાયું હતું.

શાસ્ત્રીય સંગીત શીખવા અને માણવાની રવીન્દ્રનાથના કુટુંબમાં પરંપરા હતી. કુટુંબમાં સંગીત ગાજતું અને ગુંજતું રહેતું. પરદેશનાં અને દેશનાં વાદ્યો ઘરમાં હતાં જ. કંઠ્યસંગીતના ઉસ્તાદો ઘરમાં આવતા-જતા રહેતા. શાસ્ત્રીય રાગો ગવાતા અને શિખવાડાતા. પણ એ સંગીતમાં ગીતો અને તેના શબ્દો કે અર્થને સ્થાન નહોતું.

રવીન્દ્રનાથે રાગોનો આધાર લઈ ગીતોની સ્વરરચના કરી. તેમણે ગીતોના શબ્દો ને અર્થોને પ્રાધાન્ય આપી નવું જ ભાવજગત ઊભું કર્યું. આ રીતે શબ્દોને મહત્ત્વ આપી સ્વરરચના કરવી એ એક નવી ક્રાન્તિ હતી. આ ક્રાન્તિમાંથી 'રવીન્દ્રસંગીત'નો ઉદ્‌ભવ થયો.

રવીન્દ્રનાથને સ્વરકાર બનાવવામાં બ્રાહ્મોસંગીત, વૈષ્ણવગીતો, ભજન, બાઉલ અને ભટિયાલી ધૂનોનો સવિશેષ ફાળો છે. આ ગીતોમાં શબ્દ-અર્થ અને સંગીત બંનેનું મહત્ત્વ રહેતું. આ તત્ત્વોને કારણે જ તે સંગીત લોકપ્રિય બન્યું. કલકત્તાની શેરીઓમાં અને ગામડાંમાં રવીન્દ્રનાથે બાઉલ ભજનો સાંભળ્યાં હતાં. પદ્માના કિનારે દૂરદૂરથી સંભળાતી નાવિકોની ભટિયાલી ધૂને તેમને આકર્ષેલા. આ પ્રકારના સંગીતની સાદગી અને મધુરતા રવીન્દ્રનાથને સ્પર્શી ગઈ હતી. આ લોકસંગીતનો પ્રભાવ રવીન્દ્રનાથ પર પડ્યો. આવા લોકસંગીત અને શાસ્ત્રીય સંગીતનું સંમિશ્રણ કરી

તેમણે સ્વરરચનાઓ કરી. શબ્દો, અર્થો અને સંગીત ઓતપ્રોત થયાં અને તેમાંથી લોકભોગ્ય મીઠાશ નીપજી.

રવીન્દ્રનાથે પોતાનાં ગીતોની સ્વરરચનામાં શાસ્ત્રીય રાગો અને લોકસંગીતનાં તત્ત્વોનો સમન્વય કરી એક નૂતન-નવીન લોકપ્રિય સંગીત સર્જ્યું, તે જ રવીન્દ્રસંગીત. તોડી, ભૈરવી, આશાવરી, સારંગ, પૂર્વી, બાગેશ્રી, મલ્હાર, કેદાર અને માલકોશ જેવા અનેક રાગોનો આધાર લઈ રવીન્દ્રનાથે તેની સાથે લોકસંગીત ભેળવ્યું. એમાંથી સર્જાયું તેમનાં ગીતોનું અર્થપૂર્ણ, લોકો ગાઈ શકે તેવું સંગીત.

બંગાળમાં રવીન્દ્રસંગીતની લોકપ્રિયતા આજે પણ એવી જ છે. બંગાળી ઘરોમાં જાણ્યે-અજાણ્યે રવીન્દ્રસંગીત ગવાય છે. રસ્તે જતો દૂધવાળો કે ફેરિયો રવીન્દ્રસંગીત ગણગણતો હોય છે. આજે પણ 'રવીન્દ્રસંગીત'ના ઉત્સવો યોજાય છે. ફિલ્મોમાં પંજાબ અને ઉત્તર હિન્દુસ્તાનના સંગીતની અસર આવી તે પહેલાં કેટલાંય વર્ષો સુધી ભારતના ફિલ્મ-સંગીતમાં રવીન્દ્રસંગીત જ નહીં, રવીન્દ્રગીતોની પણ અસર રહી. સંગીતકારોએ ફિલ્મોમાં રવીન્દ્રસંગીતની ઘણી ધૂનો સુધારાવધારા સાથે કે બેઠેબેઠી વાપરી છે. સત્યજિત રાયે તેમની ફિલ્મોમાં ઘણી વાર શુદ્ધ રવીન્દ્રસંગીત જ ઉપયોગમાં લીધું છે. સત્યજિત રાય પશ્ચિમના સંગીતના પણ એટલા જ પ્રખર અભ્યાસી હતા. એમનું માનવું છે કે: "ગીતોના સ્વરકાર તરીકે પૂર્વમાં કે પશ્ચિમમાં રવીન્દ્રનાથની બરોબરી કરી શકે તેવો બીજો કોઈ સ્વરકાર નથી." આજે જેને આપણે સુગમસંગીત કહીએ છીએ તેના જનક પણ રવીન્દ્રનાથ ગણી શકાય, કારણ કે શાસ્ત્રીય સંગીતના ચુસ્ત બંધનમાંથી નીકળી સ્વરરચના તરફ વળનાર એ પહેલા સ્વરકાર છે.

મહેશ દવે

['કવિતાનો સૂર્ય: રવીન્દ્રચરિત' પુસ્તક: 2004]

❀

યહી હૈ

યે જીવન હૈ, ઈસ જીવન કા યહી હૈ
યહી હૈ યહી હૈ રંગરૂપ;
થોડે ગમ હૈ થોડી ખુશિયાં,
યહી હૈ યહી હૈ યહી હૈ છાંવ-ધૂપ.

['પિયા કા ઘર' ફિલ્મ]

❀

માંગ ભી તેરી, સિંદૂર ભી તેરા,
સબ કુછ તેરા, કુછ નહીં મેરા,
મોહે સોગંદ તેરે અસુઅન કી.

આનંદ બક્ષી

કવિતાનું ઝરણું

"દરેક માનવીના અંતરમાં ક્યાંક કવિતાનું ઝરણું વહેતું હોય છે."

એક મહાન ઇતિહાસકાર તથા નિબંધકાર ટોમસ કાર્લાઈલ (1795-1881)ના અનુભવ અને ચિંતનમાંથી નીપજેલા આ શબ્દો છે. ફ્રાંસની ક્રાંતિ (1789) વિશેના એમના ગ્રંથમણિના પ્રકાશને કાર્લાઈલને અગ્રણી સાહિત્યકારોમાં સ્થાન અપાવેલું. આપણા સહુના અંતરમાં વહેતા કવિતાના ઝરણાને એમણે ચીંધી બતાવ્યું.

તુલસીદાસથી માંડીને લોકગીતોના અનામી અદના રચનાકારોની કવિતા આપણી પ્રજાના દરેક સ્તરને સદીઓથી સ્પર્શતી આવી છે. વીસમી સદી દરમ્યાન ગુજરાતી વાચકોને જે કવિતા માણવા મળી તેમાંથી કેટલાંક કાવ્યો 'અરધી સદીની વાચનયાત્રા'ના પહેલા ત્રણ ભાગમાં સંગ્રહાયેલાં છે. એ ત્રણ ભાગની મળીને પોણો લાખ નકલ ત્રણેક વરસમાં છપાઈ હતી. એવો અંદાજ કરી શકાય કે તેનો એક યા બીજો ભાગ પાંચેક લાખ લોકોના હાથમાં આવ્યો હશે અને તેના કેટલાક અંશો તેમણે વાંચ્યા હશે. આ વાચકોએ માણેલાં તેનાં લખાણોમાં થોડીઘણી કાવ્યપંક્તિઓ પણ હશે.

ફક્ત બે-બે પંક્તિની બનેલી કેટલીક યાદગાર કાવ્યકણિકા 'અરધી સદીની વાચનયાત્રા'ના ફક્ત પહેલા ભાગમાંથી વીણીને અહીં રજૂ કરી છે. માત્ર બે જ લીટીમાં પણ મનુષ્યના અંતરને સ્પર્શી જવાની કેટલી બધી શક્તિ હોય છે, તેનો અનુભવ એમાંથી થાય છે. 'નિબંધો' નામના પોતાના પુસ્તકના બે ભાગથી આંતરરાષ્ટ્રીય ખ્યાતિ મેળવનાર અમેરિકન લેખક રાલ્ફ વાલ્ડો એમર્સન (1803-1882) કહે છે તેમ, થોડાક જ શબ્દોમાં કેટલી પ્રચંડ શક્તિ રહેલી છે તે કવિતા આપણને સમજાવે છે અને આપણી વાચાળતાને અંકુશમાં રાખે છે.

પણ મનોરમ્ય કાવ્યપંક્તિઓ આપણા ચિત્તમાં રમી રહે ત્યારે એના સર્જકોનાં નામ સ્મરણમાં રહે નહીં, એવું બનતું હોય છે. નીચે આપેલી કાવ્ય-કણિકાઓની સાથે તેનાં કવિ-નામ મૂક્યાં નથી તે એટલા માટે કે આપણી સ્મૃતિને આપણે જરા ઢંઢોળી શકીએ. જરા જુઓ તો, આમાંથી કેટલી કણિકાના કવિઓનાં નામ તમે યાદ કરી શકો છો ? તેમાં મદદરૂપ થવા, બધી કણિકાઓ અને તેના કવિઓનાં નામ (અટક પ્રમાણે) કક્કાવાર આપેલાં છે. હવે એક એક કણિકા લઈને એ યાદીમાંથી તેના કવિ કોણ તે યાદ કરવાનો પ્રયત્ન કરી જોશો ? જેમકે, કણિકા 34ના કવિ રવીન્દ્રનાથ ઠાકુર (ક્રમાંક 11) અને બંગાળી પરથી તેના અનુવાદક નગીનદાસ પારેખ (ક્રમાંક 24) છે. એ રીતે બને તેટલી કણિકા અને તેના કર્તાનાં જોડકાં બનાવતા જવાય.

(1)

અણધાર્યા આવી પડે ઘટમાં દુખના ઘા –
નાભિથી વેણ નીકળે, મોઢે આવે 'મા' !

(2)

અને સ્વયં ભગવાન સુગંધ સુગંધ !
(ભગવાનની યે મા તો હશે જ ને ?)

(3)

અમૃત તો હાથે ન્હોતું ચઢ્યું, પણ નીર હતું નિર્મળ થોડું –
દુર્ભાગ્ય જુઓ, રે તેય હલાહલ સંગાથે ઘોળાઈ ગયું !

(4)

અહો, ઊગ્યા મુક્તિના સૂરજ, નિજનાં રાજ રચાયાં,
પણ સુખશાંતિ તણા ચોઘડિયાં હાય, હજી નવ વાગ્યાં !

(5)

આ જગતમાં પ્રેમીઓ એવા પણ આવી જાય છે,
જે વચન દેતાં નથી તેયે નભાવી જાય છે.

(6)

આપજો જેને ઉજાસો આપવાના –
લો, અમે લીધી અમાસો: વાત શી છે ?

(7)

આપણાં એક વારનાં ચળકતાં ગીતો
ચુપચાપ કટાય છે આ હીંચકાનાં કડાંમાં.

(8)

આ મારી પાસે શસ્ત્ર છે જે શબ્દ નામનું૦૦૦
છે શબ્દ ચક્ર કૃષ્ણનું ને બાણ રામનું

(9)

આ સૂની સૂની રાત મહીં
કોઈ ઢોલક હજુ બજાવે છે.

(10)

આંખ ઊંચા તારલાના તેજને ચૂમી રહી;૦૦૦
આ ગગન ટૂંકું પડે, બીજું ગગન આપો મને !

(11)

આંખમાં અંગાર છે ને કાંઈ થૈ શકતું નથી,
આદમી જૂંઝાર છે ને કાંઈ થૈ શકતું નથી !

(12)

આંખમાં કાજળ આંજ્યું છે, માથું ઓળ્યું છે મીંડલાં લઈ;
બજરબટા ને પારા નજરિયા, રાખતી એ સીવવાની સૂઈ.

(13)

આંખો બે રહી ભાળતી વળી વળી પાછી, ભીડ્યું એ ઘર –
વેચાઈ ગયું ઢોર જેમ તલખે કોઢાર, છોડ્યું ધણ.

(14)

આંખોમાં ઊગી ગ્યાં મહુડાનાં વન અને
ગુલમ્હોરો ગાલમાં શા મ્હોરતા !

(15)

આંગણે ઉજાસ મ્હારે સૂર્યનો રે લોલ:
ઘરમાં ઉજાસ મ્હારો વીર જો!

(16)

ઉંબરે ઊભાં રહી રાહ કોણ જોશે,
હવે દેશે હોંકારો કોણ હૂંફથી?

(17)

એક ઘડી એ કબૂતરાં
ને ઘડી અન્ય એ સાવજ.

(18)

એકાકી, એકાંતઘોર મંડાણ પરે
મથવું પડશે એકલપંડે દિનરાત.

(19)

એ સર્વ એનાં વરદાન મંગલ –
કૃતાર્થ થૈ, તૃપ્ત બની વધાવીએ.

(20)

કદી વિસ્તરે રણ સમંદરના દિલમાં,
કદી રણની આંખોમાં ડોકાય દરિયો.

(21)

કસુંબલ આંખડીના આ કસબની વાત શી કરવી?
– કલેજું કોતરી નાજુક મીનાકારી કરી લીધી!

(22)

કેવી હશે ને કેવી નૈ?
મા મને કોઈ દી સાંભરે નૈ!

(23)

કેવું કેવુંક થશે ગુજરાત – કોણ જાણે?૦૦૦
આ તો ઉઘડંત રાત કે પ્રભાત – કોણ જાણે?

(24)

કોઈ તો આવે, બુઝાવે આગને!
કોઈ તો આવે, ખિલાવે બાગને!

(25)

કો'ક કામળી, કો'ક બંસરી, કો'ક અધૂરું ગાન,૦૦૦
બધું ગયું વિસરાઈ, એકલું ટકી ગયું વેરાન!

(26)

ખરેખાત મા-પુત્ર સંબંધ કેવો?
ખરે જાણવો પૃથિવી ને વૃક્ષ જેવો!

(27)

ખાક તો તારી આ તલસતી
લાલવરણાં ગુલાબો મહીં કોળવા.

(28)

ખોરડાં મટી ગ્યાં, અમે ખંડેર કે'વાણાં,
કિયે મોઢે દઈ આવકારા રે ?

(29)

ગાલ્લીના ઘૂઘરામાં રણકે છે ગામડું,
ગીત જેવું છાતીમાં કણસે છે ગામડું !

(30)

ઘરમાં નથી ઘી ને ગોળ,
લાડવા કરશું રે પોર.

(31)

ચંદરની શીતળતા મા, તારે ખોળલે
ને આંખોમાં ઝરમરતી પ્રીત.

(32)

ચારે રે દિશાથી તાપને નોતરો,
જોજો – એક્કે કાચું રહે નહિ અંગ !

(33)

ચાંદાનું કિરણ બની લપતો ને છપતો તુંને
ભરી જૈશ એક-બે બક્કા, હો મા !

(34)

ચિત્ત જ્યાં ભયશૂન્ય છે,
શિર જ્યાં ઉન્નત રહે છે.

(35)

જવાનીમાં જ આફતનાં અનેરાં ઝેર પી લીધાં,
હવે શું આવશે એથી ભયંકર ? – જોઈ લેવાશે !

(36)

જાંબુડાના ઝાડ ઉપર લટકતો
લીલો લીલો મારો સૂરજ ક્યાં છે ?

(37)

જે કદી સ્વપ્નેભર્યાં વિસ્તૃત સમય જેવી હતી,
એ સમેટાતી સમેટાતી હવે એક ક્ષણ બની.

(38)

જો જાગી જશે મુજ માતા,
નિજ અંગ પછાડી પંથે મારા ચરણ રંગશે રાતા !

(39)

ઝીણી ઝીણી ઝરમર
મેહ મીઠી વરસે.

(40)

ડુંગરે ગાવલડી ભાંભરે,
મને રહી રહી સાંભરે.

(41)

ડૂબવાનું છો હો નિર્માયું, તોય અલ્યા! તું માટી થા,
છોડ ઢાંકણી, ખાડા-કૂવા-નાળાં છોડ, સમંદર ગોત!

(42)

તારા ઘરમાં, જા, નહીં રહીશું,
વનવગડામાં ભાગી જઈશું!

(43)

તારો ઇતબાર જેને, તારો ઇતબાર તેને
આ પારે શું વા સામે પાર!

(44)

તે પરોઢે જીવતા હોવું, પરમ આનંદ એ;
હોવું પરંતુ જુવાન, તે તો સ્વર્ગસમ!

(45)

દશે દિશ ભભૂકે અગન કેરી નાળું –
છતાં માનું: માનવનું ભાવિ રૂપાળું!

(46)

દેવ હાજર ના રહી શકે ઘર ઘર મહીં,
મા સ્વરૂપે જન્મ લે જીવતર મહીં.

(47)

દોસ્તો, સફરના સાથીઓ! એ દેશની ખાજો દયા –
જ્યાં ધર્મનો છાંટો નહીં, ફીરકા છતાં ફાલી રહ્યા.

(48)

ધોમધડાકા, વ્યોમ-કડાકા, વાદળીઓની દોટમદોટ;
પવન ફૂંકાયા ધરતી ઉપર, ધૂળ તણા ત્યાં ગોટમગોટ.

(49)

નથી ગમતું ઘણું, પણ કૈંક તો એવું ગમે છે –
બસ, એને કારણે આ ધરતીમાં રે'વું ગમે છે!

(50)

ના રોશની છે શહેરની આવી છતાં ત્યાંની ગટર
ને ખેતરોને ખૂંદતું આવી રહ્યું છે કાગળો કેરું કટક.

(51)

ફેંકતા પાસા અમે, પણ દાવ તારા હાથમાં;
છે ભલે હથિયાર મારાં, ઘાવ તમારા હાથમાં!

(52)

બધી માયા-મહોબ્બત પીસતાં વર્ષો વીતેલાં,
કલેજાં ફૂલનાં, અંગાર સમ કરવાં પડેલાં.

(53)

બને કે તું કો' દી જનમીશ તરુ થૈ ભવરણે,
તને હું છાયાથી લઈશ પરખી શીતલપણે.

(54)

બળને બાહુમાં ભરી, હૈયામાં હામ ધરી,
સાગર મોઝારે ઝુકાવીએ.

(55)

બાજુમાં ગુલ અને નજરમાં બહાર,
હાથમાં જામ, આંખડીમાં ખુમાર !

(56)

બાળકને જોઈ જે રીઝે, રીઝે બાળક જોઈ જેને,
વત્સલમૂરત સ્નેહલ સૂરત, હૃદય હૃદયનાં વંદન તેને.

(57)

ભવ તણા સાગર મહીં કોનો સહારો, ક્યાં સુધી ?
તુંબડે નિજના અહીં સર્વને તરવાનું રહ્યું.

(58)

ભાતું ખૂટી જજો ને પાણી ખૂટી જજો,...
તોય મારો પંથ હજી બાકી હજો !

(59)

ભારતની જીવનગંગામાં ભળી જઈ હું થાઉં અશેષ;
ભારતની માટીમાં મળું, ત્યાં લ્હેરો મુજ સ્વપ્નાંનો દેશ !

(60)

મનના મારા એકલ કૂબે
જગ આખાની સાહ્યબી ઝૂલે !

(61)

મરજીવા થઈ સાગર તરશું,
પવન પલાણી થનગન ફરશું.

(62)

મુલાયમ ગુલાબ-શું હૃદય, ધૈર્ય મેરુ સમું,
પ્રચંડ પુરુષાર્થધોધ, નભ-શાં ઊંડાં સ્વપ્ન કૈં

(63)

રજા ત્યારે હવે, દિલબર ! અમારી રાત થઈ પૂરી;
મશાલો સાવ બૂઝી, તેલ ખૂટ્યું, વાત થઈ પૂરી.

(64)

રાધા કોઈ મળે-ન-મળે, ના મળે ભલે;
એ આપણી ફરજ છે કે વેણુ વગાડીએ.

(65)

વસ્તરના વણનારા, ખેતરના ખેડનારા,
ખાણના ખોદનારા છઈએ.

(66)

શબ્દના સૌ ખેલ ચાલે ક્યાં સુધી ?
મૌન ના મૂકે મલાજો ત્યાં સુધી.

(67)

સઘળાં સુખે સૂઈ રહે છો –
આપણે તો, ભાઈ ! જાગતાં રે'શું !

(68)

સાત સાત સમુંદર ઓળંગીને આવતી
નાવડી મારી કવિતા.

(69)

સૂના આ ઘરમાં આજે કેટલે વર્ષે, હા ! ફરી
મૂકું પગ, રહે ત્યાં તો સ્મૃતિનાં પૂર ઊછળી.

(70)

હજારો વર્ષ પહેલાંના પ્રબળ ઉદ્‌ગાર સફરી થૈ,
વટાવી કાળના વગડા, પધાર્યા છે કિતાબોમાં.

(71)

હજી તારી કાયા મુજ નયન સામે ઝળહળે,
હજી તારો હાલો કરણપટ માંહી રણઝણે

(72)

હતા જન્મ્યા જ્યાં, તે લઘુક હતું આનંદ-ભવન;
તમે ઝંખ્યું: આખ્ખું કરવું જગ આનંદ-ભવન !

કવિઓ

15. નાથાલાલ દવે
16. મકરન્દ દવે
17. હરજીવન દાફડા
18. મણિલાલ દેસાઈ
19. હેમન્ત દેસાઈ
20. શિવકુમાર નાકર
21. શંકરભાઈ બુ૦ પટેલ
22. ઉપેન્દ્ર પંડ્યા
23. જયન્ત પાઠક
24. નગીનદાસ પારેખ
25. પ્રહ્લાદ પારેખ
26. 'બાદલ'
27. દીપક બારડોલીકર
28. હસિત બૂચ
29. 'બેકાર'
30. દેવેન્દ્ર ભટ્ટ
31. યોગેન્દ્ર વિ૦ ભટ્ટ
32. સુમન મજમુદાર
33. 'આદિલ' મન્સૂરી
34. 'મરીઝ'
35. નીતિન વિ૦ મહેતા
36. કરસનદાસ માણેક
37. ઝવેરચંદ મેઘાણી
38. દેવજી રા૦ મોઢા
39. જયમલ યાદવ
40. લાભશંકર રાવલ
41. લોકસાહિત્ય
42. વિલિયમ વર્ડ્ઝવર્થ
43. શોભન વસાણી
44. ભગવતીકુમાર શર્મા
45. રાજેન્દ્ર શાહ
46. 'શાહબાઝ'
47. સુન્દરમ્
48. કિસન સોસા

છેવટે, તમે બનાવેલાં જોડકાંનો તાળો આ યાદી સાથે મેળવી શકશો:

કણિકા 1: કવિ 5... 2: 44... 3: 36... 4: 47... 5: 34... 6: 1... 7: 23... 8: 6... 9: 16... 10: 46... 11: 17... 12: 39... 13: 23... 14: 26... 15: 3... 16: 35... 17: 28... 18: 16... 19: 47... 20: 33... 21: 6... 22: 11... 23: 2... 24: 27... 25: 7... 26: 14... 27: 4... 28: 12... 29: 21... 30: 41... 31: 20... 32: 12... 33: 11... 34: 11... 35: 19... 36: 23... 37: 48... 38: 10... 39: 45... 40: 10... 41: 31... 42: 11... 43: 25... 44: 42... 45: 36... 46: 30... 47: 9... 48: 32... 49: 36... 50: 28... 51: 23... 52: 37... 53: 2... 54: 25... 55: 6... 56: 10... 57: 29... 58: 38... 59: 10... 60: 40... 61: 28... 62: 10... 63: 15... 64: 34... 65: 25... 66: 23... 67: 43... 68: 23... 69: 22... 70: 2... 71: 18... 72: 47.

(કણિકાની સંખ્યા 72ની થાય છે અને કવિઓની 48, કારણ કે કેટલાક કવિઓની એકથી વધુ કણિકા આવે છે.)

આની ઉપરથી 'કૌન બનેગા ક્રોડપતિ' જેવો કાર્યક્રમ બનાવવા માટે સુરેશ દલાલને અર્પણ!

મહેન્દ્ર મેઘાણી

❀

નિભાડામાં પાકીને આવેલા

લીધેલું કામ અડધેથી છોડે, તે ગાંધી નહીં.

ડરથી કોઈ કામ પડતું મેલે, તે ગાંધી નહીં.

પોતાની રાઈ જેવડી ભૂલ છુપાવે, તે ગાંધી નહીં.

સત્ય સાથે બાંધછોડ કરે, તે ગાંધી નહીં.

મિત્રને છાવરે ને દુશ્મનને છેતરે, તે ગાંધી નહીં.

આવા ગાંધીનું ખરેખરું ઘડતર દક્ષિણ આફ્રિકામાં થયું. જીવનમાં સાદગી, સેવા, સત્યાગ્રહ અને સ્વાવલંબનના પ્રયોગોની શરૂઆત ત્યાં થઈ. 1915માં ભારત પાછા ફર્યા ત્યારે તો દક્ષિણ આફ્રિકામાં તપશ્ચર્યાના નિભાડામાં પાકીને તેઓ લગભગ મહાત્મા બની ચૂક્યા હતા.

ગાંધીસાહિત્યમાં મારું પ્રિય પુસ્તક 'જીવનનું પરોઢ' છે. એના લેખક પ્રભુદાસ ગાંધીએ દક્ષિણ આફ્રિકામાં [પોતાની બાલવયમાં] યુવાન ગાંધીનાં પરાક્રમો નિહાળેલાં. તેઓ છેલ્લી માંદગીમાં પથારીવશ હતા ત્યારે મળવા ગયેલો. મેં કહ્યું : "પ્રભુદાસભાઈ ! તમે જીવનમાં માત્ર 'જીવનનું પરોઢ' પુસ્તક લખીને જ વિદાય થયા હોત તો પણ તમારું પૃથ્વી પર આવેલું સાર્થક ગણાત."

ગુણવંત શાહ

*

હુંસાતુંસી

યુવાનોને આટલી મોટી સંખ્યામાં આકર્ષીને એમની પાસે ધાર્યું કામ લેનારો કોઈ નેતા ભારતના ઇતિહાસમાં પાક્યો હોય એવું જોવા મળતું નથી. એમની હાકલ થતાં લાખો યુવાનો જેલમાં ગયા અને દેશને ખાતર કોઈ પણ બલિદાન આપવા તૈયાર થયા. ગાંધીજીએ દેશમાં એવી આબોહવાનું નિર્માણ કર્યું હતું કે યુવાનોમાં સમર્પણ માટે હુંસાતુંસી થતી. એ દિવસોમાં યુવાની કેવી રમણે ચઢી હતી તેની ઝલક નીચેની પંક્તિઓમાં જોવા મળે છે :

નથી જાણ્યું અમારે પંથ શી આફત ખડી છે,

ખબર છે એટલી કે માતની હાકલ પડી છે,

જીવે મા માવડી એ કાજ મરવાની ઘડી છે.

(ઝવેરચંદ મેઘાણી)

ગુણવંત શાહ

['ગાંધીનાં ચશ્માં' પુસ્તક : 2006]

❀

માતાના અંતરમાં જે ગીત મૂંગું પડેલું છે, તે એના બાળકના હોઠ પરથી ગુંજી ઊઠે છે.

'– ત્યારે સાચું સ્વરાજ આવશે !'

દાંડીકૂચ દરમિયાન ગાંધીજી પોતાના સ્વાતંત્ર્ય-સૈનિકો સાથે નર્મદા પાર કરીને સુરત જિલ્લામાં પ્રવેશ્યા. જિલ્લાના આગેવાનોએ તેમનું ભવ્ય સ્વાગત કર્યું. લોકોનો ઉમંગ ઊભરાતો હતો.

ઓલપાડ ગામે ગાંધીજી રાતવાસો રહ્યા હતા. કેટલાંક ભજનો સાંભળીને રાત્રે મોડા સૂઈ ગયા. છતાં સવારે ત્રણ વાગ્યે ઊઠીને પોતાનું કામ કરવા લાગ્યા. એટલામાં તેમના કાને ટપટપ એવા અવાજ સંભળાયા. તપાસ કરતાં જાણવા મળ્યું કે રાનીપરજની બહેનો સ્વાતંત્ર્ય-સૈનિકો માટે નાસ્તાના રોટલા ઘડતી હતી.

છ વાગ્યે કૂચ દરમિયાન સાંભળ્યું કે સ્વાતંત્ર્ય-સૈનિકો માટે સુરતથી ટ્રકમાં દૂધ મંગાવવામાં આવ્યું અને કાંતવાનું અટકે નહીં તે માટે બારડોલીથી રેંટિયા મંગાવવામાં આવ્યા. ગાંધીજીનું મન ચગડોળે ચડ્યું. તેમને થયું: 'આ મારી યાત્રા કેવી ?' વિચારમંથન ચાલુ હતું એટલામાં ભોજનનો સમય થયો. ગાંધીજી માટે ખાસ કાચના ગ્લાસ મંગાવેલા. સુરતથી સંતરાં, લીલી દ્રાક્ષ વગેરે ફળ મંગાવેલાં. આ બધું જોઈને ગાંધીજીની ધીરજ ખૂટવા લાગી.

એરથાણથી ભટગામનો રસ્તો કાંટા, પથ્થરો અને ખાડા-ટેકરાવાળો હતો. તેથી સાથે કીટસન બત્તી રાખી હતી. બે દૂબળાઓ માથે બત્તીઓ લઈ ચાલતા. સૂકલકડી અને ચીંથરેહાલ દુબળા મુશ્કેલીથી બત્તીના ભાર ઊંચકીને ચાલતા હતા. તેમને ઝડપથી ચાલવા એક સેવક ટપારતો હતો. મહાત્માથી એ સહન ન થયું. ઉતાવળા ચાલીને આગળ થઈ ગયા.

ભટગામની સભામાં તેમણે હૈયાની વરાળ ઠાલવી:

"...આજે આપણે જેને વસવાયાં માનીએ છીએ તે આપણાં ભાઈ-બહેનો છે, એમ માનશું ત્યારે સાચું સ્વરાજ આવશે... રાનીપરજની બહેનો પાસે મધરાતે રોટલા શા માટે ટીપાવવા પડે ? આપણે હાથે ન ટીપાય ? મરવા વાંકે જીવતા દુબળાઓને માથે વજનદાર બત્તીઓ શા માટે મૂકવી જોઈએ ?

"આપણા ભાઈઓ પાસે આવું મુશ્કેલ કામ કેવી રીતે લેવાય ? એક દિવસ તે દેશનો ઉચ્ચ અધિકારી પણ થઈ શકે. આપણો પ્રતિનિધિ પણ થઈ શકે. મારે માટે કાચનાં વાસણ, ફળફળાદિના ખોટા ખર્ચા કરીને તમે વાઇસરૉયના પગારની ટીકા નહીં કરી શકો. અહીં એક લાખ અંગ્રેજો આપણું શોષણ કરે છે, તે અસહ્ય લાગે છે. તો આપણે ત્રીસ કરોડ લોકો પરસ્પર લૂંટવા માંડશું તો આપણાં હાડકાં શોધ્યાં નહીં જડે. આ સંગ્રામમાં હવે સંખ્યાબંધ સૈનિકો જોડાશે. તેઓ સૌ આવા ખોટા ખર્ચા કરવા માંડે તો આપણી પવિત્ર લડત અભડાશે. માટે તમને સૌને ચેતવું છું. બાકી આ વેણ બોલું છું તેથી ચાલ્યો જઈશ એમ ન માનશો. પ્રતિજ્ઞા કરીને નીકળ્યો છું કે

કાગડા-કૂતરાને મોતે મરીશ, સ્વરાજની ઝંખના કરતો રઝળી-રખડીને મરીશ, પણ હવે પાછો ફરવાનો નથી…”

મહાત્માની હૈયાવરાળ સાંભળીને કાર્યકરો લજવાયા. તેમની વ્યવસ્થામાં તાત્કાલિક ફેરફાર થયો. નાસ્તા માટે સ્વયંસેવક ભાઈબહેનો વહેલાં ઊઠીને રસોઈ કરવા લાગ્યાં. મીઠુબહેન પીટીટ અને કલ્યાણજીભાઈ હાથમાં મશાલો લઈને ચાલવા લાગ્યાં. ગાંધીજીએ લીંબુ સિવાય બીજું ફળ ન લેવાનો નિર્ધાર કર્યો. રેંટિયાને બદલે કાંતવા માટે તકલીઓ આવી. સભામાં કીટસનની બત્તીઓનું સ્થાન ફાનસે લીધું.

['વિશ્વવિહાર' માસિક: 2006]

❀

ઉપવાસમાં ક્ષતિ

રાજકોટના ઠાકોરસાહેબે પોતાના રાજ્યની પ્રજાને જવાબદાર રાજ્યતંત્ર આપવાની જાહેરાત 1939માં કરેલી. પણ પાછળથી દીવાન વીરાવાળાની સલાહ માનીને પોતાના વચનમાંથી તે ફરી ગયા હતા. એ અંગે ગાંધીજીએ લાંબી વાટાઘાટો ચલાવી. પણ તેનું કાંઈ પરિણામ ન આવતાં, પ્રજાને આપેલા વચનનું ઠાકોર પાલન કરે તે માટે ગાંધીજી આમરણ ઉપવાસ પર ઊતરેલા. પછી ઉપવાસને ચોથે દિવસે તેમણે આ બાબતમાં વચ્ચે પડવા તે વખતના વાઇસરોયને તાર કર્યો. વાઇસરોયની દરમિયાનગીરીને કારણે ઝઘડો લવાદને સોંપવા દીવાન તૈયાર થયા. હિંદની વરિષ્ટ અદાલતના વડા ન્યાયમૂર્તિ મોરીસ ગ્વાયરે દીવાનની વિરુદ્ધમાં ચુકાદો આપ્યો. પણ દીવાન એવા ચાલાક નીવડ્યા કે કેટલીક છટકબારીઓનો લાભ લઈને એમણે ચુકાદાને વ્યવહારમાં નિરર્થક બનાવી દીધો. ત્યારે ઊંડા આત્મનિરીક્ષણ પછી ગાંધીજી એવા નિર્ણય પર આવ્યા કે એક બાજુથી પોતે કષ્ટસહન દ્વારા દીવાનનો હૃદયપલટો કરાવવા મથી રહ્યા હતા, ત્યારે બીજી બાજુથી દીવાન પર દબાણ લાવવાની અપીલ તેમણે વાઇસરોયને કરી. આટલે અંશે એમના ઉપવાસમાં ક્ષતિ રહી હતી. આને કારણે અહિંસાનો એમનો પ્રયોગ દૂષિત બન્યો. આ ભૂલ નજરે ચડતાં જ ગાંધીજીએ પોતાના વિજયનાં ફળ છોડી દેવાનો નિર્ણય કર્યો, અને લવાદના ચુકાદાને જતો કરતો પત્ર વાઇસરોયને લખી દીવાનને પણ તેની ખબર આપી.

પ્યારેલાલ નય્યર (અનુ૰ મણિભાઈ ભ૰ દેસાઈ)

['મહાત્મા ગાંધી: પૂર્ણાહુતિ': પુસ્તક]

❀

જીવનની ઝંઝાવાતી ઘડીઓનાં વાદળોને હડસેલી દેવાં, એના ટૂંકા પણ થકવનારા પંથ પર પુષ્પો પાથરવાં – એ માટે નરને ભેટ મળેલી મધુર નારીની, ઈશ્વરના ઉન્નત ઉપહારની.

❀

એવો એક ધોબીડો !

દક્ષિણ આફ્રિકામાં ગાંધીજીની આગેવાની નીચે હિંદીઓએ સત્યાગ્રહની લડત માંડી હતી. મોટી સંખ્યામાં લોકો જેલમાં ગયેલા. તેમાંના કેટલાક એવા હતા કે પાછળ એમના કુટુંબનું ધ્યાન રાખનાર કોઈ હતું નહીં. તેવાં કુટુંબોને માટે ગાંધીજીના આશ્રમ ટોલ્સટોય ફાર્મમાં વ્યવસ્થા કરવામાં આવેલી.

ગાંધીજી જેલમાંથી છૂટીને આવ્યા પછી ખૂબ કામમાં રહેતા હતા. છતાં સમય કાઢી એ કુટુંબની બહેનોને મળવાનું ને આશ્વાસન આપવાનું ચૂકતા નહીં. તેમને ઘરકામમાં પણ કોઈક વાર મદદ કરતા.

એક દિવસ ગાંધીજી પોતાનાં કપડાં ધોવા નદીએ જતા હતા. નાનાં નાનાં બાળકો વાળી માતાઓની મુશ્કેલીનો વિચાર કરીને તેમની પાસે એ ગયા ને બોલ્યા: "આજે તમારાં સહુનાં કપડાં હું ધોઈ આપીશ. નદી ઘણે લાંબે છે, અને તમારે નાનાં છોકરાં સાચવવાનાં હોય. એટલે બાળકોએ ઝાડો-પેસાબ કર્યાં હોય તેવાં કપડાં સુધ્ધાં મને આપી દો."

"અરે, ગાંધીભાઈને તે કપડાં ધોવા અપાતાં હશે ! એ તો મોડાંવહેલાં અમે જ ધોઈ નાખશું." પ્રેમ અને સંકોચમિશ્રિત લાગણી સાથે બહેનો બોલી.

પણ ગાંધીજી એમ નમતું જોખે તેવા ન હતા. કપડાં લઈ જવાનો આગ્રહ તેમણે ચાલુ રાખ્યો. બહેનોના સંકોચનો તો પાર નહોતો. પણ અંતે પ્રેમનો વિજય થયો. બધાં કપડાંનો એક મોટો ગાંસડો બાંધ્યો અને તેને પીઠ પર નાખીને ગાંધીભાઈ નદી તરફ ચાલી નીકળ્યા.

ત્યાં જઈને બધાં કપડાં પ્રેમપૂર્વક ધોયાં, નદીના તટ પર સૂકવ્યાં, તેની ગડી કરી 'ફાર્મ' પર લાવ્યા અને ઘેરઘેર ફરી બહેનોને તેમનાં કપડાં પહોંચાડ્યાં. પછી એ ધોબીના ધોયેલાં વસ્ત્રો પહેરતાં બહેનોએ કેવી કેવી લાગણીઓ અનુભવી હશે !

લલ્લુભાઈ મ. પટેલ

['લોકજીવન': 1956]

❋

કરજદાર છીએ !

ન બોલે તેને બોલાવજો, જે ન આવે તેને ઘેર જજો, જે રિસાય તેને રીઝવજો;
ને બધું તેમના ભલાને સારુ નહિ,
પણ તમારા ભલાને સારુ કરજો !
જગત લેણદાર છે,
આપણે તેના કરજદાર છીએ.

મો. ક. ગાંધી

❋

કાલ-પુરુષ

કિ જિસને લિયા દ્વેષ કો ચૂભ, ઘૃણા કો દિયા હૃદય કા પ્યાર;
કિ જિસને લી શ્વાસોં મેં બાંધ સજલ-કરુણા કી દીન-પુકાર;
કિ જિસને દિયા વ્યથા કો અશ્રુ, અશ્રુ કો જલ ઉઠને કા ભાવ;
કિ જિસને તૂફાનોં કે બીચ છોડ દી અપની જીવન-નાવ;
કિ જિસને પિયા પ્રેમ સે ઝૂમ વિશ્વ કા સહા ઘૃણા અપમાન,
રૂપધર કાલ-પુરુશ કા આજ, ભૂમિ પર ઉતરા વહ આલોક!

કેદારનાથ મિશ્ર 'પ્રભાત'

❀

બાપુ કે સમયુગીન

આતે હી જિસકા રુચિર ધ્યાન
મન મેં ભર જાતા થા સુવાસ;
ઇસ એક કલ્પના સે હી નર
ઉડને લગતા થા અનાયાસ –
"હમ બાપૂ કે હૈં સમયુગીન,
એક હી સમય, એક હી કાલ;
હમ સાંસ લે રહે વહી વાયુ
જો, છૂકર ઉનકો જાતી હૈ;
હૈ ધન્ય વિધાતા જિસને
ગાંધી-યુગમેં હમકો જન્મ દિયા !"

રામધારી સિંહ 'દિનકર'

['ગાંધી-શતદલ' પુસ્તક : 1969]

❀

કલાકારને સવાલ

1938માં કૉંગ્રેસનું અધિવેશન ગુજરાતમાં હરિપુરા ગામે ભરાયું હતું તે વખતે સુશોભન કરવા માટે ગાંધીજીએ શાંતિનિકેતનથી કલાકાર નંદલાલ બોઝને નોતરેલા. એમની દોરવણી નીચે તૈયાર થયેલું કળા અને ગ્રામ-ઉદ્યોગને લગતું પ્રદર્શન જોવા ગાંધીજી આવ્યા ત્યારે તેમાં મૂકેલી વસ્તુઓ એમણે ખૂબ ઝીણવટથી તપાસવા માંડી. એકએક ચીજ જુએ અને ક્યાંના કારીગરે તે બનાવી, તેમાં શી વિશેષતા છે, શી ખામી છે તેની ચર્ચા કરતા જાય. એ રીતે આગળ ચાલતાં ચાલતાં બાપુ એકાએક થંભી ગયા અને પ્રદર્શન-મંડપની લીંપેલી ભોંયને એકીટશે ક્યાંય સુધી નિહાળી રહ્યા. ધરતી સામે આટલું ટીકીટીકીને એ શું જોઈ રહ્યા છે, તેની કોઈને ગમ ન પડી.

વાત એમ હતી કે પ્રદર્શનનું છાપરું સૂકાં તાલપત્રોથી છાજેલું હતું, અને મધ્યાહ્નને સૂર્ય માથા પર આવવાથી તેનો તડકો એ પાંદડાં વચ્ચેથી પ્રવેશીને નીચે લીંપેલી ભોંય પર આકર્ષક ભાત પાડતો હતો. એ જોવામાં બાપુ તલ્લીન બની ગયા હતા. થોડી વાર પછી જાણે સમાધિમાંથી જાગતા હોય તેમ, બાપુ નંદબાબુ તરફ ફરીને બોલ્યા, "તમે આના જેવું તો ન કરી શકો, ખરું ને ?"

['બાપુની બલિહારી' પુસ્તક : 1970]

અંતિમ દિવસે

30મી જાન્યુઆરીના એ દૈવનિર્મિત શુક્રવારે ગાંધીજીની ધારણા હતી કે બે દિવસ પછી સેવાગ્રામ જવા નીકળવું. "આપના ત્યાં પહોંચવાની તારીખની ખબર આપતો તાર સેવાગ્રામ કરી દઈએ?" એવું તેમને પૂછવામાં આવ્યું ત્યારે તેમણે કહ્યું: "તારના પૈસા શીદને બગાડવા? અહીંથી નીકળવાની તારીખ હું સાંજના પ્રાર્થના-પ્રવચનમાં જાહેર કરીશ. અને સેવાગ્રામવાળાઓને તાર પહોંચે તે પહેલાં તો છાપાંમાંથી એમણે તે જાણી લીધું હશે."

✴

એ દિવસે સ્નાન કરીને આવ્યા પછી ગાંધીજી ઘણા પ્રફુલ્લ લાગતા હતા. આશ્રમની કન્યાઓનાં સૂકલકડી શરીર માટે તેમની મજાક એમણે ઉડાવી. કોઈકે કહ્યું કે એક બહેન આજે સેવાગ્રામ જવાનાં હતાં, પણ વાહન ન મળવાથી ગાડી ચૂકી ગયાં. એ સાંભળીને ગાંધીજી બોલ્યા: "તે ચાલીને કેમ સ્ટેશને ન પહોંચી ગયાં?" પોતાની પાસે જે કાંઈ સાધન હોય તે વડે હર કોઈ પરિસ્થિતિને પહોંચી વળવા માટે દરેક જણે તૈયાર રહેવું જોઈએ, એવી ગાંધીજીની અપેક્ષા હતી. તેઓ જે કાંઈ કામ સોંપતા, તેમાં સગવડનો અભાવ કે મુશ્કેલી વગેરે બહાનાં સ્વીકારવામાં આવતાં નહીં. દક્ષિણ હિંદના તેમના પ્રવાસ દરમિયાન એક વાર વાહનમાં પેટ્રોલ ખૂટ્યું ત્યારે, તેર માઈલ દૂરના સ્ટેશને પહોંચવા માટે પ્રવાસનો સામાન ઉપાડીને પગપાળા જવા તેઓ તૈયાર થઈ ગયા હતા.

✴

મળવા આવેલી એક આશ્રમવાસી બહેનને તેની ખરાબ તબિયત માટે ગાંધીજીએ ઠપકો આપ્યો: "એ બતાવે છે કે તમારા હૃદયમાં રામનામનો હજી પૂરો પ્રવેશ નથી થયો."

થોડી વાર પછી તેમને ઉધરસનું સખત ખાંખણું આવ્યું. એ શમાવવા માટે પેનિસિલનની ગોળી ચૂસવાનું કોઈએ સૂચવ્યું ત્યારે, એકમાત્ર રામનામની શક્તિથી જ સાજા થવાનો તેમનો નિર્ધાર ગાંધીજીએ છેલ્લી વાર ફરી પાછો ઉચ્ચાર્યો. તેમના માથાને માલિશ કરનાર પરિચારકને તેમણે કહ્યું: "જો હું કોઈ પણ રોગથી મરું – અરે, એક નાનકડી ફોડકીથીય મરું, તો તું પોકારી પોકારીને દુનિયાને કહેજે કે આ દંભી મહાત્મા હતો. તો જ હું જ્યાં હોઈશ ત્યાં મારા આત્માને શાંતિ થશે. ભલે મારે ખાતર લોકો તને ગાળો દે, પણ રોગથી મરું તો મને દંભી મહાત્મા જ ઠેરવજે. પણ કદાચ કોઈ મને ગોળીથી મારે અને તે સામી છાતીએ ઝીલું છતાં મોઢામાંથી સિસકારો ન કાઢતાં રામજીનું રટણ કરતો રહું, તો જ કહેજે કે હું સાચો મહાત્મા હતો."

✴

બપોરના ચાર પછી ગાંધીજીએ કાંતતાં કાંતતાં સરદાર સાથે કલાકેક સુધી વાતો કરી. વાતો કરતાં જ સાંજનું ભોજન લીધું. પ્રાર્થનાનો સમય થવા આવ્યો હતો, પણ વાતો હજી પૂરી થઈ નહોતી. વચ્ચે બોલવાની આભાની હિંમત ન ચાલી, પણ ગાંધીજીનું ઘડિયાળ ઉપાડીને એ તેમની સામે ધર્યું. તોયે કશું વળ્યું નહીં. અંતે સરદારને "હવે તો મારે ગયે જ છૂટકો," કહીને ઊભા થયા અને આભા તથા મનુના ખભા પર પોતાના બે હાથ રાખીને, તેમની સાથે મજાક ઉડાવતા તેઓ પ્રાર્થનાભૂમિ તરફ ચાલ્યા. પ્રાર્થના કરવાના ચોતરા તરફ જતાં પગથિયાં પસાર કરતાં તેઓ બોલ્યા : "હું દશ મિનિટ મોડો છું. મોડા પડવાનું મને બિલકુલ પસંદ નથી. હું ઇચ્છું કે બરાબર પાંચને ટકોરે હું પ્રાર્થનામાં હોઉં."

એ બાપુના છેલ્લા શબ્દો હતા.

પ્યારેલાલ નય્યર (અનુ૰ મણિભાઈ ભ૰ દેસાઈ)

['મહાત્મા ગાંધી : પૂર્ણાહુતિ' : પુસ્તક]

❀

ગાંધીજી આધુનિક હતા ?

સત્યને વળગી રહેવું અને નીતિના નિયમને સર્વોપરી ગણવો એ જો આધુનિકતાનું લક્ષણ હોય, તો ગાંધીજી આધુનિક હતા.

વચન પાળવું અને માથે લીધેલું કામ પાર ઉતારવું એ જો આધુનિકતાનું લક્ષણ હોય, તો ગાંધીજી આધુનિક હતા.

જો સહિષ્ણુતા અને સમજદારી આધુનિક હોય, તો ગાંધીજીને આધુનિક ગણવા જ પડે.

જેઓ આપણા કરતાં જુદો અભિપ્રાય ધરાવતા હોય અથવા આપણા વિરોધી હોય તેમની સાથે પણ સ્વસ્થપણે વર્તવું એ આધુનિક હોય, તો ગાંધીજી આધુનિક હતા.

જો દરજ્જાનો, સત્તાનો કે સંપત્તિનો ખ્યાલ કર્યા વગર સૌ પ્રત્યે સમાન સૌજન્ય દાખવવું એ આધુનિક હોય, તો બેશક, ગાંધીજી આધુનિક હતા.

જો દીનહીનો સાથે તાદાત્મ્ય સાધવું એ આધુનિક હોય, તો ગાંધીજી આધુનિક હતા.

જો ગરીબો, દરિદ્રો, દલિતો, દુર્ભાગીઓ માટે અવિશ્રાંત કામ કરવું એ આધુનિક હોય, તો ગાંધીજી આધુનિક હતા.

અને સૌથી વિશેષ તો એ કે કોઈ ઉમદા હેતુ માટે મૃત્યુ વહોરી લેવું એ આધુનિક હોય તો ગાંધીજી આધુનિક હતા.

જીવતરામ કૃપાલાની (અનુ૰ નગીનદાસ પારેખ)

['ગાંધીજી : જીવન અને વિચાર' પુસ્તક]

❀

પડદા પરની પાકીઝા

મીનાકુમારી સુંદર હતી. પણ નસીમબાનુ કે શોભના સમર્થની જેમ કેવળ સૌંદર્ય જ તેની મૂડી નહોતું. તે પ્રથમ અભિનેત્રી હતી, પછી સૌંદર્યવતી હતી. તેથી જ, મીનાકુમારી સરસ ન દેખાઈ એમ પ્રેક્ષકો ક્યારેક કહેતા હશે, પણ તેણે કામ સારું કર્યું નહીં એમ કોઈ કહી શકતું નથી.

જ્યાં ચંદ્ર કાચનો અને ફૂલો કાગળનાં હોય છે એ મુખવટાની દુનિયામાં મીનાકુમારી સાચેસાચી લાગતી. ઓછો પણ સ્વાભાવિક અને પ્રભાવશાળી અભિનય એ તેની વિશિષ્ટતા હતી. ઘણી વાર સંવાદની જરૂર રહેતી નહીં. તેના બિડાયેલા હોઠ અને ઝળઝળિયાંળી આંખો તો બોલતી જ, પણ થરથરતી પાંપણો પણ ઘણું બધું કહી જતી. એકાદબે તૂટક વાક્યોથી, નજરના એક ઝટકાથી કે ફક્ત દબાયેલા નિઃશ્વાસથી મીનાકુમારી પ્રેક્ષકોના કાળજાને સ્પર્શી જતી. 'પરિણીતા'માં તેને જોતાં દરેક વખતે લાગ્યા કર્યું કે આ જ ભૂમિકા માટે તેનો જન્મ થયો છે. સાકરની જેમ તે ભૂમિકામાં ઓગળી જતી અને સમગ્ર ચિત્રપટને મધુર કરી દેતી. 'બૈજુ બાવરા', 'પરિણીતા', 'બંદિશ', 'એક હી રાસ્તા', 'ચિરાગ કહાં, રોશની કહાં', 'શારદા', 'દિલ અપના ઔર પ્રીત પરાઈ', 'ફૂલ ઔર પત્થર', 'ચિત્રલેખા', 'સાહિબ, બીબી ઔર ગુલામ', 'આરતી', 'પાકીઝા' અને 'મેરે અપને' જેવાં ચિત્રપટોમાં તે ભૂમિકા સાથે એટલી એકરૂપ થઈ, કે ચિત્ર પૂરું થયા પછી તેને તેનાથી છૂટી પાડીને દૂર કરવી પડી હશે.

તેના સંવાદ એટલે કાનને મિજબાની. દરેક શબ્દમાં તેના હૃદયનાં સ્પંદનો અનુભવાતાં. પછી તે, "ઐસી જગહ પે બદનસીબ નહીં જાતે" કહેતી 'યહૂદી'ની હન્ના હોય, "ઔરતજાત કે લિયે ઇતના બડા અપમાન? ઇતની બડી લજ્જા?" એમ સંતાપથી પૂછતી 'સાહિબ, બીબી ઔર ગુલામ'ની છોટી બહૂ હોય, કે "તવાયફોં કી કબ્ર ખુલી રખી જાતી હૈ" એમ વ્યથિત થઈને બોલતી 'પાકીઝા'ની સાહેબજાન હોય.

પ્રસિદ્ધ દિગ્દર્શક એમ. સાદિકે એક વાર કહ્યું હતું, હિંદી ચિત્રપટસૃષ્ટિનો ઇતિહાસ લખાશે ત્યારે ચાર નામ સુવર્ણાક્ષરે લખવાં પડશે: અશોકકુમાર, લલિતા પવાર, દિલીપકુમાર અને મીનાકુમારી.

શિરીષ કણેકર (અનુ. જયા મહેતા)

['રૂપેરી સ્મૃતિ' પુસ્તક]

❀

પોતાનાં બાળકોને પ્યાર કરતી હોય ત્યારે દરેક માતા ધનવાન હોય છે. કોઈ માતા કંગાલ નથી, નથી કુરૂપ, કે નથી ઘરડી. એનો પ્રેમ એ જ એનું શ્રેષ્ઠ ધન છે.

❀

ગુરુદેવ અને બિજોયા

બહુ ઓછા સર્જકોએ રવીન્દ્રનાથ ઠાકુર જેટલું બહુવિધ અને વિપુલ સાહિત્ય-સર્જન કર્યું હશે. કવિતા, નાટક, નવલિકા, નવલકથા, આત્મચરિત્રાત્મક લેખન, પ્રવાસકથા અને બાળસાહિત્ય સહિતનાં તમામ સ્વરૂપોમાં એમની પાસેથી અઢળક મળ્યું છે. એમના અન્ય સાહિત્ય જેટલું જ તેમનું પત્ર-સાહિત્ય મબલક અને માતબર છે. રવીન્દ્રનાથ જબરા પત્રલેખક હતા.

રવીન્દ્રનાથના જીવનકાળ દરમિયાન ‘યુરોપ પ્રવાસીર પત્ર’, ‘ચિઠીપત્ર’, ‘યુરોપયાત્રીર ડાયરી’, ‘છિન્નપત્ર’, ‘ભાનુસિંહેર પત્રાવલિ’, ‘સૂર ઓ સંગતિ’ અને ‘પથેર સંચય’ એટલું પત્ર-સાહિત્ય પ્રગટ થયું હતું. તેમના મૃત્યુ પછી ‘સ્મૃતિ’, ‘પલ્લિ પ્રકૃતિ’, ‘સંગીતચિંતા’ અને ‘ચિઠીપત્ર’ના દસ ભાગ પ્રગટ થયા છે. ટૂંકમાં તેમના પત્ર-સાહિત્યના વીસ ગ્રંથો થયા છે, પણ તેમાં ક્યાંય રવીન્દ્રનાથ અને વિક્ટોરિયા ઑકામ્પોના પત્રવ્યવહારનો સમાવેશ નથી.

ઑકામ્પો અને રવીન્દ્રનાથ વચ્ચેનો પત્રવ્યવહાર નવેમ્બર 1924થી શરૂ થયો. તે પહેલાં રવીન્દ્રનાથ વિક્ટોરિયા ઑકામ્પોને ઓળખતા નહોતા. ઑકામ્પો પણ રવીન્દ્રનાથને પ્રત્યક્ષ મળ્યાં નહોતાં; જોકે તેમણે રવીન્દ્રનાથનાં પુસ્તકો વાંચેલાં. આકસ્મિક રીતે રવીન્દ્રનાથ અને ઑકામ્પોનું મિલન થયું. એ મધુર અકસ્માત રસિક નીવડ્યો અને એમાંથી એક રોમહર્ષક સંબંધ બંધાયો.

અમેરિકાની દક્ષિણે આવેલો પ્રદેશ લૅટિન અમેરિકા તરીકે ઓળખાય છે. તે પ્રદેશમાં ઘણાં રાજ્યો છે. તેમાંના એક રાજ્ય પેરુએ તેની સ્વાતંત્ર્યની શતાબ્દીની ઉજવણીમાં રવીન્દ્રનાથને આમંત્રણ આપ્યું. ત્યાંથી મેક્સિકો પણ જવાનું હતું. બંને દેશો રવીન્દ્રનાથની સંસ્થા ‘વિશ્વભારતી’ માટે એકએક લાખ ડૉલર આપવાના હતા. ઑક્ટોબર 1924માં રવીન્દ્રનાથ પેરુ જવા નીકળ્યા. ઍટ્લૅન્ટિક મહાસાગર પાર કરી રવીન્દ્રનાથ દક્ષિણ અમેરિકા પહોંચ્યા. ત્યાં અધવચ્ચે જ નાદુરસ્તીને કારણે આર્જેન્ટિનામાં ઊતરી જવું પડ્યું. ત્યાં સારવાર લઈ, અઠવાડિયું રોકાઈ પેરુ જવાનું નક્કી કર્યું, પણ હૃદયના નિષ્ણાતોએ ટાગોરને સંપૂર્ણ આરામ લેવા ફરમાવ્યું. અઠવાડિયાને બદલે આર્જેન્ટિનાના બુયોનેસ એરિસ નગરમાં એક મહિનો ને વીસ દિવસ રોકાઈ જવું પડ્યું. પેરુની ઉજવણીમાં જવાનું રદ કરવું પડ્યું. બુયોનેસ એરિસમાં રવીન્દ્રનાથના જીવનમાં એક નવું અને અજબ પ્રકરણ ઉમેરાયું.

રવીન્દ્રનાથને બુયોનેસ એરિસમાં કોઈ પરિચય નહોતો. ક્યાં રહેવું, શું કરવું તેની મૂંઝવણ હતી. તેમને ખબર નહોતી કે તેઓ ઓળખતા નહોતા એવી વિક્ટોરિયા ઑકામ્પો નામની રવીન્દ્રનાથની એક જબરી ચાહક રાજધાની બુયોનેસ એરિસના ઉપનગર સાન ઇસીદ્રોમાં વસતી હતી. વિક્ટોરિયાને જ્યારે ખબર પડી કે રવીન્દ્રનાથ પેરુ જવા બુયોનેસ એરિસથી પસાર થવાના છે ત્યારે તેની ખુશાલીનો પાર ન રહ્યો.

વિક્ટોરિયા સાહિત્યવર્તુળોમાં નામના કાઢી રહી હતી. ફ્રેન્ચ અને સ્પૅનિશ સારું જાણતી, અંગ્રેજી આછું અને ઓછું આવડતું. સાહિત્યની તે ગજબની શોખીન હતી. તેના લગ્નજીવનની કરુણાંતિકા વખતે દસ વર્ષ પહેલાં 'ગીતાંજલિ'ના ફ્રેન્ચ અનુવાદે તેને શાતા અને સ્થિરતા આપી હતી. તેણે રવીન્દ્રનાથના યેટ્સે કરેલા અંગ્રેજી, જીદે કરેલા ફ્રેન્ચ અને ઝેનોબિયાએ કરેલા સ્પૅનિશ અનુવાદો વાંચ્યા હતા. વિક્ટોરિયાને જ્યારે ખબર પડી કે રવીન્દ્રનાથને બુયોનેસ એરિસમાં રોકાવું પડે તેમ છે, ત્યારે પ્લેટ નદીને કિનારે 'વિલા મિરાલરિયો' નામના બંગલામાં રવીન્દ્રનાથના રહેવા માટે તેણે વ્યવસ્થા કરી આપી. એનું ઘર તેની નજીકમાં જ હતું.

ચોત્રીસ વર્ષની વિક્ટોરિયાને રવીન્દ્રનાથ માટે આદર જ નહીં, પ્રેમ હતો. ત્રેસઠ વર્ષના પણ જાજરમાન રવીન્દ્રનાથની તેણે અનેક રીતે સેવા કરી. તે રોજ વિલા મિરાલરિયો આવતી. તેમાંથી બંને વચ્ચે એક સરસ, સુંદર, લાગણીસંબંધ બંધાયો. રવીન્દ્રનાથના ઘણા વખતના શુષ્ક, એકાકી જીવનમાં સાહિત્ય, લાગણી અને ઉષ્માની મીઠી વીરડી ફૂટી. ઘણા વખતે નવાં ગીતોનો ફાલ ઊતર્યો. રવીન્દ્રનાથ વિક્ટોરિયાને 'વિજયા' કહી સંબોધતા. ઑકામ્પોને ત્યાં લખાયેલાં ગીતો પછીથી 'પૂરબી' નામના સંગ્રહમાં ગ્રંથસ્થ થયાં છે. તે સંગ્રહ રવીન્દ્રનાથે 'વિજયા'ને અર્પણ કર્યો છે. વિક્ટોરિયાએ પાછળથી સ્પૅનિશ અને ફ્રેન્ચ સાહિત્યમાં નામ કાઢ્યું. રવીન્દ્રનાથના જીવનમાં આવેલી સ્ત્રીઓમાં 'વિજયા' કદાચ સૌથી વધુ બુદ્ધિમાન, રસિક, સાહિત્યપ્રેમી, અને રવીન્દ્રનાથનાં રસ-રુચિ સાથે તાલ મિલાવી શકે તેવાં હતાં.

રવીન્દ્રનાથ અને વિક્ટોરિયા વચ્ચે સાઠેક પત્રોની આપ-લે થઈ છે. રવીન્દ્રનાથના મૃત્યુ (1941) પછી ચાળીસેક વર્ષ સુધી રવીન્દ્રનાથ અને ઑકામ્પો વચ્ચેના સંબંધ કે પત્રવ્યવહાર પર ધ્યાન અપાયું હોય એવું જણાતું નથી. 1980ના અરસામાં રવીન્દ્ર ભવન, વિશ્વભારતી તથા શાંતિનિકેતને રવીન્દ્રનાથ અને ઑકામ્પો વચ્ચેના પત્રવ્યવહારનું સંપાદન કરાવવાનું નક્કી કર્યું. સંપાદનનું કામ ઑક્સફર્ડમાં રહેતાં કેતકી કુશારી ડાયસનને સોંપવામાં આવ્યું. કેતકી મૂળ બંગાળનાં; અંગ્રેજી, ફ્રેન્ચ તથા સ્પૅનિશ જાણે. આ અગાઉ તેમણે 'રવીન્દ્રનાથ ઓ વિક્ટોરિયા ઑકામ્પોર સંધાને' નામની નવલકથા બંગાળીમાં લખી હતી. કેતકીએ શાંતિનિકેતન, બુયોનેસ એરિસ અને ઇંગ્લૅન્ડ એમ ત્રણ ખંડોમાં ફરી, સાહિત્ય તપાસ્યું, સંબંધિત વ્યક્તિઓના પત્રો જોયા, તેનો ક્રમ ગોઠવ્યો, સંકલન કર્યું, ઘટતી જગ્યાએ ટિપ્પણ અને નોંધો લખી અને એ રીતે પ્રમાણભૂત સંપાદન કર્યું. એ પુસ્તક 'In Your Blossoming Flower-Garden'ના નામથી પ્રગટ થયું છે.

રવીન્દ્રનાથ અને ઑકામ્પોના એકબીજા પરના પત્રો લાગણીનો ઉત્કટ સંબંધ દર્શાવે છે. નવેમ્બર અને ડિસેમ્બર 1924 દરમિયાન બંને એક જ સ્થળે, એક જ ઘરમાં હતાં, છતાં મોઢામોઢ વાત કરવાને બદલે બેઉ વચ્ચે નવ જેટલા પત્રોની આપ-લે થઈ! ઑકામ્પોએ લખ્યું છે તેમ, "લાગણી હૃદયતંત્રને હલબલાવી મૂકે ત્યારે

બોલી શકાતું નથી". કવિ રાતે વાતો કરે, લખેલી નવી કવિતા આપે અને ઓકામ્પો મંત્રમુગ્ધ થઈ સાંભળી રહે, તેવો માહોલ અવારનવાર ગોઠવાતો. રવીન્દ્રનાથ લખે છે, "એકલતાનો ભારે બોજ લઈ હું જીવી રહ્યો છું"... "મારા અંતરને કોઈ પામે એવી મારી અભિલાષા માત્ર સ્ત્રીના પ્રેમ વડે સંતોષાઈ શકે એમ છે"... "તું મને ચાહે છે એટલે જ આ બધી વાતો તને કહી શકું છું..." આવું ઘણું બધું લખાણ ટાંકી શકાય.

મહેશ દવે

['રવીન્દ્ર-ઓકામ્પો પત્રાવલિ' પુસ્તક : 2006]

❀

પત્રસેતુ

8 નવેમ્બર, 1924

તમને જોયા ને હું આનંદવિભોર થઈ ગઈ. તમારા ખંડમાં બેઠી હતી ત્યારે લજ્જા અને વિચિત્ર મૂંઝવણની ભારે લાગણી એવી તો પીડી રહી કે મારે કહેવું નહોતું એવું ઘણું બોલાતું રહ્યું અને તમને જે કહેવા આતુર હતી તે કશું કહી ન શકી.

વિક્ટોરીઆ ઓકામ્પો

*

8 નવેમ્બર, 1924

ગઈ રાતે મેં આતિથ્ય માટે તમારો આભાર માન્યો. મનમાં તો ઘણું ઘણું હતું, પણ શબ્દોમાં બહુ ઓછું જ વ્યક્ત થયું.

એકલતાનો કેવો ભારે બોજ લઈ હું જીવી રહ્યો છું તે સમજવું તમારે માટે મુશ્કેલ છે. અચાનક મળેલી અસાધારણ કીર્તિ મારી એકલતા વધારવાનું ખાસ કારણ બન્યું. મારી બજાર-કિંમત ખૂબ વધી ગઈ, પણ વ્યક્તિ તરીકેનું મારું મૂલ્ય ઢંકાઈ ગયું. એ મૂલ્ય કોઈ પ્રમાણે તે માટેની ઇચ્છા મને સતત પજવતી રહી છે. મારી એ અભિલાષા માત્ર સ્ત્રીના પ્રેમ વડે સંતોષાઈ શકે એમ છે. હું આશા રાખું છું કે તે માટે મેં પાત્રતા કેળવી છે.

આજે અનુભવું છું કે તમારા તરફથી મને મૂલ્યવાન ઉપહાર મળ્યો છે. 'હું કોણ છું' તે માટે નહીં પણ 'મારામાં શું શું ભર્યું છે' તે માટે તમે મને ચાહો છો, આ ખ્યાલે મને અપાર ખુશી બક્ષી છે.

રવીન્દ્રનાથ ઠાકુર

*

16 નવેમ્બર, 1924

તમારે મારો આભાર માનવાનો ન હોય. તમારે માટે ગમે તેટલું કરું, મારા ઉપર તમારું ઋણ ચડેલું જ રહેશે. તમે મને અજાણતાં જ એટલું બધું આપ્યું છે કે હું તમારા ઋણમાંથી ક્યારેય મુક્ત થઈ શકું તેમ નથી.

તમને હું ખોઈ બેસું એવું કદીયે બનવાનું નથી. તમે અહીં છો ત્યાં સુધી સુખ જ સુખ છે. તમે જશો ત્યારે દુઃખ અનિવાર્ય છે, પણ તમારું રહેવું કે જવું મને તમારાથી વિખૂટી નહીં પાડી શકે.

હું તો તમારો અવાજ સાંભળ્યા કરીશ અને તમને શાંત ચિત્તે પામીશ. એવા ઊંડાણથી તમને પામીશ કે હું તમારી અત્યંત નજીક પહોંચી જઈશ, અદ્‌ભુત સુખની લાગણી અનુભવીશ.

મને તમારી પાસેથી જે મળ્યું છે તેણે મને એવી તો ઐશ્વર્યવાન બનાવી છે કે જેમ જેમ હું વધારે સમર્પણ કરું છું તેમ તેમ હું વધારે ને વધારે સમર્પવા ચાહું છું.

તમારા આગમનના ઉલ્લાસે એવી તો ઉત્તેજના વ્યાપી છે કે રાતે હું જાગતી રહું છું અને દિવસે સપનાં જોયાં કરું છું. હૃદય એવું તો છલોછલ છે કે બંને હાથે પકડી રાખવું પડે છે!

એક વાત બરાબર સમજી લો — મારું સર્વસ્વ તમને ન પહોંચે તોયે તમને થોડીઘણી ઉપયોગી થવા ઝંખું છું. તમને ઉપયોગી થવાના ખ્યાલમાત્રથી મારું હૃદય પ્રફુલ્લિત થઈ ઊઠે છે. તમારા માટે હું સાવ નકામી તો નહીં જ નીવડું, તમને જરૂર ખપમાં આવીશ. મારો પ્રેમ તમને વીંટળાઈ વળ્યો છે, તમારા પગને ટાઢથી રક્ષણ આપવા કામળાની જેમ એને તમારા ચરણો પર ઓઢાડ્યો છે.

તમે આવ્યા તે પહેલાં હું તમને ચાહતી હતી, તમે જશો પછી પણ તમને પ્રેમ કરતી રહીશ, એથી વિશેષ હું કરી પણ શું શકવાની?

વિક્ટોરિયા

*

નવેમ્બર, 1924

ઘણું ઘણું કહેવાનું છે, પણ એ બધી વાતો હૃદયના ઊંડાણમાં ધરબાઈને પડી છે. તમારી હાજરી મને વિક્ષિપ્ત કરી મૂકે છે, કેમ કે લજ્જાનું માર્યું મારું શરીરતંત્ર જાણે કે બહેરું બની જાય છે.

વિ૰

*

[16 નવે૰-ડિસે૰ 1924 કે જાન્યુ૰ની શરૂઆત]

ગુરુદેવ,

કેવાં સુખચેન અને કેવી વેદનામાં વીત્યા બધા દિવસો! તમારી નિકટ હોવાનું સુખ અને મારી તરફની તમારી ઉદાસીનતાનું દુઃખ; તમારા પ્રત્યે પ્રેમની પૂર્ણ લાગણીનું સુખ અને તમારી સમક્ષ પ્રેમ પ્રકટ ન કરી શકવાની ગૂંગળામણ.

મને ભય છે કે તમને કદી ખબર નહીં પડે કે હું તમને કેવી ને કેટલી તીવ્રતાથી ચાહું છું. તમારા તરફનો પ્રેમ પ્રગટ કરવા મથી રહેલા એક જણને છોડીને તમે જઈ રહ્યા છો એ ધ્યાનમાં રાખજો, ગુરુદેવ!

તમારે માટે કરી શકું તે ઝીણાં ઝીણાં કામ અને મારી પાસે જે કાંઈ અલ્પ છે તે સર્વનો સ્વીકાર કરી મને તમે કેટલો બધો રાજીપો આપી શકો તે મહેરબાની કરી યાદ રાખજો.

વિક્ટોરિયા

*

6 જાન્યુઆરી, 1925

પ્રિય ગુરુદેવ,

તમને વિદાય આપી ત્યારથી એકલતાની હૃદયવિદારક લાગણી મને સતત કોરી રહી છે. હું કેવી કમનસીબ કે તમારી સાથે અત્યારે યુરોપ ન આવી શકી!

વિજ્યા

[રવીન્દ્રનાથે વિક્ટોરિયાને આપેલું નામ]

*

13 જાન્યુઆરી, 1925

લૅટિન અમેરિકાની ભાવ-સૃષ્ટિ તારી મૂર્તિરૂપે સદાય મારી સ્મૃતિમાં રહેશે.

તારી મૈત્રી અણધારી જ આવી. મારા સાચા તત્ત્વને તું પામીશ અને મારા જીવનનો ગૂઢાર્થ તું સમજીશ ત્યારે એ મૈત્રી પૂર્ણરૂપ પામશે. મોટા ભાગના મારા મિત્રો મારે ગુમાવવા પડ્યા, કારણ કે તેમણે પોતા માટે સ્વાર્થી માગણીઓ કરી અને જ્યારે મેં તેમને જણાવ્યું કે મારી જાતે હું કશું અર્પવા મુક્ત નથી, ત્યારે તેમણે મને અભિમાની માન્યો. અનેકાનેક વાર મારે આ દુર્ભાગ્ય વેઠવું પડ્યું છે. તેથી જ નવી મૈત્રી પાંગરે ત્યારે મને દહેશત થાય છે, પણ હું નિયતિનો સ્વીકાર કરું છું. તારામાં પણ તે નિયતિ પૂર્ણપણે સ્વીકારવાની હામ હોય તો આપણે જીવનભર મિત્રો બની રહીશું.

શ્રી રવીન્દ્રનાથ ઠાકુર

*

15 ફેબ્રુઆરી, 1925

પ્રિય ગુરુદેવ,

તમે ગયા ત્યારથી તમારે માટે ઝૂરું છું. ક્યાંય ચેન પડતું નથી. નિશ્ચિંત રહેજો, મારી મૈત્રી ગુમાવવાનો દિવસ કદી નહીં આવે. મારું હૃદય તમને અર્ઘ્ય અર્પે છે તેમ તેમ તે કંઈક વધારે ને વધારે આપવાનું મન કરે છે.

તમારી વિજ્યા

*

19 મે, 1925

પ્રિય ગુરુદેવ,

તમારી ગેરહાજરી સાલે છે. શા માટે તમે આટલા વહેલા જતા રહ્યા?

બની શકે તો તમારા ભારત દેશ વિશે લખજો. તમને મન અને હૃદયથી ચાહું છું, એ જ રીતે ભારતને મન અને હૃદયથી પ્રેમ કરું છું. આશા છે કે ક્યારેક અમે (હું અને ભારત) મળીશું.

તમારું ધ્યાન રાખજો. મારી આપવડાઈથી એવું માનું છું કે તમારી બરાબર સારસંભાળ હું જ લઈ શકું.

વિજયા

∗

2 ઓગસ્ટ, 1925

પ્રિય વિજયા,

નદીકિનારાના તારા ઘરમાં મારો નિવાસ ગ્રીષ્મના અંત સુધી હું લંબાવી ન શક્યો તેનો અફસોસ તેં વ્યક્ત કર્યો છે; પણ ત્યાં આવીને રહેવાની ઝંખના કેટલી બધી વાર મને થઈ આવી છે તેની તને શી ખબર? ત્યાં હતો ત્યારે આળસભર્યા સમયની છાયામાં શરમાળ ફૂલોથી મારી કવિતાની છાબડી રોજેરોજ ભરાતી રહેતી હતી. પરિશ્રમથી સર્જેલાં મારાં પરોપકારી કાર્યોના ઊંચા મિનારા તૂટી-ફૂટીને કાળની ગર્તામાં ફેંકાઈ જશે ત્યારે ખાતરી રાખજે કે પેલી કવિતાઓ તાજગીથી ભરી ભરી રહેશે. બહુ ઓછાને ખબર છે કે હું આપવાનો છું તે ગીતોની સોગાત માટે લોકોએ તારો આભાર માનવો જોઈએ.

શ્રી રવીન્દ્રનાથ ઠાકુર

∗

29 ઓક્ટોબર, 1925

પ્રિય વિજયા,

હાથોહાથ તને આપવું ગમ્યું હોત તેવું, બંગાળીમાં લખાયેલાં કાવ્યોનું મારું પુસ્તક આ સાથે મોકલું છું. એ પુસ્તક તને અર્પણ કર્યું છે. તેમાંનાં મોટા ભાગનાં કાવ્યો હું સાન ઇસીદ્રો હતો ત્યારે લખાયેલાં. આ કાવ્યોના મારા વાચકોને કદીયે ખબર નહીં પડે કે વિજયા કોણ અને આ કાવ્યો સાથે તેનો શો સંબંધ. પુસ્તકના કર્તા સાથે તું લાંબું રહી શકી નથી. એ સમય કરતાં વધુ સમય આ પુસ્તક સાથે ગાળવાની તને તક મળશે એવી આશા.

સપ્રેમ યાદ.

શ્રી રવીન્દ્રનાથ ઠાકુર

∗

ડિસેમ્બર 1925

પ્રિય ગુરુદેવ,

છેલ્લા કેટલાક મહિનાઓથી તમને કેટલા બધા યાદ કરું છું! તમારી ગેરહાજરી એવી તો ભયંકર સાલે છે કે તેના વિશે લખવાની હિંમત થતી નહોતી.

તમારો પત્ર અને પુસ્તક મળ્યાં. આભાર માનવા માટે મારી પાસે કોઈ શબ્દો નથી. તેની અંદર શું લખાયું છે એ જાણવા પાગલ છું.

વહાલા ગુરુદેવ, હું તમને ચાહું છું.

વિજયા

*

14 જૂન, 1930

અતિ વહાલા ગુરુદેવ,

તમારા વિના સાવ સૂનું લાગે છે? આશા રાખું છું કે તમને પણ થોડું સૂનું લાગતું હશે.

મારા તરફથી સ્નેહ અને સ્નેહ.

વિક્ટોરિયા

*

19 ઓક્ટોબર, 1936

પ્રિય વિજયા,

જીવનના દિવસો પૂરા થાય તે પહેલાં સાગર પાર કરીને તને ફરી એક વાર મળવાની તક સાંપડે એવી આશા સેવ્યા કરું છું.

વહાલ સાથે

રવીન્દ્રનાથ

*

26 જાન્યુઆરી, 1939

પ્રિય વિજયા,

તારી માયાળુ દેખભાળને કારણે આનંદમય બનેલા આર્જેન્ટિનાના દિવસો સ્વપ્નની જેમ મનમાં વારંવાર ઘોળાયા કરે છે.

હજીય મારું કામ કર્યે જાઉં છું. જોકે દિવસના પ્રકાશથી જીવન ભરપૂર છે ત્યારે જ કામ બંધ કરવું અને તારકગણના શાંત જળમાં હળવેકથી વહી જવામાં જ ડહાપણ છે, એ હું જાણું છું.

સ્નેહ સાથે

રવીન્દ્રનાથ ઠાકુર

*

23 ફેબ્રુઆરી, 1939

વહાલા, વહાલા રવીન્દ્રનાથ,

પંદર વર્ષ પહેલાં તમે સાન ઇસીદ્રો છોડ્યું ત્યારથી ઘરઝુરાપાનાં ધૂમ્રવલયો હું પણ અનુભવું છું. એ ઘરે જાઉં છું ત્યારે હૃદયમાં સ્મૃતિઓ ભોંકાયા વગર રહેતી નથી.

તમારું નજીક રહેવું; રોજ સવારે, રોજ બપોરે ને રોજ રાતે તમને નિહાળવા; તમને જોવા, તમને સાંભળવા — આહ! કેવી સુખદ ઘટના!

સ્નેહ પાઠવતી

તમારી વિજ્યા

*

14 માર્ચ, 1939

પ્રિય વિજ્યા,

એક સમયે કેવું નિકટ હતું તારું સાન્નિધ્ય! પાર ન કરી શકાય એવા અંતરે હવે એ ચાલી ગયું છે. અકસ્માતે મળી ગયેલી અમૂલ્ય કેડીઓને હૃદય પાછી વાંછે છે. પણ જાણું છું કે એને હવે કાયમ માટે ગુમાવી દીધી છે. તારી ઋજુ સારસંભાળ મારાં ઉત્તમ કાવ્યોમાંના થોડાકની આસપાસ ગૂંથાયેલી છે. હાથતાળી દઈને ભાગી જતાં તે કાવ્યો ઝડપાઈ ગયાં છે.

અત્યંત વહાલ સાથે

રવીન્દ્રનાથ ટાગોર

*

8 જૂન, 1940

વહાલા, વહાલા ગુરુદેવ,

તમને અને સાન ઇસીદ્રોમાં ગાળેલા સુખી દિવસોને આખો વખત યાદ કર્યા કરું છું.

મને અર્પણ કરેલા તમારા કાવ્યસંગ્રહનું નામ શું છે? મને તે જણાવજો.

સસ્નેહ

વિજ્યા

*

10 જુલાઈ, 1940

પ્રિય વિજ્યા,

મેં તને અર્પણ કરેલા પુસ્તકનું નામ છે 'પૂરબી' (એટલે કે પૂર્વની નારીજાતિ 'પૂરબી').

સસ્નેહ

રવીન્દ્રનાથ

(અનુ૦ મહેશ દવે)

['રવીન્દ્ર-ઓકામ્પો પત્રાવલી' પુસ્તક : 2006]

બાબુલ મોરા

તમને સૌથી વધુ ગમતું ગીત કયું, એ તમે કહી શકશો ? હું તો નહીં કહી શકું. સો-સવાસો નામ આપવાં પડે. તોપણ આપણને સૌથી વધુ ગમતું ગીત રહી જ ગયું, એવી શંકા મનમાં થયા કરશે. પણ સૌથી લાડકું ગીત ગમે તે હોય, મારા કાનમાં તો હંમેશાં 'બાબુલ મોરા' ગુંજવા માંડે છે. ગળા પર તલવાર મૂકીને પસંદગી કરવાનું મને કોઈ કહે તો ક્ષણનોયે વિલંબ કર્યા વગર હું 'બાબુલ મોરા' કહી દઉં : ચિત્રપટ 'સ્ટ્રીટ સિંગર', સંગીત આર૦ સી૦ બોરાલ, ગાયક કુંદનલાલ સાયગલ !

વાજિદ અલી શાહ સંગીત નૃત્યાદિ કલાઓમાં ખોવાઈ ગયેલો. અંગ્રેજનો માંડલિક રાજા. તેને પદચ્યુત કરવા માટે ગોરો સાહેબ મહેફિલરૂપી દરબારમાં આવ્યો. ત્યારે દુઃખથી કાળજું છિન્નભિન્ન થયેલા વાજિદ અલીએ 'બાબુલ મોરા' ગાયાની દંતકથા છે. ઉપર ઉપરથી જુઓ તો એ સાસરે જતી નવોઢાનો વ્યાકુળ પોકાર છે. તેનું પિયર છૂટે છે, પણ પગ ઊપડતો નથી. ઘર સામેનું આંગણું તેને પર્વત સમાન લાગે છે. આંગણું તો દૂર રહ્યું, ઘરનો ઉંબરો તેને પરદેશ લાગે છે. રાજ્ય જેને છોડવું પડેલું તે વાજિદ અલીના લોહીલુહાણ કાળજાની 'બાબુલ મોરા' ચીસ છે. આ વ્યથા, આ કારુણ્ય, આ શૂળ જીવંત જ નહીં, પણ અમર કર્યાં બોરાલના સંગીતે અને સાયગલના અવાજે !

સાયગલના અવાજનું એકદમ બરાબર વર્ણન કરી શકે એવા શબ્દો ક્યાંક હશે, તોયે એ મને મળ્યા નથી. 'ખુદા કી દેન', એમ આકાશ તરફ જોઈને સાયગલના કુદરતી અવાજ વિષે કહેવાય છે. 'આફતાબ-એ-મૌસિકી' ઉસ્તાદ ફૈયાજ ખાન સાયગલ વિષે કહે છે, "ખુદા કી દેન શબ્દોથી છેતરાશો નહીં. જેની પર મહેરબાની કરવી હોય તેની પાસે પહેલાં તો તે લોહીનું પાણી કરે એવી તનતોડ મહેનત કરાવે છે. અને પછી સફળતા મળે તેનું શ્રેય પોતે લે છે." પેટી હાથમાં લીધા વગર સાયગલ ગાતો નહીં. 'શાહજહાન'ના રેકર્ડિંગમાં પેટીના સૂર આવે નહીં, તે માટે નૌશાદની સૂચનાથી સાયગલ 'સ્ટોપર' લગાડવા તૈયાર થયો; પણ હાથમાંથી પેટી તેણે છોડી નહીં કે તેની પર આંગળીઓ ફેરવવાનું અટકાવ્યું નહીં. "પેટી હોય તો સૂર મારા હાથમાં છે, એવું મને લાગે છે," એમ તે કહેતો. પાગલ ! સપ્તસૂર તેના કંઠમાં હતા; એ નિર્જીવ લાકડાના ખોખામાં શું હતું ? દારૂ પીધા વગર પોતે ગાઈ શકતો નથી, એમ પણ તેના મનમાં બેસી ગયું હતું. રેકર્ડિંગના દરેક 'ટેક' પહેલાં ડ્રાઈવર જોસેફના નામનો પોકાર થતો. એ અદબથી પીણાનો ગ્લાસ ધરતો. સાયગલ મદિરાને 'કાલી પાંચ' કહેતો. સ્વરયંત્રને બાળતો 'કાલી પાંચ' અંદર જાય એટલે ગાવામાં નશો ઊતરે એવો તેને ભ્રમ હતો. એક વાર નૌશાદે તેને કહ્યું, "માફ કીજિયે સાયગલસાહબ, છોટે મુંહ બડી બાત. તો ઇતને દિન હમ જિસ ગાને કે દીવાને થે, વો આપ નહીં, આપ કી 'કાલી પાંચ' ગા રહી થી ! જે કોઈ મિત્રોએ આ તમારા મનમાં ભર્યું છે તેઓ મિત્ર નહીં તમારા શત્રુ

છે. બસ, ઇતના જાન લો." સાયગલ એ સમજે ત્યાં સુધીમાં બહુ મોડું થઈ ગયું હતું. બધું પૂરું થયું હતું. 'કાલી પાંચ' લેતાં પહેલાંનો 'જબ દિલ હી ટૂટ ગયા'નો પ્રથમ 'ટેક' પછીના બધા 'ટેક્સ' કરતાં સારો હતો, એ તેણે માન્ય કર્યું હતું. એ જ ચિત્રપટમાં તેના કંઠે એક ગીત હતું – 'ચાહ બરબાદ કરેગી હમે માલૂમ ન થા...'

'તાનસેન'માં તાની છૂટા પડતી વખતે અસ્સલ રાગદારીથી લાડથી ગાય છે, ત્યારે મંત્રમુગ્ધ થયેલી ગાયભેંસો દોડતી આવે છે. તાનસેન તેને શુદ્ધ રાગ કેવો હોય છે તે સમજાવે છે. તાની હસીને વાત ઉડાડી દે છે. ઘરે ગયા પછી તાનસેનને એકાએક લાગે છે કે મૂંગાં જનાવરોને પશુત્વ ભુલવાડી દે તે ખરું ગાન; ફક્ત રાગ અને રાગિણીના નિયમોનું ચુસ્તપણે પાલન એટલે ગાન નહીં! તેથી જ સાયગલ 'યમન' ('રાધે રાની દે ડાલો ના': 'પૂરન ભગત') ગાય છે, કે 'ખમાજ' ('લાખ સહી પીકી પતિયાઁ: 'ખાસગી') ગાય છે, કે તેની લાડકી 'ભૈરવી' ('હૈરતે નજારા': 'કારવાન–એ–હયાત') ગાય છે, ત્યારે તે કેવળ રાગનો વિસ્તાર નથી હોતો, શાસ્ત્રનો આલેખ નથી હોતો. તેમાં સાયગલનો આત્મા હોય છે. 'સોજા મીઠે સપને આયે' કે 'જબ ના કિસી ને રાહ સુઝાયી' કે 'તૂ તો નહીં નાદાન' કે 'મન પૂછ રહા હૈ અબ મુઝ સે' વગેરે ગીતોની પંક્તિઓમાં સાયગલે જીવ રેડ્યો છે. 'તાનસેન'માં દેખાડ્યો છે એ સંગીત-ચમત્કાર કોઈ પણ કાળમાં અસંભવ લાગે એવો જ છે. પણ ખેમચંદ પ્રકાશના સંગીતમાં સાયગલનો અવાજ ભળે છે, ત્યારે સંભવ-અસંભવની શૃંખલા તૂટી જાય છે. તે 'સપ્ત સુરન તીન ગ્રામ' ગાય છે ને અમસ્તાં જ પડેલાં વાદ્યો આપમેળે વાગવા માંડે છે. જોઈએ તો લાગે છે કે આવો ગાનારો હોય તો કેમ ન વાગે? તે 'બાગ લગા હૂં સજની' ગાય છે અને નિષ્પર્ણ વૃક્ષવેલીઓ ફૂલપાંદડાંથી ખીલી ઊઠે છે અને ઉજ્જડ જગા નંદનવન બને છે. જોઈએ તો લાગે કે એકદમ શક્ય છે. તે 'રૂમઝૂમ રૂમઝૂમ ચાલ તિહારી' ગાય છે અને પાગલ થયેલો મદોન્મત્ત હાથી શાંત થાય છે. જોઈએ તો લાગે કે ગાનારો આ કક્ષાનો હોય તો કેમ શાંત ન થાય? તે 'ઝગમગ ઝગમગ દિયા જલાવ' ગાય છે અને મહેલના દીવા પેટે છે. જોતાં લાગે કે દીવા નક્કી પેટી શકે; ફક્ત 'દીપ' રાગ ગાનાર સાયગલ જોઈએ.

સાયગલની બરોબરીની ઉષ્માસભરતા બીજા કોઈ જ પુરુષી અવાજમાં નહીં મળે. 'મધુકર શ્યામ હમારે ચોર' ('ભક્ત સુરદાસ'), 'ઇક બંગલા બને ન્યારા' ('પ્રેસિડેન્ટ'), 'જો બીત ચૂકી સો' ('પૂજારન'), 'છુપો ના છુપો ના' ('મેરી બહન'), 'કાહે ગુમાન કરે' ('તાનસેન') વગેરે કેટલાંયે ગીતોમાં આ ઉષ્માસભરતા પદેપદે અનુભવાય છે. મારા મતે ઉષ્માસભરતાનું સર્વોત્તમ ઉદાહરણ એટલે 'પ્રેસિડેન્ટ'નું 'એક રાજે કા બેટા લેકર ઊડનેવાલા ઘોડા'. એ ગીત પૂરું થતાં એ કહે છે, "અચ્છા બચ્ચોં, અગર તુમ્હેં વો શહેજાદી મિલ જાય તો ઉસકે સાથ ખેલોગે? વો બચ્ચોંકો બડી ઉમદા ઉમદા ચીજે ખિલાતી હૈ, કહો હાઁ..."

શરૂઆતના સમયમાં, પોતે ગુરુ-શિષ્યપરંપરાના ઘરાણાની ગાયકી શીખ્યો નથી એનો સાયગલને ખેદ થતો હશે. આવી જ મનઃસ્થિતિમાં એક વાર તે ઉસ્તાદ ફૈયાજ ખાન પાસે કંઠી બંધાવવા ગયો. ખાનસાહેબે તેને ગાઈ દેખાડવા કહ્યું. સાયગલે 'દરબારી' રાગમાં ખ્યાલ ગાયો. તે સાંભળીને ફૈયાજ ખાન બોલ્યા, "બેટા, તને વધુ મોટો ગાયક બનાવવા માટે શીખવવા જેવું મારી પાસે કાંઈ નથી. તું ગાતો રહે."

સાયગલે, તે સાયગલ થયો તે પહેલાં, રેલવેમાં ક્લાર્ક તરીકે, હોટેલ-મૅનેજર તરીકે, ટાઇપરાઇટર મિકેનિક તરીકે અને રેમિંગ્ટન ટાઇપરાઇટર કંપનીમાં વિક્રેતા તરીકે નોકરી કરી. તેની પર એક વાર ચોરીનું આળ પણ આવ્યું હતું. પાસા પાડવાની ગરજ વગરનો આ સ્વયંભૂ હીરો આર. સી. બોરાલને સાંપડ્યો. ન્યૂ થિયેટર્સના 'ઑડિશન' રૂમમાં બોરાલે સાયગલના અવાજની ચકાસણી કરી. સાયગલે પહેલાં ભજન, પછી ખ્યાલ અને છેવટે ગઝલ ગાઈ. પેલી તરફ મેકઅપ કરી રહેલા અંધ કે. સી. ડેના કાને સાયગલનો અવાજ પડ્યો. તે રોમાંચિત થયો. અથડાતોટિચાતો તે 'ઑડિશન રૂમ'માં આવ્યો. ફંફોસીને તેણે સાયગલનું મસ્તક શોધ્યું અને અઢળક આશીર્વાદ આપ્યા. ન્યૂ થિયેટર્સના 'મુહબ્બત કે આંસુ', 'સુબહ કે સિતારે' અને 'જિંદા લાશ'માં તેણે કામ કર્યું ને ગાયું પણ ખરું. પણ આ ત્રણે ચિત્રપટો સાવ નિષ્ફળ ગયાં. તે પછી બંગાળી 'દેવદાસ'માં તેને બે ગીતો પડદા પર ગાવા મળ્યાં ને સાયગલ બંગાળીમાં ઘરેઘરે પહોંચ્યો. ન્યૂ થિયેટર્સના ધુરંધરોને બે બાબતો સમજાઈ, કે સાયગલ ગાય છે તો સારું જ પણ પડદા પર દેખાય છેય સારો અને તેને ભૂમિકા આપીને બંગાળી અને હિંદી બંને ભાષામાં ચિત્રપટ કાઢવાં શક્ય છે. પ્રથમેશ બારુઆની જગાએ સાયગલને લઈને હિંદી 'દેવદાસ' આવ્યું અને સાયગલ 'નૅશનલ હીરો' બન્યો. નિષ્ફળ પ્રેમની 'ગ્લૅમર' અનુભવાય એટલો સાયગલની ભૂમિકામાં 'દેવદાસ'નો યુવાન વર્ગ પર પ્રભાવ પડ્યો. 'બાલમ આયે બસો મેરે મન મેં' અને 'દુઃખ કે અબ દિન બીતત નાહીં' એ 'દેવદાસ'નાં તેનાં ગીતો જાણે રાષ્ટ્રગીતો થયાં ! પછી ન્યૂ થિયેટર્સમાં તેણે 'પૂરન ભગત', 'ચંડીદાસ', 'કરોડપતિ', 'જિંદગી', 'પ્રેસિડેન્ટ', 'સ્ટ્રીટ સિંગર', 'દુશ્મન' અને 'કારવાન-એ-હયાત'માં કામ કર્યું અને ગીતો પણ ગાયાં. 'ન્યૂ થિયેટર્સ'માં દશ વર્ષ કાઢ્યા પછી 1941ની સાલમાં સાયગલ કલકત્તાથી મુંબઈ આવ્યો ને અહીં તેણે 'ભક્ત સુરદાસ', 'તાનસેન', 'ભંવરા', 'તદબીર', 'ઉમર ખય્યામ', 'શાહજહાન' અને 'પરવાના'માં કામ કર્યું.

સાયગલમાં રહેલા ગાયકે તેનામાં રહેલા અભિનેતાને હંમેશાં પાછળ ધકેલ્યો, એના ખૂબ જ લોકપ્રિય થયેલા 'દેવદાસ'માં પણ તેનો ચહેરો હીરોનો નહોતો. 'સ્ટ્રીટ સિંગર' વખતે જ તેને લગભગ સંપૂર્ણ તાલ પડી હતી. તે વિગ પહેરીને પ્રસંગ સાચવી લેતો. મુદ્રાભિનય પર તેનો વિશેષ આધાર નહોતો. તેની સંવાદક્ષમતા તેના ગીતની જેમ જ સહજસુંદર ને નૈસર્ગિક હતી. 'તાનસેન'માં તે અને ખુર્શિદ બોલવા માંડે ત્યારે ચિત્રપટ 1943ની સાલનું છે એ સાચું લાગે નહીં.

જિંદગી આખી મુંબઈમાં કાઢવા છતાં મહંમદ રફીને મુંબઈના મુખ્ય રસ્તાનીયે ખબર નહોતી. ડ્રાઇવર લઈ જાય તેમ જવાનું. ગાવા સાથે કામ. સાયગલ પણ આમ જ અનેક બાબતોમાં અજાણ હતો. એક વાર તે શૂટિંગ માટે આવ્યો નહીં તેથી તેને શોધવા લોકો ગયા. જુએ છે તો સાયગલ દાદરના ખોદાદાદ સર્કલ પાસે એક થાંભલાને અઢેલીને રડમસ ઊભેલો !

"શું થયું, સાયગલસા'બ ?"

"મને રસ્તો જ મળતો નહોતો," આ જવાબ !

સાયગલ દંતકથા થયો તેથી તેની આસપાસ ખરીખોટી અતિરંજિત દંતકથાઓ ઊભરાય એ સ્વાભાવિક છે. આ એક તપાસીને ખાતરી કરેલો પ્રસિદ્ધ પણ ખરો કિસ્સો છે : ઉદ્યોગપતિ સિંઘાનિયાના ઘરે લગ્ન કે કંઈક બીજો ઉત્સવ હતો. પચ્ચીસ હજાર રૂપિયા માનધન નક્કી કરીને તેમણે સાયગલનાં ગીતોનો કાર્યક્રમ રાખ્યો હતો. 1942ની સાલના તે પચ્ચીસ હજાર રૂપિયા ! કારદાર સ્ટુડિયોનો ગણપત નામનો એક કામગાર દીકરીનાં લગ્નની કંકોતરી લઈને આવ્યો ને એણે હાથ જોડીને સાયગલને કહ્યું : "તમે બહુ મોટા લોકો. અમો ગરીબોના ઘરે શાના આવો ? પણ આવશો તો હું જિંદગીભર નહીં ભૂલું."

સિંઘાનિયા અને ગણપતનાં ઘરમાં લગ્ન એક જ દિવસે હતાં. પચ્ચીસ હજાર પર પાણી ફેરવીને સાયગલ ગણપતને ત્યાં ગયો. એટલું જ નહીં પણ ગણપતના ઘરમાં જમીન પર બેઠક જમાવીને 'બાબુલ મોરા' ગાયું.

દેવદાસે પાર્વતીને વચન આપ્યું હોય છે કે, મરતાં પહેલાં એક વાર તને જરૂર મળી જઈશ. તે પ્રમાણે તે પ્રાણ છોડવા માટે જ માણિકપુર જાય છે. સાયગલ આવા જ અનામી ખેંચાણથી જાલંધર ગયો. કારદારની પાછળ પડીને તેણે 'શાહજહાન' ઉતાવળે પૂરું કરાવ્યું. જાણે ત્યાં તેની મૃત્યુ સાથે અપૉઇન્ટમેન્ટ હતી અને ગમે તે થાય તોયે એને તે ચૂકવી નહોતી. નાનપણથી થયેલો ડાયાબિટીસ તેને ગ્રસી ગયો. દારૂએ પોતાની કિંમત પૂરેપૂરી વસૂલ કરી. તેની સાથે પાંચ ડૉક્ટર હતા, પણ કોઈ કાંઈ કરી શક્યું નહીં. સાયગલે અપૉઇન્ટમેન્ટ જાળવી. 18 જાન્યુઆરી, 1946નો એ દિવસ હતો. બેંતાળીસમા વર્ષે અમર સૂર પંચત્વમાં વિલીન થયો. હોંશથી ખરીદેલા, જિંદગીના પહેલવહેલા રેડિયો પર લતા મંગેશકરે પહેલા સમાચાર સાંભળ્યા તે સાયગલના અવસાનના. તે ડૂસકાં ભરીભરીને રડી.

સાયગલની અંતિમ ઇચ્છાનુસાર તેની અંત્યયાત્રામાં 'જબ દિલ હી ટૂટ ગયા' વગાડવામાં આવ્યું.

માથા પર રૂમાલ બાંધીને, ગળામાં પેટી ભરાવીને સાયગલે 'સ્ટ્રીટ સિંગર'માં 'બાબુલ મોરા' ગાયું. તેની પાછળ, માઇક દેખાય નહીં એમ એક જણ ચાલતો હતો.

નાનકડું વાદ્યવૃંદ કૅમેરાની કક્ષાની બહાર આગળ ચાલતું હતું. તેની સામે ઊલટા ચાલીને બોરાલ સંચલન કરતો હતો. કુંદનલાલ સાયગલ ભાન ભૂલીને ગાતો હતો...

બાબુલ મોરા નૈહર છૂટો હી જાય,
ચાર કહાર કા મેલા મોરી ડુલિયા સજાવે,
મોરા અપના બેગાના છૂટો જાય...

અંગના તો પર્બત ભયા,
ઔર દેહરી ભયી બિદેસ,
લે બાબુલ ઘર આપનો
મૈં ચલી પિયા કે દેસ.

શિરીષ કણેકર (અનુ૰ જયા મહેતા)
['રૂપેરી પરદાના ચહેરાઓ' પુસ્તક: 2003]

❀

રૂપેરી પરદાના ચહેરા

મારા મિત્ર શિરીષ કણેકરે પોતાના પુસ્તકની પ્રસ્તાવના લખવાનો પ્રસ્તાવ મારી સામે મૂક્યો ત્યારે મને ખૂબ જ આશ્ચર્ય થયું. ડિમ્પલે લગ્નનો પ્રસ્તાવ મૂક્યો હતો ત્યારેય મને આટલું આશ્ચર્ય થયું નહોતું. એક મરાઠી પુસ્તકની પ્રસ્તાવના લખવાની ઑફર મને કોઈ કરી શકે એમ ક્યારેય લાગ્યું નહોતું. મેં તરત જ નકાર કર્યો. બાપજન્મારે ક્યારેય ચાર લીટીઓ લખી નથી.

શિરીષે જ્યારે મળે ત્યારે પ્રસ્તાવના વિશે કહ્યા કર્યું અને છેવટે હું આગ્રહનો ભોગ બન્યો. એક વાર એક કામ હાથમાં લઉં એટલે તે મન દઈને, પદ્ધતિસર કરવાનો મારો સ્વભાવ છે. મેં મારા સ્ટાફમાંથી મરાઠી માણસ પાસે આખું પુસ્તક બે વાર વંચાવ્યું. અર્થ ન સમજાયો ત્યાં પૂછી લીધો. જ્યાં મારો માણસ ઊણો ઊતરે છે એમ લાગ્યું ત્યાં લેખકની પોતાની જ પાસે ભૂલ વગરનું અંગ્રેજી ભાષાંતર કરાવ્યું. તે પછી મેં નોંધો કરી. મિત્રો સાથે ચર્ચા કરી. હવે મને આ નવી ભૂમિકાનો કેફ ચડ્યો હતો. આ ભૂમિકા ભજવવા માટે હું શરૂઆતમાં નારાજ હતો એ પણ ભૂલી ગયો. ગમે તે સમયે ફોન કરીને હું શિરીષને પૂછતો, “યાર, ઇસ કા ક્યા મતલબ હૈ?” તે કહેતો અને ઉપરથી સંભળાવતો, “યે લિટરેચર હૈ, કાકા! ‘છૈલાબાબુ’ નહીં હૈ.” એક તો એમનું કામ કરો અને ઉપરથી એમના જોડા ખાઓ! અને ઘમંડી તો રાજેશ ખન્ના જ. મારા પ્રયત્નો કુતૂહલથી જોયા કરતા મારા સેક્રેટરીથી એક દિવસ રહેવાયું નહીં તેથી મને પૂછ્યું, “ક્યા હો રહા હૈ, કાકાજી?” હું ‘મુગલે આઝમ’ના નિર્માણમાં ગૂંથાયો છું એમ તેને લાગ્યું હશે.

'પુન્હા યાદોં કી બારાત' (રૂપેરી પરદાના ચહેરાઓ) વાંચી લીધા પછી – ખરેખર તો વાચન ચાલુ હતું ત્યારે જ – મારી પહેલી પ્રતિક્રિયા હતી ચકિત થવાની. હિંદી ચિત્રપટ જેવા બજારુ મનાતા વિષયનું મરાઠી ભાષામાં આટલા ઊંચા દરજ્જાનું, અભ્યાસપૂર્ણ, શૈલીબાજ, વાચનીય, લલિત લેખન થતું હશે એની મને કલ્પનાયે નહોતી. એકંદરે અમારું સિનેમાવાળાઓનું વાચન જ મર્યાદિત. બહુશ્રુત કહી શકાય એવા લોકો અમારા વ્યવસાયમાં બહુ ઓછા જોવા મળે. જેમનું બોલવું કાન દઈને સાંભળીએ એવા ચાર જ માણસો મને ફિલ્મ-લાઇનમાં મળ્યા : વી૰ શાંતારામ, રાજ કપૂર, દિલીપકુમાર અને શબાના આઝમી ! બાકી મોટા ભાગના બધા મારી જેવા !

શિરીષ કણેકરને હિંદી ચિત્રપટ માટે અને તેના કલાકારો માટે સાચો પ્રેમ છે, એ બાબત મને સૌથી વધુ મહત્ત્વની લાગે છે. તેથી ગ્લૅમરના ઝગમગાટ નીચે છુપાયેલું અંધારું તેને દેખાય છે. કલાકારના હૃદયની વેદના તેને સમજાય છે. સાયગલ, મધુબાલા, દુરાણી જેવા ચારછ દિવંગત કલાકારોને બાદ કરતાં આ પુસ્તકના બીજા બધા જ કલાકારોનો મને પરિચય છે, કામ નિમિત્તે તેમનો ઓછોવત્તો સંપર્ક થયો છે. કેટલાકને તો મેં ખૂબ નજીકથી જોયા છે. તોપણ વાંચતી વખતે મને તેમને વિશે કેટલી બધી નવી માહિતી મળી !

શિરીષની કલમની ભાવુકતા મને મૃદુ બનાવે છે. 'તે અને તેની છાયા', 'હિન્દુ કો રામ મુસ્લિમ કો સલામ', 'દાદી અમ્મા', "તેને 'બીજો સાયગલ' થવું હતું," 'ઉઘાડ બારણું દેવ હવે' વગેરે લેખોએ મને અંતર્મુખ કર્યો. આટલાં વર્ષો ફિલ્મ-ઇન્ડસ્ટ્રીમાં કાઢ્યાં પછી પણ હું અંદરથી જરા હલી ઊઠ્યો. ગ્લિસરીન વગર આંખમાં પાણી આવતાં નથી, એ મારી માન્યતા ખોટી પડી.

અનેક વાર લખીને અનેક વાર ફાડીને હું જિંદગીની પહેલી અને ઘણુંખરું છેલ્લી પ્રસ્તાવનાને બે હાથ જોડતો હતો, ત્યારે એકાએક મારા મનમાં એક શંકા જાગી. મેં તે તરત જ શિરીષને કહી, "મેં આટલો પરિશ્રમ કર્યો તોય તેં જ મારા નામે પ્રસ્તાવના લખી છે એમ લોકો નહીં કહે એની શી ખાતરી ?"

"નહીં કહે," તે શાંતિથી બોલ્યો, "હું સારું લખું છું."

આ સાંભળી મારાથી કરી શકાય તેવું હતું તે જ મેં કર્યું. હું જાણતો હતો એવી પંજાબીમાં છે–નથી એવી ગાળો મેં તેને દીધી. હવે સાત મહિના મોટા હોવાનો ફાયદો ઉઠાવીને હું શિરીષ કણેકરને આશીર્વાદ અને તેના આ ઉત્કૃષ્ટ પુસ્તકને શુભેચ્છા આપું છું. બાકી કશા માટે નહીં, પણ પ્રસ્તાવના માટે લોકો પુસ્તક લેશે એની મને ખાતરી છે.

રાજેશ ખન્ના (અનુ૰ જયા મહેતા)

['રૂપેરી પરદાના ચહેરાઓ' પુસ્તક : 2003]

❀

'કયા જલમનાં પાપ...'

ફાઇન આર્ટ્સ કૉલેજમાં ભણાવવા જાઉં છું તેના ઝાંપે છેલ્લા ત્રણેક મહિનાથી એક આદિવાસી વૃદ્ધા બેસી રહે છે. કોઈના કહેવા અનુસાર એનો જમાઈ દુકાળને કારણે એને આમ છોડીને નાસી ગયો છે. એમનાં નામઠામનો પત્તો મળતો નથી કારણ કે ડોશી ઝાઝું સાંભળતાં-સમજતાં નથી. તેથી એમને ઘેર મોકલી આપવાની પેરવી પણ થઈ શકતી નથી. ડોશી પાસે થોડા ગાભા, એક જોડ કપડાં, એક પોટલું અને એક પાણીની માટલી છે. રોજ તડકે-છાંયડે, દિવસે કે રાત્રે એ ત્યાં બેઠાં હોય છે, બહુ તડકો પડે તો જરા આઘાં ખસે, નહિતર છાજલી કરીને બેઠાં હોય. શિયાળાની રાતોમાં એમને ટૂંટિયું વાળી પડી રહેલાં કેટલાકે જોયેલાં. આવ્યાં ત્યારે સાવ નંખાઈ ગયેલાં, પણ કૅન્ટીનના નોકરિયાતોએ વિદ્યાર્થીઓના વધેલા ટિફિનમાંથી એમને નિયમિત ખાવાનું પહોંચાડ્યું, ત્યાર બાદ જરા તબિયત સુધરી, હરતાં ફરતાં પણ થયેલ. હવે કૉલેજમાં રજાઓ પડી છે, વિદ્યાર્થીઓ ચાલી ગયા છે અને કૅન્ટીન બંધ થઈ ગઈ છે છતાં કોઈકવાર આવતા જતા લારીવાળાઓ એમને ખવડાવે છે. એક મિત્રનું હૃદય દ્રવતાં એણે ડોશી માટે કેળાં ખરીદ્યાં, તો ડોશી કહે: રોટલો આપો, રોટલો.

એમને ઘેર નહિ મોકલી શકવાનું પાપ વહોરીને હું ય ફરું છું. ડોશીની છાજલીમાં એમનો ચહેરો અંધારાનું રૂપ લે છે અને આજુબાજુ તડકો જાણે ધડીમ્ ધડીમ્ ઢોલની જેમ ધરુબે છે. આજુબાજુનાં ઝાડ પર પાંદડાં સુકાયાં છે, ઘણાં ખર્યાં છે, ખરે છે. મને ખરતાં પાંદડાંનો જુનવાણી મોહ છે. નાગાં થતાં ઝાડ, ખરતાં કેસૂડાં અને બીજી બાજુ ગરમાળા પર ભરખમ લચતાં ફૂલ જાણે ઉનાળાની જ પ્રતિકૃતિ. ડોશીના ઝાડા-પેશાબને તડકો ક્ષણવારમાં સૂકવી નાખતો હશે. ડોશી સુકાતાં જતાં હોય તો એની માત્રા તપાસી શકાતી નથી, કારણ કે શરીર તો હવે સૂકા ઝાડ જેવું થઈ ગયું છે – વધતું ય નથી અને ઘટતું ય નથી. ડોશી તો ગાભા-લૂગડામાં એક થઈ પડછાયાની પોટલી જેવા ઝાંપે એવાં પડ્યાં છે કે હવે તો આવતા-જતાની નજર પણ એમના પર પડતી નથી.

*

એ ડોશીનું મોં નીરખવાની મારી હિમ્મત થઈ નથી, પણ ધ્રાંગધ્રામાં સોએક વર્ષનાં એક દૂરના કુટુંબી ડોશી ટૂંટિયું વાળી ખાટલામાં પડ્યા છે એમને નજીકથી નીરખવાનો પ્રસંગ આવે છે ત્યારે ધ્યાનથી એમના ચહેરાની ઊંડી કરચલીઓ જોયા કરું છું. હંમેશના વહેતા પાણીથી પથરામાં લીસી ધારો કોરાય તેમ એમના ચહેરાની કરચલીઓએ પાડેલાં ચોસલાંમાં ચળક ચળક માછલાં જેવી બે આંખો તરે છે. ઘડપણ જોઈને સમયની લીલા યાદ આવ્યા વગર રહેતી નથી. ડોશી કાથીના ખાટલે સૂતાં છે. ખાટલાનો વણાટ અને ડોશીનું મોં; ખાટલાની પહોળાઈ અને ડોશીનું સંકોચાયેલું શરીર – આવું બધું મારા મનમાં વારંવાર અથડાયા કરે છે.

ઘેર જાઉં છું ત્યારે મા ખાટલે પડ્યાં છે. છેલ્લા છ મહિનાથી એમણે ઊઠવાનું બંધ કર્યું છે. ખાટલે જ પડી રહે છે. ખાટલે ખાવાનું-પીવાનું અને ખાટલે જ ઝાડા-પેશાબ. ડૉક્ટરોએ આશા છોડી દીધી છે, એટલે ભાઈ-ભાભી એમને મનગમતું ખવડાવે છે. એમના ડાયાબિટીક દેહને ઘણા ખોરાક હાનિકારક હોવા છતાં એમને રાજી રાખવા, એમના છેલ્લા દહાડા સુખમાં જાય એ આશાથી, મીઠાઈ કે ભાત પણ પિરસાય છે. આને લીધે તબિયત દિવસે ને દિવસે લથડતી જતી હશે. મા હવે હાડકાંનો ભારો થઈ ગયાં છે, એમને દાંત બરાબર નથી, આંખે મોતિયો છે અને હાથપગ વાથી ઝલાયેલા છે. વધારામાં પૂરું હવે સ્મૃતિછેદ થવા લાગ્યો છે. અમને ઓળખવાનું ભૂલવા લાગ્યાં છે. ઘડી ઓળખાણ પડે, પછી તરત ભૂલી જાય. ઓળખાણ પડે પછી શું કહેવું તે જાણે સૂઝે નહિ તેથી કોઈક રટણ કરવા માંડે. માને માથે ખૂબ વીત્યું છે. ઘર અને કુટુંબને માથે આર્થિક સંકડાશને કારણે વરસો લગી ખાવાપીવાની ખેંચ અનુભવી તેના પરિણામરૂપ જાણે મા હવે ખૂબ – અને ઝડપથી – ખાય છે અને ખાઈ લીધા પછી તરત ખાધાનો સ્મૃતિલોપ થવાથી ફરી ખાવાનું રટણ કરે છે. માનાં બે લગ્ન થયેલાં. પહેલા લગ્નથી એક દીકરી હતી. એની દીકરી ક્યાંક પરણાવેલી છે પણ એનું એમને ઘણા વખતથી સ્મરણ નથી. મારાથી પણ એને મળાયું નથી. બીજા લગ્ને અમારો બહોળો પરિવાર, પાંચ છોકરા – એમાંથી એકનું બાળપણમાં મૃત્યુ – અને એક દીકરી. બાપુનો ધર્મિષ્ઠ છતાં આકરો સ્વભાવ, મોટા ભાઈઓનું ભણતર, એની મુશ્કેલીઓ અને છેવટે મોટાં થતાં એક ભાઈનું પલાયન થવું, બીજા બે અને બાપુ વચ્ચે હંમેશના ઝઘડા અને છેવટે કુટુંબનું વિભાજન. એક બાજુ ભાઈ-ભાભીનાં બે જૂથ, બીજી બાજુ એકલાં મા-બાપુ અને તેમની પૂંઠેપૂંઠે ઘસડાતો ઘસડાતો એકલો એકલો હું. જૂના ઘરની પાછળનું ગાયકવાડી મેદાન, બાજુનું કતલખાનું જોયા કરું અને સૂકા ભોગાવે રખડ્યા કરું. બાપુ મસ્જિદે નમાજો પઢતા હોય, સવારના પહોરમાં વહેલા બાંગ દેતા હોય. સુધરાઈની ચૂંટણીમાં ઝુકાવી ઘાંચીવાડ જેવી શહેરની ગંદામાં ગંદી ગલીની મરામત કરાવતા હોય કે જાજરૂ બંધાવવા માટે માથાકૂટ કરતા હોય. ભાઈઓ સાથે ઝઘડામાં તપીને લોહી બાળતા હોય. પગના ખરજવે 'જર્મ્સકટર' જેવો મલમ ઘસતા હોય કે ઘરનું પૂરું કરવા ગામના વાણિયા, ઘાંચીવાડના વેપારી ઘાંચી કે સુધરાઈના સભ્યો પાસે વારંવાર લેણું કરવા જતા હોય – ત્યારે મા તો ઘરની અંદરની ઓશરીના રસોડિયા કાળા ઓરડે રોટલા કરતા હોય. માના ચહેરા કરતાં ઓરડાની કાળાશમાં ભળી જતી માની હયાતીનું મને વધારે સ્મરણ છે.

છાણગારાના ચૂલામાં લાલ ઝાળ કે કોલસા અને એમાંથી ઊડતા તિખારા, એના ઉપર કાળી તાવડીમાં શેકાતો રોટલો કે તપેલીમાં ફફડતું શાક – અને માનો હાથ, જાણે આટલું જ વધારે યાદ રહ્યું છે. મા હાંકો પાડે, જલદી ખાઈ લેવા ધમકાવે તે પણ યાદ છે. પછી તો એ મોહલ્લાનાં બૈરાં સાથે બેઠાં હોય પણ એમને મન મૂકીને

ઉલ્લાસમાં હસતાં જોયાનાં સંસ્મરણો બહુ ઓછાં છે. છેલ્લાં કેટલાંક વર્ષોથી એમની લથડતી તબિયત અને મોતિયો આવ્યો એ કારણોસર મારું એમના તરફ વધારે ધ્યાન ઢળ્યું છે. મા અને દીકરાના સંબંધોની સમીપતા કેવી હોય એનો ખ્યાલ કેટલાક ભાઈબંધોને જોઈને મોડો મોડો આવ્યો તેથી, થોડા દુ:ખ સાથે અને થોડા ગુમાવેલાં વર્ષોની નિરાશા સાથે, મા તરફ વળતો ત્યારે એમને ખુશ રાખવા પ્રયત્નો કરતો. મા મૂળ ગામડાનાં, અભણ. એમને ઝાઝી ધર્મ-પ્રીતિ યે નથી. સીધા સાદા ખેડૂતનાં દીકરી. માને ધર્મક્રિયાઓ અને નમાજ શિખવાડતાં ખૂબ વાર લાગી હતી. બાપુ એ જોઈ ગુસ્સે થતા, કારણ કે એ પોતે આપબળે ખૂબ શીખ્યા હતા. હવે સ્મૃતિચ્છેદ થયો છે ત્યારે માને અલ્લાનું નામ યાદ આવતું નથી – ભાઈઓ વારંવાર યાદ દેવડાવે છે છતાં. એને બદલે માને ક્યાં કયાંનાં સ્મરણો જાગે છે – આજનું તો ભુલાયું પણ કાલનું તો જાણે ફરી ઊગે છે, કોઈક વાર કહે છે કે, મને ઘેર લઈ જાવ, હજી બકરાં દોવાનાં બાકી છે. કોઈક વાર કહે છે, સામે કાંઠે લઈ જાવ. કોઈક વાર કોઈને ઓળખીને ભળતું જ બોલવા લાગે છે. એક વાર કહેતાં હતાં કે મહંમદની (મારી) દીકરીને મેં જ ઉછેરીને મોટી કરી છે. પણ આમ જુઓ તો સમીરાને ઓળખે ય નહિ કદાચ.

ભૂતકાળનું અને વર્તમાનનું, શારીરિક અને માનસિક, દર્દ એકબીજામાં સેળભેળ થઈ ગયાં છે, એથી ત્રાસીને 'મારી નાખ્યા માબાપ, કયા જલમનાં પાપ' એવું રટણ રાતદિ' કરે છે. એમને આવું રટણ કરતાં રોકવા ભાઈ કે પોતાને ગામથી મને મળવા આવેલ બહેન ઘાંટો પાડી સમજાવે છે અને અલ્લા અલ્લા કરવાની શીખ આપે છે. મા બે ઘડી રોકાય છે અને ફરી પાછાં એ જ રટણ શરૂ કરે છે. માને જોઈને મારું હૃદય હિજરાય છે, છતાં ય સામો બેસું છું, વાત કરવા પ્રયત્ન કરું છું, હાથ ઝાલું છું (જરાક દબાતાં, વાને લીધે એમ.ની રાડ નીકળી જાય છે) અને મારું મોઢું ઓળખાવવા એમની નજીક જાઉં છું. એમની આંખો પાણીનાં ખાબોચિયાં જેવી લાગે છે. ઘણી વાર ઝરણા નીચે લીલમાં જીવ ફરતા દેખાય એમ કીકીઓ ફરે છે. એમનો ચહેરો સુકાઈ ગયો છે. કપડાં નિયમિત બદલી શકાતાં નહિ હોવાથી મેલાં થયાં છે. વારંવાર ઝાડા વગેરે થતા હોવાને કારણે ગોદડી પણ જરા મેલી રહે છે. ભાઈના નવા બાંધેલા પાકા ઘરના ઓરડામાં (પાછળના મકાનને કારણે) બારી નથી એટલે ચારેકોર અંધારું છે – માત્ર એક દરવાજેથી ભખભખ કરતું અજવાળું આવે છે અને એને વીંધતા ઓળા આવે તે માની પાણીસરી આંખમાં ઝબકતા હશે. મા રાત ને દિવસ બોલ્યા કરે છે, જે રટણ ચડી જાય તે કર્યા કરે. ઊંઘ તો વેરણ થઈ છે. તેથી એ લગભગ હંમેશાં જાગતાં જ હોય છે. ભાભી રાતના એમની નજીક સૂએ છે. ધીમે ધીમે બધાં માના રટણથી ટેવાઈ ગયાં છે.

કોઈકને વાત કરું છું ત્યારે લોકો એવા અને એથી વધારે વેદના-જનક દાખલા ટાંકે છે. સરખામણીથી શાતા વળતી હશે, દુ:ખ ઓછું થતું હશે. ભાઈ પણ કેટલું

કરે, શું કરે ? બનતું બધું કરી ચૂક્યા છે. ભાભી રાત ને દિવસ માને ખવડાવે-પિવડાવે અને સાફ કરે છે.

બસમાં ધ્રાંગધ્રા જાઉં છું ત્યારે પણ તડકો એવો જ રમરમે છે. સાંજના પાછો ફરું છું ત્યારે સૂરજ સામેના થાળે બેસવાની તૈયારીમાં છે. બહેન અને હું બસમાં બેઠાં છીએ ત્યારે અચાનક મારા મનમાં માનું રટણ જાગે છે. બહાર ફૂંકાતી હવામાં ધૂળ ઊડે છે. ધૂળિયા વંટોળમાં તડકો ઢીલો પડતો જાય છે અને વચ્ચે માંજેલા પિત્તળના ઘડા જેવો સૂરજનો કાઠો દેખાય છે. પૂરપાટ બસ ચાલી જાય છે ત્યારે સાંજનાં ચકલાંનો અવાજ ઓગળી જાય છે. વચ્ચે વચ્ચે આવતા લીમડાની ડાળીઓ અને લીલાં પાંદડાંની નરવાશ, વંટોળ અને ધૂળમાં મળી કોઈ અનિવાર્ય ક્ષણની એંધાણી આપે છે.

ઠરતી સાંજનાં હજી ઇંધણની ઝાળ અને તિખારા છે, આકાશની આછરતી સપાટીમાં ભૂખરવાં કણ ચોંટ્યાં છે, રસ્તાની રાતી ધૂળ હવે બળીને કાળી થવા આવી છે. હું અને બહેન જાણે સડસડાટ ભાગતી બસમાં બેસીને ક્યાંક નાસી જતાં હોઈએ એવું લાગે છે. ગામ પાછા ફરતાં બસ ઊભી રહે છે ત્યાંથી દેખાતા એક ઘરના રસોડામાં ઇંધણ સળગી રહ્યું છે. અમે ચાલીને ઘેર પહોંચીએ છીએ. ઘેર પહોંચતાં જ માનું રટણ સાંભળું છું. વાળુ કરી રાતે ધાબા પર ખાટલે પડું છું. ખાટલે લીમડાનો મ્હોર વેરાયો છે. સમીરા અને કબીરના વિચારે ઢળું છું ત્યારે લીમડો હવામાં હલે છે. તાપ શમ્યો છે, અડધી પડધી ઠંડક છે. તડકા અને વિચારોથી પાકેલું મારું મગજ લીંબોળી જેવું ઝૂલે છે. નીચે મા રટે છે: “કયા જલમનાં પાપ…”

ગુલામ મોહમ્મદ શેખ

[સુરેશ હ○ જોષી સંપાદિત ‘ગુજરાતી સર્જનાત્મક ગદ્ય: એક સંકલન’ પુસ્તક: 1981]

❀

તફાવત

કોઈ મુસલમાન એવું જાહેર કરે કે પોતે ‘કુરાન’માં કે એક જ અલ્લાહમાં માનતો નથી, તો એ મુસલમાન મટી જાય છે. એ જ પ્રમાણે ઈસુ અને ‘બાઇબલ’માં અશ્રદ્ધા હોય તો એવો માણસ ખ્રિસ્તી હોવાનો દાવો નહીં કરી શકે. [પણ] કોઈ હિંદુ ‘વેદ’, ‘ઉપનિષદ’ કે ‘ગીતા’માં તથા પરમેશ્વરમાં બિલકુલ માનતો ન હોય, તોય તે હિંદુ હોઈ શકે.

ગુણવંત શાહ

[‘પતંગિયાની અમૃતયાત્રા’ પુસ્તક: 2006]

❀

શૈશવની સાંજ

અમારે જમીન ખરી, પણ ખેતીનો ધંધો નહિ. દાદાએ જુવાનીમાં જાતે ખેતી કરેલી. પછી તો જમીન ભાગે કે સાંથે ખેડૂતોને ખેડવા આપીએ; પણ ઘેર ઢોર ખરાં. અમારાં બંને ઘરનો અર્ધો ભાગ ઢોર માટેની કૉઢ રોકે. ઢોરને બાંધવા માટે દોરડાં વણવાનું, માંદા પડે ત્યારે ઉપચાર કરવાનું, એમને માટે ઘાસચારો લાવવાનું કામ દાદાને માથે. અમારા ઘરની પાછળ દક્ષિણ દિશામાં નજીકમાં જ એક ખેતર; દાદાને નામે એટલે 'દાદાનું ખેતર' કહેવાય. બપોર પછી દાદા હાથમાં દાતરડું લઈ ખેતરમાં ચાર લેવા જાય. સાંજના અમે ત્રણ ભાઈબહેનો ભારા લેવા માટે જઈએ. મગફળી, બાજરી, તુવર, મગ, મઠનું વાવેતર કર્યું હોય; એક બાજુ ઝાબમાં (પાણી ભરાઈ રહે એવા નીચાણવાળા ભાગમાં) ડાંગર કરી હોય. ખેતરની વચ્ચે એક આંબો, અમારો નહિ પણ ગામના નાથા ડોસાનો. અમે ખેતરના ખોડીબારામાં પેસીએ ને દાદાને બૂમ મારીએ. દાદા દૂરને શેઢેથી જવાબ વાળે. દાદા એમનું કામ પૂરું કરે ત્યાં સુધી અમે ખેતરમાં રમીએ. મગફળીમાં આળોટવાની મજા આવે; એની લીલી સુંવાળી વાસ બહુ ગમે. ક્યારેક ઘેરથી કહ્યું હોય તો તુવરની સીંગ કે પાપડી ચૂંટીએ; વાડે વાડે ફરી વળીએ ને કેસરી રંગનાં ખટમીઠાં પીલુડાં કે કાળાં ભમ્મર જેવાં કંથારાં વીણીએ; એકબીજાનાં કપડાંમાં 'કૂતરી' ચોંટાડીએ. ખેતરને એક ખૂણે જૂનો કૂવો, ચારે બાજુ જાળાં ને કોરે એક મોટું જાંબુડાનું ઝાડ. કૂવામાં સૂરજનું અજવાળું ન પડે. થાળામાં ઊંધા સૂઈ જઈને અમે કૂવામાં ડોકિયું કરીએ; પથ્થર મારીએ એટલે બખોલોમાં બેસી રહેલાં કબૂતર ફડફડ કરતાં ઊડે. એ અંધારો કૂવો અમારા મનના ઊંડાણને ભયથી ભરી દેતો. દાદાએ વાડમાંથી વેલા ખેંચી કાઢી ભારા બાંધીને તૈયાર કર્યા હોય તે અમારે માથે ચઢાવે. કોઈ વાર ભારામાં મગફળીના છોડ પણ બાંધ્યા હોય. અમે ઘરને આખે રસ્તે એમાંથી મગફળીઓ તોડીને ખાતા ચાલીએ.

અમારો વાડો ઠીક ઠીક મોટો. એમાં જામફળી, દાડમડી ને એક ખાટાં બોરની બોરડી; પાછળથી લીંબોઈ ને ગોરસ આંબલી પણ ઉમેરાયાં. નહાવાની શૉલ પાસે ફુદીનો ને તુળસી ચંદનીના છોડ. વાડમાં બેત્રણ અનૂરીનાં ઝાડ. વાડામાં બે માંડવા; એના પર ઘીલોડી, દૂધી ને વાલોળના વેલા ચઢાવેલા. છાપરા ઉપર ગલકી ને તૂરિયાંના તેમ જ કોળાંના અને કંટોળાના વેલા. જરૂર પડે ત્યારે અમને નિસરણી મૂકી કોળું કે કંટોળુ લેવા છાપરે ચઢાવે; મજા આવે. ચોમાસામાં જમીન ઉપર ચીભડાં ને કોઠમડાંના વેલા થાય. કંકોડા તો વાડમાં હાથ નાખી વીણી લેવાનાં. પહેલો વરસાદ પડે એટલે અમે થોડી જમીન કોદાળીથી ખોદી એમાં મકાઈના દાણા વાવીએ; રોજ રોજ અધીરાઈથી છોડને ઊગતા જોઈ રહીએ. આખરે એક દિવસ ડોડા વીણી લેવામાં આવે ને વાડામાં કરેલા ચૂલે દાદા શેકવા બેસે. વાડાને એક ખૂણે, આંબલીના ઝાડ નીચે પરાળ ને બાજરી-જુવારના પૂળાનાં કૂંધવાં કરવામાં આવે. લીસા પરાળના

ઢગલા ઉપર પેલા 'કરતાં જાળ કરોળિયો'ની રીતે ચઢવાની ને ટોચેથી નીચે લસરવાની મજા આવે. આ કૂંધવાંની બાજુમાં વાડને અડીને બળતણનાં લાકડાં ખડકાય. બાપુ સીમળિયેથી લાકડાંનાં ગાડાં મોકલાવે. લાકડાંના આ માંચામાં ચીતળ રહે, કોઈ કોઈ વાર દેખાય. પણ સાપની, એરુઝાંઝરની બીક શહેરીઓને તેટલી ગ્રામવાસીઓને નહિ. હાલતાં ચાલતાં સાપનો ભેટો થઈ જાય. એ એને રસ્તે ને આપણે આપણે રસ્તે, એવું સહ-અસ્તિત્વ પ્રવર્તે. એક વાર અમે લાકડાં ઉપર ચઢીને રમતાં હતાં; મને કશુંક કરડી ગયું. પગ સૂજી ગયો ને કહોવા માંડ્યો. બધાંને ખાતરી કે ચીતળ જ કરડી છે. લોકો જે બતાવે તે ઓસડ – મુરાડિયાં (મૂળિયાં) ઘસીને ચોપડવાં, પાંદડાં વાટીને લેપ કરવો – થાય, પણ કશો ફેર ન પડે. પછી બાપુએ સાપ મંતરવાવાળાની ભાળ કાઢી. છસાત ગાઉ દૂર આવેલા ગુણશિયા ગામે એક જાણકાર રહે. બાપુ પાણીનો લોટો લઈને જાય ને પાણી મંતરાવી લાવે. છએક મહિને આરામ થયો.

પાસેના જંગલમાં સીતાફળીઓ પાકે એટલે દાદા સાથે અમારી ટોળી ઊપડે, દાદાએ લાંબા વાંસને છેડે લાકડાનો એક નાનકડો ટુકડો બાંધી ઊંધા Vના આકારવાળી અંકોડી બનાવી હોય. આંખો ઊઘડી હોય (પાકવાને માટે તૈયાર હોય) એવાં અનૂરાંને દાદા આંકડીમાં ભેરવી નીચે ખેંચી પાડે. અમે બધાં એક પોતડીમાં ભેગા કરી ઘેર લાવીએ. વાડામાં પરાળમાં કે પછી ઘરમાં માટલામાં ને કોઠીમાં એને પકવવા નાખીએ. રોજ સવારે વહેલા ઊઠીને અનૂરાં જોવાનાં. પાકાં પાકાં કાઢી વહેંચી લેવાનાં. મહાદેવ પાસેના જંગલમાં એક કોઠીનું ઝાડ; એનાં કોઠાં ગળ્યાં મધ જેવાં. ક્યારેક એ કોઠીએ પહોંચીએ ને નીચે પડેલાં કોઠાં લઈ આવીએ. ઘણાં ખાઈ જઈએ, થોડાંની ચટણી બને.

ગોઠથી દોઢેક ગાઉ દૂર વાલોળિયે કૂવે ને પાંણકિયે કૂવે શેરડીના કોલુ ચાલતા હોય ત્યારે દાદા અમને રસ પીવા લઈ જાય. કોલુવાળા અમારા યજમાન; દાદાનું પગે લાગીને સ્વાગત કરે. ખાટલો ઢળાય ને જાતજાતની વાતો ચાલે. અમે છોકરાં કૂવે ચાલતો કોસ જોઈએ, મોટી કઢાઈમાં ઊકળતો શેરડીનો રસ જોઈએ, આજુબાજુ ખેતરમાં લટાર મારીએ. યજમાન એક કોરા ઘડામાં અમારે માટે રસ કાઢે ને માંજેલાં પવાલાં ભરી ભરીને પાય. કોલુ ચાલે છે એવી ભાળ જેમને હોય તેવાં માગણ પણ આવે. બધાંને શેરડીનો સાંઠો ને તાજો તાજો ગોળ ખાવા આપે. અમે બેઠાં હોઈએ તે દરમિયાન ખેડૂતની સ્ત્રી ખેતરમાં ફરી વળી હોય ને મૂળા, મોગરી, રીંગણાં, મરચાં ખોલો ભરી લાવી હોય. દાદા ખભે નાખેલી પોતડી આપે ને એમાં બધું બંધાય. શેરડીના સાંઠા, તાજા ગોળનો પડિયો ને રસનો ઘડો લઈ ખેડૂત અમારી સાથે ઘર સુધી મૂકવા આવે.

ઉનાળામાં આંબે શાખ પડી કે નહિ તેની તપાસ કરવા ને પછી આંબો વેડાય ત્યારે કોઈ વાર દાદા સાથે અમે જઈએ. સવારની શીળી ધૂળમાં પડેલાં પક્ષીઓનાં વેલ જેવાં પગલાં જોઈ દાદાને પૂછીએ. દાદા તેતરનાં, હોલાનાં ને લાબડીનાં પગલાં

બરાબર ઓળખાવે. ક્યારેક. નેળમાં બે વાડને જોડતો સુંવાળો પટો પડ્યો હોય. દાદા તરત કહે: "એ તો હમણાં જ અહીંથી સાપ ગયો હશે." પાંણકિયે કૂવે અમારો એક આંબો, ત્યાં જતાં રસ્તામાં મોરડિયો ડુંગર આવે. કોઈ વાર અમે એના ઉપર ચઢીએ. અમારી નાની આંખોને ટોચેથી દેખાતા નાનાં નાનાં રૂપાળાં ખેતરો ને ચાલતાં માણસો જોવાની મજા આવે. ડુંગરની પાછળ ઉત્તર દિશામાં એક તલાવડી; એને કાંઠે ઊગેલાં જાળાંને લીધે પાણી કાળાં ભમ્મર દેખાય. એ તલાવડી ડુંગર ઉપરથી જ જોયેલી. કદી ત્યાં ગયાનું યાદ નથી, પણ મનમાં એક દૃશ્ય જડાઈ ગયું છે: કાળાં ભમ્મર પાણીને કાંઠે ઢોરનું પાંસળીઓવાળું મોટું હાડપિંજર! ત્યારનું એ મારે માટે ગૂઢ ને ભયંકર સ્થાન બની ગયું છે.

ઉનાળામાં કોઈ વાર બપોરે ગામડેથી ઘેર આવવાનું થાય કે બપોર પછી ઘેરથી નીકળવાનું થાય ત્યારે અમારી ઉઘાડપગાંની માઠી દશા થાય. દાદા તો નવાગામના ચામડિયા પાસે કરાવેલા ચંપલ પહેરીને આગળ આગળ ચાલતા હોય. અમે છોકરાં ધખેલી ધૂળમાં ચાલીએ. તરસ લાગી હોય, થાક ચઢ્યો હોય ને પગ દાઝતા હોય. ન રહેવાય ત્યારે કહીએ: "દાદા, બહુ દઝાય છે." દાદા છાંયડે ચાલવાનું કહે, ધૂળિયો ચીલો મૂકીને કાઠી જમીન પર ચાલવાનું કહે, પણ બધે એવું ક્યાંથી હોય? આખરે તેઓ આજુબાજુ ઊગેલાં ખાખરાનાં પાન ચૂંટી લે, વાડમાંથી વેલો શોધી કાઢે ને બબ્બે પાન અમારા પગને તળિયે બાંધી આપે – અમારાં ચંપલ!

અમારા ઘરમાં ભક્તિનું વાતાવરણ ખરું. બાપુ રામભક્ત. સવારમાં પાંચ વાગ્યે ઊઠી ન્હાઈધોઈ દેવપૂજામાં બેસે. સંધ્યા ઉપરાંત 'રામરક્ષા' ને 'હનુમાન ચાલીસા' બોલે, 'જ્ઞાનેશ્વરી ગીતા' વાંચે. ચોમાસામાં ઘેર રોજ 'રામાયણ'ને ક્યારેક 'વચનામૃત' વાંચે. બાપુ સાધારણ રીતે સવારના બહાર જાય તે બારેક વાગ્યે આવે. બા રાંધીને 'જ્ઞાનેશ્વરી ગીતા' વાંચવા બેસે. દાદા તો સવારે ને સાંજે 'ભાગવત'માં જ લીન હોય. કોઈ શ્રોતા ન હોય તોપણ એમને રસ પડતો હોય તે ભાગ મોટેથી વાંચે ને કૃષ્ણનાં પરાક્રમો ને તેની લીલા વિશે એકલા એકલા બોલ્યા કરે, સ્વગતોક્તિ કરે. અહોભાવથી, ભક્તિભાવથી એમનું હૃદય દ્રવી જાય ને આંખે ઝળઝળિયાં આવે.

ઘરમાં સાંજે નિયમિત પ્રાર્થના થાય. બાપુ હતા ત્યારે તેઓ, ને પછી મોટાભાઈ, બા તથા ભાઈભાંડુઓ બધાં દેવસ્થાન આગળ ઊભાં રહી જાય. ઘીનો દીવો બળતો હોય, અગરબત્તી મઘમઘ થતી હોય ને અમારી પ્રાર્થના ચાલે. તુલસીદાસના 'શ્રી રામચંદ્ર કૃપાળુ ભજમન હરણ ભવભય દારુણં'થી આરંભ થાય. 'રામરક્ષા', 'નર્મદાષ્ટક' ને બીજા શ્લોકોનું સહગાન થાય. નાનાલાલનું 'પ્રભો અંતર્યામી જીવન જીવના દીન શરણા' પણ બોલાય.

સંધ્યાના ઊતરતા અંધકારમાં ભક્તિના મઘમઘાટથી પરશાળને ભરી દેતો આ પ્રાર્થનાકાર્યક્રમ તો જાણે આજે ય ચાલે છે. સાંજ પડે છે ને ઘરમાં દેવસ્થાન

આગળ ઘીનો દીવો થાય છે, અગરબત્તી સળગે છે ને એ નાનકડા ઘરમાં વડીલો વચ્ચે હું મને હાથ જોડીને ઊભેલો જોઉં છું. મારી પ્રાર્થનાથી ભગવાનને પ્રસન્ન થતા ને મધુર સ્મિત કરતા જોઉં છું. ક્યારેક ઊંઘમાં વિમાનસ્થ રામની મૂર્તિ જોઉં છું ને સ્વર્ગમાં જવાની મધુર કલ્પનાનું સુખ અનુભવું છું; સવારે ઊઠીને ભાઈ-બહેનને ભગવાન મળ્યાની વાત કરું છું. ઝીણી ધૂપસળી બળે છે ને એની ઊંચે પથરાતી સેર મને એ નાનકડા ગામના નાનકડા ઘરના ખૂણામાં દેવના ગોખલા આગળ લઈ જાય છે, શૈશવની સાંજના એ ભક્તિઉમંગમાં તરબોળ કરી દે છે.

જયંત પાઠક

['વનાંચલ' પુસ્તક: 1967]

❀

છેતર્યાં !

જેણે હસીને લોભાવી કીધી વાતડી,
સૂતાં જગાડ્યાં વેણુના દઈને સાદ,
એણે રે અમને છેતર્યાં !

આશા દઈને છોડાવ્યાં ઘર ને ઘાટને,
વગડે રઝળાવ્યાં અંતરિયાળ –
એકાન્તે એણે છેતર્યાં !

તાળી હસીને આપી હસતાં વહી ગયા,
એણે જાણ્યો ના ભોળીનો ઉન્માદ –
ગોવિન્દે અમને છેતર્યાં !

તરસી જોવાને રઘવાઈ મૂંગી ગાવડી,
જેનાં રૂંવાડાં તલખે વેણુનાદ,
એને યે હરિએ છેતર્યાં !

વગડો વાગોળે છે દિ ને રાત વાંસળી,
ઊંડો અમ જેવો વેઠે વિષાદ –
નથી રે કોને છેતર્યાં !

બાઈ, અમે રડીએ સહ્યું ના જાયે એટલે,
નથી આ કો'ને યે કંઈ રાવ ફરિયાદ –
પ્રભુએ જ્યારે છેતર્યાં !

મુકુન્દરાય વિ॰ પારાશર્ય

['મનડામાં મોતી બંધાણું' પુસ્તક: 2005]

❀

મમીરો

"ટિયાં તો વેગરે આવેલો એક બેટ, ને ટિયાં મારો નન્નો દીકરો રેએ. ઈને થોરી પૂંજી આપીને હુંએ મોકઈલો, અને ટિયાં આવટાં જટાં વહાણોને બટ્ટીથી ખબર આઇપા કરે; અને જવારે ટન-ચાર મહિના થવાના ટવારે ઈ હોડીમાં ઈંયાં આવવાનો અને બીજો મોટો દીકરો ટો ડીટરાનો ડરિયો ખૂંધે જો."

કોની છે આ ભાષા? એ છે આલમમહૂશર, સાહસશૂર, ભોળા ભડવીર, ભીમપોરના ખારવાઓની. અને ભીમપોરનો ખારવો એટલે દરિયાલાલ –

એ-એ-એકવાર, એકવાર, એકવાર,
એ...એક વાર ભીમપોર જાજો રે ઘેરિયા,
ઘૂમવા દરિયાલાલ, ઘેરિયા ભીમપોરિયા,
રે... ઘેરિયા ભીમપોરિયા.

નવરાત્રિમાં કેડે ઘૂઘરા બાંધી, ગળે ગલગોટાના હાર પહેરી, એકાદ જણ 'બિલાડી' બની ઘેરિયા રમવા આવે, ત્યારે જાતજાતનાં ગીતો ગાય. સુરતથી ભીમપોર ચૌદ જ માઈલ દૂર, અને એ રસ્તે શ્રાવણ મહિનામાં અસલ બળદના એક્કા દોડાવવાની શરતો થતી તે જોઈ હતી.

સુરતમાં ઘર રંગવા આવતા ત્યારના ખારવાઓને તો હું ઓળખું, અને એમની ભાષા પણ જાણું. મંછી ખારવણ અમારે ત્યાં લગનસરામાં કાં કાં કામ કરવા જતી. એની ફ્ર ભીમપોર, અને આની ફ્ર ડુમ્મસ, અને સામે કોર દેખાય એ હજીરાની દીવાદાંડી. ભીમપોરના એક બુઢ્ઢા ખારવાનો જવાન દીકરો તાં નોકરીએ રહેલો, અને બીજો ટો ડીટરાનો ડરિયો ખૂંધે.

'ડીટરો' એટલે 'મેડીટરેનિયન', ભૂમધ્ય સમુદ્ર. વર્ષો સુધી પી. એન્ડ ઓ.ની સ્ટીમરમાં ખલાસીઓ મોટે ભાગે ભીમપોર-ડુમ્મસના ખારવા જ રહેતા. 'ડરિયો ખૂંધવો' એ તો એના હાથની નસમાં. જિબ્રાલ્ટર અને માલ્ટા એની આંખ નીચે. રાતો દરિયો તો આમ કુદાવી જાય. આગળ ઉપર 'સિંધિયા'ના અફસરો ઘણી વાર કહેતા કે સરસમાં સરસ સેઇલરો ચટગાંવના, મદ્રાસના, અને ભીમપોર-ડુમ્મસના.

'ડીટરાનો ડરિયો' વારંવાર ખૂંદી આવેલો મમીરો, તે ઉપરનાં વાક્યો બોલનારનો જ 'ડીકરો'. એ મમીરાના બાપને હું ડુમ્મસમાં મળેલો. બ્લૂ પહેરણ, પટ્ટાવાળી ટોપી, ગળે રંગીન રૂમાલ, ને હાથમાં બાસ્કેટ, એમ દુનિયા ફરતા દરિયાના ડુંગરા એણે કંઈ વાર ઓળંગેલા. જગન કારા, ઇસબ માલમ, આંબો ટંડેલ અને ઈશર ગોવન, એ ચાર જણ જ્યારે ડુમ્મસના બજારને ચોતરે વાતે વળગે ત્યારે વિશાળ દિક્કાલમાં વિસ્તરેલા જગપગથારના ઓટલા ખંડાતા.

જગન કારા મમીરાનો બાપ, જમાનાનો ખાધેલ, કંઈક દરિયાનો ખૂંદનારો હતો. ભલભલા ટંડેલો અને માલમો એની સલાહ પૂછવા આવતા. વહાણની બાંધણી

જોઈને એની સાલવારી અને બંદરબારું કહી આપતો. દરિયાના તાગ પારખી લેતો, અને કંઈક આવતી જતી ફતેહમારીની જન્મોત્રી ઉકેલી આપતો.

જગન કારાએ 'બે સો આંટા ગલાસગોના મારેલા', અને તિયાં નજીકમાં હિન્દી ખારવા ખલાસીઓએ વસાવેલા નાનકડા કસ્બાના લોકોની વંશાવળી લલકારી આપતો. એણે આગબોટો ડૂબતી-ડુબાડતી જોઈ હતી, બળતી ખાંગી થતી નિહાળી હતી, ખડકે અથડાતી ડૂબેલી પાછી કઢાતી પણ ભાળી હેતી. એના મોટા દીકરાએ '14-'18 પહેલી લડાઈમાં હિન્દના કાંઠાને રંજાડવા આવેલી જર્મન સ્ટીમર એમડનની પૂંઠ પકડવામાં ભાગ લીધો હતો.

એ જગન કારાએ 'ગીરીન લેન્ડ'ની સફર કરી હતી. "તિયાંના તરતા ડુંગરા એવા તો સફાઈથી છુપા રહીને તરે જો! એક વાર અડફટે ચભઈડા તો તરિયે જામી જવાના. બરી મોટ્ટી ઇસ્ટીંબર ટિટેનીક તિંયા એમ જ ડૂબી ગીએલી" કહેતો, તે સાંભળવાની મઝા આવતી.

કેપ ઑવ ગુડ હોપની તો કેટલી પ્રદક્ષિણા કરી હશે. "તિંયાના વાયરાને તો એવો આફરો ચડે અને ફીકરી ખાઈને ફૂંકાય કે ભલભલા વહાણે તમરી ખાઈ જાય, અને પાણીના મોટા જુવારમાં તો મોજાં એવાં ફાટે કે ઉપરની ફુમકી જોતાં આપણે ધરાઈએ જ ની!'

રોશિયા ટાપુઓ ને મોરીશસ, આણીગમ મલાયા-જાવા, પેલી ફ્ર માલ્ટા-સિપ્રો, અંગ્રેજ કોસ્ટાની દીવાદાંડીઓ બધું એની નિગાહબંધીમાં. અલકમલકના ઊછળતા દરિયાને સુકાનના ચક્કરે એણે વીંધેલા. એની એક બેટી પરણાવેલી મસ્કતમાં, દીકરા માટે વહુ આણેલી પોરબંદરથી, ને જાત-વ્યવહાર વેરાવળ, માંડવી, બસરા, વગેરેથી છેક એડન સુધીના ખારવાઓ સાથે બાંધેલો.

એક સાંજે અમે સૂર્યકુમારીના સંગમ આગળ ઊભા હતા. સૂર્યની દીકરી તપતી-તાપી, તે અહીં આવીને સમુદ્રમાં ભળી. એ દૂર દેખાય હજીરાની દીવાદાંડી, અને પેલી કોર ભાઠું. કેવો વળાંક ખાઈને નદી અહીં મળે છે! જરાક દૂર નર્મદા, અને પછી મહિસાગર, ભૃગુકચ્છ, કાવી, સ્તંભતીર્થ, જ્યાં વૈદિક સરસ્વતી સાગરને ભેટવા આવી હતી!

આમ ઉભરાંટ અને આમ ઓરપાડ, સામે કાઠિયાવાડ અને પણે દૂર દીવ, એક પછી એક જાણે જમીનમાંથી ઊપસી ઊપસી નજર સામે વિલીન થવા માંડે છે. અહીંથી, આ જ નદીમુખેથી સુરતથી વહાણમાં બેસી નર્મદ મુંબાઈ જવા ઊપડ્યો હશે. અહીંથી જ ત્રણસોએક વર્ષ પર હિંદનો પાદશાહ ઔરંગઝેબ સુરતના લકડી પુલ ઉપરથી નીકળી જહાજમાં બિરાજી મક્કે હજ કરવા ઉપડ્યો હશે. અને હા! આ જ બારણામાંથી ફરાંસિયા, વલંદા, પોર્ટુગીઝિયા ને અંગ્લીસીયા વેપારીઓ પોતાનાં વહાણો સુરત બંદરે લાંગરવા પેઠા હશે. આ એ જ હજીરાની દીવાદાંડીએ એમને રસ્તો બતાવ્યો હશે.

પછી તો સફેદ સઢવાળા બગલાથી માંડીને મોટી મનવારોમાં સર ટોમસ રો અને કંઈક અંગ્લીસ-વલંદા અફસરો હિંદ દ્વારે ઊભરાવા માંડ્યા. બેચાર વાર ફરાંસિયા તોપોએ વલંદા તોપોને પડકારી, અને અંગ્લીસિયા પોર્ટુગીઝિયા સામે ઝઘડ્યા, અને આખરે અંગ્લીસિયા તોપોના ધડાકા હિંદ ભૂમિ પર વછૂટ્યા : અહીં જ, આ અહીં જ...

જગન કારાએ ચારેકોરની દુનિયા ખૂંદી હતી, અને સાતે સમંદર ડહોળેલા. પણ એ કહેતો કે, નોર્વેના એક બંદર પાસે બે ઊંચી મોટી પથરાળ ભેખડો વચ્ચે, વરસમાં એક ચોક્કસ દિવસે બરાબર મધરાતે, કાળજું ચીરી નાખે એવી એક ચીસ સંભળાય છે એવી વાત સાંભળી હતી. એ જ્યારે જ્યારે અંગ્લીસ ખાડી ઓળંગી જતો કે એને એ વાત યાદ આવતી, અને મનમાં ચણચણાટ થયા કરતો. આખરે એક વખત તો તે બાજુના આંટામાં એક ફેરો ચુકાવી ત્યાં જ રજા લઈ એણે નોર્થ સી ઓળંગી નોર્વે જવા ઠરાવ્યું. એ જમાનામાં ત્યાંથી નોર્વે જવા માટે એમ ચાલુ સ્ટીમરો તો મળે નહિ, પણ એક ફિશીંગ બોટમાં, ત્યાં જ કોઈ સંગાથે ઓળખાણ પાડી, એ ને એક એવો જ બીજો આયર્લેન્ડનો ધૂની ખલાસી હામ ભીડી નોર્વે પહોંચ્યા.

જગન કારો કહે કે, ઠંડી તો એવી પડે કે ગાતર થીજી જાય, અને મૂછોમાં બરફ બાઝે ! પણ હવે "નીકઈળા એટલે નીકઈળા. માથે અલ્લા બેલી."

ભાઈ, પેલો આયર્લેન્ડનો પીટર અને આપણો કારો, બંને ત્યાંના ખલાસીઓને મહા મથામણે પોતાનો મનસૂબો સમજાવી શક્યા, અને એ દિવસને તો હજી બે મહિનાની વાર, એમ જાણતાં ખૂબ જ નિરાશ થઈ પાછા આવવા મંછા કીધી. પણ તરત વહાણ ન મળ્યું, અને પછી તો દા'ડા ઢુંકડા રહ્યા કરી જેમતેમ બે મહિના ત્યાંના ખલાસીઓ ભેગા રોજના સાતઆઠ કલાક કંઈ કામ કરી પેટિયું કાઢી પૂરા કીધા.

જગન કહે, તે રાતે કુતૂહલના માર્યા કંઈ ખાધું નહિ અને ભેખડની ટોચે ચડી મધરાતની રાહ જોતા બેઠા. ત્યાંના લોકોએ બહુ વાર્યા કે અલ્યા એવું સાહસ કરો ના; કોઈ ત્યાં જતું નથી. ઊલટાના નજીકમાં જે કોઈ રહેતા હોય છે તે પણ આઘાપાછા થઈ જાય છે ! એ મધરાતની કિકિયારી એટલે શું ? એક વાર સાંભળ્યા પછી જીવતા રહેવું જ મુશ્કેલ.

ના માન્યું 'લ્યા ! અને બંનેય જણા ધાબળા લપેટી દુનિયાને કાંગરે ટૂંટિયું વાળીને બેઠા ! પવન તો ચારે ગમથી સૂસવાટા કરે, અને ઘુમરડી ઘાલી ખીણ સોંસરવો પેસે અને કાં નો કાં અલોપ થઈ જાય. પણ એટલામાં એનો ભગલાનો ભાઈ રઘલો બીજો ઘૂંઊં ઘૂંઊં કરતો દેતોક ને આવ્યો જ છે ! અને એમ ઉપરાઉપરી પવનની ઝાપટોં આવ્યા જ કરે. કાળું મશ અંધારું ને ચાંદો-તારો કંઈ શોધ્યો જડે નહિ. કલાક બે કલાક પવન એક સૂર હલાવે, પછી વળી બાજી બદલી નવો અવતાર ધરે, અને જુદા જ પડઘા ઘાલે. અગિયારેક વાગ્યા સુધી તો ઠીક ચાલ્યું. ગજવામાં જ ઘડિયાળ, પણ કોની તાકાત છે કે જુએ ? આંગળાં પણ વળવાં તો જોઈએ ને ?

પછી તો, જગન કહે, એવી થઈ છે! એવી થઈ છે! પવનનો એક ફિરકો આવે ને બીજો આવે. જાણે સામેથી બંદૂકના ગોળા આવતા હોય ને બેવડા જોરે પાછા જતા હોય! અને પછી તો પવનના ચોકિયાતો સામસામા સવાલજવાબ કરવા મંડ્યા! ખૂણેખૂણેથી હોકારા દેવા લાગ્યા! જાણે પવનની આખી ફોજ ડુંગરે ડુંગરે ગોઠવાતી ના હોય! આ તો પવનની માંડી; પણ નીચે સાગરિયો જો ભરખ્યો ભમે છે! જેમ જેમ પવન ડચકારા બોલાવે તેમ તેમ એ હીબકાં ખાઈ, આફણીઓ થઈ ફુમતાં મરોડે, અને ખીણ સોંસરવાં ધસી ધમપછાડ કરી, માતંગ કિલ્લાના દરવાજા સામે અફળાય એમ, ડુંગરાનાં મૂળિયાં હચમચાવવા અથાગનાં માથાં અફાળે. ઘડીભર તો અમને થતું કે ડુંગરો ડોલવાનો અને અમે હોમાવાના.

એટલામાં મધરાત થઈ હશે, ને દૂર દૂર કંઈ તાપણા જેવું સળગતું દેખાયું. પણ એટલામાં તો એ હોલવાઈ ગયું કે અલોપ થઈ ગયું કે શું થયું, કોણ જાણે! અને પછી, મારી જિંદગીમાં નહિ અનુભવેલો એવો એક પવનનો વજ્જર ધૂમરો, ખૂબ દાબીદાબીને ઢાંકી રાખેલા કાનના પરદા પણ ફાડી નાખે એવો, સાગરના જુવાર હંગાથે ઊપડ્યો. આખી ખીણને જાણે ખાઉં ખાઉં કરતો અંદર ધસતો આવ્યો ને ઘડીભર તો અમને થયું કે પૃથ્વી ફરતી થંભી ગઈ! બેત્રણ ધબાક ધબાક એવા ભીષણ-ભયંકર અવાજો સંભળાયા, ને ભાઈ, ખરું કહું? એ જ વખતે પૃથ્વીનાં પેટાળ ચીરતી હોય એવી એક કારમી ચિચિયારી સંભળાઈ!

મેં એવી ચીસ અગાઉ કદી સાંભળી નહોતી; ફરી કદી સાંભળી નથી. અમે બે તો સડક થઈ ગયા, એકબીજા સામે જોવાની ગમ પણ ભૂલી ગયા. પછી કલાકેક મોતનાં ખપ્પર જોખાયાં, પણ ચીસ તો એ એક જ. ત્રણેકને શુમારે જરા પવન થાક્યો, અને દરિયો ટાઢો પડતો લાગ્યો; પણ અમે ત્યાંથી નીચે ઊતરવા જિકર કેમ કરીએ? એક તો કંઈ દેખાય નહિ, અને દિલમાં બધે પેલી ચીસ ભરાઈ રહેલી, તે પગ જ ના ઊપડે. કપડાંમાંથી જે ગરમાવો મળ્યો એ મેળવી, ભેગા થઈ પડી રહ્યા, ને અલપઝલપ ઝોકાં ખાતા રહ્યા.

માથે અલ્લાબેલી! અને મારી જાતના કસમ, એ ચીસ ને એની ભડક દિલ સોંસરવી જે પેઠેલી તે હજી નીકળી નથી.

ચંદ્રવદન મહેતા

['બાંધ ગઠરિયાં' પુસ્તક: 1972]

❀

જીવનમાં બીજી કેટલીયે સુંદર સુંદર વસ્તુઓ થોકબંધ મળે છે: આટલાં બધાં ગુલાબો, તારાઓ, સૂર્યાસ્તો, મેઘધનુષો; પણ દુનિયા આખીમાં માતા તો એક જ હોય છે.

❀

નાનકડી જીભ

મનુષ્યની સર્વ ઇન્દ્રિયોમાં જીભનું મહત્ત્વ વિશેષ છે. કાન, હાથ, પગ આદિ બબ્બે ઇન્દ્રિયો છે ને તે કાર્ય એક જ કરે છે. એક સાંભળવાનું કામ કરવા માટે બે કાન, એક શ્વાસ લેવાનું કાર્ય કરવા માટે બે નસકોરાં, ચાલવાના એક કાર્ય માટે બે પગ, જોવાના કામ માટે બે આંખ. પણ બોલવાનું ને સ્વાદ ચાખવાનું એમ બે કામ માટે એકલી જીભની જ નિમણૂક કરવામાં આવી છે.

ઘણીખરી ઇન્દ્રિયો પર આપણો કાબૂ નથી. આપણી ઇચ્છાવિરુદ્ધ પણ પરસંસ્કારની અસર એના પર થયા વગર રહેતી નથી. કોઈ આપણને ગાળ દેતું હોય ને તે સાંભળવી આપણને કુદરતી રીતે જ ન રુચતી હોય, તો પણ આપણા પોતાના કાન એ ગાળ આપણા મગજ સુધી પહોંચાડ્યા વિના નહિ રહે. ન જોવા જેવું આંખ અનેક વાર જુએ છે ને માથું ફેરવી નાખે એવી દુર્ગંધ નાસિકા મગજને પહોંચાડે છે, પરંતુ જીભની ઉપર તો મનુષ્યની પૂરેપૂરી સત્તા પ્રવર્તે છે. એની ઇચ્છા હોય તો જ બોલવાનું કે સ્વાદ આપવાનું કાર્ય જીભ કરી શકે, અન્યથા નહિ.

બોલવાનું ને ખાવાનું, દુનિયાનાં બે મોટામાં મોટાં કાર્ય એક નાનકડી જીભ બજાવે છે. જેમ કેટલીક કુલવધૂઓ આખા ગૃહનો ભાર ચલાવે છે છતાં ગૃહ બહારનાંને તેનાં દર્શન પણ થઈ શકતાં નથી, તેમ જીવનમાં બે સૌથી મુખ્ય કાર્યો કરતી હોવા છતાં જીભ ઘણુંખરું અદૃશ્ય રહે છે.

સ્નિગ્ધ, સુકોમળ, નાની, નાજુક ને નમણી એવી જીભ અનેક રીતે સ્ત્રીના સરખી છે. આપણે એની પાસે સૌથી વધારે કામ લઈએ છીએ તે છતાં બને ત્યાં સુધી એને ઓઝલ પડદામાં રાખીએ છીએ, રસોઈ બનાવીને સ્ત્રી આપણી સ્વાદવૃત્તિને પોષે છે ને સુંદર ઘરેણાંલૂગડાં પહેરી આપણી અભિમાનવૃત્તિને પોષે છે. તેવી જ રીતે જીભ આપણી સ્વાદવૃત્તિને સંતોષે છે ને સરસ શબ્દો વડે આપણાં વખાણ કરી અભિમાનવૃત્તિને ઉત્તેજે છે. સ્ત્રીની પેઠે જીભ પણ ઘાયલ કરે છે ને ઘા રુઝાવે યે છે. કોઈનું અપમાન કરી તેને ઘાયલ કરનારી જીભ, પાછળથી જરૂર પડ્યે તેનાં વખાણ કરી પોતે પાડેલા ઘાને રુઝાવી શકે છે. પુરુષનાં પાપોનું પ્રાયશ્ચિત્ત કેટલીક વાર સ્ત્રીને કરવું પડે છે, તેમ પેટ આદિના રોગોના ભોગ જીભને બનવું પડે છે. પેટમાં અપચો થતાં જીભ પર ચાંદી પડે છે. પેટની વાત જીભ તરત જ બહાર કહી દે છે. અબળા વર્ગ તરફથી ઘણી વાર ગૃહનાં છિદ્રો બહારનાંને જાણવાનાં મળે છે, તે જ પ્રમાણે દેહના રોગોના નિદાન માટે તજ્જ્ઞો જીભ પર ઘણો આધાર રાખે છે.

પરંતુ જીભ માત્ર શરીરના વ્યાધિઓને જણાવતી નથી. એ મનુષ્યનાં ગામ, જાતિ આદિની પણ માહિતી વગર પૂછ્યે આપી દે છે. બ્રાહ્મણ, ક્ષત્રિય, વૈશ્ય, શૂદ્ર, એ ભેદો પણ કદાચ જીભને આધારે કરવામાં આવ્યા હશે. જેની જીભ સહેલાઈથી, નહિ જેવા કારણે, ભયંકર શાપ આપી શકે તે બ્રહ્મર્ષિ; જેની જીભ વેદમંત્રોના પાઠો

કરી કસરત કરે ને સોમરસનું આસ્વાદન કરે તે બ્રાહ્મણ; જેની જીભ વીરરસની વાતો કરે ને કસૂંબાપાણીમાં રાચી રહે તે ક્ષત્રિય; પૈસાની વાત સાંભળી જેની જીભ ભીંજાઈ જાય તે વૈશ્ય; ને જેની જીભ ઘણખરું મૌન સેવે – ને ઇતર વર્ણના હુકમ સાંભળી 'હા, માબાપ!' કહે તે શૂદ્ર.

જીભ આમ માણસનાં જાતિકુલ જ નથી જણાવી દેતી, પરંતુ એ કયા શહેર કે ગામનો છે તે પણ એ કહી દે છે. એક વખત ભરૂચમાં મેં બે મનુષ્યોને વાગ્યુદ્ધ ખેલતા જોયા હતા અને તે વેળા મને બહુ નવાઈ લાગી હતી. વાગ્યુદ્ધ ખેલતા હતા તેની નવાઈ નહોતી લાગી – બે માણસો મળે ને લડે નહિ તો નવાઈ લાગે – લડે તેમાં નવાઈ નથી એ હું સારી રીતે જાણું છું. "તું લાલચોલ ડોલા કાઢીને ગાલ પર ગાલ દે છે તે માલ પરથી નીચે ઊતરની! બતાવી દઉં!" એકે કહ્યું. "સાલા, તારું મોં ઊજલું છે, પણ કરમ તો કાલાં છે. ધોલામાં ધૂલ પડી તારા!" બીજાએ ઉપરથી જવાબ દીધો. આ બંને યોદ્ધાઓએ એકમતે 'ળ'કારનો બહિષ્કાર કરેલો જોઈ મને નવાઈ લાગી. તે પછી ભરૂચમાં લગભગ બધા જ માણસોને મેં 'ળ'ને સ્થાને 'લ' વાપરતા સાંભળ્યા હતા. 'ળ'કારનો બહિષ્કાર કરનારી જીભ ભરૂચવાસીની છે એમ તરત જણાઈ આવે છે. તે જ રીતે 'હવાકાનું હેર હાક' માગનારી સુરતી જીભ ને 'સડકું ખોદીએં સીએં ને રાબું પીએ સીએં' એમ કહેનારી કાઠિયાવાડી જીભ પણ પોતાના નિવાસસ્થાનની ખબર આપી દે છે.

બીજાં પ્રાણીઓ કરતાં મનુષ્યનું શ્રેષ્ઠત્વ તથા વિશિષ્ટત્વ એની જીભને લીધે જ છે. અન્ય પ્રાણીઓ કરતાં મનુષ્યોમાં બુદ્ધિ વધારે હોય છે, એ વાત મનુષ્ય અને પ્રાણી બંનેના પરિચયમાં આવનાર કોઈથી પણ મનાય એવી નથી. મનુષ્ય કરતાં આંખની બાબતમાં બિલાડી, હાથની બાબતમાં ગોરીલા, નાકની બાબતમાં કૂતરો, પેટની બાબતમાં વરુ ને પગની બાબતમાં ગધેડો વગેરે બળવાન હોય છે એ જાણીતું છે. તેમ જ બીજાં જાનવરોની માફક એને શીંગડાં ને પૂંછડી પણ હોતાં નથી. એ પરથી સમજાય છે કે મનુષ્ય કરતાં, જીભ સિવાયની બીજી ઇન્દ્રિયોના વિષયમાં અન્ય પ્રાણીઓ વધારે નસીબદાર છે. મનુષ્યનો ખરેખરો વિકાસ જીભના વિષયમાં થયો છે.

જગતમાં જે કાંઈ થાય છે – સારુંનરસું, આનંદકંકાસ, આત્મશ્લાઘા, ખુશામદ, વિવાહ ને વરસી, માંદગી ને તંદુરસ્તી તે સર્વ મોટે ભાગે જીભને લઈને જ થાય છે. સિદ્ધાંત તરીકે જીભ પર અંકુશ રાખવાની શક્તિ મનુષ્યમાં છે, પણ ખરી રીતે જોતાં જીભની સત્તા હેઠળ એ દબાઈ જાય છે. સમાજ, ધર્મ ને કાયદાની રૂએ પુરુષ સ્ત્રીનો સ્વામી છે, પણ વસ્તુતઃ એ સ્ત્રીનો ગુલામ હોય તેમ વર્તે છે. એ જ રીતે એ જીભના તાબામાં રહે છે. એની તંદુરસ્તી, એની નીતિ, એનો વિવેક, એનો ધર્મ એનું આખું જીવન એની જીભને આધારે જ વિકસે છે કે વણસે છે. મનુષ્ય એટલે જ જીભ.

પ્રતિકૂળ સંજોગોમાં પણ આનંદથી શી રીતે કર્તવ્ય બજાવ્યા જવાય, એ જીભ આપણને શીખવે છે. આગળ બત્રીસ ભૈયા જેવા મજબૂત દાંત, પાછળ ગળાની ઊંડી ખાઈ, અનેક પ્રકારના ટાઢા-ઊના, તીખા-ખારા પદાર્થોનો સતત મારો, સૂર્યનો જરા ય પ્રકાશ ન આવે એવી સાંકડી અંધારી જગ્યામાં લપાઈ રહેવાનું: આવી અનેક પ્રતિકૂળતાઓ છતાં, જીભ આનંદથી નિર્ભયપણે પોતાનું કાર્ય કરી જાય છે.

વૃદ્ધાવસ્થામાં બીજી ઇન્દ્રિયો શિથિલ થઈ જાય છે, ત્યારે પણ જીભ તો એવી ને એવી બળવાન રહે છે. ઘણી વાર તો બીજી ઇન્દ્રિયોની શક્તિ એનામાં ભેગી થતી હોય એમ લાગે છે.

જ્યોતીન્દ્ર હ૰ દવે

['જ્યોતીન્દ્ર-તરંગ' પુસ્તક: 1976]

❀

ક્યમ રહું ?

હરિ, મને કોકિલ બનાવી વગડે મેલીયો,
વળી તમે વસંત બનીને વિલસ્યા પાસ,
હવે હું મૂંગો ક્યમ રહું !

હરિ, મને ઝરણું બનાવી ગિરિથી દેડવ્યું,
વળી તમે દરીઓ થઈ દીધી દિલે આશ,
હવે હું સૂતો ક્યમ રહું !

હરિ, મને સુવાસ બનાવી કળીયું ખીલવી,
વળી તમે પવનો થઈ પ્રસર્યાં ચોપાસ,
હવે હું બાંધ્યો ક્યમ રહું !

હરિ, મને દીપક પેટાવી દીવેલ પૂરિયાં,
વળી તમે ફરતા ફેલાયા થઈ આકાશ,
હવે હું ઢાંક્યો ક્યમ રહું !

હરિ, મને હુંપદ આપીને પુરુષાર્થી કીધો,
વળી તમે રમપદ થઈ દીધી પ્યાસ,
હવે હું જુદો ક્યમ રહું !

મુકુન્દરાય વિ૰ પારાશર્ય

['મનડામાં મોતી બંધાણું' પુસ્તક: 2005]

❀

પ્રાણ એ પ્રથમ ભેટ, સ્નેહ એ બીજી, અને સમજણ તે ત્રીજી.

❀

મોતીભાઈ અમીન

મોતીભાઈ અમીને, વડોદરા રાજ્યના પુસ્તકાલય ખાતામાંથી નિવૃત્તિ લીધી ત્યારે પોતાના સાથીદારોને આ સંદેશો આપેલો : "મને ચાહતા હો તો મારા કામને ચાહજો."

હજુ યુવાનીને ઉંબરે પગ માંડતા હતા ત્યારે જ એમણે પોતાના કર્મયોગનો આરંભ કરી દીધેલો. એ વર્ષ 1888નું. વાચન, મનન અને ચર્ચા માટે એમણે અગિયાર વિદ્યાર્થીઓનો સંઘ સ્થાપ્યો. આ અવિધિસરના સંઘનું નામ આપ્યું 'વિદ્યાર્થી સમાજ'. ચરોતરમાં આવેલા પોતાના વતન વસોમાં નવી નીકળેલી અંગ્રેજી શાળાના બીજા ધોરણમાં એ ત્યારે અભ્યાસ કરતા. એ વખતના હેડમાસ્તર શ્રી મગનભાઈ ચતુરભાઈ અમીને એમનામાં સ્વદેશપ્રેમ, સમયપાલન, વ્યવસ્થા, દૃઢતા, સત્ય વગેરે ચારિત્ર્યગુણો ખીલવ્યા. વળી, એ જ અરસામાં પોતાના મિત્ર લાલાજીની સાહિત્યપ્રિયતાનો તથા તેમના ય મિત્ર મગનલાલ ભટ્ટનો મોતીભાઈને વધુ પરિચય થયો. પરિણામે મોતીભાઈને પણ વાચનનો નાદ લાગ્યો. રજાઓ પડે અને આ વાચનરસિયાઓ નવાં પ્રગટ થયેલાં પુસ્તકો શહેરમાંથી લાવે. એ વંચાય ને એની ચર્ચા થાય. શિક્ષણપ્રેમ અને શિષ્ટ વાચનપ્રવૃત્તિનાં બીજ અહીંયાં વવાયાં.

1873માં પોતાના મોસાળ અલિંદ્રામાં જન્મેલા મોતીભાઈનું ભાવિ આમ સ્વપ્રયત્ને નિર્માણ થતું જતું હતું. વિશાળ દિલના અને હેતાળ મનના પિતા નરસિંહભાઈ પેટલાદની વહીવટદાર કચેરીમાં કારકુન હતા. એમનું મૃત્યુ થયું ત્યારે મોતીભાઈનું આયુ નવ વર્ષનું. હવે કાકા હરિભાઈ અને માતા જીબા તથા અપરમા હરખાબાના હાથમાં એણનો ઉછેર રહ્યો. હરિકાકા દૃઢાગ્રહી જીબા દુનિયાદારીથી અલિપ્ત અને હરખાબા વ્યવહારકુશળ મોતીભાઈમાં આ બધા જ અંશો સમરસ થયા.

મોટા થયા પછી એમણે બાળલગ્નની જે પ્રથાનો વિરોધ કરેલો તેના જ પોતે છ વર્ષની વયે ભોગ થઈ પડેલા ! છ વર્ષના બાળક મોતીભાઈને સાત વર્ષનાં રૂપબા સાથે પરણાવીને કુટુંબીઓએ લગ્નનો લહાવો લીધો હશે ! આઠ વર્ષની ઉંમરે વસોની પ્રાથમિક શાળામાં જવાનું શરૂ કર્યું. 1888માં નવી અંગ્રેજી શાળામાં 'વિદ્યાર્થી સમાજ'ની સ્થાપના કરીને ભાવિ કારકિર્દીના અજ્ઞાતપણે શ્રીગણેશ માંડ્યા. 1889માં હાઈસ્કૂલનાં અભ્યાસ માટે એ વડોદરા ગયા, ત્યાં કમાટીબાગના ખૂણે આવેલા રામજીમંદિરમાં ધામો નાખ્યો. અહીં પણ એમણે અન્ય છાત્રોને પુસ્તકવાચન માટે પ્રેર્યા. પરિણામે વસોના વિદ્યાર્થીઓએ દર મહિને એક રૂપિયાની બચત કરી તેનાં પુસ્તકો ખરીદી ત્યાં પોતાના 'વિદ્યાર્થી સમાજ પુસ્તકાલય'ની સ્થાપના કરી.

પણ આવી ઇતર પ્રવૃત્તિમાં આગળ પડતા મોતીભાઈ અભ્યાસમાં કાચા પડતા હતા. એ મેટ્રિકમાં બે વાર નાપાસ થયેલા ! 1894માં ત્રીજા પ્રયત્ને એમણે મેટ્રિકની પરીક્ષા પસાર કરી અને રૂપિયા પાંચની શિષ્યવૃત્તિ પણ મેળવી.

મૅટ્રિકની પરીક્ષા આપવા તેઓ અમદાવાદ ગયેલા. રાયપુરમાં આકાશેઠ કૂવાની પોળને નાકે એમનો ઉતારો. સામે જ ગોપીલાલ ધ્રુવ રહે. સુધારાવાદી આ કુટુંબની બે બહેનો – વિદ્યાબહેન અને શારદાબહેન – ને કૉલેજમાં અભ્યાસ કરવા જતી જોતાં મોતાભાઈને પણ સ્ત્રીકેળવણીનું રૂડું સ્વપ્ન જાગ્યું.

મોતીભાઈ વડોદરાની કૉલેજમાં પ્રવેશ્યા. પાછા એ જ જૂના રામજી મંદિરમાં વસવાટ. કૉલેજિયન મિત્રો રહે ત્યાં, જમે બહાર. આથી મુશ્કેલી પડતી એટલે મોતીભાઈએ ત્યાં જ ક્લબ ચલાવવાનું બીડું ઝડપ્યું. અને રામજીમંદિરના રહીશોની ક્લબ શરૂ થઈ ગઈ. પહેલે જ મહિને સારું ભોજન, સારો વહીવટ અને ઉપરથી રૂપિયા પાંચનો ફાયદો ! એમણે પાંચ રૂપિયા અલ્પસાધન છાત્રોને સહાય કરવામાં આપી દીધા ! યુવાન મોતીભાઈની ઉદારતા, નિઃસ્વાર્થવૃત્તિ, પરોપકારની ભાવના અને સ્વચ્છ વહીવટીશક્તિનું એમાં દર્શન હતું. સહુ સાથે જમતા એટલે એકતાની ભાવના પણ પોષાઈ.

એમાં પુરોહિત, જીવાભાઈ રેવાભાઈ અને મોતીભાઈની 'ત્રિપુટી' આદર્શ શિષ્યાવસ્થાને લઈને નોખી તરી આવતી. શ્રી પુરોહિતે તો મોતીભાઈની ભાષાશુદ્ધિ અને ઉચ્ચારશુદ્ધિમાં મહત્ત્વનો ફાળો આપેલો. ચરોતરી સમાજમાં ઊછરેલા મોતીભાઈની ભાષા જાડી, ખરબચડી અને અશુદ્ધ. વારેવારે ગાળ બોલવાની પણ કુટેવ. ઉચ્ચારો પણ એવા જ અશુદ્ધ. મોતીભાઈ ગાળ બોલે કે અશુદ્ધ ઉચ્ચાર કરે ત્યાં જ પુરોહિત એમનો હાથ પકડીને કહે: "એ શું બોલ્યા ? ફરી બોલો જોઈએ !" અને મોતીભાઈ શરમાઈ જાય. ધીમે ધીમે તેમની ભાષા અને ઉચ્ચારમાં નોંધપાત્ર સુધારો થઈ ગયો.

આ કૉલેજકાળ દરમિયાન એમણે પરાર્થનાં અને સુધારાનાં કાર્યો કરવા માંડ્યા. છપ્પનિયો દુકાળ પડ્યો ત્યારે મોંઘું અનાજ ખરીદી, તેના રોટલા બનાવી ગરીબોને વહેંચવાની પ્રથા એમણે પાડી, તો બીજી તરફથી બાળલગ્ન, પ્રેતભોજન ને કાણમોકાણ જેવી રૂઢિઓની સામે એમણે સુધારાની શરૂઆત કરી.

આ ગાળા દરમિયાન એમણે ઘણાં અંગ્રેજી તથા ગુજરાતી પુસ્તકો વાંચ્યાં. એવામાં જ બહાર પડેલું, આપબળે ઉન્નતિ પામેલા અમેરિકન મહામાનવ 'બેન્જામિન ફ્રેંકલિનનું જીવનવૃત્તાંત' એમણે વાંચ્યું. એની અસર એમના પર ખૂબ ઊંડી થઈ. એમાંના 'જાતકેળવણી' નામના પ્રકરણમાંથી તો એમને ચારિત્ર્ય ખીલવવાની ચાવી જ હાથ લાગી ગઈ. બેન્જામિનની જેમ મોતીભાઈએ પણ પોતાના સદ્‌ગુણ-દુર્ગુણનાં પત્રકો બનાવ્યાં. પોતાના દુર્ગુણની નોંધ નિખાલસ આત્મનિરીક્ષણથી એઓ એક સ્થાને આમ કરે છે: "નિશ્ચયબળની શિથિલતા, બુઠ્ઠી વાણી, ગાળો બોલવાની ટેવ, મુલતવી રાખવાની ટેવ, ગપ્પાં મારવાની ટેવ, બેદરકારી, ગુસ્સો, આળસ, બીજાનું ભૂંડું બોલવું, બોલાવ્યા સિવાય બોલવું !' એ માટે એમણે સિદ્ધાંત સ્વીકાર્યો: "ખરાબ ટેવ દેખાય કે તરત તેને ઉખેડી નાખવી એ ઉત્તમ છે. નાનામાં નાની કુટેવ પણ વખત જતાં મોટી બને છે."

1900માં મોતીભાઈ બી. એ. થયા. માંહ્યલો ઝંખતો'તો શિક્ષક થવા. વડોદરામાં શિક્ષકની કામચલાઉ નોકરી મળી ગઈ. પરંતુ એ મુદત પૂરી થતાં જ નોકરી છૂટી ગઈ. ફરી પ્રયાસ કર્યા, ત્યારે નોકરી ક્યાં મળી ? દીવાનકચેરીમાં. શિક્ષકજીવ જાણે ફાઇલોના ફંદામાં ફસાયો ! કચેરીમાં એક દિવસ ભર્યો અને સાંજે એમણે નિર્ણય કરી લીધો નોકરી છોડી દેવાનો. આવી સાહેબશાહી નોકરી છોડી 'પંતુજી'નો માર્ગ પસંદ કરનાર મોતીભાઈને લોકોએ મૂરખ માન્યા. પ્રયત્ન કરતાં પાટણમાં રૂ. 45ના પગારે શિક્ષકની નોકરી મળી ગઈ.

અહીં એમનો શિક્ષકજીવ કૉળવા લાગ્યો. શિક્ષણ ઉપરાંત વિદ્યાર્થીઓના સર્વાંગી વિકાસમાં એ રસ લેવા લાગ્યા. શાળા છૂટે એટલે વિદ્યાર્થીઓને એકઠા કરે, ચર્ચાઓ કરે, સ્પર્ધાઓ યોજી રમતોમાં રસ જગાડે. વ્યાયામનો શોખ લગાડે. આનંદપર્યટનો યોજી સંઘજીવનનો લાભ અનુભવાવે, પુસ્તકોની વાતો કરી વાચનભૂખ જગાડે. અભ્યાસમાં કાચા વિદ્યાર્થીઓને શૈક્ષણિક સહાય તો કરે જ. વિદ્યાર્થીઓને જરૂરી આર્થિક મદદ પણ કરે.

પાટણમાં હોળીના તહેવારની બીભત્સ ઉજવણી થતી. તે બંધ કરાવવા આ એક મામૂલી શિક્ષકે અથાક પ્રયત્નો કર્યા અને સફળતાને વર્યા. એક વર્ષે પાટણમાં રેલસંકટ આવ્યું. સેંકડો ઘર પડી ગયાં, હજારો બેઘર બન્યાં. મોતીભાઈએ રાહત માટે ફાળો ઉઘરાવ્યો. આમ એમણે પાટણવાસીઓનાં દિલ જીતી લીધાં.

પેટલાદ તો પોતાનો જ પ્રદેશ. 1910 સુધી ત્યાં અંગ્રેજી શાળાના હેડમાસ્તર તરીકેની કામગીરી બજાવી. બહારગામથી ભણવા આવતા વિદ્યાર્થીઓ માટે એમણે છાત્રાલય શરૂ કર્યું. નામ આપ્યું 'પેટલાદ બોર્ડિંગ હાઉસ'. 'મિત્રમંડળ પુસ્તકાલય'ની પ્રવૃત્તિ શરૂ કરી. એવામાં જ અમૃતલાલ પઢિયારનું 'સંસારમાં સ્વર્ગ' અને ભાવનગર રાજ્યે પ્રગટ કરેલું 'સંગીત નીતિવિનોદ' એમના વાંચવામાં આવ્યાં. આવા શિષ્ટ વાચનનો ફેલાવો પ્રજામાં કરવો જોઈએ એવી દઢ પ્રતીતિપૂર્વક 1906માં એમણે વડોદરાની મેઈલ ટ્રેનિંગ કૉલેજના તાલીમાર્થી શિક્ષકો સમક્ષ એક યોજના રજૂ કરી કે તાલીમ પામીને જે શિક્ષક પોતાના ગામ ગયા બાદ 10-15 રૂપિયા મોકલી આપશે તેને ત્યાં પુસ્તકાલય શરૂ કરવા પોતાના તરફથી મોતીભાઈ 20-30 રૂપિયાનાં વર્તમાનપત્રો અને પુસ્તકો મોકલી આપશે. 50 શિક્ષકોએ આ યોજના ઉપાડી લીધી. પહેલે જ ધડાકે 50 ગામોને એમણે નાનકડાં પુસ્તકાલયો પૂરાં પાડ્યાં. પછી તો આ પ્રવૃત્તિ વિકસતી જ ગઈ.

વડોદરા નરેશ સયાજીરાવ ગાયકવાડ ત્યારે અમેરિકાના પ્રવાસે હતા. ત્યાંની પુસ્તકપ્રવૃત્તિથી એ પ્રભાવિત થયા. પોતાના રાજ્યમાં લોકશિક્ષણની એ પ્રવૃત્તિને સંગીન સ્વરૂપ આપવા ત્યાંની પુસ્તકાલય પ્રવૃત્તિના નિષ્ણાત શ્રી બોર્ડનને એ વડોદરે લાવ્યા અને એમને મદદરૂપ થવા માટે મોતીભાઈ અમીનની મદદનીશ વ્યવસ્થાપક

તરીકે નિમણૂક કરવામાં આવી. આમ તો નિમણૂક એક વર્ષ માટે જ હતી. પણ પછી તો નિવૃત્ત થયા ત્યાં સુધી એ પ્રવૃત્તિમાં જ એમને રોકી લેવામાં આવ્યા. એમની સૂઝ, સમજ અને સહાયથી બે વર્ષ દરમિયાન જ વડોદરા રાજ્યમાં લગભગ 400 પુસ્તકાલયો શરૂ થઈ ગયાં. મોતીભાઈ આમ સાચી રીતે જ પુસ્તકાલય પ્રવૃત્તિના પિતા બન્યા. એમની પ્રવૃત્તિઓને બિરાદવવા એક અભિનંદન ગ્રંથ પ્રગટ કરવાનું વિચારાયું. પરંતુ માનસન્માનથી હંમેશાં દૂર ભાગનાર મોતીભાઈએ એવા ગ્રંથનું પ્રકાશન બંધ રખાવ્યું. ગાયકવાડ સરકારે આપવા ધારેલું માન પણ એમણે ન સ્વીકાર્યું. ગુજરાતી સાહિત્ય પરિષદના કરાંચી અધિવેશનમાં પુસ્તકાલય વિભાગનું પ્રમુખસ્થાન લેવા મોતીભાઈને કહેવામાં આવ્યું એ પ્રમુખસ્થાનનો પણ અસ્વીકાર કર્યો. સભાસમારંભો, ભાષણો, ઉદ્‌ઘાટનો અને પ્રમુખસ્થાનોથી સદા દૂર રહી મોતીભાઈએ જે અવિરત સેવાયજ્ઞ કર્યો છે તે આજે કોઈ પણ ક્ષેત્રના સેવકને માટે ઉમદા દૃષ્ટાંતરૂપ છે.

પ્રજાને શિષ્ટવાચન સસ્તા ભાવે પૂરું પાડવા ચૂંટેલી કૃતિઓનું સામયિક ‘ગદ્યપદ્યસંગ્રહ’ પ્રગટ કરવાની પ્રવૃત્તિ એમણે શરૂ કરી. ‘પુસ્તકાલય સહાયક સહકારી મંડળ લિમિટેડ’ જેવી પ્રથમ સહકારી સંસ્થાની શરૂઆત પણ એમણે જ કરેલી. ‘પુસ્તકાલય’ માસિક પણ એમને આભારી છે.

વસોના ઉદારચરિત દરબાર ગોપાળદાસનાં પ્રથમ પત્ની પુત્ર મૂકીને મૃત્યુ પામ્યાં. તેને કેળવવા મોતીભાઈએ દરબારને મૉન્ટેસોરી પદ્ધતિ બતાવી. આ યોજનાનો લાભ ગામનાં બાળકોને પણ મળી શકે એ આશયથી દરબાર ગોપાળદાસે પોતાની હવેલીમાં બાલમંદિર શરૂ કરાવ્યું. આમ ગુજરાતનું સર્વ પ્રથમ બાલમંદિર 1915ના જાન્યુઆરીની પહેલી તારીખે વસોમાં શરૂ થયું. છ વર્ગની ‘નવી ગુજરાતી શાળા’ પણ ત્યાં શરૂ થઈ. આ હતી ગુજરાતની સર્વ પ્રથમ મૉન્ટીસૉરી શાળા. એ જ અરસામાં ત્યાં બાલ પુસ્તકાલયનું મકાન પૂરું થયું. એના ઉદ્‌ઘાટન વિધિમાં દરબાર ગોપાળદાસ પોતાની સાથે વઢવાણના વકીલ ગિરિજાશંકર બધેકાને તેડતા આવ્યા. તે શાળા અને તેનાં સાધનોથી ગિરિજાશંકરભાઈ પ્રભાવિત થયા. એમને બાળકેળવણીમાં રસ જાગ્યો. કાયદાના વકીલ મટી એ બાળકોની કેળવણીના વકીલ બન્યા. પૂનાની ‘ડેક્ન એડ્યુકેશન સોસાયટી’ પરથી પ્રેરણા લઈ આણંદ ખાતે ‘ચરોતર એજ્યુકેશન સોસાયટી’ની સ્થાપના 1916માં કરી. વિદ્યાર્થીઓને મુશ્કેલીમાં જરૂરી રકમ લોન તરીકે આપવા ‘ચરોતર વિદ્યાર્થી સહાયક સહકારી મંડળ’ સ્થાપ્યું.

એ કાળે સ્ત્રીકેળવણી નહિવત્. મોતીભાઈ વિદ્યાર્થિનીઓને અર્ધી ફીએ શાળામાં દાખલ કરે, ચર્ચાસંવાદોમાં ઉતારે ને આમ જાહેરમાં આગળ આવવાની તક પૂરી પાડે.

એમનો કાળ એ સ્વરાજ્ય માટેની જાગૃતિનો કાળ હતો. ભલે એ ઝુંબેશમાં રાજકીય રીતે ઝંપલાવ્યું નહોતું. પરંતુ નવયુગ માટે પ્રજાને કેળવણી દ્વારા તૈયાર કરવામાં એમણે એટલું જ દેશસેવાનું કાર્ય કર્યું હતું. સ્વરાજ્યમાં પ્રજાની જવાબદારી

કોઈ સંપૂર્ણ સભાન મોતીભાઈ એક સ્થળે લખે છે: “સ્વરાજ્ય તો ઘોડાપૂરે આવી રહ્યું છે. પેલું સામેના ઝાડ જેટલું સ્પષ્ટ મને સ્વરાજ્ય દોડતું આવતું દેખાય છે, પણ જ્યારે એ આવીને ઊભું રહેશે ત્યારે વહેલું આવ્યું લાગશે. કારણ કે ભગીરથ ઋષિની તપશ્ચર્યાથી ગંગાજી સ્વર્ગમાંથી તો ઊતર્યાં, પણ શિવજી જેવા જટાધારી એને ઝીલનાર મળ્યા ન હોત તો એનો પ્રવાહ પાતાળ થોડી નાખત. તેમ સ્વરાજ્યને ઝીલનારી પ્રજા જો તૈયાર કરી નહિ હોય તો સ્વરાજ્ય માગનારી પ્રજા જ સ્વરાજ્યના તેજથી અંજાઈ જશે અને એ જ પ્રજા આવેલા સ્વરાજ્યને વેડફી પણ નાખશે.”

ધીરુ પરીખ

['સમયરેત પર પગલાં' પુસ્તક: 2001]

નૈં

બેન, બંધાતી છીપલી ખોલીએ નૈં.
બેન, ઉરની સુવાસને તોળીએ નૈં.
બેન, જીવવાના અવસરને ટાણે એ પ્રીતડી બોલીએ નૈં.

બેન, કાચી કળિયુંને કદી તોડીએ નૈં.
બેન, સરજાતી સુરભિને વેરીએ નૈં.
બેન, ઋતુવરના સ્પર્શની પ્હેલાં થઈ ફૂલડું ખીલીએ નૈં.

બેન, આછરતાં નીરને ડોળીએ નૈં.
બેન, પોતાની છાંયમાં મોહીએ નૈં.
બેન, અંતર વસનારને સેવ્યા વિણ એકલાં સૂઈએ નૈં.

બેન, સરિતા થઈ પંથમાં થંભીએ નૈં.
બેન, છાનેરાં આભથી વહીએ નૈં.
બેન, સમદરમાં ભળવાને ટાણે ઉછાંછળાં બનીએ નૈં.

બેન, મધુવનની વાતડી છેડીએ નૈં.
બેન, પામ્યા સંકેતને બોલીએ નૈં.
બેન, માધવનું હેત મળ્યું કેવું, એ કોઈને કહીએ નૈં.

બેન, હુંપદ રાખીને એને પેખીએ નૈં.
બેન, વિરહે દાઝીને એને ભેટીએ નૈં.
બેન, ફૂલડાંનો હાર થયા પ્હેલાં શ્રીકંઠમાં પડીએ નૈં.

મુકુન્દરાય વિ૦ પારાશર્ય

['મનડામાં મોતી બંધાણું' પુસ્તક: 2005]

સ્વાગત

હિંદી ચિત્રપટ, તેનાં કલાકારો અને તેમના અભિનયને શિરીષ કણેકર વર્ષોથી ઉત્કટ પ્રેમ કરતા આવ્યા છે. ચિત્રપટસંગીત પરના તેમના પ્રેમનો તો, આ વ્યવસાય સાથે સંકળાયેલાં કલાકારોને બાદ કરતાં, આજે મરાઠીમાં અન્યત્ર જોટો સાંપડવો મુશ્કેલ છે. શિરીષ કણેકરના અસીમ સંગીતપ્રેમની પ્રતીતિ 'ગાયે ચલા જા' જેવા તેમના પુસ્તકથી વાચકોને થઈ જ છે. તે સાથે જ દીર્ઘકાલીન શ્રવણભક્તિથી તેમણે આ વિષય પર મેળવેલો અધિકાર પણ ઘણુંખરું બધાંને માન્ય થાય એવો જ છે. હિંદી ચિત્રપટસૃષ્ટિની લગભગ છેલ્લી ત્રણ પેઢીનાં અનેક નાનાંમોટાં અભિનેતા અને અભિનેત્રીઓનાં અતિશય હૃદયસ્પર્શી શબ્દચિત્રો કણેકરે 'યાદોં કી બારાત'માં અહીં એકદમ ઉત્કટતા અને જાણકારીથી રેખાંકિત કર્યાં છે. આ સ્મૃતિઓની સાથે હિંદી ચિત્રપટસૃષ્ટિનો ઇતિહાસ લગભગ આરંભથી જ આપણી સમક્ષ એકદમ ઊઘડતો આવે છે. વિવિધ પ્રકારના ભાવ મનમાં ઊછળી આવે છે. ક્યારેક હોઠ હસે છે, ક્યારેક આંખ ભીની થાય છે. ક્યારેક મન ઉદાસ થઈ જાય છે; તો ક્યારેક તે અંતર્મુખ થઈને જૂનાં સ્મરણોમાં ડૂબી જાય છે. આજની યુવાન પેઢીને આ બારાતના કેટલાક ચહેરા અજાણ્યા લાગશે. પણ આજે જે મધ્યમ વયના કે પ્રૌઢ વયમાં આવેલા વાચકો છે તેમને તો આ પુસ્તક વાંચતાં પોતાની યુવાન વયનાં અનેક જૂનાં ને અત્યંત પ્રિય દોસ્તો ફરીથી મળ્યાનો આનંદ થશે. અનેક જૂનાં ગીતોના ઉલ્લેખથી યુવાનીની હળવી અસ્વસ્થતા મનમાં જાગૃત થશે. તે ગીતો સાથે, તેના શબ્દો સાથે, સૂરો સાથે સંકળાયેલા, પોતાના વ્યક્તિગત જીવનના અનેક કડવામીઠા પ્રસંગો તેમને યાદ આવશે અને તેને લીધે એક નિરાળી જ ઉદાસ મીઠાશ આ પુસ્તક તેમને આપશે.

આ પુસ્તકમાં ચિત્રપટ-વ્યવસાયનાં જે કલાકારોનાં શબ્દચિત્રો કણેકરે આલેખ્યાં છે, તેની વિવિધતા જોઈને આશ્ચર્ય થાય છે. અહીં દિલીપકુમાર, દેવ આનંદ, રાજ કપૂર જેવા રસિકોના અમાપ પ્રેમનાં પાત્ર થયેલા નાયકો અને મીનાકુમારી, નરગિસ, મધુબાલા, વૈજયંતીમાલા જેવી રસિકોનાં હૃદયસિંહાસન પર દીર્ઘકાલ બિરાજનારી નાયિકાઓ તો છે જ, પણ તે સાથે જ ખલનાયક, વિનોદી નટ-નટીઓ, અભિનય કરતાં નૃત્યને લીધે જ પ્રસિદ્ધિ પામેલી નર્તકી વગેરે બીજાં પણ કેટલાંયે કલાકારોને કણેકરે અહીં યાદ રાખ્યાં છે.

આ બધાં શબ્દચિત્રો આલેખતાં કણેકરે બીજી એક બાબત ખાસ ધ્યાનમાં લીધી છે, તે આ કલાકારોનું માણસપણું. તે તેમણે સતત આપણને જણાવ્યા કર્યું છે. રૂપેરી પડદા પર પ્રસિદ્ધિના ઝગમગાટમાં ચમકતા, પૈસાના ઢગલા પર આળોટનારા, લાવણ્યવતી નાયિકાના પ્રેમના પાત્ર ઠરનાર આ તેજસ્વી તારાઓ પણ છેવટે 'માણસ' જ હોય છે. જે તારાઓ માટે સાચું તે તારિકાઓ માટે પણ સાચું. આ બધાં જ આખરે માણસો છે. માણસની નબળાઈ, તેની નિયતિ, તેના સારાખરાબ ગુણદોષ, આશા-નિરાશા આ બધું જ તેમને ભાગે પણ આવ્યું હોય છે. સર્વસામાન્ય માણસ તો પોતાનું

સામાન્યપણું મનમાં સમજતો હોય છે; પણ પડદા પરનાં આ કલાકારોની જનમાનસમાં જે એક ઝગમગતી પ્રતિમા ઊભી થઈ હોય છે, તેને લીધે ક્યારેક તેઓ પોતે પણ મોહિત થયાં હોય છે. પડદા પરના આ સપનાંના સોદાગર પોતેય તે સતત સુંદર પણ ભ્રામક સપનાંમાં જ વિહરતા હોય છે. વાસ્તવમાં એ સપનાં તૂટે ને તેનો ભૂકો હાથમાં આવે ત્યારે તેઓ એકદમ ભાંગી પડે છે ગુરુદત્ત જેવા એકાદ સંવેદનશીલ દિગ્દર્શક અહીં આવે છે, 'પ્યાસા', 'કાગઝ કે ફૂલ' જેવાં જોવાલાયક ચિત્રો નિર્માણ કરીને ચિત્રપટસૃષ્ટિમાં ઇતિહાસ ઘડે છે, પણ છેવટે વ્યક્તિગત જીવનમાં નિષ્ફળતાને કારણે તે આત્મહત્યા કરી લે છે. ચંદુલાલ શાહ જેવા અલ્પશિક્ષિત પણ બુદ્ધિમાન લોકો અહીં આવે છે, પોતાનો સ્ટુડિયો ઊભો કરે છે, નિર્માતા બને છે, કરોડો રૂપિયા કમાય છે, અને છેવટે નિષ્કિંચન અવસ્થામાં દુનિયા છોડી જાય છે. શેખ મુખ્તાર જેવો રૂપહીન, અણઘડ ચહેરાવાળો સામાન્ય નટ બહુ સાહસ કરીને 'નૂરજહાન' જેવું ચિત્રપટ ઉતારે છે, તે માટે કરેલું કર્જ ફેડાતું નથી તેથી પાકિસ્તાન ભાગી જાય છે. ત્યાં વિતરકોનાં બારણે આંટા મારતાં મારતાં એક દિવસ હતાશ અવસ્થામાં દુનિયાની વિદાય લે છે, અને તેના મૃત્યુ પછી 'નૂરજહાન' ચિત્રપટને અઢળક પૈસા મળે છે! જેની એક સમયે હિન્દુસ્તાનના રૂડૉલ્ફ વૅલંટિનો તરીકે ખ્યાતિ હતી, ગવર્નરની જોડીની પોતાની ગાડી હોવાનું ભાગ્ય જેને એકલાને તે સમયે પ્રાપ્ત થયું હતું તે માસ્ટર નિસાર છેવટે કામાઠીપુરની એક ગલીચ ચાલની ઓરડીમાં મરે છે. મરતી વખતે તેની પાસે બે વાસણ, બે કપડાં અને પોતાની કારકિર્દીની ભૂમિકાના ફોટાઓનું પીળું પડી ગયેલું જૂનું આલબમ, એટલી જ માલમતા શિલ્લક હતી! વજનદાર અવાજથી થિયેટર ગજવનાર નટ જયંત છેવટે ગળાના કેન્સરથી મરે છે! જેના નાચ વગર ચિત્રપટ પૂરું થયું છે એમ લાગતું નહીં તે કક્કુ નિર્ધન, ઉપેક્ષિત અવસ્થામાં દુનિયા છોડે છે. આવાં કલાકારોનાં શબ્દચિત્ર કણેકરે ખૂબ જ સહૃદયતાથી આલેખ્યાં છે.

કણેકર ગોષ્ઠિપ્રેમી છે. તેથી વાતવાતમાં અનેક રસપ્રદ કિસ્સાઓ તે સંભળાવે છે, અનેક વિગતો આપતા રહે છે. તેમાંનાં કેટલાંક ઉદાહરણો અહીં આપું એમ થાય છે. ચિત્રપટસૃષ્ટિના શરૂઆતના સમયમાં નીકળેલા 'શીરીં-ફરહાદ' ચિત્રપટમાં બેતાળીસ ગીતો હતાં, તો 'ઇંદ્રસભા' ચિત્રપટમાં એકોતેર ગીતો હતાં! આ સંખ્યા આજે કેટલી આશ્ચર્યજનક લાગે છે! જીવન નામના નટે ચાળીસથીયે વધુ ચિત્રપટોમાં નારદની ભૂમિકા સાકાર કરી છે ! આના કરતાંયે ગમ્મતભર્યો એક કિસ્સો જુઓ — 'હલચલ' ચિત્રપટમાં જેલરની ભૂમિકા કરનાર બલરાજ સહાની તે વખતે રાજકીય કેદી હતા અને પોલીસના પહેરા નીચે તે શૂટિંગ માટે આવતા હતા! આવી અનેક વિગતોને લીધે કણેકરનું આ લેખન માહિતીપૂર્ણ તેમ જ મનોરંજક થયું છે.

લતા મંગેશકર (અનુ૰ જયા મહેતા)

['રૂપેરી સ્મૃતિ' પુસ્તક]

❀

સર્વ વાદનો સરવાળો

ભારતની પ્રજા આજે અનેક વાદોની નાગચૂડમાં ફસાયેલી છે. એ બધા વાદોનો સરવાળો હું બે જ વાદમાં કરું છું: તકસાધુવાદ અને સમન્વયવાદ. આ બે વાદોમાં ભારતીય જનતાની જંગી બહુમતી તકસાધુવાદ તરફ છે. છાપાંથી માંડીને સંન્યાસીઓ સુધ્ધાંની ગણતરી કરશું તો એમની બહુમતી પણ આ વાદમાં જ આવશે.

તકસાધુવાદને ફૂલવાફાલવા માટે આજે બહુ વિશાળ ક્ષેત્ર મળી ગયું છે. સુધારક સ્ત્રીઓની સભામાં તકસાધુ હાથ પછાડીને કહેશે: "અમે પુરુષોએ આજ સુધી શાસ્ત્ર ને ધર્મને ઓઠે તમને અગણિત અન્યાય કર્યા છે, તેનું અમારે પ્રાયશ્ચિત્ત કરવું પડશે." સનાતનીઓની સભામાં પાછા એ જ ભાઈ મોટું તિલક કાઢીને જશે અને બોલશે: "આ ધર્મભ્રષ્ટ સરકારે ધર્મને રસાતાળ કાઢ્યો." પછી આંખમાં ઝળઝળિયાં લાવીને કહેશે: "મારું ચાલે તો ધર્મને ભ્રષ્ટ કરનારા આ કાયદાઓને એક જ તડાકે ઉડાવી દઉં ને રામરાજ્ય સ્થાપી દઉં."

આપણે જરાક નજર ફેરવીને જોઈશું તો ચોમેર આ તકસાધુવાદીઓની દોડમદોડ નજરે ચઢશે.

બીજો વાદ તે સમન્વયવાદ, પણ આજે તો સમન્વયવાદી એકલો અટૂલો પડી જશે. એને નહીં માને સરકારી તંત્ર, નહીં માને ખેડૂતો, નહીં માને કારખાનાંના મજૂરો. સમન્વયવાદી પોતાના સિદ્ધાંતની રક્ષા કરતો કરતો અતિનિકટના સાથીઓનો સંગાથ છોડીને આગેકદમ ભરતો હશે, તો તકસાધુવાદી બીજાઓને ખુશ કરીને ખિસ્સાં ભરવાની જ વેતરણમાં ભમતો હશે. એ તકસાધુવાદીને જરાક જ ચકાસીએ તો તે ઉઘાડો પડી જાય. પણ નાનાંમોટાં સહુ તકવાદી હોય, ત્યાં કોણ કોને કહે ?

સંતબાલ

['વિશ્વવાત્સલ્ય' પખવાડિક: 1951]

❀

ઉંમર

જ્યોતીન્દ્ર દવેને એક વખત પૂછવામાં આવ્યું: "તમારી ઉંમર કેટલી ?"

"સત્તોતેર વર્ષ..." તે બોલ્યા.

"ઉંમરના પ્રમાણમાં શરીર સારું કહેવાય, નહીં ?" પૂછનારે પૂછ્યું.

"ના, શરીરના પ્રમાણમાં ઉંમર સારી કહેવાય" તેમણે કહ્યું: "આવા શરીરે પણ આટલી ઉંમર સુધી પહોંચી શક્યો છું..."

વિનોદ ભટ્ટ

['પરબ' માસિક: 2006]

❀

જાત પર પ્રયોગ

વિખ્યાત દંતચિકિત્સક ડૉ. વેલ્સ પાસે અનેક લોકો દંતચિકિત્સા માટે આવતા હતા. એ સમયે દુખતા, હલતા કે સડી ગયેલા દાંતને કાઢવાની પદ્ધતિ યાતનાજનક હતી. ખુરશી પર બેઠેલા દર્દીને બાંધવો પડતો. આમ છતાં દાંત ખેંચતી વખતે જે પીડા થતી ત્યારે એ વેદનાથી હાથપગ પછાડે નહીં તે માટે ચાર-ચાર વ્યક્તિઓ એને પકડી રાખતી. ત્યાર બાદ ડૉક્ટર તેનો દાંત પાડતા હતા. દાંત પાડવાની આ પદ્ધતિનો બીજો કોઈ વિકલ્પ નહોતો. પણ એક વાર ડૉ. વેલ્સ એક જાદુગરનો પ્રયોગ જોવા ગયા અને એમણે જોયું તો આ જાદુગર નાઇટ્રસ ઑક્સાઈડ સુંઘાડીને માણસને એવો ઉત્તેજિત કરતો કે એ પાગલની માફક ભાન ભૂલીને નાચવા-કૂદવા લાગતો. એને ઘા વાગે તોપણ એના દુઃખદર્દનો ખ્યાલ આવતો નહીં. આ વાયુને લોકો 'હસવાનો ગૅસ' કહેતા હતા. વેલ્સને થયું કે દાંત પાડતી વખતે જો આ વાયુ દર્દીને સૂંઘાડીએ તો એને એની વેદનાનો કશો ખ્યાલ ન આવે અને આસાનીથી દાંત પાડી શકાય. મનમાં મૌલિક વિચાર તો આવ્યો, પણ એનો પ્રયોગ કરવો કોના પર ?

આખી રાત વિચાર કરતા બેઠા. એમ પણ થયું કે કોઈ દર્દી પર આવો પ્રયોગ કરે અને તે જીવલેણ સાબિત થાય તો શું ? એટલે એમણે નિર્ણય કર્યો કે પોતાની જાત પર જ આ પ્રયોગ કરવો. તેઓ પોતાના સાથી ડૉ. રિગ્ઝ પાસે પહોંચ્યા અને એ નિર્ણયની વાત કરી. ડૉ. વેલ્સના બધા જ દાંત સાબૂત હતા. આમ છતાં પ્રયોગ માટે ગૅસ સૂંઘાડીને સાજો-સમો દાંત મૂળમાંથી ખેંચી કાઢવાનો હતો. પહેલાં તો ડૉ. રિગ્ઝે અસમર્થતા પ્રગટ કરી, પરંતુ આ પ્રયોગ સફળ થાય તો તે અનેક લોકોને ઉપકારક બની રહેશે એવું લાગતાં તેઓ તૈયાર થયા. ડૉ. વેલ્સ દર્દીની ખુરશી પર બેઠા. એમને વાયુ સૂંઘાડવામાં આવ્યો. ડૉ. રિગ્ઝે મૂળમાંથી દાંત ખેંચી કાઢ્યો. ડૉ. વેલ્સને સહેજેય પીડા થઈ નહીં.

આમ ડૉક્ટર વેલ્સનો પોતાની જાત પર કરેલો પ્રયોગ સફળ થયો અને દંતચિકિત્સા માટે થયેલી આ નવી શોધ સહુને માટે આશીર્વાદરૂપ બની.

['વિશ્વવિહાર' માસિક : 2006]

❀

બંને સાથે માણવાં હોય તો –

ધર્મને સમજવા માટે 'બાઇબલ' અને સાહિત્યરસ પામવા માટે શેક્સપિયર અંગ્રેજીમાં જુદાં જુદાં વાંચવાં પડશે, પણ બન્નેને સાથે માણવાં હોય તો 'રામચરિતમાનસ' જેવો સારો ગ્રંથ મળવો મુશ્કેલ છે.

વિનોબા ભાવે

❀

વિચાર-કલિકા

જ્ઞાન અસીમ છે, જેટલું શીખીએ એટલું ઓછું છે. એટલે જો આપણે એમ વિચારીએ કે બધું શીખી લીધા પછી બીજાને શીખવીશું, તો એ ભૂલ છે. જેટલું શીખતા જાઓ, એટલું શીખવતા પણ જાઓ. અમારી પાસેથી તમે વિદ્યાર્થીઓ જે કંઈ મેળવો એ ખેડૂતો, વણકરો, હરિજનો, દલિતોને આપો. અને એ રીતે જ્ઞાનનો તંતુ આગળ વધાર્યે જ જાઓ !

✳

જો ગૌરીશંકરનું શિખર એકલું એકલવાયું હોત, તો એ આંખને ખૂંચત. સેંકડો નાનાંમોટાં શિખરો હજારો માઈલ સુધી સળંગ ઊભાં છે, એની વચ્ચે જ ગૌરીશંકર અને ધવલગિરિ તેમ જ નંદાદેવી ને ત્રિશૂળ આદિનાં ઉત્તુંગ શિખરો ભવ્ય રીતે શોભી રહ્યાં છે. એ જ પ્રમાણે કોઈ માણસ એકલો શૂરો બની પોતાનું જ જ્ઞાન વધાર્યે જાય અને મહાપંડિત બને એથી કંઈ દેશ એટલો સુશોભિત અને સમૃદ્ધ નથી બનવાનો, જેટલો ઘેરઘેર થોડાથોડાયે જ્ઞાનના ફેલાવાથી એ સમૃદ્ધ થવાનો છે. જ્યારે લાખો અને કરોડો લોકોમાં કેળવણી સર્વવ્યાપી બનશે, ત્યારે એમાંથી જે થોડા મહાવિદ્વાન પાકશે એ ઘણી ઊંચી પંક્તિના હશે.

✳

મને કઈ નોકરી મળશે, મને કોણ કામ આપશે, મારે કયા ક્ષેત્રમાં કામ કરવું – એ બધો વલોપાત છોડી દો. પોતાની યોગ્યતા વધારો, સુપાત્ર થાઓ, અધ્યયન ઊંડું બનાવો અને સદાચાર કેળવો, એટલે કામ તો તમને ખોળતું આવી પડશે. કાર્યક્ષેત્ર શોધવા જવાનાં ફાંફાં ન મારશો. ઊંચામાં ઊંચા કાર્યને યોગ્ય થવાનો પ્રયત્ન કરતા રહેજો.

✳

માણસ ગમે તેટલું ભણે, ગમે તેટલો કેળવાય, પણ જેનામાં સૂઝ નથી, એ માણસ કહેવડાવવાને લાયક નથી. આપણા જુવાનોમાં સૂઝનો અભાવ છે, એ મને ખૂંચે છે. ઝાડુ વાળો, વાસણ માંજો કે શાક સુધારો, દરેકમાં સૂઝ વાપરવી જોઈએ. જો આપણામાં સૂઝ હોત તો કુંભારનો ચાકડો આજે છે એવો ને એવો ન હોત અને આપણી બહેનોને રોજ ચૂલાનો ધુમાડો ખાવો ન પડત.

✳

એક વાતનું સતત ધ્યાન રાખવું. આપણે જે મંડળીમાં બેઠાં હોઈએ ત્યાં ચાલતાં હાસ્ય-વિનોદ, વાતચીતની ભૂમિકા આપણી હાજરી વડે ઊંચી ચડવી જોઈએ – એ નીચે ન જવી જોઈએ. આપણી કેળવણી અને સંસ્કારિતાનું એ ખાસ પ્રમાણ છે.

✳

ઝટઝટ ત્યાગી બની જવાની ઉતાવળ ન કરશો. પણ જેટલું તજો એ ઉત્સાહથી તજજો અને એ ત્યાગ શોભાવજો. ત્યાગ કરવા કરતાં ત્યાગને લાયક બનવું ઘણું કઠણ છે.

*

દુનિયા આપણે માનીએ છીએ એટલી સાવ ખરાબ કે દુષ્ટ નથી. એ છે ત્યાંથી જલદી બહુ ઊંચે આવતી નથી, એટલી જ દુઃખની વાત છે.

*

મહાન વિચારકો પણ ઘણી વાર જમાનાના દોષોથી પર રહી શકતા નથી. એરિસ્ટોટલ જેવા વિશ્વવ્યાપી બુદ્ધિવાળા ફિલસૂફને પણ ગુલામીની પ્રથા સ્વાભાવિક લાગી. શંકરાચાર્ય જેવા અદ્વૈતવાદી પણ 'વેદો'નું ઉચ્ચારણ સાંભળનાર અંત્યજને સજાપાત્ર ગણતા. ભક્ત કવિ તુલસીદાસે તો ઢોર-ગમાર સાથે સ્ત્રીને તાડનનો અધિકાર આપી દીધો ! મહર્ષિઓ પોતાના જમાનાના સર્વોત્તમ પુરુષો હોય છે. પણ તેથી કાંઈ તેઓ જમાનાની અપૂર્ણતાઓથી પૂર્ણપણે પર નથી હોઈ શકતા.

*

અજ્ઞાન દૂર કરવા માટે હજાર વરસની જરૂર નથી. ખોટા ખ્યાલો ને ભ્રમણાઓ છોડી દેતાં ઘણી વાર લાગે છે. પણ અજ્ઞાન તો પોલાણ જેવું છે, એને દૂર કરતાં વાર નથી લાગવાની. કોઈ ઓરડીમાં બસો વરસનું અંધારું હોય, પણ બારણું ખોલો એટલે અંધારું હતું-ન હતું થઈ જાય.

*

લોકો પોતાનું પાપ છુપાવે છે, એના કરતાં પોતાની નિરાશા અને પોતાનો થાક માણસે છુપાવવો જોઈએ. પાપ ઉઘાડું કરવાથી એનું ઝેર નીકળી જાય છે; પણ થાક અને નિરાશા વ્યક્ત કરતાંની સાથે વધે છે અને પ્રતિષ્ઠિત થવા માગે છે.

*

ઈશ્વર જેમને મોટા બનાવવા ઇચ્છતો હોય છે, તેમને પોતાની પ્રતિકૂળ પરિસ્થિતિનું પૂરું જ્ઞાન થવા દેતો નથી. આ સંરક્ષક અજ્ઞાન જો ન હોત, તો અસહાય ને અનાથ બચ્ચાં કોઈ દિવસ મોટાં ન થાત.

*

કુટુંબસંસ્થા બંધાઈ એની પાછળ હજારો વર્ષોનો મહાપ્રયત્ન, સતત તપશ્ચર્યા અને કરોડો લોકોનો આપભોગ પડેલાં છે.

*

કેટલાક લોકો યુવાનોની ખુશામત કરે છે અને માને છે કે, યુવાનોને અમે પ્રેરણા આપીએ છીએ. પણ ખુશામત એ શરાબ છે, તેથી શૂર ચડાવવા માટે પછી દર વખતે તેને વધુ ને વધુ મોટો ડોઝ આપવો પડે છે.

*

સારું શું અને ખોટું શું એનો કંઈક સ્થૂળ ખ્યાલ, કોણ જાણે કઈ રીતે પણ, માણસને બહુ વહેલો મળે છે.

*

પોતાના સમાજમાં સહન કરવી પડતી હાડમારી દૂર કરવા માટે દેશાંતર કે ધર્માંતર કરવું, એ કાયરતાનો રસ્તો છે. એ રીતે દુનિયામાં રહેલો અન્યાય ઓછો થતો નથી, અને આપણી શક્તિ પણ વધતી નથી. એક સમાજમાં એક જાતનું દુઃખ છે, તો બીજા સમાજમાં બીજી જાતનું. જ્યાં છીએ ત્યાં જ સેવા લઈએ અને આપીએ.

*

આપણામાં દેશાભિમાન છે, પણ દેશભક્તિ નથી.

*

આપણે ગમે તે વસ્તુની ગમે તેટલી ચર્ચા કરીએ, પણ આખરે એટલું તો ધ્યાનમાં રહેવું જોઈએ કે ચર્ચાને અંતે કંઈક ચોક્કસ કામ કરવું છે.

*

પાંડિત્ય પુસ્તક વાંચવામાં છે, પુસ્તક-સંગ્રહમાં નથી. શૌર્ય તલવાર વાપરવામાં છે, કેડે લટકાવવામાં નથી.

*

ઉત્તમ ગદ્ય જો યોગ્ય છટાથી વાંચવામાં આવે, તો તેમાંથી એક જાતનો કેફ પેદા થાય છે. એકાદ ફકરો એક વાર સાંભળ્યો કે, કેવળ ભાવને કારણે નહીં પણ ભાષાને કારણે પણ તે ફરી વાંચવા-સાંભળવાનું મન થવું જોઈએ અને માણસની જીભ ઉપર એ ચડવો જોઈએ. ગદ્યસ્વામી પોતાનું લખાણ દઢબંધ, સુઘડ, અલ્પાક્ષર છતાં બહવર્થ બનાવવા માટે દરેક વાક્યને અનેક રીતે મઠારે છે અને ઘૂંટીઘૂંટીને એમાં લાવણ્ય આણે છે. છંદની મદદ વગર આટલું પ્રાગલ્ભ્ય પ્રાપ્ત કરવું, એ ખરેખર કવિની કસોટી જ છે.

*

વસ્તુની નજીક જઈએ, એટલે એનું સૌંદર્ય પ્રગટ થાય છે; પણ એનું કાવ્ય તો દૂરથી જ ખીલે છે.

*

ગ્રંથપાલ [એ] અસંખ્ય ગ્રંથકારો અને પ્રજા વચ્ચે આધ્યાત્મિક સંબંધ બાંધી આપનાર ગોર છે, હિતેચ્છુ મિત્ર છે. શું પસંદ કરવું એ શીખવનાર ગ્રંથપાલનો નિર્હેતુક પ્રેમ આખી પ્રજાને જ્ઞાનસમૃદ્ધ, સંસ્કારી અને દીનસેવક બનાવવા મથે છે. ઉત્તમ ગ્રંથસંગ્રહ અને ઉત્તમ ગ્રંથપાલની યોજના થઈ હોય, તો પ્રજા જોતજોતામાં ચડે.

*

નકામી વસ્તુઓનો ત્યાગ કરવો, એ સિદ્ધાંત જ્ઞાનસંગ્રહમાં પણ જરૂરી છે.

*

‘જીવનવિકાસ’ ચોપડીમાં મારા અનુભવો અને મારા હૃદયનો નિચોડ છે.

*

શ્રીકૃષ્ણ, શંકરાચાર્ય, માર્ટીન લ્યૂથર, ઇગ્નેશિયસ લોયોલા, મહંમદ પયગંબર – બધા ઉત્પાતિયા હતા : ન પોતે જંપીને બેસે, ન કોઈને સુખેથી સૂવા દે. ગાંધીજીને

પણ, એમની અહિંસક મીઠાશ છતાં, ઉત્પાતિયાની હરોળમાં જ બેસાડવા જોઈએ – બેસાડવા નહીં, ઊભા કરવા જોઈએ ! બેસે તો ઉત્પાતિયો શાનો ?

✳

બે હજાર વરસ પછી જગતના ઇતિહાસમાં ગાંધીજી વિશે એક જ વાક્ય લખવાની સગવડ હોય, તો તે વખતના ઇતિહાસકાર લખશે કે : "એ જમાનામાં અન્યાયનો પ્રતિકાર કરવા માટે સત્યાગ્રહરૂપી અહિંસક શસ્ત્ર શોધી કાઢનાર ગાંધી ઉત્તમ સેનાપતિ હોવા ઉપરાંત સમાજનું આખું રૂપ ફેરવનાર મનીશી હતો."

બાકીની બધી વસ્તુ ગૌણ છે. કરોડો માણસો ત્યાગ અને તપસ્યા કરી શકે છે એ વિશ્વાસ ગાંધીજીએ પેદા કર્યો, એ એમની ભારત માટે સૌથી મોટી સેવા છે.

✳

ગાંધીજીમાં પુરુષતત્ત્વ અને સ્ત્રીતત્ત્વ બંનેનું અદ્ભુત મિલન હતું. સ્ત્રીજાતિએ મહાત્માજીની શક્તિ અને એમની પ્રેરણા ઓળખીને ગાંધીજીને વધારેમાં વધારે અપનાવ્યા છે અને એમને કલ્પનાતીત સાથ આપ્યો છે.

✳

કન્યાકુમારીમાં ત્રણ સાગરોનો સંગમ છે. ત્યાં મેં જે ધન્યતા અનુભવી છે, તેવી ભવ્યતા એક હિમાલયને છોડીને અને ગાંધીજીના જીવનને છોડીને અન્યત્ર ક્યાંય અનુભવી નથી.

✳

માણસને ગુલામ બનાવી ઘરકામ કે ખેતી માટે મજૂર તરીકે રાખવાની પ્રથા પ્રાચીનકાળમાં દરેક દેશમાં હતી.

✳

આજના અન્યાયથી આપણે એટલા બધા ટેવાઈ ગયા છીએ કે આપણને કાંઈ લાગતું જ નથી. પાકથી લીલાંછમ ખેતરોવાળી બિહારની ભૂમિમાં ખેડૂતો અને બીજા ગરીબોને સત્તુ ફાકીને રહેવું પડે છે. એકથી બીજા લૂગડાને અભાવે બિહારની સ્ત્રીઓ નાહી નથી શકતી. ઓરિસ્સાની દશા એથીય ભૂંડી છે. અપચાથી જેમ મોઢું ગંધાય છે, તે પ્રમાણે સામાજિક અન્યાયને લીધે આપણા બધા વ્યવહારોમાં કુરૂપતા દેખાય છે.

✳

આપણા સામાજિક દોષો શબ્દથી ધોવાય એવા નથી. આપણા પરસેવાથી જ આપણે તે ધોવા પડશે. અને આજે તેમ નહીં કરીએ, તો કાલે આપણા દીકરાઓના લોહીથી ધોવા પડશે.

✳

દુનિયામાં જ્યાં જ્યાં અન્યાય થાય છે, ત્યાં ત્યાં જુલમ ગુજારનાર તો પાપી

હોય જ છે, પણ જુલમ સહન કરનાર પણ ઓછું પાપ નથી કરતો. ભયભીત દશામાં રહેવું, અન્યાય સહન કરવો, અજ્ઞાન રહેવું, આળસમાં આયુષ્ય વિતાડવું – એ પણ પાપોનો એક પ્રકાર જ છે. દુષ્ટતાના જુલમ કરતાં અજ્ઞાન, વહેમ, અભિમાન અને સમાજહિતના ખોટા આદર્શને લીધે થયેલા જુલમ ઓછા ભયાનક નથી હોતા.

*

ગરીબાઈ એ મહાદુખ નથી. કંટાળાભરેલું, નીરસ અને કદરૂપું કામ કરવું પડે, એ ભારે સજારૂપ છે.

*

જાન અને માલને ગમે તે ભોગે વળગી રહેવાની હીનતાને લીધે જ હિંદુસ્તાનનું સત્યાન્યાશ વળ્યું છે.

*

પ્રયાસ અને કષ્ટ વગર જીવન દહાડે દહાડે કટાતું જાય છે, અને અંતે વિકૃત દશાને પામે છે.

*

દાન કરતાં પણ ત્યાગનું મહત્ત્વ વધારે છે. દાન કરવાથી આપણે ગરીબોનાં કષ્ટ ઓછાં કરીએ છીએ, પણ સમાજહિતને અર્થે સંપત્તિનો ત્યાગ કરવાથી આપણે ગરીબોની ગરીબી જ કાઢી નાખીએ છીએ.

*

વ્યક્તિને ખેરાત તરીકે દાન આપવાની પ્રથા બંધ કરવી જોઈએ. આખા સમાજને પુરુષાર્થ કરવાની અનુકૂળતા વધારે થાય, એવી સગવડો ને સંસ્થાઓ ઊભી કરવા પાછળ દાન ખરચાવું જોઈએ. દાન આપવામાં પુણ્ય છે એ જેમ આપણા ધર્મે શીખવ્યું છે, તેમ અંગત સગવડ ખાતર દાન લેવું એમાં ચારિત્ર્યહાનિ છે એવું પણ એ જ ધર્મે શીખવ્યું છે. અન્નછત્રમાં જમવું એ તો ત્યાગી-પરોપકારી માણસને જ સદે, ગૃહસ્થી માણસને એ ચારિત્ર્યહીન કરે, એ આપણા સમાજની માન્યતા છે.

*

ઉપકાર કરનાર ઘણી વાર અધીરાઈથી કૃતજ્ઞતાની અપેક્ષા રાખે છે અને અધીરાઈથી જ સામા માણસ ઉપર નગુણાપણાનો આરોપ કરે છે. [તો] સામો માણસ આપણી પાસેથી વધારે પડતી ભલાઈની અપેક્ષા રાખીને હંમેશાં અસંતુષ્ટ રહે છે.

*

સત્ય કાર્યને અર્થે જોખમ વહોરવામાં એક અપૂર્વરસ રહેલો છે.

*

પડેલા લોકો બીજાને પાડે છે.

*

બીજને ક્યાં ખબર હોય છે કે કેટલી ડાળીઓ, કેટલાં પાંદડાં અને કેટલાં ફૂલ-ફળ તેનામાં સમાયેલાં છે?

*

ઘાસની જ્વાળા ભડકામણી હોવા છતાં અલ્પજીવી હોય છે. લાકડાં બળે છે ધીમે ધીમે, પણ તે આખી રાત સુધી પહોંચે છે.

✳

બગીચામાં ફૂલો ઉપર મેં એટલાં બધાં ભાતભાતનાં પતંગિયાં જોયાં કે મારી ખાતરી થઈ કે ઝાડ ઉપર બેસી બેસી કંટાળે એટલે ફૂલો જ પતંગિયાં બની ઊડવા માંડે છે.

✳

કૅમેરા જે જુએ છે તે બધું જ છબીમાં નોંધી લે છે. પણ ચિત્રકાર જ્યારે ચિત્ર ચીતરે છે ત્યારે કઈ વસ્તુ ઉઠાવદાર બનાવવી, કઈ ગૌણ કરવી, કઈ વસ્તુ કાઢી નાખવી અને કઈ ઉમેરવી, એ જાણે છે. વિષયના આત્માને ચિત્રકારનું વરેણ્ય વફાદાર હોઈ વધારે સાચું નીવડે છે.

✳

વેદકાળના ઋષિઓથી માંડીને વ્યાસ, વાલ્મીકિ, કાલિદાસ, ભવભૂતિ – ગમે તે કવિ લો, નદીને જોતાંવેંત એની પ્રતિભા પૂરજોશમાં વહેવા માંડે છે. આપણી કોઈ પણ ભાષાની કવિતા જુઓ – એમાં નદીનાં સ્તોત્રો મળવાનાં જ. અને હિંદુસ્તાનની ભોળી જનતાનાં લોકગીતો જુઓ, તો ત્યાં પણ નદીનાં વર્ણનો ઓછાં નથી.

✳

તાજમહાલની નિર્મિતિ એકલા શાહજહાનનાં પ્રેમાશ્રુમાંથી નથી થઈ, પણ વેઠે પકડેલ અસંખ્ય મજૂરો અને કારીગરોનાં દુખાશ્રુમાંથી પણ થઈ છે.

✳

કેટલાક લેખકો લખે છે સરસ ઢબે, પણ શું પસંદ કરવું અને શું છોડી દેવું તેનો વિવેક જાણતા નથી. પરિણામે, લખાણ એકધારો રસ આપી શકતું નથી. (શું છોડી દેવું અને શું પસંદ કરવું એ વિવેકને માટે સંસ્કૃત લેખકોએ એક ભારેખમ શબ્દ બનાવી રાખ્યો છે 'હાનોપાદાન.' એ શબ્દ ભારેખમ હોવાથી આજકાલ ભાગ્યે જ કોઈ વાપરે છે. એટલા જ ખાતર એ શબ્દ અહીં વાપરીને એને જીવિતદાન આપવા માંગું છું.)

કાકા કાલેલકર

❀

બચુભાઈનો પત્ર : સ્વર્ગનાં આંખેદેખ્યા હાલ

સરગાપરથી આવ્યો કાગળ બચુભાઈનો આજે
વાંચું છું, સાંભળજો સરવે દુખિયાના દિલમાં જે

લખે બચુભઈ: જે દ્હાડાથી તમને છોડી આવ્યો
તે દ્હાડાથી ઊંઘ મૂકીને ઉજાગરા . છું લાવ્યો

પાંપણ ભેગી થતી નથી ને ! અજવાળાં અજવાળાં
ચોગરદમ દેખી યાદા'વે પ્રથમીનાં અંધારાં

તેજ અને અંધાર તણા ભૈ ત્યાંના આટાપાટા
ક્યાં, ને ક્યાં આ રાતદિવસના તીખા તેજસપાટા !

ત્યાં તો કેવાં ભેગાં થઈને આપણ વાતો કરતાં –
આ તો માળાં મૂગાંમસ જાણે કે ના ઓળખતાં !...

✳

એક ઝાડ છે અહીં મજાનું કલ્પતરુ સૌ ક્હે છે
ખરતું નથી, મરતું નથી, ને એ જે માગો તે દે છે !

પ્રથમીનાં મારાં વ્હાલાં, હું ગઈ કાલે ત્યાં ગ્યો'તો
ઝાડ કને વાતો કરવા તો કહે: "કેમ આવ્યો'તો ?"

અક્કલ સૂઝી મને, કહ્યું મેં: "જે માગે તે આપો
એમ સાંભળી આવ્યો છું તો કષ્ટ આપણાં કાપો

કોઈ રીતે મારે આ અમરાપરીમાં તો નથી ર્‌હેવું
પ્રથમીમાં પાછા જવું છે, લો માગ્યું, તમારે દેવું."

ખડખડ ખડખડ ઝાડ હસ્યું ભૈ, માણસ કેવો ભોળો
લોક બધા સુખ માગે ને આ માગે દુઃખનો ગોળો !

"ફરી વિચારી માગ મૂરખ", ક્હે ઝાડ જરા ધૂણીને,
મેં તો કીધું: "આ જ દિયોને, માગ્યું છે સમજીને",

હવે થાય તે ખરું, ઝાડ જો હશે વચનનું સાચું
તો તો માગ્યું દેશે દેખી આ દુખિયાનું ડાચું.

'રામ, રામ', કહું છું કાગળમાં, ફકર્ય ન કરજો મારી
ભલું હશે તો બેતણ દનમાં ભેળો હુંય તમારી.

જયન્ત પાઠક

['શૂળી ઉપર સેજ' પુસ્તક : 1988]

❀

એહસાન મેરે દિલ પે...

રાતના સાડા દસની આસપાસનો સમય છે, અગાસીમાં સૂતો છું. પવનની હલકી લહેરખી વહે છે અને ઓશીકે મૂકેલા રેડિયોમાંથી મૂકેશના દર્દીલા કંઠે ગીત શરૂ થાય છે : ઝૂમતી ચલી હવા, યાદ આ ગયા કોઈ... અને કવિ શૈલેન્દ્રના આ શબ્દો હૃદયમાં પ્રવેશતા જાય છે, તેમ તેમ અનાયાસ જ આંખનો ખૂણો ભીંજાવો શરૂ થઈ જાય છે. આ સ્વાનુભવ એક કરતાં વધુ વખતનો છે, એક કરતાં વધુ ફિલ્મી ગીતો માટેનો છે. એવા દરેક પ્રસંગે એક જ વિચાર આવ્યો છે, “આ ફિલ્મી ગીતો ના હોત તો શું થાત ?” કયા કયા પ્રસંગનાં ગીત ફિલ્મોએ આપ્યાં છે ? ખુશી થાય તો ગીત, દુઃખી થઈએ તો ગીત, મળીએ તો ગીત, વિખૂટા પડતાં પણ ગીત, રિસાવાનું ગીત તો મનાવવાનુંય ગીત, યુદ્ધનું ગાન અને દોસ્તીનાં ગાયન. વિચાર કરું છું એમ એ સવાલ થાય છે, આ ફિલ્મી ગીતો ના હોત તો શું થાત ? આ પુસ્તક એવા સવાલના ઉત્તરમાં પ્રગટતી આભારની લાગણીનું ગ્રંથસ્વરૂપ છે.

ફિલ્મી ગીતોના અગણિત ઉપકારોને હૃદયપૂર્વક સલામ કરવાનો અહીં ઉપક્રમ છે. જ્યારે સિનેમાગૃહમાં પ્રવેશવાની ટિકિટનો સૌથી સસ્તો દર પાંચ આના (આજના 31 પૈસા) હતો, ત્યારે થિયેટરની બહાર એ ફિલ્મનાં ગીતોની ચોપડી એક આનામાં મળતી. તેનો પણ મોટો બિઝનેસ હતો. ઠેરઠેર ફૂટપાથો ઉપર આ ચોપડીઓ વેચાતી મળતી. ફિલ્મ જોઈ લીધા પછી શા માટે કોઈ તેનાં ગીતોની ચોપડી ખરીદે ? તેમાં સંગીત નહોતું કે નહોતો ગાનારનો અવાજ. હતા તો માત્ર શબ્દો ! શબ્દની એ તાકાતને વંદન કરવાનો અને કવિતાના એ કદરદાનોને સલામ કરવાનો ઓચ્છવ છે, ‘ગાતા રહે મેરા દિલ’ !

આપણા દેશનું એ સદ્ભાગ્ય હતું કે દેશ આઝાદ થયો એ પછી તરતના દોરમાં ફિલ્મી કવિઓ રાષ્ટ્રના માનસને ઘડતા હતા. ગુલામીમાંથી મુક્ત થયેલા દેશને નવેસરથી ઘડવાના રાષ્ટ્રીય પડકારને અનુરૂપ કવિતા એ સંક્રાંતિકાળમાં રચાઈ. ભાગલા પછી લોહીનીંગળતા રાષ્ટ્રની પ્રજાને કોમ કોમ વચ્ચેનાં વેર ભુલાવવામાં, નવા પ્રભાત તરફ આગેકૂચ કરવાનાં ગાન ગવડાવવામાં આ કવિઓએ પોતપોતાની સર્જનશક્તિ વાપરી બતાવી.

કવિના શબ્દો રાષ્ટ્રના માનસને શી અસર કરી શકે તેનો એક જ દાખલો. પ્રદીપજીનું અમર ગીત “અય મેરે વતન કે લોગોં, જરા આંખ મેં ભર લો પાની, જો શહીદ હુએ હૈં ઉનકી જસ યાદ કરો કુરબાની” – આ ગીતની રચના 1962ના યુદ્ધ પછી થઈ હતી. ચીન સાથેની એ લડાઈમાં આપણે પરાજય ભોગવવો પડ્યો હતો. દેશ આખો હતાશામાં હતો. એવા વાતાવરણમાં કવિ પ્રદીપજીએ આ ગીતની રચના કરી. ધ્વજવંદન નિમિત્તે લતાજીએ સી૦ રામચંદ્રના સંગીત નિર્દેશનમાં તે ગાયું અને વડા પ્રધાન જવાહરલાલ નેહરુ જાહેરમાં રડ્યા ! પછી તો આખા દેશે આંસુ વહાવ્યાં.

એ અશ્રુધારામાં વહી ગઈ દેશની હતાશા. – જબ અંત સમય આયા, તો કહતે હૈં કે હમ ચલતે હૈં, ખુશ રહના દેશ કે પ્યારો અબ હમ તો સફર કરતે હૈં – લશ્કર પ્રત્યેનું માન-સન્માન પાછું એ જ બુલંદીઓ ઉપર પહોંચાડવામાં પ્રદીપજીના આ શબ્દોએ જે ફાળો આપ્યો છે, તેનું ઋણ પ્રત્યેક ભારતીયના આંસુમાં અકબંધ છે. પ્રગતિશીલ લેખકોની ચળવળના સૌએ આઝાદીપ્રાપ્તિના દિવસોમાં એવું નક્કી કર્યું કે સર્જકો સ્વતંત્ર ભારતના સમાજઘડતરમાં ફાળો આપવા પોતાની કૃતિઓ સિનેમા જેવા લોકભોગ્ય સશક્ત માધ્યમમાં આપે. પરિણામે સાહિત્યિક મૂલ્યવાળી કેટલીય રચનાઓ ફિલ્મનાં ગીતોમાં મળી. ફિલ્મનાં ગીતોનું લેખન એક વિશિષ્ટ કળા માગી લે છે. કવિને કેટલીક મર્યાદાઓમાં સર્જન કરવાનું હોય છે. મોટે ભાગે તૈયાર ધૂન ઉપર લખવાનું હોય, એટલે છંદ પોતાની અનુકૂળતા મુજબના હોય નહીં. વાર્તા, પાત્ર, તેનું બૅકગ્રાઉન્ડ, ગીતનાં લોકેશન, પ્રસંગ વગેરે પણ ધ્યાનમાં રાખવાનાં.

એ ગીતો સાંભળવા રેડિયો સિલોન, વિવિધ ભારતી, ઑલ ઇન્ડિયા રેડિયો ઉર્દૂ સર્વિસ, આપણા આકાશવાણીના 'જયભારતી' કે 'વીસરાતા સૂર' જેવા કાર્યક્રમો સાંભળવા હું સતત પ્રયત્નશીલ રહેતો. વડોદરામાં લહેરીપુરામાં આવેલી 'રીગલ' અને 'મહારાણી શાંતાદેવી ટૉકીઝ'ની બહાર આવેલી બૉમ્બે રેસ્ટોરાંમાં 'જ્યુક બૉક્સ'માંથી વાગતાં ફરમાઈશી ગાયનો સાંભળવા હોટલની બહાર ઊભા રહી વૅઇટરોની તિરસ્કારભરી નજરો મારા જેવા કેટલાય કિશોર ગીતરસિકોએ એ દિવસોમાં વેઠી હશે. વડોદરાની જ 'મોહન' અને 'સાગર' ટૉકીઝના પ્રેક્ષકોએ બહાર નીકળવાના બારણા આગળ બેસીને ગાયનો સાંભળવાની કિંમત શું ચૂકવવાની? એ થિયેટરના લાલાની ગાળો ખાવાની!

સલિલ દલાલ

['ગાતા રહે મેરા દિલ' પુસ્તક : 2005]

❀

'સાહિર' લુધિયાનવી

'સાહિર'નું મૂળ નામ અબ્દુલ હયી હતું. તેમણે તખલ્લુસ રાખ્યું 'સાહિર', જેનો અર્થ 'જાદુગર' થાય. શબ્દોના આ જાદુગરનો ખરો ખેલ 1952માં આવેલી ફિલ્મ 'દોરાહા'થી શરૂ થયો. પણ સિનેમાનાં ગીતો લખવાં શરૂ કર્યાં તેનાં સાત વર્ષ પહેલાં તેમનો પ્રથમ કાવ્યસંગ્રહ 'તલ્ખિયાં' પ્રકાશિત થઈ ચૂક્યો હતો.

લુધિયાણાની સરકારી કૉલેજમાં ભણતા સાહિર સામ્યવાદ અને સમાજવાદના વિચારોથી એવા રંગાઈ ચૂક્યા હતા કે કૉલેજની મૅનેજમેન્ટ સામે લડતનો ઝંડો ઉઠાવ્યો અને ડિસમિસ થઈ ગયા! સાહિર ભણવા લાહોર ગયા. ઇસ્લામિયા કૉલેજમાં. લાહોરમાં પોતાનો પહેલો કાવ્યસંગ્રહ 'તલ્ખિયાં' તેમણે આપ્યો. એ જ દિવસોમાં 'અદબે લતીફ' અને 'શાહકાર'ના સંપાદક બન્યા. સાહિર માટે હવેનો મુકામ મુંબઈનો

ફિલ્મઉદ્યોગ હતો.

કોમી તોફાનોને પગલે, 1948માં 'આઝાદી કી રાહ પર'નાં મોટા ભાગનાં ગીતો લખ્યાં પછી, સાહિર થોડો સમય પાકિસ્તાન જતા રહ્યા, કારણ કે તેમનાં માતાજી તોફાનોના એ દિવસોમાં લુધિયાણા છોડીને લાહોરના રેફ્યુજી કૅમ્પમાં પહોંચી ગયાં હતાં. શોધાશોધ કરીને સાહિરે પોતાનાં અમ્મીજાનને ખોળી કાઢ્યાં. એ ત્યાંના એક દ્વિમાસિક 'સવેરા'ના સંપાદક બન્યા. ડાબેરી વિચારો ધરાવતા સાહિરના વ્યક્તિત્વ માટે એક જ ધર્મને સર્વોપરિતા આપતા પાકિસ્તાની સમાજમાં ગોઠવાવું અસંભવ હતું. ત્યાંની સરકાર માટે પણ પ્રગતિશીલ લેખકો-કવિઓને સહન કરવા અશક્ય હતા. એટલે એવા સર્જકોની ધરપકડનો દોર ચાલ્યો. સાથી-સહકર્મીઓની ગિરફ્તારીઓ સામે સાહિરે 'સવેરા'માં તે દિવસોમાં લખ્યું, દબેગી કબ તલક આવાજે-અદમ હમ ભી દેખેંગે, રૂકેંગે કબ તલક જજબાતે બરહમ હમ ભી દેખેંગે" અને સાથે સાહિરના ધગધગતા લેખ પણ શરૂ થયા. કઈ સરકાર સાંખે ? શાયર સામે ધરપકડનું વૉરન્ટ નીકળ્યું. સાહિર લુધિયાનવી માતાને લાહોરમાં જ રહેવા ગઈ, પોતે એકલા દિલ્હી ઊપડી ગયા.

પાકિસ્તાનથી ભારત ભાગી આવ્યા પછી વરસદહાડો દિલ્હીમાં રહી સાહિરે બે ઉર્દૂ સામયિકો – 'પ્રીત લડી' અને 'શાહરાહ'નું સંપાદન કરેલું. ત્યારે જે પંજાબી મિત્રો સાથે પરિચય થયેલો, તે પૈકીના એક દ્વારા મુંબઈમાં મોહન સાયગલની ઓળખાણ થઈ. મોહન સાયગલે સાહિર ને એસ૦ ડી૦ બર્મનને ભેગા કર્યા અને સર્જાઈ એક યાદગાર જોડી. સાહિર મુંબઈ અને તેની ફિલ્મ ઇન્ડસ્ટ્રીમાં છેવટે સ્થાયી થયા.

સાહિર અને સચીનદાની જોડીએ જ્યારે બિમલ રૉયની મહત્ત્વાકાંક્ષી અને ક્લાસિક ફિલ્મ 'દેવદાસ' માટે કરાર કર્યો, ત્યારે સનસનાટી થઈ ગઈ. 'દેવદાસ' પછી સાહિર-સચીનદાએ 1957માં આપી 'પ્યાસા'. ગુરુ દત્તની આ અમર ફિલ્મ માટે સાહિરે જાણે કે તેમની સઘળી શક્તિ રેડી દીધી.

સાહિરનું નવા સમાજ માટેનું કમિટમેન્ટ સૌથી વધુ દેખાતું હોય તો એ 'ફિર સુબહા હોગી'ના ટાઇટલ ગીતમાં. શોષણવિહીન સમાજનું પ્રભાત આવશે, એવા આશાવાદવાળા એ ગીતમાં છેલ્લે કવિ "વો સુબ્હા હમીં સે આયેગી એમ કહીને સામૂહિક જવાબદારીનો એહસાસ કરાવે છે."

તેમના સ્વભાવ સાથે મેળ ખાતા મિત્રો ઘટતા ગયા અને એક સમયે માત્ર અમ્મીજાન સિવાય કોઈ તેમનું સાચા અર્થમાં અંતરંગ નહોતું રહ્યું. એવામાં 1978માં અમ્મીજાનનું અવસાન થયું અને "જહાં મેં ઐસા કૌન હૈ જિસ કો ગમ મિલા નહીં" એવું આશ્વાસન-ગીત આપનાર શાયર આ આઘાત બરદાસ્ત ના કરી શક્યા. બે જ વરસ પછી 1980માં સાહિરને છાતીમાં દુખાવો શરૂ થયો. તેમણે પોતાનાં બહેન અનવરને પોતાને ડૉક્ટર કપૂરને ત્યાં લઈ જવા કહ્યું. ડૉ. કપૂર સાહિરના કાયમી

ડૉક્ટર જ નહીં, શરાબ અને પત્તાંની મહેફિલના સાથી પણ હતા. તેમની સારવારથી સાહિરને સારું લાગવા માંડ્યું. બંને મૂડમાં આવી ગયા. પત્તાં કાઢ્યાં. રમત ચાલતી જ હતી અને સાહિરને ગભરામણ થવા લાગી. ડૉક્ટરમિત્ર સારવાર કરે તે પહેલાં જ સાહિર ઢળી પડ્યા. તેમનાં અમ્મીજાનની કબરની બાજુમાં સાન્તાક્રુઝના કબ્રસ્તાનમાં સાહિરને દફનાવાયા. સાહિર આખી જિંદગી અપરિણીત રહ્યા. આજીવન તેમનાં સુખદુ:ખનાં સાથી તેમનાં માતા જ હતાં.

સાહિરે ભલે નમ્રતાપૂર્વક એમ કહ્યું હોય કે, મૈં પલ દો પલકા શાયર હૂં, પણ એ સદીઓ સુધી ગુંજતા રહે એવા શબ્દોના જાદુગર (સાહિર) હતા. એ કહેતા કે "સમાજ એટલી હદે સુધરી જવો જોઈએ કે મારી કવિતા ઉપર ભવિષ્યના લોકો હસે, ક્યાંય શોષણ ના રહે અને મારી શાયરી અર્થહીન લાગે."

સલિલ દલાલ

['ગાતા રહે મેરા દિલ' પુસ્તક : 2005]

❀

વનવાસ

લો, આ છેલ્લું ખેતર, અહીં લો સંસ્કૃતિની હદ પૂરી;
હવે ઊઘડતો વગડો, ડુંગરીઓ ભૂખરી ને ભૂરી.

તમરાં ત્રમ ત્રમ કરે, પાંદડાં ખરે, ડરે અંધારું,
ત્રાડ-ફાળથી ખખડે પ્હાડી પ્રથમીનું તલ-સારું;

ધીંગાં તરુથડ ઓથે ટેકરીઓની સંતાકૂકડી
નાની નદીઓ રમે પાંચીકે, જાય ઓઢણી ઊડી;

કાંઠાની કણઝીને છાંયે આડાંઅવળાં બેઠાં
વાગોળે બપ્પોર ઢોર, ચરી પ્હાડ ઊતર્યાં હેઠાં;

કેડી અહીંથી જરાક ચાલે આગળ કે ખોવાતી
ડૂબકી મારી નીકળે વીંધી ઊભા ખડકની છાતી;

ચારે બાજુ પ્હાડ પ્હાડ ને વચમાં ગોળ કૂંડાળે
ઊભા હોઈએ જાણે કોઈ સુક્કા કૂપ વચાળે;

પવન પાંદડાં ચારે, રહી રહી પડઘામાં ડચકારે
બેસું બેસું થતી ઊંટટેકરીઓ પથ્થર-ભારે;

વૃક્ષો પરથી વળી વળી વાનર કૌતુકમાં ભાળે
ઓળખ હોય પુરાણી જાણે, ઊતરે નીચી ડાળે!

જયન્ત પાઠક

['શૂળી ઉપર સેજ' પુસ્તક : 1988]

ઋષિ અધ્યાપક

કોને માટે ઉપર્યુક્ત શબ્દો યોજાયા હશે ? પેલા પૌરાણિક ગુરુઓ માટે તો નહીં હોય ? હા, એવા ગુરુઓ વશિષ્ઠ, વિશ્વામિત્ર, વાલ્મીકિ, સાંદીપનિ વિષે વાંચ્યું છે. પણ મારા વંદનીય ગુરુ પ્રોફેસર દાવરની યાદ આવતાં જ કરુણભર્યાં નયનોથી વ્હાલ વરસાવતો એક સૌમ્ય ચહેરો નજર સમક્ષ ઊભરી આવે છે.

તેમનો જન્મ અહમદનગરમાં 1892માં થયેલો. તેમના પિતા કાવસજી ત્યારે બાંધકામ ખાતામાં હિસાબનીશ તરીકે કામ કરતા. 1896માં દાવર કુટુંબે અમદાવાદમાં સ્થાયી વસવાટ કર્યો. ફિરોઝ દાવરે સમગ્ર શિક્ષણ અમદાવાદમાં લીધું. 1908માં ગુજરાત કૉલેજમાં દાખલ થયા, અને 1912માં અંગ્રેજી તથા ફારસી સાથે બી૰ એ૰ની ઉપાધિ મેળવી, 1913માં એમ૰ એ૰માં ઉત્તીર્ણ થયા, 1916માં એલએલ૰ બી૰ થયા. 1916માં અમદાવાદમાં 'નેટિવ ઇન્સ્ટિટ્યૂટ'માં હેડમાસ્તર પદે રહ્યા. ત્યારબાદ 1918થી 1920 સુધી બે વર્ષ પૂનાની ડેક્કન કૉલેજમાં અંગ્રેજીના સહાયક અધ્યાપક રહ્યા. પણ પછી અમદાવાદની ગુજરાત કૉલેજમાં અંગ્રેજીના અધ્યાપક તરીકે તેઓ જોડાયા. 1947 સુધી પોતાની માતૃકૉલેજમાં સેવા આપી. તેમને નિવૃત્ત થવાના પાંચ મહિના બાકી હતા ત્યારે અમદાવાદ એજ્યુકેશન સોસાયટીએ દાવર સાહેબને લા૰ દ૰ આર્ટ્સ કૉલેજમાં અંગ્રેજી વિભાગના વડા તરીકે જોડાવાનું નિમંત્રણ પાઠવ્યું. 1966માં તેઓ ત્યાંથી નિવૃત્ત થયા. ગુજરાત યુનિવર્સિટીના અંગ્રેજી વિભાગમાં તેમણે માનદ્ સેવાઓ આપેલી ત્યારે શ્રી નરીમાન કામાએ તેમને ટકોરેલા કે ગાડીભાડા જેટલા પણ પૈસા મળતા નથી, તો શાને દોડવું ? તેમણે કહેલું કે ગુજરાત યુનિવર્સિટીની આખી લાઇબ્રેરી મફત વાંચવા મળે છે તે કેટલા મોટા લાભની વાત છે ?

તેમનું કુટુંબ પાંચ બહેનો ને બે ભાઈનું બનેલું હતું. તેમનાં માતા લેખિકા હતાં. દાવર સાહેબના જીવનઘડતરમાં તેમનાં માતાનું મહાન પ્રદાન હતું. સાહિત્ય, તત્ત્વજ્ઞાન, ધર્મ અને જુદી જુદી ભાષાઓનો અભ્યાસ આ ચારેય તેમણે વારસારૂપે માતા પાસેથી પ્રાપ્ત કરેલ.

નોકરી દરમિયાન તેઓ રાષ્ટ્રીય રંગે રંગાયેલા. ગાંધીજીની સભાઓમાં તથા સાબરમતી આશ્રમની સવારની પ્રાર્થનામાં તેઓ હાજરી આપતા. તે સમયના પ્રિન્સિપાલ શિરાઝે આ બાબતનો વાંધો ઉઠાવ્યો ત્યારે દાવરસાહેબે જવાબ આપેલો કે તેઓ વર્ગમાં નિયમિત જાય છે, ભણાવે છે, અને ત્યાં કોઈ પ્રચાર કરતા નથી, પણ કૉલેજની બહાર તેઓ સંપૂર્ણ સ્વતંત્ર છે. તેમના રાષ્ટ્રવાદી વલણથી નારાજ થયેલા સત્તાવાળાઓએ ગુજરાત કૉલેજમાં કેટલાંયે વર્ષો સુધી તેમને પ્રોફેસરના પદથી વંચિત રાખેલા. આઝાદીની લડતના પ્રસંગે તેમની પાસે રાજીનામાની માંગણી થયેલી, પણ તેમનો નમ્ર ઉત્તર હતો કે તેમના કૌટુંબિક સંજોગો તેમને તેમ કરવા દે તેમ નથી. પણ ગુજરાત કૉલેજની વિખ્યાત હડતાલ વખતે દાદર પર આડા સૂઈ

રહેલા વિદ્યાર્થીઓએ જ્યારે દાવર સાહેબને તેમના શરીર પર પગ મૂકીને વર્ગમાં જવા કહ્યું, ત્યારે તેમણે કહ્યું કે વિદ્યાર્થીઓના શરીર પર પગ મૂકવા કરતાં પોતે રાજીનામું આપવાનું વધારે પસંદ કરશે.

તેમનો જીવનક્રમ પણ જાણવા જેવો છે. સમગ્ર કુટુંબ રાત્રે સાડાઆઠ વાગ્યે જમતી વખતે વિચારોની આપલે કરે. રાત્રે દસે લાઇટ બંધ કરીને સહુને સૂઈ જવાનું. તેઓ પોતે સવારે સાડાત્રણ વાગ્યે ઊઠે. સ્નાન બાદ તેમનાં પાઠપૂજા શરૂ થાય. તેઓ ગાયત્રીમંત્ર, 'અવસ્તા' તથા 'બાઇબલ'ના કંઠસ્થ કરેલા ફકરાઓ બોલે.

મૃત્યુને તેઓ મંગલકારી માનતા હતા. મૃત્યુ પામ્યા તેના ત્રણ દિવસ પહેલાં તેમણે પુત્રીને કહેલું કે મૃત્યુને બિહામણું માનવું નહીં, ઋણાનુબંધ પૂરો થાય એટલે હસતા મોઢે જવાનું. શરીરને પરાણે ખેંચવાનો કોઈ જ અર્થ નહીં. તેમના છેલ્લા શબ્દો હતા 'મૃત્યુ મંગલકારી છે.' 1941માં મુંબઈમાં તેમને ટાઇફૉઇડનો ત્રીજો હુમલો થયેલો ત્યારે ડૉક્ટરે આશા છોડી દીધેલી. તે રાત્રે તેમને મૃત્યુનો જે અહેસાસ થયેલો તેની ફલશ્રુતિ સ્વરૂપે 'મોત પર મનન' નામના તેમના ગ્રંથનું સર્જન થયું.

વિદ્યાવ્યાસંગી દાવરસાહેબને સાંભળવા એ એક લ્હાવો હતો. લાંબો કોટ, ટૂંકી મોળીનું પાટલૂન, પગમાં બૂટ અને પારસીશાયી ટોપી સાથે વર્ગમાં જ્યારે તેઓ પ્રવેશ કરે ત્યારે આંખો તેમના પર સ્થિર થઈ જાય અને ચરણોમાં વંદન કરવાનું મન થઈ જાય. તેમના પ્રવેશ સાથે સમગ્ર વર્ગમાં જાણે શિસ્ત સદેહે ઊતરી હોય તેવું લાગે. જ્યારે વાણીપ્રવાહ વહેતો થાય ત્યારે તો એ જ્ઞાનની ગંગામાં તરબોળ થઈ જવાય. પ્રભાવશાળી વ્યક્તિત્વ, મેઘ જેવો અવાજ, ચહેરા પર છવાયેલી વિનમ્રતા, વાણીમાંથી પ્રકટતું જ્ઞાન અને પેલાં કરુણાસભર નેત્રો ગજબનો પ્રભાવ પાડી જતાં. વર્ગમાં શીખવતી વખતે વિષયમાં પોતે ઓતપ્રોત થઈ જતા અને સાથે સાથે વિદ્યાર્થીઓને જાણે સમાધિ લાગી જતી. ગમે તેટલું અઘરું પુસ્તક તેમના દ્વારા સરળ બની જતું. કવિશ્રી નાનાલાલ કહેતા, "ભાષણ સાંભળવું હોય તો જાઓ પ્રોફેસર દાવર પાસે, વિદ્વત્તાની ઝડીઓ વરસાવે છે." કવિશ્રી એમ પણ કહેતા, 'અમદાવાદ આવો ત્યારે બીજું ઘણું જોજો, પરંતુ ખાનપુર રોડ પર પ્રોફેસર દાવર નામે એક ઋષિ વસે છે, તેમનાં દર્શન કરવાનું ચૂકશો નહીં. "હરિસંહિતા" જેમ જેમ લખાતી તેમ તેમ કવિશ્રી દાવરસાહેબ પાસે આવીને સંભળાવતા.

એક વખત મારા વર્ગમાં ભણાવતાં ભણાવતાં તેઓ બેભાન થઈ ગયેલા અને થોડા સમય પછી જ્યારે ભાનમાં આવ્યા ત્યારે વર્ગ લેવા માટે તૈયાર થઈ ગયા. અમે સહુએ તેમને ઘેર જઈ આરામ કરવા માટે વિનંતી કરી, પણ તેઓ શાના માને ? છેવટે અમારે જીદ કરવી પડી. વર્ગબહિષ્કારનો લાડભર્યો સત્યાગ્રહ કરવા તૈયાર થયેલા અમને જોઈને તેઓ આખરે માન્યા અને ઘેર જવા સંમત થયા. નિયમિતતાના તેઓ ચુસ્ત આગ્રહી. ઘંટ વાગે કે તરત જ ઊભા થાય અને વર્ગ પ્રતિ પ્રયાણ કરે.

ઠંડી, વરસાદ, તાપ ગમે તે હોય પણ તેઓ સમયસર હાજર જ હોય. ભણવું અને ભણાવવું એ એમનું કર્તવ્ય. ત્યારે ગુજરાત કૉલેજના વિદ્યાર્થીઓમાં એવી વાયકા હતી કે ગુજરાત કૉલેજની સીડનહેમ લાઇબ્રેરીમાં વિજ્ઞાન અને ગણિતનાં પુસ્તકો બાદ કરતાં બાકીનાં તમામ પુસ્તકો દાવર સાહેબે વાંચેલાં છે. તેમને Walking libraryનું બિરુદ મળેલું. માણેકલાલ જેઠાલાલ પુસ્તકાલયનાં મોટા ભાગના ગ્રંથો તેમણે વાંચ્યા હતા. દાવરસાહેબ એટલે પુસ્તક અને પુસ્તક એટલે દાવરસાહેબ. એમનું જીવન પુસ્તકોમાં સમાયેલું હતું. જ્ઞાનથી ભરપૂર તેઓએ ક્યારેય જ્ઞાનનો ગર્વ કર્યો નથી. ફળથી લચેલાં વૃક્ષો જેવી નમ્રતા તેમનામાં હંમેશાં દૃષ્ટિગોચર થતી.

કૉલેજમાંથી નિવૃત્તિ બાદ તેમણે કહેલું, "વિદ્યાર્થીઓ સાથેનો મારો સંપર્ક તૂટ્યો ત્યારથી મારું સ્વાસ્થ્ય કથળવા લાગ્યું છે." વિદ્યાર્થીઓ તેમના પ્રાણવાયુ હતા અને પુસ્તકો તેમના પ્રાણ હતા. આ બંને તેમની પાસેથી છિનવાઈ ગયાં. સરસ્વતીના આ મહાન ઉપાસકનાં નેત્રોનું નૂર નિવૃત્તિ બાદ હણાયું. આંખોની તકલીફ થતાં તેમની પાસે રણછોડ સોલંકી નામનો એક યુવાન રોજ વાંચવા આવતો. વળી તેમની પાસે પચાસ વર્ષ પૂર્વે ભણી ગયેલા રામભાઈ અમીન રોજ આવતા અને તેમની પાસે શ્રી અરવિંદનાં પુસ્તકોનું વાચન કરતા. આ વાચનકાર્ય અને શ્રવણકાર્ય છેલ્લા દિવસ સુધી ચાલુ રહેલું. પુસ્તકની વ્યવસ્થા બાબતમાં તેઓ ખૂબ ચીવટ રાખતા. એક વાર તેમનાં પુત્રી આરમઈતીને કોઈ કવિ વિશે માહિતી જોઈતી હશે તો તેમણે પૂર્ણ ચોકસાઈથી માહિતી આપેલી: ક્યું કબાટ, ક્યું ખાનું, કેટલા નંબરની ચોપડી અને કેટલા નંબરનું પાનું!

પચાસ પચાસ વર્ષો સુધી તેમણે અધ્યાપન કર્યું અને ત્રણ ત્રણ પેઢીના તેઓ ગુરુ બન્યા. વિલાયત નહોતા ગયા છતાં પણ વિલાયત જઈ આવેલાઓ કરતાં પણ તેઓ આંગ્લ સાહિત્યના વધુ જ્ઞાતા હતા.

મૃત્યુની આગાહી તેમને થઈ ગઈ હતી. મૃત્યુના થોડા દિવસો અગાઉ તેમણે તેમનાં પત્નીને કહેલું કે હવે તેઓ બહુ દિવસ ટકશે નહીં. તેમનાં પુત્રીને પણ તેમણે કહેલું કે એ તેમનો છેલ્લો શિયાળો છે. પુત્રી સાથે મૃત્યુની વાતો કરી. તેમની સારવાર કરતા ડૉક્ટરને આભારનો પત્ર પુત્રી પાસે લખાવ્યો. પરદેશમાં ભારતની ટીમ ક્રિકેટ રમતી હતી તેનો સ્કોર પૂછ્યો. સરસ્વતીના આ પૂજકે 85 વર્ષની ઉંમરે પૃથ્વી પરથી પ્રયાણ કર્યું. આ પ્રખર વિદ્વાનમાં જે નમ્રતા, સાદાઈ અને નિરાભિમાન હતાં તે નરસૈયાના સાચા વૈષ્ણવજનની ઝાંખી કરાવતા. તેઓ આધુનિક યુગના એક ઋષિ અધ્યાપક બન્યા.

કમલા પરીખ

['ચરિત્રસૌરભ' પુસ્તક: 2002]

❀

વતનના પહાડોમાં

ₒₒₒ મેં તમને શૈશવમાં આંખો ભરીને જોયા છે:ₒₒₒ
ઉનાળાની સાંજે એકાએક સળગી ઊઠતા;
ભૂખરી જટાઓમાં ધારાઓને ઝીલતા
ક્યારેક ભૂરા, ક્યારેક લીલા રંગોમાં ખીલતા. ₒₒₒ

*

આજે
આયુષ્યની આથમતી સાંજે
તમારી તળેટીમાં પહોંચ્યો છું
આછાઓછા વગડામાં
સાગડાનાં પડેલાં પાન પવનમાં ઊડે છે
અહીંતહીં ઢોર-બકરાં
રહીસહી વનસ્પતિ ચરે છે
પુરાઈ ગયેલી જીર્ણ વાવનાં પાંદ-ઢાંક્યાં પાણી
ગોવાળિયાઓ પોશે પોશે પીએ છે.
ઉપર-તળે ગોઠવાયેલા પથ્થરોનાં પોલાણમાં
હૂ હૂ કરતા દોડાદોડ કરે વાયરા;
જાણકારની જબાન શિલાલેખો ભણે છે:
અહીં હતો રાણીનો મહેલ
– પુરાણી ઈંટો પર લાકડી ઠોકે છે –
આ એમનાં લગનની ચોરી
પથ્થરના પાત્રમાં પૂર્યાં કંકુ-ચોખા
આ રાણીનો ઢોલિયો ખુલ્લામાં
ચાંદની ઓઢી સૂતી હશે ચાંદ જેવી !
અહીં હતો રાજા-રાણીનો ઝૂલો
હળુ હળુ ગાન, તાલી દેતું હશે રાન !
– હજીય બપોરે
કહે છે કે કોઈ કોઈને સંભળાય છે કિચૂડકિચૂડ–
પથ્થરોની છાટોમાંથી તગતગે અબરખ
આંખોમાં ભોંકાય સો સો તીરનાં તેજ !
સામસામે
કાન સુધી તાણી કામઠાં
ઊભી છે આદિવાસીઓની સેના
કિલકારીઓથી કંપાયમાન પ્હાડ-ઝાડની કાયા
પણછ તણાય, છૂટે સનનન બાણ

શત્રુની છાતી લોહીલુહાણ !
ઢોર વાળી જતા સાથે
ધીંગાણામાં ખપ્યા શૂરવીર
તેમના આ વડ-થડ પાસે પાળિયા –
અહીં શિર, તહીં ધડ, હાથ, પગ, અંકિત
ચાંદા-સૂરજ
બધું છિન્નભિન્ન, કાળના કુઠારાઘાતે રજ રજ.

✳

શું સંભારવું ? શું સંભરવું ?
ઉપાડું છું આ એક અબરખીઓ પથ્થર
ઘાલું છું ખભે ઝૂલતી ઝોળીમાં
પડી રહેશે ઘેર મારે નગરમાં, શો-કેઇસમાં
ચકચક એના અજવાળામાં
દેખાશે આ વતનના ડુંગરા, સદનમાં, મનમાં –
મન ?!
તે તો રહી ગયું પાછળ
વનની કંટકકેડીઓમાં
પહાડપીઠે પડેલી પગલીઓમાં
દૂઝતી બાવળ અને ગુગળની ડાળીઓમાં
સૂકાં-લીલાં તરણાંમાં
ખાલી-ભર્યાં ઝરણાંમાં
ભટકતું રહેશે પ્હાડ-ઝાડમાં પવન જેવું
અધરાતે મધરાતે ત્રાડ-રાડ સાંભળતું
ઉનાળે ઊકળતું, શિયાળે શીતળ થતું
વરસાદી વાયરામાં ધૂણી જતું
પલળતું ગરજતું ચમકતું...

✳

દેહ હવે ખર્યું પાન, ખરી જશે;
અસ્વસ્થ આ મન
કણસતું કાળમીંઢ ખડકોમાં
ભવાન્તરો ભટકશે
– અશ્વત્થામન્...

જયન્ત પાઠક

['શૂળી ઉપર સેજ' પુસ્તક : 1988]

❀

છાતી ખોલી જોયું તો ?

છાતી ખોલી જોયું; મહીં ખીલા હતા!
યુગો પછી પણ એ ભીના-લીલા હતા!

ક્યાં સમયની છે જરા ઘા પર અસર?
ત્યારે હતા એમ જ ખૂને ખીલ્યા હતા!

હચમચાવી જોયું તો હું ખુદ હલ્યો!
એ થયા ક્યાં સ્હેજ પણ ઢીલા હતા?

બ્હાર જોયું તોય ક્યાં છે ફેર કંઈ?
એ જ ગાડરિયા પુરાણા સિલસિલા હતા.

કંઈક બદલાયું હશે, પણ તે ન મન;
ઊલટું ઊંડા ગયેલા ઊતરી ચીલા હતા!

આજેય ખીલા એ જ હાથે છે ઉગામ્યા;
ક્યાં છે પરંતુ છાતી જેણે ઘાવ એ ઝીલ્યા હતા?

'ઉશનસ્'

['છેલ્લા વળાંકે' પુસ્તક]

❀

તું છે મારી અંદર તેથી –

તું છે મારી અંદર તેથી ભર્યોભર્યો હું લાગું!
તું લીલોછમ અંદર તેથી હર્યોભર્યો હું લાગું!

તારું છે પાતાળ, એથી તો ખરા ઉનાળે પાણી;
તારી એવી ફૂંક – વાંસમાં ફૂટે મીઠી વાણી;
તારો છાંયો મળ્યો એટલે ઠર્યોઠર્યો હું લાગું!

તારી આંખે સૂર્ય એથી તો દિવસ થઈ સૌ દેખું;
રાતે તારે દીવે મારું પગલું પડતું પેખું;
તારી છોળે છોળે તટ પર તર્યોતર્યો હું લાગું!

તું છે મારા પર્ણે પર્ણે, તું છે મારા મૂળમાં;
તારો અઢળક રંગ ઊઘડે અહીં આ દરેક ફૂલમાં;
તારી મઘમઘ લ્હેરે બધે જ ફર્યોફર્યો હું લાગું!

ચંદ્રકાન્ત શેઠ

['પડઘા ને પડછાયા વચ્ચે' પુસ્તક : 2005]

❀

કવિ અને કવિતા

સર્વ મનુષ્યોના અંતરમાં ઈશ્વરે જે બધાં સત્ય અને સૌંદર્ય મૂકેલાં છે,
તેનું સતત દર્શન કવિતા આપણને કરાવતી રહે છે.

જેઈમ્સ લોવેલ

*

થોડાક જ શબ્દોમાં કેટલી પ્રચંડ શક્તિ રહેલી છે તે કવિતા આપણને સમજાવે છે,
અને વાચાળતાને અંકુશમાં રાખે છે.

રાલ્ફ એમર્સન

*

પ્રેમમાં પડે છે ત્યારે દરેક માણસ કવિ હોય છે.

પ્લેટો

*

કવિતા એટલે જીવનમાં જે કાંઈ સ્મરણમાં રાખવા જેવું છે તે બધું.

વિલિયમ હેઝ્લીટ

*

મારી આસપાસ જે કાંઈ છે તેની અંદર સારપ અને સૌંદર્યની ખોજ કરવાની
પ્રકૃતિ કવિતાએ મને આપી છે.

સેમ્યુઅલ કોલરિજ

*

જેના મગજનો એકાદ પણ સ્ક્રૂ ઢીલો ન હોય તેવો કોઈ પણ માણસ
કદાચ કવિ ન બની શકે કે કવિતાને માણી પણ ન શકે.

ટોમસ મેકોલે

*

કવિતાની કાયામાં હાડપિંજર કલ્પનાનું હોય છે, એમાં લોહી લાગણીઓનું વહે છે,
અને શબ્દોની નાજુક, મજબૂત ચામડી વડે આખું માળખું બંધાયું હોય છે.

પોલ એંગલ

*

કવિ એટલે, પહેલાં પ્રથમ તો, એવો મનુષ્ય
જે ભાષાની સાથે મહોબ્બતમાં ચકચૂર હોય.

વિસ્ટાન ઓડન

*

સૃષ્ટિનું જે સૌંદર્ય ઢંકાયેલું પડ્યું છે, તેની ઉપરથી કવિ પરદો ઉઠાવે છે
અને પરિચિત વસ્તુઓ પણ જાણે કે અપરિચિત હોય તેવી મોહક બનાવે છે.

પર્સી શેલી

*

કવિ તો દરેક ઝાડ પરથી ફળ એકત્ર કરે છે –
હા, કાંટામાંથી દ્રાક્ષ અને ઝાંખરાંમાંથી અંજીર.

વિલિયમ વૉટસન

*

સાચો કવિ કાવ્યમય બનવાની કોશિશ કરતો નથી:
બાગબાન પોતાનાં ગુલાબ ઉપર અત્તર છાંટતો નથી.

ઝાં કોક્તો

*

એક વૃક્ષની તોલે આવે એવું કાવ્ય તો હું કદી જોવા પામીશ નહીં.

જોય્સ કિલ્મર

*

ગદ્ય: શબ્દોની શ્રેષ્ઠ ગોઠવણી;
પદ્ય: શ્રેષ્ઠ શબ્દોની શ્રેષ્ઠ ગોઠવણી.

સેમ્યુઅલ કોલરીજ

*

કવિઓ: માનવજાતના પ્રથમ શિક્ષકો.

હોરેસ

*

મહાન કવિ બનવાની આકાંક્ષા જેને છે,
તેણે પ્રથમ તો નાના બાળક બનવાનું છે.

ટોમસ મેકોલે

*

કવિતાનો ઘાટ ઘડાય છે ધીમે ધીમે, ધીરજથી એક એક કડીને પરસેવા,
રુધિર ને આંસુથી સાંકળીને.

આલફ્રેડ ડગ્લસ

*

કવિતા લખવામાં જેટલું ગૌરવ છે,
એટલું જ ગૌરવ ખેતર ખેડવામાં પણ રહેલું છે.

બુકર ટી. વૉશીંગ્ટન

*

પોતે જે બધાં મહાન સત્યો ઉચ્ચારે છે,
તે કવિઓ પોતે પણ સમજતા હોતા નથી.

પ્લેટો

*

દરેક માનવીના અંતરમાં ક્યાંક કવિતાનું ઝરણ વહેતું હોય છે.

ટૉમસ કારલાઈલ

*

કવિતા એ મનુષ્યજાતિની માતૃભાષા છે.

જોહાન હેમન

*

સાચી કવિતા આપણને સમજાય તે પહેલાં જ પોતાની વાત કહી જાણે છે.

ટૉમસ એલિયટ

*

કવિતા મોજાંનાં ફીણ જેટલી તાજી અને ખડક જેટલી જૂની હોવી જોઈએ.

રાલ્ફ એમર્સન

*

મને જે કંઈ લાધ્યાં રતન અહીં સંસારજલનાં,
લઈ આવ્યો તારે ચરણ, કવિતે ! સર્વ ધરવા

સુરેશ દલાલ

*

શિશુઓનું હાસ્ય: મારી કવિતાનો શુભ છંદ....
કન્યાઓની આશા: મારી કવિતાની નસોનું રુધિર.

ઉમાશંકર જોશી

*

છાપખાનાની શોધ થઈ ત્યાર બાદ કવિતા આખા સમૂહનો આનંદ મટી ગઈ છે
અને થોડાક લોકોનું મનોરંજન બની ગઈ છે.

જોન મેઈઝફીલ્ડ

માણસ બનવા માટે

આજના આ યંત્રોદ્યોગપ્રધાન યુગમાં માણસને માણસ બનવા માટે, માણસ રાખવા માટે સાહિત્યનો પ્રસાર આવશ્યક છે એમ આપણે માનતા હોઈએ, તો સામાન્ય જનને સાહિત્યાભિમુખ કરવાની ચિંતા આપણામાં હોવી જોઈએ.

જયન્ત પાઠક

રંગભૂમિનાં ગીતો

જૂની ગુજરાતી રંગભૂમિનો ઉદ્ભવ પ્રથમ મુંબઈને આંગણે થયો અને તેના જન્મદાતા હતા મુંબઈના પારસીઓ. તે જમાનામાં અંગ્રેજો 'બૉમ્બે થિયેટર'માં શેક્સપિયર, મોલિયેર ને શેરિડનનાં જે નાટકો ભજવતાં હતાં તે જોઈને એવાં નાટકો ગુજરાતી અને ઉર્દૂ ભાષામાં ભજવવાની તેમણે શરૂઆત કરી, અને પહેલું ગુજરાતી નાટક 'રૂસ્તમ-સોહરાબ' ભજવાયું. એમાં ગીતો કવિ દલપતરામે લખ્યાં હતાં. આમ, 1843માં પારસીઓએ 'પારસી નાટકમંડળી'ના નામથી ગુજરાતી જૂની રંગભૂમિનો પ્રારંભ કર્યો. આ શરૂઆત કરનાર હતા તે નાટક કંપનીના માલિક ફરામજી ગુ૰ દલાલ. પછી તો એ દશકામાં ગુજરાતી નાટકો મુંબઈ, અમદાવાદ ને સુરતમાં ભજવાયાં હતાં. 1842ની આસપાસ શંકર શેઠે નાટકોની ભજવણી માટે મુંબઈમાં થિયેટર બાંધ્યું હોવાનું નોંધાયું છે.

જૂની ગુજરાતી રંગભૂમિ જુદા જુદા તબક્કાઓમાં પસાર થઈ; જાહોજલાલી ભોગવીને સમાજને મનોરંજન આપી લોકઘડતરનું ઉત્તમ કામ કરી ગઈ. પણ વિવિધ કારણોસર એની પડતીની શરૂઆત 1902થી થવા માંડી ને છેવટે 1963માં નાટ્યકાર તેરસી ઉદેશીએ સ્થાપેલ 'મધર ઇંડિયા થિયેટર્સ' નામની સંસ્થાએ 'સો ટચનું સોનું' નાટક મુંબઈમાં ભજવ્યા બાદ જૂની રંગભૂમિનો અંત આવ્યો. જો કે એ પછી 'દેશી નાટક સમાજ' ને બીજી કેટલીક નાટ્યકંપનીઓ તરફથી એકલદોકલ રીતે છૂટાંછવાયાં નાટકો તો ભજવાતાં રહ્યાં હતાં.

જૂની ગુજરાતી રંગભૂમિના ઇતિહાસ વિશે રમણીકલાલ જ૰ દલાલ નોંધે છે: "ભારતમાં બંગાળ, મહારાષ્ટ્ર ને ગુજરાતના ત્રણ પ્રદેશોમાં રંગભૂમિનો વિકાસ રોમાંચક રીતે થયો છે, એમાં ભારે સાહસો થયાં છે. કરાંચીથી રંગુન સુધીના પ્રદેશો ખૂંદીને ગુજરાતી રંગભૂમિએ નાટકનો જાદુ ફેલાવ્યો અને હિંદી, ઉર્દૂ તથા ગુજરાતી ભાષામાં નાટકો ભજવી બતાવ્યાં. અનેક નામાંકિત ને બાહોશ નટો તેણે સર્જ્યા છે. અનેક પ્રકારની યાંત્રિક કરામતોથી માંડીને વિવિધ પ્રકારની તખ્તા-સજાવટ તેણે દેખાડી છે. તેણે રંગમંચ પર ભડભડ બળતી આગો દેખાડી, વિમાનો ચઢતાં-ઊતરતાં દેખાડ્યાં, મહેલો એકાએક ખડા થતા ને ગાયબ થતા બતાવ્યા, વરસાદની ઝડીઓ વરસતી બતાવી, વહેતી નદીઓ, ઘૂઘવતા સાગરો અને ફાટતા જ્વાળામુખીઓ દેખાડ્યા, વૃદ્ધો બાળકોમાં ફેરવાઈ જતા બતાવ્યા અને પાત્રો ધરતીમાં સમાઈ જતાં પણ દેખાડ્યાં

વળી રસકવિ રઘુનાથ બ્રહ્મભટ્ટ કહે છે તેમ ગુજરાતી રંગભૂમિએ સાહિત્ય, સંગીત અને કલાની દોઢ સૈકા સુધી અવિચ્છિન્ન રીતે સેવા કરીને ઉત્તમ કલાકારો, કવિઓ ને દિગ્દર્શકો બીજા કોઈ પણ પ્રાંત કરતાં મોટી સંખ્યામાં આપ્યા છે. એનું

સ્વરૂપ ઘડનારા મુંબઈના પારસીઓ, સૌરાષ્ટ્રના ગુગળી ને શ્રીમાળી બ્રાહ્મણો ને ઉત્તર ગુંજરાતના નાયક–તરગાળા–મીર અને થોડાક મારવાડી કલાકારો, થોડાક મહારાષ્ટ્રીય પણ ખરા. મરાઠી નાટ્યકાર મામા વરેરકર તો કહેતા કે "ગુજરાતી રંગભૂમિ મરાઠી રંગભૂમિચી આઈ આહે." ગુજરાતી રંગભૂમિનો જન્મ થયો ગુજરાતીઓ દ્વારા, પણ એ ફૂલીફાલી તો મુંબઈમાં જ.

જૂની ગુજરાતી રંગભૂમિનું સૌથી મોટું પ્રદાન તે તેણે આપેલી અસંખ્ય નાટકોની સમૃદ્ધિ. પ્રખ્યાત નાટ્યકાર ડાહ્યાભાઈ ધોળશાજી ઝવેરીએ એમના 'સતી પાર્વતી' નાટકમાં કહ્યા મુજબ "નાટક તો ગુણદોષ જોવાનું, દિલડાનું દુઃખ ખોવાનું, ઘડીક હસાવતું, રડાવતું અને બોધ બતાવતું દુનિયાનું રૂડું દર્પણ." આવાં અસંખ્ય ઐતિહાસિક, ધાર્મિક, પૌરાણિક, સામાજિક અને રાજનૈતિક નાટકો જૂની ગુજરાતી રંગભૂમિ તરફથી આપણને મળ્યાં છે. એ પૈકી મોટા ભાગનાં અપ્રગટ રહ્યાં હોવાથી એના પ્રદાનનો ખ્યાલ આપણને મળતો નથી.

જૂની ગુજરાતી રંગભૂમિનું બીજું મોટું પ્રદાન તે તેનાં મનોરંજક ને બોધક ગીતોની સમૃદ્ધિ છે. તેમાં ફાળો આપનાર મુખ્ય સર્જકોમાં નર્મદ, દલપતરામ, રણછોડભાઈ દવે, 'કાન્ત', રઘુનાથ બ્રહ્મભટ્ટ, પ્રભુલાલ દ્વિવેદી, ડાહ્યાભાઈ ધોળશાજી ઝવેરી, મણિલાલ ત્રિવેદી 'પાગલ', ૨૦ વ૦ દેસાઈ, વૈરાટી, મૂળશંકર મુલાણી, 'જામન', નૃસિંહદાસ ભ૦ વિભાકર, નંદલાલ શાહ, નારાયણ વિ૦ ઠક્કર, પ્રાગજી ડોસા છે.

મારી નજર તળે આવાં દસ-બાર હજાર નાટ્યગીતો આવ્યાં છે, પણ ખરેખર તો આ ગીતોની સંખ્યા વીસ-પચીસ હજારથી વધુ હોવાનો અંદાજ છે. પ્રભુલાલ દ્વિવેદી અને રઘુનાથ બ્રહ્મભટ્ટ – એ દરેકનાં ગીતોની સંખ્યા આશરે પાંચ પાંચ હજારથી વધુ માનવામાં આવે છે. વળી ગુજરાતી જૂની ધંધાદારી રંગભૂમિની 200 જેટલી નાની-મોટી નાટકમંડળીઓએ આશરે 2,000 જેટલાં નાટકો ભજવ્યાં હોવાનો અંદાજ છે, અને દરેક નાટકમાં ગીતો સરેરાશ પંદર જેટલાં હોવાનું માનીએ તો પણ કુલ ગીતોની સંખ્યા 30,000 જેટલી સહેજે હોય.

એમાં પ્રકૃતિ, પ્રણય, પ્રભુભક્તિ અને દેશભક્તિના વિવિધ ભાવો ગૂંથાયેલા નજરે પડે છે. એમાં ગઝલ, રાસગરબા, કવાલી, હાલરડાં, લગ્નગીતો, મરશિયાં, લોકગીતો, બાળગીતો અને કટાક્ષ–વિડંબન ગીતો પણ છે. એમાં પિતૃપ્રેમ, વતનપ્રેમ, માતૃપ્રેમ, બાળપ્રેમ, નારીપ્રેમ, વિશ્વપ્રેમ, ધરતીપ્રેમ, ગુરુભક્તિ, દેશભક્તિ અને વિદ્યાભક્તિના ભાવો પણ ગવાયા છે.

એની વિશિષ્ટતા તો છે સાદી, સરળ ને તળપદી સ્વાભાવિક ભાષામાં થયેલી એની ભાવાભિવ્યક્તિ. એમાં ભાષાનો આડંબર નથી. ભાષાની સરળતા તથા ગીતોની મધુર ગેયતાને લીધે એની વિશિષ્ટતા જે નજરે પડે છે તે એની વ્યાપક લોકપ્રિયતા. આજે જે રીતે સિનેમાનાં લોકપ્રિય ગીતો ગલીએ ગલીએ ને ચૌટેચકલે લોકજીભે

ગવાય છે, તેમ રંગભૂમિની જાહોજલાલીના સમયમાં એનાં ય સંખ્યાબંધ ગીતો લોકોની જીભને ટેરવે રમી રહ્યાં હતાં. 'માલવપતિ મુંજ' નાટકમાંના પ્રભુલાલ દ્વિવેદીનું 'એક સરખા દિવસ સુખના કોઈના જાતા નથી', 'વડીલોને વાંકે' નાટકનું 'મીઠા લાગ્યા તે મને આજના ઉજાગરા,' 'એક અબળા' નાટકનું 'આ દુનિયા છે દંભભરેલી, ઉપરથી પાલિસ કરેલી' અને રઘુનાથ બ્રહ્મભટ્ટકૃત 'સૂર્યકુમારી' નાટકનાં 'સોહામણી સ્વર્ગની વાટ એક દિન સોહાવજો હો રાજ', 'કોઈ કહેજો જોગીડાને હો રાજ, મધુવનમાં ઝૂરે તારી બાલાજોગણ', 'માલવપતિ મુંજ'માંનું 'હૃદયના શુદ્ધ પ્રેમીને નિગમનાં જ્ઞાન ઓછાં છે' વગેરે ગીતો અનેક વન્સમોર પામ્યાં હતાં અને નાટ્યપ્રેમીઓના જીભને ટેરવે આજ પર્યંત રમી રહ્યાં છે. વળી, રઘુનાથ બ્રહ્મભટ્ટનાં 'જો મરણ એ જિંદગીની છે ખરે છેલ્લી દશા, તો પરાર્થે અર્પવામાં આ જીવનના મોહ શા', 'સાહ્યબો મારો ગુલાબનો છોડ, હું તો વેલી લવિંગની', 'પ્રેમતત્ત્વ કોઈ અજબ સનાતન વિરલ પ્રેમીજન જાણે' અને 'મોગલે આઝમ' ફિલ્મમાં ચોરાયેલું 'મોહે પનઘટ પે નંદલાલ છેડ ગયો' એ 'છત્રવિજય' નાટકનું હિંદી ગીત વગેરે અનેક ગીતો આજ પર્યંત લોકપ્રિય છે.

આ ઉપરાંત આપણા રાસગરબાને ચોકમાં આણવાનું સૌથી મોટું કામ ગુજરાતી રંગભૂમિનાં નાટકોએ કર્યું છે. તત્કાલીન નાટકોમાં આવતા ગરબા-રાસ પ્રેક્ષકો પર મોટી પકડ જમાવી રાખતા. મિલમાલિકથી માંડીને ફેરિયા સુધીના સૌ કોઈ તન્મય થઈને ત્યારે એ રાસ-ગરબા લલકારતા હતા. આ રાસગરબાએ મનોરંજન આપી સામાજિક પ્રશ્નોની છણાવટ કરી હતી અને લોકમાનસ પર અસર કરી હતી. છોટાલાલ ન○ ભટ્ટે 'રાધાવિલાસ'ની રચના આખી 'રાસમય' જ બનાવીને તેમાં 105 જેટલા નવાજૂના રાસ ગૂંથ્યા હતા. પછી તો એવું બન્યું કે જૂની રંગભૂમિનું કોઈ પણ નાટક 'ગરબા' વગરનું હોઈ શકે એમ કલ્પવું જ અઘરું થઈ પડ્યું.

આ બધા રાસો એમના જમાનામાં લોકપ્રિય હતા ખરા, પણ એ બધી રચનાઓમાં નરસિંહ, દયારામ કે ન્હાનાલાલના રાસગરબાના જેવી મોહકતા ને મધુરતા નથી. એટલે એ લોકહૃદય પર ચિરંજીવ કામણ ન કરી શક્યા. 'વડીલોના વાંકે'ની 'મીઠા લાગ્યા તે મને આજના ઉજાગરા', 'સંગતનાં ફળ'ની 'આવ્યું રૂડું ફાગણનું રાજ' અને 'હીરાના હાર'ની 'મલકાતી મદમાતી શરમાતી મોહભરી, અનુરાગી વરણાગી સોહાગી સુંદરી સોનાના ચોકમાં, રમતી રસસુંદરી' આદિ રાસરચનાઓમાં ઊંડાણથી જોઈએ તો શબ્દોની ભભક સિવાય કંઈ વિશેષ જણાતું નથી અને એ બોટાદકરકૃત 'ગુર્જરનારી' વિષયક રાસ તથા બાલમુકુંદ દવેકૃત 'ફાગણ ફૂલ્યો' રાસની સરખામણીમાં ફિક્કા ને ફિસ્સા લાગતા હોવાની કમળા સુતરિયાની માન્યતા ધ્યાનપાત્ર છે. કોઈક કવિ ન્હાનાલાલકૃત 'ઝીણા ઝરમર વરસે મેહ, ભીંજે મારી ચુંદલડી' જેવી રચનાને બાદ કરીએ તો મોટે ભાગે નાટકોના રાસોમાં ઝમક વગરના શબ્દો, અલંકાર વગરની શબ્દાવલી, શુષ્ક શબ્દોનો સમૂહ અને ચિંતનની બાદબાકી જ જોવા મળે છે.

'વ્હાલા મારા વૃંદાવનને ચોક્ય કે વહેલા પધારજો રે લોલ', 'વા વાયા ને વાદળ ઊમટ્યાં, મધદરિયે ડૂબ્યાં વા'ણ', અને 'આવો રૂડો જમુનાનો આરો, કદંબ કેરી છાયા રે' જેવી હૃદયંગમ મધુર કૃતિઓ નાટકોના રાસોમાં ગણીગાંઠી જ મળી આવે છે. આમ છતાં, સુંદર વસ્ત્રપરિધાન, ગાયકના કંઠની હલક-મીઠાશ અને તખ્તાની સરસ સજાવટને લીધે એ રાસો ત્યારે લોકપ્રિય બનવા પામ્યા હતા.

ધર્મેન્દ્ર મ૦ માસ્તર 'મધુરમ્'

['ગુજરાતી રંગભૂમિનાં ગીતો' પુસ્તક : 2006]

❀

ઉઘાડી રાખજો બારી !

દુઃખી ને દર્દીઓ કોઈ, ભૂલેલા માર્ગવાળાને
વિસામો આપવા ઘરની ઉઘાડી રાખજો બારી.

ગરીબની દાદ સાંભળવા, અવરના દુઃખને દળવા
તમારાં કર્ણ-નેત્રોની ઉઘાડી રાખજો બારી.

અતિ ઉજાસ કરનારા, તિમિરનો નાશ કરનારા
કિરણને આવવા સારુ, ઉઘાડી રાખજો બારી.

થયેલાં દુષ્ટ કર્મોના, છૂટા જંજીરથી થાવા
જરા સત્કર્મની ન્હાની ઉઘાડી રાખજો બારી.

પ્રભાશંકર પટ્ટણી

['રા' કવાટ' નાટક]

❀

ઘન ગગન ચ્હડી કરે ઘોર શોર;
ભણે તુજ કુલયશના જોર–દોર;
ઘન ગગન ચ્હડી કરે ઘોર શોર.

નિરખો ઉજાસ, નૃપ ! ભયો ભોર;
વનવન ગરજે, નૃપ ! મોર મોર;
ઝીણી જલઝકોર
ઉગતે પહોર
ભણે બિરદ ઓર
નૃપ ! ઠોર ઠોર:
ઘન ગગન ચ્હડી કરે ઘોર શોર.

ન્હાનાલાલ કવિ

❀

ઊગે છે પ્રભાત આજ ધીમે ધીમે,
ઊગે છે ઉષાનું રાજ્ય ધીમે ધીમે;
ઊગે છે પ્રભાત આજ ધીમે.

રજનીની ચૂંદડીના
છેડાના હીરલા શા
ડૂબે છે તારલા આજ ધીમે ધીમે,
ઊગે છે પ્રભાત આજ ધીમે ધીમે.

પરમ પ્રકાશ ખીલે,
અરુણનાં અંગ ઝીલે;
જાગે પ્રભુ વિશ્વમાં આજ ધીમે ધીમે,
જાગે પ્રભુ જીવમાં આજ ધીમે ધીમે;
ઊગે છે પ્રભાત આજ ધીમે ધીમે.

ન્હાનાલાલ કવિ

❀

સૂના આ સરોવરે આવો,
ઓ રાજહંસ! સૂના આ સરોવરે આવો;
જૂનાં એ ગીતને જગાવો,
ઓ રાજહંસ! સૂના આ સરોવરે આવો.

ક્યહાં શુભ્ર માનસર? ક્યહાં અમ રંક આરો?
ક્યહાં પુણ્યશ્વેત વપુ? ક્યહાં ગિરિ આ અમારો?
ઓ દેવપંખી! કંઈ દૈવી નથી, તથાપિ
ઉદ્ધારવા અમ સરોવરિયે પધારો.

લીલા લ્હેકન્તા કાંઈ કંઠે મજાના,
સ્નેહે નમન્તાં ધીરે પગલે લજ્જાનાં,
અમારાં નીર આ સુહાવો,
ઓ રાજહંસ! હૈયાને સરોવરે આવો;
હૈયાને સરોવરે આવો,
ઓ રાજહંસ! હૈયાને સરોવરે આવો.

ન્હાનાલાલ કવિ

❀

વીજલડી હો! ઊભાં જો રહો, તો
ઉરની પૂછું એક વાતલડી રે:
દિનને દિનાનાથે અજવાળાં આપિયાં,
અન્ધારી કેમ કીધી રાતલડી રે?
વીજલડી હો!

કોયલડી હો! પધારો ઉછંગે તો
રસની માંડું એક વાતલડી રે:
આવ્યાં ત્યહારે નહીં આદર દીધલાં,
જાતાં દાઝે કેમ છાતલડી રે?
કોયલડી હો!

ન્હાનાલાલ કવિ

❀

વીણો, વીણોને ફૂલડાંના ફાલ,
ફોરે એવાં હૈયાં, સખિ!
ગૂંથો ગૂંથોને ફૂલડાંની માળ,
ગૂંથો એવાં હૈયાં, સખિ!

સરખી સાહેલી કોઈ વીણવા ન આવે,
વીણું હું વનને અકેલી રે;
વીણું અલબેલી હું ફૂલ ફૂલની વેલી, ને
વીણું ને થાઉં ઘેલી ઘેલી;
હે! વીણો એવાં ફૂલડાં, સખિ!

આઘે આઘે છે મઢૂલી જોગીની મ્હારા,
પાસે છે ફૂલડાંની વાડી રે;
સાધીશું જોગ સ્નેહગંગાને કાંઠડે,
વીણીશું ફૂલ દહાડી દહાડી;
હો! વીણો એવાં ફૂલડાં, સખિ!

ન્હાનાલાલ કવિ

❀

એક જ્વાલા જલે તુજ નેનનમાં,
રસજ્યોત નિહાળી નમું – હું નમું;
એક વીજ ઝલે નભમંડલમાં,
રસજ્યોત નિહાળી નમું – હું નમું.

મધરાતના પહોર અઘોર હતા;
અંધકારના દોર જ ઓર હતા;
તુજ નેનમાં મોરચકોર હતા;
રસજ્યોત નિહાળી નમું – હું નમું.

અહા! વિશ્વનાં દ્વાર ખુલ્યાં – ઉછળ્યાં,
અહા! અબધૂતને બ્રહ્મયોગ મળ્યા,
અહા! લોચન લોચન માંહી ઢળ્યા;
રસજ્યોત નિહાળી નમું – હું નમું.

દગ્બાણથી પ્રારબ્ધલેખ લખ્યો,
કંઈ પ્રેમીએ પ્રેમપથી પરખ્યો,
અને આત્માએ આત્મનૂને ઓળખ્યો;
રસજ્યોત નિહાળી નમું – હું નમું.

ન્હાનાલાલ કવિ

❀

પરમ ધન પ્રભુનાં લેજો, લોક!
રૂપું ધન, ધન સોનું,
હો અબધૂત! હીરા મોતી ઝવેર,
હો અબધૂત! હીરા મોતી ઝવેર;
સત્તા ધન, ધન જોબનઃ ચળ સહુ;
અચળ બ્રહ્મની લહેર;
પરમ ધન પ્રભુનાં લેજો, લોક!

નહીં સૂરજ, નહીં ચંદ્ર,
હો અબધૂત! નહીં વીજળીચમકાર,
હો અબધૂત! નહીં વીજળીચમકાર;
અગમનિગમનાં યે પાર; અપાર એ
બ્રહ્મ તણા ભંડાર;
પરમ ધન પ્રભુનાં લેજો, લોક!

દૂર થકી પણ દૂર,
હો અબધૂત! પ્રાણ થકી પણ પાસ,
હો અબધૂત! પ્રાણ થકી પણ પાસ;
ઊગે તપે કે આથમતાં યે
એ ધન છે અવિનાશ;
પરમ ધન પ્રભુનાં લેજો, લોક!

ન્હાનાલાલ કવિ

['ગુજરાતી રંગભૂમિનાં ગીતો' પુસ્તક: 2006]

❀

માતા પોતાના બાળકને સૌથી ઉન્નત પ્રેમ ક્યારે આપતી હોય છે? બાળકને એ સગવડોમાં વીંટળાયેલું રાખે, અને તે માગે એ પહેલાં જ તેની જરૂરિયાતો પૂરી પાડી દે ત્યારે નહિ – પણ ઊંચામાં ઊચાં ધોરણોથી, મક્કમતાથી તેનો તોલ કરે, અને બાળકમાં રહેલા સર્વોત્તમથી લેશ પણ ઓછું એને સંતોષી શકે નહિ ત્યારે

માધવનું મધમીઠું નામ

શ્રીકૃષ્ણનું ચરિત્ર ભક્તોને અત્યંત મધૂર લાગે છે. કૃષ્ણની કથા કરતાં વધુ મધુર કથા ભારતમાં મને ન સાંભળવા મળી છે, ન વાંચવા મળી છે. કૃષ્ણ હિંદુસ્તાન આખામાં પરમ પ્રિય છે. પૂજ્ય તો એ છે જ, પણ પ્યારા પણ છે. સામાન્ય રીતે બને છે એવું કે અમુક વ્યક્તિ પૂજ્ય હોય છે અને અમુક પ્યારી હોય છે. પરંતુ કૃષ્ણ પરમ પૂજ્ય પણ છે અને પરમ પ્રિય પણ. ભક્તો એમનું ચરિત્ર ગાતાં ને વાગોળતાં કદી થાકતા નથી. ચૈતન્ય મહાપ્રભુ, સૂરદાસ, મીરાં વગેરે કૃષ્ણભક્તિથી તરબોળ થઈ ગયાં છે.

કૃષ્ણ 'ગીતા'ના પ્રવક્તા છે અને 'ગીતા' આવે છે 'મહાભારત'માં, પરંતુ કૃષ્ણનો સંપૂર્ણ પરિચય આપણને 'મહાભારત'માં નથી મળતો. 'ભાગવત'માં કૃષ્ણનું ભગવત્ સ્વરૂપનું ચરિત્ર છે. તે સિવાય કૃષ્ણનું ચરિત્ર જાણવા માટે આપણે 'મહાભારત'માં જવું પડે. 'મહાભારત'માં પાછળથી 'હરિવંશપુરાણ' જોડી દીધું છે; કૃષ્ણનું પૂર્ણ ચરિત્ર તેમાં આવે છે.

હિંદુસ્તાનના લોકો 'ગીતા'ના કૃષ્ણને એટલા નથી જાણતા જેટલા 'ગોપાલકૃષ્ણ'ને જાણે છે. કૃષ્ણ ગોકુળમાં રહીને ગાયો ચરાવતા. એમણે ગાયોની સેવાને ઉપાસનાનું સ્વરૂપ આપ્યું. કૃષ્ણ ગોવાળિયાઓ સાથે એટલા એકરૂપ થઈ ગયા હતા કે આપણે એમને ગોપાલકૃષ્ણ તરીકે જ ઓળખીએ છીએ. ગાયોની સેવા કરનારા, ગાયોનું પાલન કરનારા કૃષ્ણ જ અહીંની આબાલવૃદ્ધ જનતાને અતિ પરિચિત છે.

કૃષ્ણ યોગ-યોગેશ્વર હતા, પરંતુ પોતાનું સ્થાન એમણે સેવકનું જ માન્યું. કૃષ્ણ લોકોના સેવક જ રહ્યા અને સૌથી મોટી વાત એ કે લોકોએ પણ એમને સેવક જ માન્યા. જાણે પોતાના દોસ્ત ન હોય ! જ્યારે મહાપુરુષના મહાપુરુષત્વનો ખ્યાલ પણ કોઈને ન રહે, ત્યારે એ વસ્તુ તે પુરુષની સૌથી મોટી મહાનતા છે, નમ્રતાની પરિસીમા છે. આવી મહાનતા કૃષ્ણમાં હતી. પોતે બહુ ઊંચી કોટિના હતા, છતાં એમણે હંમેશાં પોતાને સામાન્ય જ માન્યા.

કૃષ્ણ પોતે કદી રાજા ન બન્યા, સેવક જ રહ્યા. એમણે કંસનો વધ કર્યો અને મથુરાનું આખું રાજ એમના હાથમાં આવી ગયું. પણ કૃષ્ણ પોતે ગાદી પર ન બેઠા, એમણે ઉગ્રસેનને ગાદીએ બેસાડ્યો. પછી એમના હાથમાં દ્વારકાનું રાજ્ય આવ્યું, તો તે એમણે બલરામને આપી દીધું, પોતે ન લીધું. મહાભારતનું આવડું મોટું યુદ્ધ થયું અને તેમાં કૃષ્ણને કારણે જ પાંડવોનો વિજય થયો. પરંતુ કૃષ્ણે ધર્મરાજ યુધિષ્ઠિરના માથે જ રાજ્યાભિષેક કર્યો. તેઓ પોતે હંમેશા સેવક જ રહ્યા. પોતે કદી રાજા ન બન્યા, ગરીબનવાજ જ રહ્યા. આનું જ નામ નિષ્કામ સેવા. કૃષ્ણ જેવો અનાસક્ત સેવક હિંદુસ્તાનમાં બીજો જોયો નથી, જે નીચામાં નીચી મનાતી સેવા નિરહંકાર ભાવે કરી શકતો.

મારી મા કહેતી હતી કે રામાવતારમાં ભગવાન સેવા લઈ-લઈને થાકી ગયા. રાજા બન્યા, મોટા ભાઈ બન્યા, બધા પાસેથી સેવા લીધી. વાનરો પાસેથી પણ સેવા લીધી. એટલે કૃષ્ણાવતારમાં નક્કી કર્યું કે હવે સેવા લેવી નથી, સેવા આપવી જ છે. તેથી કૃષ્ણાવતારમાં ભગવાન મોટા ભાઈ ન બન્યા, રાજા પણ ન બન્યા, રાજ્ય આવ્યું તો બીજાને દઈ દીધું. પોતે સેવક જ રહ્યા; અને માણસોની જ નહીં, ગાય-ઘોડાનીયે સેવા કરી. એમની આ વિશેષતા મોટા-મોટા મહાત્માઓ પણ આત્મસાત્ નથી કરી શક્યા. રામ આદર્શ રાજા થયા, કૃષ્ણ આદર્શ સેવક.

બાળપણમાં એમનો ગાયો સાથે સંબંધ રહ્યો, મોટા થયા પછી ઘોડા સાથે. મુરલીનો ધ્વનિ સાંભળતાં ગાયો ગદ્ગદ થઈ જતી અને કૃષ્ણનો હાથ ફરતાં જ ઘોડા હણહણવા લાગતા. મહાભારતના યુદ્ધમાં સાંજ થતાં સહુ સંધ્યા આદિ કરવા ચાલ્યા જતા, પણ કૃષ્ણ રથના ઘોડાઓને છોડીને એમને પાણી પીવડાવતા, ખરેરો કરતા, એમના શરીરને સાફ કરતા. તે સેવામાં એમને કેટલો આનંદ આવતો, તેનું વર્ણન કરતાં કવિ ધરાતા નથી !

યુધિષ્ઠિરે રાજસૂય યજ્ઞ કર્યો. કૃષ્ણ પણ તેમાં ગયેલા. કહેવા લાગ્યા, તમે બધાંને કામ સોંપ્યાં, પણ મને જ ન સોંપ્યું; તો મને પણ કંઈક કામ દો. યુધિષ્ઠિર કહે, “તમને શું કામ આપું ? તમે તો અમારા સહુ માટે પૂજનીય છો, આદરણીય છો. તમારે લાયક મારી પાસે કોઈ કામ નથી.” કૃષ્ણ બોલ્યા, “આદરણીય એટલે શું નાલાયક ?” યુધિષ્ઠિર કહે, “અમે તો તમારા દાસ છીએ.” તો કૃષ્ણે કહ્યું, “હું તો દાસાનુદાસ છું.” છેવટે યુધિષ્ઠિરે કહ્યું કે, “તમે જ તમારે લાયક કામ શોધી લો.” ત્યારે કૃષ્ણે કયું કામ શોધ્યું ? જમણવાર વખતે એઠાં પતરાળાં ઉઠાવવાનું અને સફાઈ કરીને લીંપવાનું !

આપણે કૃષ્ણની માફક નીચેમાં નીચેના લોકો સાથે તાદાત્મ્ય સાધવાનું છે. સમાજમાં ક્રાંતિ ત્યારે જ થશે, જ્યારે સમાજના ભણેલા-ગણેલા અને ઊંચા સ્તરના લોકો સૌથી નીચેના સ્તરના લોકો સાથે આવું તાદાત્મ્ય સાધશે, એમની સાથે એકરૂપ થશે.

વિનોબા ભાવે

['ભૂમિપુત્ર' પખવાડિક : 2006]

❀

અતિથિવિશેષ !

સુરતમાં એકવાર પુસ્તકાલયની પ્લેટિનમ જ્યુબિલીની ઉજવણીમાં અતિથિવિશેષ તરીકે જવાનું થયું. ત્યાં પહેલાં મારા પિતાએ, મેં અને યજમાને હૉલમાં ઝાડુ કાઢ્યું, બેઠકો ગોઠવી, પુષ્પહાર તૈયાર કર્યા પછી કપડાં બદલવા ધર્મશાળામાં ગયા.

અમિતાભ રમણલાલ શાહ

કીમતી ભેટસોગાદો

લડાઈના કામમાંથી છૂટા થયા પછી મને લાગ્યું કે હવે મારું કામ દક્ષિણ આફ્રિકામાં નથી પણ દેશમાં છે. મિત્રવર્ગની ખેંચ દેશ આવવા તરફ ચાલુ હતી. મને પણ ભાસ્યું કે દેશ જવાથી મારો ઉપયોગ વધારે થઈ શકશે. મેં સાથીઓ આગળ મુક્ત થવાની માંગણી કરી. ઘણી મુસીબતે એ માગણીનો શરતી સ્વીકાર થયો. શરત એ હતી કે, એક વર્ષની અંદર જો કોમને મારી જરૂર જણાય તો મારે પાછું દક્ષિણ આફ્રિકા જવું.

ઠેકઠેકાણે માનપત્રો આપવાની સભાઓ થઈ, અને દરેક ઠેકાણેથી કીમતી ભેટો આવી. ભેટોમાં સોનાચાંદીની વસ્તુઓ તો હતી જ, પણ તેમાં હીરાની વસ્તુઓ પણ હતી. આ બધી વસ્તુઓનો સ્વીકાર કરવાનો મને શો અધિકાર હોય ? એનો સ્વીકાર કરું તો કોમની સેવા હું પૈસા લઈને નહોતો કરતો એમ મારા મનને કેમ મનાવું ? આ ભેટોમાં, થોડી અસીલોની બાદ કરતાં બાકીની બધી કેવળ મારી જાહેર સેવાને અંગે જ હતી. વળી મારે મન તો અસીલો અને બીજા સાથીઓ વચ્ચે કશો ભેદ નહોતો. મુખ્ય અસીલો બધા જાહેર કામમાં મદદ દેનારા હતા.

આ ભેટોમાં એક પચાસ ગીનીનો હાર કસ્તૂરબાઈને સારુ હતો. પણ એને મળેલી વસ્તુ પણ મારી સેવા અંગે હતી, એટલે તેને નોખી તારવી ના શકાય.

જે સાંજે આમાંની મુખ્ય ભેટો મળી હતી તે રાત્રિ મેં બાવરાની જેમ જાગીને ગાળી. મારા ઓરડામાં આંટા માર્યા કર્યા. પણ કંઈ ગૂંચ ઊકલે નહીં. સેંકડોની ભેટો જતી કરવી એ ભારે પડતું હતું. રાખવી એ વધારે ભારે લાગતું હતું.

હું કદાચ ભેટો જીરવી શકું, પણ મારાં બાળકોનું શું ? સ્ત્રીનું શું ? તેમને શિક્ષણ તો સેવાનું મળતું હતું. સેવાનું દામ લેવાય નહીં, સેવાનું ફળ સેવામાં જ છે, એમ હંમેશાં સમજાવવામાં આવતું હતું.

ઘરમાં કીમતી દાગીના વગેરે હું નહોતો રાખતો. સાદાઈ વધતી જતી હતી. આવી સ્થિતિમાં સોનાની ઘડિયાળો કોણે વાપરવી ? સોનાના અછોડા ને હીરાની વીંટીઓ કોણે પહેરવાં ? ઘરેણાંગાંઠાંનો મોહ તજવા ત્યારે પણ હું બીજાઓને કહેતો. હવે આ દાગીના ને ઝવેરાતનું મારે શું કરવું ?

મારાથી આ વસ્તુઓ ન જ રખાય, એવા નિર્ણય ઉપર હું આવ્યો. પારસી રુસ્તમજી ઇત્યાદિને આ દાગીનાઓના ટ્રસ્ટી નીમી તેમના પર લખવાનો કાગળ ઘડ્યો, ને સવારમાં સ્ત્રીપુત્રાદિની સાથે મસલત કરી મારો ભાર હળવો કર્યો.

ધર્મપત્નીને સમજાવવાનું મુશ્કેલ પડશે એ હું જાણતો હતો. બાળકોને સમજાવવામાં મુદ્દલ મુશ્કેલી નહીં આવે એવી મને ખાતરી હતી. તેમને વકીલ નીમવાનો વિચાર કર્યો.

બાળકો તો તુરત સમજ્યાં. "અમારે એ દાગીનાઓનું કામ નથી. આપણે તે બધું પાછું જ આપવું. ને કદાચ આપણને એવી વસ્તુ જોઈતી હશે તો આપણે પોતે

ક્યાં નથી લઈ શકતાં ?" આમ તેઓ બોલ્યાં.

હું રાજી થયો. "ત્યારે તમે બાને સમજાવશો ને ?" મેં પૂછ્યું.

"જરૂર, જરૂર. એ અમારું કામ. એને ક્યાં દાગીના પહેરવા છે ? એ તો અમારે સારુ રાખવા ઇચ્છે. અમારે એ ન જોઈએ પછી એ શાની હઠ કરે ?"

પણ કામ ધાર્યા કરતાં વસમું નીવડ્યું.

"તમારે ભલે ખપ ન હોય, તમારા છોકરાઓને ભલે ન હોય. બાળકોને જેમ ચડાવો તેમ ચડે. ભલે મને પહેરવા ન દો, પણ મારી વહુઓનું શું ? એમને તો ખપ આવશે ? અને કોણ જાણે છે કે કાલે શું થશે ? એટલા હેતથી આપેલી વસ્તુઓ પાછી ન દેવાય."

આમ વાગ્ધારા ચાલી ને તેની સાથે અશ્રુધારા મળી. બાળકો મક્કમ રહ્યાં, મારે ડગવાપણું નહોતું.

મેં હળવેથી કહ્યું : "છોકરાઓ પરણે તો ખરા. આપણે ક્યાં બાળવયે પરણાવવા છે ? મોટા થાય ત્યારે તો તે પોતે જ ભલે કરવું હોય તે કરે. અને આપણે ક્યાં ઘરેણાંની શોખીન વહુઓ ગોતવી છે ? છતાં કંઈ કરાવવું જ પડે તો હું ક્યાં નથી બેઠો ? મને કહેજે."

"જાણ્યા તમને ! મારાં ઘરેણાં પણ લઈ લીધાં એ જ તમે ના ? મને સુખેથી નથી પહેરવા દીધું, એ તમે મારી વહુઓને સારુ શું લેવાના હતા ? છોકરાઓને આજથી વેરાગી બનાવી રહ્યા છો ! એ દાગીના નહીં પાછા અપાય. અને મારા હાર ઉપર તમારો શો હક ?"

"પણ એ હાર તારી સેવાને ખાતર કે મારી સેવાને ખાતર મળ્યો છે ?" મેં પૂછ્યું.

"ભલે ને. તમારી સેવા એટલે મારી પણ થઈ. મારી પાસે રાતદહાડો મજૂરી કરાવી, એ સેવામાં નહીં ગણાતું હોય ? રડાવીને પણ જેને ને તેને ઘરમાં રાખ્યા ને ચાકરી કરાવી, તેનું શું ?"

આ બધાં બાણ અણિયાળાં હતાં. એમાંનાં કેટલાંક વાગતાં હતાં. પણ ઘરેણાં તો મારે પાછાં આપવાં જ હતાં. હું જેમતેમ કરીને એની સંમતિ લઈ શક્યો. 1896માં મળેલી અને 1901માં મળેલી ભેટો પાછી આપી. તેનું ટ્રસ્ટ બન્યું. ને તેનો જાહેર કામને સારુ ઉપયોગ ટ્રસ્ટીઓની ઇચ્છા મુજબ થાય એ શરતે તે બૅંકમાં મુકાઈ.

આ પગલાને વિશે મને કદી પશ્ચાત્તાપ થયો નથી. દિવસો જતાં કસ્તૂરબાને પણ તેની યોગ્યતા જણાઈ ગઈ. અમે ઘણી લાલચોમાંથી ઊગર્યાં છીએ.

જાહેર સેવકને અંગત ભેટો ન હોય એવા અભિપ્રાય ઉપર હું આવેલો છું.

મો૰ ક૰ ગાંધી

['સંક્ષિપ્ત' આત્મકથા'ની નવી આવૃત્તિ : 2006]

❀

પત્નીની દૃઢતા

કસ્તૂરબાઈ ઉપર ત્રણ ઘાતો ગઈ અને ત્રણેમાંથી તે કેવળ ઘરઘરાઉ ઉપચારોથી બચી ગઈ. તેમાંનો પહેલો પ્રસંગ બન્યો ત્યારે સત્યાગ્રહનું યુદ્ધ ચાલી રહ્યું હતું. તેને વારંવાર રક્તસ્રાવ (લોહીવા) થયા કરતો. એક દાક્તર મિત્રે શસ્ત્રક્રિયા કરવાની ભલામણ કરી હતી. કેટલીક આનાકાની બાદ પત્નીએ શસ્ત્રક્રિયા કરાવવા હા પાડી. શરીર તો ઘણું ક્ષીણ થઈ ગયું હતું. દાક્તરે ક્લૉરોફૉર્મ વિના શસ્ત્રક્રિયા કરી. ક્રિયા વખતે દરદ ખૂબ થતું હતું, પણ ક્રિયા નિર્વિઘ્ને પૂરી થઈ. જે ધીરજથી કસ્તૂરબાઈએ તે સહન કર્યું તેથી હું તો આશ્ચર્યચકિત થયો. દાક્તરે અને તેમનાં પત્નીએ કસ્તૂરબાઈની સરસ બરદાસ કરી. આ બનાવ ડરબનમાં બન્યો હતો. બે કે ત્રણ દિવસ પછી દાક્તરે મને નિશ્ચિંતપણે જોહાનિસબર્ગ જવાની રજા આપી.

થોડા જ દિવસમાં ખબર મળ્યા કે, કસ્તૂરબાઈનું શરીર મુદ્દલ વળતું નથી, ને તે પથારીએથી ઊઠીબેસી શકતી નથી. એક વાર બેહોશ પણ થઈ ગઈ હતી. દાક્તર જાણતા હતા કે મને પૂછ્યા વગર કસ્તૂરબાઈને દારૂ અથવા માંસ દવામાં કે ખાવામાં ન અપાય. તેથી દાક્તરે મને જોહાનિસબર્ગ ફોન કરી કસ્તૂરબાઈને 'બીફ ટી' આપવાની રજા માગી. મેં જવાબ આપ્યો કે મારાથી એ રજા નહીં અપાય. પણ કસ્તૂરબાઈ સ્વતંત્ર છે. તેને પૂછવા જેવી સ્થિતિ હોય તો પૂછો અને તે લેવા માગે તો આપો. "દરદીને આવી બાબતો પૂછવાની હું ના પાડું છું. તમારે પોતે અહીં આવવાની જરૂર છે. જો મને ગમે તે ખવડાવવાની છૂટ ન આપો તો તમારી સ્ત્રીને સારુ હું જોખમદાર નથી." દાક્તરે કહ્યું.

મેં તે જ દહાડે ડરબનની ટ્રેન લીધી. દાક્તરને મળ્યો. દાક્તરે સમાચાર આપ્યા, "મેં તો સેરવો પાઈને તમને ટેલિફોન કર્યો હતો !"

"દાક્તર, આને હું દગો માનું છું." મેં કહ્યું.

"દવા કરતી વખતે દગોબગો હું સમજતો નથી. આવે સમયે દરદીને કે તેના સંબંધીઓને છેતરવામાં પુણ્ય માનીએ છીએ. અમારો ધર્મ તો ગમે તેમ કરીને દરદીને બચાવવાનો છે !" દાક્તરે દૃઢતાપૂર્વક જવાબ આપ્યો.

મને ખૂબ દુ:ખ થયું, પણ હું શાંત રહ્યો. દાક્તર મિત્ર હતા, ભલા હતા. તેમનો અને તેમનાં પત્નીનો મારા ઉપર ઉપકાર હતો. પણ ઉપલી વર્તણૂક સહન કરવા હું તૈયાર નહોતો.

"દાક્તર, હવે ચોખવટ કરો. શું કરવા માગો છો ? મારી પત્નીને હું કદી તેની ઇચ્છા વિના માંસ દેવા નહીં દઉં. તે ન લેતાં તેનું મૃત્યુ થવાનું હોય તો તે સહન કરવા તૈયાર છું."

દાક્તર બોલ્યા, "તમારી ફિલસૂફી મારે ઘેર તો નહીં જ ચાલે. હું તમને કહું છું કે તમારી પત્નીને મારે ઘેર રહેવા દેશો ત્યાં લગી હું તેને જરૂર માંસ અથવા જે

કંઈ આપવું ઘટશે તે આપીશ. જો એમ ન કરવું હોય તો તમે તમારી પત્નીને લઈ જાઓ. મારા જ ઘરમાં હાથે કરીને હું તેનું મરણ થવા નહીં દઉં."

"ત્યારે શું તમે એમ કહો છો કે મારે મારી પત્નીને હમણાં જ લઈ જવી ?"

"હું ક્યાં કહું છું કે લઈ જાઓ ? હું તો કહું છું કે મારા ઉપર કશા પ્રકારના અંકુશ ન મૂકો. તો અમે બંને તેની જેટલી થઈ શકે એટલી બરદાસ કરશું ને તમે સુખેથી જાઓ. જો આવી સીધી વાત તમે ન સમજી શકો તો મારે લાચારીથી કહેવું જોઈએ કે તમારી પત્નીને મારા ઘરમાંથી લઈ જાઓ."

હું ધારું છું કે તે વેળા મારો દીકરો મારી સાથે હતો. તેણે કહ્યું કે, તમે કહો છો એ મને કબૂલ છે; બાને માંસ તો ન જ અપાય. પછી હું કસ્તૂરબાઈ પાસે ગયો. તે બહુ અશક્ત હતી. તેને કંઈ પણ પૂછવું મને દુઃખદેણ હતું. પણ ધર્મ સમજી મેં તેને ટૂંકામાં ઉપરની વાત કહી સંભળાવી. તેણે દૃઢતાપૂર્વક જવાબ આપ્યો: "મારે માંસનો સેરવો નથી લેવો. મનખા દેહ વારે વારે નથી આવતો. ભલે તમારા ખોળામાં હું મરી જાઉં, પણ મારાથી આ દેહ વટલાવાશે નહીં."

મેં સમજાવાય તેટલું સમજાવ્યું ને કહ્યું કે, તું મારા વિચારોને અનુસરવા બંધાયેલી નથી. અમારી જાણના કેટલાક હિંદુઓ દવાને અર્થે માંસ અને મધ લેતા તે પણ કહી સંભળાવ્યું. પણ તે એક ટળી બે ન થઈ અને બોલી: "મને અહીંથી લઈ જાઓ."

હું બહુ રાજી થયો. લઈ જતાં ગભરાટ થયો. દાક્તરને પત્નીનો નિશ્ચય સંભળાવ્યો. દાક્તર ગુસ્સે થઈ બોલ્યા: "તમે તો ઘાતકી પતિ દેખાઓ છો. આવી માંદગીમાં તેને બિચારીને આવી વાત કરતાં તમને શરમ પણ ન થઈ ? હું તમને કહું છું કે તમારી સ્ત્રી અહીંથી લઈ જવા લાયક નથી. જરા પણ હડદોલો સહન કરે એવું તેનું શરીર નથી. તેનો પ્રાણ રસ્તામાં જ જાય તો મને આશ્ચર્ય નહીં થાય. છતાં તમે હઠથી નહીં માનો તો તમે તમારા મુખી છો. મારાથી તેને સેરવો ન અપાય તો મારા ઘરમાં એક રાત રાખવાનું પણ જોખમ હું નહીં લઉં."

આથી અમે તરત નીકળવાનું નક્કી કર્યું. ઝરમર ઝરમર મેહ વરસતો હતો. સ્ટેશન દૂર હતું. ડરબનથી ફિનિક્સ રેલરસ્તો ને ફિનિક્સથી અઢી માઈલ પગરસ્તો હતો. જોખમ સારી પેઠે હતું. પણ ઈશ્વર સહાય થશે એમ મેં માની લીધું. મેં એક માણસ ફિનિક્સ અગાઉથી મોકલ્યો. ફિનિક્સમાં આરી પાસે 'હેમક' હતું. હેમક તે જાળીવાળા કપડાની ઝોળી અથવા પારણું. એ હેમક, એક બાટલી ગરમ દૂધની ને એક બાટલી ગરમ પાણીની તથા કસ્તૂરબાઈને હેમકમાં ઊંચકી જવા માટે છ માણસો લઈને ફિનિક્સ સ્ટેશન ઉપર આવવા વેસ્ટને કહેવડાવ્યું. ટ્રેન ઊપડવાનો સમય થયો ત્યારે મેં રિક્ષા મંગાવી. ને તેમાં આ ભયંકર સ્થિતિમાં પત્નીને લઈ હું ચાલતો થયો.

પત્નીને મારે હિંમત આપવાપણું નહોતું. ઊલટું તેણે મને હિંમત આપીને કહ્યું, "મને કંઈ નહીં થાય. તમે ચિંતા ન કરજો."

આ હાડપિંજરમાં વજન તો રહ્યું જ નહોતું. ખોરાક કંઈ ખવાતો નહોતો. ટ્રેનમાં ડબ્બા સુધી પહોંચતાં સ્ટેશનના વિશાળ પ્લૅટફૉર્મ ઉપર લાંબે સુધી ચાલીને જવાનું હતું. ત્યાં રિક્ષા જઈ શકે એમ નહોતું. હું તેને તેડીને ડબ્બા લગી લઈ ગયો. ફિનિક્સથી અમે દરદીને ઝોળીમાં લઈ ગયા. ત્યાં કેવળ પાણીના ઉપચારથી ધીમે ધીમે શરીર બંધાયું.

મો૦ ક૦ ગાંધી

['સંક્ષિપ્ત આત્મકથા'ની નવી આવૃત્તિ : 2006]

❀

નિખાલસ વાતો

એક વાર હું સિયાટલથી વાનકુવર બસમાં જઈ રહ્યો હતો. એક અમેરિકન યુવાન જોડિયા બેઠક પર સાથે હતો. વાતો ચાલી. એણે મને ઇન્ડિયા વિષે પ્રશ્ન પૂછ્યા. મેં પણ પછી એને થોડાક પ્રશ્નો પૂછ્યા. એકાદ-બે કલાકમાં તો અમે ખાસા નજીક આવી ગયા. લાંબી વાતચીતને અંતે મેં એને પૂછ્યું : “જ્હોન ! તેં અત્યાર સુધીમાં કેટલી છોકરીઓ સાથે ડેટિંગ કર્યું છે ?” એણે મનોમન ગણતરી કરવા માંડી અને મને કહ્યું : “બાવીસ.” એ યુવાન પરણેલો ન હતો. મેં પૂછ્યું : “જ્હોન ! તું જ્યારે પણ લગ્ન કરશે ત્યારે તારી પત્ની વર્જિન (અક્ષત) હોય એવી અપેક્ષા રાખશે ખરો ?” કોઈ પણ જાતના વિલંબ વિના જ્હોને કહ્યું : “નો, નેવર.”

અમારી વાતોમાં ક્યારે વાનકુવર આવી ગયું તેની ખબર ન પડી. જ્હોન બાય બાય કહીને ચાલી નીકળ્યો ત્યારે મને એવી લાગણી થઈ હતી કે હું મેલો આદમી છું.

✳

આપણે આપણા કેટલાય ન પકડાયેલા ગુના ભલે છુપાવીએ, પરંતુ તેવા ગુના કોઈ બીજો માણસ કરે ત્યારે, તેની નિંદા ન કરીએ તોય ઘણું !

✳

સેક્સનાં સ્ખલનોથી હું મુક્ત નથી. કોઈ સુંદર યુવતીને મળવાનું બને ત્યારે અંદરથી આકર્ષણ ન અનુભવું એવો અરસિક હું નથી.

ગુણવંત શાહ

['ગાંધીનાં ચશ્માં' પુસ્તક : 2006]

❀

ત્યાં સુધી

વિશ્વમાં એક પણ બાળક દુખિયારું હોય ત્યાં સુધી એકેય શોધ મહાન નથી કે એકેય પ્રગતિ અસાધારણ નથી.

આલ્બર્ટ આઇનસ્ટાઈન

અહોભાવની મર્યાદા

"કોઈ એક ક્ષેત્રની વિશેષતા કે સિદ્ધિ એ મનુષ્યનું સમગ્ર શીલ નથી." મહાન જીવનમર્મજ્ઞ સોક્રેટિસે આ વિચાર વિશદતાથી સમજાવ્યો છે.

કોઈ વ્યક્તિ દયાવાન હોય, પરંતુ તેની દયા વેવલી પણ હોઈ શકે છે. કોઈ વ્યક્તિ નિર્ભય હોય, યુદ્ધમાં પાછું પગલું ન ભરે, પરંતુ તેની નિર્ભયતામાં ક્રૂરતા પણ હોઈ શકે છે. કોઈ વ્યક્તિ ઉત્તમ ગાયક હોય, તેના કંઠનું અસાધારણ માધુર્ય આપણને ડોલાવી દે. એથી કરીને તેને સંપૂર્ણ માનવાની ભૂલ ન કરવી જોઈએ. તેવું જ રમતવીરોનું ગણાય. રમતમાં તે શ્રેષ્ઠ પ્રદર્શન કરે એટલે મનુષ્ય તરીકે તે શ્રેષ્ઠ જ હોય તેવી અપેક્ષા નહિ રાખી શકાય. હોય પણ ખરો, ન પણ હોય.

આ ભ્રમ પ્રજાને સૌથી વધુ ધાર્મિક ક્ષેત્રમાં નુકસાન કરે છે. ધર્મક્ષેત્રની વ્યક્તિઓ અસરકારક વ્યાખ્યાન કરી શકતી હોય, સરસ સંગઠન કરી શકતી હોય, લાંબા ઉપવાસ કરી શકતી હોય, સ્થૂળ વસ્તુઓનો ત્યાગ કરી શકતી હોય, છતાં તેની ચિત્તશુદ્ધિ થઈ ન હોય તેવું શક્ય છે. ધર્મક્ષેત્રની વ્યક્તિની સત્તાલાલસા, ધનલાલસા, પ્રતિષ્ઠાલાલસા કે અહંકારજન્ય અનુદારતા અખંડ હોય તેવું શક્ય છે.

ઉપરાંત વિશિષ્ટ લાક્ષણિકતાઓને કારણે પ્રજાનું ધ્યાન ખેંચી શકનારી વ્યક્તિઓનું એક કર્તવ્ય એ પણ છે કે તેઓ ખોટાં ધોરણો સ્થપાય તેમાં સાથ નહિ આપે. અમુક લાખ રૂપિયા મળે માટે અભિનેતા કે રમતવીર સિગારેટ, દારૂ કે તમાકુનો પ્રચાર ન કરી શકે. પ્રજા તેમને ગુણવિશેષને કારણે ચાહે છે, તેનો આવો દુરુપયોગ ન કરી શકાય. આનો સંયમ અને વિવેક કેવો હોય તેનું દૃષ્ટાંત આપણી વચ્ચે જ છે. હમણાં જગપ્રસિદ્ધ જાદુગર કે૰ લાલે કહ્યું કે ગુટખા વેચનાર એક કંપનીનો માણસ તેમને મળવા આવ્યો. હાથમાં ગુટખાની પડીકી રાખીને કે૰ લાલે એટલું જ બોલવાનું હતું કે "વાહ, મજા આ ગયા!" બાકી બધું એ લોકો ગોઠવી લેશે. આ વાક્યના અને ફોટો મૂકવા દેવાના અગિયાર લાખ રૂપિયા મળશે! કે૰ લાલે સાભાર ના પાડી. વળી બપોરે ફરી મળવા આવ્યા અને કહ્યું: "અમે એકવીસ લાખ આપીશું. આપ હા પાડો." એમણે કહ્યું: "હું મારા દેશની ઊગતી પેઢીને ખોટો સંદેશો આપવા માગતો નથી." તેઓ ગયા. વળી સાંજે ફરી આવ્યા. કહે કે: "એકાવન લાખ રૂપિયા આપીશું, પણ તમે સંમતિ આપો." કે૰ લાલે કહ્યું: "એકાવન લાખ આપો કે કરોડો આપો, પણ હું સંમતિ નહિ આપું. મારે મારા દેશની ઊછરતી પેઢીને ઝેર નથી ખવડાવવું. મારા ખેલમાં સૌથી વધુ બાળકો અને કિશોરો હોય છે. તેઓ મારા જાદુના ખેલથી પ્રભાવિત થતા હોય છે. હું જાહેરાતમાં દેખાઉં તો તેનાથી પણ પ્રભાવિત થાય. મારે એ નથી કરવું."

મનસુખ સલ્લા

['કોડિયું' માસિક : 2006]

પ્રાણવંતા પૂર્વજનું તર્પણ

આમાંનાં [‘પરિભ્રમણ’ ભાગ 1-3નાં] મોટા ભાગનાં લખાણો વર્તમાનપત્રની કટારો માટે થયેલાં છે. વર્તમાનપત્રમાં સાહિત્યની વાત કરનાર સાહિત્યની આસપાસની પરિસ્થિતિનો પણ વિચાર કરે. જે માણસ સાહિત્યને પ્રજાજીવનમાં વિચરતું, પ્રતિષ્ઠિત થતું અને પ્રજાજીવનને પોષતું જોવા માગે છે, તે આવા સવાલોને વિચાર્યા વિના ન રહી શકે. મેઘાણી આવા સવાલોને કોઈ જાતના વળગણ વિના વિચારે છે. સાહિત્યપ્રીતિ અને જીવનનિષ્ઠાનો આવો મેળ બહુ ઓછા માણસોમાં જોવા મળે છે.

પણ આ લખાણોમાંથી હું મેઘાણીને જ કેમ ન ઝીલું ? કૌતુકપ્રેમી, મુગ્ધભાવી, સરલહૃદયી...ક્યારેક મેઘાણીની આંખની ચમક, ક્યારેક એમની ટટ્ટાર છાતી, ક્યારેક એમનું નમતું મસ્તક, ક્યારેક ગદ્ગદ અવાજ અને ક્યારેક હુંકાર, ક્યારેક મૌન પણ – મેઘાણી જાણે જીવંતરૂપે અનુભવાય છે. વિવેચનમાં વ્યક્તિત્વનું પ્રતિબિંબ આટલી સહજતાથી અને આટલા સ્વચ્છ સ્વરૂપે આપણે ત્યાં બહુ ઓછે ઠેકાણે પડેલું લાગે.

મેઘાણીભાઈ સાચા અર્થમાં લોકાભિમુખ કવિ-લેખક બન્યા. છેલ્લાં 40 વર્ષમાં ગુજરાતી પ્રજાના હૃદયધબકાર એમના જેટલા સામર્થ્યથી કોઈએ ઝીલ્યા જાણ્યા નથી. ગઈકાલનું એમણે સંશોધન કર્યું, આજનું અવલોકન કર્યું, આવતી કાલનું આર્ષદર્શન આપ્યું.

ધનવંત ઓઝા

*

લોકચેતના પર રાખ ફરી વળી હતી. મડદાંઓમાં પ્રાણ ફૂંકવાનો હતો. રાણપુર જેવા નાનકડા ગામમાં ‘સૌરાષ્ટ્ર’ અખબારનાં પીળચટાં પાનાં પર મેઘાણીએ કર્મચેતનાની આગ પ્રગટાવી. હા, આજે જેનો દુષ્કાળ પ્રવર્તે છે તેવી કર્મચેતનાના મેઘાણી પ્રતિનિધિ હતા. અબોલ આદમીને વાચા આપવાનું કામ તેમણે કર્યું. તેમણે શબ્દને સક્રિયતા સાથે જોડી આપ્યો. ગુજરાતી વાચકને માટે મેઘાણીનો શબ્દ ‘અગ્નિદિવ્ય’ બની ગયો. રાષ્ટ્રચેતનાના તમામ મર્મને આ પત્રકારે પ્રજા લગી પહોંચાડ્યો. ધોલેરાના સત્યાગ્રહથી માંડીને આયરલેંડની ઉથલપાથલ સુધીનો કોઈ વિષય તેમણે બાકાત નહોતો રાખ્યો.

પત્રકાર તરીકે બીજા કોઈએ નથી કર્યું એવું એક કામ મેઘાણીએ કર્યું: એમણે પત્રકારત્વમાં કવિતાની મદદ લીધી. કેટલાયે લાગણીપ્રેરક પ્રસંગોએ ગદ્યને સ્થાને એમણે કવિતાથી કામ લીધું. એને આપણે કાવ્યબદ્ધ અગ્રલેખો કહી શકીએ. કવિ-પત્રકાર તરીકેનું મેઘાણીભાઈનું કામ મહાનિબંધનો વિષય બને એવું છે.

યશવંત દોશી

*

પત્રકારત્વ ગુજરાતમાં વિકસ્યું ત્યારથી આજ સુધીના ગાળામાં સાહિત્યિક પત્રકારત્વના ક્ષેત્રમાં મેઘાણીથી ચડિયાતું વ્યક્તિત્વ મળ્યું નથી. એમણે લખ્યું છે:

"દરેક લખાણ – છાપાનું કે ચોપડીનું – સાહિત્યરંગી બનશે તેટલી તેની ચોટ વધશે. અનંતરાય રાવળના મત મુજબ, "તેમણે પત્રકારત્વને સાહિત્યરંગે રંગ્યું અને રસિક બનાવ્યું." પત્રકાર પાસે નિરાંતે ભાષાને મઠારવાનો, ફરીફરી લખવાનો સમય હોતો નથી. અલંકારોના ઠઠેરા કર્યા વગર, સંકલના ચૂક્યા વગર, પહાડી નદીના વહેણ સરખી વાણી કલમમાંથી જેવી નિર્ઝરતી જાય, તેવી કમ્પોઝિટરનાં બીબાંમાં ગોઠવાતી જાય. રાષ્ટ્રવ્યાપી સંવેદનાને જગાડી મૂકવાની શક્તિ ધરાવતી આ કલમે નાનકડા અજાણ ગામડાના ક્ષણજીવી બનાવને આલેખતી વખતે અવનવી સિદ્ધિઓ હાંસલ કરી બતાવી હતી.

જયેન્દ્ર ત્રિવેદી

*

મેઘાણીનાં કેટલાંય રૂપ અને દરેક રૂપનાં કેટલાં પાસાં ? લોકસાહિત્યના સંશોધક, ઢગલાબંધ ગ્રંથોનો ફાલ ઉતારનાર ગદ્યસ્વામી, મેદનીને ડોલાવીને જકડી રાખે તેવા ગાયક ને વક્તા, અન્ય ભાષાઓના સર્વોત્તમ અનુવાદક અને રૂપાંતરકાર, પીઢ પત્રકાર – અરસપરસ ગૂંથાઈ ગયેલા આ બધા મેઘાણીઓમાંથી કોની વાત કરીએ ? ગુજરાતે મેઘાણીને જે ઉમળકાથી વધાવ્યા, તેમના પર ભક્તિયુક્ત આદરનો અભિષેક કર્યો, તેવું બીજા કોઈ લેખક, કવિ, પત્રકાર કે લોકસેવકની બાબતમાં બન્યું નથી.

નગીનદાસ સંઘવી

*

એમની બધી પ્રવૃત્તિઓમાં 'કલમ અને કિતાબ' ['જન્મભૂમિ'દૈનિકની અઠવાડિક સાહિત્ય-કટાર] સૌથી વધુ તેજસ્વી અને વિશેષ સ્થાયી મૂલ્યવાળી લાગી છે. વિવેચનને એમણે લોકપ્રિય કર્યું. એ જાણે લોકપ્રિયતાના જ સર્જક હતા. પણ એમાં એમણે ઘણી વાર તરલ સૂક્ષ્મ દૃષ્ટિ-પાટવ બતાવ્યું છે.

સુન્દરમ્

*

'કલમ અને કિતાબ'ના પાનાને કારણે મેઘાણીએ પોતાના રાગદ્વેશ પાતળા કરી દીધા હતા. ન્યાય કરવા તે તલપાપડ રહેતા. પોતાના હાથમાં શસ્ત્ર છે તો વિઘાતક થવું, સામાવાળાનું દૃષ્ટિબિંદુ સમજવું, એવી વૃત્તિ રાખતા.

ઉમાશંકર જોશી

*

એમનું 'કલમ અને કિતાબ' એટલે 'ગુજરાતી સાહિત્યનું વિવેચનનું અઠવાડિક' એમ કહીએ તોપણ ચાલે. 'કલમ-કિતાબ'કાર તરીકે એમણે આપણા વિવેચનક્ષેત્રમાં લાડીલું, લોકપ્રિય અને ઈર્ષા ઉપજાવે એવું પદ વર્ષો સુધી ભોગવ્યું. કોઈના પણ

વિવેચનને બહોળામાં બહોળો વાચકવર્ગ મળ્યો હોય તો તે મેઘાણીના જ. એમનાં વિવેચનો નિષ્પક્ષપાતી અને કોઈ પણ વાદથી પર હતાં. 'કલમ-કિતાબ'નું પાનું જાણે સાહિત્યિક ચર્ચામંડળ હોય, એવું રસિત બન્યું હતું. ગુજરાતી સાહિત્યના વિવેચનમાં જનતાને રસ લેતી કરવામાં મેઘાણીનો ફાળો અવિસ્મરણીય છે.

ચંદ્રકાંત મહેતા

[જયંત કોઠારી-સંપાદિત 'મેઘાણી વિવેચનસંદોહ' પુસ્તક : 200]

❀

અમેરિકામાં ગુજરાતી સાહિત્યસર્જન

અમેરિકામાં ગુજરાતી સાહિત્ય લખાય છે. પણ કેવું ? એક જમાનામાં ગુજરાતમાં કોઈ લેખકનું પુસ્તક બહાર પડતું તો ગૌરવભર્યો પ્રસંગ ગણાતો. પ્રકાશક તેમને પૈસા આપતા, લોકો તેમને માન આપતા. આજે અમેરિકામાં લેખકો પાસે પૈસા છે. પોતાનું પુસ્તક પોતે છપાવી શકે છે. પ્રકાશક જ્યારે પોતાના પૈસા ખર્ચીને લેખકનું પુસ્તક છાપે ત્યારે વેપારી દૃષ્ટિ વાપરીને જુએ કે પોતાનાં રોકાણમાં વળતરની શક્યતા છે કે નહીં ? એટલે પ્રકાશકો લેખકોનાં લખાણને ચકાસતા. જ્યારે અમેરિકામાં આજે હજાર-બે હજાર ખર્ચવા એ લેખકો માટે રમતની વાત છે. ઘણા પૈસાદાર લેખકો દર વરસે પોતાનાં પુસ્તકો બહાર પાડે છે, પછી ભલે ને એને કોઈ વાંચે કે ન વાંચે. લેખક પોતે જ પોતાની ગુણવત્તા ચકાસે છે અને દલા તરવાડીની જેમ બે-ચાર ચીભડાં પોતે તોડી લે છે. લેખકોને પૈસા કમાવાની વૃત્તિ હોતી નથી. આમેય બર્થડે પાર્ટીમાં એટલા પૈસા તો ખર્ચાય છે. અમેરિકામાં કેટલાક લેખકો વરસમાં આવી બે-ત્રણ બર્થડે ઊજવે છે. થોડાક સમયમાં તો તે લેખકનાં 30-40 પુસ્તકો પ્રકાશકોની ચકાસણી વિના છપાય છે !

હરનિશ જાની

['ઓપીનિયન' માસિક : 2006]

❀

પ્રાણઊર્જા

સત્ય પણ એક પ્રકારની ઊર્જા છે. જ્યારે જ્યારે આપણે જૂઠું બોલીએ છીએ ત્યારે આપણી પ્રાણઊર્જા ક્ષીણ થાય છે. આજે કેટલાય સેવકોનો પ્રભાવ કેમ નથી પડતો ? શું એમાં સમાજનો વાંક છે ? લોહચુંબક જ્યારે પોતાનું ચુંબકત્વ ગુમાવી બેસે, ત્યારે પાસે પડેલી ટાંકણી પણ એના તરફ ખેંચાતી નથી. એમાં ટાંકણીનો શો વાંક ? શિક્ષકત્વ ગુમાવી બેઠેલા શિક્ષકનો વિદ્યાર્થીઓ પર પ્રભાવ નથી પડતો.

ગુણવંત શાહ

['ગાંધીનાં ચશ્માં' પુસ્તક : 2006]

આવો, આત્મપરીક્ષણ કરીએ !

ગુજરાતના સાહિત્યકારોએ ગુજરાતનું કલુષિત વાતાવરણ દૂર કરવામાં શી રચનાત્મક ભૂમિકા ભજવી? મારા નમ્ર મત મુજબ ગુજરાતનો સાહિત્યકાર છેલ્લા બે દાયકામાં પ્રજાથી સતત વિમુખ થઈ ગયો છે.

મહારાષ્ટ્રમાં દુર્ગા ભાગવતે એક સાહિત્ય સમારંભમાં મંચ ઉપર રાજકીય નેતાની હાજરી સામે વાંધો લીધો હતો અને એ ગયા તે પછી જ પોતે મંચ ઉપર બેઠાં હતાં. આજનો ગુજરાતી સાહિત્યકાર ભયજનક હદે 'પ્રો-એસ્ટાબ્લિશમેન્ટ' થઈ ગયો છે. ગુજરાતમાં અનામત આંદોલન થયું એ પછી અનેક સાંપ્રદાયિક રમખાણો પણ થયાં. પણ એનો પડઘો એક પણ સાહિત્યકૃતિમાં (અપવાદ સિવાય) નથી પડ્યો.

સાહિત્યકારોની ઉદાસીનતાનો દાખલો આપું તો કે૦ કા૦ શાસ્ત્રીનો તોફાનો વખતનો સ્ફોટક ઇન્ટરવ્યૂ યાદ આવે છે. એમાં એમણે વટથી એ મતલબનું કહ્યું હતું કે, અમદાવાદનાં તોફાનો બદલ મને કોઈ શરમ નથી પણ ગર્વ છે. તોફાનો કરનારને પોલીસ પકડી જશે તો વિશ્વ હિન્દુ પરિષદ પાસે અબજોનું ભંડોળ પડ્યું છે. એમાંથી મોંઘામાં મોંઘા વકીલ રોકીને અમે એમને છોડાવી લાવીશું. આ શબ્દો કોના છે? શ્રી શાસ્ત્રી માત્ર 'વિહિપ'ના નેતા નથી, પણ જાણીતા સાહિત્યકાર, સંશોધક અને ગુજરાતના સાહિત્યસભાના પ્રમુખ છે.

નર્મદા વિવાદ હોય, સ્વાધ્યાય પરિવારનો મુદ્દો હોય કે કોમી રમખાણોનો પ્રશ્ન હોય, ગુજરાતનો એક વર્ગ અસહિષ્ણુ બન્યો છે એ હકીકત છે. એક ગુજરાતી હોવાનું મને ગૌરવ છે, પણ મારા ગુજરાતમાં આવી દુઃખદ ઘટનાઓ બને છે ત્યારે એ ગર્વ શરમમાં ફેરવાઈ જાય છે. આવો, આપણે આ વાસ્તવિકતાનો સ્વીકાર કરીએ અને આત્મપરીક્ષણ કરીને આ કલુષિત વાતાવરણને શુદ્ધ કરવાના યજ્ઞમાં લાગી જઈએ.

યાસીન દલાલ

*

2002ના એપ્રિલથી શરૂ કરીને આજ સુધી મને રંજ રહ્યો છે કે ગુજરાતના કોઈ કવિએ કે કોઈ લેખકે 2002ના હિંસક બનાવો પછી તેની વેદના આલેખી નથી. મને દુઃખ થયું છે કે વિશ્વયુદ્ધની પરદેશી કવિઓની વેદનાથી છિન્ન થયેલા ગુજરાતી સાહિત્યકારો તેમની અત્યંત નજીક બનેલા બનાવોથી ખિન્ન થયા નથી. તેમનાં માહ્યલાને તે સ્પર્શ્યું જ નથી.

2002 અને ત્યાર પછી તરતના અરસામાં ગુજરાતમાં સામાજિક સંગઠનોમાં બુદ્ધિજીવીઓની સામેલગીરી કેવી હતી તેનો અભ્યાસ અમે 'અવાજ' સંસ્થા દ્વારા કર્યો, તેનાથી સમજાયું હતું કે થોડાક અપવાદો બાદ કરતાં કોઈને કોમી હિંસા કે રમખાણોમાં અન્ય માનવીઓ પર ગુજારાયેલા ત્રાસ કે ભૂંડા વર્તાવ સ્પર્શ્યા જ નથી. આની રજૂઆત અમે પાંચ શહેરોમાં કરી ત્યારે અમદાવાદ અને ગોધરામાં અમારી

પર અત્યંત ગુસ્સાપૂર્વક આરોપ મૂકવામાં આવ્યો હતો કે આ અભ્યાસ કરીને અમે ગુજરાતને બદનામ કરવાનો હીન પ્રયાસ કરી રહ્યા છીએ. ગુજરાતમાં જે થયું છે તે જોઈએ, જાણીએ અને છતાં કહીએ નહીં તેવો જ દુરાગ્રહ આમાં છે. કહીએ તો ગુજરાતને બદનામ કર્યું કહેવાય!

ઘણાં વર્ષોથી પ્રગટ થતી આવતી આ મુસ્લિમવિરોધી દ્વેષભાવનાને હું ગુજરાતી સમાજમાં થતી સ્ત્રીની અવહેલનાની સાથે જ મૂકું છું. ગુજરાતીઓ સ્ત્રીઓ પ્રત્યેક હિંસક રહ્યા છે અને ગુજરાતી સમાજ તેના સ્ત્રી પ્રત્યેના વર્તાવમાં બર્બરતા જ દાખવી રહ્યો છે તેવું મને જણાય છે. જેમ 2002 પછી મુસ્લિમોને ઇન્સાફ નથી મળ્યો અને અમન લાધ્યું નથી તેવું જ સ્ત્રીઓ માટે છે. તેમને ઇન્સાફ મળતાં મળે તો મળે છે અને અમન તો સ્વર્ગસમ દુર્લભ છે.

ઇલા પાઠક

['નિરીક્ષક' પખવાડિક: 2006]

❀

તું અનોખો છે

આપણે બાળકને બારાખડી શીખવીએ છીએ. પ્રભુની પ્રાર્થના અને ગણિતના દાખલા શીખવીએ છીએ. ચંદ્ર પર ઉતરાણની વાત કરીએ છીએ. પણ ક્યારેય એ બાળકને એવું કહેતા નથી કે, તું સાચે જ અદ્ભુત છે! ક્યારેય એ દૃષ્ટિએ એને જોતા નથી કે બાળક એ આ વિશ્વમાં આવેલો એક નવીન અને વિશિષ્ટ શક્તિપુંજ છે.

બાળકને એ શીખવવું જોઈએ કે તું આ જગતમાં વિરલ અને વિશિષ્ટ છે. તારી પાસે કામ કરી શકે એવા બે મજબૂત હાથ છે. દોડી શકે એવા સરસ મજાના પગ છે. જગતને જોઈ શકે એવી સુંદર આંખો છે. મધુર સંગીત સાંભળી શકે એવા મજાના કાન છે. કંઈ કેટલાય કસબ કરી શકે એવી આંગળીઓ છે. કેટલું બધું છે તારી પાસે!

બાળકને એમ કહીએ છીએ ખરા કે તારામાં મહાત્મા ગાંધી, રવીન્દ્રનાથ ટાગોર કે મધર ટેરેસાની શક્તિ પડેલી છે? આ બધાએ કર્યું તે કરી શકવાની ક્ષમતા માટે કોઈ બીજાને નુકસાન પહોંચાડવાનું નથી. બાળકોને આપણે ભણતર અને ગોખણપટ્ટીથી ભરી દઈએ છીએ. ભય અને સજાથી ડરાવીએ છીએ. પરંતુ એ બાળકને એના ભીતરમાં પડેલી આ શક્તિઓની ઓળખ આપીએ છીએ?

['ગુજરાત સમાચાર' દૈનિક: 2006]

❀

દુનિયા આખી ત્રાજવાના એક પલ્લામાં મૂકી હોય, અને બીજા પલ્લામાં માતા હોય, તો દુનિયાનું પલ્લું છત સાથે ભટકાવાનું.

લેખક-સૂચિ

પુસ્તક-સૂચિ

અધ્યાત્મની અગ્નિશિખા
અપંગની પ્રતિભા
અપ્રગટ જયંત કોઠારી
અવલોકના
અહીં જ ક્યાંક આપ છો
આલબેલ
આશાપૂર્ણાદેવી
આશ્રમનો પ્રાણ
એક ક્રાંતિકારની આત્મકથા
'કલાપી'ના 144 પત્રો
'કલાપી'નો કાવ્યકલાપ
કવિતાનો સૂર્ય ; રવીન્દ્રચરિત
કાલિદાસ
કાલેલકર ગ્રંથાવલિ
કાશીનો પંડિત
કોરેલ ગ્રામ અને નિરુપમા દેવી
ક્રાઇમ ઇન ઇન્ડિયા
ગાતા રહે મેરા દિલ
ગાંધીજી : જીવન અને વિચાર
ગાંધીનાં ચશ્માં
ગાંધી શતદલ
ગુજરાતી રંગભૂમિનાં ગીતો
ગુજરાતી વિશ્વકોશ
ગુજરાતી સર્જનાત્મક ગદ્ય :
એક સંકલન
ગુરુદેવ ઔર ઉનકા આશ્રમ
ગુરુદેવનાં ગીતો
ઘરે-બાહિરે
ચાર્લી ચેપ્લિન
છેલ્લો વળાંક
જિમ કોર્બેટ
જુલે વર્નની કથાસૃષ્ટિ
જૂનું નર્મગદ્ય
જ્યોતીન્દ્ર-તરંગ
જ્યોર્જ વૉશિંગ્ટન કાર્વર
તડકો તારો પ્યાર
થેંક યૂ, પપ્પા
'દર્શક'ના દેશમાં
દલપત ગ્રંથાવલિ
નવલગ્રંથાવલિ
પતંગિયાની અમૃતયાત્રા
પત્રમાધુરી
બાપુની બલિહારી
બાપુને પગલે પગલે
બાપૂ : મેરી નજર મેં
બાંધ ગઠરિયાં
ભદ્રંભદ્ર
ભારતીય સંસ્કૃતિ
ભિક્ષુ અખંડાનંદ
મધુવન
મહાત્મા ગાંધી : પૂર્ણાહુતિ
મહારાજની વાતો
માય ઇન્ડિયા
માર્ક ટ્વેનની કથાસૃષ્ટિ
મેઘાણી વિવેચનસંદોહ
રવીન્દ્ર-ઓકામ્પો પત્રાવલિ
રામણ દીવાના ઉજાસે
રાસતરંગિણી
રૂપેરી પરદાના ચહેરા
રૂપેરી સ્મૃતિ
લીલાવતી જીવનકલા
લોકમાન્ય ટિળક
વનાંચલ
વસંત-રજબ

શાંતિલોક
શિક્ષક હો તો
શુક્રતારક સમા મહાદેવભાઈ
સત્યના પ્રયોગો
સરદાર : સાચો માણસ, સાચી વાત
સંસાર મંથન
સંક્ષિપ્ત આત્મકથા
સંસ્કૃત ઊર્મિકાવ્યો
સંસ્થાનું ચરિત્ર
સાહિત્યચર્યા
સોનગઢનો કળાધર સુરેશ જોષી
સૌરાષ્ટ્રની રસધાર

❀

સામયિક-સૂચિ

અખંડ આનંદ
અભિનવ ભારતી
ઓપીનિયન
કવિતા
કવિલોક
કંકાવટી
કોડિયું
ખોજ
ગુજરાત સમાચાર
જન્મભૂમિ
જીવનમાધુરી
જીવનસ્મૃતિ
દિવ્ય ભાસ્કર
નવજીવન
નિરીક્ષક
પરબ
પ્રત્યક્ષ
પ્રબુદ્ધ જીવન
ફાર્બસ ગુજરાતી સભા ત્રૈમાસિક
બુદ્ધિપ્રકાશ
ભૂદાનયજ્ઞ
ભૂમિપુત્ર
લોકજીવન
વટવૃક્ષ
વિશ્વમાનવ
વિશ્વવિહાર
વૈષ્ણવજન
સાંપ્રત
સાહિત્ય
સુવિચાર
સ્ટેટ્સમન
સ્વરાજ્યધર્મ

ગંગોત્રીથી ગંગાસાગર સુધી પથરાયેલા એના તટ પરથી નિહાળેલાં ગંગાનાં અનેકવિધ સ્વરૂપોનાં કવિઓએ કરેલાં છે. એવું જ જાણે કે બન્યું છે ગાંધીજીના જીવનગંગા વિશે. દેશવિદેશના સેંકડો લેખકોએ આલેખેલા ગાંધીજીના જીવનપ્રસંગોમાંથી ચૂંટેલાં ને ટૂંકાવેલાં 300થી વધુ લખાણો રજૂ કરતાં આ બે સચિત્ર પુસ્તકોની મળીને 67,000 નકલ 2009ના અંત સુધીમાં છપાઈ ચૂકી છે.

ગાંધી-ગંગા

સંપાદક : મહેન્દ્ર મેઘાણી

ખંડ : 1
કિંમત : રૂ. 100

ખંડ : 2
કિંમત : રૂ. 70

જુદા જુદા લેખકોનાં ચૂંટેલાં ને ટૂંકાવેલાં થોડાં થોડાં લખાણોની વાનગી વાટે એમના સાહિત્યનો જરીક પરિચય કરાવતી –

'વાચનયાત્રા' શ્રેણી

સંપાદક : મહેન્દ્ર મેઘાણી

૧	ઉમાશંકર જોશી સાથે વાચનયાત્રા	રૂ.૨૦
૨.	કાકા કાલેલકર સાથે વાચનયાત્રા	રૂ.૨૦
૩.	કિશોરલાલ મશરૂવાળા સાથે વાચનયાત્રા	રૂ.૨૦
૪.	ગાંધીજી સાથે વાચનયાત્રા	રૂ.૩૦
૫.	ઝવેરચંદ મેઘાણી સાથે વાચનયાત્રા	રૂ.૨૦
૬.	ફાધર વાલેસ સાથે વાચનયાત્રા	રૂ.૨૦
૭.	મનુભાઈ પંચોળી સાથે વાચનયાત્રા	રૂ.૨૦
૮.	રવીન્દ્રનાથ સાથે વાચનયાત્રા	રૂ.૭૦
૯.	વિનોબા સાથે વાચનયાત્રા	રૂ.૨૦
૧૦.	સ્વામી આનંદ સાથે વાચનયાત્રા	રૂ.૨૦